लेखकाची ओळख

संतोष नायर हे सीएनबीसीटीव्ही१८डॉटकॉमचे कार्यकारी संपादक आहेत. त्यांना उद्योग–व्यवसाय क्षेत्रातील पत्रकारितेचा वीसहून अधिक वर्षांचा अनुभव आहे. १९९७ मध्ये बिझनेस स्टँडर्डमधील कामापासून त्यांनी पत्रकारितेतील कारकिर्दीची सुरुवात केली. या कामामुळे त्यांना भारतीय आर्थिक बाजारात होत असलेल्या रचनात्मक बदलांचं जवळून निरीक्षण करता आले. 'स्ट्रीट सायन्स' या त्यांच्या दैनंदिन स्तंभलेखनातून त्या दिवसाचे शेअर बाजारातील महत्त्वाचे व्यवहार, बाजारातील कल आणि त्या संदर्भातीलल चर्चा व गप्पा यांची माहिती दिली जात होती. हा स्तंभ गुंतवणूकदारांमध्ये प्रचंड लोकप्रिय होता. 'द इकॉनॉमिक टाइम्स'चे मार्केट्स संपादक म्हणून त्यांनी २००६–२०२० या काळात काम केलं. या काळात अत्यंत उत्तम संशोधन करून तयार केलेल्या माहितीच्या साहाय्यानं त्यांनी तत्कालीन तज्ज्ञ, पण अत्यंत एकांतप्रिय असलेल्या काही गुंतवणूकदारांवर प्रकाश टाकला. याशिवाय विविध संस्था, बाजारातील कल, गोपनीय आणि लबाडीच्या कृती यावरही त्यांनी लेखन केलं. त्यानंतर त्यांनी मनीकंट्रोलडॉटकॉमचे संपादक म्हणून २०२०–२०२१ या काळात काम केलं. संतोष यांनी चैतन्यशील वृत्तकक्षाची उभारणी करण्यास मदत केली. माहिती व संशोधन यांच्या साहाय्यानं काम करण्याचं ठिकाण असं या वृत्तकक्षाचं सुरुवातीचं स्वरूप होतं. त्याला त्यांनी पूर्ण वेळ डिजिटल अर्थविषयक प्रकाशन व्यासपीठात रूपांतरित केलं. पत्नी आणि दोन मुलींसह संतोष मुंबईत राहतात.

बुल्स, बेअर्स अॅन्ड अदर बिस्ट्स

भारतीय शेअर बाजाराची रोमहर्षक कथा

संतोष नायर

प्रस्तावना : प्रो. संजय बक्षी

अनुवाद : मीना शेटे-संभू

MANJUL

मंजुल पब्लिशिंग हाउस

First published in India by

MANJUL

Manjul Publishing House

Pune Editorial Office

•Flat No. 1, 1st Floor, Samartha apartment, 1031,
Tilak Road, Pune – 411 002

Corporate and Editorial Office

•2nd Floor, Usha Preet Complex, 42 Malviya Nagar,
Bhopal 462 003 – India

Sales and Marketing Office

•C-16, Sector 3, Noida, Uttar Pradesh 201301, India
Website: www.manjulindia.com

Distribution Centres

Ahmedabad, Bengaluru, Bhopal, Kolkata, Chennai,
Hyderabad, Mumbai, New Delhi, Pune

Marathi translation of *Bulls, Bears and Other Beasts*

English edition first published by Pan Macmillan India in 2016;
Fifth anniversary edition published in 2021 by Pan Macmillan India

Marathi edition first published in 2022
by Manjul Publishing House Pvt. Ltd.

ISBN: 978-93-5543-044-1

Marathi translation: Meena Shete-Sambhu

Printed and bound in India by Parksons Graphics Private Limited.

शेअर बाजार हे कठोर परिश्रमाचं पर्यायी नाव आहे,
असा विचार करणाऱ्या प्रत्येकाला आणि सगळ्यांना अर्पण.

अनुक्रमणिका

प्रस्तावना

तुम्ही वाचणार असलेलं हे पुस्तक तुम्हाला बैल (बुल्स), अस्वलं (बेअर्स) आणि मेंढीचं कातडं पांघरलेल्या लांडग्यासारख्या इतर अनेक पशूंची एक रोचक कथा सांगणारं आहे. हे लांडगे गरीब मेंढ्या असलेल्या गुंतवणूकदारांच्या कळपांचा अक्षरशः अधाशीपणानं फडशा पाडतात.

या कथेच्या सूत्रधाराचं नाव लाला असं आहे. ते एक काल्पनिक पात्र आहे. सन १९८८च्या अखेरीपासून ते २०१५च्या उत्तरार्धापर्यंतच्या २७हून अधिक वर्षांच्या कालावधीत भारतीय शेअर बाजारात चाललेली बरीचशी तारेवरची कसरत अगदी जवळून पाहणारा तो एक साक्षीदारही आहे. लाला हा गरीब कुटुंबातून आलेला असतो आणि १९९८मध्ये मुंबई शेअर बाजारातील एका ब्रोकरच्या कार्यालयात क्लार्क म्हणून त्याने आपल्या कारकिर्दीची सुरुवात केलेली असते. त्यानंतर तो स्टॉक-जॉबर होतो आणि अखेरीस भरपूर माया गोळा केलेला एक श्रीमंत ब्रोकर होतो.

लाला आपल्याला या २७ वर्षांच्या काळाचा एक खिळवून ठेवणारा रोमहर्षक प्रवास घडवतो. भारतातील अनेक आर्थिक गैरव्यवहार, राजकीय आणि आर्थिक चढउतार, पाकिस्तानविरूद्ध झालेलं युद्ध, भारतातील आयटी उद्योगक्षेत्राची वाढ, अनेक कंपन्यांचे उदय आणि त्यांचं नामशेष होणं, त्यांचं शेअर बाजारातील मूल्य आणि व्यवसायाचे मालक, व्यवस्थापक आणि त्याबरोबरच 'बाजारातील लोक' (मार्केट मेन) यांचा नावलौकिक- या सगळ्या, सगळ्या गोष्टींची तो आपल्याला सविस्तर हकिकत सांगतो.

हे पुस्तक भारताच्या शेअर बाजारांच्या आधुनिकीकरणाच्या घटनांची कालानुक्रमानुसार मांडणीही करतं. ते अगदी पेपर ट्रेडिंग (कागदपत्रं

वापरून हातानं अर्ज भरून, वगैरे व्यवहार करून) चालत असलेल्या दिवसांपासून, १.५ टक्के इतक्या ब्रोकरेज दरापासून आणि खुलेपणानं जोरजोरात आरडाओरडा करून अत्युच्च बोली आणि प्रत्यक्ष व्यवहार यांच्या किमतींमधील तफावती (बिड-ऑफर स्प्रेड) निश्चित करण्याच्या यंत्रणेपासून ते आधुनिक कागदरहित डिजिटल ट्रेडिंगपर्यंतचा इतिहास सांगतं. आता त्याला शेअर बाजार 'ट्रेडिंग फ्लोअर'ची गरज भासत नाही. लहान सेटलमेंट सायकल (व्यवहार पूर्ण करण्याच्या कालावधीचं चक्र), आणि कमी खरेदीदार-विक्रेते असलेल्या 'बिड-ऑफर स्प्रेड' आणि 'ब्रोकरेजच्या दरातही' काम करतं.

या पुस्तकातून आपल्याला मानवी स्वभावाविषयीही बरंच काही शिकायला मिळतं. लोक यंत्रणेशी कसं खेळतात, नियामक हे बहुधा नेहमीच झपाट्यानं विकसित होणाऱ्या लुच्च्या लोकांच्या मागे कसे लागतात हे आपल्याला समजतं. लबाड लोकांकडून निष्पाप आणि भोळ्या किंवा थोड्याफार मूर्ख लोकांना त्यांचा पैसा गमवायला कसं भाग पाडलं जातं ते आपल्याला पाहायला मिळतं. ब्रोकिंग व्यवसायातील, इन्व्हेस्टमेंट बँकिंगमधील आणि पैशाच्या व्यवस्थापनातील विकृत सवलतींमुळे ग्राहकांना नेहमीच वास्तविक मूल्याहून कमी पैसा कसा मिळतो हेही इथं दाखवून देण्यात आलं आहे.

उदाहरणार्थ, १९९४मध्ये आयपीओच्या बुडबुड्याच्या वेळी काय घडलं होतं यावर विचार व्यक्त करणारा पुस्तकातील पुढील उतारा वाचा. त्यामुळे भारतात सध्यासुद्धा नेमकं काय घडत आहे याविषयीचं आश्चर्य माझ्या मनात दाटून आलं :

> *व्यापारी बँकेचा अधिकारी : सर, तुम्हांला १०-१५ कोटींची उभारणी करायला आवडेल का?*
>
> *प्रवर्तक : सध्यातरी नाही.*
>
> *व्यापारी बँकेचा अधिकारी : पण बाजारात पुन्हा सध्याइतकी कधीच जोरदार मागणी असणार नाही. ज्या वेळी पैसा उपलब्ध आहे, त्याच वेळी तुम्ही पैशाची उभारणी केली पाहिजे.*
>
> *प्रवर्तक : व्याजाचा दर काय आहे?*
>
> *व्यापारी बँकेचा अधिकारी : तसा काहीच नाही.*

प्रवर्तक : खरंच? परंतु तरीही मला कधीतरी पैसा परत करावाच लागेल. बरोबर?

व्यापारी बँकेचा अधिकारी : नाही. आणि हेच तर यातलं सौंदर्य आहे.

प्रवर्तक : (संशयानं) याचा अर्थ, तुम्ही असं म्हणत आहात की, मला पैसा मिळणार आहे, पण मला त्याच्यावर व्याज द्यावं लागणार नाही आणि मला तो परतही करावा लागणार नाही. तुम्ही असंच म्हणत आहात ना?

व्यापारी बँकेचा अधिकारी : अगदी बरोबर, सर.

प्रवर्तक : तुमच्या या योजनेत मला रुची वाटू लागली आहे.

हे संभाषण वाचल्यानंतर, साउथ सी बबलपासून सुरू झालेल्या भूतकाळातील असंख्य आयपीओ बुडबुड्यांची आणि मी हे लिहीत असताना भारतात तयार होत असलेल्या एका बुडबुड्यापर्यंतची मला आठवण झाली. (चार्ल्स मॅकेच्या 'एक्स्ट्राऑर्डिनरी पॉप्युलर डिल्युजन्स अँड द मॅडनेस ऑफ क्राउड्स'मध्ये त्यांची कालानुक्रमानुसार यादी देण्यात आली आहे.)

सन १९९४च्या आयपीओ बुडबुड्यात पैसा उभ्या केलेल्या कित्येक कंपन्या नाहीशा झाल्या आणि आतासुद्धा यातून फारसं वेगळं काहीच निष्पन्न होणार नाही, असं मी काहीशा आत्मविश्वासानं म्हणू इच्छितो. खरं तर हे फलित कधीही वेगळं असणारच नाही.

मानवी स्वभाव बदलत नाही. कोट्यवधी वर्षांपासून लोभ आणि असूया, भीती आणि उद्धटपणा, फाजील आत्मविश्वास ही सगळी आपली गुणवैशिष्ट्यं आहेत आणि हे अंगभूत गुणधर्म नाहीसे होत नाहीत. म्हणूनच आपल्याला घोटाळ्यांना आणि तेजींना, कर्जबाजारीपणाला, दिवाळखोरपणाला आणि लबाडांना, मेंढ्यांसारख्या लोकांना आणि लांडग्यांसारख्या लोकांना तोंड द्यावं लागतं. हे नेहमी असंच होतं आणि यापुढंही ते असंच राहील. हर्षद मेहताच्या जागी केतन पारेख येईल. एमएस शूजच्या जागी आणखी कुठलीतरी कंपनी येईल. फक्त आकडे आणि अक्षरं व पात्रं यांच्याशिवाय काहीही बदलत नाही.

या पुस्तकातून अशा प्रकारच्या आधीच्या आणि अगदी आताही तुमच्या-माझ्याइतक्याच खरोखरच्या अस्तित्वात असलेल्या अनेक लोकांची अचूक माहिती देण्यात आली आहे. तुम्हाला हे लांडगे वापरत

असलेल्या अनेक क्लृप्त्या या पुस्तकातून समजतील – फ्रंट रनिंग (यालाच टेलगेटिंग असंही म्हणतात. शेअर बाजारात लबाडीनं व्यवहार करण्याची ही एक पद्धत आहे.), इनसायडर ट्रेडिंग (कंपनीच्या मटेरिअल किंवा भौतिक, जाहीर न झालेल्या माहितीच्या आधारावर ट्रेडिंग करणं), वेगवेगळ्या क्लृप्त्या वापरून स्टॉकच्या किंमतीत चढउतार करून ट्रेडिंग करणं अशा अनेक गोष्टींचं साद्यंत वर्णन या पुस्तकात आहे. आपल्या स्टॉक्सना पुढे आणण्यासाठी, स्टॉक्सच्या प्रसिद्धीसाठी स्टॉक्सचं अतिशयोक्तिपूर्ण वर्णन करण्याचं प्रवर्तकांचं वर्तन कसं असतं (त्यांच्या स्टॉकला पुढे आणण्यासाठी प्रयत्न करण्याखेरीज त्यांच्याकडून आणखी कुठल्या वर्तनाची अपेक्षा ठेवता येईल?) तेही यातून स्पष्टपणे समोर येतं. या सगळ्याच गोष्टींविषयी तुम्हांला या पुस्तकातून अगदी तपशीलवार माहिती समजेल. अशा वर्तनाचे प्रवर्तक असलेल्या अनेक कंपन्यांनी आयपीओंच्या माध्यमातून पैसे गोळा केले आणि नंतर त्या नाहीशा झाल्या. (या 'नाहीशा होणाऱ्या' कंपन्यांना सेबीनं शोधून काढून त्यांचा तपास केला आहे.)

लालाची कथा वाचत असताना तुम्ही पुढील तीन प्रश्न विचारलेच पाहिजेत :

१. हे पुन्हा घडेल का?

२. यामुळे मला कशाची आठवण होते?

३. मला याची आठवण का होत आहे?

संरचना ओळखणं हा जग खरोखरंच कसं काम करतं हे समजून घेण्याचा महत्त्वाचा घटक आहे. लोकांना आणि ते चालवत असलेल्या संस्था-संघटनांना रसातळाला नेणारा- अशा लोकांचा फाजील आत्मविश्वास, अनाठायी महत्त्वाकांक्षा आणि तर्कहीनता या पुनःपुन्हा प्रकट होत राहतात. या पुस्तकासारखं ऐतिहासिक पुस्तक या गोष्टींना, या संरचनांना ओळखायला शिकवतं. *बुल्स, बेअर्स अँड अदर बिस्ट्स* अशा अनेक संरचनांची रूपरेषा देतं.

लेखकाच्या एका आगळ्यावेगळ्या सवयीमुळे या पुस्तकात देण्यात आलेल्या प्रमुख घटनांचे महत्त्वाचे तपशील हे वस्तुस्थितीचा विचार केला तर अगदी अचूक आहेत. निदान आधुनिक काळाचा विचार केला तर त्याची ही सवय निश्चितपणे आगळीवेगळी आहे. संतोष गेली पंचवीस वर्षं

पत्रकार म्हणून काम करत आहेत. (सध्या – २०२१च्या सप्टेंबरमध्ये – ते सीएनबीसीटीव्ही१८ डॉटकॉमचे कार्यकारी संपादक आहेत. त्याआधी त्यांनी 'द इकॉनॉमिक टाइम्स'चे मार्केट्स संपादक आणि मनीकंट्रोलडॉटकॉमचे संपादक म्हणून काम केलं आहे.) यादरम्यान, गेल्या अनेक वर्षांपासून ते नियमितपणे रोजनिशी लिहीत आहेत. या रोजनिशीत त्यांनी प्रत्येक दिवसातील महत्त्वाच्या घटना–घडामोडी, अन्योन्य क्रिया आणि इतर अनुभव यांची अतिशय काटेकोरपणे नोंद केली आहे. (खूप वर्षांपूर्वी मी त्यांना सकाळच्या नाश्त्याच्या वेळी भेटलो होतो, त्या वेळी अनेक वेळा खाता, खाता मध्येच थांबून त्यांच्या रोजनिशीत त्यांनी नोंदी केल्या होत्या.)

ही एक विलक्षण चांगली सवय आहे आणि मला वाटतं की, हे पुस्तक तयार होण्यात या सवयीचा मोठाच वाटा आहे. लेखक संतोष यांनी एक प्रमुख पात्र म्हणून लाला या काल्पनिक पात्राची निर्मिती केल्याचं दिसतं. इतक्या सगळ्या वर्षांत लेखकानं त्याच्या रोजनिशीत जे लिहून ठेवलं आहे, ते सगळं ते या पात्राच्या तोंडून वदवून घेतात. या अर्थानं लाला हे खरं तर मुळीच काल्पनिक पात्र नाही!

भारतीय इक्विटी (अनिश्चित स्वरूपाचं व्याज देणारे समभाग, रोखे) बाजारपेठांच्या निर्दयी, निष्ठुर बाजूंची आपल्याला माहिती असणं गरजेचं आहे. परंतु या बाजाराला चमकदार, आकर्षक बाजूही आहेत. ज्या वेळी या कथेतील घटना घडल्या होत्या, त्या वेळी म्हणजे १९९८च्या अखेरीला सेन्सेक्स ३,००० पर्यंत पोहोचला होता. हे पुस्तक संपतं, त्या काळापर्यंत म्हणजे २०१५च्या अंतिम चरणात सेन्सेक्सनं २६,०००चा टप्पा ओलांडला होता. मी ही प्रस्तावना लिहीत आहे, त्या २०२१च्या सप्टेंबरमध्ये तर सेन्सेक्स ५९,००० वर पोहोचला आहे.

यातली चमकदार बाजू अशी आहे : या पुस्तकात अतिशय चांगल्या प्रकारे वर्णन करण्यात आलेले गैरव्यवहार, किंमतींमध्ये करण्यात येणाऱ्या चलाखी, राजकीय आणि आर्थिक संकटं, युद्ध किंवा बाजारात सहभागी होणाऱ्या लोकांच्या इतर अनेक प्रकारच्या अनैतिक वर्तनांच्या असंख्य योजना यांपैकी कुठल्याही गोष्टीमुळे भारतीय इक्विटी बाजारांमधील दीर्घकालीन गुंतवणूकदारांच्या संपत्ती निर्मितीत अडथळे आलेले नाहीत. त्यांना फक्त एवढंच करावं लागलं होतं– इक्विटीजमध्ये गुंतवणूक करणं (अर्थातच पुरेशी दक्षता घेऊन) आणि मग शेअर बाजारात सुरू असलेल्या सगळ्या

तारेवरच्या कसरतींकडे दुर्लक्ष करून आपल्या जागी तसंच ठाम राहणं. एकूणच, यातून खरोखरच्या संपत्तीची उभारणी झाली आणि तीही कुठलीही लबाडी न करता. ती दीर्घकालीन गुंतवणूकदारांनी केली. शेअर बाजाराच्या कर्कशपणाकडे साफ दुर्लक्ष करून आणि त्याऐवजी व्यवसायाच्या मूलभूत तत्त्वांवर आणि भारतातील व्यवसायावर लक्ष केंद्रित करून त्यांनी हे केलं.

बहुधा आता संतोषनी दुसरं पुस्तक लिहिण्याची वेळ आली आहे. या वेळी भारतीय इक्विटीजमध्ये गुंतवणूक करण्याच्या चमकदार, उज्ज्वल बाजूविषयी त्यांना लिहावं लागेल. सार्वजनिक बाजारांमधील दीर्घकालीन गुंतवणूकदारांनी संपत्तीची निर्मिती कशी करावी, त्यासाठी कोणते घटक आवश्यक असतात, याविषयी त्यांना बहुधा लिहावं लागेल. यात आंत्रप्रेन्युअरशिप (उद्योजकता) आणि नावीन्यता, वाढ आणि नफा कमावण्याची क्षमता आणि चांगलं नियमन या घटकांचा समावेश असेल. परंतु त्यांनी हे पुस्तक जरी लिहिलं नाही, तरी भारतीय इक्विटी बाजारांत सहभागी होण्यातील धोक्यांची जाणीव व्हावी आणि निदान 'लांडग्याकडून फडशा पाडली जाणारी मेंढी' होण्याचं आपल्या नशिबात येऊ नये, यासाठी तरी तुम्ही हे पुस्तक जरूर वाचा. मी तुम्हाला त्यासाठी प्रोत्साहन देत आहे.

– संजय बक्षी

प्रख्यात अॅडजंक्ट प्रोफेसर,

फ्लेम युनिव्हर्सिटी

सप्टेंबर २०२१

१

क्लेशदायक किशोरावस्था

माझं नाव लालचंद आहे. माझे शाळेतील आणि महाविद्यालयातील मित्र मला लाल म्हणतात आणि शेअर बाजारातील ओळखीचे लोक लाला म्हणतात. सन १९६८मध्ये मुंबईचं उपनगर असलेल्या भांडूपमधील एका सर्वसाधारण सूतिकागृहात माझा जन्म झाला. वडलांना मी बाबूजी म्हणत होतो. गेस्ट कीन विल्यम्स या अभियांत्रिकी फर्मच्या भांडूप फॅक्टरीतून निवृत्त होईपर्यंत बाबूजी प्रकल्प तंत्रज्ञ म्हणून काम करत होते.

माझे पालक मूळचे जयपूरचे होते आणि अवघड परिस्थितींमध्ये ते मुंबईत आले होते. मी सांगणार असलेल्या कथेच्या दृष्टीनं ती अवघड परिस्थिती नेमकी काय होती, याविषयीचे तपशील अनावश्यक आहेत. त्यामुळे ते न देता मी एवढंच सांगेन की, माझ्या जन्माच्या वेळी ते शिवराम सिंग चाळीत राहत होते. ही चाळ भांडूप (पश्चिम) मध्ये जंगल-मंगल रोडच्या मध्यभागी होती. त्या काळात बाबूजी फक्त कसंबसं घर चालवून आमची पोटं भरू शकत होते. त्यातच जयपूरहून कामाच्या शोधात येणारे नातेवाईकही आमच्याकडेच राहत असत आणि साहजिकच अशा वेळी त्यांच्या तुटपुंज्या पगारावर आणखी ताण पडत असे. काही वेळा त्यांच्या या औदार्याचा माँला त्रास होत असे. अगदीच हातातोंडाशी कशीबशी गाठ पडत असताना अशा पाहुण्यांचं आदरातिथ्य करताना तिच्या नाकी नऊ येत असत, कारण घर चालवण्याची जबाबदारी तिच्यावरच होती.

लवकरच मला वाईट संगत लागली. पण मी राहत असलेल्या चाळीतील वातावरणाचा विचार केला तर ती सगळीच माझी चूक नव्हती हे तुमच्या लक्षात येईल. शहरातील गुन्ह्यांचा बुजबुजाट झालेल्या उपनगरांपैकी तो एक भाग होता. परंतु मागे वळून पाहताना मला असं वाटतं की, माझ्या पालकांनी माझं चांगल्या वातावरणात संगोपन केलं असलं तरी पहिल्यापासूनच बेकायदेशीर कृत्यांच्या बाजूला झुकण्याकडे आणि खरं तर कायदा मोडण्याकडेच माझा कल होता.

मी नॅशनल एज्युकेशन सोसायटीत शिकलो. भांडूपमधील तत्कालीन शाळांपैकी ती एक चांगली शाळा होती. तिथल्या कडक शिस्तीच्या हिटलरसारख्या मुख्याध्यापकांमुळेही ती शाळा प्रसिद्ध होती. त्यांची नजर आपल्यावर पडू नये, म्हणून मुलं ते समोर येण्याच्या आधीच धूम ठोकून कुठेतरी लपून बसत. बाबूजींनी त्या शाळेशी संबंधित असलेल्या त्यांच्या एका मित्राच्या मदतीनं त्या शाळेत मला प्रवेश मिळवून दिला होता.

मी बारा वर्षांचा असताना आमच्या चाळीपासून जवळच असलेल्या नवीनच बांधकाम झालेल्या एका इमारतीतील वन रूम-किचन फ्लॅटमध्ये आम्ही राहायला गेलो. तो फ्लॅट विकत घेण्यासाठी बाबूजींची आर्थिकदृष्ट्या बरीच ओढाताण झाली होती. परंतु त्यांनी चाळीतून बाहेर पडायचा चंगच बांधला होता. त्यांना त्यातून त्यांच्या सामाजिक दर्जात वाढ वगैरे करण्याची बिलकूल इच्छा नव्हती. पण त्यांच्या मुलांच्या वाढत्या वयात त्यांनी चाळीच्या त्या वातावरणात असावं, तिथं मोठं व्हावं असं त्यांना वाटत नव्हतं. मी वाईट मित्रांच्या संगतीत फिरत असल्याचं त्यांना माहीत होतं.

जागा बदलल्यामुळे माझ्या कामचुकार, गुन्हेगारी स्वरूपाच्या वर्तनात फारसा फरक पडला नव्हता. मी नववीत होतो, त्या सुमारासच कडक दारूची चव घेतली होती आणि वरचेवर सिगारेटही ओढू लागलो होतो. आर्थर आणि शंकर हे माझे शाळेतील मित्र होते आणि ते दोघेही माझ्यापेक्षा दोन वर्षांनी मोठे होते. त्या दोघांनाही ते नववीत असतानाच शाळेतून काढून टाकण्यात आलं होतं. आर्थर हिंसक प्रवृत्तीचा होता आणि तो सतत जोरजोरात भांडत असे. शंकर थंड डोक्याचा होता, परंतु आमच्या सगळ्यांत मजबूत शरीरयष्टीचा होता आणि सगळ्यांमध्ये अतिशय क्रूरही होता.

नगरसेवक किम बहादूर थापा यांचा भाऊ बाबू याच्यासाठी शंकर काम करत होता. पुढे १९९१मध्ये हा बाबू एका टोळीयुद्धात मारला गेला.

माझ्या वयाच्या इतर मुलांच्या तुलनेत मी जास्त उंच होतो आणि माझी शरीरयष्टीही चांगलीच मजबूत होती. परंतु त्याहूनही जास्त महत्त्वाची गोष्ट म्हणजे माझ्याकडे धाडस होतं. शंकर तसं नेहमीच म्हणत असे. आता मागे वळून पाहताना मी त्या काळात ज्या मूर्खपणाच्या गोष्टी केल्या होत्या, त्यांचा विचार केल्यावर माझा थरकाप उडतो.

शंकर बाबूची लहानसहान कामे करत होता. त्यात हप्ते न दिलेल्या फेरीवाल्यांना धमकावणं, बाबूच्या आदेशानुसार लोकांवर पाळत ठेवणं किंवा त्यांना मारहाण करणं, बाबूला धान्य, इतर किराणा माल आणि अशाच वस्तू विकत आणून देणं या कामांचा समावेश होता. आर्थर आणि मी शंकरला त्याच्या कामांमध्ये मदत करत होतो.

मी एक सर्वसामान्य विद्यार्थी होतो, परंतु माझं गणित चांगलं होतं. त्यामुळेच मी अभियंता व्हावं, अशी बाबूजींची इच्छा होती. ते बारावीच्या पुढे शिकले नव्हते. परंतु त्यांच्याकडे चांगली तांत्रिक बुद्धिमत्ता होती आणि रेडिओपासून स्वयंपाकघरातील नळासारख्या वेगवेगळ्या वस्तूंची ते उत्तम दुरुस्ती करत होते.

''तुला माहीत आहे का बेटा, फॅक्टरीतील यंत्रांमध्ये झालेले बिघाड मी दुरुस्त करतो, त्या वेळी मला प्रशिक्षणार्थी अभियंते मी कुठल्या अभियांत्रिकी महाविद्यालयात शिकलो आहे असं विचारतात. मी त्यांना सांगतो की, मी अभियंता नाही, पण एखाद्या दिवशी माझा मुलगा अभियंता होईल.'' रात्रीच्या जेवणाच्या वेळी त्यांनी मला हे अनेक वेळा सांगितलं होतं.

परंतु हळूहळू मी बिघडत चालल्याची कुजबुज त्यांच्या कानांवर गेली आणि त्यांच्या मनातील ही आशा मावळू लागली. प्रत्येक वडलांना सुरुवातीला आपला मुलगा कुठलंच वाईट काम करणार नाही याची खात्री असते. त्यांनाही सुरुवातीला तसंच वाटलं होतं.

पण मी दहावीत असताना एके दिवशी माझ्या वडलांना मी घरी आल्यानंतर दारूचा वास आला. मी दारू पीत असेन असा संशय त्यांना बऱ्याच दिवसांपासून होता, पण प्रत्यक्षात ते दिसल्यावर त्या वास्तवानं ते हादरून गेले. त्यानंतर त्या रात्री ते माँ ला सांगत असलेलं मी ऐकलं की, जर त्यांनी कठोर पावलं उचलली नाहीत, तर माझं आणि त्यांचंही आयुष्य मी बरबाद करून टाकेन. मी देत असलेल्या या त्रासातही ते समजूतदारपणानं

वागत राहिले होते, त्यामागे माझा भाऊ सतीश आणि बहीण अंजू हे दोघंही चांगले शिकत होते हेही एक कारण असावं.

मी दारू पीत असल्याचा सुगावा लागल्यानंतर एका महिन्याच्या आतच बाबूजींनी भांडूपमधील फ्लॅट विकला आणि आम्ही डोंबिवलीत भाड्याच्या घरात राहायला गेलो. शाळेतील माझं शेवटचं वर्ष खरं तर अर्धं संपलं होतं, पण काहीही झालं तरी मी भांडूपमध्ये पुन्हा पाऊलही ठेवू नये यावर बाबूजी ठाम होते. त्यांच्या काही ओळखींचा वापर करून त्यांनी डोंबिवली पश्चिममधील साउथ इंडियन असोसिएशन हायस्कूलमध्ये मला प्रवेश मिळवून दिला.

आम्ही तो फ्लॅट सोडल्यामुळे माझ्यापेक्षाही बाबूजींनाच जास्त त्रास झाला, कारण त्यामुळे त्यांना फॅक्टरीत पोहोचण्यासाठी गर्दीनं भरलेल्या लोकलमधून अर्ध्या तासाहून जास्त वेळ प्रवास करावा लागत होता. आधी ते बेस्ट बसनं जेमतेम दहा मिनिटांत फॅक्टरीत जात होते.

नवीन शाळा मला आवडली नव्हती, पण त्या बाबतीत माझ्या म्हणण्याला काहीच किंमत नव्हती. तिथे बहुसंख्य विद्यार्थी आणि शिक्षकही दक्षिण भारतीय होते. प्रत्येक वर्गात एक-दोन छळवादी मुलं आणि काही मवाली मुलंही होती. परंतु शंकर आणि आर्थर यांच्या तुलनेत त्यांची मवालीगिरी काहीच नव्हती, हे मला समजलं होतं.

नवीन मुलांशी सहजासहजी मैत्री करणं मला जमत नव्हतं. त्यामुळे त्यांच्याशी माझी अतिशय हळूहळू मैत्री होत होती आणि त्यामुळेच बहुधा माझं अभ्यासात लक्ष लागलं. मी एसएससीत ७१ टक्के गुण मिळवले. परंतु त्या काळातसुद्धा कुठल्याही प्रतिष्ठित, दर्जेदार महाविद्यालयात विज्ञान शाखेत प्रवेश मिळवण्याच्या दृष्टीनं ते कमीच होते. मला विज्ञान शाखेत प्रवेश मिळालाच पाहिजे, अशी माझी तीव्र इच्छा नव्हतीच, पण मी अभियंता व्हावं हे माझ्या वडलांचं स्वप्न होतं. परंतु अतिशय उच्च दर्जाच्या एक-दोन महाविद्यालयांनी मागणी केलेली भरमसाट फी सोडून दिली तरी कुठल्याही चांगल्या अभियांत्रिकी महाविद्यालयामध्ये भरावी लागणारी फीही प्रचंडच होती आणि ती भरणं आपल्या आवाक्याबाहेरचं आहे, ही गोष्ट बहुधा तोपर्यंत बाबूजींच्याही लक्षात आली होती. आमचं भांडूपचं घर विकल्यानंतर आलेले काही पैसे त्यांच्याकडे उरले होते, परंतु माझ्या शैक्षणिक करिअरवर ते पणाला लावणं हा त्यांच्या दृष्टीनं खूपच धोकादायक ठरणारा जुगार होता.

त्यामुळे बाबूजींनी त्यांच्या मनात माझ्याविषयीच्या कुठल्याही खोट्या आशा जोपासल्या नव्हत्या. पण त्यानंतर मी त्यांना सांगितलं की, विज्ञान शाखेसाठी द्यावयाच्या सामान्यज्ञान चाचणीला मी बसलो नव्हतो आणि त्याऐवजी मला वाणिज्य शाखेत शिकायला किंवा कला शाखेचा एखादा विषय शिकायला जास्त आवडलं असतं.

त्यांनी माझं मन वळवण्याचा प्रयत्न केला नाही आणि काही मित्रांशी व नातेवाइकांशी सल्लामसलत केल्यानंतर मला वाणिज्य शाखेत प्रवेश घेण्याचा सल्ला दिला. खरं सांगायचं झालं तर डोंबिवलीला जाण्याचा बाबूजींचा निर्णय योग्य ठरला नसता. तो सहजगत्या त्यांच्यावरच उलटला असता, पण काही अनपेक्षित घटना घडल्या आणि त्यांच्या कलाटणीमुळे तसं झालं नव्हतं.

उपनगरात रिअल इस्टेटचा भरपूर विकास झाला आणि त्यामुळे तिथे ठगांना आणि इतर समाजविघातक घटकांना मोकळं रान मिळालं. रस्त्यांवरच्या मारामाऱ्या आणि सार्वजनिक ठिकाणी सर्वांच्या नजरेसमोर सक्तीनं खंडणी वसूल करणं या सर्वसामान्य गोष्टी होत्या. जमिनीच्या वादातून संघटित टोळ्यांचा उदय झाला आणि एकमेकांशी वैमनस्य असलेल्या टोळ्यांमध्ये भर दिवसा हाणामाऱ्या होऊ लागल्या. त्यांच्यामध्ये गावठी पिस्तुलं, हॉकी स्टिक्स आणि सायकलच्या चेनचा सर्रास वापर होत होता. गुन्हेगारीविषयक नकाशावर भांडूपपेक्षाही डोंबिवली अनेक दृष्टींनी जास्त वाईट ठरलं होतं.

सहजासहजी चिथावणी देणं शक्य असलेल्या आणि हिंसाचाराची नावड असलेल्या माझ्यासारख्या एखाद्यासाठी अशा ठिकाणी त्रासापासून दूर राहणं आणि वाईट संगत टाळणं ही गोष्ट कठीण संघर्षाची होती. शंकर आणि आर्थर यांच्या सोबत असताना मी दोन गोष्टी शिकलो होतो. डोंबिवलीतील एखाद्या स्थानिक दादाचा हस्तक म्हणून काम करावं अशी कल्पना माझ्या मनात काही वेळा येऊन गेली होती.

परंतु मला सरळ आणि संकुचित मार्गावर ठेवण्यासाठी बाबूजी रोज सोसत असलेल्या मोठ्या गैरसोईमुळे कसं कोण जाणे, पण माझी सदसद्विवेकबुद्धी ढवळून निघाली. सतीश आणि अंजू अजूनही माझ्याकडे मोठा भाऊ म्हणून मार्गदर्शनासाठी पाहत होते आणि त्यामुळे मला शरमिंदेपणा जाणवत होता. शिवाय त्यांच्याविषयीच्या जबाबदारीच्या विचाराचाही माझ्यावर दबाव येत होता. मी आतून हबकून गेलो होतो आणि त्यामुळे

मी थोड्याच मुलांशी मैत्री केली आणि माझ्या महाविद्यालयीन अभ्यासात लक्ष घातलं.

मी बारावीत असताना बाबूजींना फॅक्टरीत काम करत असताना एक अपघात झाला. काही काळापुरतं त्यांना शारीरिक अपंगत्व आलं. सुमारे दहा महिन्यांनंतर बाबूजी पुन्हा कामावर जाऊ लागले. ते घरात असतानाचे अखेरचे अडीच महिने त्यांना बिनपगारी रजा घ्यावी लागली. आम्हां सगळ्यांनाच त्या वेळी भावनिकदृष्ट्या आणि आर्थिकदृष्ट्याही खूपच कठीण परिस्थितीतून जावं लागलं. एका टप्प्यावर तर आम्हांला त्यांचा पाय बरा होईल आणि ते पूर्वीप्रमाणेच कामावर जाऊ शकतील की नाही, याची शाश्वतीही वाटत नव्हती.

या प्रसंगामुळे नको त्या दुःसाहसांकडे वळण्याचा माझ्या मनातील उरलासुरला मोहही पूर्णपणे नष्ट झाला. घरातील क्लेशदायक परिस्थितीत मला आणखी भर टाकण्याची इच्छा नव्हती.

डोंबिवली रेल्वे स्थानकाजवळच्या 'योगायोग' नावाच्या फिरत्या ग्रंथालयात काही महिने मी साहाय्यक म्हणून काम केलं. तिथे फारसा पैसा मिळत नव्हता, पण त्या वेळी प्रत्येक रुपयाची किंमत आम्हांला जाणवत होती. या नोकरीमुळे मला पुस्तकांच्या जगाची ओळख झाली, ही या नोकरीतील सगळ्यांत उत्तम गोष्ट होती. तोपर्यंत मला वाचनाची खरी गोडी लागलेली नव्हती. त्या ग्रंथालयात मी रोज चार तास काम करत होतो. त्या वेळी माझ्या हातात बराचसा फावला वेळ होता, त्यामुळे मी हळूहळू वाचन करू लागलो. मी रहस्यकथांपासून सुरुवात केली आणि कालांतरानं अभिजात साहित्याकडे वळलो. मी योगायोगानं लावून घेतलेली वाचनाची सवय कालौघात खूपच पक्की झाली आणि शेअर बाजारातील माझ्या करिअरमध्ये मला तिचा तीव्रतेनं उपयोग झाला.

पदवी मिळवल्यानंतर मी नशीब काढण्यासाठी आखाती देशांत जाणार होतो, पण त्या बाबतीत माझ्या पदरी निराशाच पडली. दुबईतील ट्रेडिंग फर्ममधील लिपिकाच्या (क्लार्कच्या) जागेवर मला नोकरी मिळावी म्हणून बाबूजींनी भरती एजंटला १५,००० रुपये दिले होते, परंतु त्याने कधीच त्याचा शब्द पाळला नाही. माझ्याकडे आता कुठलाच पर्याय उरलेला नसल्यामुळे मी अल्पावधीसाठी माझा जुना अवतार धारण केला आणि त्याच्याकडून पैसे वसूल केले. अर्थातच बाबूजींना हे माहीत नव्हतं, पण

जर त्यांना मी सांगितलं असतं तर त्यांनी मला जोरदार विरोध केला असता हे मला माहीत होतं.

याला योगायोग म्हणा किंवा नियतीचा संकेत म्हणा, पण एके दिवशी माझ्या नेहमीच्या जेवणाच्या स्टॉलवर जाऊन मी जेवत होतो, तेवढ्यात अचानकच माझा महाविद्यालयीन वर्गमित्र प्रदीप मोहन मला तिथे भेटला. आमची महाविद्यालयात फक्त तोंडओळखच होती, पण त्या दिवशी आम्ही पूर्वी आपण अगदी जीवश्चकंठश्च मित्र असल्यासारख्या भरपूर गप्पा मारल्या.

प्रदीप एका स्टॉक ब्रोकरच्या कार्यालयात काम करत होता आणि शेअर बाजारात पार पडलेल्या ट्रेडिंगनंतर ग्राहकांच्या नोंदी ठेवणं हे त्याचं काम होतं. त्या पहिल्या भेटीनंतर आम्ही नियमितपणे दुपारच्या जेवणासाठी भेटू लागलो आणि आमच्यामध्ये चांगले स्नेहबंध निर्माण झाले. त्याला गप्पा मारायला आवडत होतं आणि मी चांगला श्रोता होतो. शेअर बाजारात काय काय घडत होतं त्याचं हुबेहूब चित्र तो माझ्या समोर उभं करत असे. काही तासांतच दैव कसं प्रसन्न होतं किंवा कसं रुष्ट होतं आणि सारं काही गमावून बसावं लागतं ते तो मला सांगत असे. मोठ्या ब्रोकर्सचे लबाडीचे आणि निर्दयी मार्ग तो मला सांगत असे. मोठमोठ्या प्रभावशाली उद्योजकांवर आणि व्यावसायिकांवर त्यांचं कसं प्रभुत्व असतं तेही तो मला खुलवून, खुलवून सांगत असे. पण तरीही शेअर बाजारात यशस्वी होण्यासाठी एखाद्या व्यक्तीकडे आकर्षक पदवीची किंवा अगदी औपचारिक शिक्षणाचीही गरज नसते, या त्याच्या म्हणण्याकडे माझं लक्ष चांगलंच वेधलं गेलं. थोडंफार कौशल्य, चिकाटी आणि त्याहूनही सगळ्यांत महत्त्वाची गोष्ट म्हणजे नशीब असेल तर शेअर्सच्या व्यवहारात (ट्रेडिंगमध्ये) अमाप पैसा मिळवता येतो हे तो मला सांगत असे. घराकडे परतताना नेहमीच दुपारच्या जेवणाच्या वेळी प्रदीपशी झालेलं संभाषण माझ्या डोक्यात घोळत राहत असे.

२

दलाल स्ट्रीटकडे जाणारा मार्ग

सुमारे महिनाभर आम्ही एकमेकांशी अशा गप्पा मारल्यानंतर एके दिवशी मला एखाद्या ब्रोकरच्या कार्यालयात तो नोकरी मिळवून देऊ शकेल का, असं मी प्रदीपला विचारलं. मी अशी विनंती करेन असं त्याच्या ध्यानीमनीही नसताना बहुधा मी त्याला तसं विचारलं होतं. सुरुवातीला तो थोडासा बिचकला, गोंधळला. मला वाटतं की, त्यामागे आपली रसभरीत वर्णनं ऐकणारा चांगला श्रोता आपल्याला गमवावा लागेल अशी भीतीही असावी.

प्रदीपकडून मला शेअर बाजाराविषयी जी थोडीफार माहिती समजली होती, तिच्यावरून एक गोष्ट स्पष्ट होती. मला शेअर सर्टिफिकेटची तपासणी करत, हिशेबाची जुळवाजुळव करत आणि तिथली कागदपत्रं चाळत त्याच्या कार्यालयात काम करत राहायचं नव्हतं. मला ट्रेडिंग फ्लोअरवर (शेअर बाजारातील प्रत्यक्ष व्यवहार होत असलेल्या ठिकाणी) सुरू असलेल्या कामकाजाच्या केंद्रस्थानी राहायचं होतं. शेअर्सच्या खरेदी आणि विक्रीच्या ऑर्डर्स मला ओरडून सांगायच्या होत्या.

त्याच वेळी मला याचीही जाणीव होती की, ब्रोकरच्या कार्यालयातूनच ट्रेडिंगच्या रिंगणाकडे जाणारा माझा मार्ग सुरू होणं गरजेचं होतं. ब्रोकरच्या कार्यालयात मला कुठलं ना कुठलं काम मिळवून द्यावं असा लकडाच मी प्रदीपच्या मागे लावला. माझा निर्धार बघून अखेरीस तो तयार झाला. मला

लहान गोष्टींनी सुरुवात करायची असली तरी माझ्या मनात त्याहून मोठ्या गोष्टी करण्याची इच्छा होती, हे त्याच्या लक्षात आलं होतं.

त्याने माझ्यासाठी एका फारशा प्रसिद्ध नसलेल्या ब्रोकरच्या कार्यालयात नोकरी शोधली आणि नंतर तो मला म्हणाला, ''तुझ्या मनात कुठल्या मोठ्या योजना शिजतायत, ते मला माहीत नाही, लाल, पण बेफिकिरीनं वागू नकोस.''

''दलाल स्ट्रीटवर तुला अगदी कफल्लकापासून श्रीमंत झालेल्या कित्येकांच्या कथा ऐकायला मिळतील. पण श्रीमंत लोक रस्त्यावर आल्याच्या, कफल्लक झाल्याच्या कथांना तितकीशी प्रसिद्धी मिळत नाही. यशस्वी लोकांच्या कथांच्या तुलनेत या कथा कित्येक पटींनी जास्त आहेत. शेअर बाजारात पैसा मिळवणं सोपं आहे हे समजल्यानंतर लोक अगदी भारावून जातात आणि अतिशय कठोर मार्गानं सत्य शिकतात,'' तो म्हणाला.

प्रदीप खरं बोलत होता, हे मला माहीत होतं, पण माझ्या करिअरमध्ये इतक्या लवकर अपयशाच्या भीतीनं गारठून जाण्याची माझी इच्छा नव्हती. जर स्थिर पगार देणारी स्थिर नोकरी करणं हेच माझं उद्दिष्ट असतं तर माझ्याकडे त्या वेळी केमिकल्स फर्ममधील तशी नोकरी होतीच की!

माझ्या व्यावसायिक कारकिर्दीतील नवीन प्रकरणाची मी सुरुवात केली, ते १९८८मधील खडतर दिवस होते. तोपर्यंत गुंतवणूक केली पाहिजे, ही जाणीव किरकोळ गुंतवणूकदारांमध्ये स्थिरपणानं वाढत चालली असली तरीही शेअर्सनी त्यांचं लक्ष मोठ्या प्रमाणात वेधून घेतलं नव्हतं. त्यांच्यापैकी काही नशीबवान लोकांनी कोलगेट, हिंदुस्तान लिव्हर, कॅडबरी, पाँड्स आणि त्यांच्यासारख्या १९७०च्या दशकाच्या उत्तरार्धातील आणि १९८०च्या दशकाच्या अगदी सुरुवातीच्या काळातील उत्तम बहुराष्ट्रीय कंपन्यांच्या आयपीओंमध्ये (इनिशिअल पब्लिक ऑफरिंगमध्ये) गुंतवणूक करून सहजपणे पैसा कमावला होता. बाजारावर प्रभावी ब्रोकर्सच्या गटाचं नियंत्रण होतं. स्वतःचा पैसा वापरून ते बहुतांश वेळा स्टॉकवर सट्टा खेळत होते. त्या काळात जो काही संस्थात्मक व्यवसाय अस्तित्वात होता, त्यामधील सिंहाचा वाटा याच गटातील जास्त लहान उपसंचाकडे होता. हे ब्रोकर आणि त्यांच्याशिवाय काही स्थानिक संस्था हे शेअर बाजारातील मुख्य खेळाडू होते. त्यातही युनिट ट्रस्ट ऑफ इंडिया (यूटीआय) या सगळ्यांचा बाप होती. याशिवाय विविध कंपन्यांचे प्रवर्तकही बाजारात

अतिशय सक्रिय होते. गुंतवणूक पुंजीचा आकार विचारात घेता, लाइफ इन्शुरन्स कॉर्पोरेशन (जीवन विमा महामंडळ) ही यूटीआयपेक्षाही मोठी होती, परंतु यूटीआयप्रमाणे तिने इक्विटीजमध्ये आक्रमकपणे गुंतवणूक केली नव्हती. परदेशी संस्थात्मक गुंतवणूकदारांनी (फॉरिन इन्स्टिट्युशनल इन्व्हेस्टर्स म्हणजेच एफआयआय) १९९३पासून पुढे त्यांचं लक्ष मोठ्या प्रमाणात भारताकडे वळवण्यास सुरुवात केली.

त्या वेळी ब्रोकरेजचा दर दीड टक्का इतका चांगला होता. प्रत्यक्ष हातात येणाऱ्या (फिजिकल) शेअर्समधील म्हणजेच शेअर्स सर्टिफिकेटविषयीच्या गुंतागुंतींमुळे या दराचं समर्थन होऊ शकत होतं. या मलईदार दलालीबरोबरच (कमिशनबरोबरच) आपण कोणाला ग्राहक म्हणून स्वीकारावं याविषयी ब्रोकर दक्षता बाळगत होते, कारण त्या वेळी बनावट शेअर्सची विक्री करणारे अनेक संशयास्पद ऑपरेटरही कार्यरत होते. ज्या वेळी खरेदीदार त्यांना शेअर्सच्या मालकीच्या हस्तांतरासाठी कंपनीकडे पाठवत असे, फक्त त्याच वेळी त्यांना ते शेअर्स बनावट असल्याचं समजत असे. विक्रेत्यांच्या ब्रोकरला त्यानंतर ते शेअर्स काढून टाकून नवीन शेअर्स द्यावे लागत असत किंवा खरेदीदाराला पैसा परत करावा लागत असे. काही वेळा तर अशा व्यवहारात त्यांना चांगलाच तोटाही सहन करावा लागत असे. म्हणूनच ब्रोकरनं तुम्हांला ग्राहक म्हणून स्वीकारण्याकरिता ब्रोकरकडे कोणीतरी तुमची शिफारस करण्याची गरज असे.

कंपनीच्या मूलभूत तत्त्वांवर आधारित गुंतवणूक करण्याचा प्रकार तोपर्यंत अगदीच नवीन होता. कंपनीविषयींची सार्वजनिक माहिती पुरेशा प्रमाणात उपलब्ध नसे, हे त्यामागचं मोठं कारण होतं. कंपनीच्या ताळेबंदातून कंपनीविषयीची थोडीफार माहिती मिळत असे आणि जोपर्यंत असे ताळेबंद भागधारकांच्या (शेअर होल्डर्सच्या) हातात येत असत, तोपर्यंत ती माहिती जुनी झालेली असे. शिवाय अगदी शेअर होल्डर्स असले तरी थोडेच ब्रोकर कंपन्यांच्या सर्वसाधारण वार्षिक बैठकांना त्यांच्या प्रतिनिधींना पाठवत असत. खरं तर अशा बैठका हेच त्या काळात कंपन्यांच्या व्यवस्थापनाची भेट घेऊन त्यांच्या व्यवसायाविषयी त्यांना प्रश्न विचारण्याकरिता उपलब्ध असलेलं एकमेव व्यासपीठ होतं. तरीही अनेक ब्रोकर असा दावा करू शकतील की, कंपन्यांवर आणि त्यांच्या क्षेत्रांवर काटेकोरपणे संशोधन करून त्या आधारावर ग्राहकांना स्टॉक्सची शिफारस करणारे आपणच पहिले ब्रोकर होतो.

त्या काळात संशोधन असं म्हटल्या जात असलेल्या बऱ्याचशा गोष्टी आजच्या काळातील 'इनसायडर ट्रेडिंग'मध्ये समाविष्ट असतात. वजनदार सट्टेबाज-गुंतवणूकदार आणि ब्रोकरही असलेल्या एका ब्रोकरनं त्या काळात त्याच्याकडे शेअर्स असलेल्या एका ऑटो-कॉम्पोनन्ट फर्ममध्ये त्याच्या नातेवाइकाला नोकरी मिळवून देण्यात यश मिळवलं होतं. या शेअर्समध्ये तो सातत्यानं ट्रेडिंग करत होता. त्याचा नातेवाईक त्या फर्मच्या मासिक उत्पादनाच्या तपशिलाचे आकडे त्या ब्रोकरला पुरवत होता आणि ही माहिती वापरून तो ब्रोकर स्टॉकचं ट्रेडिंग करत होता.

शेअर बाजार व्यावसायिकांपेक्षाही कंपनीचे प्रवर्तक त्यांच्या शेअर्समध्ये मोठ्या प्रमाणात सट्टेबाजी करत. त्या सर्वांकडे त्यांच्या आवडीचे ब्रोकर्स होते आणि त्यांना 'हाउस ब्रोकर्स' असं म्हटलं जात होतं. ब्रोकर्स नेहमीच स्वतःच्या वतीनं ट्रेडिंग करत नसले तरी त्यांना बाजारातील प्रवर्तकांचे प्रतिनिधी मानलं जात होतं. बाजारातील कुशल खेळाडू या ब्रोकर्सच्या ट्रेडिंगच्या आकाराचं आणि संरचनेचं सहजगत्या निरीक्षण करू शकत होता. त्यावरून ते कंपनीच्या प्रवर्तकांच्या वतीनं काम करत आहेत की इतर ग्राहकांसाठी काम करत आहेत, ते तो सहजपणे शोधून काढू शकत होता.

कोणत्याही ब्रोकरेज फर्मच्या भरभराटीसाठी यूटीआयचा व्यवसाय हा कळीचा व्यवसाय ठरत होता. यूटीआय बहुतांश वेळा मोठ्या संख्येच्या शेअर्सचा व्यवहार करत असल्यामुळे त्यांच्या व्यवहाराच्या माध्यमातून कमिशनद्वारे भरपूर पैसा मिळवता येत असे. परंतु अनेक नीतिभ्रष्ट ब्रोकरकरिता कमिशनमध्ये मोठा पैसा नव्हता. तो यूटीआय ट्रेड्समधील 'फ्रंट रनिंग' च्या साहाय्यानं मिळवला जात होता.

नीतिभ्रष्ट ब्रोकरना यूटीआयकडून शेअर्सकरिता बाय ऑर्डर (खरेदीच्या ऑर्डर) मिळत. पण असे ब्रोकर पहिल्यांदा तसेच शेअर्स स्वतःसाठी खरेदी करत. साहजिकच ज्या वेळी यूटीआयच्या ऑर्डर्सवर बाजारात अंमलबजावणी केली जात असे, त्या वेळी बाजारात या शेअर्सची किंमत वधारत असे. अशा वेळी हे ब्रोकर स्वतः खरेदी केलेले शेअर्स विकून नफा कमवत.

जर यूटीआयकडून एखाद्या स्टॉकच्या विक्रीची ऑर्डर आली तर असे ब्रोकर्स त्यांच्या वैयक्तिक क्षमतेत त्याच स्टॉकचा शॉर्ट सेल करत. शॉर्ट सेलिंग याचा अर्थ शेअर्सच्या किंमती घसरतील आणि तुम्हांला ते पुन्हा स्वस्तात खरेदी करता येतील आणि खरेदीदारांना ट्रेड सेटलमेंटच्या

दिवशी (म्हणजे ज्या दिवशी अंतिम ट्रेड (व्यवहार) पार पडतो तो दिवस. त्या दिवशी खरेदीदाराला विक्रेत्याला पैसे द्यावेच लागतात आणि विक्रेता खरेदीदाराला शेअर्स देतो.) ते देता येतील अशी आशा बाळगून आपल्या मालकीच्या नसलेल्या शेअर्सची विक्री करणं होय. त्यानंतर ब्रोकर त्यांच्या शॉर्ट पोझिशनमधून बाहेर पडत होते, म्हणजे त्यांनी विकलेलेच शेअर्स परत विकत घेत होते, पण या वेळी ते शेअर्स ते कमी किंमतीत विकत घेत होते, कारण यूटीआयनं दिलेल्या विक्रीच्या ऑर्डर्समुळे शेअरची बाजारातील किंमत पडलेली असत होती.

ज्या ब्रोकर्सना यूटीआयच्या प्रत्यक्ष ऑर्डर्स मिळत नव्हत्या, ते यूटीआय काय करणार आहे ते शोधून काढून त्यांच्या ट्रेड्सची नक्कल करण्याचा प्रयत्न करत असत. त्यांच्या दृष्टीनं ही उत्तम गोष्ट असे. यूटीआयच्या वर्चस्वी स्थितीमुळे, बाजाराच्या कामकाजाच्या काळानंतर मुंबईतील यूटीआयच्या मरीन लाइन्समधील कार्यालयाबाहेर नेहमीच ब्रोकर्सची रांग लागलेली असे. अनेक ब्रोकर्स यूटीआयच्या पॅनेलवर होते, परंतु यूटीआयच्या ऑर्डर्सवरचं लोणी ठरावीक थोड्याच ब्रोकर्सना चाखता येत होतं. गुंतवणूक विभागातील अधिकाऱ्यांना महागड्या भेटवस्तू देणाऱ्या काही ब्रोकर्सना यूटीआयकडून सातत्यानं कशा ऑफर्स मिळत होत्या याविषयीच्या विपुल कथा सांगितल्या जातात.

रिलायन्स इंडस्ट्रीज, एसीसी, ग्रासिम, बजाज ऑटो, सेंच्युरी टेक्स्टाईल्स, आयटीसी, जीई शिपिंग, सेंच्युरी एन्का, कॅस्ट्रॉल, टेल्को (तत्कालीन टाटा इलेक्ट्रिक लोकोमोटिव्ह कंपनी आणि सध्याची टाटा मोटर्स) टिस्को (टाटा आयर्न अँड स्टील कंपनी), टाटा टी आणि टाटा केमिकल्स यांच्या स्टॉक्समध्ये त्या काळात अत्यंत सक्रियपणे ट्रेडिंग होत होतं.

नेमिश शाह, मनु माणेक आणि अजय कायन हे बाजार फिरवू शकणारे पट्टीचे खेळाडू होते. ते शेअर्सना वधारू किंवा घसरवूही शकत होते. मनु माणेक यांच्याविषयी आदरापेक्षाही दहशतीचीच जास्त भावना होती, कारण आपल्या व्यावसायिक हितासाठी ते अतिशय निर्दयीपणे वागू शकत होते. ते शेअर बाजारातील एक सगळ्यात मोठे 'बदला' (दुय्यम बाजारातील तरलतेच्या अभावावरची शाश्वत उपाययोजना म्हणून मुंबई शेअर बाजाराने शोधून काढलेली यंत्रणा. या पद्धतीत मध्यस्थ म्हणून काम करून स्टॉक एक्स्चेंजकडून कर्जाऊ घेतलेल्या पैशानं स्टॉक्सची खरेदी करण्याचा समावेश

होता. अशा स्टॉक्सची परिपक्वता (मॅच्युरिटी) ७० दिवसांहून जास्त असत नव्हती.) वित्तपुरवठादार होते. पुढच्या सेटलमेंटपर्यंत त्यांचे ट्रेड पुढे नेण्यासाठी बुल्सना (तेजीची आशा बाळगून शेअर्स खरेदी करणारे गुंतवणूकदार किंवा तेजीवाले) भराव्या लागणाऱ्या व्याजदराचे मनुभाई अंतिम लवाद होते असं अगदी निश्चितपणे म्हणता येऊ शकेल. त्यांनी एखाद्या बुल ऑपरेटरला ज्या स्टॉकसाठी वित्तपुरवठा केला असेल, त्याच स्टॉकची किंमत घसरवण्यात त्यांना कसलीच खंत वाटत नसे. मनुभाई स्वतःला 'लघू शेअर बाजार' (मिनी स्टॉक एक्स्चेंज) म्हणवून घेत असत. एखादा बुल ऑपरेटर हाताळत असलेल्या स्टॉकला पाठबळ देण्याची त्या ऑपरेटरची क्षमता त्यांच्या लगेच लक्षात येत असे. जर तो ऑपरेटर दुर्बल असेल तर मनुभाई तो स्टॉक शॉर्ट सेल करत. एकदा त्या ऑपरेटरनं नैराश्यग्रस्त होऊन विक्री केली की, मनुभाईंनी ते शेअर्स ज्या किंमतीला विकले होते, त्याहून कमी किंमतीत तेच शेअर्स खरेदी करत. या सगळ्या प्रक्रियेत ते घसघशीत नफा कमवत असत.

त्यांच्याकडे शेकडो ट्रेड्स लक्षात ठेवण्याची अद्वितीय क्षमता होती. ते असंख्य स्टॉक हाताळत असले तरी क्वचितच त्यांच्या ट्रेडची सौदा पॅडवर (व्यवहाराच्या कागदावर) नोंद करून ठेवत असत. दिवसाअखेरीला ते आपल्या कार्यालयात परत जात आणि त्यांच्या लिपिकाला ट्रेडची माहिती सांगत.

त्यांची आणखीही एक भक्कम बाजू होती. मुंबई शेअर बाजारातील (बीएसईमधील) कर्मचारी संघटनेच्या प्रमुख अधिकाऱ्यांशी त्यांचे विलक्षण उत्तम संबंध होते. हा योगायोगही असू शकेल, पण जेव्हा कधी मनुभाईंच्या दृष्टीने ट्रेडमध्ये अडचण निर्माण होत असे, नेमक्या त्याच वेळी कर्मचारी संघटना संप पुकारत असे आणि ट्रेड सेटलमेंट काही दिवस पुढे ढकलली जात असे. साहजिकच मनुभाईंना हवा असलेला वेळ मिळत असे.

मनुभाई बरेचसे निर्भय किंवा बेफिकीर होते. धिरूभाई अंबानींवर मात करण्यासाठी ते रिलायन्स इंडस्ट्रीजच्या शेअर्सवर 'बेअर्सची धाड' (बेअर रेड किंवा मंदीवाल्यांची धाड) टाकणारी चाल खेळले होते, त्यावरून हे दिसून येतं. या 'बेअर नियंत्रक संघा'ने रिलायन्स इंडस्ट्रीजचे शेअर्स प्रचंड प्रमाणात शॉर्ट सेल केले. शेअर्सची किंमत घसरावी म्हणून विक्रीचा जोरदार मारा करण्यात आला होता. या कथेविषयी दोन प्रकारे सांगितलं जातं आणि त्यापैकी कुठली कथा खरी आहे, त्याविषयी मी खात्रीनं काहीही सांगू

शकणार नाही. पहिल्या कथेअनुसार, धिरुभाईंना शेअर बाजारावर आपलं किती नियंत्रण आहे हे दाखवून देण्यासाठी मनुभाईंनी नियोजनपूर्वक घडवून आणलेली ही मोहीम होती, असं सांगितलं जातं. दुसरी कथा असं सांगते की, रिलायन्सच्या कोषागार विभागानं (हा विभाग उत्तम परतावे मिळवण्यासाठी कंपनीच्या फंडांची विविध आर्थिक साधनांमध्ये गुंतवणूक करत होता.) शेअर बाजारात गुंतवणुकी करण्यासाठी मनु माणेक यांच्याकडून कर्जाऊ पैसे घेतले होते. त्यानंतर ही कंपनी आर्थिकदृष्ट्या दुर्बल असल्याचं सांगून मनुभाईंनी त्यांच्या साहाय्यकांना रिलायन्सच्या शेअर्सना लक्ष्य करण्यास प्रवृत्त केलं होतं. त्यांनी धिरुभाईंविषयी बरीचशी उपहासात्मक टिप्पणीही केल्याचं सांगितलं जातं.

बेअर्सनी केलेल्या अथक भीषण हल्ल्यामुळे शेअर्सच्या किंमती घसरल्यामुळे सुरुवातीच्या फेरीत बेअर्स विजयी झाले होते. परंतु धिरुभाईंचे प्रमुख 'सेनाधिकारी' आनंद जैन यांनी चढवलेल्या तितक्याच भयावह प्रतिहल्ल्याला तोंड देण्याची त्यांची तयारी झाली नव्हती. जैन आणि त्यांच्या सहकाऱ्यांनी रिलायन्स इंडस्ट्रीजचे शेअर्स खरेदी केलेल्या ब्रोकर्सच्या आणि ट्रेडर्सच्या पोझिशन हस्तगत केल्या आणि त्यांनी स्वतःच बाजारातून शक्य तितक्या शेअर्सची खरेदी केली. दुसऱ्या बाजूला बेअर्सचं पथक होतं त्यांनी रिलायन्सच्या शेअर्सचा शॉर्ट सेल केला होता. म्हणजे मुळातच कधीही त्यांच्या मालकीच्याच नसलेल्या शेअर्सची त्यांनी विक्री केली होती. जैन आणि त्यांच्या सहकाऱ्यांनी निर्माण केलेल्या मागणीमुळे शेअरची किंमत वधारू लागल्यानंतर बेअर्सनी बाजारातून शेअर्सची खरेदी करून त्यांच्या पोझिशनमधून बाहेर पडण्याचा प्रयत्न केला. परंतु बहुतांश शेअर्स जैन आणि त्यांच्या सहकाऱ्यांनी खरेदी केल्यामुळे बाजारात शेअर्सचा पुरवठा कमी होता. आता बेअर्स आपल्या पोझिशनवरच्या संकटाचा सामना करण्याचे प्रयत्न करू लागल्यानंतर शेअर्सच्या किंमती भलत्याच वधारल्या.

पुढच्या सेटलमेंटपर्यंत त्यांचे ट्रेड पुढे नेण्यासाठी सेटलमेंटच्या दिवशी व्याजदर भरून काही वेळ मिळवता येईल असा बेअर्सचा विचार होता. त्यांचा तेव्हाही असा ठाम विश्वास होता की, त्यांनी आणखी जास्त काळ त्यांच्या पोझिशन तशाच ठेवण्यात यश मिळवलं तर किंमतीची चाल उलटी फिरेल आणि त्यांना अनुकूल ठरेल. परंतु त्यांचा व्याजदर भरण्याचा प्रस्ताव स्वीकारण्यास रिलायन्सचे शेअर्स खरेदी करणाऱ्यांनी नकार दिला

आणि बेअर्सनी शेअर्सच द्यावेत असा आग्रह धरला. बेअर्स तसं करूच शकणार नाहीत हे त्यांना पूर्णपणे माहीत होतं. आपल्या पोझिशनचा बचाव करण्यासाठी आणि त्यांच्यावरच्या संकटाचा सामना करण्यासाठी बेअर्सनी वेड्यासारखी खरेदी सुरू केली. साहजिकच स्टॉक्सची किंमत गगनाला भिडली. या संकटामुळे काही दिवसांकरिता शेअर बाजारच बंद ठेवण्याची वेळ आली, कारण बेअर्स शेअर्स देऊ शकले नव्हते आणि बुल्सना इतर कुठल्याही प्रकारे तडजोड करायचीच नव्हती.

त्यानंतर अखेरीस तह करण्यात आला, मात्र तोपर्यंत काही बेअर्सचं दिवाळं निघालं होतं आणि दंतकथा बनून गेलेल्या मनु माणेकना विनम्रतेनं वागणं भागच पडलं होतं.

मनुभाईंच्या तुलनेत नेमिष आणि कायन यांची कारकिर्द खूपच कमी प्रसिद्ध होती. कायन हे बीएसईपेक्षाही कलकत्ता शेअर बाजारात जास्त सक्रिय होते. ते वित्त बाजाराच्या जगातील प्रमुख, परंतु फारसा गाजावाजा न करता काम करणारे खेळाडू होते. त्यानंतर लवकरच कायन हे हर्षद मेहताबरोबरच्या जबरदस्त संघर्षात पैसा आणि शेअर बाजार या दोहोंमध्ये जायबंदी झाले. ती भारतीय वित्त बाजारांचा नकाशा कायमचाच बदलून टाकणारी झुंज होती.

नेमिष शहा यांनी स्वतःमध्ये सट्टेबाज आणि ब्रोकरपासून मूल्य गुंतवणूकदारापर्यंतचं स्थित्यंतर हळूहळू घडवून आणलं. शिवाय काही उदयोन्मुख सट्टेबाजांचे ते मार्गदर्शकही झाले. त्यानंतरच्या काळात त्यांच्यापैकी एक जण त्याच्या गुरूपेक्षाही जास्त प्रसिद्ध झाला. एनाम सिक्युरीटीज ही शहा यांची फर्म ही बीएसईमधील एक प्रतिष्ठित ब्रोकरेज फर्म होती. एके काळी शहा स्वतःच मनु माणेक यांच्या सल्ल्यासाठी आणि आधारासाठी त्यांच्यावर अवलंबून होते आणि ते माणेक यांच्याकडूनच ट्रेडिंगमधील महत्त्वाच्या गोष्टी शिकले होते.

या सगळ्याच्या दरम्यान, हर्षद मेहताच्या नशिबाच्या ताऱ्यांचा उत्कर्ष सुरू झाला होता. तो एक महत्त्वाचा खेळाडू होता. बाजारांमधील वर्तुळांमध्ये तो सर्वज्ञात होता, परंतु तरीही तोपर्यंत कायन, शहा किंवा मनु माणेक यांच्या पंक्तीत तो बसू शकत नव्हता.

३

मूलभूत व्यवहार्य तपशील शिकणं

मी काम करत असलेली ब्रोकरेज फर्म ही मला सुरुवातीला वाटली होती तितकी कुचकामी नव्हती. फक्त तिच्या मालकाला प्रसिद्धीपासून दूर राहण्याची इच्छा होती आणि नेमक्या याच कारणामुळे काही उद्योगांनी आणि संस्थांनी या फर्मशी व्यवहार करण्यास प्राधान्य दिलं होतं. मी कार्यालयातच काम करत होतो. तिथे मी ग्राहकांना खरेदीसाठी शेअर हस्तांतरण करारनामे भरून देत होतो आणि ग्राहकांना दिल्या जाणाऱ्या डिलिव्हरींचा पाठपुरावा करत होतो. अशा प्रकारे कोण कुठले शेअर्स विकत होतं आणि कोण कुठले शेअर्स खरेदी करत होते, ते मला नेमकं समजत होतं. त्या काळातील तरलतेच्या तरतुदीच्या दृष्टीनं विश्वसनीय नसलेल्या बाजारात म्हणजेच शॅलो मार्केटमध्ये ही माहिती मूल्यवान होती, कारण आमचे काही ग्राहक हे बाजारातील महत्त्वाचे खेळाडू होते.

मी इथे कार्यालयात बसून कामकाज करत असल्यामुळे मला मासिक २,००० रुपये वेतन दिलं जात होतं आणि ते मी आधी करत असलेल्या नोकरीत मला मिळत असलेल्या वेतनाइतकंच होतं. माझ्यासाठी मी निवडलेल्या महत्त्वपूर्ण टप्प्यापर्यंत पोहोचण्यासाठी काही प्रमाणात नशिबाची साथ असण्याची गरज असली तरीही मी योग्य मार्गाचीच निवड केली होती याविषयी माझ्या मनात शंका नव्हती.

माझी नोकरी एकसुरी होती, पण मी ती अतिशय निष्ठापूर्वक केली, कारण ज्या ठिकाणी प्रत्यक्ष कृती घडत होती, त्या ट्रेडिंग वर्तुळात प्रवेश करण्याची पायरी म्हणून मी तिच्याकडे पाहत होतो. काम संपल्यानंतर इतर महत्त्वाच्या ब्रोकरेज फर्ममधील माझ्यासारख्या लोकांशी मैत्री करण्याचे मी प्रयत्न करत होतो. मी अंतर्मुख व्यक्ती असलो आणि लहान गोष्टींनी सुरुवात केली असली तरीही जाळं तयार करण्याच्या कृतीचं महत्त्व माझ्या लक्षात आलं होतं.

फर्मच्या मालकाच्या नजरेतून माझे कठोर परिश्रम सुटले नव्हते आणि त्यामुळेच फक्त कार्यालयात बसून कागदपत्रांचे वेगवेगळे गठ्ठे तयार करण्याच्या कामाहून जास्त चांगल्या कामासाठी माझा उपयोग करून घ्यावा असं त्याला वाटलं. ब्रोकरच्या ट्रेडिंग रिंगमध्ये त्याच्या स्वतःच्या व्यतिरिक्त आणखी सात डीलर असू शकत होते. ब्रोकरच्या कार्यालयात फोन करून ग्राहक देत असलेल्या ऑर्डर्स ट्रेडिंग फ्लोअरवरच्या डीलर्सकडे पाठवल्या जात आणि त्यानंतर ते ट्रेडची अंमलबजावणी करत. हॉटलाइन येण्याच्या आधीच्या काळात, ऑर्डर देण्यासाठी ट्रेडिंग फ्लोअरवर धावत जाणारे काही लोक ब्रोकरेज फर्मकडे असत. पण नंतर हॉटलाइन आल्या होत्या.

आमच्या एका डीलरनं ते काम सोडून दिल्यानंतर त्याच्या जागी काम करण्यास मी तयार आहे का, अशी माझ्याकडे विचारणा करण्यात आली. मला झालेला आनंद आणि माझ्या मनात दाटून आलेला उत्साह चेहऱ्यावर बिलकूल दिसू न देण्याची काळजी घेत मी ते मान्य केलं. माझ्या मालकाला बाह्य जगात माझी चाचणी घ्यायची होती, हे माझ्या लक्षात आलं होतं. त्याला कठोर परिश्रम करणारे कर्मचारी आवडत होते, पण अतिउत्साही लोकांपासून तो सावध राहत होता. हॉटलाइनवरून मिळणारी माहिती ऐकून ज्येष्ठ डीलरना त्या ऑर्डर्सचे तपशील कळवणं हे माझं सुरुवातीचं काम होतं. एक महिनाभर मी ज्येष्ठ डीलरला साहाय्य केलं आणि तो ब्रोकर्स आणि जॉबर्स यांच्या बरोबर वाटाघाटी करून कसे व्यवहार निश्चित करत होता, त्याचं निरीक्षणही केलं.

जॉबर हा व्यावसायिक सट्टेबाज असतो आणि तो स्वतःसाठी शेअर्सची खरेदी किंवा विक्री करतो. त्याच्याकडे एकही ग्राहक असत नाही. किंमतींमध्ये कशा प्रकारे चढ-उतार होत आहेत याचा अंदाज घेऊन झटपट नफा मिळवणं हे त्याचं काम असतं. तो गुंतवणूकदारांप्रमाणे शेअर्स

खरेदी करून ते दीर्घ काळ ठेवून देत नाही. शेअर बाजाराच्या फ्लोअरवर व्यवसाय करण्यासाठी त्याला प्रायोजक म्हणून एका ब्रोकरची गरज असते. पूर्वनियोजित करारांतर्गत तो ब्रोकरला त्याच्या नफ्यातील वाटा देतो.

एक प्रकारे तो ब्रोकरचा एजंट म्हणून काम करतो असं तुम्ही म्हणू शकता. जर एखाद्या व्यवहारात जॉबरची चूक झाली तर त्यासाठी शेअर बाजाराकडून ब्रोकरला जबाबदार धरलं जातं. म्हणून ब्रोकर जॉबरची निवड काळजीपूर्वक करत होते. जॉबर हे तरलतेचे महत्त्वाचे स्रोत होते आणि ब्रोकर नेहमीच त्यांच्या माध्यमातून व्यवहार करत होते.

त्या काळात वैयक्तिक शेअर्ससाठी 'काउंटर्स' असत होते. रिलायन्सशी व्यवहार करणारे जॉबर आणि ब्रोकर एका विशिष्ट ठिकाणी गोळा होत. त्याप्रमाणेच टाटा आयर्न ॲंड स्टील शेअर्सचे जॉबर आणि ब्रोकर आणखी एखाद्या ठिकाणी गोळा होत आणि असं वेगवेगळ्या कंपन्यांसाठी होत असे. हेच ते काउंटर्स असत होते. 'बदला' या नावानं ओळखला जाणारा व्यवहार करून खरेदीदार किंवा विक्रेते ठरलेला व्याजदर भरून 'ए' गटातील शेअर्सचे ट्रेड पुढच्या सेटलमेंटपर्यंत पुढे नेऊ शकत होते. या शेअर्सना 'वायदा' असं म्हटलं जात होतं. 'बी' गटातील शेअर्स अशा प्रकारे पुढे नेता येत नव्हते, त्यांना 'रोकडा' (रोख) असं म्हटलं जात होतं. या शेअर्सचे व्यवहार पाक्षिक (पंधरा दिवसांच्या) चक्राच्या अखेरीस पूर्ण करावेच लागत होते. एक तर पोझिशन स्क्वेअर ऑफ करून स्क्वेअरिंग ऑफ हा सहसा डे ट्रेडिंगकरिता (एकाच दिवसात व्यवहार पूर्ण करण्याच्या प्रकाराकरिता) वापरला जाणारा शब्द आहे. यात ट्रेडर किंवा गुंतवणूकदार विशिष्ट संख्येची मालमत्ता (सहसा शेअर्सच) आधी खरेदी करतो किंवा विकतो आणि दिवसाअखेरीला उलट व्यवहार करून – म्हणजे खरेदी केली असेल तर विक्री आणि विक्री केली असेल तर खरेदी करून नफा कमावण्याचा प्रयत्न करतो किंवा शेअर्सची डिलिव्हरी करून हे केलं जात होतं.

शेअर बाजाराच्या इमारतीच्या प्रत्येक मजल्यावर सार्वजनिकपणे माहिती सांगणारी यंत्रणा असत होती. तिच्याद्वारे बहुतांश वेळा 'ए' गटातील शेअर्सच्या किंमती प्रक्षेपित केल्या जात आणि काही वेळा 'बी' गटातील शेअर्सच्या बाबतीत काही मोठ्या चाली खेळल्या गेल्या तर त्यांचे दरही सांगितले जात. याशिवाय उद्योग-व्यवसायांचे निकाल आणि कंपनीविषयीच्या इतर महत्त्वाच्या उद्घोषणाही केल्या जात. किंमतीसाठी

ब्रोकरना या यंत्रणेचं एक्स्टेन्शन (विस्तारित भाग) मिळत असे आणि त्यामुळे ते कार्यालयात बसून किंमतींचं प्रक्षेपण ऐकू शकत असत. ज्या ब्रोकरेज कंपन्यांना किंमतींवर कमी खर्च करायचा असे, त्या सहसा त्यांच्या एका कर्मचाऱ्याला शेअर बाजाराच्या व्हरांड्यात बसवून ठेवत. तो महत्त्वाच्या उद्घोषणांविषयी आणि इतर माहितीविषयी कार्यालयाला सावध करत असे.

पहिल्या मजल्यावर ट्रेडिंग रिंगण (ट्रेडिंग रिंग) होतं. पहिल्या आणि दुसऱ्या मजल्याच्या बाहेरच्या बाजूला भले मोठे फळे होते आणि त्यांच्यावर शेअर बाजाराचे कर्मचारी अतिशय सक्रियपणे ट्रेडिंग झालेल्या शेअर्सच्या किंमती लिहीत असत. दर तीस मिनिटांनी ते किंमतींचे ताजे आकडे लिहीत. अधिकारी या किंमती मुख्य ब्रोकरशी आणि जॉबरशी बोलून त्यांनी कोणत्या किंमतीला शेअर्स खरेदी केले किंवा विकले ती माहिती मिळवून या किंमती त्यांच्याशी ताडून पाहत असे. फळ्यावर किंमती लिहून झाल्या की किंमती जाहीर करणाऱ्या त्यांच्या सहकाऱ्यांच्या जागा ते घेत असत आणि अशा प्रकारे कामाची अदलाबदल करत. त्यानंतर तो अधिकारी रिंगकडे जात असे आणि अर्ध्या तासानं ताजी माहिती लिहीत असे.

संध्याकाळी सुमारे साडेपाचच्या सुमारास शेअर बाजार 'भावाची प्रत' (भाव कॉपी) जाहीर करत असे. त्यात त्या दिवशी ट्रेडिंग झालेल्या शेअर्सच्या त्या दिवसातील सर्वांत कमी, सर्वोच्च आणि बाजार बंद झालेल्या वेळची अखेरची- अशा किंमतींचा समावेश असे. ही गोष्ट अतिशय शास्त्रशुद्धपणे केली जात नसे, परंतु सर्वसामान्यपणे ती विश्वासार्ह असे. ब्रोकर आणि जॉबरशी बोलून आणि गरज असेल तर त्यांच्या सौदा-पॅडची (ही पॅड्स बीएसईकडून दिलेली असत आणि त्यांच्यावर बीएसईचा शिक्काही असे.) तपासणी करून किंमतींची माहिती गोळा करणाऱ्या शेअर बाजाराच्या अधिकाऱ्याने मिळवलेल्या माहितीच्या संकलनातून या किंमती ठरवल्या जात.

शेअर बाजार फक्त मर्यादित संख्येच्याच भाव-प्रती देत असे. त्यामुळे त्या मिळवण्यासाठी नेहमीच झुंबड उडत असे. काही चतुर कल्पक लोक या भाव-प्रतींच्या फोटो कॉपीज तयार करून शेअर बाजाराच्या बाहेर कमी दरात त्या विकून नफा मिळवण्याचा प्रयत्न करत.

ट्रेडिंगचा कालावधी संपल्यानंतर काही जास्त तरल शेअर्सकरिता अनधिकृत बाजार सुरू होत असे. याला 'कर्ब मार्केट' (पदपथाच्या कडेला

भरणारा बाजार) असं म्हटलं जात असे आणि त्याच्या नावाप्रमाणेच इथे शेअर बाजाराच्या बाहेरच्या रस्त्यावर व्यवहार होत. कर्ब मार्केटमधील किंमती या भावना आणि घटना-घडामोडी याअनुसार बाजार बंद झाल्याच्या वेळच्या किंमतींहून जास्त किंवा त्यांहून कमी म्हणजे सवलतीच्या असत. कर्ब मार्केटच्या व्यवहारांमध्ये तज्ज्ञता प्राप्त केलेले खेळाडू असत. ते नियमित बाजारात फारसं ट्रेडिंग करत नसत. ज्या वेळी ते नियमित बाजारात व्यवहार करत त्या वेळी फोनवरून समजलेल्या किंवा आदल्या दिवशीच्या कर्ब मार्केटमधील किंमतींच्या आधारावर ते व्यवहार करत.

तज्ज्ञ कर्ब ट्रेडरचे प्रतिनिधी रस्त्यावर असत आणि तिथेच ग्राहकांकडून ऑर्डर्स मिळवून त्यांच्या व्यवसायाचे व्यवहार पार पडत. अगदी बाहेर दलाल स्ट्रीटला समांतर असलेल्या अंबालाल दोशी मार्गावर एके काळी असलेल्या ललित रेस्टॉरंटमध्ये कर्ब डील्स पार पडत. बाजारात खळबळ निर्माण करणाऱ्या घटनांच्या वेळी कर्ब मार्केटमध्ये मोठी तेजी निर्माण होत असे. अशा वेळी त्या रस्त्यावर उसळणाऱ्या प्रचंड गर्दीला बाजूला सारल्याखेरीज तिच्यातून मार्ग काढणं अशक्य होत असे.

शेअर बाजारातील सर्व खेळाडूंपैकी जॉबरची भूमिका मला सर्वाधिक आकर्षक वाटत होती. माझे ज्येष्ठ सहकारी त्यांच्याशी ट्रेडसंदर्भात वाटाघाटी करत असताना मी त्यांचं बारकाईनं निरीक्षण करत असे. दुहेरी बोली लावून शेअर्समध्ये तरलता आणण्यात जॉबर मदत करत होते आणि त्याबरोबरच शेअर्सची किंमत जागीच निश्चित करण्यातही ते मदत करत होते. आपण जे शेअर्स विकत घेतले आहेत, ते विकून टाकू शकू आणि जे शेअर्स विकले आहेत त्यांची पुनर्खरेदी करू शकू, या आत्मविश्वासाच्या बळावर जॉबर जोखीम पत्करत होते. परंतु या खेळाडूंच्या पैदाशीमुळे प्रामाणिक खरेदीदाराला आणि विक्रेत्याला सहजपणे व्यवहार करणं अवघड होत होतं.

जॉबरनं तुम्हांला ज्या किंमतीला शेअर विकला असेल, त्याहून कमी किंमतीला तो तुमच्याकडून तोच शेअर खरेदी करत असे आणि या दोन्ही किंमतींमधील फरक हा त्याचा नफा असे. या फरकालाच 'स्प्रेड' असं म्हटलं जात असे. जॉबरकडून तुम्हांला किती शेअर्स खरेदी करायचे किंवा त्याला विकायचे आहेत, त्या संख्येअनुसार स्प्रेडचा आकडा ठरत असे. शेअर्सचा आकडा लहान असेल तर स्प्रेड कमी असे आणि आकडा मोठा असेल, तर स्प्रेडही मोठी असे. जॉबरला जास्त संख्येच्या शेअर्सचा व्यवहार

करताना जास्त मोठ्या स्प्रेडची मागणी करणं भागच असे, कारण त्याने त्यात जास्त जोखीम पत्करलेली असे.

यशस्वी जॉबर होण्यासाठी तुम्ही मनातल्या मनात आकडेमोड करण्यात वाकबगार असावंच लागत होतं. तुम्ही जर एका बाजारात काम करण्याऐवजी त्याहून एक किंवा दोन जास्त बाजारांमध्ये काम करत असाल तर अशा वेळी ही क्षमता तुमच्याकडे जास्तच मोठ्या प्रमाणात असण्याची गरज होती, कारण अशा वेळी तुम्ही लाँग (बाय किंवा खरेदी पोझिशनमध्ये) किंवा शॉर्ट (विक्रीच्या किंवा सेल पोझिशनमध्ये) असलात तरी तुमच्याकडे अशा सर्व प्रकारच्या शेअर्सची सर्व वेळची यादी असणं आवश्यक होतं. तुम्ही किती शेअर्सची खरेदी किंवा विक्री केली होती, फक्त याचाच आकडा लक्षात ठेवणं पुरेसं नव्हतं, तुम्हांला त्या शेअर्सची सरासरी खरेदीची किंवा विक्रीची किंमतही लक्षात ठेवावीच लागत होती. यातूनच जॉबरनं सांगितलेली 'बिड-आस्क स्प्रेड' (बिड म्हणजे खरेदीदारानं सांगितलेली किंमत किंवा लावलेली बोली असे आणि विक्रेत्यानं सांगितलेली किंमत म्हणजे आस्क होय.) ठरत असे. जॉबर त्यांच्या सौदा-पॅडवर त्यांचे व्यवहार लिहून ठेवत असत, परंतु काही वेळा बेभानपणे ट्रेडिंग सुरू असे, त्या वेळी जॉबरला झपाट्यानं एकापाठोपाठ ट्रेडिंग करावं लागत असे. त्या वेळी त्याला सगळेच्या सगळे व्यवहार लिहून ठेवणं जमत नसे. शिवाय तो एकाहून जास्त स्टॉकचं ट्रेडिंगही करत असे, त्यामुळे त्याचं काम आणखी गुंतागुंतीचं होत असे. अशा परिस्थितींमध्येच जॉबरचं कौशल्य जास्तीतजास्त पणाला लागत असे. मला तज्ज्ञ जॉबर माहीत आहेत. त्यांच्या डोक्यात यादी तयार असे आणि सुमारे दोन डझन शेअर्सच्या ट्रेडमधील सरासरी किंमतही त्यांच्या पक्की स्मरणात असे. त्यासाठी त्यांच्या डील पॅड्सवर त्यांना नजर टाकावी लागत नसे.

चांगला जॉबर हा कुशल मानसशास्त्रज्ञही असावाच लागत होता. त्याला संभाव्य प्रतिपक्षाचा अंदाज घ्यावा लागत होता आणि त्याप्रमाणेच तो खरेदीदार असेल की विक्रेता याचं अनुमानही बांधावं लागत होतं. त्याच्या या क्षमतेवर त्याच्या नफ्याचं प्रमाण अवलंबून असत होतं. कोणताही प्रतिपक्ष त्याला किती प्रमाणात शेअर्सचं ट्रेडिंग करायचं आहे आणि खरेदी करायची आहे की विक्री करायची आहे ते उघड करत नसे. तो फक्त जॉबरला त्याची बोली विचारत असे.

पुढील ओळींमधून या दोघांमध्ये होणारं ते विशिष्ट प्रकारचं संभाषण स्पष्ट होतं.

''अरविंद मिल्ससाठीचा भाव काय आहे?''

''५७-६०.'' (याचा अर्थ मी ५७ ला खरेदी करेन आणि ६० ला विकेन.)

''यासाठी किती शेअर्सचा व्यवहार करणं योग्य ठरेल?''

''५०० शेअर्सचा.''

''मला ५०० शेअर्स विकायचे आहेत.''

''मी तुमच्याकडून ५७ला विकत घेतले.''

''मला आणखी ५०० विकायचे आहेत. तुमची बोली काय असेल?''

''५६-५९.''

''ठीक आहे. मी तुम्हांला आणखी ५०० शेअर्स विकतो.''

''मी ५६ ला आणखी ५०० तुमच्याकडून खरेदी केले.''

''आणखी ५०० विकायचे असतील तर?''

''५५-५८.''

ग्राहक जितकी जास्त विक्री करत जाईल, तितका जॉबर बिड-आस्क कमी करत जात असे. परंतु त्यामुळे त्याने स्प्रेड कमी केलीच पाहिजे असं नव्हतं. ती तीन रुपये एवढीच राहत होती. याचं कारण असं होतं की, आता जॉबर भक्कम स्थितीत आलेला असे आणि त्याला जितक्या स्वस्तात शेअर्स खरेदी करता येईल, तितका त्याला जास्त नफा मिळवता येणार असे.

चांगला जॉबर हा त्याला शक्य असेल तितक्या जास्तीतजास्त वेळा त्याच्या पोझिशनवरून आत-बाहेर जात राहत असे आणि दर वेळी लहान प्रमाणात नफा मिळवत राहत असे. एकाच भल्या मोठ्या ट्रेडमधून प्रचंड नफा कमावण्याऐवजी अनेक लहान नफ्यांच्या मालिकांमधून चांगला नफा कमावणं हा त्याचा हेतू असे.

जितक्या जास्त मोठ्या प्रमाणातील शेअर्सचा व्यवहार पार पडेल तितकी जॉबरला मिळणारी स्प्रेड जास्त-कमी होत जाते, कारण शेअर बाजारात अनेक खरेदीदार आणि विक्रेते असतात. तरलता नसलेल्या

शेअरकरिता स्प्रेड जास्त व्यापक असते आणि जॉबरला त्या शेअरवर जवळजवळ मक्तेदारी प्राप्त करता आली असेल तर अशा वेळी स्प्रेड अगदी अविश्वसनीय वाटावी इतकी प्रचंड असेल. जॉबरला किती जोखीम घ्यायची इच्छा आहे, त्याअनुसार त्यांच्या वेगवेगळ्या वर्गवारी होत्या.

आपण वाटाघाटी केलेल्यांपैकी अंतिम खरेदीदार किंवा विक्रेता कोण असू शकेल हे शोधून काढण्याची अंतःप्रेरणा जॉबरकडे असावीच लागत होती. काही वेळा जॉबरकडे नसलेली एखादी माहिती त्याच्या समोरच्या प्रतिपक्षाकडे असे आणि त्या वेळी जॉबर आपल्या विरोधात रचण्यात आलेल्या सापळ्याची जाणीवही नसताना शेअर्स खरेदी करून किंवा विकून मोकळा झालेला असे.

जॉबरबरोबर व्यवहार करणारा ब्रोकर स्वतःच्या वतीनं किंवा एखाद्या किरकोळ ग्राहकाच्या, संस्थेच्या किंवा अगदी तो ज्या कंपनीच्या शेअर्सचं ट्रेडिंग करत असे, त्या एखाद्या कंपनीचा प्रवर्तकाच्या वतीनंही काम करणारा ब्रोकर असू शकत होता. ज्या वेळी या व्यवहारामागे एखादा प्रवर्तक असे त्या वेळी तो सहसा कुठल्यातरी अंतर्गत माहितीचा फायदा घेत नसे. परंतु जर त्याने तसं केलंच तर जॉबर अडचणीत येण्याची शक्यता असे.

जॉबरला नेहमीच मागणी होती, कारण एकमेकांशी थेट व्यवहार करण्यापेक्षा ब्रोकर त्याच्याशी व्यवहार करण्यास प्राधान्य देत असत. शक्य तितक्या वेळा ट्रेडिंग करून लहान नफा मिळवण्यासाठी जॉबर काम करत असल्यामुळे ब्रोकरना जॉबरकडून जास्त प्रमाणात पैसे आकारले जाणार नाहीत, असा दिलासा मिळत असे. अगदी कमी नफा कमवायचा असला तरी बहुतांश जॉबरना त्यांच्या पोझिशनमधून झटपट बाहेर पडावं लागत असे, कारण तोटा सहन करण्याची त्यांची क्षमता मर्यादित होती. ते क्वचितच दुसऱ्या दिवसापर्यंत आपल्या पोझिशन तशाच ठेवत.

जॉबरचा बळी देऊन ब्रोकरने मोठा नफा कमवू नये असा एक अलिखित नियम होता, कारण त्यामुळे स्वतः ब्रोकरचाच विनाश झाला असता. त्याच वेळी जॉबरलाही त्याच्याशी व्यवहार करणाऱ्या ब्रोकरच्या गोपनीयतेविषयी आदर बाळगावाच लागत होता. एखादा ब्रोकर कुठल्यातरी अंतर्गत माहितीच्या आधारावर प्रवर्तकाच्या वतीनं कंपनीसाठी खरेदी करत असेल किंवा मोठ्या प्रमाणातील शेअर्सची विक्री करत असेल तर ट्रेडनंतर लगेच त्याने सहजपणे जॉबरला सांगणं आवश्यक असे की, तुझी पोझिशन

दीर्घकाळासाठी खुली ठेवू नकोस. किंवा ''तुझा नफा घे आणि झटपट पुढे जा.''

याचा अर्थ जास्त प्रमाणात खरेदी किंवा विक्री सुरू होणार आहे आणि किंमतीत जोरदार बदल घडणार आहे असा असत होता. अर्थातच यासाठी आपल्याला असलेली माहिती सांगण्याइतपत जॉबरवर ब्रोकरचा विश्वास असण्याची गरज होती. एखादा प्रामाणिक जॉबर त्यानंतर आपली पोझिशन झटपट बंद करण्याचा प्रयत्न करत असे आणि ब्रोकरनं दिलेल्या माहितीचा लाभ घेण्यासाठी ब्रोकर ज्या बाजूला असे, त्या बाजूची पोझिशन घेत नसे.

शेअर्सचे मोठे गठ्ठे खरेदी करण्याच्या किंवा विकून टाकण्याच्या प्रयत्नांत असलेले ब्रोकर नेहमीच जॉबरच्या दयेवर अवलंबून असत होते आणि आपल्याकडे असलेल्या या मोठ्या ताकदीचा बहुसंख्य जॉबर गैरवापर करत नव्हते, याचं श्रेय जॉबर समुदायाला जातं. आधी उल्लेख केल्याप्रमाणे, जॉबरनं सांगितलेली बोली ही फक्त विशिष्ट संख्येच्या शेअरकरताच असत होती. त्याहून जास्त संख्येकरिता खरेदीदाराला किंवा विक्रेत्याला दुसऱ्या जॉबरकडे जावं लागत होतं किंवा जास्त शेअर्स घेण्याच्या किंवा विकण्याच्या जॉबरच्या क्षमतेवर विश्वास ठेवावा लागत होता.

'रॉबर्स' (दरोडेखोर) या नावानं ओळखला जाणारा जॉबरचा एक समुदाय अतिशय धोकादायक आणि तिरस्कृत होता. ते अल्पसंख्य असले तरी आर्थिकदृष्ट्या प्रबळ होते आणि मोठ्या पोझिशन तशाच राखण्याकरिता आवश्यक असलेला पैसा त्यांच्याकडे असत होता. आचारसंहिता आणि ट्रेडिंग सदस्यांमधील अलिखित नियम या गोष्टी त्यांच्या खिजगणतीत नव्हत्या, कारण प्रसंगी आपल्या ग्राहकाचाही बळी देऊन कमाल नफा कमावणं हेच त्यांचं एकमेव उद्दिष्ट असत होतं.

रॉबर्स अप्रामाणिक असल्याचं माहीत असलं तरी ब्रोकर्सना मोठ्या प्रमाणातील शेअर्सची खरेदी किंवा विक्री करायची असेल तर नेहमीच अशा 'पात्रां'बरोबर व्यवहार करावाच लागत होता. जर एखाद्या ब्रोकरला शेअर्सचा खूप मोठा गठ्ठा खरेदी करायचा असेल तर असे रॉबर्स त्यातून आपल्याकरिता शक्य तितका नफा मिळवून घेण्यासाठी तो शेअर ब्रोकरला जास्तीतजास्त किंमतीला विकण्याचा प्रयत्न करत. त्याचप्रमाणे जर ब्रोकरला त्याच्याकडच्या शेअर्सचा मोठा गठ्ठा विकायचा असेल तर रॉबर

त्या शेअर्सची उच्च दरानं विक्री करत आणि नंतर ब्रोकरकडून तोच शेअर पडलेल्या कमी दरानं विकत घेत.

एएस आणि पीएस या नावानं ओळखल्या जाणाऱ्या अशा दोन रॉबर्सनी प्रत्येक संधीवर झडप घालून समोरच्या पक्षाचं जास्तीतजास्त शोषण करण्याच्या त्यांच्या सवयीप्रमाणे प्रचंड नफा कमावला होता. हे दोघंही आवश्यकतेप्रमाणे, वरचेवर एकमेकांकडून शेअर्स खरेदी करत किंवा एकमेकांना ते विकत होते. अचूक तपशील नोंदवले गेले आहेत की नाहीत, याची खात्री करून घेण्यासाठी ते एकमेकांच्या सौदा-पॅडवरही नजर टाकत असल्याचं मला सांगितलं गेलं होतं. तरीही अनेक ब्रोकर्सना कधी ना कधी त्यांच्याशी व्यवहार करावाच लागत होता, कारण या दोघांकडे भरपूर पैसा होता आणि त्यांची भरपूर जोखीम घेण्याची तयारीही होती. त्यामुळे ते काही दिवस किंवा अगदी काही आठवडेही त्यांच्या पोझिशन तशाच ठेवून राहू शकत होते आणि ट्रेड करण्यास योग्य प्रतिपक्ष सापडेपर्यंत वाट पाहू शकत होते.

अनेक लोक त्यांना शिव्याशाप देत असले तरी अनेक ग्राहक त्यांच्यावर अवलंबून होते. मी ही कथा लिहीत असेपर्यंत तरी त्यांच्या कर्माची शिक्षा त्यांना मिळालेली नव्हती. त्यांनी स्वतसाठी भरपूर पैसा कमावला होता.

शेअर बाजाराच्या ठिकाणी होणाऱ्या ट्रेड्सची नोंद सौदा-पॅडवर करावीच लागत होती. सौदा-पॅडमधील प्रत्येक पानावर व्यवहारविषयक पाच तपशिलांसाठी पाच रकाने असत होते. एखाद्यानं व्यवहार केलेल्या ब्रोकरनं पार पाडलेल्या व्यवहारांची संख्या, शेअर्सची खरेदी करण्यात आली की विक्री, शेअरचं नाव, शेअर्सची संख्या आणि संबंधित व्यवहार कोणत्या किंमतीत पार पडला ती किंमत यासाठीचे ते रकाने होते. एखाद्या ब्रोकरनं त्याच्या सौदा-पॅडवर शेअर्सची संख्या किंवा व्यवहाराचं स्वरूप (खरेदी किंवा विक्री) यांची नोंद करताना चूक केली तर वाद निर्माण होत होते. त्यानंतर शेअर बाजाराकडून त्या दोन सदस्यांना हरकतीचा मेमो म्हणजेच 'वांदा काप्ली' पाठवण्यात येत असे आणि आपापसांत वाद मिटवण्यास सांगितलं जात असे. हा वाद मिटवण्यासाठी विशिष्ट कालमर्यादा दिली जात

असे. एकमत होण्यासाठी ते दोन्ही पक्ष एकमेकांना समोरासमोर भेटू शकत असत. बहुसंख्य प्रकरणांमध्ये दोन्ही पक्ष एकमेकांना व्यवस्थित ओळखत असत आणि त्यामुळे हे वाद क्वचितच कटू ठरत. काही वेळा तुम्हांला हळूहळू कष्टपूर्वक पुढे सरकावं लागत असे आणि थोडीफार देवघेव करून वाद मिटवावे लागत.

मागे वळून पाहताना, त्या काळात ज्या प्रकारे वाद मिटवले जात असत त्या गोष्टी हास्यास्पद असल्यासारख्या वाटतात. काही वेळा योग्य बाजू असलेला ब्रोकर ट्रेड झालेल्या वेळी त्याच्या शेजारी उभा राहून ते सारं पाहत असलेल्या व्यक्तीला त्याच्या बाजूनं साक्षीदार म्हणून आणत असे. दुसऱ्या ब्रोकरला जर असा कुठलाच पुरावा देता आला नाही तर त्याला आपली चूक मान्य करावीच लागत असे.

सौदा-पॅडच्या रंगावरूनही ट्रेडरविषयीची माहिती समजत असे. ब्रोकर-मालकांकडे गुलाबी रंगाचे सौदा-पॅड असे, तर कर्मचारी आणि जॉबर्सकडे निळ्या रंगाचे सौदा-पॅड असे. दोन्ही पक्षांचं एकमत होऊ शकलं नाही, तर गुलाबी सौदा-पॅडचं प्रभुत्व निर्माण होत असे, कारण शेअर बाजाराच्या जातिव्यवस्थेत ब्रोकरला उच्च स्थान होतं.

यांपैकी कुठलीही पद्धत पूर्णपणे निर्दोष नसली तरी बहुतांश वेळा त्यांच्यामुळे काम होत होतं, कारण बाजारातील खेळाडूंचा त्या यंत्रणेवर विश्वास होता.

४

व्यापारातील क्लृप्त्या

तत्कालीन आघाडीच्या नॉन-बँकिंग वित्त कंपनी (एनबीएफसी)च्या कोषागाराचं व्यवस्थापन पाहत असलेल्या बंटीशी माझी चांगली मैत्री झाली होती.

एके दिवशी तो माझ्याकडे एक वेगळीच विनंती घेऊन आला.

''लाला, कोलगेटच्या स्टॉकविषयी जॉबर एमचा काय करण्याचा विचार आहे, ते तू शोधून काढावं असं मला वाटतं,'' तो मला म्हणाला.

''तुला नेमकं काय शोधून काढायचं आहे?'' मी त्याला विचारलं.

''तो कोणासाठी तरी शेअर्स साठवत आहे आणि आतापर्यंत त्याने किती शेअर्सची खरेदी केली आहे ते मला हवं आहे. जर तो कोणासाठी शेअर्सची खरेदी करत आहे ते त्याने तुला सांगितलं तर ती आणखी चांगली गोष्ट असेल,'' तो म्हणाला.

''एम हा मुरब्बी जॉबर आहे. तो मला त्याचं गुपित का सांगेल?'' मी विचारलं.

''तो तुला सरळ मार्गानं ते सांगेल असं मला म्हणायचं नाही. पण त्याच्याकडून ते काढून घेण्याचा काहीतरी मार्ग असेलच. ही माहिती तू मला दिलीस तर मी तुला १०,००० रुपये देईन,'' बंटीनं उत्तर दिलं.

''हे कठीण काम असल्यासारखं वाटतं, कारण एम त्याच्या ट्रेड्सविषयी कमालीची गुप्तता पाळतो आणि त्याच्यातर्फे व्यवहार करणारे त्याचे साहाय्यक असल्याचं माझ्या ऐकिवात नाही,'' मी म्हणालो.

''बहुधा तुझं म्हणणं बरोबर असेल. पण तुला शक्य झालं तर त्यासाठी एखादा मार्ग शोध,'' बंटी म्हणाला.

फक्त ती माहिती सांगण्यासाठी तो मला १०,००० रुपये देणार होता, म्हणजे ती माहिती त्याच्या दृष्टीनं कितीतरी महत्त्वाची होती.

दुसऱ्या दिवशी, त्याच्या सौदा-पॅडमध्ये डोकावण्याची संधी शोधण्यासाठी मी एमभोवती घिरट्या घालत राहिलो. पण त्याने काहीही काम झालं नाही. त्यानंतर एमकडे थोडाफार वेळ असताना मी त्याच्याशी गप्पा मारण्याचा प्रयत्न केला. पण मी सहजपणे कोलगेटचा उल्लेख केल्याबरोबर एम एकदम मूक झाला. मला काहीतरी हवं आहे, काहीतरी शोधून काढायचं आहे, असा त्याला अगदी उचितपणे संशय आला. मला कोलगेटमधील त्याची पोझिशन सांगण्यासाठी त्याला १०,००० रुपयांची लाच देण्याची माझी अंतिम खेळी खेळण्याची माझी इच्छा नव्हती. ती खेळी जर उलटली असती, तर मी तोंडघशी पडलो असतो. फक्त त्याच्या समोरच नव्हे, तर त्याचे मित्र आणि साहाय्यक यांच्या समोर जाण्यासही मला तोंड उरलं नसतं. मी पुन्हा एकदा त्याच्या सौदा-पॅडमध्ये डोकावण्याचा प्रयत्न केला, पण आता कोलगेट ट्रेडविषयीच्या माहितीसाठी मी त्याच्या भोवती घिरट्या घालत असल्याची त्याची खात्री पटली. त्याचं सौदा-पॅड त्याने त्याच्या छातीशी घट्ट धरून ठेवलं आणि माझ्याकडे एक घाणेरडा दृष्टिक्षेप टाकला.

आता पुन्हा बंटीकडे परत जाऊन मी अपयशी झालो आहे, असं सांगणं एवढी एकच गोष्ट माझ्याकडे उरली होती. बंटीनं तिचा माझ्या विरोधात वापर केला नसता हे मला माहीत होतं, पण मला ते सगळं इतक्या सहजासहजी सोडून द्यायचं नव्हतं. स्टॉक एक्स्चेंजमध्ये राजेश नावाचा एक लिपिक होता. नंतरच्या काळात माझ्याशी त्याचे मित्रत्वाचे संबंध निर्माण झाले होते. कामानंतर आम्ही एकाच लोकलमधून घरी परतत होतो. मी त्याला मला काय हवं होतं ते सांगितलं आणि त्याने ते तपशील शोधले तर त्याला पैसे देण्याचंही मान्य केलं. राजेशनं याविषयी काहीतरी करण्याचं मान्य केलं. त्यानंतर दोन दिवसांनी त्याने मला तपशील दिले. सौदा-पॅडवर तो जॉबर खरडत असलेल्या गुप्त गोष्टींची माहिती असलेल्या एका

अधिकाऱ्याकडून त्याने ती मिळवली असावी असा मला संशय आला. मी राजेशला त्या माहितीसाठी ५,००० रुपये दिले.

त्यानंतर त्या दिवशी संध्याकाळी मी बंटीला दारू पिण्याच्या निमित्तानं बोलावलं आणि त्यानं विचारलेली माहिती त्याला देण्याकरिता भेटलो. त्याला अतिशय आनंद झाला आणि खरं तर मी ती माहिती काढून घेऊ शकलो यामुळे तो आश्चर्यचकितही झाला. ''पण बंटी ही माहिती तुला महागात पडणार आहे. कारण ही माहिती मिळवण्यासाठी मला एकाहून जास्त स्त्रोतांकडे जावं लागलं आणि त्यासाठी २०,००० रुपये खर्च करावे लागले,'' आम्ही दोन पेग रिचवल्यानंतर मी त्याला म्हणालो.

बंटीनं दारूचा एक घोट घेतला आणि त्याने माझ्याकडे पाहून स्मित केलं. माझी बनवाबनवी पकडली गेल्याचं माझ्या लक्षात आलं. ''काहीच हरकत नाही, लाला. तुला उर्वरित रक्कम मिळेल.'' तो म्हणाला. त्यानंतर पश्चातबुद्धीनं बोलल्याप्रमाणे तो म्हणाला, ''मला वाटलं होतं त्याहून तू जास्त हुशार आहेत. तू खूपच पुढे जाशील याची मला खात्री आहे.''

ती चांगल्या अर्थानं केलेली तारीफ नव्हती, खरं तर तो एक शालजोडीतून दिलेला जोडा होता. परंतु पुढे कालौघात माझ्यासाठी घालून घेतलेल्या नियमांपैकी पहिला नियम मी त्याच वेळी तयार केला होता. नियम क्र. एक : ''तुम्ही माझ्याशी थेट व्यवहार केला तर तुम्हांला माझ्याकडूनही तसाच सरळ, थेट व्यवहार मिळेल आणि जर तुम्हांला माझ्याकडून चोरून काही मिळवायचं असेल तर मीही तुमच्याशी त्याच प्रकारे व्यवहार करेन.''

आणखीही काही वेळा बंटीनं मला अशाच प्रकारच्या विनंत्या केल्या आणि दर वेळी राजेशनं मला हवी असलेली माहिती मिळवून दिली. या व्यवहारात मला चांगला पैसा मिळालाच, परंतु आमच्या फर्मच्या माध्यमातून जास्त ट्रेड करण्याकडे बंटी वळल्यामुळे आमच्या फर्मलाही लाभ झाला.

बीएसईमध्ये लिलावाची पद्धत होती. सेटलमेंटच्या दिवशी विक्रेत्याला शेअर्स डिलिव्हर करता आले नाहीत तर त्याच्या पोझिशनचा लिलाव केला जात होता. डिलिव्हरी न झालेल्या शेअर्सचे तपशील बीएसई सूचनाफलकावर लावत असे आणि इतर ब्रोकर्स त्या शेअर्ससाठी क्लिअरिंग हाउसकडे

निविदा पाठवून देत असत. अखेरच्या ट्रेडच्या किंमतीइतकी किंवा त्याहून थोडी जास्त किंमत ब्रोकर लावत आणि क्लिअरिंग हाउस त्यातल्या त्यात कमी किंमतीला स्वीकारत असे. काही वेळा एखाद्या ब्रोकरनं किंवा त्याच्या ग्राहकानं ठरलेल्या वेळेत डिलिव्हरी दिली नाही आणि बाजाराला याचा सुगावा लागला तर प्रतिस्पर्धी त्या स्टॉकची बाजारातील किंमत वाढवण्याकरिता प्रयत्न करत आणि नंतर मूळ किंमत आणि तत्कालीन किंमत यांच्यातील फरक (प्रीमिअम) प्रचंड प्रमाणात घेऊन लिलावात ते शेअर्स देऊ करत.

एएस-पीएस जोडगोळीची या बाजारात जवळजवळ मक्तेदारीच होती. लिलावातील उत्तम प्रस्तावांचे तपशील शेअर बाजाराकडून जाहीर केले जात नसत. परंतु शेअर बाजाराच्या कार्यालयातील मित्रांच्या वर्तुळाकडून मला असं समजलं होतं की, ज्या ज्या वेळी बाजारात शेअर्सचा एखादा मोठा गठ्ठा येत असे, त्या बहुतांश वेळा एएस-पीएस जिंकणारी बोली लावण्यात यशस्वी होत. यामागच्या संभाव्य कारणांचा मी विचार केला. यातलं एक थेट, साधं कारण असं होतं की, त्यांच्याकडे शेअर्सची भक्कम यादी होती आणि त्यामुळे इतर ब्रोकर्सच्या तुलनेत त्यांना लिलावात सहभागी होण्याची संधी जास्त वेळा मिळत होती. यातलं आणखी एक कारण असं होतं की, एएस-पीएसना कार्यालयातील कोणाकडून तरी प्रतिस्पर्धी लोकांच्या प्रस्तावांची माहिती समजत होती आणि त्याअनुसार ते आपले प्रस्ताव तयार करत होते.

मी एएस-पीएसबरोबर अनेक वेळा फ्लोअरवर व्यवहार केला होता. त्या वेळचा अनुभव अगदी थेट वाईट किंवा अप्रसन्न करणारा नसला तरी आनंददायक किंवा सुखकारक बिलकूल नव्हता. त्यांची अहंमन्यता चीड आणणारी होती. काही वेळा माझ्या ग्राहकांना मी अवघड परिस्थितीतून बाहेर काढण्याचा प्रयत्न करत असल्याचं माहीत असतानाही त्यांनी कठोरपणे घासाघीस केली होती.

एकदा एका व्यवहारात ठरलेले पैसे कमी देऊन माझी फसवणूक करण्यात आल्यानंतर मी त्यांच्याविषयी त्यांच्या अपरोक्ष घाणेरडी शेरेबाजी केली होती. कसं कोण जाणे, पण त्यांना ते समजलं. पण त्यामुळे त्यांचं वर्णन करणाऱ्या माझ्या शब्दांमुळे राग येण्याऐवजी मला झालेल्या त्रासामुळे त्यांना खूपच आनंद झाल्याचं दिसत होतं.

एके दिवशी त्या दिवसाचं ट्रेडिंग नुकतंच संपलेलं असताना ते माझ्याकडे आले.

''लाला, आजचा दिवस कसा होता? तुझ्या ग्राहकांसाठी चांगला पैसा मिळवलास की नाही?'' एएसनं त्याच्या चेहऱ्यावरच्या नेहमीच्या ओशट स्मितानं मला अभिवादन करत विचारलं. त्याच्या भागीदाराच्या तुसडेपणापेक्षाही मला एएसचा हा विनयशीलपणा पचवणं जास्त कठीण गेलं.

''जास्त चांगला जाऊ शकला असता,'' मी उत्तर दिलं. त्यांना माझ्याकडून आणखी काहीतरी हवं होतं हे मला समजलं होतं.

''आधीच्या व्यवहारात आम्ही तुझ्याहून ज्या मार्गानं जास्त चांगला लाभ मिळवला, त्याबद्दल अजूनही नाराज आहेस?'' एएसनं जखमेवर मीठ चोळण्याचा प्रयत्न करत विचारलं.

माझा पारा चढू लागल्याचं माझ्या लक्षात आलं, पण मी स्वतःच्या रागावर नियंत्रण ठेवलं. काहीही झालं तरी ते ताकदवान खेळाडू होते.

''तू थोडंसं जास्त खिलाडूपणानं वागलं पाहिजेस मुला, तुला खूप मोठा पल्ला गाठायचा आहे आणि खूप काही शिकायचं आहे. त्याहूनही महत्त्वाची गोष्ट म्हणजे तुझ्या ज्येष्ठांशी तू आदरानं वागलं पाहिजे,'' शक्य तितक्या वडीलकीच्या नात्यानं बोलत असल्याचा आव आणून एएस बोलत होता.

''माझ्या मनात तुम्हां दोघांविषयी कमालीचा आदर आहे, खरं तर तुम्ही दोघं माझे आदर्श आहात. एखाद्या दिवशी मला तुमच्यासारखं व्हायला आवडेल,'' मी ठेवणीतलं स्मितहास्य करण्याचा प्रयत्न करत म्हणालो.

''अर्रर...लाला, तू आमच्या तोंडावर एक बोलतोस आणि आमच्या पाठीमागे दुसरंच बोलतोस. तुला अंबुजाकरिता आमच्याकडून चांगली किंमत मिळवता आली नाही, तेवढं करण्याइतकी हुशारी तुझ्याकडे नव्हती, म्हणून आम्ही XXXX आहोत असा विचार तू केलास. जास्त नफा मिळवण्याच्या आशेनं आपल्यापैकी कोण आपल्या आईला विकण्याच्या टोकापर्यंत जाईल? आपल्या अवतीभवतीच्या लोकांना तू आमच्याविषयी हेच सांगत सुटला आहेस ना?'' एएसनं विचारलं. हे बोलत असतानाही त्याच्या चेहऱ्यावरचं स्मित तसंच कायम होतं.

''मला वाटतं की, कोणीतरी तुम्हांला चुकीची माहिती देत आहे. मी असं काही तुमच्याविषयी बोलल्याचं मला आठवत नाही,'' मी निर्विकार चेहऱ्यानं म्हणालो.

आता मला टोचून बोलण्याची पीएसची पाळी होती.

''तू जर तसं म्हणाला असलास तर पुरुषासारखा वागून ते कबूल कर. तसं पाहिलं तर तुला आमच्याविषयी काय वाटतं, हे आमच्या दृष्टीनं बिलकूल महत्त्वाचं नाही. ट्रेडिंगविषयीची प्राथमिक गोष्टही माहीत नसताना ट्रेडिंग करणारे आणि सपाटून मार खाल्ल्यावर तुझ्याप्रमाणे चिडचिड करत, कण्हत-कुंथत फिरणारे कितीतरी नवशिके इथे असतात,'' माझ्या खांद्यावर हात ठेवत तो म्हणाला. हे सगळं तो ज्या स्वरात बोलला होता, त्यावरून त्याला खरं तर माझ्या तोंडावर जोरदार ठोसा लगावण्याची इच्छा होती, हे स्पष्टपणे कळत होतं. मला संताप आला होता, पण मी स्वतःवर नियंत्रण ठेवण्याचा प्रयत्न केला.

त्या घटनेनंतर मी त्यांच्यापासून शक्य तितका लांब राहू लागलो. काही वेळा आम्ही रिंगमध्ये एकमेकांकडे गेलोही होतो, पण आमच्या दृष्टीनं ती एकमेकांशी सभ्यपणे वागण्यासाठी मुद्दाम प्रयत्न करावं लागणारी गोष्ट होती. पीएस माझ्याकडे संतापानं रोखून पाहत असे आणि एएसच्या चेहऱ्यावर डिवचणारं स्मित असे.

परंतु त्यांच्याशी झालेल्या अवमानकारक संभाषणाला मी प्रत्युत्तर देऊ शकलो नव्हतो. डिलिव्हरी ऑक्शन बाजारात एएस-पीएसनं वर्चस्व प्रस्थापित केल्याचं मी ऐकलं त्या वेळी आता मला त्यांच्यावर वार करण्याची चांगली संधी लाभल्याची मला जाणीव झाली. ती दीर्घ कथा थोडक्यात संपवण्यासाठी मी त्या विभागातील एका अधिकाऱ्याशी मैत्री केली. त्यासाठी मी राजेशच्या जाळ्याचा वापर केला होता.

शेअर बाजाराच्या संबंधित विभागाकडे लिलावाचे प्रस्ताव सीलबंद पाकिटातून सादर केले जात होते.

मी बॉसकडे गेलो आणि त्याला सांगितलं की, लिलावात शेअर्स मिळवून आपल्या ग्राहकांसाठी आणि त्याबरोबरच आपल्या फर्मसाठीही चांगला पैसा कमावण्याचा मार्ग मला सापडला आहे. आमचे ग्राहक नियमितपणे लिलाव प्रक्रियेत भाग घेत होते, परंतु त्यांना मर्यादित यश मिळत होतं. मी सगळ्या गोष्टींना आम्हांला अनुकूल ठरण्याकरिता कशा प्रकारे धक्का देणार होतो, ते मी बॉसला सांगितलं नव्हतं. मी त्याला फक्त इतकंच सांगितलं होतं की, त्यासाठी पैशाची गरज लागेल. तोपर्यंत त्याचा माझ्यावर चांगलाच विश्वास बसला होता. त्याने मी मागणी

केल्यानंतर मला १०,००० रुपयांपर्यंतचे पैसे द्यावेत, असं हिशेबनिसाला सांगून ठेवलं.

विभागातील माझ्या संपर्कामुळे मला प्रस्तावांविषयीची टिप (सूचना) मिळणार होती. लोभ न धरता स्वतःकडे लक्ष देण्याइतका मी हुशार होतो. व्यवस्थित नफा मिळवण्याची चांगली संधी देऊ करणारे दोन किंवा तीन स्टॉक्स मी निवडणार होतो आणि त्यानुसार बोली लावणार होतो. मी दोन वेळा एएसनं दिलेल्या प्रस्तावाच्या तुलनेत १० पैसे कमी किंमतीचा प्रस्ताव दिला आणि हीच गोष्ट पीएसनं दिलेल्या प्रस्तावांच्या बाबतीतही मी दोनदा केली. या प्रत्येक प्रस्तावात शेअर्सचा मोठा गठ्ठा समाविष्ट होता. त्यात व्यवहारांच्या बाबतीत माझ्या ग्राहकांनी आणि माझ्या फर्मनं 'कीलिंग' केलं. एएस आणि पीएसला आपला पत्ता कोणी आणि कसा कापला हे समजलं नव्हतं, ते त्यावर विचार करत, डोकं खाजवत बसले होते.

इथे मला हे सांगावंच लागेल की, 'त्रिशूल' या चित्रपटातून मला मोठीच प्रेरणा मिळाली होती. या चित्रपटात अमिताभ बच्चनची कन्स्ट्रक्शन फर्म संजीव कुमारच्या फर्महून फक्त एक रुपयानं कमी असलेला प्रस्ताव पाठवून ते कंत्राट मिळवते. त्यानंतर संजीवकुमार संतप्त होऊन हात चोळत बसतो.

एएस-पीएसला आर्थिक नुकसानीची झळ बसली होती, यात कसलीच शंका नव्हती, परंतु त्यांच्या वर्चस्वाला आव्हान दिलं गेल्यामुळे त्यांच्या वर्मी घाव बसला होता. त्यांनी काही चौकशा केल्या आणि त्यांच्या तोंडचा घास कोणी हिरावून घेतला होता ते त्यांनी शोधून काढलं. त्यांना मला अगदी ठार मारावं असं वाटण्याइतपत ते चवताळले होते. या संदर्भात ते माझ्याशी वाद घालू शकत नव्हते, कारण शेअर बाजार यशस्वी प्रस्ताव जाहीर करत नव्हतं आणि त्यामागे मीच होतो हे त्यांना कसं समजलं होतं हे त्यांनाही सांगायचं नव्हतंच.

पण मी काय करत होतो, ते त्यांना समजलं आहे, हे मला समजावं असंही त्यांना वाटत होतं.

"हॅलो लाला," एएसनं एके दिवशी मी रिंगमध्ये त्याच्या बाजूनं पुढे जात असताना मला अभिवादन केलं. "टिस्को आणि सेंच्युरीमध्ये नफा मिळवून देण्याकरिता तुझ्या ग्राहकांना तू केलेल्या मदतीमुळे ते तुझ्यावर खूपच खूश असतील," तो म्हणाला.

मला ही अपेक्षाच नव्हती आणि त्यामुळे माझ्या चेहऱ्यावर आश्चर्य दिसलं. त्या दोन्ही स्टॉक्सच्या बाबतीत मी एएसचा पत्ता कापला होता आणि तो फक्त दहा पैशांनी कापला होता. एएसनं माझ्याकडे काही क्षण रोखून बघितलं आणि नंतर काहीही न बोलता तो तिथून निघून गेला.

पीएस जास्त कपटी होता. दुसऱ्या दिवशी तो समोर आल्यानंतर मी त्याच्याकडे दुर्लक्ष करून निघून चाललो होतो, पण तो माझ्या दिशेनं आला आणि त्याने माझ्या खांद्यावर हात टाकले. जणू काही आम्ही जुने मित्र होतो. पण तो जे काही बोलला त्यात मित्रत्व वगळून इतर सगळ्या गोष्टी होत्या.

''मी तुला आधी एकदा सांगितलं होतं आणि आता मी पुन्हा एकदा तुला सांगतो की, तुला माझा निरोप समजून घेणं अडचणीचं झालंय. उद्योगातल्या आपल्या बापाशी वैर घेऊ नकोस लाला. त्यामुळे तूच दुखावला जाशील, जखमीही होशील,'' तो म्हणाला आणि पुढे निघून गेला. धमक्या याहून जास्त स्पष्ट असू शकत नव्हत्या.

त्यानंतर सुमारे दोन आठवड्यांनंतर मी पुन्हा एकदा रिंगमध्ये प्रवेश करणारच होतो, तितक्यात त्या जोडगोळीनं मला हटकलं.

''साल्या, xxxxx, तुला काय वाटतं तू हुशार आहेस? होय ना? आमच्या बोलीहून दर वेळी नियमितपणानं तू xxxxx कसा काय दहा पैशांनी कमी बोली लावू शकतोस?'' एएसनं मला धमकावल्यासारखं विचारलं.

''तुम्ही कशाबद्दल बोलताय ते मला खरोखरच माहीत नाही,'' मी शांत राहण्याचा प्रयत्न करत म्हणालो.

एएस आणि पीएसनं एकमेकांकडे पाहिलं आणि पुन्हा एकदा एएस म्हणाला, ''xxxxx, तुझं हे अभिनयकौशल्य आणखी कुठेतरी दाखव. बीएसईनं लिलावाच्या विजेत्या बोली आजपासून सूचनाफलकावर लावण्यास सुरुवात केली आहे. जा, खात्री करून घे आणि काहीही असलं तरी तू हे पहिल्यांदाच केलेलं नाहीस हे आम्हांला माहीत आहे. xxxxx तू बघच, तुला हे सगळं महागात पडणार आहे. आम्ही तुला याची दामदुपटीनं भरपाई करायला लावू.''

माझ्या तोंडातून शब्द फुटत नव्हते आणि त्यामुळे माझ्या अपराधीपणाविषयी त्यांच्या मनात यत्किंचितशीही शंका उरली नव्हती.

त्यानंतर पीएस माझ्या जवळ आला. तो म्हणाला, ''पोरा, तू डोंबिवलीत राहतोस ना? त्या मार्गावरच्या ट्रेनमध्ये भरपूर गर्दी असते असं मी ऐकलंय....'' त्यानंतर त्याने आवाज एकदम खाली आणला आणि माझ्या कानात पुटपुटल्यासारखा म्हणाला, ''गर्दीनं भरलेल्या ट्रेनमधून पडून लोक नेहमीच त्यांचे हातपाय गमावतात असंही मी ऐकलंय.''

या वेळी त्यांनी माझ्या वर्मावर चांगलाच घाव घातला होता. ते दोघे निघून गेल्यानंतर जवळजवळ मिनिटभर मी जागीच खिळल्यासारखा उभा होतो. माझे हातपाय कापत होते आणि माझा थरकाप उडाल्याचं कोणाच्या लक्षात येऊ नये म्हणून अंतःस्फूर्तीनं मी लगेच माझे हात माझ्या खिशात खुपसले. ते आणि विशेषतः पीएस काय बोलला होता त्याचा मी पुन्हा विचार केला. कदाचित रागाच्या भरात उत्स्फूर्तपणे तो तसं बोलला असेल. त्यांचा स्वाभिमान दुखावला गेल्यामुळे आणि त्यांची हुशारी माझ्या समोर थिटी पडल्यामुळे त्यांच्या संतापाचा स्फोट झाला असेल. तरीही त्यांचे असंस्कृत, रांगडे मार्ग माहीत असल्यामुळे पुन्हा एकदा आपल्या जागी स्थिरावण्यासाठी ते कुठल्याही टोकापर्यंत जाऊ शकतील अशी चिंता मला वाटली. शेवटी काहीही झालं तरी मी डोंबिवलीतच राहावं म्हणून दोन गुंडांना विकत घेण्यासाठी आणि रस्त्यावरच्या भांडणातून झालेली मारामारी किंवा लूटमारीसाठी केलेला हिंसक हल्ला असल्याचं दाखवण्यासाठी असा कितीसा खर्च करावा लागणार होता?

बाजारात माझे मित्र होते, पण माझ्या मनातील भीती बोलून दाखवता येईल, असा त्यांच्यात एकही मित्र नव्हता. शेअर बाजारातील अधिकाऱ्यांकडे त्या जोडगोळीच्या विरोधात तक्रार करावी, असा विचार काही क्षण माझ्या मनात येऊन गेला. पण नंतर तसं करण्यात फारसा अर्थ नसल्याचं माझ्या लक्षात आलं, कारण ते दोन्ही बदमाश अतिशय प्रभावशाली होते. त्यातही जास्त काळजीची गोष्ट अशी होती की, मी तक्रार केली असती तर माझं गैरकृत्यही उघड झाल्याशिवाय राहिलं नसतं. शिवाय त्या दोघांनी खरोखरच मला शारीरिक हानी करण्याची शक्यता निर्माण झाली असती. त्याच वेळी मी घाबरून गेलो आहे हेही मला दाखवून द्यायचं नव्हतं. त्यामुळे पुढच्या सेटलमेंटमध्ये मी पुन्हा त्यांचे दोन स्टॉक असेच कापले, पण ज्या स्टॉकमुळे एएस आणि पीएसचं जास्त नुकसान होणार नाही, असे ते स्टॉक होते. ज्या मोठ्या प्रस्तावांमध्ये ते गुंतलेले होते, त्यांना मी हातही लावला नव्हता.

त्यानंतरच्या पुढच्या काही महिन्यांत ट्रेनमध्ये चढताना आणि उतरताना मी आजूबाजूला व्यवस्थित लक्ष ठेवत होतो. शिवाय फक्त चढण्या-उतरण्याच्या वेळांखेरीज ट्रेनच्या दरवाजाजवळ किंवा पायऱ्यांवर न राहण्याची दक्षताही मी घेतली होती.

त्यांना शक्य असेल त्या प्रत्येक वेळी एएस आणि पीएस मला दुखावण्याचा प्रयत्न करत होते. स्टॉकचा मोठा गठ्ठा मिळवण्यात मी चांगलाच सक्षम स्पर्धक झालो होतो. त्यामुळे जर समजा, एक्स कंपनीचे विशिष्ट संख्येचे शेअर्स मी फ्लोअरवर खरेदी केले, तर ते शेअर्स खरेदी करण्यात कोणत्या ब्रोकरला स्वारस्य असेल ते मला माहीत असे. त्यामुळे त्यानुसार शक्य तितक्या लवकर मी ते शेअर्स त्याला विकून टाकण्याचा व्यवहार करत असे. त्याचप्रमाणे जर समजा, मी वाय कंपनीचे स्टॉक्स विकले तर मला कुठल्या ब्रोकरला तितकेच शेअर्स विकायचे असतील ते माहीत असे, त्यामुळे माझी पोझिशन स्क्वेअर अप करण्यासाठी मी त्याच्याशी व्यवहार करून तशी तजवीज करत असे.

मी कोणाकडून शेअर्स घेतो किंवा कोणाला विकतो याविषयी एएस, पीएसला मोठी उत्सुकता असे. त्यामुळे त्यांच्या 'होयबां'ना ते रिंगमध्ये माझ्या मागावर राहण्यास सांगत. 'घुबड' (हे नाव मी त्याच्या घुबडासारख्या – पसरट बशीसारख्या डोळ्यांमुळे त्याला दिलं होतं.) हा असाच एक जॉबर होता आणि त्या दोघांमुळेच त्याचं अस्तित्व टिकून होतं हे त्याला माहीत होतं. त्यामुळे तो नेहमीच त्यांच्या बोली पुढे नेण्यात तत्पर राहत असे.

ट्रेडिंग फ्लोअरवर बहुतांश महत्त्वाच्या ब्रोकरच्या हॉटलाइन होत्या. त्यामुळे त्यांच्या कार्यालयात ग्राहकांच्या ऑर्डर सहजपणे पोहोचवता येत आणि इतर ब्रोकर्सना किंवा जॉबर्सना एखाद्या व्यवहारासाठी त्यांच्यापर्यंत लगेच पोहोचणं शक्य होत असे. माझ्या मानांकनाच्या तुलनेत मला फ्लोअरवर एखादा मोठा व्यवहार करता आला की, मी संबंधित ब्रोकरला त्याच्या हॉटलाइनवरून फोन करत असे आणि माझ्याशी ट्रेडिंग करण्यात त्याला स्वारस्य आहे का, ते मी त्याला विचारत असे.

एकदा घुबड आणि मी एकाच स्टॉकसाठी एकमेकांशी स्पर्धा करत होतो. मला शेअर्सचा चांगलाच मोठा गठ्ठा चांगल्या किंमतीला मिळाला

आणि नंतर त्या स्टॉकमध्ये ज्या ब्रोकरला स्वारस्य आहे हे मला माहीत होतं, त्या ब्रोकरच्या कार्यालयात मी फोन केला.

त्या ब्रोकरच्या कार्यालयातील डीलरनं मला बॉसशी बोलून तो काय ते सांगेल आणि त्यासाठी मी पंधरा मिनिटानं त्याला पुन्हा फोन करावा, असं मला सांगितलं. मी पंधरा मिनिटांनंतर फोन केल्यानंतर त्या डीलरनं मला त्यांना त्यात स्वारस्य नसल्याचं सांगितलं. मला ही गोष्ट थोडीशी विचित्र वाटली, कारण काही विशिष्ट ब्रोकर त्या स्टॉकसाठी सतत घोटाळत असल्याचं मला माहीत होतं. परंतु मी त्या घटनेला फारसं महत्त्व दिलं नाही. त्यानंतर माझ्या सहकारी जॉबरकडे मी त्या घटनेचा सहज उल्लेख केल्यानंतर त्यानं मला सांगितलं की, मी त्या हॉटलाइनवरून फोन केल्यानंतर थोड्याच वेळात घुबडानंही त्याच हॉटलाइनवरून फोन केल्याचं त्यानं पाहिलं होतं. त्या वेळी मला समजलं की मी कोणत्या ब्रोकरबरोबर बोलत आहे, यावर घुबड लक्ष ठेवून होता. त्याने ती माहिती त्याच्या मालकांकडे पोहोचवली असावी आणि त्यानंतर त्यांनी त्या ब्रोकरला माझ्याहून चांगला प्रस्ताव देऊन माझ्याकडून तो व्यवहार हिरावून घेतला असणार, हे माझ्या लक्षात आलं.

पुढच्या वेळेपासून मला जास्त काळजीपूर्वक वागावंच लागणार होतं, परंतु त्याआधी घुबडाची थोडीशी गंमत करावी असं मी ठरवलं. मला दोन दिवसांनी तशी संधी सापडली. मी डॉ. रेड्डीज लॅबोरेटरीच्या शेअर्सचा एक गठ्ठा खरेदी केला. त्यात कुठल्या ब्रोकरला स्वारस्य होतं ते मला माहीत होतं. परंतु मी त्या ब्रोकरला थेट फोन केला नाही. मी पहिल्यांदा अशाच वेगवेगळ्या हॉटलाइन्स उचलल्या आणि त्यांच्या डीलर्सशी उगाचच इकडच्या तिकडच्या गप्पा मारल्या. घुबडाला मी काय बोलत होतो ते ऐकू गेलं नव्हतं. पण त्याला असं वाटलं की मी डॉ. रेड्डीज शेअर्स त्या लोकांना देण्याचा प्रयत्न करत होतो. माझं बोलणं झाल्यानंतर काही वेळानं घुबड त्या ब्रोकर्सशी बोलेल हे मला माहीत होतं. परंतु आपण चुकीच्या ब्रोकर्सना फोन केला आहे हे समजल्यानंतर घुबड कशी प्रतिक्रिया व्यक्त करतो ते मला पाहायचं होतं. तोपर्यंत प्रकाश नावाच्या जॉबरशी माझी मैत्री झाली होती. तो माझ्यापेक्षा काही वर्षांनी मोठा होता त्याने माझ्यासाठी घुबडावर लक्ष ठेवण्याचं मान्य केलं. माझे फोन झाल्यानंतर मी तिथून निघून गेल्याची खात्री झाल्यावर घुबड हॉटलाइनकडे गेला. बहुधा आता आपल्याला माझ्याकडून आणखी एक व्यवहार काढून घेता येईल असा विचार त्याच्या मनात घोळत

असावा. जवळपास फिरत राहिलेला प्रकाश त्याच्या संभाषणाची अखेर ऐकत होता, हे त्याच्या लक्षात आलं नव्हतं.

''तुम्हांला डॉ. रेड्डीचे शेअर्स खरेदी करायचे असतील तर माझ्याकडे खूपच चांगला दर आहे...हं...तुम्हांला स्वारस्य नाही का....ठीक आहे.... सॉरी....नाही, तसं नाही, पण मला वाटलं होतं.....बरं, बरं....मला खरोखरच माफ करा,'' रिसीव्हर खाली ठेवताना घुबडानं म्हटलं होतं. पुढच्या फोनवरही तसंच संभाषण घडलं. पण मी त्याची फिरकी घेतली होती, हे घुबडाला समजलं नव्हतं.

त्यानंतर दोन दिवसांनी मी पुन्हा एकदा तसंच केलं. या वेळी घुबडाच्या डोक्यात प्रकाश पडला की, मी त्याची दिशाभूल करत होतो. त्याने नक्कीच ही प्रत्येक गोष्ट त्याच्या मालकांना सांगितली असावी, कारण त्यानंतर आणखी एका व्यक्तीला माझ्या मागावर नेमण्यात आलं. या वेळी योग्य कॉल करण्याच्या आधी मी इतर चार जणांना उगाचच कॉल केला होता.

चुकीच्या ब्रोकरना फोन केल्याबद्दल बहुधा घुबडाला आणि त्या दुसऱ्या हेराला चांगल्याच शिव्या खाव्या लागल्या होत्या. त्यानंतर एएस-पीएसनं माझा माग काढणं शांतपणे सोडून दिलं किंवा निदान फक्त मलाच तसं वाटलं होतं. पण तो माझा गैरसमज होता. त्यांनी वरकरणी माझ्याशी असलेलं शत्रुत्व सोडून दिल्याचं दाखवलं होतं आणि रिंगमध्ये अधूनमधून अगदी पीएससुद्धा मला पाहिल्यावर स्मित करत होता. मला असं वाटलं होतं की, त्यांनी भूतकाळ सोडून दिला असावा आणि त्याबद्दल मनातून मला माफ करून टाकलं असावं. परंतु ती जोडगोळी माझ्यावर प्रतिहल्ला चढवण्याच्या नामी संधीची संयमानं प्रतीक्षा करत होती हे त्या वेळी माझ्या फारसं लक्षात आलं नव्हतं आणि एके दिवशी ते शोधत असलेली संधी मीच त्यांना मिळवून दिली होती.

एके दिवशी दुपारी अतिशय व्यस्तपणे कामकाज सुरू होतं. तेवढ्यात मी अपोलो टायर्ससाठी काय दर देत आहे याची चौकशी करण्यासाठी घुबड माझ्याकडे आला. हॉटलाइनच्या त्या प्रकरणानंतर काही वेळा आम्ही एकमेकांशी व्यवहार केले होते आणि सारं काही सुरळीतपणे सुरू होतं. मला आता त्याच्याविषयी संशय घेण्याचं काहीच कारण नव्हतं. मी त्याला दर सांगितला. घुबडानं मला सांगितलं की, त्याला ५०० शेअर्स विकायचे होते. मी त्याच्यासाठी ते खरेदी केले. त्याने आणखी ५०० शेअर्सचा दर विचारला आणि मी त्याला तोच दर सांगितला. त्यानंतर त्याला आणखी काही

शेअर्स विकायचे असल्याचं त्याने मला सांगितलं. मला अंतःप्रेरणेनंच असं वाटलं की घुबड मला युक्तीनं फसवण्याचा प्रयत्न करत होता. मी त्याला भरमसाट दर सांगितला. तो ऐकून तो निघून जाईल असं मला वाटलं होतं, पण आश्चर्याची गोष्ट म्हणजे त्याने आणखी ५०० शेअर्सही विकले आणि आणखी एका बोलीविषयी मला विचारलं. मी त्याहूनही जास्त दर सांगितला आणि स्प्रेड खूपच वाढवली, त्यामुळे मी त्याला बेदरकारपणे नको इतका अतिरेकी दर आकारत असल्याचं स्पष्टपणे दिसत होतं.

त्याने काहीतरी बोचरी शेरेबाजी करून तिथून रागारागानं निघून जावं अशी माझी अपेक्षा होती. पण पुन्हा एकदा मला आश्चर्य वाटलं.

''अर्रर, लाला, तू तर एवढी मोठी बोली लावून मला ठारच मारायला निघालायस की,'' तो कण्हल्यासारखा म्हणाला.

''तुला ते घ्यायचे आहेत की नाहीत, हा तुझा प्रश्न आहे,'' मी तुच्छतेनं म्हणालो.

''तू मोठा माणूस झालायस लाला, पण म्हणून माझ्यासारख्या लहान जॉबर्सना अवमानानं वागवण्याचा हक्क तुला मिळत नाही,'' त्याने विरोध दर्शवत म्हटलं.

मला तिथून निघून जायचं होतं, पण तो मला तिथून जाऊ देणार नव्हता. अलीकडे मी त्याला थोड्या जास्त प्रमाणात सहन करत असलो तरी माझ्या मनात निश्चितपणे त्याच्याविषयी प्रेम वगैरे नव्हतं.

''माझा दर हाच आहे, घे किंवा सोडून दे,'' मी म्हटलं.

''एखादी व्यक्ती अपोलो टायर्सचे ५०,००० शेअर्स विकू शकेल इतकी मोठी स्प्रेड तू लावत आहेत,' घुबड म्हणाला.

आतापर्यंत मला त्याचा खरोखरच संताप आला होता आणि ती चर्चा तिथेच थांबावी म्हणून मी त्याचा अपमान करायचा असं ठरवलं.

''५०,००० शेअर्स काय? ठीक आहे, तुझ्याकडे तितके शेअर्स असतील तर तू ते वीक. तुझे ते शेअर्स मी विकत घेतो,'' मी म्हणालो. घुबड इतक्या मोठ्या संख्येनं व्यवहार करत नाही हे मला माहीत होतं.

''लाला, इतका उद्धटपणानं वागू नकोस. मला माहीत आहे, की ५०,००० शेअर्स खरेदी करण्याची तुझी कुवत नाही. पण म्हणून तू माझी अशी टिंगल करतोयस का?'' घुबडानं मला रागानं विचारलं.

आता मी त्याला चांगलंच डिवचलं होतं आणि तिथून निघून जायला भाग पाडणार होतो म्हणून मी स्वतःवर चांगलाच खूश झालो होतो. आमच्या या संभाषणाच्या दरम्यान कधीतरी त्याने माझ्याकडून दोन चांगले व्यवहार कसे काढून घेतले होते, त्याची आठवण माझ्या मनात तरळून गेली होती. त्या आठवणीमुळे त्यालाही तसंच दुःख देण्याची जोरदार इच्छा माझ्या मनात निर्माण झाली.

''अपोलो टायर्सचे ५०,००० शेअर्स खरेदी करण्याची माझी कुवत आहे की नाही, याची तू काळजी करू नकोस. फक्त तुझ्याकडे तितके शेअर्स विक्रीसाठी आहेत का, एवढीच काळजी तू कर,'' मी अहंमन्यतेनं म्हणालो.

त्याने आखलेल्या कटानुसार तो माझ्याशी बोलत होता, हे माझ्या लक्षातच आलं नव्हतं.

''ठीक आहे लाला, मला तुझा प्रस्ताव मान्य आहे. मी तुला अपोलो टायर्सचे ५०,००० शेअर्स विकले,'' तो म्हणाला आणि त्याने झटकन त्याचं सौदा-पॅड बाहेर काढून त्यावर त्या सौद्याचे तपशील लिहून काढले.

मी स्तंभित झालो होतो. माझ्याकडे ५०,००० शेअर्स विकत घेण्याची क्षमता नव्हती, हे खरं होतं. माझ्या बॉसनं कुठल्याही पोझिशनची मर्यादा मला घातली नसली तरीही मी नको इतकी जोखीम घेऊ नये, हे अपेक्षितच होतं. काहीही झालं तरी जॉबरनं काही चूक केली तर त्याची भरपाई ब्रोकरलाच करून द्यावी लागते.

घुबड कधीच इतक्या मोठ्या संख्येच्या शेअर्सचे व्यवहार करत नसल्यामुळेच मी घुबडाशी तसं बोललो होतो. शिवाय आपल्याला सक्षम दर मिळावेत म्हणून एकमेकांशी अवमानकारक बोलणं ही फ्लोअरवर चालणारी सर्वसामान्य गोष्ट होती.

''ए...थांब....एवढ्या मोठ्या आकड्याच्या बाबतीत गंमत करू नकोस,'' मी म्हणालो. ती परिस्थिती किती धोकादायक ठरू शकली असती त्याची कल्पना मला होती आणि घुबड फक्त गंमत करत होता असंही मला वाटलं होतं.

पण आता माझ्यावर शरसंधान करण्याची घुबडाची वेळ होती.

''का, आता का? बड्या माणसाला आता काय झालं? फक्त ५०,००० शेअर्सच्या कल्पनेनंच तुझी पँट ओली झाली की काय? तू जो

आव आणला होतास, त्यावरून मला वाटलं की, तुझ्या खिशात बरेच पैसे खुळखुळतायत.'' त्याला झालेला आनंद लपवण्याचा प्रयत्न करत तो म्हणाला.

आता या संकटातून बाहेर पडण्याचा एकच मार्ग होता. तो म्हणजे असा व्यवहार कधी झालाच नव्हता असा दावा करणं किंवा घुबडानं चुकीचं काहीतरी ऐकलं होतं– मी फक्त ५०० शेअर्स म्हटलं होतं आणि त्याने ५,००० शेअर्स असं ऐकलं होतं– असं काहीतरी म्हणणं. पण आमच्या व्यवहाराचे साक्षीदार असतील याची घुबडानं खात्री करून घेतली होती. जर मी व्यवहारातून अंग काढून घेतलं असतं तर माझ्या प्रतिष्ठेला त्याचा धक्का बसला असता आणि माझ्याविषयी इतरांच्या मनात कमी विश्वास उरला असता.

घुबडासमोर याचना करणं आणि त्याला तो व्यवहार रद्द करण्याची विनंती करणं हा माझ्या समोरचा दुसरा पर्याय होता. पण माझा अभिमान मला तसं करू देत नव्हता. मी त्याच्या समोर याचना केली असती तरी त्याने पहिल्यांदा माझ्या अस्वस्थतेची मजा घेतली असती आणि नंतर मला नकार दिला असता. मी व्यवहाराच्या बाजूनं उभा राहिलो असतो तर माझ्या क्षमतेच्या पलीकडचं नुकसान सहन करावं लागण्याची शक्यता होती. प्रतिशेअर एक रुपयाचं नुकसान याचा अर्थ माझ्या खिशातून ५०,००० रुपये जाणं असा होता.

घुबड त्याच्या मालकासाठी ही आघाडी लढवत होता याची मला खात्री होती. मला बेइज्जत करून या व्यवसायातून घालवून देण्याचा त्याच्या मालकाने निर्धार केल्याचं दिसत होतं. तोपर्यंत त्यांनी अर्धं युद्ध जिंकलं होतं.

सेटलमेंटसाठी आठवड्याभराचा कालावधी होता आणि अपोलो टायर्समधील माझ्या पोझिशनमधून बाहेर पडण्याची मी व्यवस्था केली असती तरीही त्या वेळी मला तोटा होण्याची शक्यता होती. एएस–पीएसच्या मनात माझ्याविषयी असलेला तिरस्कार मला माहीत असल्यामुळे त्यांनी मी अपोलो टायर्सचे ५०,००० शेअर्स झपाट्यानं विकून टाकण्यासाठी उतावीळ झाल्याची माहिती तातडीनं पसरवली असती. त्यामुळे माझ्याकडून खरेदी करणाऱ्या कोणीही माझ्याकडे अतिशय कमी किंमतीत ते शेअर्स मागितले असते. या सगळ्या परिस्थितीकरिता मी फक्त आणि फक्त स्वतःलाच दोष देऊ शकत होतो.

त्या दिवशी नंतर एएसशी माझी अचानकच भेट झाली. त्या वेळी मी रिंगमधून बाहेर पडून माझ्या कार्यालयाकडे निघालो होतो.

"मला माहीत आहे की, तुझ्याकडे अपोलो टायर्सचे भरपूर शेअर्स आहेत. ते विकण्यासाठी मी तुला काही मदत करू का?" त्याने विचारलं. त्याने अगदी गांभीर्याचा आव आणला होता.

मी त्याच्याकडे दुर्लक्ष करण्याचा प्रयत्न केला, पण पीएस ते इतक्या सहजासहजी सोडून देणार नव्हता.

"ठीक आहे लाला, आम्ही तुला अनेक वेळा आमच्या वाटेला जाऊ नकोस असं बजावलं होतं. मी तुला आज वचन देतो की, तू जे केलंस त्याची आम्ही तुला दामदुपटीनं भरपाई करायला लावूच. पुढच्या आठवड्यानंतर दुसऱ्या कुठल्या व्यवसायात जावं, याचा विचार तू आधीच करून ठेवला असशील, असं मला वाटतं." तो म्हणाला आणि तिथून निघून गेला.

माझी परिस्थिती आता हाताबाहेर गेली होती. मला या आपत्तीतून बाहेर पडणं कठीण होतं. माझ्या नजरेसमोर मी विविध चित्रं आणण्याचा प्रयत्न करत होतो. या ट्रेडमध्ये भरमसाट नफा मिळेल असं चित्र हे उत्तम चित्र होत. पण असं घडण्याच्या शक्यता अगदीच नगण्य होत्या. विशेषतः माझ्या शत्रूंनी माझ्याकडे ५०,००० शेअर्सचा गठ्ठा असून मला तो काहीही करून विकायचाच आहे, ही गोष्ट पसरवली होती, त्यामुळे तर असं होणं अशक्यच होतं. विनयशीलतेनं वागण्याविषयीचा एक धडा शिकून 'ना नफा – ना तोटा' या स्थितीत या व्यवहारातून बाहेर पडणं हे यातलं आणखी एक उत्तम चित्र होतं. याच्याही शक्यता खूपच कमी दिसत होत्या. अगदी प्रतिशेअर एक रुपयाचं नुकसानही वेदनादायक ठरलं असतं. परंतु तरीसुद्धा याच व्यवसायात टिकून राहण्यासाठी आणि कर्ज चुकतं करण्यासाठी मला इतकं नुकसान सोसावं लागलं असतं तरी चाललं असतं. जर दोन रुपयांनी किंमत उतरली असती, तर तितका तोटा झाल्यावर माझी नोकरी टिकून राहिली असती की नाही, याची मला खात्री नव्हती. परंतु तरीही मी दया दाखवण्यासाठी याचना करू शकलो असतो. पण दोन रुपयांहून जास्त दर घसरला असता तर मला थेट शेअर बाजाराच्या बाहेरच्या नोकरीचा रस्ता शोधावा लागला असता. माझ्या या घोडचुकीविषयी ऐकल्यानंतर कुठल्याही ब्रोकरनं मला नोकरीवर ठेवून घेतलं नसतं.

बंटीला त्याच्या फंडाकरिता हा सगळा गठ्ठा खरेदी करण्याविषयी विचारून मला मदत करण्याची विचारणा करावी का, असा एक विचार माझ्या मनात आला, कारण अद्यापही ते शेअर्स माझ्याकडे सक्षम किंमतीत होते आणि मी ते आनंदानं त्याला त्याच किंमतीत विकून टाकले असते. यातली समस्या अशी होती की, बंटीच्या फंडाचा विचार करता त्याने आधी कधीच अपोलो टायर्सची खरेदी केली नव्हती आणि आता अचानक त्याला अपोलो टायर्समध्ये कशी काय रुची निर्माण झाली हे त्याच्या बॉसला पटवून देण्यात त्याला अडचण आली असती.

माझा बॉस मुंबईत नव्हता. तो बाहेरगावी गेला होता आणि किमान तीन दिवस तरी तो परतणार नव्हता. त्यामुळे मला निदान श्वास घ्यायला तरी फुरसत मिळाली होती. मी केलेल्या अविचारी ट्रेडची बातमी त्याच्यापर्यंत पोहोचली असती तर त्याने त्यावर कशी प्रतिक्रिया व्यक्त केली असती, ते मला खात्रीनं सांगता येत नव्हतं. स्वभावतः तो स्थिर डोक्याचा माणूस होता, परंतु शेअर बाजाराप्रमाणेच लोकसुद्धा एखाद्या गैरसोईच्या वेळी अतार्किकपणे, अविवेकीपणाने वागू शकतात.

त्या रात्री अखेरीस मी झोपलो. पण त्यानंतर माझ्या अंगावर फक्त अंतर्वस्त्रं आहेत आणि शेअर बाजाराच्या इमारतीतून मी बाहेर धावत सुटलो आहे आणि बाजारातील लोक माझा पाठलाग करत आहेत, अशा प्रकारची दुःस्वप्नं मला रात्रभर पडत राहिली होती.

मला दुसऱ्या दिवशीच्या कामासाठी कसंबसं जावंच लागलं. मुळातच मी रिंगमध्ये जावं का, याविषयी माझ्या मनात शंका होती. अपोलोचा व्यवहारच माझ्या मनात घोळत असताना मी आणखी चुका करण्याची आणि आधीच वाईट असलेली परिस्थिती आणखी वाईट करण्याची जास्त शक्यता होती. काही क्षण मी यावर विचार केला आणि निर्णय घेतला : पहिल्यांदा अपोलोतून बाहेर पडण्याचा मार्ग मी शोधावा आणि नंतरच इतर व्यवहारांकडे वळावं. त्यानंतर आपली अस्वस्थता, नैराश्य दिसू नये आणि मी आणखी वाईट व्यवहारांना बळी पडू नये यासाठी मी थोडीफार अंतःप्रेरणा मिळवण्याचा प्रयत्न केला. कदाचित मला आणखी चांगला व्यावसायिक करण्यासाठी देवच ही परीक्षा घेत असेल असा विचार करून मी रिंगमध्ये प्रवेश केला.

मी अपोलो टायर्सच्या दराची चौकशी केली. मागणी असलेले दर आणि शेअर्सची संख्याही कमी होती, त्यामुळे मला दुःख झालं. मी इतर

स्टॉक्समध्ये ट्रेडिंग करण्याचा प्रयत्न केला, पण माझे विचार पुनःपुन्हा अपोलोच्या शेअरकडेच वळत होते. मी पुन्हा एकदा दर तपासले, पण तेव्हाही ते मला अनुकूल नव्हते. माझ्या मनाची तयारी करण्याच्या आधी आणखी एक दिवस माझी पोझिशन तशीच राखावी असं मी ठरवलं.

आता दिवसाचं सत्र संपायला अवघी दहा मिनिटं उरली होती आणि शर्मा सहजच माझ्याकडे आला. आमची एकमेकांशी तोंडओळख होती, पण त्याआधी आम्ही कधीच एकमेकांशी बोललो नव्हतो. बडबड्या आणि आनंदी वृत्तीचा शर्मा हा हर्षद मेहताच्या अंतर्गत वर्तुळातील होता हे सर्वज्ञात होतं. त्याआधी कधीच आम्ही एकमेकांशी बोललो नव्हतो, त्यामुळे तो माझ्याकडे आल्यानंतर मला काहीसं आश्चर्य वाटलं.

''लाला, कसं काय चाललंय?'' त्याने विचारलं.

''अजून तरी टिकून आहे,'' मी कसबसं उसनं अवसान आणून चेहऱ्यावर स्मित आणत म्हणालो.

''हं..., आपण सगळेच कुठल्या ना कुठल्या प्रकारे एकाच मार्गावर आहोत...,'' तो माझ्या नजरेला नजर भिडवत म्हणाला.

तू माझ्याशी का बोलत आहेस, तुला काय हवं आहे- असं त्याला विचारावं असं मला वाटलं.

आम्ही एकमेकांना काही काळ जोखत राहिलो. त्यानंतर शर्मा म्हणाला, ''मला तुझ्याकडून काही स्टॉक विकत घ्यायला आवडेल.''

माझ्या अपोलो टायर्सच्या ट्रेडविषयी त्याला माहीत होतं हे माझ्या तत्काळ लक्षात आलं. बोली विचारण्याच्या आधीच आपण खरेदी करणार असल्याचं खरं तर कुठलाही ग्राहक कधीच सांगत नाही.

त्याचं उत्तर काय असेल ते अगदी व्यवस्थितपणे माहीत असतानाही मी त्याला विचारलं, 'कुठले?'

''लाला, उगीच नाटक करू नकोस. मी कुठले म्हणतोय ते तुला माहीत आहे, अन्यथा मी पहिल्यांदा तुला तुझा दर विचारला असता,'' तो म्हणाला.

''मी कुठे आहे हे तुला माहीत असल्यामुळे, तुझ्या मनात त्यांची किंमत आधीच ठरलेली आहे, हे वेगळं सांगण्याची गरज नाही,'' मी म्हणालो.

''तुझं बरोबर आहे. थेट व्यवहार करू या. तू ते किती दरानं विकत घेतले आहेस?'' त्यानं विचारलं.

त्याला या प्रश्नाचं उत्तरही माहीत होतं हे माहीत असल्यामुळे मी त्याला खरी किंमत सांगितली.

''ठीक आहे, मी तुझ्याकडून ते शेअर्स त्या दराच्या दहा पैसे कमी दरानं विकत घेतो,'' तो म्हणाला.

''मी कोणत्या परिस्थितीत आहे ते माहीत असतानाही तू हा दर देत आहेस, हा तुझ्या मनाचा मोठेपणा आहे,'' मी म्हणालो आणि मी एकदम त्याच्याशी असं वाक्य बोलल्याचं ऐकल्यावर स्वतःच चकित झालो.

''मी तुला आता व्यवस्थित सांगतो. काही लोकांना तुला संकटात असलेलं पाहायचं आहे आणि आम्हाला त्यांना ते समाधान मिळू द्यायचं नाही. त्याशिवाय जर माफक किंमत असेल तर आम्हांला शेअर्स खरेदीत रुचीही आहे,'' तो म्हणाला.

''हे 'आम्ही' कोण आहेत?'' मी त्याला विचारलं.

''तू जास्तच हुशार आहेस, होय ना लाला? मी कोणासाठी काम करतो हे तुला माहीत आहे, असं मी गृहीत धरतो,'' शर्मा म्हणाला.

''हे निरुद्देश औदार्य असलं तर संपूर्णपणे पुढं जाऊन तुम्ही या दरानं माझी पोझिशन का विकत घेत नाही?'' मी विचारलं.

''कारण मूर्खपणाची किंमत मोजावी लागते हे तुझ्या लक्षात आलं पाहिजे. दहा पैसे ही फार मोठी किंमत नाही. पण तुला जर तीही मोजावी लागली नाही, तर पुढच्या वेळी तू जास्त मोठ्या संकटात सापडू शकशील,'' आपल्या सौदा-पॅडमध्ये त्या व्यवहाराची नोंद करत शर्मा म्हणाला.

''या दयाळूपणाच्या कृतीमुळे मी कृतज्ञ असावं अशी तुमची इच्छा आहे का?'' मी विचारलं.

''अं...तो तुझा प्रश्न आहे,'' शर्मा म्हणाला आणि तिथून निघून गेला.

दुसऱ्या दिवशी घुबड माझ्याकडे आला आणि त्याने माझ्याकडे अपोलो टायर्सची पोझिशन माझ्या विक्रीच्या किंमतीहून तीन रुपये कमी किंमतीला विकत घेण्याची इच्छा व्यक्त केली.

''आपण सगळेच चुका करतो, लाला. पण आपल्या अपरिपक्वतेमुळे कोणाचीही नोकरी जावी असं मला वाटत नाही,'' घुबड म्हणाला. मी

त्याच्याकडे जास्त चांगली किंमत द्यावी अशी याचना करेन अशी बहुधा त्याची अपेक्षा असावी.

''तू खूपच दिलदार आहेस,'' मी पुढे झुकून म्हणालो आणि त्याचा तो प्रस्ताव त्याने कोणासमोर ठेवावा त्याचं नाव मी त्याच्या कानात सांगितलं.

परंतु माझ्या अनपेक्षित हितचिंतकांमध्ये एएस-पीएसनी स्वतःच एक भक्कम शत्रू तयार केल्यामुळे मी त्या जोडगोळीसाठी गंभीर संकट ठरू शकलो असतो. पाच हजार रुपयांचा तोटा मला महिनाभर डाचत राहिला, पण परिस्थिती याहूनही जास्त वाईट होऊ शकली असती, असं मी स्वतःलाच बजावत राहिलो.

५

दलाल स्ट्रीटचं प्रजासत्ताक राज्य

१९८०च्या दशकातील आणि १९९०च्या दशकाच्या सुरुवातीच्या काळातील दलाल स्ट्रीट वाइल्ड वेस्टशी समतुल्य होती. ब्रोकर आणि बाजारातील ऑपरेटर यांच्याशी संगनमत करून कंपन्यांकडून केलं जाणारं इनसायडर ट्रेडिंग बेबंदपणे सुरू होतं. खरं तर आपल्या ट्रेडिंगच्या पद्धती, प्रथा बेकायदेशीर आहेत हे खुद्द कंपन्यांच्या गावी नव्हतं. शिवाय कायद्यातही या पद्धतीवर बंदी घालणारं काहीही नव्हतं.

ब्रोकर्सच्या दृष्टीनं विचार करता, अनेक जण नियमितपणे त्यांच्या मोठ्या ग्राहकांच्या बाबतीत फ्रंट रनिंग करत होते. रिंगमध्ये त्यांनी ज्या ऑर्डर्सवर अंमलबजावणी केलेली असत होती, त्या दरांच्या बाबतीत ते त्यांच्याशी लबाडीनं वागत होते. फक्त दिवसाच्या अखेरीलाच ब्रोकर त्यांच्या ट्रेडवर शिक्कामोर्तब करत होते. त्यामुळे दिवसातील सर्वांत कमी दरानं आपण शेअर्सची विक्री केल्याचं आणि दिवसातील सर्वोच्च दरानं खरेदी केल्याचं ते त्यांच्या ग्राहकांना सांगू शकत होते. अशा प्रकारे त्यांच्या माध्यमातून शेअर्सची विक्री करणाऱ्या ग्राहकांना ते कमी पैसा देत होते आणि त्यांच्याकडून शेअर्स खरेदी केलेल्या ग्राहकांकडून जास्त पैसे घेत होते.

राष्ट्रीय शेअर बाजाराचा (नॅशनल स्टॉक एक्स्चेंजचा म्हणजेच एनएसईचा) प्रवेश झाल्यानंतर आणि १९९४ मध्ये 'स्क्रीन-बेस्ड ट्रेडिंग

सिस्टिम' (एसबीटीएस – संगणकीय पडद्यावरून ट्रेडिंग करण्याची प्रणाली) सुरू झाल्यानंतर हा प्रकार बंद झाला, कारण आता ग्राहक आपल्या शेअर्सचं ट्रेडिंग कोणत्या दरानं झालं याची तपासणी करू शकत होता.

एनएसईपूर्व काळातही ब्रोकरना शेअर बाजारानं घालून दिलेले नियम पाळावे लागत होतेच, परंतु प्रत्यक्षात या नियमांचा वरचेवर भंग केला जात होता. शेअर बाजारांना मार्जिनचा पैसा न देणं, ट्रेडिंगवरच्या निर्बंधांचं उल्लंघन करणं, पारदर्शक पद्धतीनं किंमतींची आणि शेअर्सच्या संख्येची माहिती देण्यास टाळाटाळ करणं या गोष्टी अगदी सर्वसामान्य होत्या. बीएसईनं ब्रोकर सदस्यांच्या वह्यांचं लेखापरीक्षण करणं अपेक्षित होतं; परंतु ते क्वचितच केलं जात होतं आणि शिवाय ते ज्या वेळी केलं जात होतं तो फक्त एक नियम पाळण्याचा भाग असत होता. गुंतवणूकदारांच्या तक्रारींचं निर्मूलन करण्यासाठी उचित यंत्रणा किंवा पद्धत नव्हती.

प्रभावी ब्रोकर्स सहजासहजी पळ काढू शकत होते, कारण शेअर बाजाराच्या नियामक मंडळात ब्रोकर सदस्यांचाच भरणा असत होता. कागदोपत्री शेअर बाजार हा अर्थ मंत्रालयाला जबाबदार होता, पण नियामक मंडळाच्या बैठकांना सरकारी नामनिर्देशित व्यक्ती क्वचितच हजर राहत होत्या. परिणामी, शेअर बाजाराचं नियमन प्रभावी ब्रोकर्सच्या हितसंबंधी गटाकडून केलं जात होतं. हे प्रमाण इतकं वाढलं होतं की, बीएसई हे मुंबई स्टॉक एक्स्चेंजचं नव्हे, तर ब्रोकर्स स्टॉक एक्स्चेंजचं संक्षिप्त रूप आहे, असा विनोद प्रचलित होता. साहजिकच दोषी सदस्यांच्या विरोधात शिस्तभंगाची कारवाई केली जाण्याची घटना क्वचितच घडत होती. सहसा ब्रोकरला दंड केला जात असे आणि करण्यात येणारा दंड अगदीच किरकोळ असे.

त्या काळात स्टॉकसंदर्भात ब्रोकर्समधील गटयुद्धं ही गोष्ट अगदीच सर्वसामान्य होती आणि यात सहसा मारवाडी ब्रोकर एका बाजूला असत आणि गुजराती ब्रोकर दुसऱ्या बाजूला असत. एक गट स्टॉकविषयी तेजीचा दृष्टिकोन स्वीकारत असे आणि दुसरा गट स्टॉकची किंमत शक्य तितकी घसरवण्याचे प्रयत्न करत असे. शेअर बाजाराच्या नियामक मंडळात किंवा कंपनीत मित्र असतील तर त्यामुळे ताकदीचा तोल आपल्या बाजूनं झुकवण्यास मदत होत असे. शेअर बाजारानं अचानकच खरेदीच्या ट्रेडवरच्या मार्जिनमध्ये वाढ केली तर बुल्स (तेजीवाले) चकित होत

होते. त्याबरोबरच सहसा कंपनीच्या प्रवर्तकांनी निधी दिलेल्या खेळाडूंनी अचानकच विक्रीचा मारा सुरू केला, तर या लाटेमुळे बेअर्स (मंदीवाले) अडचणीत सापडत होते.

भारतात तोपर्यंत बंदिस्त अर्थव्यवस्था होती आणि शेअर बाजारातील खेळाडू त्यांना स्वारस्य (सहसा नेहमीच वैयक्तिक हितसंबंधी स्वारस्य) असलेल्या कंपन्यांच्या स्टॉक्सच्या पलीकडे पाहत नव्हते.

माझी जॉबिंगची कौशल्यं स्थिरपणानं वाढत चालली होती आणि एखाद्या चांगल्या महिन्यात मी घरी जवळजवळ १०,००० रुपयेही नेत होतो.

सहसा नेहमीच या खेळातील काही मोठ्या खेळाडूंचा मला संताप येत होता. एकदा मनुभाई माणेकनी मला एका विशिष्ट स्टॉकच्या शेअर्सचा गठ्ठा खरेदी करायला सांगितलं. माणेक यांच्या कार्यालयापासून काही थोडी कार्यालयं सोडून आपल्या कार्यालयात बसलेल्या त्यांच्या जावयाला तेच शेअर्स विकायचे होते. मी त्यांना तो गठ्ठा मिळवून दिला आणि त्यासाठी त्याच्यावर १.५ टक्का ब्रोकरेज आकारलं.

काही दिवसांनंतर मनुभाईंना विक्रेत्याची ओळख समजली आणि ते माझ्यावर नाराज झाले. ''माझ्या जावयालाच ते शेअर्स विकायचे होते, हे तू मला सांगू शकला असतास.'' रिंगमध्ये आमची अचानक समोरासमोर गाठ पडल्यानंतर त्यांनी मला म्हटलं. मी त्यांच्याकडे पाहून स्मित केलं, पण मनुभाईंना गंमत वाटली नव्हती.

''तुला 'चक्कू' (चाकू) म्हटलं पाहिजे. कमिशन मिळवण्यासाठी तू कोणाचाही गळा कापू शकतोस,'' ते म्हणाले.

परंतु त्यानंतर फक्त एका आठवड्यानं आम्ही पुन्हा रिंगमध्ये भेटल्यानंतर त्यांनी माझ्या समोर एक प्रस्ताव ठेवला.

''अरे चक्कू, तुझा बॉस तुला किती पगार देतो?'' त्यांनी मला विचारलं.

इतर कोणी असतं तर मी त्याला 'खड्ड्यात जा,' असं म्हणून तिथून निघून गेलो असतो. पण इथे तर मनुभाई स्वतः मला विचारत होते. त्यांना मी एकदा मागे टाकून पुढे गेलो होतो. दुसऱ्यांदा असं केलं असतं तर कदाचित मी अडचणीत आलो असतो.

''पाच हजार रुपये पगार आणि त्याशिवाय जॉबिंग कमिशन,'' मी म्हणालो.

''तुझी पात्रता याहून जास्त कमावण्याची आहे. मी तुला मासिक १५,००० रुपये आणि शिवाय जॉबिंग कमिशन देईन. पुढच्या महिन्यापासून माझ्या कार्यालयात रुजू हो,'' त्यांनी मला सांगितलं.

कदाचित हा प्रस्ताव ज्या प्रकारे माझ्या समोर ठेवला गेला होता, त्यामुळे मला संताप आला होता. त्यात प्रस्तावापेक्षाही हुकूमच जास्त होता. पण मनुभाई कधीच लोकांना आकर्षित करण्यासाठी ओळखले जात नव्हते. मी म्हणालो, ''सध्या माझा बॉस मला जे देत आहे, त्यातच मला समाधान आहे. शिवाय ज्या वेळी मला कोणीही घ्यायला तयार नव्हतं, त्या वेळी त्यांनी मला नोकरी दिली. त्यामुळे फक्त थोडासा जास्त पैसा मिळतोय म्हणून मी त्यांची नोकरी सोडणार नाही.''

जर ते आणखी जास्त युक्तीनं व्यवस्थित बोलले असते तर नोकरी सोडण्यास मी सहज तयार झालो असतो, हे त्यांच्या लक्षात आलं नव्हतं. काहीही झालं तरी दलाल स्ट्रीटवरच्या सगळ्यांत मोठ्या नावांसाठी काम करायला कोणाला आवडलं नसतं? परंतु जर फक्त पैशानं आपण याला विकत घेऊ शकतो असं त्यांना वाटत असेल तर ती त्यांची चूक होती.

मनुभाई माझ्या उत्तरानं थोडेसे चकित झाले. व्यवसायात येऊन जेमतेम वर्षभर झालेल्या एखाद्या जॉबरकडून अशा प्रकारे ठाम नकार ऐकायला मिळेल याची त्यांना अपेक्षा नव्हती आणि सवयही नसावी.

''जुन्या काळातील जगाची निष्ठेसारखी मूल्यं तू अजूनही जपत आहेस हे ऐकून आनंद झाला, अन्यथा इथे असलेला प्रत्येक जण मिळेल त्या मार्गानं झटपट श्रीमंत होण्याच्या मागे असतो. तुला कधीही नोकरीची गरज असेल तर तू केव्हाही मला फोन करू शकतोस.'' ते म्हणाले आणि माझ्या उत्तराची वाट न पाहता निघून गेले.

लवकरच त्यांनी मला काही मोठ्या ऑर्डर दिल्या आणि त्यांची मी चांगली अंमलबजावणी करू शकलो. परंतु त्यामधून मिळणाऱ्या कमिशनपेक्षाही एवढं होऊनही ते माझ्याशी व्यवहार करत होते, मला व्यवसाय मिळवून देत होते, या गोष्टीमुळे मला चांगलाच दिलासा मिळाला होता.

६

हर्षदचा उदय आणि इक्विटीचा संप्रदाय

नंतर नोव्हेंबरमध्ये झालेल्या निवडणुकांमध्ये काँग्रेसचा दारुण पराभव झाला आणि जनता दल प्रणीत राष्ट्रीय आघाडी सरकार सत्तेत आलं. त्यामुळे १९८९ आणि १९९०च्या पूर्वार्धात दलाल स्ट्रीटवर फारशी सक्रियता नव्हती.

अनेक आश्वासनं देऊन व्ही.पी. सिंग सत्तेत आले; परंतु ते युतीतील सहभागी पक्षांना समाधानी ठेवण्यातच अडकून पडले. मंडल आयोगाच्या अहवालानंतर मागास वर्गीयांना देण्यात येणाऱ्या आरक्षणाच्या मुद्द्यावर देशभरात उसळलेल्या विद्यार्थ्यांच्या आंदोलनांनी आणि काही विद्यार्थ्यांनी केलेल्या आत्महत्यांच्या प्रयत्नांनी सिंग यांची त्यांच्या स्वतःच्या पक्षातील प्रतिमा मलिन झाली. तोपर्यंत 'धोरण लकवा' ही संज्ञा तयार झाली नव्हती. पण संपूर्ण अर्थकारणाविषयी बेपर्वाई दर्शवत, शेअर बाजार आपल्याच कोषात जाऊन बसला होता. विशिष्ट कंपन्यांवर किंवा क्षेत्रांवर परिणाम करणाऱ्या धोरणांव्यतिरिक्त गुंतवणूकदार कसलीच चिंता करत नव्हते.

या संपूर्ण काळात खिन्नतेचं सावट असलेल्या इंटरबँक बाजारात सरकारी रोख्यांविषयीची (सिक्युरिटीजसाठी) सक्रियता हळूहळू वाढत, तप्त होत चालली होती. शेअर बाजार मात्र याविषयी बऱ्यापैकी अनभिज्ञ होता. या बाजारात राष्ट्रीयीकृत आणि खासगी क्षेत्रांतील अशा दोन्ही प्रकारच्या बँकांनी आपल्या तरलतेच्या गरजा भागवण्यासाठी आणि अर्थातच नफा

मिळवण्यासाठी एकमेकींमध्ये रोख्यांची (बाँड्सची) खरेदी आणि विक्री केली. नाणे बाजार (मनी मार्केट) असं म्हटल्या जाणाऱ्या या बाजारातील घडामोडींचे प्रतिध्वनी लवकरच शेअर बाजारातही उमटू लागले.

सन १९९०च्या जानेवारी ते जून या काळात सेन्सेक्स ७०० आणि ८५०च्या दरम्यान हेलकावत राहिला होता. त्यातून तो कोणत्या व्याप्तीच्या कोणत्या टोकापर्यंत जाऊ शकेल याचा संकेत मिळत होता. जुलै सुरू झाल्यानंतर इंडेक्स वरच्या टोकाला गेला आणि त्या महिनाअखेरीपर्यंत तो चक्क १,१०० पर्यंत चढला. त्याहूनही आश्चर्याची बाब म्हणजे, इराकनं कुवेतवर केलेल्या हल्ल्यानंतर कच्च्या तेलाच्या किंमती वाढू लागल्यावर ऑगस्ट आणि सप्टेंबरमध्ये तर बाजार भलताच वधारला. तत्त्वतः विचार करता, देशासाठी जास्त मोठं आयातीचं बिल आणि त्याचा आधीच तुटपुंज्या असलेल्या परकी चलनाच्या साठ्यावर आलेला ताण- असा कच्च्या तेलाच्या दरवाढीचा अर्थ होता. त्यामुळे बाजारांनी याकडे नकारात्मक चिन्हं म्हणून पाहायला हवं होतं.

तोपर्यंत हर्षदच्या सक्रियतेची व्याप्ती लक्षणीयरीत्या वाढली होती. फक्त तोच एसीसी, अपोलो टायर्स, गुजरात अंबुजा, टाटा टी आणि एसपीआयसी यांसारख्या स्टॉक्समधील मोठ्या चाली खेळत होता. शेअर बाजारात त्याला एखाद्या महान व्यक्तीचा दर्जा प्राप्त होईपर्यंत आणि सर्वत्र त्याचा उदो उदो होईपर्यंत आणखी काही महिने जावे लागले. तो ज्या पातळीपर्यंत पोहोचला होता, तिथपर्यंत त्याआधी शेअर बाजारातील इतर कोणीही पोहोचलं नव्हतं. पण तो आधीपासूनच दलाल स्ट्रीटचा पहिला सुपरस्टार होण्याच्या मार्गावर वाटचाल करत होता.

शेअर बाजारातील अनेक लोकांना हर्षदविषयी एक गोष्ट माहीत नव्हती. ती म्हणजे हर्षद तोपर्यंत नाणे बाजारातीलसुद्धा शक्तिशाली ब्रोकर झाला होता. हे करत असताना त्याने अजय कयान यांच्या मालकीची स्मिफ्स मॅकेरटिक, हेमेंद्र कोठारी यांच्या नियंत्रणाखाली असलेली डीएस पर्भूदास आणि भूपेन दलाल यांची सिफ्को यांसारख्या खेळाडूंना प्रस्थापित करणाऱ्या व्यवसायांची गळचेपी दूर केली होती.

हर्षदने १९८०च्या दशकाच्या सुरुवातीला स्टॉक्समधील जॉबर म्हणून आर्थिक बाजारातील त्याच्या करिअरची सुरुवात केली. त्याने अतिशय चांगलं काम केलं आणि १९८४ पर्यंत बीएसईचं सदस्यत्वही

मिळवलं. त्यानंतर तीन वर्षांनी तो नाणे बाजारात काम करू लागला. शेअर बाजाराप्रमाणेच तिथेही आपल्या यशाची पुनरावृत्ती करता येईल, अशी त्याची अपेक्षा होती. शेअर बाजारात एखादी व्यक्ती हलक्या जॉबरपासून ते ब्रोकरपर्यंत आपली प्रगती करून घेऊ शकत असली तरी नाणे बाजारात अशा प्रकारे जोरदार मुसंडी मारणं ही कठीण गोष्ट असते.

या संदर्भात एक कथा सर्वत्र प्रचलित आहे, मात्र तिच्या सत्यतेविषयी संदिग्धता आहे. या कथेनुसार हर्षद मेहताला नाणे बाजाराकडे वळवण्यास प्रवृत्त करणारी एक घटना घडली होती. नंतर काही वर्षांनी एकदा आम्ही दारू पीत बसलो असताना शर्मा आणि मी पूर्वीच्या दिवसांच्या आठवणी काढत होतो. त्या वेळी शर्मानं मला ती सांगितली होती. हर्षद त्याचा मित्र असलेल्या ब्रोकरच्या कार्यालयात गेला होता. तिथेच नाणेबाजारातील एक बऱ्यापैकी महत्त्वाचा ब्रोकरही योगायोगानं आला. तो ब्रोकर बाजाराविषयी बोलत असताना हर्षदच्या मनात जिज्ञासा निर्माण झाली. त्याने कुठल्यातरी गोष्टीविषयी जास्त माहिती विचारली. साहजिकच तो ब्रोकर हर्षदकडे वळला आणि त्याला म्हणाला, ''ही गोष्ट तुझ्या आवाक्याच्या पलीकडची आहे. तुझ्या शेअर बाजारातील किंवा त्याच प्रकारच्या कामाला तू चिकटून राहिलास तर जास्त बरं होईल.'' यामुळे त्याचा स्वाभिमान दुखावला गेला. त्यातूनच आपण दलाल स्ट्रीटवरच्या ट्रेडिंग रिंगप्रमाणेच नाणे बाजारातही चांगलं काम करू शकतो हे सिद्ध करण्याच्या इच्छेनं तो झपाटला गेला.

नाणे बाजाराचा ब्रोकर म्हणून पहिल्या वर्षी काम करणं हर्षदच्या दृष्टीनं आपत्तिजनक ठरलं. त्याचा पहिला व्यवहार पार पडेपर्यंत त्याला काम करायला लागून जवळजवळ सहा महिने झाले होते. त्या व्यवहारातून त्याला ५,५०० रुपये कमिशन मिळालं होतं. त्यानंतरचे सहा महिने लिहिण्याजोगं काहीच घडलं नाही. त्याच्या जागी असलेल्या इतर कोणीही तिथे काम करण्याचा नाद सोडून दिला असता आणि पुन्हा एकदा स्टॉक्सकडे वळला असता. पण हर्षदला काहीही झालं तरी त्याचं म्हणणं सिद्ध करून दाखवायचं होतं, त्यामुळे त्याने असं काहीही केलं नाही.

अगदी आदल्याच वर्षी एसपीआयसीमधील ट्रेडमध्ये हर्षदकडून जवळजवळ हलगर्जीपणा झाला होता. मनु माणेक यांच्या नेतृत्वाखालील त्याच्या प्रतिस्पर्ध्यांनी त्याला आर्थिकदृष्ट्या घायाळ करण्याची जवळजवळ परिपूर्ण निर्दोष योजना आखली होती. हर्षदकडे त्याच्या वैयक्तिक क्षमतेत

आणि त्याच्या ग्राहकांच्या वतीनंही एसपीआयसीमधील शेअर्समध्ये खरेदीची मोठी पोझिशन होती. उदासीन केंद्रीय अर्थसंकल्पामुळे बाजारात सर्वसामान्यपणे प्रतिकूल भावना निर्माण झाल्या होत्या आणि एसपीआयसीची त्यात मोठीच हानी झाली होती. दोन ट्रेडिंग सत्रांमध्ये त्यांच्या स्टॉकच्या किंमतीत १८० रुपयांवरून १२५ रुपयांपर्यंत घसरण झाली.

अचानकच अशा अफवा पसरू लागल्या की, हर्षद आता शेअर बाजाराचे पैसे भरण्याचे निर्बंध पूर्ण करू शकणार नाही. एखाद्या ब्रोकरनं शेअर्सची खरेदी केली तर सेटलमेंटच्या दिवशी त्या शेअर्सकरिता शेअर बाजाराला पैसे देण्याचं (पे-इन ऑफ फंड्सचं) त्याच्यावर बंधन असतं. जर त्याने शेअर्स विकले तर त्याला ते शेअर्स डिलिव्हर करावेच लागतात किंवा सेटलमेंटच्या दिवशी शेअर बाजाराचे पैसेही भरावेच लागतात.

एसपीआयसीच्या शेअर्सची मागणी कमी करण्यासाठी बेअर्स जास्तीत जास्त प्रयत्न करत होते. बुल्सनी त्यांच्या पोझिशन सोडाव्यात यासाठी त्यांचं मनोधैर्य खच्ची करण्याचे त्यांचे प्रयत्न सुरू होते. स्टॉकची किंमत आणखी घसरली असती तर पुढच्या सेटलमेंटपर्यंत ट्रेड पुढे नेण्यासाठी वित्त पुरवठादार मिळवणं हर्षदला कठीण झालं असतं. विश्वासू ब्रोकर मित्राच्या सल्ल्यानुसार हर्षदनं ठरलेल्या वेळापत्रकाच्या आधीच एसपीआयसीकरिता फंड देऊन टाकण्याची तजवीज करायचं असं ठरवलं. त्याने पैसे भरले आणि एम.आर. मय्या या बीएसईच्या कार्यकारी संचालकांना अशी विनंती केली की, त्यांनी ही गोष्ट बीएसईच्या सूचनाफलकावर जाहीर करावी. मय्यांनी शेअर बाजाराचे नियम सांगून तसं करण्यास नकार दिला. परंतु याविषयीची सत्यता पडताळून पाहण्यास येणाऱ्या लोकांना त्याची खात्री देण्याची त्यांनी हर्षदला हमी दिली.

ही चाल उपयुक्त ठरली, परंतु त्यामुळे फक्त बेअर्सनी एसपीआयसीच्या शेअर्सची किंमत घसरवणं थांबवलं. मात्र वेळापत्रकाच्या आधीच पैसे भरण्याची तजवीज करण्यासाठी मोठा आर्थिक ताण सहन करणाऱ्या हर्षदच्या दृष्टीनं हा स्पष्ट विजय नव्हता. त्याच्या काही ग्राहकांनी त्याच्याशी सहकार्य केलं आणि पैसे दिले, पण इतरांनी तसं करण्यास नकार दिला. त्याचा अंतिम परिणाम असा झाला की, हर्षदच्या फर्मला एसपीआयसीच्या स्टॉकच्या किंमतींमधील जोरदार घसरणीमुळे झालेला बराचसा तोटा सहन करावा लागला.

सन १९८७ मध्ये हर्षदनं अगदी पहिल्यांदाच नाणे बाजारातील ब्रोकर्सच्या एकांतवासातील समुदायात आपला जम बसवण्याचा प्रयत्न केला, त्या वेळी बाजार फारसा सक्रिय नव्हता. रिझर्व्ह बँक ऑफ इंडियानं (आरबीआयनं) घालून दिलेल्या निकषांनुसार, बँकांना कॅश रिझर्व्ह रेश्शो (बँकांना त्यांच्याकडे ठेवींच्या स्वरूपात असलेलं काही धन रिझर्व्ह बँकेकडे ठेवणं बंधनकारक असतं. याला 'रोख-राखीव प्रमाण' म्हणजेच 'सीआरआर' असं म्हणतात.) आणि स्टॅच्युटरी लिक्विडिटी रेश्शो (याचा साठा बँक स्वतःकडे करते. हा साठा रोख स्वरूपातच असला पाहिजे असं नसतं. यात सोनं, सरकारी रोखे इ. असू शकतात. यालाच 'वैधानिक रोखता' किंवा 'तरलता' प्रमाण - 'एसएलआर' असं म्हणतात.) योग्य प्रमाणात असावा यासाठी त्यांच्याकडच्या जवळजवळ निम्म्या ठेवी (डिपॉझिट्स) बाजूला काढून ठेवाव्या लागत होत्या.

यंत्रणेतील पैशाचा प्रवाह नियंत्रित करण्यासाठी आरबीआयला सीआरआरची मदत होते, कारण त्यामुळे बँकांना त्यांच्याकडच्या ठेवींपैकी ठरावीक प्रमाणातील ठेवी आरबीआयकडे ठेवाव्याच लागतात. चार टक्के सीआरआर असणं याचा अर्थ बँकेकडे अगदी शंभर रुपयांची ठेव असली तरी बँकेला त्यापैकी चार रुपये रिझर्व्ह बँकेकडे जमा करावेच लागतात. सीआरआरवर बँकांना कसलंही व्याज मिळत नाही. बँकांना त्यांच्या फंडातील काही भाग सक्तीनं सरकारी सिक्युरिटीमध्ये (सरकारी बाँड्समध्ये) गुंतवावाच लागतो. तोच एसएलआर होय. एसएलआर गुंतवणुकींवर व्याज मिळतं, परंतु बँका त्यांच्या उद्योजक कर्जदारावर जितकं व्याज आकारतात, त्या तुलनेत हा व्याजदर खूपच कमी असतो. आज सीआरआर चार टक्के आहे आणि एसएलआर २१.५ टक्के (एकूण २५.५ टक्के) आहे. त्या वेळी या दोन गुणोत्तरांचं एकत्रित प्रमाण हे सुमारे ५० टक्के होतं.

याचा अर्थ बँकांना ठेवी म्हणून मिळालेल्या शंभर रुपयांपैकी फक्त ५० रुपये कर्जाऊ देता येत होते. त्यामुळे चांगला नफा मिळवण्याची त्यांची क्षमता कमी झाली होती. ज्या ज्या वेळी सीआरआर आणि एसएलआर मर्यादा वाढवण्यात आल्या होत्या, त्या प्रत्येक वेळी कायद्याचं पालन करण्यासाठी काही बँकांना रोख रक्कम किंवा सिक्युरिटीज कर्जाऊ घ्याव्या लागल्या होत्या. काही बँकांच्या हे लक्षात आलं होतं की, चांगलं उत्पन्न मिळवण्यासाठी बाँड्सची सुनियोजित खरेदी करणं हा उत्पन्नात वाढ करण्याचा

चांगला मार्ग होता. परंतु बहुतांश बँका आरबीआयच्या नियंत्रणात्मक गरजा पूर्ण करण्यासाठी बाँड्सची खरेदी आणि विक्री करत होत्या.

सीआरआरच्या किंवा एसएलआरच्या कडक नियमांमधून सुटका करून घेण्यासाठी बँका 'बायबॅक' किंवा 'रेडी फॉरवर्ड'चा मार्गही वापरत होत्या. समजा, 'ए' या बँकेला रोख पैसा हवा आहे. ती तिच्या पोर्टफोलिओतील काही सिक्युरिटीज 'बी' या बँकेला विकत होती आणि काही दिवसांनंतर किंचित चढ्या दरानं त्यांची पुनर्खरेदी करत होती. खरं म्हणजे अल्पावधीच्या कर्जासाठी 'बी' या बँकेला 'ए' ही बँक देत असलेलं ते व्याज होतं. 'बी' या बँकेच्या दृष्टीनं खरेदीच्या आणि विक्रीच्या दरांतील तफावत म्हणजे त्या थोड्या दिवसांसाठी तिने 'ए' बँकेला दिलेल्या कर्जापोटी वसूल करण्यात आलेलं व्याज होतं.

शिवाय बँका, म्युच्युअल फंड आणि उद्योग-व्यवसाय कॉल मनी मार्केटमधून एकमेकांकडून अल्प काळासाठी फंड कर्जाऊ घेऊ शकत होते. परंतु आरबीआयनं या बाजारावर दहा टक्के व्याजदर लादला होता. परिणामी, कॉल मार्केटमधून कर्ज घेण्याची बँकांना फारशी इच्छा असत नव्हती, कारण तिथे रेडी फॉरवर्ड व्यवहारांवर आकारण्यात येणारे दर खूपच जास्त होते.

रेडी फॉरवर्ड व्यवहारांची संख्या वाढल्यानंतर बँक रिसीट (बीआर) या साधनाचा वापरही वाढला. ज्या वेळी 'ए' ही बँक 'बी' या बँकेला सिक्युरिटीजची विक्री करत होती, त्या वेळी नेहमीच सिक्युरिटीज या प्रत्यक्ष कागदोपत्रांच्या स्वरूपात असत होत्या. त्यामुळे त्या आतासारख्या इलेक्ट्रॉनिक पद्धतीनं तातडीनं खरेदीदाराकडे पाठवल्या जात नव्हत्या. म्हणून 'ए' ही बँक 'बी' या बँकेला देत असलेला बीआर हा 'बी' बँकेकडे प्रत्यक्ष सिक्युरिटीज देण्यात येईपर्यंतची मुदत असलेला बीआर असे. एकदा सिक्युरिटीज देण्यात आल्या क्री बीआरची मुदत संपत असे. बीआरची मुदत ही ९० दिवसांची किंवा सिक्युरिटी देण्यात येईपर्यंतचा काळ- यांपैकी जी गोष्ट कमी कालावधीची असेल तितक्या दिवसांची असे. बीआरच्या नियमांतर्गत तरी हाच अर्थ होता.

लवकरच, बीआरचा मोठ्या प्रमाणात गैरवापर केला जाऊ लागला. अनेक व्यवहारांमध्ये प्रत्यक्ष सिक्युरिटीज कधीच दिल्या जात नव्हत्या, फक्त बीआरच दिले जात होते. बीआर देणं याचा अर्थ खास परिस्थितींमध्ये सिक्युरिटी देण्याची किंवा त्यांची डिलिव्हरी करण्याची ती 'अपवादात्मक पद्धत' होती. परंतु लवकरच तो रिवाजच होऊन गेला.

बँका बीआरकरिता बीआर देऊ लागल्या. त्यावर बंदी घालण्यात आली. याचा अर्थ असा होता की, 'बी' बँक तिच्याकडे सिक्युरिटीजची डिलिव्हरी झालेली असली तरीही 'ए' बँकेनं दिलेला बीआर तिसऱ्या बँकेला ट्रेड करू शकत होती. ही तिसरी बँक जणू काही तिच्याकडे आता सिक्युरिटीज असल्याप्रमाणे तो बीआर चौथ्या बँकेला ट्रेड करू शकत होती.

जर कुठल्याही कारणानं 'ए' बँक सिक्युरिटीजच्या डिलिव्हरी करू शकली नाही तर या मालिकेतून कर्जबाजारीपणाची मालिकाही सुरू झाली असती. 'ए' बँकेनं ज्या सिक्युरिटीज देऊ केल्या होत्या, त्या सिक्युरिटीज तिने दिलेल्या बीआरला आधार देण्याकरिता मुळातच तिच्याकडे कधीही नसण्याचीही शक्यता होती. तिने बहुधा बीआरच्या ९० दिवसांच्या मुदतीच्या काळात आपण तो व्यवहार पूर्ण पार पाडून त्या सिक्युरिटी (प्रत्यक्षात नसल्या तरी कागदोपत्री) पुन्हा खरेदी करू, या भरवशावर तो बीआर दिला असण्याचीही शक्यता होती. त्या परिस्थितीत 'ए' बँकेला 'बी' बँकेकडे प्रत्यक्ष सिक्युरिटीज देण्याची किंवा डिलिव्हर करण्याची गरजच पडली नसती. 'बी' बँकेनं जर त्याच बीआरचं दुसऱ्या बँकेशी ट्रेडिंग केलं तर तिने त्या संदर्भात कसलीच घासाघीस करण्यात भाग घेतला नसता हे सरळ होतं.

...आणि नेमकं हेच घडलं होतं. काही बँकांनी प्रत्यक्ष सिक्युरिटीज नसतानाच बीआर देण्याची सुरुवात केली होती. त्यांना याची खात्रीच होती की, बीआर खरेदी करणारी बँक तो विकणाऱ्या बँकेच्या सिक्युरिटी डिलिव्हर करण्याच्या क्षमतेची खात्री करून घेण्याच्या फंदात पडणार नाही. बँक ऑफ कऱ्हाड आणि मेट्रोपॉलिटन को ऑपरेटिव्ह बँक यांसारख्या सहकार क्षेत्रातील बँकांनी प्रत्यक्ष बँकेच्या गुंतवणूक पोर्टफोलिओच्या किंमतीच्या कित्येक पटींनी किंमत असलेल्या सिक्युरिटीज दिल्या होत्या. या बँकांचं अखेरीस दिवाळं निघालं.

या सगळ्या गोष्टी आणखी वाईट करण्यात हर्षद मेहतासारख्या ब्रोकर्सनी भर घातली. त्यांनी खरेदी आणि विक्री करणाऱ्या बँकांचे ब्रोकर्स म्हणून सरळपणे काम करण्याऐवजी स्वतःच्या जिवावर भल्या मोठ्या पोझिशन घेण्यास सुरुवात केली. समजा, जर 'ए' या बँकेला विशिष्ट सरकारी बाँडची विक्री करायची असेल आणि 'बी' या बँकेला तो बाँड खरेदी करायचा असेल तर हर्षदने आदर्श किंवा उचित व्यवहार करण्याकरिता फक्त या दोन्ही बँकांशी त्याचा संबंध असल्यामुळे त्यांना एकमेकींशी जोडून देऊन

त्यातून मिळणारं कमिशन घ्यायला हवं होतं. पण आता तो 'ए' बँकेकडून स्वतः तो बाँड खरेदी करून 'बी' बँकेला तो विकून नफा कमावण्याइतका मोठा झाला होता.

बँकांना फक्त इतर बँकांनाच सिक्युरिटीजचं ट्रेडिंग करता येत होतं. परंतु हर्षदनं ज्या वेळी आपण प्रतिपक्ष होण्याचं ठरवलं, त्या वेळी या खेळाच्या नियमांचं स्वतःच पुनर्लेखन केलं. आता तो या दोन बँकांमधील ट्रेडचा फक्त ब्रोकर उरला नव्हता. आता 'ए' या बँकेकडून विशिष्ट दरानं सिक्युरिटी खरेदी करून 'बी' या बँकेला त्याहून जास्त दरानं त्या विकून नफा कमावण्याचा आत्मविश्वास त्याने मिळवला होता किंवा 'बी' बँकेकडून त्यांची जास्त स्वस्तात खरेदी करून त्यांची डिलिव्हरी करण्याची आशा बाळगून तो 'ए' या बँकेच्या सिक्युरिटीजचा 'शॉर्ट सेल'ही करू शकत होता.

प्रत्यक्षात ही गोष्ट याहूनही जास्त गुंतागुंतीची होती, कारण नियमानुसार, 'ए' किंवा 'बी' यांपैकी कुठलीही बँक ब्रोकरशी थेट व्यवहार करूच शकत नव्हती. हर्षद 'सी' या बँकेची मदत मिळवून या नियमातून सुटका करून घेत होता. या व्यवहारात ती तिचं नाव उसनं देऊ करत होती. 'ए' आणि 'बी' या दोन्ही बँकांना त्या प्रत्यक्षात हर्षदशी व्यवहार करत असल्याचं माहीत असलं तरी कागदोपत्री असं दिसत होतं की, 'ए' आणि 'बी' या बँका 'सी' या बँकेशी व्यवहार करत होत्या.

'सी' या बँकेच्या नावावर पेमेंटचा धनादेश काढला जात होता आणि ती बँक तिची फी कापून घेऊन तो धनादेश तातडीनं हर्षदच्या खात्यात जमा करत होती. त्याचप्रमाणे 'सी' बँकसुद्धा खरेदी करणाऱ्या बँकेला तिच्या पोर्टफोलिओतून सिक्युरिटीज डिलिव्हर करू शकत होती आणि त्या खरेदी करणाऱ्या ब्रोकरकडून पुन्हा परत मिळवू शकत होती.

हर्षदच्या व्यवहारांमध्ये झपाट्यानं प्रचंड वाढ झाली, त्याला या सुविधेची मदत झाली होती. बीएसईच्या ट्रेडिंग रिंगमध्ये अतिशय कष्टानं तो जॉबिंगची कौशल्यं शिकला होता. त्यांचा त्याने नाणे बाजारात चांगला उपयोग करून घेतला. तो व्यवहाराच्या कुठल्या बाजूला होता, त्यानुसार स्वतःला जास्तीतजास्त नफा मिळवण्यासाठी तो सिक्युरिटीला तरल किंवा अ-तरल बनवू शकत होता. प्रतिपक्ष (म्हणजेच विक्रेत्यासमोर खरेदीदार आणि खरेदीदारासमोर विक्रेता) म्हणून काम करण्याखेरीज हर्षद ब्रोकर म्हणूनही बँकांसाठी व्यवहार करत होता. कागदोपत्री काही व्यवहारांकरिता

तो बँकांकडून ब्रोकरेज घेत नव्हता. परंतु इथेही एका बँकेनं केलेली विक्री आणि दुसरीनं केलेली खरेदी या व्यवहारांमधील व्यापक तफावतीमुळे हर्षदला लाभच होत होता.

लवकरच हर्षद ज्या बँकांसाठी व्यवहार करत होता, त्यांचा त्याच्यावर इतका विश्वास बसला की त्याला कुठलाच प्रश्न न विचारता त्या त्याच्या खात्यात त्याच्या सूचनेअनुसार मोठ्या रकमा जमा करू लागल्या. सैद्धांतिकदृष्ट्या, त्यांच्याकरिता तो सिक्युरिटीजची खरेदी करत होता आणि त्यासाठी त्या त्याला पैसा देत होत्या. प्रत्यक्षात हर्षद तो पैसा शेअर बाजारातील त्याच्या गुंतवणुकांसाठी वापरत होता. बँकांकडून मिळालेला पैसा वापरून तो प्रचंड प्रमाणात त्याला हव्या असलेल्या स्टॉक्सची स्वतःसाठी खरेदी करत होता आणि या प्रक्रियेत शेअर्सची किंमत गगनाला भिडत होती. स्टॉक्सची हाताळणी करून मिळालेला नफा तो स्वतःसाठी ठेवून घेत होता आणि त्याच्या व्यवहाराअनुसार, विक्रेत्या बँकेकडे फंड पुढे पाठवत होता किंवा खरेदीदार बँकेला तिचा फंड परत करत होता. बँकांच्या फंडांना शेअर बाजाराकडे वळवण्याची कल्पना त्याच्या मनात कधी आली होती, ते कोणालाही माहीत नव्हतं. ज्या वेळी तो शेअर बाजारात वापरत असलेली रक्कम प्रचंड प्रमाणात वाढली, फक्त त्याच वेळी म्हणजे १९९१ मध्ये त्याच्या व्यवहारांविषयी जोरदार चर्चा सुरू झाली. १९९०च्या दरम्यान, सर्वसामान्यांचं लक्ष शेअर बाजाराकडे फारसं वेधलं गेलं नव्हतं. त्यांच्यापैकी बहुतेकांच्या मनात शेअर्सविषयी आणि शेअर बाजाराविषयी संदिग्ध कल्पना होत्या.

हर्षद उदारपणानं बोली लावू लागला होता, त्याला काही महिने उलटून गेले होते. त्याच दरम्यान, हर्षदला भेटण्याची मला इच्छा आहे का, असं शर्मानं मला विचारलं. मी त्याच्याविषयी बरंच काही ऐकून होतो, त्यामुळे माझ्या मनात त्याच्याविषयी बरीच उत्सुकता होती. काही दिवसांनंतर आम्ही रिंगमध्ये भेटल्यानंतर शर्मानं मला सांगितलं की, त्या दिवशी संध्याकाळी विले पार्ले येथील ग्रासहॉपर रेस्टॉरंटमध्ये हर्षद रात्रीच्या जेवणाकरिता त्याच्या काही मित्रांना भेटणार होता.

''आमच्यासोबत तूही असशील तर भाईला आनंद होईल,'' शर्मा म्हणाला.

त्या बैठकीच्या वेळी माझ्या मनात काहीसा तणाव होता. हर्षद अतिशय बोलघेवडा होता आणि संभाषण करणं अवघड वाटत असलेल्या

माझ्यासारख्या भिडस्त व्यक्तीच्या अगदीच विरुद्ध स्वभावाचा होता. माझ्यासारखा घुमा माणूस त्याला कदाचित फारसा प्रभावी वाटू शकणार नाही, अशी मला काळजी वाटत होती.

शर्मा आणि मी ग्रासहॉपरमध्ये एकमेकांच्या सोबतच गेलो. आम्हांला तिथे पोहोचायला दहा मिनिटं उशीर झाला होता. हर्षद आधीच तिथे पोहोचला होता आणि त्याच्या सोबत इतर सात जण होते. ते सगळेच शेअर बाजारातील मित्र होते. मी त्या सगळ्यांना नावानिशी ओळखत होतो आणि मला वाटतं की, त्यांनाही माझ्या तिथल्या अस्तित्वाची जाणीव होती. शर्मानं अतिशय मुद्देसूदपणे माझी ओळख करून दिली.

त्याने माझ्या खांद्यावर हात ठेवला आणि हर्षदला म्हणाला, ''हा लालचंद, याला लाला म्हणूनच जास्त ओळखलं जातं.''

मी हळूच पुटपुटल्यासारखं हर्षदला 'हॅलो' म्हणण्याचा प्रयत्न केला, पण मी इतका चकित झालो होतो की, त्याला अभिवादन करताना मी आपोआपच झुकलो होतो.

हर्षदशी काही क्षण माझी नजरानजर झाली. तो मला जोखत असल्याचं माझ्या लक्षात आलं.

''मी हर्षद. कसा आहेस लाला?'' त्याने विचारलं. त्याच्या चेहऱ्यावर आपुलकीचं स्मित होतं.

त्याने ज्या विनयशीलतेनं त्याची ओळख करून दिली होती, त्यामुळे मी काहीसा चकित झालो होतो. अर्थातच मला त्याचं नाव माहीत होतं. परंतु नंतर मला समजलं की, हर्षदच्या वागण्यातील हा आकर्षक पैलू होता आणि त्याच्या सान्निध्यात आलेल्यांच्या मनावर ताण येऊ नये, त्यांना सहजपणे बोलता-वागता यावं, असं वागण्याची हातोटी त्याच्याकडे होती.

''अरे शर्मा, त्या लुटारूंना डिवचण्याची आवड असलेल्या जॉबरचा तू उल्लेख केलास, त्या वेळी तो एखादा महाविद्यालयीन मुलगा असेल असं मला खरंच वाटलं नव्हतं,'' हर्षद म्हणाला आणि माझ्याकडे वळून पुढे म्हणाला, ''तुला या खेळाची नस लवकर सापडली आहे, असं दिसतंय. सुरुवातीच्या काही वर्षांत टिकून राहायचं असेल तर ही गोष्ट महत्त्वाची असते आणि नेहमीच सगळ्यांत कठीणही असते. यामुळे मला रिंगमधील माझ्या सुरुवातीच्या दिवसांची आठवण झाली.''

मी खोटं बोलणार नाही, पण त्याच्या या शब्दांनी माझ्या अंगावर मूठभर मांस चढलंच होतं. मात्र त्यामुळे माझे शब्द आणखी आतल्या आत दडपून गेल्यासारखे तोंडातच अडकून पडले होते. मला काय बोलावं तेच सुचत नव्हतं.

पण तेवढ्यात मध्येच त्या संभाषणात सहभागी होऊन हर्षदच्या एका मित्रानं मला वाचवलं. शुक्रवार असल्यामुळे तिथे जेवणासाठी वाट पाहत बसलेल्या लोकांची रांग होती. त्यांच्यावर नजर टाकल्यानंतर, आम्हांला निदान अर्धा ते एक तास तरी वाट पाहावी लागेल, असं मला वाटलं.

''...म्हणूनच आपण आगाऊ बुकिंग करायला हवं होतं असं मी तुला म्हणत होतो हर्षदभाई. आता बराच वेळ वाट पाहावी लागेल,'' हर्षदचा तो मित्र म्हणाला. त्याचं नाव विरेन होतं.

''पण आपल्याला फारसा त्रास करून न घेता टेबल मिळू शकत असेल तर आपण आगाऊ बुकिंग करण्याचा त्रास कशाला घ्यायचा?'' हर्षदनं विचारलं.

आपल्याला रेस्टॉरंटचे कर्मचारी लगेच ओळखतील आणि तत्परतेनं टेबल देतील असं हर्षदला वाटत असावं असा विचार माझ्या मनात तरळून गेला. शेअर बाजाराच्या वर्तुळात तो सर्वपरिचित होता, पण इथे, बाहेर मात्र तो म्हणजे फक्त चांगल्या जेवणावर ताव मारण्यासाठी आलेला आणखी एक ग्राहक होता.

''ही गोष्ट एवढी सोपी असेल तर तू आम्हांला टेबल मिळवून का देत नाहीस?'' विरेननं विचारलं.

''तू मला आव्हान देत आहेस का?'' हर्षदनं विचारलं.

''होय,'' विरेन म्हणाला.

जास्त लांबड न लावता सांगायचं झालं तर हर्षदनं लवकरच आमच्यासाठी टेबल मिळवलं. हर्षदनं टेबल देत असलेल्या दरवाजाजवळच्या व्यवस्थापकाला आपण टूर ऑपरेटर असल्याचं भासवलं आणि पहिल्यांदा प्रतीक्षा यादीवरील बारा जणांच्या गटाची चांगली काळजी घेण्याविषयी त्याला सांगितलं. (त्या व्यवस्थापकाच्या हातात असलेल्या वहीतील प्रतीक्षा यादीत डोकावून पाहून त्याने ते केलं होतं.) त्याने त्याला सांगितलं की, ते हिऱ्याचे गुजरातमधील श्रीमंत व्यापारी होते आणि त्याने त्यांच्याकडे

मुद्दामच या रेस्टॉरंटची शिफारस केली होती. त्यानंतर थोड्याच वेळात पुन्हा एकदा तो त्याच्याकडे गेला आणि त्याने त्याला सांगितलं की, त्याने पाहुण्यांच्या आणखी एका गटाला आणलं आहे आणि तो गट पहिल्या गटाहूनही जास्त महत्त्वाचा आहे. पहिल्या गटापेक्षाही या गटालाच प्राधान्य द्यावं, असं त्याने त्याला सांगितलं. हर्षद बाहेर किती हुशारीनं वागत होता, ते पाहून मी खूपच प्रभावित झालो होतो. परंतु स्वतःला पुढे जाता यावं म्हणून तो जास्त मोठ्या पातळीवरही अशाच प्रकारे लबाडीनं काही गोष्टी स्वतःकडे खेचून तर आणत नसेल ना, असा संशयही त्याच वेळी माझ्या मनात दाटून आला होता.

मी त्या वेळी हर्षदपासून शक्य तितकी दूरची जागा निवडली होती. याखेरीज मला त्या रात्रीच्या जेवणाविषयी फारसं काही आठवत नाही. तो कदाचित मला बाजाराविषयीचे काही प्रश्न विचारेल आणि मी त्यांची मूर्खासारखी काहीतरी उत्तरं देईन, अशी भीती मला वाटत होती.

तरीही त्याने मला हेरलंच आणि एका कंपनीविषयी काहीतरी विचारलं. मी खूपच बावरलो होतो, त्यामुळे मी स्वतःशीच पुटपुटल्यासारखा काहीतरी बोललो. पण त्याने ते लक्षपूर्वक ऐकलं आणि मला प्रतिप्रश्न विचारताना तो म्हणाला, ''खरं आहे लाला, पण तुला त्याच्याकडे वेगळ्या नजरेनं पाहता आलं तर...? म्हणजे असं समज की...''

मी आणखी काहीतरी मूर्खासारखा बरळलो. तो मला आणखी काही प्रश्न विचारेल की काय, या भीतीनं मी गांगरून गेलो होतो. कारण, माझ्याकडे आता बोलण्यासारखं याहून जास्त काहीही नव्हतं.

''हं... तुझ्या बोलण्यात तथ्य दिसतंय,'' तो म्हणाला. मी जणू काही त्याला एक अगदीच नवीन दृष्टिकोन दिला आहे अशा प्रकारे त्याच्या चेहऱ्यावर गंभीर विचारात बुडाल्यासारखे भाव पसरले होते.

रात्रीच्या जेवणानंतर आम्ही बाहेर पडल्यानंतर हर्षदनं माझ्या खांद्यावर हात ठेवला आणि तो म्हणाला, ''तू स्वारस्यपूर्ण व्यक्ती आहेस लाला. संपर्कात राहू या.''

त्याने मला त्याचं व्हिजिटिंग कार्ड दिलं आणि माझ्याकडे कुठल्याही रोचक कल्पना असतील तर मी त्याला केव्हाही फोन करावा, असं सांगितलं.

जेवणाच्या त्या पार्टीनंतर काही आठवड्यांनी मी हर्षदसाठी ट्रेडिंग करू लागलो. शर्मा हा मला त्याच्याशी जोडणारा दुवा होता आणि सगळ्या

ऑर्डर्स त्याच्या मार्फतच जात होत्या. त्या सगळ्याच शेअरच्या खरेदीच्या ऑर्डर्स होत्या आणि काही वेळा त्या किंमत-मर्यादा सूचनेसह असत होत्या आणि इतर वेळी मला मोकळेपणानं काम करण्याची मुभा होती. मी हे सगळे व्यवहार जॉबर म्हणून माझ्या क्षमतेत करत होतो. माझ्या कंपनीचा डीलर म्हणून मी ते काम करत नव्हतो. तरीही माझ्या कंपनीच्या मालकाशी मी केलेल्या करारानुसार, नफ्यातील काही वाटा माझ्या कंपनीकडे गेला होता.

सुरुवातीला ते व्यवहार लहान होते, पण त्यातून माझ्या क्षमतेची आणि प्रामाणिकपणाची परीक्षा घेतली जात होती, असा माझा अंदाज होता. एकदा त्यांचं समाधान झाल्यानंतर हळूहळू जास्त नियमितपणानं जास्त मोठ्या ऑर्डर्स येऊ लागल्या. माझं कमिशनही सातत्यानं आणि स्थिरपणानं वाढत चाललं होतं आणि आगामी काही वर्षांतच घाटकोपरला स्वतःच्या मालकीचं घर घेण्याचं माझं स्वप्न मी प्रत्यक्षात उतरवू शकेन असा आत्मविश्वास माझ्या मनात निर्माण झाला होता.

७

दलाल स्ट्रीटला नवीन 'बिग बुल' मिळाला

लालकृष्ण अडवाणींच्या रथयात्रेच्या वेळी बिहारमध्ये तत्कालीन मुख्यमंत्री लालू प्रसाद यादव यांच्या सरकारनं त्यांना अटक केल्यानंतर भारतीय जनता पक्षानं व्ही.पी. सिंग सरकारचा पाठिंबा काढून घेतला. बाजार थोडासा वरच्या दिशेला वळला असला तरीही त्यानंतरच्या जानेवारीत कुवेतमधून सैन्य मागे घेण्यासाठी इराकचं मन वळवण्याचे सगळे राजकीय प्रयत्न अपयशी ठरल्याचं स्पष्ट झालं. त्यानंतर आखाती युद्ध अटळ असल्याचं दिसू लागल्यानंतर सेन्सेक्स कोसळला.

बाजारात असे सगळे चढउतार सुरू असताना एक स्टॉक मात्र स्थिरपणानं आणि गूढपणानं चांगलाच वधारत राहिला होता. तो असोसिएटेड सिमेंट कंपनीजचा स्टॉक होता. या स्टॉकमधील हर्षदनं केलेल्या भरमसाट खरेदीमध्येच त्याच्या अचानकच वाढलेल्या आकर्षणाची मुळं असल्याचं दिसत होतं. मी स्वतः त्याच्यासाठी खूप मोठ्या प्रमाणात खरेदी केली होती. त्याला शक्य असतील तितके एसीसीचे शेअर्स तो खरेदी करत होता हे मला दिसत होतं. गेल्या सहा महिन्यांमध्ये त्या स्टॉकची किंमत दुपटीहून जास्त वधारली होती आणि त्याच्या किंमती अतिरेकी प्रमाणात वाढल्या आहेत असं समजून बेअर्सनी त्यांच्याकडच्या स्टॉक्सचं शॉर्ट सेलिंग केलं होतं.

त्या वेळी शेअरची किंमत १,००० रुपयांपर्यंत पोहोचली होती आणि आता यापुढे किंमत आणखी वधारणार नाही, असं मलाही वाटलं होतं. त्यामुळे मीसुद्धा माझ्याकडचे काही शेअर्स शॉर्ट केले होते. पण माझं मत चुकीचं ठरलं आणि १,१०० रुपयांना माझ्या पोझिशन बंद करून मी बाजारातून बाहेर पडलो. यात मी त्या महिन्यात कमावलेलं माझं अर्धं जॉबिंग कमिशन मला गमवावं लागलं होतं. मी आणखी काही महिन्यांनी प्रयत्न केला असता, पण तरीही त्याचं फलित वेगळं मिळालं नसतं.

अमेरिकेच्या नेतृत्वाखालील मित्रराष्ट्रांच्या आघाडीच्या सैन्यदलाला मिळालेल्या निर्णायक यशानंतर आखाती युद्ध संपुष्टात आलं, परंतु त्यामुळे शेअर बाजारानं खरोखरची उसळी मारली नाही. भारतातील आधीच अनिश्चित असलेली परकीय चलनाची स्थिती आणखी विकोपाला गेली. आता देशासमोर कर्ज परतफेडीच्या निर्बंधांचा भंग होण्याची जोखीम उभी राहिली. महागाईवाढ १३.६ टक्के इतक्या विक्रमी पातळीपर्यंत पोहोचली आणि सगळीकडे निराशेचं वातावरण पसरलं. अर्थकारणाची परिस्थिती निराशाजनक असल्याची बातमी जनतेपर्यंत पोहोचली होती. त्यामुळेच काँग्रेस पक्षानं मार्चमध्ये हंगामी चंद्रशेखर सरकारचा पाठिंबा काढून घेऊन पुन्हा एकदा निवडणुका घेण्याचं आवाहन केल्यानंतर बाजारात फारशी निराशा पसरली नाही.

आणखी एका त्रिशंकू संसदेचं भीतिदायक सावट पसरण्याच्या अंदाजामुळे सन १९९१च्या मेमध्ये झालेल्या सार्वत्रिक निवडणुकांच्या दरम्यान, बाजारात सुस्ती पसरली होती. २१ मे रोजी राजीव गांधींची हत्या झाली आणि बाजाराला धक्का बसला, कारण ते सत्तेत परततील आणि सत्तेत असताना त्यांनी केलेल्या सुधारणा पुढे नेतील या विषयावर बाजारात सट्टेबाजी सुरू झाली होती. दुसऱ्या दिवशी बाजार बंद होता, पण २३ मे रोजी बाजार सुरू झाला त्या वेळी परिस्थिती बरी होती. फारसा चढउतार न होता सेन्सेक्स बंद झाला त्या वेळी आधी निर्माण झालेली धास्ती स्थानिक वित्तसंस्थांच्या पाठबळामुळे दूर झाली होती.

मेअखेरीपर्यंत बाजारात अशीच तंग परिस्थिती होती, कारण निवडणुकीनंतरही कोणत्याच पक्षाला बहुमत मिळणार नाही, असं बाजाराच्या बहुतेक खेळाडूंना वाटत होतं. त्यामुळे राजकीय अस्थैर्य असंच कायम राहण्याची शक्यताही व्यक्त करण्यात येत होती. त्या पाठोपाठ आणखी वाईट बातमी आली. भारताकडे जेमतेम तीन आठवड्यांच्या आयातीकरिता

पुरण्याइतकीच परकी गंगाजळी शिल्लक असल्यामुळे चंद्रशेखर सरकारवर आंतरराष्ट्रीय नाणेनिधीकडे सोनं गहाण ठेवून कर्ज घेण्याची नामुष्की ओढवली होती. जनतेत प्रचंड संताप पसरला होता, परंतु या घडामोडीमुळे देश कोणत्या संकटात सापडला होता ते पूर्णपणानं स्पष्ट झालं होतं.

पण पुन्हा एकदा बाजार कोसळण्याची सार्वत्रिक अपेक्षा असली तरीही बाजार कोसळला नव्हता. मला बाजारातून अशी माहिती समजली होती की, हर्षद आणि त्याच्या जवळचे लोक बाजारातून मोठ्या प्रमाणात खरेदी करत होते. मी याविषयी शर्माला विचारलं.

''भाईला असं वाटतं की, सरकारच्या सोनं गहाण ठेवण्याच्या निर्णयामुळे दिवाळं निघणं टाळण्यासाठी सरकार कुठल्याही टोकापर्यंत जाऊ शकेल,'' शर्मा म्हणाला. मी मंदीकडे कल ठेवूनच (म्हणजेच बेअरसारखा - अस्वलासारखा) राहिलो, कारण मला असं वाटत होतं की, लवकरच नवीन सरकार देशाच्या अर्थकारणाला ते घसरलेल्या खड्ड्यातून बाहेर काढेल.

राजीव गांधींच्या हत्येनंतर निर्माण झालेल्या सहानुभूतीच्या लाटेमुळे निवडणुकीच्या दुसऱ्या टप्प्यात काँग्रेसनं चांगली कामगिरी केली, याचं अर्थातच सगळ्यांनाच आश्चर्य वाटलं होतं. काही लहान पक्षांच्या पाठिंब्यावर त्यांनी सरकार स्थापन केलं. त्यानंतर सेन्सेक्स १०० अंशांनी वधारला, पण बाजाराची प्रतिक्रिया अद्यापही तशीच सावधगिरीची होती.

पंतप्रधान मनमोहन सिंग यांनी २४ जुलैला नवीन पायंडा पाडणारा अर्थसंकल्प मांडला. आयातीतील अडथळे कमी करून आणि उद्योग-व्यवसायांसाठीच्या जाचक परवाना यंत्रणेची साफसफाई करून भारतानं त्याचं अर्थकारण खुलं करण्याची आपली इच्छा दाखवून दिली होती. त्यामुळे दलाल स्ट्रीटवर पुन्हा एकदा जल्लोषी वातावरण निर्माण झालं. एफआयआय्‌ना भारतात गुंतवणूक करण्याची परवानगी देण्याचं वचन सरकारनं दिलं होतं, त्यामुळेही हा अर्थसंकल्प पुढेसुद्धा शेअर बाजाराच्या लक्षात राहणार होता. खासगी खेळाडूंना, कंपन्यांना म्युच्युअल फंड स्थापन करण्यास परवानगी देण्यात आली होती. शेअर बाजार आणि रोखे बाजार यांचं नियमन करण्यासाठी भांडवली समस्या नियंत्रक (कंट्रोलर ऑफ कॅपिटल इश्श्यूज) च्या जागी सिक्युरिटीज अँड एक्स्चेंज बोर्ड ऑफ इंडियाची (सेबीची) स्थापना करण्याचा प्रस्तावही मांडण्यात आला होता.

पुढच्या महिन्यात बेबंद बुल्सनी सेन्सेक्सला ३०० हून जास्त अंशांनी वर नेऊन ठेवलं. या कळपाचा नेता दुसरातिसरा कोणी नसून स्वतः हर्षदच होता. आता त्याला 'बिग बुल' या टोपण नावानं ओळखलं जात होतं. याआधी यूटीआयचे बॉस असलेल्या एम.जे. फेरवानींना या नावानं ओळखलं जात होतं.

हर्षदच्या अनेक आवडत्या स्टॉक्समध्ये होत असलेल्या तर्कविसंगत मूल्यवर्धनाचं समर्थन करण्यासाठी हर्षदनं 'रिप्लेसमेंट कॉस्ट' (पुनर्स्थापन मूल्य) सिद्धान्त मांडला. या सिद्धांतानं असं गृहीत धरलं होतं की कंपनीच्या कमावण्याच्या क्षमतेवर स्टॉकचं मूल्यांकन केलं जाऊ नये, तर त्याऐवजी तशीच कंपनी निर्माण करण्यासाठी किती खर्च येईल किंवा किती किंमत मोजावी लागेल त्या आधारावर स्टॉकचं मूल्यांकन केलं जावं. शेअर बाजारात ही कल्पना एखाद्या वणव्यासारखी पसरली आणि अगदी अतिशय अक्षम आणि गोंधळ, अराजकता असलेल्या कंपन्यांच्या स्टॉक्सची किंमतही आभाळाला भिडली.

अगदी आजसुद्धा हर्षदला रिप्लेसमेंट कॉस्ट सिद्धान्त मांडल्याचं श्रेय दिलं जातं, पण हे खरं नाही. त्याने या कल्पनेचा प्रसार केला असेल, पण काहीही झालं तरी ती मूळ कल्पना त्याची नव्हती. मी आधीच उल्लेख केला आहे त्याप्रमाणे ग्रंथालयात काही काळ मी साहाय्यक म्हणून काम केलं होतं आणि त्यामुळे मला आयुष्यभर वाचनाची गोडी लागली होती. त्यानंतर काही वर्षांनी सिक्युरिटीज अँड कॉन्ट्रॅक्ट्स रेग्युलेशन्स ॲक्टवर १९५६ मध्ये राज्यसभेत झालेली संपूर्ण चर्चा माझ्या वाचनात आली. त्या वेळी पश्चिम बंगालमधून संसदेवर निवडून आलेले सदस्य पी.डी. हिमतसिंग्का यांनी एक रोचक युक्तिवाद केल्याची माहिती देणारा एक परिच्छेद मला वाचायला मिळाला. इंडियन आयर्न अँड स्टील कंपनीच्या शेअरच्या किंमतीत झालेल्या प्रचंड वाढीचं त्यांनी समर्थन केलं होतं. त्यांनी असं म्हटलं होतं की, कुठल्याही खरेदीदाराच्या दृष्टीनं, खुल्या बाजारातून शेअर्सची खरेदी करणं आणि कंपनीवर नियंत्रण मिळवणं ही गोष्ट नवीन पोलाद कंपनीची स्थापना करण्यासाठी लागणाऱ्या खूप मोठ्या खर्चाच्या तुलनेत खूप स्वस्त असते.

तोपर्यंत एसीसीचे शेअर्स ३,००० रुपयांपर्यंत चढले होते. त्या वर्षीच्या सुरुवातीच्या त्यांच्या किंमतीच्या तुलनेत त्या वेळी ते जवळजवळ दुपटीनं वधारले होते. हर्षदनं किंवा त्याच्या साहाय्यकांनी एखाद्या कंपनीच्या शेअर्सच्या किंमतीची फक्त चौकशी केली असली आणि प्रत्यक्षात एकही

शेअर खरेदी केला नसला तरी तत्क्षणी त्या शेअर्सच्या किंमतींमध्ये तेजी येण्यास सुरुवात होऊ लागली. एसीसीच्या शेअर्सच्या किंमतींत आधीच्या वर्षीच्या तुलनेत सहा पट वाढ झाली होती. हर्षद स्टॉक्सचं भवितव्य कसं घडवू किंवा बिघडवू शकत होता त्याचं हे निदर्शक होतं.

कंपन्यांचे प्रवर्तक त्याला शोधत येऊ लागले आणि तो स्वतःही त्याला स्वारस्य असलेल्या कंपन्यांच्या प्रवर्तकांना शोधून काढू लागला. या सगळ्याच बैठका फलदायी ठरत नव्हत्या, पण काही वेळा स्टॉकच्या किंमती वधाराव्यात यासाठी प्रवर्तक हर्षदशी बैठक झाल्याची बातमी शेअर बाजारात पसरवत असत. इतर वेळी हर्षदचे सहकारी अशा प्रकारे बातमी पसरवत आणि तिचाही तोच परिणाम होत असे.

तोपर्यंत हर्षदची भपकेबाज राहणी हा वृत्तपत्रांच्या पहिल्या पानावरच्या मुख्य बातम्यांचा विषय झाली होती. वरळीतील समुद्रकिनाऱ्याजवळचं त्याचं १५,००० चौरस फुटांचं अपार्टमेंट, त्याचे डिझायनर सूट आणि त्याच्याकडचा इम्पोर्टेड कार्सचा ताफा या सगळ्यांमुळे हा 'बिग बुल' दलाल स्ट्रीटवरच्या जवळजवळ प्रत्येक खेळाडूचा आदर्श झाला होता.

बुल्स त्यांचा आनंद साजरा करत असताना नाणे बाजारात काही सूक्ष्म धोरणात्मक बदल होऊ घातले होते आणि त्यांचे शेअर बाजारावरही मोठे परिणाम होण्याची शक्यता होती. सार्वजनिक क्षेत्रातील कंपन्यांनी लागू केलेलं बाँड्सच्या (रोख्यांच्या) आणि डिबेंचर्सच्या (ऋणरोख्यांच्या) व्याजदरावरचं सीलिंग (कमाल मर्यादा) आरबीआयनं ऑगस्टमध्ये काढून टाकलं. नवीन सिक्युरिटीजकडून उच्चतर व्याजदर दिला जाऊ लागल्यानंतर जुन्या सिक्युरिटींचं मूल्य घसरलं. त्यामुळे ज्या बँकांकडे जुन्या सिक्युरिटीज होत्या, त्यांना तोटा झाला. नवीन बाँड्स जर परिपक्वतेच्या वेळी समजा, ११ टक्के व्याजदर देऊ करत असतील, तर दर्शनी मूल्यात सवलत देऊन विकल्याखेरीज, परिपक्वतेच्या वेळी १० टक्के दर देऊ करत असलेल्या बँकांच्या पोर्टफोलिओतील जुन्या सिक्युरिटीज कोण खरेदी करणार होतं?

बँका जुन्या सिक्युरिटीजमधून बाहेर पडून आपला तोटा कमीतकमी करण्याचा प्रयत्न करू लागल्यानंतर नाणे बाजारातील व्यवहारांमध्ये मोठी तेजी आली. त्रस्त झालेल्या बँकांना मदत करण्यात ब्रोकर्सना अर्थातच मोठाच आनंद होत होता आणि ब्रोकर्सचा लाभ करून देणाऱ्या सुखद तजविजीच्या माध्यमातून बँका त्यांच्या उपकाराची परतफेड करत होत्या.

इकडे, शेअर बाजारात हर्षद त्याच्या आवडत्या स्टॉक्सच्या किंमतींमध्ये आणखी तेजी आणत राहिला होता आणि 'रिप्लेसमेंट कॉस्ट' सिद्धांताला उत्तेजन देत होता. हर्षद इतका फंड कुठून आणत होता, याविषयी बाजाराचं कुतूहल चाळवलं गेलं होतं. त्याविषयीही वेगवेगळे अंदाज बांधले जात होते. त्यात बिग बुलला राजकारण्यांकडून आणि गुन्हेगारी जगताकडून (अंडरवर्ल्डकडून) पैसा पुरवला जात असल्याच्या अफवांचाही समावेश होता.

शर्मानं मला नंतर सांगितलं होतं त्याप्रमाणे त्याच्या शत्रूंना मात्र तो नेमका कुठून पैसा आणत होता ते माहीत होतं. पण तेसुद्धा या तुलनेत लहान का असेनात, पण अशा प्रकारच्या अनेक गैरप्रकारांमध्ये अडकलेले होते, ही हा गैरप्रकार उघड होण्यातील अडचण होती. त्यांच्यापैकी सगळेच जण नसले तरी अनेक जण बँकांच्या निधीचा गैरवापर करण्यात अडकलेले होते. मात्र ते सगळेच जण या फंडांचा वापर कमी जोखमीच्या अल्पकालीन साधनांमध्ये करण्याची दक्षता घेत होते. त्यात 'बदला' पैशाचाही समावेश होता. त्यामुळे त्यांच्या व्यवहारांमधून त्यांना अतिरिक्त परतावे मिळत होते आणि तो पैसा अल्पकालीन नोटीस मिळताच परत करता यावा अशाच प्रकारच्या साधनांमध्ये ते गुंतवत होते.

हर्षद आता हा पैसा अथकपणे स्टॉक्समध्ये गुंतवून आणि त्याच्या ऐश-आरामी राहणीकडे सर्वसामान्य लोकांचं लक्ष वेधून घेऊन त्यांच्या या दुय्यम उत्पन्नाला धोका निर्माण करत होता. त्याच्या शत्रूंना त्याला सापळ्यात अडकवण्याची मोठीच उत्सुकता लागून राहिली होती, पण तरीही ते शांत राहिले होते; कारण तसं केलं तर अधिकाऱ्यांना त्यांच्या पळवाटांचा सुगावा लागेल आणि ते त्या बंद करून टाकतील अशी भीती त्यांना वाटत होती. हर्षदनं त्यांना शेअर बाजारात आणि नाणे बाजारातही अगदीच चितपट करून टाकलं होतं आणि ते त्या बाबतीत काहीच करू शकत नव्हते, यामुळे त्यांना नक्कीच तीव्र नैराश्यानं ग्रासलं असणार यात कसलीच शंका नाही.

भक्कम पाया आणि मूलभूत तत्त्वं असलेल्या कंपन्या हे हर्षदचं सुरुवातीचं लक्ष्य होतं, पण माझा असा अंदाज आहे की, हळूहळू यशामुळे आणि त्याच्या मागे येत चाललेल्या लोकांमुळे त्याचे पाय जमिनीवर राहिले नसावेत. त्यानंतर त्याने सामान्य, मध्यम प्रतीच्या कंपन्यांचे शेअर्स खरेदी करायला सुरुवात केली आणि हळूहळू थेट, खराब कामगिरीच्या, संदिग्ध कंपन्यांच्या शेअर्सची खरेदी करण्यापर्यंत त्याच्या खरेदीची मजल गेली.

कदाचित आपल्या ताकदीविषयी हर्षदच्या मनात भ्रम निर्माण होऊ लागले असावेत. त्याला असं वाटत असावं की, त्याने गुंतवणूक केल्यामुळे कंपन्यांच्या कामगिरी सुधारतील!

अर्थसंकल्प सादर झाल्यानंतरच्या रोमहर्षकतेमुळे सप्टेंबरच्या मध्यावर बाजाराचा सेन्सेक्स चक्क १९०० वर पोहोचला. काँग्रेसला सत्तेत येऊन जेमतेम अडीच महिन्यांहून कमी काळ उलटलेला असताना इंडेक्स आश्चर्य वाटण्याइतका म्हणजे तब्बल ५० टक्क्यांनी वधारला होता.

माझ्या दृष्टीनं जुलै आणि ऑगस्ट हे महिने प्रचंड यशाचे महिने होते. जुलैमध्ये मला ४१,००० रुपयांचं आणि ऑगस्टमध्ये ४६,००० रुपयांचं निव्वळ जॉबिंग कमिशन मिळालं होतं आणि तरीही मला ५०,००० रुपयांपर्यंत कमिशन पोहोचू न शकल्याचं वैषम्य वाटत होतं. या नफ्यातील २५,००० रुपये मी दर महिन्याला घरी नेत होतो आणि ज्या वेळी जास्त मोठ्या व्यवहारांच्या संधी समोर येतील त्या वेळी त्या स्वीकारता याव्यात या उद्देशानं उर्वरित कमिशन माझ्या मालकाकडे जमा करत होतो.

माझी कमाई मी बाबूजी आणि माँच्या हातात ठेवली त्या वेळी ते चकित झाले होते. बाबूजींना काही प्रमाणात शेअर बाजाराविषयी कल्पना होती. परंतु फक्त २३ वर्षांचा एखादा मुलगा सलग दोन महिने २५,००० रुपये कमवतो हे त्यांच्या कल्पनेच्या पलीकडचं होतं, त्यामुळे त्यावर त्यांचा चटकन विश्वास बसत नव्हता.

''तू कुठलीही चुकीची गोष्ट करत नसशील, असं मला वाटतं लालचंद,'' एके दिवशी रात्रीच्या जेवणाच्या वेळी ते मला म्हणाले.

''नाही बाबूजी, मी प्रत्येक पै न् पै मोठ्या कष्टानं कमावली आहे आणि ही तर फक्त सुरुवात आहे. माझ्या कष्टांनी आणि देवाच्या कृपेनं येत्या दोन वर्षांत आपण घाटकोपरला जाऊ'' मी म्हणालो. त्यांची चिंता मला समजत होती. भांडूपमध्ये असतानाचे माझे स्वच्छंदी प्रताप तोपर्यंत त्यांना चांगलेच आठवत होते. माझ्या उत्तरानं त्यांचं पूर्ण समाधान झालं नव्हतं, पण त्याबरोबरच त्यांच्या मनातील संशय त्यांच्या आवाजातून मला जाणवावा, असंही त्यांना वाटत नव्हतं, हे माझ्या लक्षात आलं होतं.

''बाबूजी, पूर्वी मी तुम्हांला खूप दुःख दिलंय ते मला माहीत आहे, पण आता त्या प्रकरणावर पडदा पडला आहे. माझ्या वागण्यानं किंवा कृतीनं तुमची मान शरमेनं झुकेल असं काहीही मी करणार नाही, असं मी

तुम्हांला वचन देतो,'' मी त्यांचा हात घट्ट पकडून म्हटलं. त्यामुळे त्यांना थोडासा दिलासा मिळाला.

''पण मला एक सांग लाला, तुला सलग दोन महिने २५,००० रुपये मिळवता आले, याचा अर्थ तू तितकेच पैसे गमवूही शकतोस. बरोबर ना?'' त्यांनी विचारलं.

''खरं आहे. म्हणूनच मला किती नुकसान सोसणं शक्य आहे, ते मी आधीच ठरवून ठेवलंय आणि मी त्याच मर्यादेत काम करत आहे. मी जर ती मर्यादा ओलांडली तर माझ्या नोकरीवरून मला काढलं जाण्याचीही शक्यता आहे.'' मी म्हणालो.

जास्त मोठ्या घरात राहायला जाणं हे माझं प्राधान्याचं उद्दिष्ट होतं, पण बाबूजींचं ते उद्दिष्ट नव्हतं. सतीशनं त्या वर्षी बी.एस्सी.ला प्रवेश घेतला होता. त्याला निव्वळ बुद्धीच्या बळावर कुठल्याही चांगल्या अभियांत्रिकी महाविद्यालयात प्रवेश मिळण्याइतके त्याचे बारावीचे गुण चांगले नव्हते आणि मॅनेटमेंट कोट्यातून प्रवेश मिळवण्याइतका पैसा आमच्याकडे नव्हता. आम्ही कदाचित त्याची व्यवस्था करू शकलोही असतो, पण तितका पैसा गुंतवण्याइतक्या पात्रतेची ती गुंतवणूक होती का, याची बाबूजींना खात्री वाटत नव्हती. पण आता मला चांगला पैसा मिळत होता, त्यामुळे बाबूजींना त्यांनी पाहिलेलं स्वप्न निदान त्यांच्या एकातरी मुलानं अभियंता होऊन पूर्ण करावं असं वाटत होतं. आता ते स्वप्न प्रत्यक्षात उतरू शकेल असं त्यांना वाटलं.

त्यांनी मला विचारलं, ''लाला, पुढच्या वर्षी सतीशला एखाद्या चांगल्या अभियांत्रिकी महाविद्यालयात प्रवेश मिळावा म्हणून तुला मिळणाऱ्या पैशांतून काही पैसे बाजूला ठेवले तर तुला ते चालेल का? की मी तुझ्याकडून जास्तच अपेक्षा ठेवत आहे?'' खरं तर त्यांनी मला काहीसं बिचकतच विचारलं होतं.

''मी तुम्हांला जितका त्रास दिलाय, त्याची यामुळे थोडी तरी भरपाई होऊ शकेल,'' मी त्यांना म्हटलं.

त्यामुळे ते इतके हेलावून गेले की, त्यांनी मला एकदम मिठीच मारली. त्या क्षणी मी त्यांच्या जितका निकट असल्याची जाणीव मला झाली होती, तितकी जवळिकीची जाणीव मला त्याआधी कधीच झाली नव्हती.

८

प्रवाहाच्या विरोधात पोहताना...

बाजारात कितीही तेजी आली असली तरी बाजार अमर्यादित काळापर्यंत ती टिकवून ठेवू शकला नाही. शिवाय काहीही असलं आणि 'रिप्लेसमेंट कॉस्ट थिअरी' कितीही तर्कशुद्ध वाटत असली तरी तिलाही मर्यादा होत्याच. जुलैमध्ये जवळजवळ एकतर्फीपणे सुरू झालेली तेजी सप्टेंबरच्या मध्यापर्यंत टिकून राहिली आणि सेन्सेक्स १,२७५ वरून १,९१६ या नवीन उच्चाकांपर्यंत पोहोचला.

त्यानंतर बाजारात घसरण सुरू झाली आणि पुढच्या महिन्याभरात सेन्सेक्समध्ये जवळजवळ २०० अंशांची घसरण झाली. मला एसीसीमध्ये गुंतवणूक करण्याची ही आणखी एक चांगली संधी आहे असं वाटलं आणि स्टॉकचं शॉर्ट सेलिंग करून आदल्या वर्षी मी केलेल्या तोट्याची भरपाई यामुळे करता येईल, असा विचारही माझ्या मनात आला. एसीसी शेअर्समधील प्रेक्षणीय तेजीनंतर संपूर्ण बाजार कोसळला आणि कमाल किंमत अजून यायचीच आहे, असा अंदाज बांधणाऱ्या शॉर्ट सेलर्सना ते चांगलंच महागात पडलं. मात्र जास्त धाडसी असलेल्या लोकांना हे आव्हान स्वीकारण्यापासून कोणीच परावृत्त करू शकलं नव्हतं. पण त्यांच्या नशिबीही पुन्हा असंच फलित आलं.

सप्टेंबरच्या सुरुवातीला या स्टॉकच्या किंमती जवळजवळ ४,००० रुपयांपर्यंत पोहोचण्याच्या जवळ आल्या होत्या आणि एसीसीच्या कट्टर पाठिराख्यांना तर त्याच्या किंमती आणखीही वधारतील असं वाटत होतं.

मात्र हर्षदला असं वाटलं नव्हतं.

नेमिष शहा हा हर्षदचा अगदी जिवलग मित्र होता आणि त्याच्याइतकाच शेअर बाजारातील 'बुल'ही होता. त्याने सुमारे प्रतिशेअर ३५०० रुपयांनी शेअर्स विकले होते. याचा अर्थ आता तो स्टॉक अतिरेकी मूल्याचा झाला होता. स्टॉकला मोठी मागणी असताना त्या पार्श्वभूमीवर दलाल स्ट्रीटचा एखादा उत्तम डीलर तो स्टॉक विकून टाकावा असं ठरवतो हे कशाचं चिन्ह असतं? मी प्रकाशला सांगितलं की एसीसीचं शॉर्ट सेलिंग करून चांगला पैसा कमावणं शक्य होतं.

''नेमिष शहाच्या दर्जाच्या एखाद्या खेळाडूला स्टॉकची किंमत अतिरेकी प्रमाणात वाढली आहे असं वाटतंय. तुला याहून आणखी काय हवं आहे?'' मी प्रकाशला उत्साहानं विचारलं. परंतु त्याला तितकासा उत्साह वाटत नव्हता.

''या ट्रेडिंग रिंगमध्ये मी तुझ्याहून दोन दिवाळ्या जास्त पाहिल्या आहेत. मी तुला खात्रीनं असं सांगू शकतो की, कितीही मोठा किंवा उत्तम कामगिरी करणारा खेळाडू असो, कोणालाही स्टॉकची सर्वोच्च किंवा सर्वांत तळातील किंमत किती असेल याचा अंदाज कधीच बांधता येत नाही,'' तो म्हणाला.

मी आणखी थोडा थांबलो आणि सुमारे ३,१५० रुपये प्रतिशेअर या दरानं स्टॉक विकून टाकले. पुढच्या आठवड्यात त्याच स्टॉकची किंमत आणखी १०० रुपयांनी वधारली आणि संपूर्ण बाजारच पुन्हा एकदा तेजीच्या दिशेनं जाऊ लागला. एसीसीचे शेअर्स शॉर्ट सेल केल्यानंतर काही दिवसांनी मी शर्माबरोबर चहा प्यायला गेलो होतो. आम्ही अनेक स्टॉक्सविषयी चर्चा केली आणि आमच्या संभाषणाच्या अखेरीस मी त्याला सहजच एसीसीविषयी विचारलं.

अतिशय मुरब्बी ट्रेडर असल्यामुळे शर्मा बाजारातील एखाद्या खेळाडूच्या निव्वळ प्रश्न विचारण्याच्या पद्धतीवरून आणि आवाजातील चढउतारावरून तो खेळाडू ट्रेडच्या कुठल्या बाजूला आहे त्याचा अंदाज बांधू शकत होता.

''तू एसीसीविषयी खूपच बेपर्वाईनं आणि उदासीनपणानं विचारत असल्याचा आव आणतोयस. त्यातून मला असं दिसतंय की, तुला त्याविषयी काळजी आणि चिंता वाटतेय. जर एसीसीचे स्टॉक शॉर्ट सेल

करण्याइतका तू मूर्ख असलास तर मी तुला असा सल्ला देतो की, तू तातडीनं पोझिशन स्क्वेअर कर,'' तो म्हणाला. त्या वेळी त्याच्या चेहऱ्यावर उपरोधिक स्मित होतं.

''ठीक आहे. मी प्रामाणिकपणानं सांगतो. मी ते स्टॉक शॉर्ट केलेत. आता त्यांच्या किंमती कितपत चढण्याची शक्यता आहे?''

''भाई असं म्हणतो की, कोणी स्वप्नातही कल्पना केली नसेल इतक्या पातळीपर्यंत ते चढतील,'' शर्मा म्हणाला.

''आणि ही पातळी कितपत असू शकेल?'' मी विचारलं.

''तुझ्या ऐकण्यात काहीतरी दोष आहे असं दिसतंय. मी आताच सांगितलं की, कोणी स्वप्नातही कल्पना केली नसेल, इतक्या पातळीपर्यंत ते चढतील आणि त्यामुळेच मीही थांबून राहिलोय. खरंच सांगतो लाला, एसीसीचे स्टॉक्स ४,००० रुपयांपर्यंत वधारतील असं खुद्द भाईलाही वाटलं नसावं आणि याहूनही किती जास्त किंमतीपर्यंत ते वधारतील हेही त्याला माहीत नसणार,'' शर्मा म्हणाला.

शर्माबरोबर झालेल्या गप्पांमुळे मी केलेल्या ट्रेडविषयी माझ्या मनात काही प्रमाणात निराशा दाटून आली. त्याच्याशी मी उगाचच बोललो, असंही मला वाटून गेलं. स्टॉकची किंमत कमी होण्याचं काहीच चिन्ह दिसत नसल्यामुळे माझी पोझिशन स्क्वेअर करण्याच्या आधी मी आणखी एक दिवस वाट पाहण्याचं ठरवलं. त्या दिवशी प्रकाशच्या आमंत्रणावरून मी त्याच्या घरी जेवायला गेलो होतो. तिथे मला त्याचा एक वृद्ध नातेवाईक भेटला. तो सत्तरीतला होता आणि पाच वर्षांपूर्वीपर्यंत तो एका ब्रोकरच्या कार्यालयात काम करत होता. तो स्वतः ट्रेडर नसला तरी त्याच्याकडे सांगण्याजोग्या बऱ्याचशा स्वारस्यपूर्ण गोष्टी होत्या.

लवकरच आमचं संभाषण एसीसीमधील तेजीकडे वळलं. शेअर बाजारातील त्याच्या करिअरमध्ये त्याने असं काही कधीतरी पाहिलं होतं का, असं मी त्याला विचारलं. माझ्या प्रश्नावर विचारमग्न होत तो म्हणाला, ''अशा विचित्र, वेडगळ गोष्टी तेव्हाही घडत होत्याच. १९६०च्या दशकाच्या उत्तरार्धात टाटा डिफर्डच्या शेअर्समध्ये (त्यावेळी डिफर्ड हा शेअर्सचा एक वर्ग होता.) अशाच प्रकारची तेजी आल्याचं मला आठवतं. त्या वेळी शेअरची किंमत काही महिन्यांतच ३० रुपयांवरून तब्बल २,५००

रुपयांपर्यंत पोहोचली होती. काही लोकांनी आयुष्यभराची कमाई करून घेतली, पण त्याबरोबरच स्टॉक शॉर्ट सेल करण्याच्या प्रयत्नांत त्यांच्या तुलनेत कित्येक जणांचं दिवाळं निघालं,'' तो म्हणाला. दुसऱ्या दिवशी सकाळी माझी एसीसी पोझिशन नुकसानीत असल्याचं मला आढळलं. पण तरीही मी सुदैवी ठरलो, कारण मी बाहेर पडल्यानंतर पुढच्या तीन दिवसांतच तो स्टॉक ३०० रुपयांनी वधारला होता. ऑक्टोबरमध्ये काही क्षणांची उसंत घेण्यासाठी 'बुल्स' थांबले होते. त्या वेळी नाणे बाजारात आणखी एक महत्त्वाची घडामोड घडली होती. उच्चतर व्याजदराच्या नवीन सरकारी बाँड्सनी जुन्या बाँड्सचं वस्त्रहरण करण्यास सुरुवात केली होती. साहजिकच जुन्या बाँड्सच्या किंमती घसरू लागल्या. पोर्टफोलिओ मूल्याचा विचार करता, राज्यांच्या मालकीच्या बँकांचे सरकारी बाँड्स चांगलेच घसरले. त्यामुळे आणखी एकदा बँकांकडून केल्या जाणाऱ्या सरकारी सिक्युरिटीजच्या ट्रेडिंगची एक भन्नाट लाट निर्माण झाली. या बँका स्वतःला झालेलं नुकसान भरून काढण्याचा प्रयत्न करत होत्या. पुन्हा एकदा शेअर बाजाराचं याकडे लक्षच नव्हतं. त्याऐवजी त्यांनी शेअरच्या किंमतीतील चढउतारांकडे स्वतंत्रपणे पाहिलं होतं.

हर्षदच्या खरेदींच्या ताकदीमुळे शेअर्समध्ये जानेवारीत मोठीच तेजी आली होती. हर्षद हा बाजारातील सर्वांत मोठा खरेदीदार असावा, परंतु तो एकटाच बाजारात तेजी आणण्यास जबाबदार होता असं म्हणणं म्हणजे त्याच्या प्रभावाची अतिशयोक्ती केल्यासारखं होईल. पुन्हा एकदा पश्चातबुद्धीचा फायदा घेऊनच मी हे निरीक्षण नोंदवत आहे. त्या वेळी माझासुद्धा असाच विचार होता की, हर्षदकडे बाजाराला त्याच्या तालावर नाचवण्याची ताकद होती.

त्या वेळी बाजार कितीही अनिश्चित स्वरूपाचा असला तरीही १९९१-९२ च्या अखेरीपर्यंत बाजारातील दैनंदिन उलाढाल सुमारे चारशे कोटी रुपयांपर्यंत वाढली होती. हर्षदकडे बाजाराला गती देण्याचा करिष्मा निश्चितपणे होताच, परंतु तरीही त्याच्याकडे किंवा इतर कोणाहीकडे सतत बाजारावर हुकूमत गाजवण्याइतका पैसा असणं अशक्य होतं. बाजारातील अगदी प्रभावी ऑपरेटरसुद्धा एक किंवा जास्तीत जास्त दोन दिवसांपर्यंत बाजारावर प्रभाव टाकू शकतात आणि तेसुद्धा ते बहुसंख्य खेळाडूंच्या बाजूला असतील तरच त्यांना शक्य होतं. बाजारातील ऑपरेटर किंमतींना

दिशा देत असल्यासारखं किंवा त्या वाढवत निघाल्यासारखं दिसत असलं तरी प्रत्यक्षात ते फक्त बाजारातील लाटेवर आरूढ झालेले असतात. आपण बाजारापेक्षा मोठे झालो आहोत असा विचार करण्याची चूक केल्यामुळे दिवाळं निघालेल्या बाजारातील खेळाडूंच्या उदाहरणांनी शेअर बाजाराचा इतिहास शिगोशीग भरलेला आहे.

याच मार्गावर कुठेतरी हर्षदनं त्याच्या प्रमाणबद्धतेच्या जाणिवेला तिलांजली दिली असावी, असं दिसतं. तो अगदी धोकादायक वाटावं इतक्या प्रमाणात फाजील आत्मविश्वासू झाला होता. त्याला इच्छा असलेल्या स्टॉक्सचं शॉर्ट सेलिंग करून बेअर खेळाडूंच्या तांड्यानं त्याला पुनःपुन्हा अपयशी करण्याचे प्रयत्न केले होते. पण त्यात तेच अपयशी झाले होते. एवढंच नव्हे, तर त्या स्टॉक्सच्या किंमतींनी गगनाला गवसणी घातल्यामुळे त्यांना जबर नुकसानीला तोंडही द्यावं लागलं होतं.

एक जानेवारी आणि दोन एप्रिल १९९२ यादरम्यान बाजारात जी जबरदस्त तेजी आली होती, तशी तेजी पुन्हा कधीतरी येईल का याविषयी मला शंकाच आहे. त्या काळात सेन्सेक्समध्ये दुपटीहून जास्त वाढ झाली. तो १,९५७ वरून ४,५४६ पर्यंत पोहोचला. एसीसीविषयीची हर्षदची भविष्यवाणी सत्यात उतरली होती. सेन्सेक्स सर्वोच्च स्थानी पोहोचला, त्या वेळी एसीसीच्या स्टॉक्सच्या किंमतींनी १०,५०० रुपयांपर्यंतची मजल मारली होती. ही किंमत कोणाच्याही कल्पनेच्या पलीकडचीच होती, हे खरं आहे.

बेअर्सच्या गटावरचा हा विजय हर्षदनं शहरातील प्राणिसंग्रहालयातील खऱ्याखुऱ्या अस्वलांना शेंगदाणे खायला घालून साजरा केला आणि न्यूजट्रॅक या व्हिडिओ नियतकालिकाकडून त्याचा व्हिडिओही काढून घेतला. जुन्या काळातील काही लोकांना मात्र आपल्या शत्रूंना अशा प्रकारे अवमानित करून त्याने त्या वेळेपुरती त्यांच्यावर मात केली असली तरी स्वतःचंच जास्त नुकसान करून घेतलं होतं, असं वाटलं होतं.

सुमारे तीन महिन्यांहून जास्त कालावधीत सुरू असलेल्या तेजीच्या दरम्यान, मी जवळजवळ साडेतीन लाख कमावले होते. दरम्यानच्या काळात हर्षदशी माझे संबंध तणावपूर्ण झाले होते. त्यानंतर तात्पुरत्या स्वरूपात पुन्हा एकदा आम्ही सुरुवात केली आणि नंतर जास्त जवळ आलो. काही प्रसंगी मी त्याच्यासाठी चांगलं काम केलं आणि त्याचं त्याने कौतुकही

केलं. त्याच्यासाठी शेअर्स खरेदी करण्याचं स्वातंत्र्य त्याने मला दिलं आणि माझ्यावर असलेला विश्वास दाखवून दिला. मी त्याचा विश्वासघात करणार नाही, याची त्याला खात्री होती.

त्याच्या अंतर्गत वर्तुळातील काही लोकांना त्याच्याशी वाढत्या प्रमाणात माझी सलगी होत असल्यामुळे संताप येत होता. शर्मानं मला त्यांच्याविषयी आडून, आडून सांगितलं होतं, पण त्याने त्यांची नावं मला सांगितली नव्हती. पण त्या वेळी तो कोणाचा संदर्भ देत होता ते मला माहीत होतं. बिग बुलच्या काही आवडत्या शेअर्सची मी अधूनमधून विक्री करत होतो, अर्थातच हे त्याच्या विश्वासार्हतेशी संबंधित होतं. त्याच्या विरोधातील बाजू घेऊन मी निश्चितपणे त्याच्या अंदाजाला आव्हान देत होतो, पण त्यामुळे त्याने त्याला हरकत घेतली असावी असं मला वाटत नाही. पण नंतर त्याला अशी माहिती देण्यात आली होती की, मी बेअर गटात सहभागी होतो. मनुभाईशीही माझे चांगले संबंध होते आणि मी त्यांच्यासाठीही चांगले व्यवहार केले होते, त्यामुळे काही जणांना असं वाटलं होतं की, त्यांच्याशी माझे फक्त व्यावसायिक संबंध नव्हते, तर त्याहूनही जास्त जवळचे संबंध होते.

त्यानंतर एका प्रसंगी मी भरपूर प्रयत्न करूनही हर्षदनं मला त्याच्यासाठी विक्री करायला सांगितलेल्या शेअर्सच्या गठ्ठ्यासाठी मला खरोखरच खराब किंमत मिळाली. त्याच्या चमचांनी त्याला असं सांगितलं की, मी नियमितपणे व्यवहारांमधून त्याला लुबाडत होतो. त्याआधी ज्या वेळी त्याला स्वारस्य असलेले शेअर्स माझ्याकडे असत होते त्या वेळी मी लगेच त्याला फोन करून त्याच्याशी बोलत होतो. परंतु आता आमच्यामध्ये एक भिंत उभी राहत असल्यासारखं वाटत होतं. एक तर त्याच्या समोर खूपच मोठमोठ्या गोष्टी असल्यामुळे त्याच्याकडे माझ्यासारख्या लहान व्यक्तीसोबत घालवण्याइतका वेळ नसावा किंवा माझ्याविषयी खोटंनाटं सांगून त्याचे कान भरले जात असल्यामुळे त्याला माझा संशय आला असावा. एकदा माझ्याकडे खूपच चांगले शेअर्स आले होते आणि त्याला त्याविषयी कळवण्यासाठी मी त्याच्या कार्यालयात फोन केला. त्याच्या डीलरनं फोन घेतला आणि ते या संदर्भात मला नंतर कळवतील असं सांगितलं. पण त्यानंतर त्यांनी फोन केला नाही. त्यानंतर दोन दिवसांनी मला असं समजलं की, त्यांनी दुसऱ्याबरोबर तो व्यवहार केला होता. आणखी

एकदा असंच घडलं आणि तोपर्यंत मला ज्या अपमानास्पद पद्धतीनं वागवलं जात होतं त्यामुळे मी अगदीच संतप्त झालो होतो. त्यानंतर बराच काळ मी हर्षदबरोबर बोललो नाही.

ज्या बेपर्वाईनं हर्षद त्याच्या स्टॉक्सच्या किंमतींमध्ये तेजी घडवून आणत होता, त्यावरून तो त्याच्या नशिबाची नको इतकी परीक्षा घेत होता, हे स्पष्ट होतं. लोक असं म्हणतात की, त्याने काही काळापुरता त्याचा वेग मंदावला असता तर तो श्रीमंत व्यक्ती म्हणूनच गणला गेला असता आणि कदाचित त्याचा तो खेळ जास्त काळ तसाच सुरू राहिला असता. मला असं वाटतं की, त्याने स्वतःच तयार केलेल्या सापळ्यात तो स्वतः अडकला. स्टॉकच्या किंमती एकदा एका विशिष्ट पातळीच्या वर चढल्या तर स्टॉकची किंमत तशीच राखण्यासाठी तुम्हांला वाढत्या प्रमाणात त्याहून जास्त खरेदी कराव्या लागतात, अन्यथा किंमत थेट कोसळते आणि त्यामुळे निर्माण झालेल्या विव्हळतेमुळे जास्त लोक त्यांच्याकडच्या स्टॉक्सची आणखी विक्री करू लागतात. हर्षदचा आणि त्याच्या अतिशय तेजीकडे झेपावण्याचा कल असलेल्या जगाचा दृष्टिकोन माहीत असल्यामुळे मला मात्र असं वाटतं की, हा खेळ थोडा जास्त काळ जरी सुरू राहिला असता तरी त्याचा अंतिम परिणाम बिलकूल वेगळा झाला नसता.

एप्रिलमध्ये बिग बुलच्या नशिबाचे फासे उलटे पडले. देशातील शेअर बाजारांवर देखरेख ठेवण्यासाठी सेबीची स्थापना करण्याचा निर्णय सरकारनं घेतला आणि तीच त्याच्या अडचणींची सुरुवात ठरली. सेबीनं पहिल्यांदा एक महत्त्वाचा निर्णय घेऊन ब्रोकरना जास्त नोंदणी फी भरून सेबीकडे त्यांची पुनर्नोंदणी करण्यास सांगितलं. ब्रोकर्सची शक्तिशाली लॉबी तोपर्यंत स्वतःचे नियम तयार करून त्यानुसार वागण्यास सरावली होती. त्यांनी सेबीची हुकूमत सहजपणे मान्य केली नाही. या नियमाच्या विरोधात देशभरातील शेअर बाजारांनी १६ ते २४ एप्रिल या काळात संप पुकारला. या दरम्यान, ट्रेडिंगचे सगळे व्यवहार थंडावले.

यामुळे हर्षद अडचणीत सापडला. त्याने स्टेट बँक ऑफ इंडियाकडून (एसबीआयकडून) 'कर्जाऊ' घेतलेल्या फंडाची त्याला बीएसईमध्ये होणाऱ्या व्यवहारातून मिळणाऱ्या पैशातून परतफेड करायची होती. हा फंड त्याने एसबीआयसाठी सिक्युरिटीज खरेदी करण्यासाठी बँकेकडून उचलला होता. हर्षदनं ज्या सिक्युरिटीजसाठी पैसा घेतला होता, त्या सिक्युरिटीज

बँकेला दिल्याच नसल्याचं आपल्या वह्यांची तपासणी करताना बँकेच्या लक्षात आलं. एक तर सिक्युरिटीज द्याव्यात किंवा बँकेचे पैसे परत करावेत, यासाठी बँकेनं हर्षदवर दबाव आणला. हर्षदनं बँकेशी तडजोड करण्याच्या आतच हे सगळं प्रकरण प्रसार माध्यमांपर्यंत पोहोचलं.

यामुळे हा घोटाळा झपाट्यानं प्रकाशात आला. त्यानंतर अनेक बँकांकडे आणि वित्तसंस्थांकडे त्यांनी खरेदी करण्यासाठी पैसा दिलेल्या सिक्युरिटीजच नसल्याचं किंवा प्रत्यक्ष सिक्युरिटीजऐवजी बनावट किंवा नकली रिसीट असल्याचं स्पष्ट झालं. या घोटाळ्याची माहिती बाजारात पसरताच बाजाराला कलाटणी मिळाली आणि मेअखेरीपर्यंत बाजार ३००० अंशांच्या खाली कोसळला. सुरुवातीला हा ४,००० कोटी रुपयांचा घोटाळा असावा असा अंदाज व्यक्त करण्यात आला होता. परंतु नंतर केंद्रीय अन्वेषण विभागानं (सीबीआयनं) नोंदवण्यात आलेल्या गुन्ह्यांच्या प्रकरणांचा अभ्यास करून हा आकडा ८३०० कोटी रुपयांचा असल्याचं स्पष्ट केलं.

एकटा हर्षदच अडचणीत आला नव्हता. दलाल स्ट्रीटवरच्या अनेक प्रतिष्ठितांचे बुरखे फाटले होते. या घोटाळ्यात सामील असलेल्या अनेक बँक कर्मचाऱ्यांचे करिअर संपुष्टात आले आणि फक्त 'वरून' आलेल्या आदेशांचं पालन करत असलेल्या अनेक कनिष्ठ कर्मचाऱ्यांच्या आयुष्यांचा सत्यानाश झाला.

नंतर या घोटाळ्याची चौकशी करणाऱ्या संयुक्त संसदीय समितीच्या अहवालात असं म्हटलं गेलं होतं की, सन १९८६ पासून बँक रिसीटमधील गैरव्यवहार सुरू होता आणि हे प्रकरण आरबीआयच्या निदर्शनास आणण्यात आलं होतं. परंतु त्याविषयी पुढे काहीही झालं नव्हतं. देशातील परदेशी बँका या घोटाळ्यातील फक्त प्रमुख साथीदारच नव्हत्या, तर त्यांनीच या सगळ्या घोटाळ्याच्या संपूर्ण प्रक्रियेची सुरुवातही केली होती. ज्या प्रकारे हर्षद हा शेअर बाजारातील सगळ्यात मोठ्या तेजीच्या शक्तीचा चेहरा बनला होता, अगदी त्याच प्रकारे आता तो शेअर बाजाराला तडाखा देणाऱ्या सगळ्यात मोठ्या घोटाळ्याचा महत्त्वाचा भागही बनला होता.

९

नवीन सुरुवात, नवीन मार्गदर्शक

जूनच्या पहिल्या आठवड्यात हर्षदला अटक झाली आणि बुल्स व बेअर्स यांच्यातील युद्ध बुल्सच्या हातून निसटलं. त्यानंतर बेअर्सच्या गटानं मोठ्या मुश्किलीनं विजय संपादन केला. हर्षदकडून सुरू असलेला खरेदीचा अथक मारा आणि शेअरच्या किंमतीत होणारी प्रचंड वाढ यामुळे शेअर बाजारातील अतिशय हुशार बेअर्स तळागाळात गेले होते. परंतु आता त्यांच्यापैकी सगळेच तरले नसले तरी अनेक जण पुन्हा एकदा जोमानं पुढे आले. त्यांनी इतर वेळी ज्या लढाईत ते टिकून राहणार नाहीत अशीच शक्यता होती, त्या लढाईत टिकून राहण्यासाठी फंडांची कशीबशी जमवाजमव केली. जर हा घोटाळा उघडकीस आला नसता तर हे लोक गंभीर अडचणीत सापडले असते. मी त्यांच्या अडचणीसाठी दिवाळखोरपणा असा टोकाचा शब्द वापरणार नाही. परंतु बेअर्स निश्चितपणे जखमी झाले असते आणि त्यांच्या जखमा दीर्घ काळापर्यंत भरून आल्या नसत्या हे मात्र निश्चित!

एप्रिलमधील माझ्या ट्रेड्समधून मला एक लाखाहून अधिक पैसे मिळाले. सतीशला अभियांत्रिकी महाविद्यालयात प्रवेश घेताना डोनेशन (देणगीची रक्कम) भरण्यासाठी काही पैसा मी बाजूला काढून ठेवत होतो, त्यामुळे मी बचावलो होतो. स्टॉक्सच्या किंमतींत प्रदीर्घ घसरणीला सुरुवात झाली त्या वेळी माझ्याकडे वर्षाच्या प्रारंभापासून मी बँकेत जमा करत असलेला भरपूर पैसा होता. अर्थातच माझ्याही बहुतांश ट्रेडिंग पोझिशनला धक्का

बसला होताच. परंतु माझ्या मित्रांना आणि परिचितांना सोसाव्या लागलेल्या नुकसानीचा विचार केल्यावर मी परमेश्वराचे आभारच मानत होतो.

त्या वेळी शेअर बाजारात येऊन मला सुमारे दीड वर्ष झालं होतं. पण तरीही मी स्वतःच्या जिवावर एकही गुंतवणूक केली नव्हती. माझ्या नावावर एकही शेअर नव्हता. मी काही वेळा शेअर्सची डिलिव्हरी घेत होतो, परंतु पुढच्याच सेटलमेंटच्या वेळी मी ते विकून टाकत होतो. मला कंपन्यांचे व्यवसाय समजत नव्हते, हे त्यामागचं प्रमुख कारण होतं. मला फक्त किंमती समजत होत्या. दीर्घ काळासाठी गुंतवणूक करण्याच्या लाभांविषयी माझं ठाम मत नव्हतं हे आणखी एक कारण होतं. १९७०च्या दशकात अनेक लोकांनी बहुराष्ट्रीय कंपन्यांच्या (एमएनसीजच्या) इनिशिअल पब्लिक ऑफरिंग्जमध्ये (आयपीओमध्ये) पैसे गुंतवले होते आणि ते कोट्यधीश झाले होते, त्याविषय़ीच्या अनेक कथा मी ऐकल्या होत्या. परंतु त्याबरोबरच काही भारतीय ब्ल्यू चिप फर्म्स या स्पर्धेत टिकून राहता आलं नसल्यामुळे इतिहासजमा झाल्याचंही मी ऐकलं होतं.

आणखी एक कारण म्हणजे, बनावट शेअर्सविषयीच्या अनेक भयकथाही मी ऐकल्या होत्या. खरेदीदार प्रत्यक्ष भौतिक शेअर्सची डिलिव्हरी घेत असलेल्या 'डिलिव्हरी-आधारित' गुंतवणुकीतील जोखमी या सिक्युरिटीजच्या घोटाळ्याच्या लाटेत पुन्हा एकदा समोर आल्या होत्या.

घोटाळ्याशी संबंधित प्रकरणांचे खटले चालवण्यासाठी विशेष न्यायालयाची स्थापना करण्यात आली होती. या न्यायालयानं घोटाळ्यात सामील असलेल्या संशयितांची नावं जाहीर केली होती आणि त्यांच्या विरोधात फौजदारी खटले दाखल करण्यात आले होते. त्यांच्यामध्ये हर्षद मेहता, त्याच्या साहाय्यक फर्म्सचा आणि इतर काही जणांचा समावेश होता. नावं जाहीर करण्यात आलेल्या लोकांच्या नावावर असलेले कुठलेही शेअर सर्टिफिकेट कस्टोडियनकडून जप्त करण्यात आले होते. बँकांची देणी आणि सरकारचे देय कर भरण्यासाठी हे करण्यात आलं होतं. अनेक खटल्यांमध्ये या लोकांची नावं जाहीर करण्याच्या आधीच शेअर्सची खरेदी करण्यात आली असली, तरी त्यामुळे काहीही फरक पडत नव्हता. इतर खटल्यांमध्ये नावं जाहीर करण्यात आलेल्या लोकांनी शेअर्स विकल्यानंतर ते काही जणांकडे हस्तांतरित होत राहिले होते. नावं जाहीर करण्यात आलेल्या लोकांनी सहसा नेहमीच शेअर्सचे खरेदीदार असलेल्या गुंतवणूकदारांना शेअर्स विकले होते

आणि या गुंतवणूकदारांनी आपल्या स्वतःच्या नावावर हस्तांतरित करण्यासाठी शेअर्स पाठवले नव्हते. विक्री करण्याच्या आधी त्यांनी ते शेअर्स आपल्या जवळ ठेवून घेतले होते. अखेरच्या गुंतवणूकदारानं त्याच्या नावावर शेअर्स हस्तांतरित करण्यासाठी शेअर्स पाठवेपर्यंत ते अनेकांच्या हाती गेलेले होते किंवा अनेकांकडे हस्तांतरित होत राहिले होते. डिलिव्हरीसाठी शेअर्स खरेदी करण्याच्या विरोधातील माझा निर्धार यामुळे अधिकच ठाम झाला होता.

बाजार साफ कोसळला होता त्या वेळी एक–दोघांचा अपवाद वगळता आमच्या फर्मच्या बाकीच्या सगळ्या गुंतवणूकदारांना तोटा झाला होता. त्या सगळ्यांनीच हर्षदच्या आवडत्या स्टॉक्समध्ये भरमसाट गुंतवणूक केली होती. त्यांच्यापैकी काही जणांना तर इतका प्रचंड तोटा झाला होता की, त्यांचं दिवाळं निघालं आणि फर्मला हा तोटा भरून काढावा लागला. माझ्या फर्मच्या मालकानं स्वतःच काही मोठ्या पोझिशन (नफा मिळवून देणाऱ्या किंवा तोटा करणाऱ्या ट्रेड्स) घेतल्या होत्या आणि त्यांना जोरदार तडाखा बसला होता. आमची फर्म आता बंद होण्याच्या मार्गावर आली होती.

जुलैपर्यंत माझ्या मालकानं ब्रोकरिंगच्या व्यवसायातून बाहेर पडून इतर कशाततरी नशीब अजमवावं असं ठरवलं. माझ्या कमिशनसकट तो माझं सुमारे ५०,००० रुपयांचं देणं लागत होता. त्याने त्यात आणखी ५०,००० रुपयांची भर घातली. "लाला, मला आणखीही औदार्यानं वागायला आवडलं असतं, पण सध्या मी खूपच बिकट परिस्थितीत आहे," तो क्षमायाचनेच्या स्वरात म्हणाला.

माझा त्याच्यावर विश्वास होता. मी केलेल्या व्यवहारांमधील नफा घेताना त्याने कधीच घासाघीस केली नव्हती आणि जे व्यवहार चुकीचे ठरले होते, त्यांच्याविषयीही मला कधीच प्रश्न विचारले नव्हते. मला त्या माणसाविषयी खरोखरच आदर वाटत होता. त्याला नाइलाजानं माझी नोकरी काढून घेताना छानशी रक्कम देता आली नसली तरी त्याने गोविंदभाई या शेअर बाजारातील ट्रेड्समधील तज्ज्ञाकडे माझी शिफारस केली. गोविंदभाई हे माझ्या मालकाचे चांगले मित्र होते.

गोविंदभाईंना मी वैयक्तिकरीत्या ओळखत नसलो तरी मी त्यांच्याविषयी ऐकलं होतं. त्यांना ब्रोकरचा ब्रोकर असं म्हटलं जात होतं. दलाल स्ट्रीटवरच्या प्रतिस्पर्धी गटांमधील बड्या धेंडांकरिता ट्रेडची अंमलबजावणी करणं हे त्यांचं वैशिष्ट्य होतं. ते रिंगमध्ये नियमितपणे येत नव्हते. सहसा मोठ्या प्रमाणातील

स्टॉक्सच्या गठ्ठ्याचे व्यवहार करण्यासाठी ते फोनचा वापर करत होते. इतर वेळी रिंगमध्ये त्यांचे डीलर व्यवहारांसंदर्भात घासाघीस करताना दिसत. दोन बाबींच्या संदर्भात त्यांचे ग्राहक त्यांच्यावर विश्वास ठेवत होते. ते कधीही त्यांच्या खरेदीदारांच्या संदर्भात फ्रंट रनिंग करत नव्हते. (फ्रंट रनिंग करणं म्हणजे आपल्या स्वतःच्या खरेदीच्या किंवा विक्रीच्या ऑर्डर्स देऊन आपल्या खरेदीदारांच्या ऑर्डर्सचा फायदा घेणं. ही गोष्ट यूटीआयच्या बाबतीत नेहमीच घडत होती.) दुसरी गोष्ट म्हणजे त्यांच्या ट्रेड्ससंदर्भात ते इतर कोणाशीही चर्चा करत नव्हते. गोविंदभाईंचं व्यवसाय मॉडेल स्पष्ट होतं. त्यांनी प्लेन व्हॅनिला ब्रोकिंगमधून (ठरावीक कालमर्यादेत संबंधित शेअर्स पूर्वनिर्धारित किंमतीत विकण्याचा किंवा खरेदी करण्याचा हक्क ग्राहकाला असणं.) पैसा कमावण्याची निवड केली होती. त्यात फार मोठी जोखीम नव्हती. त्यांच्याकडे अनेक ब्रोकिंग सदस्यत्वं होती आणि कलकत्त्यामध्ये (आता कोलकाता) कार्यालय होतं. प्रसिद्ध दलाल स्ट्रीटच्या उजव्या कोपऱ्यात असलेल्या नगिनदास मास्टर रोडवरच्या फारशा नजरेत न भरणाऱ्या एका इमारतीत त्यांचं कार्यालय होतं. जुलैअखेरीच्या सुमारास, एके दिवशी सकाळी मी त्यांना पहिल्यांदा भेटलो त्या वेळी बाहेर पाऊस कोसळत होता.

गोविंदभाई हे मध्यम उंचीचे, चौकोनी चेहऱ्याचे व्यक्ती होते. त्यांचं कपाळ रुंद होतं आणि त्यांनी आपले काळे केस चापूनचोपून बसवले होते. पण माझ्या लक्षात राहिली ती त्यांची मित्रत्वाचा लवलेशही नसलेली नजर. ते चाळिशीच्या जवळपास पोहोचले होते किंवा त्यांनी नुकतीच चाळिशी ओलांडली होती. शेअर बाजारात ते पंधराहून जास्त वर्षं काम करत होते. या गोष्टीचा त्यांच्या त्या नजरेशी काही संबंध होता का, ते मला माहीत नाही. पण त्यांच्या चेहऱ्यावर सतत आठ्या होत्या आणि ते रागीट नजरेनं पाहत होते. पण तो फक्त एक बहाणा होता, हे माझ्या नंतर लक्षात आलं. आपल्याशी सहजपणे बोलणं-वागणं शक्य होणार नाही, असं समोरच्या व्यक्तीला वाटावं असं गोविंदभाईंना वाटत होतं. पण तुम्ही एकदा त्यांच्याशी परिचित झालात की, ते एक मनमिळाऊ व्यक्ती असल्याचं आणि तुमच्यावर व्यवस्थित विश्वास ठेवत असल्याचंही तुम्हांला समजत होतं. त्यांच्याकडे उपरोधातून विनोद करण्याची शैलीही होती आणि मला ती खूपच आवडली होती.

त्यांनी चेहऱ्यावर ओढूनताणून स्मित आणून माझं स्वागत केलं. ते सहजपणे स्मित करू शकत नव्हते. त्यांना भेटल्यानंतर माझ्या मनात

पहिल्यांदा असा विचार आला की, या माणसाचा जगावर काडीचाही विश्वास नाही. आम्ही काही मिनिटं बाजाराविषयी चर्चा केली आणि त्यामुळे मी काहीसा सैलावलो.

''माझ्या मित्राचं तुझ्याबद्दलचं मत चांगलं आहे आणि तू करत असलेल्या काही पिळवणुकींविषयीही मी ऐकलंय,'' ते स्मित करत म्हणाले. या वेळचं त्यांचं स्मित मात्र नैसर्गिक होतं.

आता चेहऱ्यावर जबरदस्तीनं क्षीण स्मित खेळवण्याची माझी पाळी होती, कारण त्यांच्या या वाक्यावर नेमकं काय बोलावं ते मला समजलं नव्हतं.

''तुझ्या कामात तू चांगला आहेस हे मला माहीत आहे लाला, कारण अगदी माझ्या मित्रांकडून शिफारशी आल्या असल्या तरीही त्यानुसार मी क्वचितच माझ्याकडे लोकांना कामावर ठेवतो,'' ते म्हणाले. आता त्यांच्या चेहऱ्यावरचं स्मित नाहीसं झालं होतं. खरं म्हणजे कपाळावरच्या आठ्यांनी ते पुसलं गेलं होतं. ''पण मी तुला एक गोष्ट सांगून ठेवतो. माझ्या दृष्टीनं हुशारीपेक्षाही प्रामाणिकपणाला जास्त मोल आहे. तुला माहीतच आहे त्याप्रमाणे कोणत्याही ब्रोकरच्या व्यवसायाचं स्वरूपच असं असतं की, प्रामाणिकपणा ही त्याची गरज असते,'' ते म्हणाले. आता त्यांच्या बोलण्यात थोडीशी मित्रत्वाची झलक होती.

''तुला दिसतंय त्याप्रमाणे माझ्याकडे कमी कर्मचारी आहेत. कलकत्त्यात माझे दोन डीलरही आहेत. मला टीम लहान असावी असंच वाटतं. कारण त्यामुळे शक्य तितकी गोपनीयता बाळगता येते. माझ्या ग्राहकांसाठी उत्तम किंमत मिळवायची असेल तर माझ्या दृष्टीनं ही गोष्ट महत्त्वाची आहे,'' ते म्हणाले.

माझ्या मनात थोडीशी चीड निर्माण झाली. काहीही झालं तरी मी तोपर्यंत सुमारे अठरा महिने बाजारात काम केलं होतं. जणू काही माझ्या चेहऱ्यावरच्या भावांवरून माझे विचार समजल्याप्रमाणे ते अचानकच म्हणाले, ''लाला, तुला हे सगळं माहीत आहे याची मला कल्पना आहे. तरीही माझ्या ग्राहकांच्या ट्रेडच्या गोपनीयतेविषयी मी किती नेमकेपणानं आणि प्रामाणिकपणानं वागतो ते तुला माहीत असलं पाहिजे असं मला वाटतं. ते मला उत्तम ब्रोकरेज देतात आणि त्यामुळे शक्य तितका उत्तम दर त्यांना मिळवून देणं हे माझं काम असतं. मी कुठलाही अविवेकीपणा खपवून घेत नाही. जर माझ्या ट्रेडच्या बाबतीत तू अविवेकीपणा केल्याचं माझ्या

कानांवर आलं तर मी तुला स्पष्टीकरण विचारणार नाही. बाजारात काय घडत आहे त्याची माहिती देणारे माझे बरेचसे मित्र बाजारात आहेत. माझा विश्वासघात करणाऱ्या डीलरना बाजारातील इतर चांगल्या ब्रोकरकडे काम मिळवणं कठीण जातं. मला वाटतं की, तुला याचा रोख समजला असेल.''

मी मान डोलावली.

''तुला किती पगार मिळत होता?''

''१०,००० आणि शिवाय माझ्या जॉबिंगच्या नफ्यातील माझा वाटा.''

''मीही तितकेच देईन. फक्त तुझे जॉबिंग ट्रेड हे आपल्याला मिळणाऱ्या ऑर्डरवर आधारित असता कामा नयेत.''

''मी हे लक्षात ठेवेन. मी आजपासूनच कामाला सुरुवात करू का?'' मी विचारलं.

''नको. घरी परत जा. मी जे बोललो त्यावर शांतपणानं विचार कर. जर तुला माझ्या अटी पूर्ण करणं शक्य आहे असं वाटलं तरच माझा प्रस्ताव स्वीकार. मी तुला अगदी मोकळेपणानं सांगतो की, मी एक कामाला जुंपणारा, हुकमत गाजवणारा बॉस आहे,'' ते म्हणाले.

''मीही कामाच्या बाबतीत असाच प्रामाणिक असल्याचं तुम्हांला आढळेल,'' मी म्हणालो.

''मला तुझा आत्मविश्वास आवडला. तरीही तू पुन्हा एकदा विचार करावा असं मी तुला आग्रहानं सांगतो.''

मला फारसा विचार करावा लागलाच नव्हता. गोविंदभाईंमुळे मी चांगलाच प्रभावित झालो होतो. मी दुसऱ्याच दिवसापासून त्यांच्यासाठी काम करू लागलो आणि तीच आमच्यातील 'अवलंबून असणारी व्यक्ती आणि मार्गदर्शक' अशा टिकाऊ नातेसंबंधाची सुरुवात ठरली. तोपर्यंतच्या काळात मी एक स्वयंशिक्षित ट्रेडर होतो. परंतु माझ्या या शिक्षणात अनेक त्रुटी, अनेक तफावती राहिल्या होत्या आणि माझ्याकडे एका चांगल्या मार्गदर्शकाचा अभाव होता. गोविंदभाईंशी माझे संबंध आल्यानंतर हळूहळू माझ्या ट्रेडिंगमधील कमतरता दूर होऊ लागल्या.

माझ्या लवकरच असं लक्षात आलं की गोविंदभाईंचं यश हे त्यांनी अनेक वर्षं निर्माण केलेल्या आणि टिकवून ठेवलेल्या संबंधांवर आधारित

होतं. संबंध प्रस्थापित करण्याविषयी ते अतिशय चोखंदळ असले तरीही त्यांचे चांगले संबंध हे त्यांच्या यशामागचं एक कारण होतं.

''एखाद्याशी संबंध प्रस्थापित करण्याची सुरुवात करणं सोपं असतं, पण ते टिकवून ठेवणं हेच त्यातलं खरं आव्हान असतं. एखाद्या संकटात कोणती व्यक्ती आपल्याला हात देईल हे तुम्ही कधीही सांगू शकत नाही,'' असं त्यांनी मला एकदा सांगितलं होतं.

गोविंदभाईंना काम करताना बघून बघून मी अनेक गोष्टी शिकलो. त्यांचे ग्राहक कशाच्या मागे आहेत याचं संपूर्ण चित्र बाजाराला कधीच मिळू नये याची ते खात्री करून घेत होते. अर्धा ट्रेड बीएसईमध्ये आणि अर्धा सीएसईमध्ये करून ते हे करत होते. हुशार ट्रेडर्सना काय घडत आहे त्याचा सुगावा लागण्याच्या आधीच ते शेअर बाजारांमधील पोझिशन बदलत राहत होते. ते मोठ्या प्रमाणात व्यवहार करत असल्यामुळे एका ठरावीक मर्यादेच्या पलीकडे ते व्यवहार छुपे ठेवणं नेहमीच शक्य होत नसे. पण त्यांच्याकडे नेहमीच चांगला 'स्ट्राइक रेट' (डेरिव्हेटिव्ह कॉन्ट्रॅक्टच्या खरेदीची किंवा विक्रीची निश्चित किंमत. कंत्राट करतानाच ही किंमत लिहिली जाते. तिला एक्सरसाइझ प्राइस असंही म्हणतात. या किंमतीत संबंधित लोक खरेदी किंवा विक्री करू शकत असले तरी त्याच किंमतीत हे व्यवहार केलेच पाहिजेत असं बंधन त्यांच्यावर नसतं.) चांगला असत होता आणि तीच यातली महत्त्वाची गोष्ट ठरत होती.

हर्षद मेहतामुळे निर्माण झालेली तेजी गेली असली तरी सुरुवातीच्या विक्रीच्या माऱ्यानंतर बाजाराला स्थैर्य प्राप्त होण्यात दोन घटनांची मदत झाली. कंपन्यांना त्यांच्या इच्छेनुसार त्यांच्या शेअर्सची किंमत ठरवण्याची परवानगी देणाऱ्या कंट्रोलर ऑफ कॅपिटल इश्श्यूजला बंद करण्याचा निर्णय घेण्यात आला. त्या पाठोपाठ एफआयआय़करिता भारतात गुंतवणूक करण्यासाठी काही मार्गदर्शक तत्त्वांची सूचनाप्रणाली तयार करण्यात आली.

या सगळ्या घडामोडींचा अभ्यास केल्यानंतर आता आपण असं म्हणू शकतो की, एका टोकापासून एकदम दुसऱ्या टोकापर्यंत झोका घेणं ही सरकारची चूक होती. पैसा उभारणी करण्यासाठी थेट बाजारात धडकणाऱ्या कंपन्यांचं कसून मूल्यमापन करण्यासाठी आवश्यक असलेली मूलभूत सुविधांची यंत्रणा नवीन नियामकाकडे नव्हती. तोपर्यंत नियम तयार केले गेले नव्हते आणि नियामक तोपर्यंत त्याविषयी शिकत होता. कंपन्या

लोकांना देत असलेल्या शेअर्सकरिता मागत असलेलं अधिमूल्य (प्रीमिअम) त्यांच्या मूलभूत तत्त्वांचा विचार करता मुळीच समर्थनीय नव्हतं. खरं तर सर्वोच्च अधिमूल्याची मागणी करण्याबाबत कंपन्यांमध्ये स्पर्धा होती.

मुळातच अनेक कंपन्यांना आपण कशासाठी पैशाची उभारणी करत आहोत याचीच खात्री नव्हती. स्वयंघोषित व्यापारी बँकांनी कमिशन कमावण्यासाठी इतर कंपन्यांना समभाग भांडवलाची (इक्विटी कॅपिटलची) उभारणी करण्यासाठी मदत करण्याचा प्रस्ताव दिला.

दरम्यान, शेअर बाजारातील परदेशी गुंतवणुकींविषयींची तजवीज पूर्ण झाल्यामुळे एफआयआयनी या गुंतवणुकीतील क्षमता तपासण्यासाठी त्यांची पूर्वपाहणी पथकं पाठवण्यास सुरुवात केली होती. या फर्मच्या प्रतिनिधींना ताज, ओबेरॉय आणि इतर ऐष-आरामी हॉटेलमध्ये ठेवण्यात येत होतं. कुठल्याही दिवशी त्यांच्या लॉबीजमध्ये त्यांचं सहकार्य मिळवण्यासाठी ब्रोकरच्या झुंडीच्या झुंडी पाहायला मिळत होत्या, असं मला सांगण्यात आलं होतं. परदेशी प्रतिनिधींना अवमानकारकपणे 'गोरे' (खरं तर पांढऱ्या कातडीचे) हा शब्द वापरला जात होता.

आपल्याला व्यवसाय मिळवता यावा या आशेनं परकी गुंतवणूकदारांचं लांगूलचालन करण्यासाठी एकमेकांना धक्काबुक्की करत, एकमेकांच्या अंगावर पडत पुढे जाण्याची धडपड करणाऱ्या ब्रोकर्सच्या कथा खऱ्या आहेत की खोट्या, हे स्वतःच पाहावं म्हणून एका शुक्रवारी ट्रेडिंग संपल्यानंतर मी तिथे जाण्याचं ठरवलं. मी एका पंचतारांकित हॉटेलला भेट दिली. एका एफआयआयच्या प्रतिनिधींना तिथे उतरवण्यात आलं होतं. दलाल स्ट्रीटवरचे अनेक उच्च आणि बलाढ्य ब्रोकर तिथे प्रयत्नांची पराकाष्ठा करताना दिसत होते. परकीय प्रतिनिधींसमोर आपलं म्हणणं मांडता यावं म्हणून ते तिथे तिष्ठत थांबलेले होते. भारतात आपलं पूर्ण वेळ कार्यालय असलंच पाहिजे, याविषयी एफआयआयची खात्री पटेपर्यंत हा प्रकार आणखीही काही महिने तसाच सुरू राहिला होता.

भारतात सुधारणा सुरू झाल्याची चर्चा सुरू असली तरीही परकी गुंतवणूकदारांनी सावधपणानं सुरुवात केली होती. एफआयआयकरिता १९९२च्या ऑक्टोबरमध्ये मार्गदर्शक तत्त्वं जाहीर करण्यात आली असली तरी पुढच्या वर्षीच्या मार्चपर्यंत एफआयआयनी १५ कोटी रुपयांहून कमी गुंतवणूक केली होती.

दरम्यान, प्राथमिक बाजारातील (प्रायमरी मार्केटमधील) मौजमजा तशीच अनिर्बंधपणे सुरू होती. सुमारे ५५० कंपन्यांनी त्या आर्थिक वर्षात आयपीओंच्या माध्यमातून जवळजवळ ११,००० कोटी रुपयांची उभारणी केली होती. आदल्या वर्षी या माध्यमातून उभारण्यात आलेल्या रकमेच्या तुलनेत ही जवळजवळ दुप्पट रक्कम होती. काही जणांना आणखी एक बुडबुडा तयार होत असल्याची काळजी वाटत होती. आयपीओमध्ये आलेली तेजी हा फक्त एक 'वॉर्म अप' होता, हे त्या वेळी कोणाला माहीत होतं?

सन १९९३च्या मार्चमध्ये मुंबईत बॉम्बस्फोट झाले. त्यांच्यापैकी एक बॉम्बस्फोट शेअर बाजाराच्या तळघरातच झाला. त्यामुळे काही काळ बाजाराच्या खेळाडूंच्या मनात चिंता निर्माण झाली होती. यामुळे भारत ही व्यवसाय करण्यासाठी सुरक्षित जागा नाही, असं वाटल्यामुळे एफआयआय भारताकडे पाठ फिरवतील ही यातली प्रमुख चिंता होती.

दुपारी दीडच्या सुमारास झालेल्या बॉम्बस्फोटामुळे इमारत हादरली त्या वेळी मी ट्रेडिंग रिंगमध्ये होतो. माझ्या दोन जॉबर मित्रांबरोबर मी गप्पा मारत होतो. ते डिबेंचर्सच्या ट्रेडिंगमध्ये निष्णात होते. डिबेंचर्सचे व्यवहार रिंगच्या मध्यभागापासून दूरवर होत असत. या भागाचं अर्धवर्तुळाकार छप्पर त्याच्या कडांच्या बाजूला उतरतं होतं. हा स्फोट इतका शक्तिशाली होता की, प्लास्टर ऑफ पॅरिसनं तयार करण्यात आलेल्या सीलिंगला खोल तडे गेले आणि त्यामधून आमच्या अंगावर प्लास्टर ऑफ पॅरिसच्या चुऱ्याचा वर्षाव झाला. सगळीकडे एकदम घबराट पसरली. लोक किंचाळत होते आणि बाहेर पडण्यासाठी धावाधाव करत होते. चेंगराचेंगरीलाही सुरुवात झाली होती. शेअर बाजाराच्या इमारतीत कुठलीही प्राणहानी झाली नव्हती, पण बॉम्बस्फोटाचा परिणाम होऊन अगदी पंचविसाव्या मजल्यावरच्या कार्यालयांच्या खिडक्यांची तावदानंही फुटून त्यांचा चुरा पसरला होता. त्यांच्यातून उडालेले काचेचे तुकडे वर्मी बसल्यामुळे तिथून जाणाऱ्या-येणाऱ्यांपैकी काही जणांना आणि पीजे टॉवरच्या प्रवेशद्वाराजवळ खाद्यपदार्थ विकणाऱ्या काही विक्रेत्यांना त्यांच्या प्राणाला मुकावं लागलं होतं.

ब्रोकर्स मोहन विजनं आमच्यापैकी काही जणांना एकत्र केलं आणि स्फोट झालेल्या तळघरात काही लोक अडकले आहेत का ते पाहण्यासाठी आम्ही तिकडे निघालो होतो, ते मला आठवतं. तळघरात त्यांच्या कारसमोर थांबलेले काही ड्रायव्हर या स्फोटात ठार झाले होते, तिथे पसरलेला

जळलेल्या मांसाचा आणि रक्ताचा दुर्गंध अजूनही मला आठवतो. त्यामुळे मला कोरड्या ओकाऱ्या होत होत्या.

हा स्फोट शुक्रवारी झाला होता. त्यानंतर बीएसईचे सगळेच्या सगळे कर्मचारी आठवडाअखेरीला तिथे आले होते. सोमवारपासून सुरू होणाऱ्या नियमित ट्रेडिंगसाठी त्यांच्या सगळ्या यंत्रणा सुस्थितीत आहेत ना, याची तपासणी करून ते खात्री करून घेत होते. भारत दहशतवाद्यांना घाबरलेला नाही, असा संदेश बाजार खुला ठेवून भारत सरकार जगाला मोठ्या प्रमाणात देऊ इच्छित होतं.

मी सोमवारी बाजारात गेलो नाही, कारण बाबूजींनी आणि माँनं मी एक दिवसाची सुट्टी घ्यावी आणि त्या दिवशी त्यांच्या सोबत राहावं, असा आग्रह धरला होता. मी त्यांना त्यापासून परावृत्त करण्याचा प्रयत्न केला, पण मी त्या दिवशी त्यांच्या सोबत असल्यामुळे ते थोडेफार शांत होतील असं वाटल्यामुळे अखेर मी त्यांच्या म्हणण्याला रुकार दिला. त्या घटनेमुळे ते माझ्यापेक्षाही जास्त हादरून गेले होते.

त्या आठवड्याच्या पहिल्या दोन सत्रांत सेन्सेक्स सुमारे १०० अंशांनी उसळला होता. स्थानिक संस्थांनी कोणत्याही प्रकारच्या घबराटीतून विक्रीचा मारा करू नये, यासाठी सरकारनं बऱ्याच गोष्टी केल्या होत्या. परंतु तरीही तेजी हळूहळू नाहीशी झाली आणि मार्चच्या अखेरीला बॉम्बस्फोटाच्या आधी सेन्सेक्स जिथे होता, त्याहून किंचित कमी अंशावर स्थिरावला होता. तरीही बाजारानं त्या स्फोटाला फारसं मनावर न घेता धोरणातील सुधारणांचा परिणाम म्हणून अर्थकारणात निर्माण झालेल्या सकारात्मक घडामोडींवर लक्ष केंद्रित केलं होतं.

मी आयपीओंमध्ये भरभराट होत चाललेल्या ग्रे मार्केटच्या माध्यमातून आयपीओंमध्ये काम करण्यास प्राधान्य दिलं होतं. ग्रे मार्केट असं म्हटलं जाणारा बाजार स्टॉक एक्स्चेंजमध्ये आयपीओ सूचीबद्ध होण्याआधी (लिस्टेड होण्याआधी) आयपीओंमधील ट्रेडिंग करण्याचा बेकायदेशीर बाजार आहे. त्या काळात सबस्क्रिप्शन पीरियडच्या (इश्श्यू खुला झाल्यापासून बंद होईपर्यंतचा काळ) कालावधीनंतर स्टॉक एक्स्चेंजमध्ये शेअर सूचीबद्ध होण्यासाठी आयपीओंना दोन ते अडीच महिन्यांचा कालावधी लागत होता. दरम्यानच्या काळात पैसा कमावला...किंवा गमावलाही जात होता.

१०

काळा नव्हे, करडा

गोविंदभाईंसोबत काम करायला लागून मला दोन महिने होत आले होते. त्यांना बाजारात मोठ्या प्रमाणात 'जीबी' म्हणून ओळखलं जात होतं. दुसऱ्या महिन्याच्या अखेरीपर्यंत त्यांना मी आवडू लागलो होतो. ट्रेडिंग सुरू असल्याच्या कालावधीत ते रिंग मास्टर असत, खूश करणं अतिशय कठीण असलेले बॉस असत. पण त्या दिवसाचं काम एकदा आटोपलं की ते एक वेगळी व्यक्ती होत. काही वेळा ते माझ्याशी आणि दिलीप नावाच्या दुसऱ्या डीलरशी गप्पा मारत. शेअर बाजारातील त्यांचे अनुभव सांगत. जीबी १९७५ पासून बाजारात होते, त्यामुळे या गप्पांमध्ये गंमत असे आणि त्याबरोबरच काही मर्मदृष्टीही असत.

"आयपीओमधील ग्रे मार्केट कसं आलं असा विचार तुम्ही कधी केला आहे का?" आम्ही चहा पीत असताना एके दिवशी संध्याकाळी त्यांनी आम्हांला विचारलं.

दिलीपनं आणि मी नकारार्थी मान हलवली.

"हा १९७०च्या आणि १९८०च्या दशकांमध्ये प्रचलित असलेल्या परवाना राजच्या आणि कोटा राजच्या परिणामांपैकी एक परिणाम आहे. जर पुरवठ्यापेक्षा मागणी कमी झाली तर जवळजवळ प्रत्येक गोष्टीच्या बाबतीतच काळा बाजार सुरू होतो. आयपीओंच्या संदर्भातील ग्रे मार्केट

म्हणजे खरं तर त्यांचा काळा बाजारच आहे, असं तुम्ही म्हणू शकाल. या बाजारात तुम्ही जर शेअर्सना जास्त भावानं विकत घेऊ इच्छित असाल तर तुम्हांला जास्त संख्येचे शेअर्स मिळू शकतात.''

ते पुढे म्हणाले, ''ग्रे मार्केटचा उदय होण्यामागे आणखीही एक कारण होतं. त्या काळातील बहुतेक इश्श्यू जवळजवळ पूर्ण सबस्क्राइब्ड होत असत. एमएनसीजच्या आयपीओजनी शेअर बाजाराला लोकप्रिय केलं नव्हतं, त्या काळाविषयी मी बोलत आहे. आपले इश्श्यूज विकले जातील याची खात्री करून घेण्यासाठी प्रवर्तक त्यांच्या शेअर्सवर अधिमूल्य निर्माण करत आणि त्यामुळे त्यांच्या शेअर्समध्ये गुंतवणूकदारांना रुची निर्माण होत असे. जर एखादा इश्श्यू दहा रुपये किंमतीचा असेल आणि ग्रे मार्केटमध्ये तो ११ रुपयांनी विकला गेला तर अशा शेअर्समध्ये साहजिकच लोकांना रुची वाटत असे. ग्रे मार्केटमध्ये अकरा रुपयांना शेअर्सची खरेदी करण्याची इच्छा असलेल्या ऑपरेटरला प्रवर्तकाकडून किंवा गुंतवणूक बँकरकडून त्या इश्श्यूसाठी पाठबळ मिळत असे. काही हजारांतील शेअर्सच्या सुरुवातीच्या बोलीनंतर किंमत निश्चित होण्यास मदत होत असे आणि मग सहसा बाजारात त्या शेअर्सची हवा निर्माण होत असे. जर तसं झालं नाही तर त्या शेअर्समध्ये पुरेशा प्रमाणात रुची निर्माण होईपर्यंत ऑपरेटर आणखी काही शेअर्स खरेदी करत राहत असे.''

''अशा प्रकारे प्रवर्तकाकडून निर्माण करण्यात आलेलं अधिमूल्य हा एक प्रकारचा खरेदीला उत्तेजन देण्यावर करण्यात आलेला खर्चच होता तर...'' मी शेरा मारला.

''नक्कीच. पैसे देण्याच्या डळमळीत रचनेमुळेही ग्रे मार्केट अतिशय सक्रिय होतं. आयपीओ सबस्क्राइब करणाऱ्या गुंतवणूकदाराला अर्ज करतानाच २५ टक्के पैसे भरावे लगत, त्यानंतर शेअर्स दिले जाण्याच्या वेळी २५ टक्के आणि कंपनीनं मागणी केल्यानंतर उर्वरित ५० टक्के पैसे द्यावे लागत. सहसा लिस्टिंगनंतर एका किंवा दोन महिन्यांत कंपनी पैशांसाठी मागणी करत असे.''

''किरकोळ गुंतवणूकदारांना सहसा नेहमीच त्यांनी अर्ज केलेल्या संख्येइतके शेअर्स दिले जातील याची खात्री असे. त्यामुळे ते ग्रे मार्केटमध्ये अधिमूल्य आकारून तितक्या संख्येच्या शेअर्सची विक्री करत आणि एकदा त्यांना ते शेअर्स मिळाले की ते खरेदीदाराला देऊन टाकत. तसा विचार

करता, त्यांना मिळणारा लाभ फार मोठा नसे, कारण अधिमूल्यच फारसं मोठं नसे. परंतु तुम्ही जर या लाभांचं वार्षिक परताव्यांमध्ये रूपांतर केलं तर मात्र ते ४०-५० टक्के इतकं उच्च असे,'' जीबी म्हणाले.

त्यांनी आम्हांला अनेक गोष्टी सांगितल्या होत्या. त्यांच्यापैकी एक गमतीशीर गोष्ट संस्मरणीय होती. शिवाय सार्वजनिक इश्श्यू बाजार (पब्लिक इश्श्यू मार्केट) कसा कार्य करतो ते त्यांनी स्पष्ट करून सांगितलं होतं, तेही असंच लक्षात राहणारं होतं.

''बाजारात त्या वेळी कामाणी नावाचा एक हडकुळा माणूस होता. तो नेहमीच गोलंदाजासारखी टोपी घालून मिरवत असे. ग्रे मार्केटमध्ये सक्रिय असलेल्या ऑपरेटर्सचा एजंट म्हणून त्याला ओळखलं जात होतं. तुम्हांला कधीही ग्रे मार्केटमधून आयपीओचे शेअर्स खरेदी करायचे असतील तर कामाणीकडे जावं लागत असे. त्याच्याकडे नेहमीच असा एखादा व्यवहार तयारच असे. मी त्या वेळी नुकताच शेअर बाजारात आलो होतो आणि श्रॉफ नावाच्या ब्रोकरबरोबर काम करत होतो.''

''एकदा श्रॉफ त्यांच्या कार्यालयाच्या बाहेरच्या मार्गिकेवर एका मित्राबरोबर गप्पा मारत होते. त्याच वेळी त्यांना रस्त्यावर चहा पिण्यासाठी आलेला कामाणी दिसला.

''तो बघ कामाणी. मी तुला सांगतो, तो तुला काहीही विकू शकतो. अगदी त्याने एखाद्या कंपनीचं नावही ऐकलेलं नसलं तरीही तो तुला त्या कंपनीचे शेअर्स विकू शकेल. तुला टेट्रापॉड्स (भरतीच्या लाटांपासून रपेटीच्या मार्गाचं संरक्षण करण्यासाठी बांधण्यात आलेली मरीन ड्राइव्हवरची काँक्रिटची भिंत) खरेदी करायची आहे असं त्याला सांगून बघ, तुला तो तीही विकत देईल.'' श्रॉफनी त्याच्या मित्राला सांगितलं.

त्या मित्राला यावर विश्वास ठेवणं कठीण वाटलं, म्हणून श्रॉफनी ते सिद्ध करून दाखवायचं असं ठरवलं. त्यांनी कामाणीला हाक मारून त्यांच्याकडे बोलावलं.

''कामाणी, मला टेट्रापॉडचं कोट (शेअर बाजारात दशांशात देण्यात आलेली स्टॉकची किंमत. कोटसोबत सहसा इतरही पूरक माहिती देण्यात आलेली असते.) हवं आहे. लवकरच एका इश्श्यूसोबत तो येणार आहे,'' श्रॉफनी विश्वासात घेऊन सांगितल्याप्रमाणे त्याला सांगितलं.

हे ऐकल्याबरोबर कामाणीनं त्याच्या खिशातून त्याची डायरी बाहेर काढली. त्यात ग्रे मार्केटचे दर होते. त्याने काही पानं चाळली, पण त्याला टेट्रापॉड नावाची कंपनी कुठेच आढळली नाही. त्या काळात बहुतेक शेअर्सचे दर दहा रुपये असत होते. त्यामुळे कामाणीनं त्या कोटचा व्यवहार सांगितला. खरं तर त्याला ती कंपनी काय करते ते बिलकूल माहीत नव्हतं.

''एक रुपया,'' त्याने श्रॉफना सांगितलं.

''हा तुझ्याकडचा उत्तम दर आहे का?'' श्रॉफनी विचारलं.

''होय, मि. श्रॉफ, माझ्याइतके चांगले दर दुसरं कोणीच देत नाही, हे तुम्हांला माहीत आहे, याची मला खात्री आहे,'' तो म्हणाला.

''अर्थात मला ते माहीत आहे, कामाणी. मला ५,००० शेअर्सची खरेदी करायची आहे,'' असं म्हणून श्रॉफनी व्यवहार झाल्याचा संकेत म्हणून त्याच्याशी हस्तांदोलन केलं.

कामाणीनं त्याच्या डायरीत ही नोंद करून ठेवली.

''त्यानंतर पाच दिवसांनी संध्याकाळच्या वेळी कामाणी श्रॉफ यांच्या कार्यालयात आला. ''मि. श्रॉफ, ही टेट्राफोर्ड म्हणजे अमेरिकेतील फोर्ड कंपनीशी संलग्न असलेली कंपनी आहे का?'' त्याने विचारलं. त्याला ते जाणून घ्यायचं होतं. खरं तर कामाणींनी त्याला बिलकूल माहीत नसलेल्या कंपनीचे कोट देऊ केले होते हे ऐकून मलाही आश्चर्य वाटलं होतं,'' जीबी म्हणाले. त्यानंतर ते पुढे सांगू लागले.

''श्रॉफ म्हणाले, की, हो तर! तीच ती कंपनी!'' त्यांचा स्वर गंभीर होता.

''मग तसं असेल तर त्या कंपनीचं एखादं माहितीपत्रक वगैरे आहे का?'' कामाणीनं विचारलं.

श्रॉफनी त्याला विचारलं, ''का? काय झालं?''

त्यावर तो म्हणाला, ''माझ्या ग्राहकांना मी याविषयी सांगितलं आणि या शेअर्सना खूपच मोठी मागणी आहे. माझ्या एका ग्राहकानं मला ती फोर्डशी संलग्न असलेली एखादी कंपनी असू शकेल असं सांगितलं. जर असं असेल तर मला योग्य अधिमूल्य आकारावं लागेल, त्यामुळे अखेरीस मला पैसे गमवावे लागणार नाहीत,'' तो म्हणाला.

श्रॉफनी त्याला दोन दिवसांत ती माहितीपत्रिका त्याला मिळवून देण्याचं आश्वासन दिलं आणि नंतर दोन दिवसांनी त्यांनी त्याला त्या विनोदाविषयी सांगितलं. तेजीत असलेलं ग्रे मार्केट हे असं होतं. काही आघाडीच्या वृत्तपत्रांनी नियमित स्टॉक्सच्या कोटेशनसोबतच टेट्राफोर्डच्या इश्श्यूचे दरही छापले होते,'' जीबींनी त्यांची आठवण सांगितली.

''त्यामुळे नियमित बाजाराच्या अधिकृत कोट्सप्रमाणेच हे कोट्सही अधिकृत असल्यासारखे वाटत होते. कामाणीनं आणि त्याच्या गटानं अगदी प्रामाणिकपणे वृत्तपत्रांच्या कार्यालयांकडे हे दर फॅक्सनं पाठवून दिले होते. यामुळे सरकारकडून दिल्या जाणाऱ्या त्रासाला आमंत्रण दिल्यासारखं होईल, असं वाटल्यामुळे बीएसईचे अध्यक्ष फिरोझ जिजीभॉय यांनी ग्रे मार्केटमध्ये काम करणाऱ्या प्रमुख लोकांना त्यांच्या कार्यालयात बोलावून घेतलं आणि त्यांनी ज्या प्रकारे वृत्तपत्रांमध्ये ते कोट्स छापून आणले होते, तसे यापुढे न छापण्याची सूचना दिली.''

जीबींनी सांगितलेली दुसरी गोष्ट ही दिल्लीतील 'मिल्क फूड प्रॉडक्ट्स' नावाच्या कंपनीची होती. त्यांना पब्लिक इश्श्यूद्वारे पैशाची उभारणी करायची होती. त्यांनी सांगितलं होतं की, कंपनीनं त्यांच्या इश्श्यूच्या पणनासाठी एका उत्तम परदेशी बँकेची नियुक्ती केली होती. पण या इश्श्यूला फारसा प्रतिसाद मिळाला नाही. परदेशी बँकेतील आहुजा नावाच्या एका वरिष्ठ अधिकाऱ्याचे श्रॉफ यांच्याशी मित्रत्वाचे संबंध होते. आपल्या या बिकट अवस्थेविषयी चर्चा करण्यासाठी तो श्रॉफ यांच्याकडे आला.

आहुजानं श्रॉफना कंपनीच्या ताकदीविषयी सांगितलं आणि या इश्श्यूमध्ये लोकांना फारशी रुची नसल्याबद्दल त्याने खेदही व्यक्त केला.

''कंपनी चांगली असूही शकेल, पण बाजाराला तिच्याविषयी विश्वास वाटत नाही,'' श्रॉफ म्हणाले.

''मग यासाठी काय करावं लागेल?'' आहुजानं विचारलं.

''मी तुला सांगतो,'' श्रॉफ म्हणाले. त्यानंतर त्यांनी मला हाक मारली आणि कामाणीला त्यांच्या कार्यालयात बोलावून घेण्यास सांगितलं. एक नवीन इश्श्यू आला आहे आणि त्याविषयीचं त्याचं मत मला जाणून घ्यायचं आहे, असं त्याला सांग, असंही त्यांनी मला सांगितलं. त्यानंतर आहुजाकडे वळून ते म्हणाले की, मी कामाणीशी बोलत असताना तू एक शब्दही तोंडातून काढू नकोस.''

आहुजांनी ते मान्य केलं.

काही मिनिटांतच मी कामाणीला घेऊन घाईघाईनं कार्यालयात परतलो.

थोडंसं इकडचं-तिकडचं बोलणं झाल्यानंतर श्रॉफनी कामाणीला मिल्क फूड प्रॉडक्ट्सच्या इश्श्यूविषयी त्याचं काय मत आहे, असं विचारलं.

''कुछ दम नही है इश्श्यू में. मुळातच तुम्ही दिल्लीतील कंपन्यांवर कधीच विश्वास ठेवू शकत नाही. सहा महिन्यांनंतर तिथे दूधही नसेल, आहारही नसेल आणि उत्पादनंही नसतील,'' कामाणीनं सहजपणे शेरा मारला.

कामाणीवर जोरदार हल्ला करण्यापासून आहुजा मोठ्या कष्टानं स्वतःला परावृत्त करत असल्याचं मला दिसत होतं. परंतु त्यांनी श्रॉफना दिलेल्या शब्दामुळे ते काहीही करू शकत नव्हते. कामाणी तिथून निघून गेल्यानंतर श्रॉफनी आहुजाला सांगितलं की, इथे कंपनीविषयीच्या आकलनासंदर्भात समस्या आहे. फक्त ग्रे मार्केटमध्ये जोरदार गाजावाजा करूनच तू तुझं उद्दिष्ट पूर्ण करू शकतोस. तू हे केलं नाहीस, तर हा इश्श्यू बुडाल्यातच जमा आहे.

''आहुजांनी ते मान्य केलं आणि नंतर त्यांनी श्रॉफना त्यांना शक्य असतील तितके मिल्क फूड्सचे शेअर्स विकत घेण्यास सांगितलं. श्रॉफनी तसंच केलं. त्यानंतर ग्रे मार्केटमधील मिल्क फूडच्या शेअर्सच्या किंमती बघता बघता नाट्यमयरीत्या आभाळाला भिडल्या. ज्यांनी शेअर्सचं शॉर्ट सेलिंग केलं होतं त्यांच्या लक्षात आलं की, आता ते लिस्टिंगच्या दिवशी अडचणीत आले असते. त्यानंतर त्यांनी आपापल्या पोझिशनमध्ये बदल करण्यास सुरुवात केली. या जोरदार खरेदीमुळे किंमती आणखी वाढल्या.''

''प्रचंड नुकसानीची शक्यता दिसू लागल्यावर शॉर्ट सेलर्सचा सगळा तांडा बीएसईच्या अध्यक्षांकडे गेला आणि त्यांनी लिस्टिंगच्या दिवशी या शेअरच्या कमाल किंमतीवर मर्यादा घालावी अशी मागणी केली. हे केलं गेलं असतं तर पक्षपातीपणाचा आरोप सहन करावा लागला असता. त्यामुळे अध्यक्षांनी दुसरी उत्तम गोष्ट करायचं असं ठरवलं. त्यांनी श्रॉफ आणि शॉर्ट सेलर्स मोठा पैसा देणं लागत असलेल्या इतर काही ब्रोकरना बैठकीसाठी बोलावलं.''

''अध्यक्षांनी श्रॉफना आणि इश्श्यू व्यवस्थापकाला बेअर सिंडिकेटसोबत समझोता करण्याची विनंती केली. श्रॉफ काहीसे नाराज झाले, कारण यामुळे त्यांनी योग्य प्रकारे मिळवलेल्या भरपूर नफ्यातील काही नफ्यावर त्यांना पाणी सोडावं लागणार होतं. त्यांनी अध्यक्षांकडे त्यांच्या

मनातील असमाधान व्यक्त केलं. परंतु शेअर बाजारातील सदस्यांमधील समस्या त्यांच्यामध्ये सामोपचारानं मिटाव्यात, असं अध्यक्षांना वाटत होतं.''

''श्रॉफनी माघार घेतली. ते नरमाईनं वागले. कारण त्या काळातील अतिशय आदरणीय व्यक्ती म्हणून ओळखल्या जाणाऱ्या अध्यक्षांशी त्यांचे दीर्घकालीन जवळचे संबंध होते आणि त्यांना त्यांमध्ये वितुष्ट आणायचं नव्हतं,'' जीबी म्हणाले.

आमची संध्याकाळची संभाषणं काही वेळा तास-तासभर चालत. एमएनसीजच्या शेअर इश्श्यूजच्या यशामुळे किरकोळ गुंतवणूकदारांनाही शेअर बाजारात कशी रुची निर्माण झाली होती, तेही जीबींनी आम्हांला सांगितलं होतं. ते म्हणाले,

''सन १९७४ च्या फेरा कायद्यांतर्गत भारतीय गुंतवणूकदारांना शेअर्स देऊ करून एमएनसीजना त्यांचा वाटा ४०-७४ टक्क्यांपर्यंत कमी करावा लागला होता. आपल्याकडे विशेष तंत्रज्ञान असल्याचं सिद्ध करू शकणाऱ्या कंपन्यांना फक्त त्यांचा २६ टक्के वाटा कमी करावा लागला होता. निर्यातभिमुख फर्मना त्यांच्या वाट्यातील ४९ टक्के आणि उर्वरित कंपन्यांना ६० टक्के वाटा कमी करावा लागला. तुटपुंज्या परकी गंगाजळीचं जतन करणं आणि परदेशी कंपन्यांना भारतात जास्त प्रमाणात गुंतवणूक करण्यास उद्युक्त करणं या प्रमुख कारणांमुळे इंदिरा गांधी सरकारनं हा प्रस्ताव मांडला होता.''

''त्याची अंमलबजावणी होईपर्यंत जनता पक्ष सत्तेत आला होता. आपला वाटा कमी करून स्टॉक एक्स्चेंजमध्ये सूचीबद्ध होण्यास मान्यता दिलेल्या कंपन्या भारतातील त्यांचा व्यवसाय तसाच सुरू ठेवू शकल्या, तर इतरांना आपला गाशा गुंडाळून भारतातून काढता पाय घ्यावा लागला. भारतातून निघून जाण्याचा मार्ग पत्करणाऱ्या कंपन्यांमध्ये आयबीएम आणि कोका कोला यांचाही समावेश होता. उद्योगमंत्री जॉर्ज फर्नांडिस यांना या दोन्ही कंपन्यांना भारताबाहेर घालवून देण्याचं श्रेय जातं. पण यामागचं सत्य खूपच साधं आहे - या दोन्ही कंपन्यांनी आपण होऊनच भारतातून बाहेर पडण्याचा निर्णय घेतला होता.''

''त्यांचा वाटा कमी करण्यास त्यांना भाग पाडलं जाणं ही गोष्ट वाईट होती. खरं तर जास्तच वाईट होती. एमएनसीजनी त्यांचे शेअर्स किती किंमतीला विकावेत हे ठरवण्याचा अधिकार त्यांना देण्यात आला नव्हता. ही किंमत भांडवली इश्श्यूजचे नियामक (कंट्रोलर ऑफ कॅपिटल इश्श्यूज)

ठरवणार होते. त्यांची बुक व्हॅल्यू (कंपनीचं सुरुवातीचं भांडवल आणि मालमत्ता यांच्या एकूण किंमतीतून तिची कर्जं वजा केल्यानंतर जे मूल्य येतं ती कंपनीची बुक व्हॅल्यू होय) आणि अर्निंग ट्रॅक रेकॉर्ड (कमाईविषयीच्या नोंदींचा मागोवा) यांच्यावर आधारित सूत्रानुसार ते ठरवलं जाणार होतं.''

''यामुळे कंपन्यांना शेअर्स ज्या किंमतीला पात्र असतात, त्याहून खूपच कमी किंमतीला ते देणं भाग पडतं. सीसीआयचा कायदा हा भारतीय शेअरधारकांसाठी वरदान असला तरी संबंधित कंपन्यांसाठी जाचक होता, कारण शेअरचं मूल्यांकन हे भविष्यकाळातील कमाईविषयीच्या आकलनावर आधारित होतं आणि कंपन्यांच्या भूतकालीन कामगिरीवर ते अवलंबून नव्हतं. खरं तर प्रत्येक शेअर इश्श्यू हा वित्तसंस्थांना आणि किरकोळ गुंतवणूकदारांना अत्यल्प किंमतीला विकला जाणार होता. एमएनसीजचा तोटा हा वित्तसंस्थांचा आणि किरकोळ गुंतवणूकदारांचा लाभ होता. या शेअर्स देऊ करण्यामुळे यूटीआय आणि एलआयसी या संस्थांना बळकटी आली, कारण त्यांना या इश्श्यूजमध्ये सिंहाचा वाटा मिळाला. यामुळे त्यांना कमी किंमतीतील शेअर्सचा प्रथम वर्ग दर्जाचा पोर्टफोलिओ तयार करण्यास मदत झाली. अन्यथा त्यांच्याकडे असलेला पोर्टफोलिओ त्या कशा काय तयार करू शकल्या असत्या?''

''मुळातच भक्कम पाया असलेल्या अनेक कंपन्या असतात. परंतु त्यांचे शेअर्स स्वस्त किंमतीत विकत घेणं शक्य झाल्याखेरीज त्यांच्या शेअर्समध्ये गुंतवणूक करून तुम्ही मोठ्या प्रमाणात पैसा कमवू शकत नाही. सन १९७७ मध्ये हिंदुस्तान लिव्हर आणि रिलायन्स इंडस्ट्रीज यांनी काही आठवड्यांच्या फरकांनी आपापले आयपीओज बाजारात आणल्यानंतर देशातील समभाग बाजाराला मोठं प्रोत्साहन मिळालं. हे दोन्ही इश्श्यूज सामावून घेण्याइतकी बाजारात पुरेशी तरलता आहे का, याविषयी ब्रोकरच्या मनात शंका होती. पण दोन्ही इश्श्यूजना उत्तम प्रतिसाद मिळाल्यामुळे सगळ्यांनाच आश्चर्य वाटलं. फक्त या दोन इश्श्यूजनीच देशातील शेअरधारकांचा पाया मोठ्या प्रमाणात व्यापक केला.''

''१९७०च्या दशकाच्या उत्तरार्धापासून १९८०च्या दशकाच्या पूर्वार्धापर्यंत पब्लिक इश्श्यूजमधून सहजपणे पैसा कमावणं शक्य झालं होतं. कोलगेट, एचएलएल, कॅस्ट्रॉल, सिबा, पॉड्स, फायझर, ग्लॅक्सो, बाटा, कॅडबरी, रिचर्ड्सन हिंदुस्तान (सध्याची प्रॉक्टर अँड गॅम्बल), असंख्य चहा

लागवड कंपन्या आणि इतर काही कंपन्यांनी त्यांच्या शेअर्समध्ये आपला पैसा गुंतवून जोखीम पत्करलेल्या गुंतवणूकदारांना भरपूर परतावे मिळवून दिले.''

''हळूहळू ही माहिती सर्वत्र पसरली आणि जास्त गुंतवणूकदारांनी अर्ज करण्यास सुरुवात केली. त्यामुळे इश्श्यूजना अतिरिक्त मागणी आली. एकदा असं घडू लागल्यानंतर शेअर्स मिळण्याची शाश्वती उरली नाही. तरीही कमी शेअर्सकरिता मागणी केलेल्या गुंतवणूकदारांना मोठ्या प्रमाणात शेअर्सची मागणी करणाऱ्यांच्या तुलनेत प्राधान्य दिलं जाऊ लागलं. यामुळे लहान गुंतवणूकदारांकडून लहान गुंतवणुकांचे अनेक अर्ज केले जाऊ लागले, कारण लहान अर्जाला प्राधान्य मिळत असल्यामुळे शेअर्स मिळण्याच्या त्यांच्या संधी यामुळे वाढत होत्या हे त्यांना माहीत होतं. प्रत्येक गुंतवणूकदार किमान चार ते पाच अर्ज करत होता. स्वतःखेरीज त्याच्या नातेवाइकांच्या नावानंही तो हे अर्ज करत होता. निदान एखादा अर्ज तरी काम करेल अशी त्याला आशा वाटत असे.''

''एमएनसीजच्या नावांखेरीज काही दर्जेदार भारतीय कंपन्याही १९८०च्या दशकात बाजारात उतरल्या होत्या. हिरो होंडा, टीव्हीएस, अपोलो हॉस्पिटल्स आणि डॉ. रेड्डीज ही त्यांच्यापैकी काही लक्षणीय नावं होती.''

''त्यांची माहिती देणारं एक पत्रक वृत्तपत्रांच्या मोठ्या पानावर संपूर्ण पानभर झळकत असे. त्या माहितीपत्रकातील बहुतेक माहिती ही आखीव-रेखीव स्वरूपाची असे. नफा-तोटा दर्शवणारा लहान तक्ता लक्षवेधक असे. माझा असा अंदाज आहे की, माहितीचं प्रमाण योग्य असत होतं, पण तिचा दर्जा संशयास्पद होता. कंपन्या कुठलाही दावा करू शकत होत्या आणि कोणीही त्याची शहानिशा करत नव्हतं.''

''अगदी आतासुद्धा लोक पब्लिक इश्श्यू बाजारात एखादा बुडबुडा फुटण्याची चिंतातुरपणे वाट पाहत आहेत. तुम्ही मला विचाराल तर आपण आता जे पाहत आहोत ते माझ्यासारख्या लोकांनी १९८०च्या दशकाच्या मध्याच्या दरम्यान आम्ही जो उन्माद पाहिला होता, त्या तुलनेत काहीच नाही. राजीव गांधी सत्तेत आल्यानंतर लवकरच लीजिंग कंपन्यांमध्ये जोमानं वाढ झाली. अनेक क्षेत्रं अंशतः खुली झाली आणि त्यामुळे खेळत्या भांडवलाची प्रचंड गरज निर्माण झाली. बँकांकडून मिळणारं वित्तसाहाय्य मर्यादित होतं आणि सगळ्याच कंपन्या सार्वजनिक क्षेत्रात जाऊ शकत

नव्हत्या. त्यामुळे लीजिंग (पैसा कर्जाऊ देणाऱ्या) कंपन्यांनी ही तफावत भरून काढावी अशी अपेक्षा व्यक्त केली जात होती. ही एक आत्मसंतुष्टीची भविष्यवाणी होती. अनेक लीजिंग कंपन्या भांडवल उभारणीसाठी बाजारात उतरल्या. त्यांनी ६० लाख ते एक कोटी रुपयांपर्यंतचं भांडवल उभारलं. लीजिंग कंपन्यांमधील तेजी लवकरच इतर विभागांतही पसरली. ११ फेब्रुवारी १९८६ या फक्त एकाच दिवसात ११० इश्श्यूज बाजारात आले. त्यानंतर माझ्या संपूर्ण आयुष्यात पुन्हा कधीही मी असं काही पाहिल्याचं मला आठवत नाही आणि पुन्हा कधी मी ते पाहीन असंही मला वाटत नाही. त्यांच्यापैकी मूठभर इश्श्यूजनी चांगले परतावे दिले, पण त्यांच्यापैकी बहुसंख्य इश्श्यूज साफ कोसळले.''

''सार्वजनिक स्मृती अल्पकालीन असते. पुन्हा एकदा लघू-स्टील आणि लघू-सिमेंट कंपन्या बाजारात भांडवल उभारणीसाठी धडका मारू लागल्या. तो १९८०च्या दशकाच्या उत्तरार्धाचा काळ होता. आता तर एक नवीनच खूळ निर्माण झालं आहे. इतिहासानं काहीही दाखवून दिलं असलं तरी दर थोड्या, थोड्या वर्षांनी अशा गोष्टी घडतच राहतात. या अल्पकालीन सार्वजनिक स्मृतीमुळेच इतक्या सगळ्या वर्षांत शेअर बाजार सुरळीतपणे सुरू राहिला आहे.''

जीबींबरोबरच्या आमच्या चर्चांमधून आम्हांला वेगवेगळ्या गोष्टींकडे पाहण्याचा दृष्टिकोन निश्चितपणे मिळाला, पण शेवटी कोणालाही आपल्या स्वतःच्या अनुभवातूनच अनेक गोष्टी खरोखरच्या शिकता येतात.

भारतीय बाजारातील एफआयआयच्या सक्रियतेत सातत्यानं वाढ होत राहिली. आता पंचतारांकित हॉटेलांमध्ये परदेशी फंडांचे व्यवस्थापक मोठ्या प्रमाणात येऊन राहत होते. त्यांच्याकडून व्यवसाय मिळवण्याचा प्रयत्न करणाऱ्या ब्रोकरच्या फोननी आणि भेटींनी ते वेढले जात होते.

दलाल स्ट्रीटवरच्या गप्पांमध्ये प्रकाश चांगलाच गुंतलेला होता आणि त्यांमधून तो मला काही थरारक किंवा सुन्न करणारे तपशीलही देत होता.

''मिस्टर एक्स काही फंड व्यवस्थापकांच्या अगदी निकट आहे. पण तसं का आहे ते तुला माहीत आहे का लाला?'' चेहऱ्यावर कावेबाज स्मित खेळवत तो मला विचारत असे. मीही काही गोष्टी ऐकलेल्या होत्याच आणि प्रत्येक कथेची मध्यवर्ती कल्पना आणि कथा तीच असली तरी तिच्यातील पात्रयोजना वेगवेगळी असत होती.

''पुढे बोल प्रकाश. मला ज्ञानाचा डोस पाज,'' मी त्याला चिडवत म्हणत असे.

''ठीक आहे. मि. एक्स फंड व्यवस्थापकांकडे जाताना दोन याद्या हातात घेऊन जातो. एका यादीत व्यवसायाविषयीच्या कल्पना असतात आणि दुसरीत उच्च स्तरीय समाजातील कॉल गर्ल्सच्या आणि दुय्यम दर्जाच्या अभिनेत्रींच्या नावांची यादी असते. व्यवसायाला उत्तेजन देण्यासाठी कोणती यादी उपयुक्त ठरते याविषयी योग्य अंदाज बांधण्यासाठी बक्षीस देण्याची मुळीच गरज नाही. नाही का?'' तो खिदळत म्हणत असे.

मग तो पुढे म्हणत असे, ''पण काहीही असलं तरी मि. वायच्या तुलनेत मि. एक्स खूपच व्यावसायिकपणानं वागणारा आहे हे खरंच आहे. वाय फंड व्यवस्थापकांना फक्त एकच यादी घेऊन भेटतो.'' त्या पाठोपाठ हास्याची कारंजी उसळत असत.

सन १९९३-९४ मध्ये सुमारे ७७० कंपन्यांनी आयपीओच्या माध्यमातून १३,००० कोटी रुपयांहून जास्त भांडवलाची उभारणी केली. गुंतवणूकदार प्रत्येक गोष्टीवर अधीरतेनं झडप घालून देऊ करण्यात आलेल्या प्रत्येक प्रस्तावाचा स्वीकार करत होते. प्रवर्तकांची विश्वासार्हता किंवा व्यवसायाचं मॉडेल या गोष्टींचा विचार केला पाहिजे हे त्यांच्या गावीही नव्हतं. यातच एका उच्च दर्जाच्या कंपनीच्या योजनेचा बोऱ्या वाजल्याचाही समावेश होता. भारतात मॉर्गन स्टॅन्लीची पहिली म्युच्युअल फंड योजना सुरू झाली. ही अमेरिकेतील गुंतवणूक बँक होती आणि भारतात निव्वळ म्युच्युअल फंड योजना सुरू करणारी ती पहिलीच कंपनी होती. १९९४च्या जानेवारीत मॉर्गन स्टॅन्लीचा ग्रोथ फंड सुरू झाला. ती पंधरा वर्षांची क्लोज एंडेड (क्लोज एंडेड योजनेत गुंतवणूकदार एका विशिष्ट वेळी गुंतवणूक आणि विक्री करू शकतो आणि ही विशिष्ट वेळ फंड ठरवतात. गुंतवणूकदार ठरावीक मुदतीपर्यंत या फंडातून पैसे काढू शकत नाही. याला 'लॉकिंग पीरियड' असं म्हणतात.) समभाग योजना होती. ज्या लोकांनी या फंडात पैसे गुंतवले होते, त्यांचे पैसे पंधरा वर्षांकरिता या योजनेत अडकून पडले होते. या युनिट्सची किंमत प्रतियुनिट १० रुपये होती. किरकोळ गुंतवणूकदारांना असं वाटलं होतं की, नियमित आयपीओमध्ये आणि या योजनेत काहीच फरक नाही. त्यामुळे लिस्टिंग झाल्यानंतर पैसे दुपटीनं किंवा अगदी तिपटीनंसुद्धा वाढू शकतील. थोड्याच लोकांना ओपन एंडेड

आणि क्लोज एंडेड योजनांमधील फरक माहीत होता आणि त्याहूनही कमी लोकांना ॲसेट व्हॅल्यूची म्हणजेच एनएव्हीची आणि युनिट्सची संकल्पना माहीत होती. योजना घेण्यासाठी अर्ज मिळवण्याकरिता लवकरच उत्सुक गुंतवणूकदारांची रांग लागली.

'प्रथम येणाऱ्यास प्राधान्य', या तत्त्वावर युनिट्स दिली जातील, असं मॉर्गन स्टॅन्लीनं अगदी औदार्यानं जाहीर केलं. अर्ज संपूर्ण देशभरातून गोळा केले जाणार असल्यामुळे कोणत्या गुंतवणूकदारानं पहिल्यांदा अर्ज केला ते फर्म कसं काय ठरवणार आहे ते कोणीही विचारलं नाही. अत्यल्प माहिती असलेल्या आणि झपाट्यानं पैसा वाढवू इच्छिणाऱ्या गुंतवणूकदारांकडून इतका मोठा प्रतिसाद आपल्याला मिळेल असं बहुधा फंडाच्या लोकांनाही वाटलं नसावं असा माझा अंदाज आहे.

फंडानं ३०० कोटी रुपयांची उभारणी करण्याचं उद्दिष्ट ठेवलं होतं, पण त्यांना तब्बल १,००० कोटी रुपयांची उभारणी करता आली.

सगळ्या उत्साही गुंतवणूकदारांच्या दुर्दैवानं, मॉर्गन स्टॅन्ली फंडानं चुकीच्या स्टॉक्सची खरेदी केली आणि तीही इतक्या भयावह किंमतींना केली की, पहिले एनएव्ही जाहीर करण्यात आले त्या वेळी युनिटधारक १० टक्क्यांनी गरीब झाले होते. याहून वाईट गोष्ट अशी होती की, त्याच वेळी त्यांचे पैसे आता पंधरा वर्षांपर्यंत काढून घेता येणार नसल्याचं त्यांना समजलं होतं. अर्थातच म्युच्युअल फंडाच्या युनिट्सचा व्यवहार शेअर बाजारात करणं शक्य होतं, मात्र तिथे फंडाच्या एनएव्हीपेक्षा कमी किंमत सांगितली जात होती. या अनुभवामुळे भारतीय गुंतवणूकदारांचं तोंड चांगलंच पोळलं, इतकं की, त्यानंतर पुढची काही वर्षं त्यांनी म्युच्युअल फंडांकडे ढुंकूनही पाहिलं नाही.

दरम्यानच्या काळात, एफआयआय भारतीय समभागांना हळूहळू प्रोत्साहन देत होत्या. १९९३-९४ या वर्षात एफआयआय़नी ५,००० कोटींहून थोडीशी अधिक रक्कम भारतीय समभाग बाजारात ओतली होती. त्यापैकी सुमारे अर्धी रक्कम आधीच्या आर्थिक तिमाहीतून आली होती. परदेशी फंड व्यवस्थापकांच्या तोंडाला अखेर दलाल स्ट्रीटवरच्या रक्ताची चटक लागल्यासारखं दिसत होतं आणि मग त्यांना जास्तच तहान लागू लागली.

यामुळे अनेक ब्रोकरसाठी मोठ्या प्रमाणात नफा मिळवून देणारा व्यवसाय निर्माण झाला. त्यांनी महत्त्वाच्या खेळाडूंशी संबंध निर्माण करण्यात यश मिळवलं. सुरुवातीला अनेक ब्रोकर्सना परदेशी फंडांच्या

जिवावर नफा झाला. मला स्ट्रीटवरचे दोन हुशार डीलर माहीत होते. ते ब्रोकिंग फर्मचे कर्मचारी होते आणि ते दोन वेगवेगळ्या, प्रतिष्ठित ब्रोकिंग फर्म्समध्ये खरेदीच्या आणि विक्रीच्या ऑर्डर्सची अंमलबजावणी करत होते. या खेळात ते अतिशय निष्णात होते.

त्यांची कामाची प्रक्रिया साधी होती. एफआयआय मोठ्या प्रमाणातील शेअर्सचा व्यवहार करत होत्या. हे दोन डीलर शेअर्सचे मोठे गठ्ठे मिळवण्यात वाकबगार होते, कारण वित्त संस्थांमध्ये त्यांचे लागेबांधे होते. डीलर्ससाठी काम करणाऱ्या आघाडीच्या ब्रोकरच्या साहाय्यानं स्थानिक संस्थेकडून ते स्वस्तात शेअर्स विकत घेत होते. त्यानंतर वाढीव किंमतीनं ते शेअर्स ते त्यांच्या ग्राहक एफआयआयच्या गळ्यात घालत होते. यातून मिळणारा नफा हा सहसा डीलर्स आणि संबंधित आघाडीचा ब्रोकर रोख रकमेच्या स्वरूपात आपापसांत वाटून घेत होते. काही वेळा स्थानिक संस्थेच्या आणि एफआयआयच्या अधिकाऱ्यांनाही याची पूर्ण कल्पना असत होती आणि अशा वेळी तेही या नफ्यातील वाटेकरी असत होते.

आपल्या परदेशी गुंतवणूकदाराच्या जिवावर फक्त संस्थांमधील ब्रोकरच मजा मारत नव्हते, तर जॉबर्ससुद्धा निर्लज्जपणे यात सहभागी होत होते आणि भरमसाट स्प्रेडची मागणी करत होते. ही एक खुलेपणानं हाकाटी करणारी यंत्रणा असल्यामुळे अतिशय सक्रियतेने व्यवहार सुरू असलेल्या सर्वोच्च दहा स्टॉक्सच्या पलीकडे जाऊन खरेदी करू इच्छिणाऱ्या एफआयआयना त्या स्टॉक्सच्या संदर्भात जॉबर्सच्या अटी मान्य करायला भाग पाडलं जात होतं. सन १९९४च्या अखेरीला इलेक्ट्रॉनिक स्क्रीनच्या आधारावरचं ट्रेडिंग सुरू झालं आणि त्यामुळे अगदी सगळ्याच नसल्या तरी काही गैरप्रकारांना आळा बसला.

दोन अतिशय बुद्धिमान डीलर हे टोपाझ बारमधील नर्तकींकडे आकृष्ट झाले होते आणि त्यांच्यावर ते अगदी औदार्यानं पैसे उधळत होते. आपल्या आवडत्या मुलींवर त्यांच्यापैकी प्रत्येक जण एका रात्रीसाठी जवळजवळ पाच लाख रुपयांपर्यंत पैसे उधळत असल्याचं सांगितलं जात होतं. १९९०च्या दशकात पाच लाख रुपये ही लहान रक्कम नव्हती. त्यांच्या या उधळेपणाची बातमी लवकरच त्यांच्या मालकांपर्यंत पोहोचली आणि त्या दोघांनाही त्यांचे रानटी प्रकार कमी करावेच लागले. त्यानंतर सहा वर्षांनी मात्र कलकत्त्यातील काही ब्रोकर बेबंदपणे मुलींवर पैसे उधळू लागल्यानंतर पाच लाख रुपये ही रक्कम अगदीच चिल्लर वाटू लागली.

११

बदलाचे वारे

सुरुवातीच्या काळात परदेशी फंडांच्या कार्यालयांची लुबाडणूक झाली असली तरी त्यांच्यापैकी नीतिभ्रष्ट फंड व्यवस्थापकांचा वैयक्तिक वेळ अतिशय अविश्वसनीय वाटावा इतका चांगला गेला होता. ते पार्ट्या झोडत होते, दारू पीत होते, शाही जेवणाचा आनंद घेत होते आणि व्यवसायासाठी उत्सुक असलेल्या आणि त्यांच्या समोर गोंडा घोळणाऱ्या ब्रोकरवर खूश होते. काही मोठ्या ब्रोकरेज कंपन्या नियमितपणे त्यांच्या एफआयआय ग्राहकांसाठी गेटवे ऑफ इंडियावर पार्ट्या देत होत्या आणि त्यांच्यासाठी अगदी 'स्ट्रीपटीज शो'सारख्या कामुक प्रकारच्या कार्यक्रमांचंही आयोजन करत होत्या.

या चित्रात बीएसईची स्पर्धक म्हणून एनएसईचा प्रवेश झाला आणि मग मात्र व्यवसायाच्या व्यवहारांच्या चित्रात नाट्यमय बदल झाला. त्या वेळी देशभर शेअर बाजारांची उणीव नव्हती, पण त्या सर्वांमध्ये बीएसई हा खूपच मोठा आणि महत्त्वाचा शेअर बाजार होता. बीएसईमध्ये अनेक सूचीबद्ध (लिस्टेड)कंपन्या होत्या आणि त्यांची संख्या खूपच मोठी होती. इतर बाजारांच्या तुलनेत या बाजारात जास्त तरलता होती. तरलतेच्या संदर्भात बीएसईच्या तुलनेत बराच कमी असला तरी सीएसईचा क्रमांक त्या खालोखाल लागत होता आणि दिल्ली शेअर बाजार तिसऱ्या क्रमांकावर होता.

अतिशय दूरवरच्या गावांमधील अनेक किरकोळ गुंतवणूकदारही बीएसईमध्ये ट्रेडिंग करण्यास प्राधान्य देत होते. पण त्यांच्या ऑर्डर्स सब-ब्रोकर्सच्या साखळीच्या माध्यमातून मुंबईतील मुख्य ब्रोकरपर्यंत पोहोचत होत्या. त्यामुळे त्यांना अपरिहार्यपणे कमी किंमत मिळत होती. या साखळीतील प्रत्येक सब-ब्रोकर्स स्वतःचं कमिशन घेत होता. परिणामी, ब्रोकरेजचा दरच तीन ते चार टक्क्यांपर्यंत किंवा त्याहूनही जास्त असत होता. अखेरीस गुंतवणूकदाराला चांगला व्यवहार मिळणार की नाही ही गोष्ट मुख्य ब्रोकर किती सक्षम आणि बुऱ्या-भल्याचा विचार करणारा होता त्यावर अवलंबून होती. बहुतेक वेळा दिवसातील सर्वोच्च खरेदीच्या किंमतीइतकी किंमत त्यांना खरेदीसाठी मोजावी लागत होती आणि विक्रीची किंमत ही दिवसातील सर्वांत कमी किंमतीइतकी असत होती. ब्रोकरना किरकोळ गुंतवणूकदारांच्या बाबतीत 'घ्या किंवा सोडून द्या' हे धोरण अवलंबणं परवडत होतं. त्यांनी त्यांचा व्यवसाय इतरत्र कुठूनही करण्याचा प्रयत्न केला तरी त्यांना विश्वासार्ह किंमती किंवा चांगली सेवा मिळू शकणार नाही याची त्यांना पूर्ण कल्पना होती.

बीएसईमध्ये प्रागतिक विचारसरणीचे सदस्य नव्हते हे वेगळं सांगण्याची गरजच नाही. महेंद्र काम्पानी शेअर बाजाराचे अध्यक्ष होते, त्या काळात त्यांनी ट्रेडिंग प्रक्रियेचं संगणकीकरण करण्याचे आणि खुलेपणानं जोरजोरात आरडाओरडा करून काम करण्याऐवजी तेच काम संगणकाच्या पडद्यावरून शांतपणे केलं जावं यासाठी आटोकाट प्रयत्न केले होते. स्क्रीनवर आधारित असलेल्या ट्रेडिंगमध्ये ब्रोकर आरामशीरपणे त्यांच्या कार्यालयात बसून ट्रेडिंग टर्मिनलवर त्यांच्या ऑर्डर्स टाकू शकत होते. इलेक्ट्रॉनिक ट्रेडिंगचे लाभ दुहेरी स्वरूपाचे होते. पहिला म्हणजे एकाच वेळी अनेक ट्रेडर्सना एकापाठोपाठ यंत्रणा उपलब्ध होऊ शकत असल्यामुळे तरलतेत वाढ होते. यामुळे स्प्रेड्समध्ये (खरेदीच्या आणि विक्रीच्या कोट्समधील तफावतीत) नाट्यमयरीत्या घट होते. यातली आणखी महत्त्वाची गोष्ट म्हणजे शेअर्स प्रत्यक्षात कोणत्या किंमतीला विकले गेले किंवा त्यांची खरेदी करण्यात आली यात पूर्ण पारदर्शकता असते.

असं पाऊल उचलणं हे गुंतवणूकदारांसाठी लाभदायक ठरलं असतं, परंतु त्यामुळे नफा कमावणाऱ्या अनेक जॉबर्सच्या पोटावर पाय आले असते. ते व्यापक स्प्रेड्सवर आणि कमी तरलतेतून निर्माण होणाऱ्या अपारदर्शक

किंमतींच्या आधारावरच भरभराटीला आले होते. खरं तर बहुसंख्य जॉबरना अनावश्यक मानलं गेलं असतं. त्यामुळेच काम्पानींना ब्रोकिंग समुदायाकडून झालेल्या जोरदार विरोधाला तोंड द्यावं लागलं आणि त्यांचा प्रस्ताव तसाच धूळ खात पडून राहिला यात आश्चर्य वाटण्याजोगं काहीच नाही.

मात्र संगणकीकरण रोखल्यामुळे ब्रोकर-जॉबर लॉबीनं बीएसईला पंगू बनवणारा तडाखा दिला होता हे त्या वेळी खरोखरच या लॉबीच्या लक्षात आलं नव्हतं. या धक्क्यातून ही संस्था कधीही खऱ्या अर्थानं बाहेर पडलीच नाही. जर बीएसईचं त्या टप्प्यावर संगणकीकरण झालं असतं तर त्यांच्याकडून बाज़ाराचा वाटा हिसकावून घेण्यासाठी एनएसईला जास्त खडतर परिश्रम करावे लागले असते. बीएसईनं आपल्या यंत्रणांचं त्या वेळी संगणकीकरण केलं असतं, तर ती एनएसईच्या पुढे गेली असती असं मी खात्रीपूर्वक सांगू शकणार नाही, कारण एनएसईनं बीएसईच्या वाट्यावर ताव मारण्यास सुरुवात केल्यानंतरही बीएसईनं आपली स्वतःची उद्दिष्टं साध्य करणं तसंच पुढेही सुरू ठेवलंच होतं.

काही वर्षांनंतर बीएसईच्या एका प्रख्यात ब्रोकरशी माझी भेट झाली. तो एकदा बीएसईचा अध्यक्षही होता. बीएसईच्या इलेक्ट्रॉनिक ट्रेडिंगच्या योजनेला सरकारकडूनही जसं पाठबळ मिळणं अपेक्षित होतं तसं पाठबळ कधीही कसं मिळालं नव्हतं, ते त्याने मला सांगितलं. खरं तर सरकारमधील काही प्रभावी लोकांनीच बीएसईला उपेक्षित ठेवण्याचा निर्धार केल्यासारखं दिसत होतं.

माझ्या स्वतःच्या मताशी जुन्या काळातील अनेक लोक सहमत होतील. मला असं वाटतं की या सगळ्या प्रवासात कुठेतरी ब्रोकर्सची लॉबी तिच्या स्वतःच्या भल्यासाठी खूपच प्रभावीपणे वागत राहिली होती आणि सरकार तिच्याकडे आपल्याला मिळालेलं आव्हान म्हणून पाहत होतं. १९८०च्या दशकाच्या उत्तरार्धात यूटीआयचे माजी अध्यक्ष मनोहर फेरवानी यांनी यूटीआयच्या एका उपकंपनीसाठी ब्रोकिंग कार्ड मिळवण्याचा प्रयत्न केला होता. पण त्यांना ते नाकारण्यात आलं होतं. फेरवानी हे स्वतःही पूर्वी भारतीय शेअर बाजारातील बिग बुल होते. यूटीआयनं ब्रोकर्सबरोबर प्रचंड व्यवसाय केला होता आणि त्यांना हे माहीत होतं की, काही थोड्या व्यवहारांमध्ये तिला नियमितपणे माघार घ्यावी लागली होती. मोठ्या व्यवहारांची माहिती फुटत होती आणि त्यामुळे अनेक ट्रेड्सच्या

त्यांना मिळणाऱ्या किंमती बिलकूल समाधानकारक नव्हत्या. ही समस्या सोडवण्यासाठी यूटीआयनं स्वतःचं ब्रोकिंग कार्ड वापरायचं असं ठरवलं. परंतु दलाल स्ट्रीटवरच्या बड्या धेंडांपैकी एकालाही त्यांनी ब्रोकरचं काम दिलं नाही. त्यामुळे पहिली गोष्ट म्हणजे यूटीआयच्या व्यवहारांतून बाहेर ठेवण्यात आलेले ब्रोकर व्यवसायातील मोठा वाटा गमावून बसणार होते. दुसरी गोष्ट म्हणजे यूटीआयला सदस्यत्व दिल्यामुळे इतर संस्थांकडूनही अशाच स्वरूपाच्या विनंत्या करण्यात आल्या असत्या. फेरवानी यामुळे संतप्त झाले, पण या बाबतीत ते काहीही करू शकत नव्हते. इतर काही संस्थांनींही सदस्यत्वाची विनंती करण्याचा प्रयत्न केला होता, पण त्यांचीही अवहेलना करण्यात आली.

नव्यानं प्रस्थापित झालेल्या सेबीनं ब्रोकरना त्यांच्याकडे फी भरून नोंदणी करायला लावण्याचा प्रयत्न केला त्या वेळी ब्रोकर्सनी आणि जॉबर्सनी त्या प्रस्तावाला कडाडून विरोध केला. त्यांनी व्यवहार पार पाडण्यास नकार दिला आणि परिणामी, १९९२च्या एप्रिलमध्ये बीएसई एका आठवड्यासाठी बंद ठेवण्याची वेळ आली.

त्याच दरम्यान मुंबईच्या दौऱ्यावर आलेल्या अर्थमंत्री मनमोहन सिंग यांनी बीएसईमध्ये येऊन संतप्त ब्रोकर्सची भेट घेतली. मला मित्रांकडून असं समजलं की, ब्रोकर्सनी अर्थमंत्र्यांशी वाईट वर्तन केलं. त्यांनी जोरजोरात घोषणा दिल्या आणि त्यांची टर उडवली. यामुळे सरकारचा स्वाभिमान निश्चितपणे दुखावला गेला असावा. त्याच दरम्यान शेअर बाजारात गुंतवणूक करण्यासाठी परदेशी गुंतवणूकदारांकरिता पायघड्या घातल्या जात होत्या. देशाचा आघाडीचा शेअर बाजार सरकारला ओलीस ठेवू पाहत होता आणि त्यातून गुंतवणूकदार फक्त जास्त दूरच गेले असते.

म्हणून मुख्य भागधारक म्हणून वित्तसंस्थांना घेऊन त्यांच्यासह एनएसईची स्थापना करण्यात आली. हे मूलतः होलसेल डेब्ट ट्रेडिंगचं (प्रामुख्यानं निश्चित उत्पन्नाच्या सिक्युरिटीजच्या व्यवहाराचं.) व्यासपीठ होतं. त्याला शेअर्समध्येही ट्रेडिंग करण्याकरिता शेअर बाजार सुरू करण्याची परवानगी देण्यात आली. १९९४च्या नोव्हेंबरपासून त्यांनी कामकाजाला सुरुवात केली. त्यामुळे एका रात्रीत खेळाचे सगळे नियमच बदलून गेले. बीएसईला नियमांचं पालन करण्याखेरीज गत्यंतरच नव्हतं, अन्यथा ते एकटे पडले असते.

त्यांचा मुख्य व्यवसाय हा शेअर्सच्या खरेदीदारांना आणि विक्रेत्यांना एकत्र आणणं हाच असला तरीही बीएसई आणि एनएसई यांच्या व्यावसायिक नमुन्यात लक्षणीय फरक आहे. कामकाजाच्या पहिल्या दिवसापासून एनएसईनं इलेक्ट्रॉनिक ट्रेडिंग यंत्रणेसह कामकाज सुरू केलं. बीएसईच्या संगणकीकृत यंत्रणा कार्यरत होण्यासाठी आणखी काही महिन्यांचा कालावधी जावा लागला. एनएसईनंसुद्धा बीएसईप्रमाणेच साप्ताहिक सेटलमेंट चक्राचं पालन केलं, मात्र बीएसईमधील ट्रेड (व्यवहार) पुढे नेता येत असले तरी एनएसईमधील ट्रेड पुढे नेणं शक्य नसतं. सेटलमेंटच्या दिवशी ट्रेड एक तर पूर्ण करावे लागतात किंवा त्यांना स्क्वेअर-अप करावं लागतं.

नेहमीच कल्पक आणि हुशार असलेल्या ब्रोकरनी या अडथळ्यावर मात करण्याचा मार्गही शोधून काढला. एनएसईनं बुधवार ते मंगळवार असं सेटलमेंट चक्र ठेवलं होतं, तर बीएसईचं सेटलमेंट चक्र हे सोमवार ते शुक्रवार असं होतं. सोमवारी ट्रेडिंगची वेळ संपत आल्यावर किंवा मंगळवारच्या सत्रात सकाळी लवकर ब्रोकर त्यांच्या पोझिशन एनएसईमधून बीएसईमध्ये 'स्थलांतरित' करू लागले. एनएसईमधील आपल्या पोझिशन बंद करून आणि बीएसईमध्ये त्याच स्वरूपाच्या पोझिशन घेऊन ते हे काम करत. बुधवारी सकाळी बीएसईमधील आपल्या पोझिशन बंद करून ते पुन्हा एनएसईमध्ये त्यांना स्थलांतरित करत आणि एनएसईमध्ये नव्यानं पोझिशन घेत. अशा प्रकारे एनएसईमध्ये ट्रेड पुढे नेण्याची यंत्रणा नसली तरीही तिथला त्यांचा ट्रेड ते अशा प्रकारे पुढे नेत.

एनएसई हे व्यावसायिकांकडून चालवलं जात होतं आणि त्यांच्या संचालक मंडळावर एखादाही ब्रोकर सदस्य नव्हता. त्या तुलनेत बीएसईचं संचालक मंडळ ब्रोकरनी भरलेलं होतं आणि प्रभावी ब्रोकर सातत्यानं आपल्या कामात ढवळाढवळ करत असल्याचा आरोप तेथील कामकाजाचे प्रमुख अधिकारी करत होते. या सगळ्यावर कडी म्हणजे एनएसईची व्याप्ती संपूर्ण भारतभर होती आणि त्यामुळे ते भारतभर सेवा पुरवत होतं. बीएसईचा मुंबईच्या बाहेर विस्तार होण्यासाठी त्यांना काही महिने वाट पाहावी लागली. या सुरुवातीच्या फरकानं मोठाच बदल घडवून आणला. कारण बीएसई इतर ठिकाणी जाईपर्यंत एनएसईनं आधीच अगदी लहान गावांमध्येही हातपाय पसरले होते.

नवीन ब्रोकरच्या संप्रदायाला व्यापक प्रमाणात आणणं हे एनएसईचं स्टॉक ब्रोकिंग उद्योगातील सगळ्यात मोठं योगदान होतं. अनामत रक्कम

भरून आणि परीक्षा उत्तीर्ण होऊन कोणीही एनएसईचा सदस्य होऊ शकत होता. ज्या दिवशी सदस्याला बाहेर पडायचं असेल त्या दिवशी त्याची अनामत रक्कम त्याला परत दिली जात होती. बीएसईच्या क्लोज्ड क्लब संस्कृतीचा एनएसईला फक्त फायदाच झाला होता. बीएसईमधील सदस्यत्वाच्या जागांचा आकडा मर्यादित होता. या सदस्यत्वांच्या जागांनाच 'सदस्यत्वाची कार्डं' असंही म्हटलं जात होतं. सदस्य होण्याची इच्छा असलेल्या कोणालाही त्या वेळी बीएसईचा सदस्य असलेल्या कोणाकडून तरी कार्ड खरेदी करावं लागत होतं. या व्यवस्थेमुळे सदस्यत्व कार्डाची किंमत खूपच वाढण्यास मदत झाली होती, कारण त्या वेळी कार्डाचे फक्त थोडेच विक्रेते होते. बीएसईच्या सदस्यत्वासाठी जोरदार रस्सीखेच सुरू झाल्यानंतर आयएनजी बारिंग्जनं तब्बल चार कोटी मोजून सदस्यत्वाची जागा विकत घेतली होती. पुन्हा कधीही इतक्या प्रचंड किंमतीला बीएसईचं कार्ड कुठेच विकलं गेलं नव्हतं.

बीएसईच्या ब्रोकरना अनामत रक्कम ठेवण्याची संकल्पना हास्यास्पद वाटली होती. कलकत्ता आणि दिल्लीच्या बाजारांमध्येही या संकल्पनेची अशीच टर उडवण्यात आली होती. मुंबईच्या, कलकत्त्याच्या आणि दिल्लीच्या ब्रोकर्सच्या शक्तिशाली लॉबीनं कित्येक महत्त्वाकांक्षी ब्रोकरना बाहेरच ठेवलं होतं, अशा बाहेर ठेवलेल्या ब्रोकरच्या स्वप्नांचं एनएसई हेच आता उत्तर होतं. आधी गुंतवणूकदार हे मोठ्या शहरातील ब्रोकरच्या दयेवर जगत होते आणि त्यांना मोठा फायदा होत होता.

बीएसईच्या ब्रोकरनी एनएसईला जाहीरपणे कितीही तुच्छ लेखलं असलं तरी त्यांच्यापैकी अनेक ब्रोकरनी गुप्तपणे एनएसईच्या सदस्यत्वासाठी अर्ज केले होते. त्यांची स्थानं त्यांना संरक्षित करायची होती. एनएसई अपयशीच ठरेल याची त्यांना खात्री वाटत होती. पण चुकून त्यांनी चांगली कामगिरी केलीच, तर त्यांना ग्राहकांना गमावून बसण्याची इच्छा नव्हती.

इलेक्ट्रॉनिक ट्रेडिंग ही खूपच मोठी संकल्पना होती, परंतु त्यात कामकाजाच्या आणि प्रत्यक्ष अंमलबजावणीच्या पातळीवर अनेक समस्या होत्या. उदाहरणार्थ, जर ब्रोकर मुंबईत राहत असेल तर बाजाराच्या ट्रेडिंग यंत्रणेशी त्याला जोडण्याकरिता इंटरनेटची लाइन (लीज्ड लाइन) टाकून घेणं त्याला सोपं होतं. पण देशाच्या इतर भागांपर्यंत लीज्ड लाइन नेणं शक्य नव्हतं. उपग्रह दळणवळण यंत्रणेच्या साहाय्यानं एनएसईनं ही समस्या सोडवली

होती. त्यामुळे इतर राज्यांमधील आणि मुंबईच्या दूरदूरच्या कानाकोपऱ्यांतील ब्रोकर्सही एनएसईच्या ट्रेडिंग यंत्रणेशी जोडले गेले होते. परिणामी, एनएसईला एक टेलिकॉम कंपनी सुरू करावीच लागली आणि त्यांच्या टेलिकॉम जाळ्याशी त्यांनी स्टॉक ट्रेडिंगच्या व्यासपीठाला जोडून टाकलं.

एनएसईचा डेब्ट मार्केट विभाग १९९४च्या जूनपासून म्हणजे त्यांचा समभाग (इक्विटी) विभाग सुरू होण्याच्या आधीच सुरू झाला. त्या वर्षी नोव्हेंबरपर्यंत समभाग विभागाचं कामकाजही सुरू झालं. इलेक्ट्रॉनिक ट्रेडिंग सुरू झाल्यावर झपाट्यानं स्प्रेड्स कमी झाल्या आणि तरलतेत नाट्यमयरीत्या सुधारणा झाली. तरलतेमुळे शेअर बाजारातील अनेक उत्तम खेळाडू एनएसईकडे आकर्षित झाले आणि त्यामुळे बाजारात आणखी तरलता आली. किंमती सगळ्यांनाच पाहण्यासाठी उपलब्ध असल्यामुळे ब्रोकरना गुंतवणूकदारांची लुबाडणूक करणं अशक्य झालं. पोझिशनवरच्या दैनंदिन मार्जिन (सिक्युरिटी ताब्यात असलेल्या व्यक्तीला समोरचा पक्ष उचलत असलेल्या जोखमीपोटी काही अनामत रक्कम ठेवावीच लागते. तिलाच मार्जिन असं म्हणतात.) आणि मर्यादा एकत्रितपणे ब्रोकरना समजत होत्या. त्यामुळे जोखीम व्यवस्थापनास मदत झाली.

एनएसईच्या आगमनापूर्वी ख्रिसमसपासून नववर्ष दिनानंतरच्या दिवसापर्यंत बीएसई बंद राहत असे. आता आपल्या प्रतिस्पर्ध्यामुळे आपला व्यवसाय आपल्याला गमवावा लागू नये म्हणून बीएसईनं आठवडाभर बाजार बंद ठेवणं बंद करण्याचा निर्णय घेतला.

संगणकाधारित यंत्रणेमुळे संपूर्ण ट्रेडिंग प्रक्रिया चेहराहीन बनली. खरेदीदार आणि विक्रेते यांना आता आपल्या ट्रेडच्या विरुद्ध बाजूला कोण आहे ते समजू शकत नव्हतं. ज्या वेळी शेअर बाजाराच्या रिंगमध्ये ट्रेडिंग होत होतं, त्या वेळी आपल्याला कोणासोबत व्यवहार करावयाचा आहे याची निवड ब्रोकर आणि जॉबर करू शकत होते. तिथला समुदाय लहान होता आणि प्रत्येक जण एकमेकाला अगदी वैयक्तिकरीत्या नसला तरी चेहऱ्यानं आणि नावानं ओळखत होता. ज्या प्रतिपक्षाच्या मनात सद्भावना नाही किंवा जो प्रतिपक्ष आपले शब्द पाळण्याइतका आर्थिकदृष्ट्या भक्कम नाही असं वाटत असे, त्यांना ते टाळू शकत. एएस आणि पीएस हे जणू काही प्लेगचे रुग्ण असावेत अशा प्रकारे रिंगमध्ये मी त्यांच्या वाऱ्यालाही उभा राहत नसे. परंतु स्क्रीनवरून व्यवहार करताना मी त्यांच्याकडून शेअर्स

खरेदी करत आहे का किंवा त्यांना ते विकत आहे का, ते समजू शकत नव्हतं.

बीएसईमध्येसुद्धा इलेक्ट्रॉनिक यंत्रणा आल्यानंतर अनेक जॉबरच्या उत्पन्नात मोठीच घट झाली. एके काळी विशिष्ट विभागांचे 'राजे' असलेल्या स्वच्छंदी डीलरवर ब्रोकरकडे काम करण्याची पाळी आली. अर्थातच त्यांची संख्या कमी होती. बीएसईच्या एका आणि एनएसईच्या एका अशा दोन ट्रेडिंग टर्मिनलच्या समोर बसून 'जॉबर गुंतवणूकदाराला' या दोन बाजारांमधील बँकांनी किंवा कंपन्यांनी दिलेल्या हंगामी मनी सर्टिफिकेटच्या (स्क्रिप्सवरच्या) किंमतीतील अल्प तफावतीतून नफा कमावण्याचा प्रयत्न करावा लागू लागला. ते एका बाजारातून तुलनेत स्वस्त शेअर्स विकत घेऊन दुसऱ्या बाजारात काही पैशांनी जास्त किंमतीला विकण्याचा प्रयत्न करू लागले. यामुळे विजेच्या वेगानं काम पार पडू लागलं. त्याबरोबरच संधीच्या शोधात सातत्यानं संगणकाच्या पडद्यासमोर बसून राहणंही भाग पडू लागलं. रिगमध्ये थांबून जॉबिंग करण्याच्या तुलनेत या यंत्रणेत एक लाभ मात्र जरूर होता. इथे सहजपणे कोणाच्याही पोझिशनचा मागोवा घेत राहता येत होतं. फक्त एक कळ (की) दाबून किंवा माउसच्या एका क्लिकच्या साहाय्यानं तुम्हांला अखेरच्या शेअरची किंमत पाहून तुमची ट्रेडिंग पोझिशन समजत होती. पण हे नवीन स्वरूप एका दृष्टीनं फारसं रोमहर्षक नव्हतं. आता तुम्हांला प्रतिपक्षाच्या डोळ्यांत खोलवर पाहून तो काय विचार करत असावा आणि त्याची पुढची चाल काय असावी याचा अंदाज घेऊन त्याअनुसार तुमचा कोट सांगण्याची गरज नव्हती. याहूनही वाईट गोष्ट अशी होती की, ज्याला बाजाराची प्रामाणिक माहिती नसेल, पण फक्त की-बोर्डावर आपली बोटं जलद गतीनं कशी नाचवावीत एवढीच माहिती असेल अशा एखाद्याकडून तुम्ही पराभूत होत होतात.

नवीन यंत्रणेत अनेक जॉबर मागे पडले असले तरी नवीन यंत्रणा स्वीकारून स्वतःची भरभराट करून घेतलेले जॉबरही होतेच. फक्त तुमचाच असलेला हा प्रामाणिक लेखकही त्यांच्यापैकी एक होता हे वेगळं सांगण्याची गरज नाही. इलेक्ट्रॉनिक ट्रेडिंगमुळे अनेक स्टॉक अधिक तरल बनले असले तरी त्यालाही काही मर्यादा होत्या. आतासुद्धा मोठ्या ऑर्डर्स स्क्रीनवरून देता येत नव्हत्या, कारण त्यामुळे जोरदार खरेदी किंवा विक्रीचा भयानक मारा सुरू होत होता आणि त्यानुसार शेअर्सच्या किंमती अचानक भरमसाट

वधारत होत्या किंवा तशाच घसरतही होत्या आणि संपूर्ण बाजार त्यांना पाहू शकत होता. खरेदीच्या मोठ्या ऑर्डर्समुळे तत्काळ स्टॉकची किंमत भलतीच चढत होती, कारण विक्रेते जास्तीत जास्त किंमत शोधत राहत होते आणि जर एखादी मोठी विक्रीची ऑर्डर असली तर खरेदीदार खूपच कमी कोट सांगत होते.

संभाव्य खरेदीदारांशी किंवा विक्रेत्यांशी मोठ्या प्रमाणातील शेअर्सच्या व्यवहाराच्या संदर्भात आगाऊ वाटाघाटी करून नंतर त्या स्क्रीनवर टाकणं यातच खरं कौशल्य होतं. आपल्या ट्रेडिंग टर्मिनलवर काम कसं करावं एवढीच माहिती असलेल्या लोकांच्या तुलनेत जीबींसारख्या आणि अगदी विनयपूर्वक सांगायचं झालं तरी माझ्यासारख्या लोकांनाही इथेच खरी संधी होती.

इलेक्ट्रॉनिक ट्रेडिंगमुळे काही गैरप्रकार दूर झाले असले तरी या अदलाबदलीत इतर काही नवीन गैरप्रकार निर्माण झाले होते. ब्रोकरचा एक गट एकत्र येत असे आणि आपापसांत स्टॉकचं ट्रेडिंग करत असे. त्यामुळे भरपूर प्रमाणात ट्रेडिंग होत असल्यासारखं भासत असे. समजा, पाच ब्रोकर्सनी आपापसांत पाच वेळा १०,००० शेअर्सचं ट्रेडिंग केलं तर अडीच लाख शेअर्सचं ट्रेडिंग झाल्यासारखं वाटत असे. फक्त संख्या फुगवून काहीही उपयोग होणार नसल्यामुळे किंमतही वाढवण्याची गरज असे. म्हणून या तांड्यातील प्रत्येक सदस्य साखळीतील दुसऱ्या सदस्याला किंचित चढ्या भावानं शेअर्स विकत राहत असे.

त्यानंतर या गटातील एखादा सदस्य अशी बातमी पसरवे की, काही मोठ्या गुंतवणूकदारांना हा स्टॉक आवडला आहे. मग क्षणार्धात किरकोळ गुंतवणूकदार आणि 'डे ट्रेडर' (एका दिवसातच खरेदी-विक्री करून व्यवहार पूर्ण करणारे लोक) झपाट्यानं या शेअर्सकडे वळत आणि नंतरच्या अडीच लाख शेअर्सची खरेदी ही प्रामाणिकपणानं झालेली असे. या सगळ्या धुमश्चक्रीत संबंधित तांड्यातील लोक शांतपणे दुसऱ्या काउंटरकडे वळलेले असत आणि त्यांना अपेक्षित किंमतीइतकी वाढ झाली की, भरपूर नफा कमवून त्यांचा व्यवहार पूर्ण करत.

कामकाज सुरू झाल्यापासूनच्या जेमतेम अकरा महिन्यांत एनएसईनं दैनंदिन ट्रेडच्या उलाढालीच्या संदर्भात बीएसईला मागे टाकलं आणि तो देशातील प्रथम क्रमांकाचा बाजार झाला. ज्या गतीनं हे घडलं होतं, ते पाहून स्वतः एनएसई म्हणजेच राष्ट्रीय शेअर बाजारही चकित झाला होता.

बीएसईमधील प्रख्यात ब्रोकर्सच्या अहंकाराला बसलेला हा जोरदार झटका होता. एनएसई झपाट्यानं बीएसईच्या निकट येत चाललेलं असतानाही बीएसईमधील जे लोक त्यांचा उपहास करत होते, विशेषतः त्यांच्या दृष्टीनं ही बाब खूपच बोचरी होती. पण त्यामुळे त्यांच्या उत्पन्नावर फारसा परिणाम झाला नाही, कारण त्यांच्यापैकी अनेकांनी आधीच एनएसईचं सदस्यत्व घेतलं होतं.

सन १९९४ पासून ते १९९५च्या मध्यापर्यंत बीएसईच्या सदस्यत्व कार्डाची किंमत वधारत गेली होती. भारतात ब्रोकिंग व्यवहार सुरू करू इच्छिणाऱ्या परदेशी गुंतवणूक बँकांच्या मागणीला याचं बरंचसं श्रेय दिलं पाहिजे. एनएसईचं सदस्यत्व खूपच स्वस्त असल्यामुळे परदेशी फर्म दोन्ही बाजारांचं सदस्यत्व घेण्याबाबत अतिशय दक्ष होत्या.

परदेशी ब्रोकरेज कंपन्यांच्या आगमनामुळे इक्विटींचा आणि अर्थकारणाचा मागोवा घेणाऱ्या विश्लेषकांची मागणी मोठ्या प्रमाणात वाढली. १९९४ पर्यंत संस्थात्मक गुंतवणूकदारांकरिता काम करणाऱ्या काही स्थानिक ब्रोकिंग कंपन्यांनी व्यवहारांची अंमलबजावणी करण्याखेरीज संशोधन सेवा पुरवणाऱ्या काही विश्लेषकांनाही नोकरीवर घेण्यास सुरुवात केली. बहुतेक वेळा उद्योग-व्यवसायांना ठरावीक मुदतीचं कर्ज देणाऱ्या संस्थांमध्ये प्रकल्प विश्लेषण अहवाल तयार करणाऱ्या बहुतांश विश्लेषकांनाच या कंपन्यांनी आपल्याकडे घेतलं होतं.

स्थानिक ब्रोकिंग कंपन्या त्यांना चांगलं वेतन देत होत्या, कारण त्यांच्यापैकी बहुतेक लोक हे चार्टर्ड अकौंटंट किंवा एमबीए झालेले होते. परंतु परदेशी ब्रोकिंग फर्मनी या विश्लेषकांना त्यांच्या वेतनाच्या तिप्पट ते चौपट पगार देऊ करून या उद्योगातील वेतनरचनेचं चित्र रातोरात पालटून टाकलं. हा इतका मोहात पाडणारा प्रस्ताव होता की, बहुतेक विश्लेषक तो नाकारू शकले नाहीत.

स्थानिक ब्रोकिंग कंपन्या संतप्त झाल्या, परंतु वेतनाच्या बाबतीत त्यांच्या प्रतिस्पर्धी परदेशी कंपन्यांशी स्पर्धा करणं त्यांना परवडणारं नव्हतं. सन १९९४ पासून मॉर्गन स्टॅन्ली, मेरिल लिंच, बार्कलिस डी झोईट वेड (बीझेडडब्ल्यू), नॅशनल वेस्टमिन्स्टर (नाटवेस्ट), इंडो सुएझ वि कार्ट, होअर गोवेट, क्रेडिट लिओनाईस (नंतर हिलाच सीएलएसए म्हटलं जाऊ लागलं.) एबीएन अॅम्रो, पेरीग्रीन, जार्डाइन फ्लेमिंग, सॉकजेन क्रॉसबी,

एचएसबीसी (या कंपनीची बाटलीवाला अँड कारानी यांच्याशी दीर्घ काळ भागीदारी होती.), आयएनजी बारिंग्ज, यूबीएस, क्रेडिट स्युसे फर्स्ट बोस्टन, कॅस्पियन, कझानोवे यांसारख्या काही कंपन्यांनी भारतात त्यांचं बस्तान बसवलं. १९९७ च्या आशियाई आर्थिक संकटानंतर त्यांच्यापैकी अनेकांनी भारतातून काढता पाय घेतला आणि सन २००१ मध्ये डॉट कॉमचा बुडबुडा फुटल्यानंतर आणखी काही कंपन्यांनी निघून जाणं पसंत केलं.

भारतीय शेअर ब्रोकिंगमध्ये खोलवर आपली मुळं रुजवण्याचा निर्णय घेतलेल्या काही नामवंत परदेशी कंपन्यांनी आघाडीच्या स्थानिक संस्थांचं साहाय्य घेतलं. मेरिल लिंचनं डीए. परभूदासची भागीदार म्हणून निवड केली. मॉर्गन स्टॅन्लीनं जेएम फायनान्शिअलशी युती केली आणि गोल्डमन सॅक्सनं कोटक सिक्युरिटीजशी हातमिळवणी केली. त्यानंतरच्या दशकात किंवा तत्सम कालावधीत या बहुतेक सगळ्या युती फिस्कटल्या.

एफआयआय़च्या आगमनामुळे जागतिक बाजारांमधील भारताच्या भूमिकेत सुधारणा झाली. क्रमवारीत त्या खालच्या स्थानावर असल्या तरी अखेरीस त्यांच्याकडे लक्ष वेधलं गेलं होतं. इलेक्ट्रॉनिक ट्रेडिंगमुळे ट्रेडिंगच्या आकारात मोठी वाढ झाली असली तरी एफआयआयनी मोठ्या प्रमाणात ट्रेडिंग करण्याइतकी जास्त तरलता आली नव्हती.

एफआयआयच्या आगमनामुळे बाजारातील वर्चस्वाच्या उतरंडीतही बदल झाला. एके काळी भारतीय शेअर बाजाराचा निर्विवाद राजा असलेल्या युनिट ट्रस्ट ऑफ इंडियाचा बाजारातील किंमतीवर किंवा भावनांवर पूर्वीप्रमाणे प्रभाव उरला नाही. यूटीआयच्या मुख्यालयासमोर तासन्तास रांगा लावून उभे राहणारे ब्रोकर आता या खेळाच्या नवीन मालकांची म्हणजेच एफआयआयची खुशामत करण्याचे पराकाष्ठेचे प्रयत्न करताना दिसू लागले. ब्रोकर आणि जॉबर अगदी काही महिने आधीपर्यंत यूटीआयच्या व्यवहारांचा माग काढण्याचा जसा प्रयत्न करत होते, अगदी त्याच धर्तीवर आता ते एफआयआय कशाच्या मागे आहेत त्याचा माग काढण्यासाठी प्रयत्न करू लागले.

१२

सहज मिळणारा पैसा

एफ.आय.आयनी भारतातील त्यांच्या कामकाजांमध्ये वाढ करण्यास सुरुवात केलेली असताना प्राथमिक बाजारातील (प्रायमरी मार्केटमधील) उन्माद ओसरण्याची कसलीच चिन्हं दिसत नव्हती. किरकोळ गुंतवणूकदारांच्या मनात पुन्हा एकदा शेअर बाजाराविषयीचं प्रेम उफाळून आलं, परंतु पैसा उभारणीचा प्रयत्न करणाऱ्या कंपन्यांचा दर्जा झपाट्यानं वाइटापासून जास्त वाईटपर्यंत घसरला. व्यापारी बँकांच्या अविश्वासू प्रतिनिधींनी लबाड प्रवर्तकांना फक्त कागदोपत्रीच अस्तित्वात असलेल्या प्रकल्पांकरिता पैसा उभारण्यासाठी मदत केली. परिणामी, अनेक कंपन्या आणि त्यांचे प्रवर्तक नंतरच्या काळात फक्त नाहीसे झाले आणि त्यांच्याविषयी पुन्हा काहीही ऐकायला मिळालं नाही.

व्यापारी बँकेचा अधिकारी आणि प्रवर्तक यांच्यात थोड्याफार फरकानं पुढील विशिष्ट प्रकारचं संभाषण होत असे.

व्यापारी बँकेचा अधिकारी : सर, तुम्हांला १०-१५ कोटींची उभारणी करायला आवडेल का?

प्रवर्तक : सध्या तरी नाही.

व्यापारी बँकेचा अधिकारी : परंतु बाजार दीर्घ काळापर्यंत आतासारखे तेजीत असणार नाहीत. तुम्ही ज्या वेळी पैसा उपलब्ध आहे त्या वेळी पैशाची उभारणी केली पाहिजे.

प्रवर्तक : व्याजाचा दर काय आहे?

व्यापारी बँकेचा अधिकारी : काहीच नाही.

प्रवर्तक : खरंच? पण मला कधी ना कधी पैसा परत तर करावाच लागेल, हो ना?

व्यापारी बँकेचा अधिकारी : नाही. यातलं हेच तर सौंदर्य आहे.

प्रवर्तक : (संशयानं) याचा अर्थ मला पैसा मिळेल आणि मला व्याज भरावं लागणार नाही आणि मुद्दलही परत करावं लागणार नाही असं तुम्ही म्हणत आहात का?

व्यापारी बँकेचा अधिकारी : अगदी बरोबर.

प्रवर्तक : तुमच्या योजनेत मला स्वारस्य वाटू लागलंय.

आठवडाभराहून कमी कालावधीत महत्त्वाकांक्षी प्रकल्पांसह आणि अंदाजांसह तकलादू माहितीपत्रकं तयार होत होती आणि कंपन्या सार्वजनिक क्षेत्रात जाण्यासाठी सज्ज होत होत्या. उभारण्यात आलेल्या भांडवलापैकी सुमारे १५ ते २० टक्क्यांदरम्यानचं भांडवल व्यापारी बँकांचा प्रवर्तक स्वतःकडे ठेवून घेऊ शकत होता.

जीबींनी मला एकदा इलेक्ट्रॉनिक मालाचा व्यापार करणाऱ्या फर्मच्या प्रवर्तकाविषयी सांगितलं होतं. तो त्यांचा चांगला मित्र होता. ते म्हणाले, "आपल्या भोवतालचे सगळेच जण तडक भांडवली बाजारात जात असल्याचं पाहून माझ्या मित्रानंही या बाजारात आपलं नशीब अजमावून पाहायचं ठरवलं. त्याला मोठाच आत्मविश्वास होता. त्यामुळे त्याने व्यापारी बँकेच्या एका अधिकाऱ्याला गाठलं. त्याच्या कंपनीचे शेअर्स घेणारे पुष्कळ जण मिळतील याची त्या अधिकाऱ्यानं त्याला खात्री दिली. आम्ही एका पार्टीत भेटल्यानंतर त्याने मला असं सांगितलं की, त्याच्या इश्श्यूची किंमत तो ५० रुपये ठेवू इच्छित होता. असं करून तो वेडेपणा करत असल्याचं मी त्याला सांगितलं. "तू कशाच्या आधारावर त्याची किंमत ५० रुपये ठेवत आहेस? ज्या वेळी तुझ्याकडे या मूल्याला पाठबळ देण्यासाठी पुरेशा प्रमाणात मिळकत नाही, त्या वेळी ते कोण विकत घेईल? तुझ्या इश्श्यूची किंमत तू या किंमतीच्या एक तृतीयांश ठेवणं हे केव्हाही जास्त सुरक्षितपणाचं ठरेल," असं मी त्याला म्हटलं आणि त्याने मला यावर विचार करण्याचं वचन दिलं.

''त्यानंतर आठवडाभरानं माझी त्याच्याशी पुन्हा एकदा अचानकच भेट झाली. तो माझ्याकडे येऊन म्हणाला : गोविंदभाई, तू त्या दिवशी पार्टीत मला जे सांगितलं होतंस त्यावर मी दुसऱ्या दिवशी विचार केला. माझ्या इश्श्यूची किंमत ५० रुपये ठेवण्यामागचं तार्किक कारण काय आहे असा प्रश्न मी स्वतःलाच विचारत राहिलो. त्यानंतर दोन दिवसांपूर्वी मी शॉवर घेत असताना अचानकच माझ्या ते लक्षात आलं. माझ्या इश्श्यूची किंमत ७५ रुपये का असू नये? ती फक्त ५० रुपयेच का असावी? म्हणून माझ्या इश्श्यूची किंमत ७५ रुपये ठेवावी असं मी ठरवलंय.''

जीबींच्या मित्राला दहा कोटी रुपयांचा निधी उभारण्यात यश मिळालं. दहा कोटींची रक्कम आजच्या घडीला फार मोठी वाटत नसली तरी त्या काळात ती खूपच मोठी होती. जीबींच्या मित्राच्या दृष्टीनं तर ती रक्कम खूपच मोठी होती, कारण त्या काळात त्याचा वार्षिक निव्वळ नफा हा या रकमेच्या एक दशांशाहूनही कमी होता. जर इतक्या पैशाची सुज्ञपणानं गुंतवणूक केली तर अनेक लोकांना आयुष्यात पुन्हा कधीही पैशासाठी काम करण्याची गरजच पडणार नाही.

त्यांच्या मित्राचं पुढे काय झालं, असं मी जीबींना विचारलं.

''एवढ्या अल्पावधीत इतकी प्रचंड रक्कम मिळवणं त्याला पुढे कधीही शक्य झालं नसतं असं मला वाटलं होतं. इतक्या प्रचंड पैशाचं काय करायचं ते त्याला समजत नव्हतं किंवा कदाचित त्याने ते शोधून काढलं होतं. एके दिवशी तो अचानक नाहीसा झाला.'' जीबी म्हणाले.

बाजारात विचित्र गोष्टी घडत असल्याचं लक्षात आल्यानंतर व्यापारी बँकांच्या अधिकाऱ्यांना आणि कंपन्यांच्या प्रवर्तकांना आळा घालण्यासाठी सेबी बाजारात उतरली. व्यापारी बँकांवर निर्बंध घालण्यात आले आणि कंपन्यांकडून व्यवसाय मिळवण्याचा प्रयत्न करणाऱ्यांना सेबीकडून परवाना घेणं बंधनकारक करण्यात आलं. व्यापारी बँकांच्या अधिकाऱ्यांचं बँकांकडच्या संसाधनांच्या आणि पार्श्वभूमीच्या आधारावर I, II, III किंवा IV अशा वर्गांमध्ये वर्गीकरण करण्यात आलं.

किरकोळ गुंतवणूकदारांसाठी बाजाराला सुरक्षित बनवण्यासाठी इतर निर्बंधही घालण्यात आले. कंपन्यांनी सगळ्या महत्त्वाच्या वस्तुस्थिती जाहीर कराव्यात, जाहिरातविषयक संहितेचं पालन करावं, सेबीकडून त्यांच्या प्रस्तावाच्या कागदपत्रांचं मूल्यमापन केलं जाईल, तसंच कंपन्यांनी वार्षिक

विवरणपत्रंही जाहीर करावीत यांसारख्या काही निर्बंधांचा त्यांच्यात समावेश होता. सर्वसामान्य लोकांसाठी इश्श्यू राखीव ठेवण्याचं किमान प्रमाण हे ६० टक्क्यांवरून २५ टक्क्यांपर्यंत घटवण्यात आलं. ज्या वेळी १९९३ मध्ये पहिल्यांदा हा नियम आणला गेला होता, त्या वेळी एफआयआयनी आणि म्युच्युअल फंडांनी मोठ्या प्रमाणात गुंतवणूक करण्यास सुरुवात केली नव्हती. परंतु कालौघात त्यांचं वर्चस्व वाढत गेल्यानंतर पब्लिक इश्श्यू बाजारात किरकोळ गुंतवणूकदार हळूहळू उपेक्षित होत गेला.

प्राथमिक बाजारातील बेकायदेशीरपणाला आणि बेपर्वाईला आळा घालण्यासाठी सेबीनं निदान कागदोपत्री तरी पुरेशा प्रमाणात निर्बंध लादले होते. मात्र प्रत्यक्षात नीतिभ्रष्ट प्रवर्तकांच्या आणि व्यापारी बँकांच्या अधिकाऱ्यांच्या दृष्टीनं या निर्बंधांमधून पळवाटा काढणं फारसं अवघड नव्हतं. १९९५च्या सुरुवातीच्या काळात एम.एस. शूजचा फज्जा उडाला होता. त्या वेळी हे स्पष्ट झालं होतं. प्रॉस्पेक्टस (लोकांना विक्री करण्याकरिता कंपनी किती प्रमाणातील गुंतवणूक देऊ करते याची माहिती आणि संपूर्ण तपशील देणारा औपचारिक कायदेशीर दस्तऐवज) सादर करण्याची प्रक्रिया पूर्ण झाल्यानंतर आणि सेबीकडून त्याला मान्यता मिळाल्यानंतर सेबीकडून संबंधित कंपनीला अॅक्नॉलेजमेंट कार्ड दिलं जात होतं. त्यानंतर प्रवर्तक ब्रिज लोन (अल्पकालीन तरलतेच्या गरजा पूर्ण करण्यासाठी, अल्पावधीच्या मुदतीचं कर्ज. सहसा दोन महत्त्वाच्या व्यवहारांच्या दरम्यान ते घेतलं जातं.) घेत असे. बँकांकडून घेतलं जाणारं हे अल्पकालीन कर्ज अपेक्षित आयपीओच्या पुढील कामकाजाच्या दरम्यान घेतलं जात असे. बँकांकडून कर्जाऊ घेण्यात आलेला पैसा ग्रे मार्केटमध्ये इश्श्यूच्या किंमती वाढवण्यासाठी वापरला जात असे. त्यामुळे लिस्टिंगच्या दिवशी स्टॉकवर मोठं अधिमूल्य मिळू शकत असे. जर संबंधित कंपनी आधीच सूचीबद्ध (लिस्टेड) असेल आणि फॉलो ऑन पब्लिक ऑफरिंग (एफपीओ – शेअर बाजारातील सूचीबद्ध (लिस्टेड) कंपनीकडून गुंतवणूकदारांना शेअर्स दिले जाणं. आयपीओनंतर कंपनी हे अतिरिक्त शेअर्स देऊ करत असते.) करत असेल तर दुय्यम बाजारातील (सेकंडरी मार्केटमधील) स्टॉकच्या किंमतीला उत्तेजन देण्यासाठी बँकेच्या कर्जाचा उपयोग केला जाण्याची शक्यता असते.

फक्त प्रवर्तक आणि व्यापारी बँकांचे लोकच लोभी होते असं नाही. मुंबईचे माजी नगराध्यक्ष आणि साहजिकच सामाजिक वर्तुळातील आदरणीय

व्यक्ती म्हणून ओळखली जाणारी एक व्यक्तीही काही आयपीओ-आधारित कंपन्यांच्या संचालक मंडळात संचालक म्हणून आपलं नाव समाविष्ट करण्यास परवानगी देण्यासाठी पाच लाखांचे शेअर्स आणि रोख पाच लाख रुपये घेत असल्याचं सर्वज्ञात होतं. हे सभ्य गृहस्थ लिस्टिंगनंतर काही महिने त्या कंपनीच्या संचालक मंडळावर राहत होते आणि नंतर विश्वासार्ह व्यक्तीच्या नावांच्या शोधात असलेल्या दुसऱ्या कंपनीकडे वळत होते.

सन १९९३-९४ मध्ये पब्लिक इश्श्यूंमधून तेराशेहून जास्त कंपन्यांनी २१,००० कोटी रुपयांहून जास्त पैसा उभारला. आगामी काही वर्षांत तरी हा आकडा ओलांडला जाण्याची शक्यता नाही. काही दर्जेदार कंपन्याही या मिरवणुकीचा एक भाग होत्या. गुंतवणूकदारांना काही वर्षांनंतरच त्यांचा खरा चेहरा काय होता ते समजलं होतं.

प्राथमिक बाजारातील तेजीमुळे दुय्यम बाजारही भरमसाट वधारला आणि माझ्यासारख्या खेळाडूंना दुय्यम बाजारात आणि तेजीत वधारत चाललेल्या ग्रे मार्केटमध्ये पब्लिक इश्श्यूजमधून पैसा मिळवणं शक्य झालं. १९९४च्या सप्टेंबरच्या मध्यापर्यंत सेन्सेक्स ४,६४३ पर्यंत चढला. त्यानंतर पुढे दीर्घ काळापर्यंत त्याच्यात घसरण होत राहिली. मात्र त्या वेळी अनेक गुंतवणूकदारांनी सेन्सेक्स काही महिन्यांतच ५,००० पर्यंत चढेल हे जवळजवळ गृहीतच धरलं होतं.

त्या वर्षी मी बीनाशी लग्न केलं. माझ्या पालकांनी आमचं लग्न ठरवलं होतं. माझ्या मधुचंद्रासाठी वेळ काढणं माझ्या जिवावर आलं होतं, कारण शेअर बाजारात बरीच सक्रियता निर्माण झालेली होती. परंतु जीबींनी मला काही काळ उसंत घेण्यास भाग पाडलं.

''बाजार कुठेही पळून चाललेला नाही, लाला. शिवाय शेअर बाजार हे नेहमीच तुझं पहिलं प्रेम असेल, असं बीनालासुद्धा जाणवू देऊ नकोस,'' त्यांनी सांगितलं होतं. ते क्वचितच अशा आनंदी मनःस्थितीत दिसत असत.

सुट्टीच्या कालावधीत आम्ही दिल्ली आणि हिमाचल प्रदेशात फिरून आलो. दोन आठवड्यांच्या सुट्टीनंतर मी कामावर परतलो. ब्रोकरची जुनी पिढी तेव्हासुद्धा भीतीनं आणि संशयानं पछाडलेली असली तरी आता संगणकावर आधारित ट्रेडिंगनं जोर पकडला होता. सुरुवातीला इतर ट्रेडर्सप्रमाणं मलासुद्धा पडद्यावरून ट्रेडिंग करायला बिलकूल आवडलं नव्हतं. तसं करताना मी शेअर बाजारातील खेळाडू नसून संगणक ऑपरेटर

आहे अशी भावना माझ्या मनात निर्माण होत असे. हळूहळू माझ्या मनातील शंका-कुशंकांवर मी मात केली आणि ती संकल्पना पचवली.

पडद्याकडे सतत पाहत राहणं आणि त्यावरचे आकडे सातत्यानं बदलत आणि चमकत राहत असलेले बघणं ही गोष्टच मुळात शिकण्यासारखी होती. मी त्यांच्यातून एखादी संरचना शोधण्याचा आणि किंमती कोणत्या दिशेनं निघाल्या आहेत त्याविषयी अंदाज पाहण्याचा प्रयत्न करत असे. काही वर्षांनी बऱ्याचशा अचूकपणानं मी कोणता ऑपरेटर किंमतींच्या बाबतीत कौशल्य पणाला लावत आहे किंवा हातचलाखी करत आहे ते ओळखू लागलो. सुरुवातीच्या काळात मला तिथे काय घडत आहे ते समजून घेणं अवघड जात होतं, कारण गटागटांनी केल्या जाणाऱ्या ट्रेडिंगमुळे नेहमीच दिशाभूल करणारं चित्र तयार होत होतं.

ट्रेडिंगच्या किड्यानं हळूहळू किरकोळ गुंतवणूकदारांनाही दंश केला होता, कारण आता त्यांनासुद्धा खरे कोट्स योग्य वेळी मिळत होते. आधी त्यांना दिवसाअखेरीलाच कोट्स मिळत होते. किंमती सहजगत्या उपलब्ध होत असल्यामुळे अनेक किरकोळ गुंतवणूकदार ट्रेडिंग रिगच्या आधीच्या काळाच्या तुलनेत खूपच वरचेवर खरेदी आणि विक्री करत होते.

जीबींबरोबर असल्यामुळे मला आणखी वेगळ्या प्रकारचं शिक्षणही मिळत होतं. अतिशय खडतर आणि परीक्षा घेणाऱ्या परिस्थितीतही शांत राहण्याची त्यांची क्षमता मला कौतुकास्पद वाटत होती. त्यांचा सल्ला घेणाऱ्या व्यक्तीला ते अगदी व्यवहार्य शहाणपणा शिकवत असत तेही मला आवडलं होतं.

एका मध्यम आकाराच्या औषध कंपनीचा (नंतरच्या काळात हीच कंपनी त्या क्षेत्रातील एक बलाढ्य कंपनी झाली.) एक प्रवर्तक त्यांच्याकडे एक समस्या घेऊन आला होता.

''ऑपरेटर क्ष जवळजवळ रोजच माझ्या शेअर्सचं शॉर्ट सेलिंग करतोय,'' तो म्हणाला.

''कंपनीविषयी बाजाराला माहीत नसलेली एखादी गोष्ट त्याला माहीत आहे का?'' जीबींनी त्याला विचारलं.

''तुम्हांला व्यवसायाविषयी किंवा हिशेबाविषयी त्याला असं काही माहीत आहे का, असं म्हणायचं असेल तर तसं त्याला काहीच माहीत नाही,'' प्रवर्तक म्हणाला.

''तुला जर मी मदत करावी असं वाटत असेल, तर स्पष्ट बोल. तू तसं केलंस तरच मी तुला योग्य उपाययोजना सुचवू शकेन. तू कोणाला तुझ्या शेअर्सचा खूप मोठा गठ्ठा देण्याचं वचन दिलं आहेस का?'' जीबींनी प्रवर्तकाला विचारलं.

''माझ्यावर विश्वास ठेवा. मी असं काहीही चुकीचं केलेलं नाही. फक्त त्याला धडा शिकवता यावा यासाठी शेअर्सच्या किंमतीत तेजी आणण्यासाठी तुम्ही मला मदत करावी असं मला वाटतं,'' तो म्हणाला.

''जर कंपनीच्या बाबतीत काहीही चुकीची गोष्ट नसेल, कसलाच गैरप्रकार नसेल तर तू काहीही करू नकोस असा माझा तुला सल्ला आहे. फक्त धीर धर,'' जीबींनी त्याला सल्ला दिला.

''पण काहीही कारण नसताना माझ्या स्टॉकची किंमत जबरदस्त कोसळेल. मी असं होऊ देऊ शकत नाही. माझ्याकडे किंमतीला पाठबळ देण्यासाठी पैसा आहे, मग मी तसं का करू नये?'' त्याने युक्तिवाद केला.

''तू तसं करता कामा नये, कारण तू तसंच करावंस असं त्याला वाटतंय. एकदा का मित्रत्वाचे संबंध असलेल्या ब्रोकरच्या माध्यमातून तुझ्या शेअर्सच्या किंमतीला तू पाठबळ देऊ लागलास की, तुझी घाबरगुंडी उडाली आहे हे त्याला समजेल आणि तो आणखी जास्त प्रमाणात किंमतीवर घाव घालू लागेल. कुठेतरी तू स्टॉकला पाठबळ देणं थांबवशील. त्याच्याकडे तुझ्या दुर्बलतेचं लक्षण म्हणून पाहिलं जाईल आणि इतर बेअर्ससुद्धा तुला तावडीत पकडण्याचे प्रयत्न करण्याइतकी धिटाई दाखवतील. मूलभूत तत्त्वांना प्रभुत्व गाजवू देत. एका ठरावीक पातळीच्या खाली तो स्टॉक्सच्या किंमती घसरवू शकणार नाही, कारण इतर माहीतगार खरेदीदारांना ते दर आकर्षक वाटतील आणि ते खरेदी करू लागतील. अशा वेळी त्या ऑपरेटरला त्याची पोझिशन सावरावी लागेल,'' जीबी म्हणाले.

त्या प्रवर्तकाची त्या वेळी जीबींच्या बोलण्याविषयी खात्री पटली नव्हती. पण त्यांच्याविषयीच्या आदरापोटी त्याने त्यांच्या सल्ल्याप्रमाणेच केलं. पुढचा एक आठवडा त्या स्टॉकची किंमत आणखी घसरत गेली, पण त्यानंतर मात्र त्या सगळ्याला अगदी जीबींनी अनुमान बांधलं होतं, नेमकी तशीच कलाटणी मिळाली. महिन्याभराहून कमी कालावधीत किंमत स्थिरावली आणि त्या ऑपरेटरनं त्याची शॉर्ट पोझिशन बदलायचं ठरवल्यानंतर ती वधारू लागली.

जीबींच्या ग्राहकांमध्ये राधाकिशन दमाणी हे मला ट्रेडिंगच्या बाबतीत अतिशय शिस्तबद्ध वाटत होते आणि ते गुंतवणुकीच्या बाबतीत अतिशय सहनशील होते. १९९२मध्ये सिक्युरिटी घोटाळ्याच्या पाठोपाठ बाजार कोसळला होता, त्या वेळी राधाकिशन यांनी किलिंग केलं होतं. पण त्या वेळी त्यांनी फारसं उजेडात न येता काम करत राहणं पसंत केलं होतं. त्या वेळी ते अतिशय धोकादायकपणे दिवाळखोरीपर्यंत पोहोचल्याचं मला समजलं होतं आणि खेळात टिकून राहता यावं यासाठी त्यांच्याकडच्या ब्ल्यू चिप शेअर्सचा मोठा गठ्ठा त्यांनी तारण म्हणून ठेवून दिला होता हेही मला कळलं होतं. त्यांनी पत्करलेल्या जोखमीतून त्यांना यश मिळालं आणि त्यानंतर त्यांच्या करिअरमध्ये पुन्हा कधीही त्यांना अशा प्रकारच्या संकटाला तोंड द्यावं लागलं नाही.

राधाकिशन यांनी वयाच्या ३२व्या वर्षी, म्हणजे तसा उशिराच बाजारात प्रवेश केला होता. त्यांचे वडील आणि भाऊ आधीपासूनच स्टॉक ब्रोकिंगच्या व्यवसायात होते, पण राधाकिशन त्यांच्या बरोबर उशिरा या व्यवसायात सहभागी झाले. शेअर ट्रेडिंगमध्ये काम करण्याच्या आधी ते बॉल बेअरिंगच्या व्यवसायात काम करत होते. या कुटुंबाचं ब्रोकिंग कार्ड हे गोपीकिशन एस. दमाणी या त्यांच्या भावाच्या नावावर होतं आणि त्यांच्या फर्मला बाजारात फक्त जीएस या नावानं ओळखलं जात होतं. त्यानंतर बऱ्याच वर्षांनी म्हणजे अगदी त्यांनी बाजारात नाव कमावल्यानंतरसुद्धा राधाकिशन दमाणी यांना बाजारातील वर्तुळात जीएस म्हणूनच ओळखलं जात होतं.

हळुवार, मृदू बोलणारे आणि अतिशय अंतर्मुख किंवा एकलकोंड्या स्वभावाचे राधाकिशन यांना त्यांच्या विरुद्ध स्वभावाचे बोलघेवडे आणि अतिशय चिंतातुर स्वभावाचे राकेश झुनझुनवाला भेटले आणि ते त्यांचे भागीदार झाले. झुनझुनवाला हे दमाणींच्या नंतर या व्यवसायात आले होते. त्या दोघांची जोडी अनेक बाबतींत एकमेकांपासून पूर्ण वेगळी आणि खरं तर विसंगत वाटावी इतका विरोधाभास असलेली होती, पण मूल्य गुंतवणुकीच्या संदर्भात त्यांचं तत्त्वज्ञान समान होतं. अर्थात, ते नेहमीच एकाच स्टॉकवर बोली लावत नव्हते. खरं तर एकाच स्टॉकच्या संदर्भात ते अनेक वेळा परस्परविरोधी पोझिशन घेत होते. पण त्यांच्या परस्पर मैत्रीवर, जिव्हाळ्यावर त्यांच्या या व्यूहरचनांचा विपरीत परिणाम होत नव्हता.

दलाल स्ट्रीटवरच्या जवळजवळ प्रत्येकानंच त्याच्या करिअरची सुरुवात सट्टेबाज म्हणून केली होती आणि त्यांच्यापैकी थोड्या हुशार लोकांनी दीर्घकालीन गुंतवणूकदार म्हणून स्वतःची वाढ करून घेऊन त्यांच्या सुरुवातीच्या नफ्याचं संपत्तीत रूपांतर केलं होतं. १९९०च्या दशकाच्या मध्यापर्यंत राधाकिशन दमाणी–राकेश झुनझुनवाला ही जोडी (बाजार या जोडीला जीएस–राकेश म्हणून ओळखत होता.) ट्रेडर म्हणून भरपूर चांगली कामगिरी केल्यानंतर स्थित्यंतराच्या या प्रक्रियेतून चालली होती.

राधाकिशन यांनी इंडियन शेव्हिंग प्रॉडक्ट्स लिमिटेडसह (आयएसपीएल नंतर हिचंच नाव जिलेट इंडिया असं झालं.) एमएनसी ब्ल्यू चिप्सचा भरणा असलेल्या मोठ्या पोर्टफोलिओची उभारणी केली. आयएसपीएलवर त्यांनी मोठमोठ्या बोली लावल्या होत्या. राकेश हे त्यांच्या ट्रेडिंगमधील भागीदाराप्रमाणे एमएनसींचे चाहते नव्हते. त्यांच्या पोर्टफोलिओतही एमएनसींची नावं होती, पण त्याच्यावर स्थानिक कंपन्यांचं वर्चस्व होतं. मी जीएस आणि राकेश यांच्यासारख्या या खेळातील तज्ज्ञांचा अभ्यास करण्याचा आणि माझ्या स्वतःच्या काही तंत्रांचा वापर करून त्यांच्या पद्धतीत सुधारणा करून काम करण्याचा प्रयत्न करत होतो.

दरम्यान, प्राथमिक बाजारातील लोक तसेच पुढे चालले होते. बनावट कंपन्या आणि त्यांचे शंकास्पद प्रवर्तक मोकाट सुटले होते. अर्थकारणाच्या मुळाशी असलेल्या ताकदीच्या साहाय्यानं ते अद्याप उत्तम गोष्टी घडणार आहेत, असा विश्वास गुंतवणूकदारांना देत होते. त्यानंतर १९९५च्या फेब्रुवारीत गुंतवणूकदारांना बाजारातून पैशाची उभारणी करत असलेल्या कंपन्यांच्या आणि प्रवर्तकांच्या दर्जाविषयीच्या वास्तवाचा पहिला फटका बसला. प्रवर्तक आणि व्यापारी बँकांचे कर्मचारी किती सहजपणे नियामकाला गंडवू शकत होते, ते गचाळपणानं काम करणाऱ्या एम.एस. शूज कंपनीच्या पब्लिक इश्श्यूतून स्पष्टपणे दिसून आलं. त्याहूनही जास्त वाईट गोष्ट म्हणजे या विशिष्ट प्रकरणात सेबीकडून देखरेख करण्यात किती हलगर्जीपणा होऊ शकतो आणि तिथेही किती भ्रष्टाचार चालतो हेही यातून समोर आलं.

पवन सचदेव प्रवर्तक असलेल्या कंपनीला हॉटेल प्रकल्पाच्या आणि सूत प्रकल्पाच्या निधीसाठी ७०० कोटी रुपयांची उभारणी करायची होती. त्यांनी संयुक्त पब्लिक इश्श्यू कम राइट्स शेअरचा प्रस्ताव ठेवण्याचं ठरवलं. पब्लिक इश्श्यू हा पूर्णपणे परिवर्तनीय डिबेंचर्स–बाँड्स प्रकारातील होता. तो नंतर समभागात रूपांतरित करता येणार होता.

एमएस शूज ही आधीच सूचीबद्ध कंपनी होती आणि प्रवर्तकानं त्याच्याशी मित्रत्वाचे संबंध असलेल्या संबंधित ब्रोकर्सशी संगनमत करून भरमसाट अधिमूल्य उकळण्यासाठी स्टॉकची किंमत भरपूर वाढवली होती. १९९४च्या जुलैमध्ये एमएस शूजच्या शेअर्सची किंमत २६८ रुपये होती. १९९५च्या जानेवारीपर्यंत या किंमतीत प्रचंड तेजी आली आणि ते ५०५ रुपये या विक्रमी दरापर्यंत पोहोचले. सचदेव यांना पाठिंबा देणाऱ्या ब्रोकरनी केलेल्या हातचलाखीला याचं श्रेय (?) दिलं पाहिजे. एम.एस. शूजच्या स्टॉकची किंमत कोसळली त्या वेळी कंपनीच्या वतीनं शेअर्सची खरेदी करणारे ब्रोकर्स शेअर बाजाराला त्यांनी देणं भाग असलेली रक्कमही देऊ शकले नाहीत. दोषी ब्रोकरनी करून ठेवलेला हा सगळा गुंता निस्तरण्यासाठी बाजाराच्या अधिकाऱ्यांना वेळ हवा असल्यानं त्यानंतरचे तीन दिवस बीएसईचे व्यवहार बंद ठेवावेच लागले. सचदेव यांच्यावर कर अधिकाऱ्यांनी धाड टाकली आणि लवकरच सीबीआयनं त्यांना अटक केली. एसबीआय कॅम्प्सच्या दोन अधिकाऱ्यांच्या, या इश्श्यूच्या व्यापारी बँक कर्मचाऱ्याच्या आणि सेबीच्या तीन वरिष्ठ अधिकाऱ्यांच्या विरोधात गुन्हे दाखल करण्यात आले. यातून प्रवर्तकांनी गुंतवणूकदारांना गृहीत धरू शकणार नाहीत, असा जोरदार संदेश सरकार देऊ इच्छित होतं.

त्या वर्षीच्या जुलैमध्ये बीएसईच्या ब्रोकरना थोडीशी चांगली बातमीही समजली. सेबीनं 'बदला' ट्रेडिंगच्या यंत्रणेत सुधारणा केली असली तरी तिचं पुनरुज्जीवन केलं होतं. आता 'बदला' ट्रेडिंग फक्त बीएसईच्या 'ए' गटात असलेल्या स्टॉकपुरतंच लागू होत होतं, पण ते पुन्हा सुरू झालं होतं ही चांगली बातमी होती. प्राथमिक बाजारातील उन्मादामुळे मोठ्या प्रमाणात भरपाई झाली असली तरी 'बदला' ट्रेडिंगवरच्या बंदीमुळे बीएसईच्या ट्रेडिंगच्या प्रमाणावर परिणाम झाला होता. १९९५-९६ मध्ये औद्योगिक उत्पादन विक्रमी ११.७ टक्के इतकं वाढलं आणि जीडीपी ७.१ टक्क्यांपर्यंत वाढला. १९९१ मध्ये रुजवण्यात आलेल्या सुधारणांच्या बीजांनी समृद्ध सुगी आणली होती. आता नेहमीच चांगल्या काळात घडतं त्याप्रमाणे ही दौड अशीच कायमस्वरूपी सुरू राहील अशी गुंतवणूकदारांची अपेक्षा होती.

परंतु अर्थकारणानं चांगलंच बाळसं धरलं असलं तरी प्राथमिक बाजारात झालेली हवा मात्र हळूहळू कमी होत चालली होती.

१३

आणखी एक बुडबुडा फुटला

व्याजदरात वाढ झाली होती आणि ते त्रस्ततेचं पहिलं चिन्ह होतं. १९९०च्या दशकाच्या मध्यावर सर्वसामान्यपणे व्याजाचे दर अतिशय उच्च म्हणजे १५-१६ टक्क्यांपर्यंत पोहोचले होते. अगदी या दरानं कर्ज घेऊनही कंपन्या त्यांच्या व्यवसायांमधून चांगले परतावे मिळवू शकत होत्या आणि त्यांनी आपल्या क्षमतांमध्ये वाढ करणंही तसंच सुरू ठेवलं होतं. शेवटी मागणीच्या तुलनेत पुरवठा जास्त होऊ लागल्याच्या टप्प्यापर्यंत हे सगळं पोहोचलं आणि अर्थकारण मंदावू लागलं. आपल्या ताळेबंदांमध्ये समतोल साधण्यासाठी सरकारनं प्रचंड कर्ज घेतलं आणि त्यामुळे व्याजाच्या दरात आणखी वाढ झाली. यातच भरीस भर म्हणून अंशतः सरकारला शिस्त लावण्यासाठी आणि अंशतः अर्थकारणाची धग प्रचंड वाढू नये यासाठी आरबीआयनं चलनविषयक धोरणाचे पाश आवळले.

"मला वाटतं की, आता ही पार्टी संपत आलेय. शेअर बाजाराच्या दृष्टीनं व्याजदर वाढणं ही वाईट बातमी आहे," जीबींनी एके दिवशी माझ्याशी बोलताना हा शेरा मारला. दिवसभराचं ट्रेडिंग आटोपून आम्ही चहा पीत बसलो होतो.

माझ्या चेहऱ्यावरचे प्रश्नार्थक भाव बघितल्यानंतर जीबींनी याचं स्पष्टीकरण केलं. ते म्हणाले, "अधिक उच्च व्याजदर याचा अर्थ कंपन्यांना

त्यांच्या कर्जाच्या परतफेडीपोटी जास्त पैसा भरावा लागतो आणि त्यामुळे त्यांच्या नफ्यात घट होते. उद्योजकीय कमाईत घट होण्याच्या अनुमानातून स्टॉकच्या किंमतीत घसरण होते. परंतु त्याहूनही जास्त महत्त्वाची गोष्ट म्हणजे लोकांना बिलकूल घाम न गाळता, त्यांच्या मुदत ठेवींवर १२ टक्के व्याज मिळत असेल तर जास्त जोखीम असलेल्या समभागांमध्ये गुंतवणूक करून २०-२५ टक्क्यांनी परतावा मिळवण्यासाठी ते आपली रात्रीची झोप का घालवतील?''

सन १९९५-९६ मध्ये १,४०० हून जास्त कंपन्यांनी सुमारे १४,००० कोटींहून थोडासा जास्त पैसा उभारला होता. त्याआधीच्या वर्षात त्यांनी २१,००० कोटी रुपये उभारले होते. तोपर्यंत प्राथमिक बाजार कसाबसा अडखळत पुढे निघाला होता आणि दुय्यम बाजार जास्त वाईट कामगिरी करत होता. जोपर्यंत प्राथमिक बाजाराची कामगिरी चांगली होती, तोपर्यंत त्यापैकी बराचसा नफा दुय्यम बाजाराकडे वळवला जात होता. सेन्सेक्स थोड्याशा व्याप्तीतच फिरत राहिल्यामुळे नॉन-इंडेक्स स्टॉक्स गुंतवणूकदारांना पैसा मिळवून देत होते. पण एकदा पब्लिक इश्श्यू बाजार कोरडा पडत चालल्यावर दुय्यम बाजारही माघारीची चिन्हं दर्शवू लागला. या टप्प्याच्या अखेरीच्या दरम्यान आयपीओंकरिता ग्रे बाजारात मी लावलेल्या बोलींची वाटचाल वाईटच झाली होती आणि त्यात मी बराचसा पैसा गमावून बसलो. परंतु तोपर्यंत फक्त ट्रेडिंग हाच माझ्या उत्पन्नाचा एकमेव स्रोत नव्हता. गुंतवणूकदारांसाठी मोठ्या प्रमाणात खरेदी किंवा विक्री करू इच्छिणाऱ्या प्रतिपक्षांना शोधण्याच्या माझ्या क्षमतेमुळे माझ्यासाठी उत्पन्ननिर्मितीचं आरामशीर स्थान निर्माण करण्यात मला यश आलं होतं. मी आधीच सांगितलं आहे त्याप्रमाणे पारदर्शकता आणि तरलता यांमध्ये सुधारणा झाली असली तरीही फक्त एखादं बटण दाबून मोठ्या प्रमाणातील शेअर्सची खरेदी किंवा विक्री करणं ही सोपी गोष्ट नव्हती. या ट्रेड्ससंदर्भात पहिल्यांदा फोनवरून वाटाघाटी कराव्या लागत होत्या आणि नंतर हे व्यवहार संगणकाच्या पडद्यावर टाकले जात होते.

माझ्या कामाचं वर्णन करायचं झालं तर असं म्हणता येईल की, लवकरच आंतर-संस्थात्मक ब्रोकरसदृश ब्रोकर किंवा जास्त योग्य शब्दांत सांगायचं झालं तर 'ब्रोकर्सचा ब्रोकर' म्हणून माझा विकास झाला. दलाल स्ट्रीटवर असं काम करणारे जास्त लोक नव्हते. मला फक्त विशिष्ट

शेअर्समध्ये रुची असलेल्या विक्रेत्यांना किंवा खरेदीदारांना शोधून काढावं लागत होतं आणि त्यातून माझ्या या परिश्रमाबद्दल मला अल्प फी मिळत होती. या भूमिकेसाठी विविध वित्तसंस्था, मोठे ब्रोकर आणि हाय नेट वर्थ इंडिव्हिज्युअल्स (एचएनआय - श्रीमंत व्यक्ती, विशेषतः जिच्याकडे गुंतवणूकयोग्य दहा लाख डॉलर्सहून जास्त किंमतीची तरल मालमत्ता असेल अशी व्यक्ती.) यांचं मला व्यवस्थित जाळं तयार करावं लागलं होतं. माझ्याकडे असलेल्या गोपनीय माहितीचा वापर करून अनैतिकपणे किंवा बेकायदेशीरपणे व्यवहार करून नफा मिळवण्याच्या संधीही असत आणि त्या वेळी असं न करण्यासाठी माझ्या इच्छाशक्तीचा कस लागत असे. बहुतांश परदेशी ब्रोकिंग फर्मच्या डीलर्सशी माझ्या सातत्यानं अन्योन्य क्रिया होत, सतत त्यांच्याशी व्यवहाराकरिता संबंध येत आणि त्यामुळे त्यांच्याशी माझे चांगल्या निकषांवर चांगले संबंध प्रस्थापित झाले होते. त्यांच्यापैकी काही जणांनी मला नफ्यात वाटा देण्याचं आमिषही दाखवलं होतं. परंतु मी नम्रपणानं ते नाकारलं होतं, कारण त्यांच्यापैकी कोण हा प्रस्ताव माझ्या समोर प्रामाणिकपणे ठेवत होतं आणि कोण माझी फक्त परीक्षा बघत होतं ते कळण्यास मार्ग नव्हता.

माझ्या समोर असाच प्रस्ताव ठेवणारी एक पंजाबी व्यक्ती होती. आपण त्याला लकी असं म्हणू या. तर या लकीनं त्याचा प्रस्ताव तसाच बराच काळ लावून धरला होता, जणू काही त्याने माझ्या समोर एखादं आमिष दीर्घ काळापर्यंत लटकवून ठेवलं होतं. तो एका वरच्या दर्जाच्या उत्तम ब्रोकिंग फर्ममध्ये काम करत होता आणि नेहमीच माझ्याशी व्यवसाय करत होता. त्यामुळे मला त्याचा प्रस्ताव त्याचा बिलकूल अवमान होऊ नये याची काळजी घेऊन नाकारावा लागला होता.

''लाला, तू काय सिद्ध करायचा प्रयत्न करतोयस? प्रचंड ताणतणावानं भरलेलं हे काम कोणीही प्रदीर्घ काळापर्यंत करू शकत नाही. ज्या वेळी तुला संधी मिळतेय, त्या वेळी पैसा कमवून ठेव. तसं केलंस तर चाळिशीच्या दरम्यान, तू या व्यवसायातून आरामात बाहेर पडू शकशील,'' असं त्याने मला एकदा सांगितलं होतं. माझ्याप्रमाणेच लकीची कथासुद्धा 'कफल्लकपणापासून-श्रीमंतीकडे' या थाटाची होती. त्याने विमा विक्रेता म्हणून त्याच्या करिअरची सुरुवात केली होती. त्यानंतर नशिबानं तो ब्रोकिंग उद्योगात आला होता आणि तिथे स्वतःसाठी चांगली कमाई

करत होता. त्याच्याकडे व्यवसायाची शास्त्रशुद्ध, पद्धतशीर माहिती नव्हती, पण व्यावसायिक हुशारीचे व्यवहार्य मार्ग होते. शिवाय भारतीय शेअर बाजारात सुरुवातीला प्रवेश केलेल्या काही परदेशी ब्रोकरेज कंपन्यांपैकी एक असलेल्या कंपनीत डीलर म्हणून स्थिरावण्याच्या दृष्टीनं त्याला मदत केलेल्या महत्त्वाच्या लोकांशी त्याचे चांगले संबंध होते. या गोष्टींच्या बळावर तो या व्यवसायात टिकून राहिला होता.

मी लकीविषयी बऱ्याच गोष्टी ऐकल्या होत्या. त्याला परदेशी ब्रोकरेज कंपनीत नोकरी मिळवून दिलेल्या एका ऑपरेटरशी त्याचे अतिशय चांगले संबंध होते आणि त्याच्याशी अतिशय चांगल्या निकषांवर तो काम करत होता. वरचेवर मोठ्या ट्रेडविषयीची गोपनीय माहिती त्याला सांगून लकी त्याच्यावरच्या त्या ऑपरेटरच्या ऋणाची परतफेड करत होता.

लकीनं त्याच्या सर्वसामान्य वर्तनाप्रमाणे व्यवहारातसुद्धा 'खा, प्या चंगळ करा आणि आनंदात जगा,' हे रोखठोक आणि काहीसं उद्दाम तत्त्वज्ञान स्वीकारल्याचं दिसून येत होतं.

'मी चांगला पैसा मिळवावा आणि आयुष्याचा आनंद उपभोगावा ही देवाचीच इच्छा आहे. म्हणूनच शेअर बाजारात येण्याची माझी मुळीच इच्छा नसतानासुद्धा त्याने मला इकडे पाठवलं,' असं त्याने माझ्याशी बोलताना एकदा म्हटलं होतं.

लकीची 'पिंग्लिश' (पंजाबी धाटणीच्या उच्चारांचं इंग्रजी) भाषा मला अतिशय मजेशीर वाटत होती. विशेषतः दोन पेग पोटात गेल्यानंतर तो जसं इंग्रजी ठोकून देत होता, रेटून बोलत राहत होता ते ऐकून तर माझं चांगलंच मनोरंजन होत होतं.

''इथला प्रत्येक जणच दुसऱ्या कोणाची तरी कुठल्या ना कुठल्या प्रकारे लूट करत असतो. फक्त काही जण ती सुसंस्कृतपणे करतात इतकंच,'' असं तो म्हणत असे.

लकीला त्याच्या मर्यादांची जाणीव होती. म्हणूनच तो सगळ्या गोष्टींकडे अशा प्रकारे पाहत होता आणि त्याच मार्गावर त्याने लक्ष केंद्रित केलं होतं. त्याच्याकडे किस्से रंगवून सांगण्याची चांगलीच हातोटी होती. या व्यवसायात तो संघर्ष करत असलेल्या काळातील त्याच्या काही गोष्टी ऐकायला मला गंमत वाटत असे.

''...तर हा प्रौढ फंड व्यवस्थापक एका पीएसयू विमा कंपनीत काम करत होता. काही कारणानं त्याला मी आवडत होतो आणि तो मला वरचेवर ऑर्डर देत होता. त्यामुळे माझ्या पहिल्या नोकरीत मला तग धरून राहण्यास मदत झाली. परंतु इतर फंड कार्यालयांमधील लोकांच्या तुलनेत हा सभ्य गृहस्थ कितीतरी जास्त चांगला असला तरी त्याच्या या चांगुलपणाची किंमत चुकवावीच लागत होती. माझा एक मित्र चादरींचा व्यवसाय करत होता. मी या व्यवस्थापकाविषयीच्या कृतज्ञतेचं प्रतीक म्हणून माझ्या या मित्राकडून एक सुंदर, नवीन डिझाईनची चादर खरेदी करून त्या व्यवस्थापकाला दिली. ती उत्तम प्रतीच्या कापडापासून तयार केलेली आणि छानशी कलाकुसर करण्यात आलेली गादीवर अंथरायची चादर होती. मी तिच्यासाठी दीड हजार रुपये मोजले होते आणि ती निश्चितपणे त्या किंमतीला पात्र होती. त्या फंड व्यवस्थापकानं कंपनीचे नियम सांगून सुरुवातीला माझी ही भेटवस्तू नाकारली. पण डिझाइन दाखवण्यासाठी मी ती उघडल्यावर त्याला ती खूपच आवडल्याचं दिसलं.''

''तरीही ब्रोकरकडून महागड्या भेटवस्तू स्वीकारणं त्याच्या तत्त्वात बसत नसल्याचं त्याने मला सांगितलं. ती अजिबात महागडी नसल्याचं मी त्याला खोटंच सांगितलं. मी त्याला म्हणालो,की निर्यातीच्या मालातील दुय्यम प्रतीच्या मालाची विक्री करणाऱ्या माझ्या एका मित्राकडून मी ती फक्त ६०० रुपयांना घेतली आहे, सर. ती फारशी महागडी नाही. त्याने ती भेट स्वीकारली आणि त्याला ती आवडल्याचा मलाही आनंद वाटला. त्याने दुसऱ्या दिवशी मला बोलावून घेतलं आणि त्याच्या पत्नीला ती चादर खूपच आवडल्याचं सांगितलं. त्यानंतर तो म्हणाला की, पुढच्या आठवड्यात तिचे आईवडील आणि काही नातेवाईक त्यांच्या घरी येणार होते आणि त्यांना भेट म्हणून तिला अशाच चादरी हव्या होत्या. हे ऐकताच त्याला भेट आवडल्यामुळे मला झालेला आनंद कुठल्या कुठे मावळून गेला.''

''त्याने मला विचारलं की, लकी, पुढच्या आठवड्यात तू अशाच आणखी तीन चादरी माझ्यासाठी आणू शकशील का? मी तुला त्यांचे पैसे देईन, त्या वेळी तर मी हादरूनच गेलो. मी स्वतःच तयार केलेल्या जाळ्यात मी अडकलो होतो. आता मी त्याला त्या चादरीची खरी किंमत सांगू शकत नव्हतो. मी आणखी तीन चादरी त्याला दिल्या, पण त्याने मला पैसे देण्याचं मान्य केलं असलं तरी प्रत्यक्षात कधीही त्या चादरींचे अठराशे रुपये दिले

नाहीत. मी ही चांगली गुंतवणूक केली होती, असं मी स्वतःचंच सांत्वन करून घेतलं. यापुढे मला त्याच्याकडून चांगल्या ऑर्डर मिळत राहतील अशी मला अपेक्षा होती, पण तसंही घडण्याचं चिन्ह दिसत नव्हतं. त्यानंतरच्या वर्षी त्याने मला सांगितलं की एलआयसीचा विक्रेता असलेल्या त्याच्या पुतण्याला त्याचं वार्षिक लक्ष्य पूर्ण करायचं होतं. त्याने विचारलं की, तुझा विमा उतरवलेला आहे का? मी विमा उतरवलेला नाही, असं त्याला सांगितल्यानंतर त्याच्या पुतण्याकडून मी एखादी पॉलिसी घ्यावी असं त्याने मला सुचवलं. त्यानंतर माझा होकार आहे की नकार, याची थोडीशीसुद्धा पर्वा न करता त्याने फोन नंबर फिरवला आणि त्याच्यासाठी ग्राहक मिळाल्याचं त्याच्या पुतण्याला सांगितलं. कोणीही फुकटचं जेवायला घालत नाही आणि जर घातलंच तर ते निश्चितपणे दलाल स्ट्रीटवर काम करणारे नसतात, असं म्हटलं जातं. या दोन्ही घटनांमधून मला त्याचं प्रत्यंतर आलं.''

मोठे परदेशी फंड बाजारात जे काही करत होते, त्यात मला बिलकूल स्वारस्य नव्हतं, असं नाही. पण त्यामुळे विश्वासानं सांगण्यात आलेल्या आघाडीच्या ट्रेड्ससंदर्भात मी विश्वासघात करत असल्यासारखं मला वाटत होतं. परदेशी ब्रोकिंग कंपन्यांच्या डीलरचं चांगलं जाळं मी तयार केलं होतं आणि परदेशी फंड करत असलेल्या ट्रेड्सविषयी मला चांगली कल्पनाही होती. सहसा नेहमीच आपला स्वाभिमान कुरवाळण्यासाठी डीलर मला त्यांच्या मोठ्या व्यवहारांविषयी सांगत.

भरपूर प्रमाणातील शेअर्सच्या खरेदीच्या किंवा विक्रीच्या ऑर्डरमुळे एफआयआयच्या व्यवहारांचा शेअर्सच्या किंमतींवर परिणाम होत होता. तोपर्यंत ऑपरेटरनी महत्त्वाच्या फंड व्यवस्थापकांकडून मोठा लाभ मिळवण्याच्या आशेनं त्यांच्याशी उत्तम जिव्हाळ्याचे संबंध प्रस्थापित केले होते आणि त्याबरोबरच परदेशी ब्रोकरेजच्या डीलर आणि विक्रेत्यांशीही त्यांचे मित्रत्वाचे संबंध निर्माण झाले होते. परदेशी फंड कशाच्या मागे आहेत ते समजणं ऑपरेटरच्या दृष्टीनं महत्त्वाचं होतं, कारण ते करत असलेल्या मोठमोठ्या व्यवहारांमुळे शेअर्सच्या किंमती चढत किंवा घसरत होत्या. सहसा भक्षकांना मोठ्या ट्रेडचा वास येत असे आणि ते 'किलिंग' (आधी दिलेल्या ऑर्डरची प्रतिपक्षाकडून पूर्तता होण्याआधीच ती रद्द करणं) करत असत.

परदेशी ब्रोकरेज कंपन्यांच्या डीलरशी नियमित संपर्क असतील तर तुम्हांला बाजारातील महत्त्वाच्या व्यवहारांची चांगली कल्पना येऊ शकते,

परंतु तरीही तुमच्याकडे त्यांचं संपूर्ण चित्र नसतं. तुम्हांला एखाद्या ब्रोकरेज फर्मकडे असलेल्या एखाद्या मोठ्या विक्रीच्या ऑर्डरची माहिती असू शकते. परंतु त्याच वेळी दुसऱ्या एखाद्या फर्मकडे त्याहून मोठी खरेदीची ऑर्डर असू शकते. त्यामुळे तुमच्याकडे फक्त एका विक्रीच्या ऑर्डरची माहिती असेल आणि तुम्ही स्टॉक शॉर्ट-सेल केले तर दुसऱ्या फर्मनं त्यांची खरेदीची ऑर्डर दिली तर तुम्हांला नुकसान सोसावं लागण्याची शक्यता असते.

नियम म्हणून ज्या व्यवहारांमध्ये विक्रेत्याला किंवा खरेदीदाराला शोधण्यासाठी माझ्याकडे विचारणा झाली असेल, त्या व्यवहारांमध्ये मी कधीही नफा कमावण्याचा प्रयत्न केला नाही. या बाजारात खूप पैसा कमवायचा असेल तर काय करावं लागतं असं मी एकदा जीबींना विचारलं होतं. त्यावर त्यांनी दिलेलं उत्तर माझ्या कायमच लक्षात राहिलं आहे. त्यांनी सांगितलं होतं :

''कौशल्य, व्यवहारज्ञान, संयम, आतल्या गोटातील माहिती आणि त्याहूनही सगळ्यात महत्त्वाची गोष्ट म्हणजे...'' ते क्षणभर थबकले आणि नंतर कपाळावर बोटांनी वर्तुळाकारात दाब देत ते म्हणाले, ''किस्मत... नशीब. पैसा मिळवण्यासाठी तो तुमच्या नशिबात असावा लागतो.''

''ते काहीसं असं असतं...समज, तू एखाद्या प्रभावशाली ऑपरेटरच्या मर्जीत आहेस. त्याने त्याच्याही आधी तुझ्यासाठी एखादा व्यवहार पार पाडला. पण जर अगदी त्याच क्षणी बाजारात एखादी आपत्ती येऊन धडकली, तर तुझ्या बाजूनं इतकं सारं केलं गेल्यानंतर आणि त्या ऑपरेटरच्या औदार्यानंतरही तुला पैसे गमवावेच लागतील.''

ग्राहकांच्या ऑर्डर न फुटण्याची हमी मिळण्यासाठी ब्रोकिंग कार्यालयांनी काही निर्बंध लादले होते, काही नियम आणले होते. तोंडी संपर्काद्वारे कोट्यवधी रुपये किंमतीच्या शेअर्सची खरेदी आणि विक्री होत असल्यामुळे डिलिंग रूम्समधील म्हणजेच व्यवहार केले जात असलेल्या खोल्यांमधील सगळ्या फोन लाइन्सवरील संभाषण ध्वनिमुद्रित केलं जात होतं. डिलिंग रूममध्ये मोबाइल फोनचा वापर करण्यावर बंदी घालण्यात आली होती. तरीही मानवी मनाच्या अप्रामाणिकपणाला उत्तमातील उत्तम यंत्रणाही बळी पडतेच.

मोठे ब्रोकर आणि बाजारातील ऑपरेटर यांच्याकडे अगदी इलेक्ट्रॉनिक ट्रेडिंगच्या काळाच्याही आधीपासून कित्येक लँडलाइन फोन होते. मोबाइल

फोन आल्यानंतरही यांपैकी अनेक लाइन्सची गरज नाहीशी झाली नव्हती. खरं तर गोपनीय माहितीवर आधारित ट्रेडिंगसाठी अनेक लाइन्स खूपच सुलभ ठरत होत्या.

संस्थात्मक कामकाजांपैकी बरंचसं कामकाज आरआयएल, एसबीआय, टाटा मोटर्स, टाटा स्टील, आयटीसी आणि इतर काही निर्णायक विजोड स्टॉक्सच्या बाबतीत पार पडत असे, कारण हे स्क्रिप्स अतिशय तरल होते. प्रत्येक टेलिफोन लाइन विशिष्ट स्टॉकशी संबंधित असे. एखाद्या विशिष्ट स्टॉकमधील ऑर्डरविषयीची माहिती एखाद्या डीलरला कळवायची असली तर तो विशिष्ट क्रमांक फिरवत असे आणि काही मिनिटं फोन वाजत असताना वाट पाहत थांबत असे. त्यानंतर तो फोन बंद करत असे. त्या वेळी कुठलंही संभाषण होत नसे. दोन रिंग होणं म्हणजे खरेदीची ऑर्डर आणि चार रिंग म्हणजे विक्रीची ऑर्डर किंवा अशाच प्रकारचे काही संकेत ठरवून घेतले जात. त्यानंतर काही वेळानंतर पुन्हा एकदा त्याच फोनवरून रिंग दिली जात असे. या दोन फोनमधील वेळेचं अंतर आधीच निश्चित करण्यात आलेलं असे. त्यानुसार खरेदी किंवा विक्री करावयाच्या शेअर्सची संख्या निश्चित केली जात असे.

परंतु ही व्यवस्था एका ठरावीक मर्यादेच्या पलीकडे फारशी विश्वासार्ह नव्हती. म्हणून ऑपरेटर आणि डीलर किंवा फंड व्यवस्थापक आपापसांत काही सांकेतिक शब्द ठरवून घेत आणि माहिती पुरवत. वरवर पाहता ते संभाषण निरुपद्रवी वाटत असे.

बाजारातील मित्रांमध्ये आणि सहकाऱ्यांमध्ये टायसन या नावानं ओळखला जाणारा एक ट्रेडर होता. तो टायसन या प्रसिद्ध मुष्टियोद्ध्यासारखा दिसत असे आणि त्याची शरीरयष्टीही तशीच होती. बहुतांश परदेशी ब्रोकिंग कार्यालयांशी टायसनचं उत्तम संपर्कजाळं होतं. ते टायसनला त्यांच्या ट्रेड्सची अंमलबजावणी करण्याच्या आधी ट्रेड्सचे तपशील सांगत. त्यानंतर टायसन त्या स्टॉक्समध्ये स्वतःसाठी आणि त्याच्या खबऱ्यांसाठी पोझिशन घेत असे. तो नफ्यातील त्यांचा वाटा त्यांना रोख पैशांच्या स्वरूपात देत असे. त्यांची सांकेतिक भाषा अतिशय कल्पकतेनं तयार करण्यात आली होती. अगदी डीलरला जरी माहिती फोडली जात असल्याचा संशय आला तरी न्यायालयात हे आरोप सिद्ध करणं कठीण होतं.

टायसनचे प्रकाशशी घनिष्ठ संबंध होते आणि त्याच्या जागी टायसन ट्रेड करत असे. तो प्रकाशच्या इतका जवळ असल्यामुळे टायसनशी माझेही

चांगले संबंध निर्माण झाले होते. एके दिवशी मी प्रकाशच्या कार्यालयात असताना टायसन तिथे आला. त्या वेळी त्याला शेअर्सचा एक मोठा गठ्ठा खरेदी करायचा होता. त्याला कोणता गठ्ठा खरेदी करायचा आहे, असं प्रकाशनं त्याला विचारलं.

''ते मला दहा मिनिटांत समजेल,'' टायसन म्हणाला.

दहा मिनिटांनंतर त्याचा सेलफोन वाजला. जेमतेम दोन मिनिटंच त्यांचं संभाषण झालं.

''३.३० ते ४.०० च्या दरम्यान, बरोबर ना? ठीक आहे. मायकलला सांग की, ठरलेल्या वेळी मी तिथे कागदपत्रं घ्यायला येतो. समजा, जर मला ते जमलं नाही, तर नंतर मी पुन्हा त्याला कधी भेटू शकेन? ठीक आहे. उद्या संध्याकाळी पाच वाजता. बरोबर ना? ठीक आहे.''

फोनवरचं संभाषण संपल्याबरोबर लगेच टायसननं सत्यम कॉम्प्युटर सर्व्हिसेसच्या ५,००,००० शेअर्सची ऑर्डर टाकली. अर्ध्या तासाहून कमी वेळात सत्यमचे शेअर्स १० रुपयांपर्यंत चढले. टायसननं तत्परतेनं त्याची पोझिशन विकून टाकली. ती ऑर्डर देण्याच्या अगदी आधी मोबाइलवर त्याने केलेल्या त्या संभाषणातूनच टायसनला या संदर्भातील टिप मिळाली होती, याविषयी माझ्या मनात शंका नव्हती.

''मग मायकलचं आणि त्या कागदपत्रांचं काय झालं?'' मी विचारलं. खरं तर त्या वेळी मला त्याच्याकडून उत्तराची अपेक्षाच नव्हती. तो स्वतःविषयी फारसं काही सांगणारा नव्हता आणि तेवढं स्वातंत्र्य तो घेत होता हे मला माहीतच होतं. टायसननं डोळे मिचकावले, पण काहीच सांगितलं नाही. त्यानंतर दोन दिवसांनी आम्ही दारू पीत बसलो असताना त्याने मला त्या व्यवहाराविषयी सांगितलं.

''मी सांगितलेल्या वेळातून त्या स्क्रिपच्या बीएसईच्या सांकेतिक क्रमांकाचे शेवटचे तीन आकडे सांगितले गेले होते. आता त्या वेळी सत्यम कॉम्प्युटरविषयी आम्ही बोलत होतो. त्याचा नेमका सांकेतिक क्रमांक ३७६ आहे आणि तो ३.३० आणि ४.०० या दरम्यानचा आहे. माझ्या एका डीलर मित्रानं आदल्या दिवशी संध्याकाळीच मला सांगितलं होतं की, त्याला सत्यमची एक मोठी ऑर्डर मिळण्याची शक्यता होती. त्याला ती ऑर्डर मिळाल्यानंतर त्याने ती निश्चितपणे मिळाल्याचं मला फोनवरून सांगितलं. मायकल कागदपत्रं घेऊन आला आहे या वाक्यातून मला ते

समजलं. इथे मायकलचा संदर्भ परदेशी फंड हाउसशी होता. जर स्थानिक म्युच्युअल फंड हा खरेदीदार असता तर त्यासाठीचा सांकेतिक शब्द गोपाळ असा असता. त्यानंतर मला आज जमलं नाही तर तो नंतर कधी भेटेल असं विचारून मी त्याच्याकडून ऑर्डरची संख्या मिळवली. माझ्या संपर्कस्रोतानं मला पाच वाजता असं सांगितलं. याचा अर्थ पाच लाख शेअर्स असा होता. आम्ही जर विक्रीच्या ऑर्डरविषयी चर्चा करत असतो तर त्याने मला येऊन मायकलकडून कागदपत्रं घेऊन जायला सांगितलं असतं.''

''साहजिकच दर वेळी आम्ही एकाच संदेशाचा वापर करत नाही. इतर वेळी आमच्या संभाषणाच्या दरम्यान आम्ही कदाचित आमच्या एखाद्या सामाईक मित्राविषयी चर्चा करू आणि त्या वेळी आम्ही वापरत असलेल्या प्रत्येक नावाचा संदर्भ वेगवेगळ्या विशिष्ट स्टॉक्सशी असेल. ऑर्डरची व्याप्ती किंवा संख्या ही आठवड्याच्या किंवा महिन्याच्या एखाद्या दिवसाशी संबंधित असेल. ''मी रोहनला पुढच्या बुधवारी भेटेन,'' असं मी म्हटलं तर त्याचा अर्थ डीलरकडे एखाद्या विशिष्ट स्टॉकच्या चार लाख शेअर्सच्या खरेदीची ऑर्डर आहे, असा असेल. त्याने जर पुढच्या बुधवारी तो रोहनला भेटू शकणार नाही असं म्हटलं तर त्याचा अर्थ त्याच्याकडे चार लाख शेअर्सच्या विक्रीची ऑर्डर आहे असा असेल.''

''इतर दिवशी सांकेतिक शब्द म्हणून आम्ही एखाद्या चित्रपटाच्या नावाचा वापर करू आणि त्यातून विशिष्ट स्टॉकचा बोध होईल. जर डीलरनं असं म्हटलं की, त्याला अमुक एका अभिनेत्याचा अभिनय आवडला, तर त्याचा अर्थ ती खरेदीची ऑर्डर असेल. जर त्याला त्या अभिनेत्याचा अभिनय निराशाजनक वाटला तर ती विक्रीची ऑर्डर असेल. अशा प्रकारे आम्ही लोकल ट्रेनच्या वेळांविषयी किंवा अगदी क्रिकेटच्या खेळाविषयीही चर्चा करू शकतो. आमचं संभाषण चोरून ऐकत असलेल्या किंवा सहजगत्या कानांवर पडणाऱ्या व्यक्तीला आम्ही कशाविषयी चर्चा करत होतो याची पुसटशी कल्पनाही येऊ शकणार नाही. आम्ही स्टॉक्सविषयी आणि ग्राहकाच्या ऑर्डरविषयी चर्चा करत होतो, हे तर त्याच्या कल्पनेच्याही पलीकडचं असेल,'' टायसननं स्पष्ट केलं.

कोणते डीलर किंवा फंड व्यवस्थापक व्यवहार करत होते हे समजणं अवघड नव्हतं. ते एक लहानसं जग होतं आणि अशा बातम्या झपाट्यानं सगळीकडे पसरत असत. एखाद्या दिवशी जेमतेम एखाद्या तासातच

तुम्ही काही लाख रुपये मिळवलेले असत आणि वर्षातील काही महिने तुमच्यासाठी सुदैवी ठरले तर तुमची आयुष्यभराची पैशाची चिंता संपलेली असे. तुम्ही आयुष्यभर आरामशीर जीवनशैलीत जगू शकण्याइतके पैसे तुम्ही कमावलेले असत.

मी निर्माण करू इच्छित असलेला माहितीचा मार्ग वेगळा होता : काहीही असलं तरी तो चांगलाच महत्त्वाकांक्षी मार्ग होता. समजा, मी एखाद्या मोठ्या ब्रोकिंग फर्मच्या डझनभर डीलर्सशी बोललो असतो, तर मला बहुतेक सगळ्याच महत्त्वाच्या डील्सची माहिती समजली असती. डीलर्सना जर प्रलंबित ऑर्डर दुसऱ्या दिवशी पूर्ण करायच्या असतील, तर अशा काही वेळा डीलर माहिती दडवत. त्या वेळी तुम्हांला अगदी क्वचितपणे त्या डीलरचं नाव समजत असे. माझ्या दृष्टीनं ते महत्त्वाचं असे; कारण डीलरच्या पार्श्वभूमीमुळेही शेअरच्या अल्पकालीन प्रवाहावर परिणाम होत असे. कमी प्रमाणात माहिती असलेल्या फंड कार्यालयांच्या तुलनेत मोठी फंड कार्यालयं जास्त काळापर्यंत स्टॉक्स स्वतःकडे ठेवून घेत. लहान कार्यालयं कमी नफ्यासाठीही विक्री करण्यात आनंद मानत.

मला शक्य तितक्या कमी लोकांशी बोलून जास्तीतजास्त माहिती मिळवता येणारी यंत्रणा शोधायची होती. मला लवकरच यावरची उपाययोजना सापडली.

प्रत्येक संस्थात्मक गुंतवणूकदाराकडे शेअर्सची आणि त्यासाठी दिल्या जाणाऱ्या रकमेची (पेमेंटची) हाताळणी करण्यासाठी एक देखभाल अधिकारी असे. जर ती खरेदीची ऑर्डर असेल तर तो अधिकारी शेअर बाजाराच्या हिशेब चुकते करण्याच्या कार्यालयाकडे (क्लिअरिंग हाउसकडे) निधी पाठवून देत असे आणि जर विक्रीची ऑर्डर असली तर तो शेअर्स पाठवून देत असे.

कंत्राटाच्या टिपा या ब्रोकिंग फर्मच्या शिपायाकडून देखभाल अधिकाऱ्याकडे प्रत्यक्ष पोहोचत्या केल्या जात असत. काही ट्रेडर्सनी मोठ्या ब्रोकरेज फर्मच्या शिपायांना आधीच लाच देऊन आपल्याकडे वळवून घेतलेलं असे. देखभाल अधिकाऱ्याकडे टिपा पोहोचवण्याच्या आधीच अशा लोकांना शिपाई त्या कंत्राटाच्या टिपा दाखवत. काही वेळा तर शिपाई त्या कंत्राट टिपांच्या सत्य प्रती काढून ट्रेडर्सकडे पोहोचत्या करत. परंतु या यंत्रणेत काही गुंतागुंती होत्या. ब्रोकिंग फर्म नेहमी एकाच शिपायाकडून त्यांच्या कंत्राटाच्या टिप्स पाठवत नसत आणि अशा वेळी

ब्रोकिंग फर्ममधील सगळ्याच्या सगळ्या शिपायांना लाच देऊन आपल्या बाजूला वळवून घेणं शक्य नसे.

या समस्येवरही एक उपाययोजना होतीच. सगळ्या देखभाल अधिकाऱ्यांकडून आलेली एफआयआय कामकाजाची माहिती सेबीकडून अखेरीस नोंदवली जात होती. मी जर एफआय़आय़ विभागाच्या एखाद्याशी मित्रत्वाचे संबंध प्रस्थापित करू शकलो असतो तर सगळ्या महत्त्वाच्या व्यवहारांची माहिती मला सहजगत्या मिळू शकली असती. मला हे करण्यासाठी जवळजवळ तीन महिन्यांचा कालावधी लागला, पण माझ्या मित्रांच्या मित्रांच्या जाळ्याचा वापर करून अखेरीस त्या सर्वाधिक महत्त्वाच्या विभागातील एका कनिष्ठ दर्जाच्या अधिकाऱ्याला मी फोडू शकलो. आता मी मोठ्या समुदायात जाण्यासाठी सज्ज झालो होतो असं निदान मला तरी वाटत होतं, कारण इतर कोणालाही उपलब्ध न होणारी माहिती आता मला उपलब्ध होणार होती.

सेबीच्या नोंदींमध्ये खरेदी किंवा विक्री असा स्पष्ट उल्लेख असत नव्हता. त्याऐवजी खरेदी आणि विक्रीच्या ट्रेडसाठी अनुक्रमे १ आणि २ असे आकडे वापरले जात होते. काही महिन्यांनंतर बाजारातील संभाषणात याला १-२ माहिती असं म्हटलं जाऊ लागलं. एफआयआयच्या कामकाजाविषयीच्या सर्व माहितीपैकी ही माहिती अत्यंत 'पवित्र' होती.

ती माहिती मिळवण्यासाठी मी त्या अधिकाऱ्याला दर महिन्याला ५,००० रुपये देत होतो. मनातल्या मनात मी त्याचं नाव 'माउस' (उंदीर) असं ठेवलं होतं. कारण मी त्याला कुठलीही माहिती देण्याची विनंती केली की, तो ती कुठेही खोलवर जाऊन ती शोधून काढत होता. त्याने रोजच्या रोज काही महत्त्वाच्या ट्रेड्सची माहिती मला द्यावी आणि त्याशिवाय काही विशिष्ट डील्सविषयी मी माहिती मागवली तर तीही त्याने मला द्यावी असं आमचं ठरलं होतं. मला ती माहिती कुठून मिळत होती ते मी कोणालाही सांगितलं नव्हतं. अगदी माझा ज्या दोघांवर गाढ विश्वास होता, त्या जीबींना किंवा प्रकाशलाही मी ते सांगितलं नव्हतं.

एके दिवशी संध्याकाळी लकीनं मला दारूपार्टीचं आमंत्रण दिलं. त्याने मला ताडदेवच्या व्हाइट हाउसला यायला सांगितलं. मी ते मान्य केलं. माझ्या बरोबरच्या अनेक ट्रेडर्सकडून मी त्या जागेविषयी ऐकलं होतं, त्यामुळे इतर कुठल्याही गोष्टीपेक्षा उत्सुकतेपोटी मी त्याला होकार दिला होता.

त्या ठिकाणी मंद लाइट होती, पण संध्याकाळच्या त्या वेळी तिथे फारशी वर्दळ नव्हती. आम्ही डान्स फ्लोअरच्या अगदी जवळ असलेल्या एका टेबलाजवळ बसलो. डान्स फ्लोअरवर १९८०च्या दशकातील अतिशय लोकप्रिय गाण्यांवर भडक, झगझगीत कपडे घातलेल्या आणि भडक मेकअप केलेल्या मुली हवेत तरंगल्यासारख्या नृत्य करत होत्या. लकीनं दारू मागवली आणि त्या नर्तकीच्या दिशेनं दहा रुपयांच्या कोऱ्या नोटा भिरकावल्या. ते काही शेकड्यातील रुपये होते. तिथल्या काही आश्रयदात्यांनी माझ्याकडेही पाहिलं, बहुधा ते मला जोखत असावेत. तुम्हांला ती माझी कल्पना वाटो किंवा मानसिक अस्वस्थता वाटो, पण ते सगळेच जण माझ्याकडे रोखून बघत होते असं मला वाटलं. मी तोपर्यंत अनेक बारमध्ये गेलो होतो, पण मी त्या वेळी पहिल्यांदाच डान्स बारमध्ये पाऊल ठेवलं होतं.

लकीला माझी ज्याच्याशी भेट घालून द्यायची होती तो ऑपरेटर थेट माझ्याकडेच रोखून पाहत माझ्या दिशेनं आला. खरं तर मी त्याला भेटायचं नेहमीच टाळलं होतं आणि लकी त्याच्याशी मला भेटवण्याचा नेहमीच प्रयत्न करत होता. (नंतर माझ्या लक्षात आलं की, तो मला वाटला होता तो ऑपरेटर नव्हता. तो दुसराच होता आणि मी टाळत असलेला तो ऑपरेटर आहे असं मलाच वाटलं होतं.) का ते मला माहीत नाही, पण मला नंतर ब्लॅकमेल करता यावं म्हणूनच लकीनं मला तिथे बोलावलं असावं असं मला आतून जोरदारपणे वाटू लागलं. मी सातत्यानं नकार देत असतानासुद्धा तो ज्या गटात होता त्या गटात मी यावं यासाठी तो मला सतत आग्रह करत राहिला होता, हेही मला त्या वेळी आठवलं.

काही महिन्यांपूर्वीच त्याने काही पेग रिचवल्यानंतर माझ्या खांद्याभोवती हात टाकून म्हटलं होतं, ''तूच माझा खरा मित्र आहेस, लाला....जर आपल्या आजूबाजूचा कोणी तुला त्रास देण्याचा प्रयत्न करत असेल तर तू फक्त मला त्याचं नाव सांग. मी त्याला बरोबर वाटेला लावेन.''

''कसं काय? त्याला मारहाण करून?'' मी विचारलं होतं.

''नाही. मारहाणीमुळे फक्त तात्पुरत्या वेदना होतात. माझ्याकडे अशा लोकांना जास्त काळ दुःख देण्याचे मार्गही आहेत. काही लोक तो वेश्यांच्या सोबत असताना त्या माणसाचे नग्नावस्थेतील छायाचित्रं काढतील. असे काही छायाचित्रकार मला माहीत आहेत. तू किंवा मी ते केलं की, तो नेहमीच

तुझ्या दयेवरच जगत राहील,'' तो जोरजोरात हसत म्हणाला. त्याचं ते हास्य भेसूर होतं आणि त्यामुळे माझ्या पोटात थोडंसं ढवळलं होतं. त्याने जे म्हटलं होतं ते खरंच होतं का, ते मला माहीत नाही, पण त्याचा दावा मी साफ खोडून काढू शकलो नव्हतो. काहीही झालं तरी बाजारातील उच्च आणि बलाढ्य लोकांशी त्याचे उत्तम संबंध असल्याचं बाजारात सर्वज्ञात होतं.

त्याच्या बरोबर मी बसलो होतो, त्या वेळी लकीच्या मनात माझ्या बाबतीतही अशाच स्वरूपाचं एखादं कारस्थान घोळत असावं असं मला वाटू लागलं. तो माझा मित्र होता, हे ठीक होतं, पण तसा तो अतिशय निर्दयी माणूसही होता. अलीकडच्या काही महिन्यांत मी त्याला जास्त चांगला ओळखू लागलो होतो आणि त्यामुळे मला ते चांगलंच माहीतही होतं.

''चल, आपण इथून दुसरीकडे कुठे तरी जाऊ या.'' मी लकीला म्हणालो.

''इतक्या लवकर? आपण आताच तर आलोय,'' लकी म्हणाला.

पण मी तिथून निघण्याचा आग्रहच धरला.

त्याला गंमत वाटली. ''ठीक आहे...पण त्याआधी थोडीशी मजा तर मारू या...'' तो म्हणाला.

माझ्या खुर्चीवर मी अस्वस्थपणे चुळबुळ केली.

त्यानंतर डान्स फ्लोअरवरच्या काही मुलींची त्याने मला थोडक्यात माहिती सांगितली.

''ती गुलाबी ड्रेस घातलेली ती एका आदरणीय व्यावसायिकाची लाडकी आहे. त्याला बायकांपेक्षाही पैशातच जास्त रस आहे. पण कोणीतरी त्याच्याशी त्या मुलीची ओळख करून दिली आणि तेव्हापासून तो नेहमीच इथे येऊ लागलाय,'' लकी डोळे मिचकावत पुढे म्हणाला. ''...पण तो व्यावसायिक कोण आहे ते मी तुला सांगणार नाही.''

मला ते ऐकायचंही नव्हती. मला फक्त तिथून बाहेर पडायचं होतं.

माझा अलिप्तपणा लक्षात आल्यामुळे नंतर लकी म्हणाला, ''मी तुला आणखी एकीला दाखवणार आहे. तिला बघितल्यावर तू शुद्धीवरच राहणार नाहीस,'' त्याने एका अतिशय आकर्षक मुलीला हातानं खुणावत म्हटलं. तिचं वय बावीस-तेवीसहून जास्त नव्हतं.

''पायल, माझ्या या मित्राला, लालाला तू भेटावंस असं मला वाटतं,'' लकी म्हणाला.

'हॅलो,' तिने आपुलकीनं स्मित करत म्हटलं. त्या मुलीकडे काही प्रमाणात तरी सुसंस्कृतपणा होता हे माझ्या लक्षात आलं. ती ऊठसूट कोणाच्याही गळ्यात सहजपणे पडणाऱ्या नेहमीच्या मुलींपैकी वाटत नव्हती.

''आमचा हा मित्र थोडासा लाजाळू आहे, तू त्याला थोडंसं उत्तेजित का करत नाहीस?'' त्याने तिला विचारलं. खरं तर तिला सूचनाच दिली.

'नक्कीच,' असं म्हणून ती डान्स फ्लोअरवर गेली आणि तिथे लागलेल्या गाण्यावर थिरकू लागली. मी तिच्याकडे न पाहण्याचे भरपूर प्रयत्न केले, पण मी तिची नजर चुकवत असताना ती माझ्याकडे कामुक कटाक्ष टाकत असल्याचं माझ्या लक्षात आलं.

लकीनं माझ्या हातात नोटांचं बंडल दिलं. ''हे असं तुझ्या हातात धर आणि तुला आवडत असलेल्या त्या मुलीच्या दिशेनं तुझ्या बोटांनी त्यांचा वर्षाव कर. तुझी इच्छा असेल तर तू थेट फ्लोअरवर जाऊन तुझ्या आवडत्या मुलीच्या अंगावर त्या नोटा फेकू शकतोस,'' तो म्हणाला.

''मी आहे तसाच ठीक आहे. माझ्या वतीनं तूच त्या नोटा का फेकत नाहीस?'' मी सुचवलं.

तोपर्यंत आम्ही मागवलेली दारू आली होती. डान्स फ्लोअरकडे नजर न वळवण्याचे प्रयत्न करत मी काही घोट घेतले.

''तिकडे बघ,'' लकीनं त्यानंतर काही वेळा माझ्या कोपरावर थोपटत म्हटलं. ''पायलनं आता दुसरा ड्रेस घातलाय. तिने कपडे बदलण्याचे कष्ट घेतले...हे सगळं तिने तुझ्यासाठी केलंय....तिच्यावर तुझा काहीतरी परिणाम झालाय...ती तुझ्याकडे वेळोवेळी कामुक कटाक्ष टाकतेय...तुला झालंय तरी काय? तू तिच्याकडे चक्क दुर्लक्ष करतोयस,'' तो म्हणाला.

''हे बघ लकी, मला फक्त इथून बाहेर पडायचं आहे,'' मी ठामपणे सांगितलं.

त्याने क्षणभर माझ्याकडे रोखून पाहिलं आणि म्हणाला, ''ठीक आहे. मी माघार घेतो. पण निदान आपण ही दारू तरी संपवू या. मग जाऊ.''

'नक्की?' मी विचारलं.

''अर्थात, नक्कीच,'' तो म्हणाला.

मी ग्लास हातात घेतला आणि काही घोटांतच घटाघटा पिऊन रिकामा केला.

''झालं. माझा ग्लास संपलाय. चल, इथून बाहेर पडू या,'' मी म्हणालो.

लकी अगदीच चकित झाला होता. त्याला काय बोलावं तेच सुचत नव्हतं.

''मला वाटतं, तुला कसली तरी घाई असावी...पण थोडासा धीर धर आणि माझा ग्लास मला संपवू दे,'' लकी म्हणाला. त्याने त्याच्या ग्लासातील दारू संपवण्यासाठी चांगला दहा मिनिटांचा वेळ घेतला.

आम्ही जाण्यासाठी उठल्यानंतर तिथली वेट्रेस (ती नक्कीच निवृत्त डान्स गर्ल होती, पण आता तिचा आकर्षकपणा संपुष्टात आल्यामुळे ती हे काम करत होती.) आमच्याकडे आली आणि तिने लकीकडे टिप मागितली. त्याने नाइलाजानं ५० रुपयांची नोट तिच्या हातात ठेवली. मला ते अगदीच विचित्र वाटलं. त्याने आणखी थोडे पैसे द्यावेत या अपेक्षेनं ती वेट्रेस तिथेच थोडीशी रेंगाळली, पण लकीनं तिच्याकडे दुर्लक्ष केलं. तो तिथून बाहेर पडू लागला त्या वेळी त्या स्त्रीनं त्याला टिप खूपच कमी असल्याचं सांगितलं. त्यामुळे लकी प्रचंड संतापला. त्याने माझ्याकडे पाहिलं आणि तो म्हणाला, ''साली...ती म्हणतेय की, ही टिप खूपच कमी आहे,'' त्यानंतर तिच्याकडे वळून त्याने किंचित आवाज चढवून तिला सांगितलं, ''माझ्या बॉसला मीही सतत सांगत राहतो की माझा पगार खूपच कमी आहे....पण तो बदमाश माझा पगार वाढवत नाही आणि प्रत्येक कर्मचाऱ्याच्या लायकीप्रमाणं तो त्याला पगार देतो असं तो मला सांगतो. मग तुझी जितकी लायकी आहे, त्याहून मी तुला जास्त पैसा का द्यावा?'' लकी अकारणच संतप्त झाला होता, त्यामुळे मी आश्चर्यचकित झालो होतो. मी कधीच त्याला अशा अवतारात बघितलं नव्हतं. त्यामुळे मी त्याच्याविषयी जास्तच सावध झालो. त्याने तिला जास्त पैसे देण्याची गरज नव्हती, पण त्याप्रमाणेच तिचा अपमान करण्याचीही गरज नव्हती.

आम्ही अखेरीस तिथून बाहेर पडलो त्यामुळे मला आनंद झाला. परंतु लकीला कसलीच घाई नव्हती.

''आपण इथून निघण्यापूर्वी मी तुला मुजरा हॉल दाखवतो. तो अगदी प्रेक्षणीय आहे आणि तिथे प्रेक्षकांमध्ये बसलेल्या काही लोकांना बघून तू अगदी आश्चर्यचकित होशील,'' लकी म्हणाला.

''मी जितकं बघितलं आहे, ते आज संध्याकाळपुरतं खूप झालं,'' असं सांगून मी त्याला विरोध करण्याचा प्रयत्न केला. पण त्याने ते ऐकलं नाही. त्याने फारच आग्रह धरला.

''इतका पण बुळचटासारखा वागू नकोस. आधीच तू माझं बरंचसं डोकं फिरवलंयस. बाजारातल्या मोठमोठ्या प्रस्थांना आपल्या पायाजवळ ठेवलेल्या मुलीशी मी तुझी ओळख करून दिली आणि तू एखाद्या मूर्खासारखा....पण हरकत नाही, ते सोडून दे. आता माझ्या बरोबर ये,'' त्याने मला जवळजवळ आदेशच दिला.

असं आहे तर...आम्ही एका अरुंद रस्त्यावरून मुजरा हॉलपर्यंत जात असताना माझ्या मनात विचार आला की आता तो तिथल्या एका शेजारच्या खोलीत मला जवळजवळ ढकलूनच देईल. त्यानंतर तिथल्या वेश्यांना माझे कपडे उतरवायला लावेल आणि नंतर त्या मला पलंगावर जबरदस्तीनं पडायला लावतील. मग ते सगळे मिळून माझी छायाचित्रं काढतील आणि नंतर त्यांचा वापर करून तो मला उर्वरित आयुष्यभर ब्लॅकमेलिंग करून छळत राहतील.

अखेरीस आम्ही मुजरा हॉलजवळ पोहोचलो. त्या दिवशी तिथे कुठलाच कार्यक्रम नसल्याचं तिथल्या द्वारपालानं सांगितलं. ''सगळेच लोक क्रिकेटचा सामना पाहण्यात दंग आहेत (त्या वेळी विश्वचषकासाठी सामने सुरू होते.) त्यामुळे गेले काही दिवस धंदा मंदीतच चाललाय,'' तो म्हणाला.

मला दिलासा मिळाला.

अखेरीस आम्ही बाहेर पडलो. ती दमट रात्र होती.

''तू तर मला चकित केलंस,'' आम्ही बाहेर पडल्यानंतर लकी म्हणाला. ''तू इतर ट्रेडर्ससारखा सर्वसामान्य असशील, ऐश-आरामी असशील असं मला वाटलं होतं.''

''मी साधुसंत नाही, लकी. पण मी अगदी पहिल्यांदा लैंगिक अनुभव घेतला होता अगदी तेव्हापासून बायकांच्या बाबतीत माझ्यापुरता मी एक कडक नियम केलाय. तुला वेगळ्या भाषेत सांगायचं तर मी शिकार करतो, तेच मी खातो. मला वेश्यांमध्ये स्वारस्य नाही.'' मी म्हणालो.

त्यानंतर मी लकीला डान्स बारमध्ये जायला आवडतं का, असं विचारलं.

''खरं तर नाही. पण मला इच्छा नसली तरीही मी इथल्या काही ठिकाणी नियमितपणे येतो. आमच्याकडे परदेशी फंड व्यवस्थापक येतात त्या वेळी त्यांना मुंबईतील अशा काही 'सतत काही ना काही घडत असलेल्या' जागा दाखवण्यास माझा बॉस मला सांगतो. अर्थातच बहुतेक फंड व्यवस्थापक यासाठी उत्सुकच असतात. परदेशी फंड कार्यालयांकडून व्यवसाय मिळवण्यासाठी आम्हांला फंड व्यवस्थापकांना खूश ठेवावंच लागतं. काहीही झालं तरी कुठल्याच एखाद्या फर्मकडे देण्याजोगी एखादी अद्वितीय गोष्ट नसेल तर व्यवसायासाठी ते कुठल्याही एकाच फर्मची निवड का करतील?''

मी त्या जागेला पुन्हा कधीही भेट न देण्याचा निर्धार केला आणि निदान लकीबरोबर तरी तिथे न येण्याची शपथच घेतली. पण काही आठवड्यांनंतर त्याने पुन्हा एकदा मला दारू पिण्यासाठी व्हाइट हाउसमध्ये भेटू या, असं सुचवल्यानंतर मी थोडासाही विरोध न करता त्याचं म्हणणं मान्य केलं.

''पण तिथे आधीसारखी शोभा करू नकोस,'' त्याने मला थोडंसं घुश्शातच सांगितलं. ''आणि मी तुला हेही सांगतो की, पायलला तुझ्यात रुची निर्माण झाल्यासारखं वाटतंय. गेल्या आठवड्यात मी तिकडे गेलो होतो त्या वेळी ती तुझी चौकशी करत होती. मी तिला पुढच्या वेळी तुला सोबत घेऊन येईन असं वचन दिलंय. पण चांगला मुलगा हो आणि पुन्हा तिचा अपमान करू नकोस,'' तो म्हणाला.

''तुझ्या अतिशयोक्तिपूर्ण गोष्टींचा प्रयोग माझ्यावर करू नकोस. त्या तुझ्या फंड व्यवस्थापकांसाठी राखून ठेव.'' मी म्हणालो. परंतु माझ्या अंतःकरणात खोलवर कुठेतरी त्याचं म्हणणं खरं असावं असं वाटून मला गुदगुल्या होत होत्या. लकीकडे हे मान्य करायला मला आवडलं नसलं तरी त्या पहिल्याच भेटीत पायलनं मला मोहात पाडलं होतं. तिने माझ्याकडे टाकलेल्या कामुक दृष्टिक्षेपांचा मी सतत विचार करत होतो. त्यामुळे माझं लक्ष भरकटलं होतं. खरं तर मी व्हाइट हाउसमध्ये परत जाण्याची संधीच शोधत होतो, त्यामुळे लकीच्या आमंत्रणामुळे मला अत्यानंद झाला.

ती दीर्घ कथा थोडक्यात सांगायची झाली तर मी तिथे आणखीही काही वेळा गेलो. पायल ही त्या वेळची तिथली सगळ्यात मादक मुलगी होती आणि अनेक लोक फक्त तिने आपल्याकडे लक्ष द्यावं म्हणून तळमळत होते. तरीही तिने माझी निवड केली होती. माझ्याहून खूपच श्रीमंत आणि

शक्तिशाली लोकांना त्यामुळे संताप आला होता. त्यांच्यामध्ये एक रांगडा व्यावसायिकही होता. त्या वेळी तो चाळिशीच्या दरम्यान पोहोचला होता आणि अनेक उडुपी हॉटेलची मालिका चालवत होता. याशिवाय एक हिऱ्याचा व्यापारीही तिच्या कटाक्षासाठी आसुसलेला होता. त्याचे गुन्हेगारी जगताशी संबंध असल्याचं बोललं जात होतं. ते तिच्यावर सगळ्या प्रकारच्या महागड्या भेटवस्तूंचा वर्षाव करत होते आणि तरीही मी कुठेही असलो तरी तिची नजर माझ्राच शोध घेत होती.

तो हॉटेलमालक माझ्यावर इतका संतापला होता की, एकदा तर त्याने मला सगळ्या लोकांसमोर धमकावलं होतं.

एकदा मी व्हाइट हाउसमध्ये गेलो होतो, त्या दिवशी नेमका पायलचा वाढदिवस होता. तिचं नृत्य झाल्यानंतर तिने तिच्या काही सहकाऱ्यांसमवेत वाढदिवसाचा केक कापण्यासाठी मी यावं असा निरोप मला पाठवला. त्या संध्याकाळी तिथे हजर असलेल्या लोकांपैकी फक्त मलाच तिने आमंत्रित केलं होतं. ते सगळं अशा प्रकारे करण्यात आलं होतं की, तिथे असलेल्या प्रत्येकालाच त्याविषयी समजलं होतं.

मी पायलच्या प्रेमात पडलो होतो आणि तिच्याही मनात माझ्याविषयी हळवा कोपरा असावा, असं मला वाटत होतं. परंतु त्यानंतर सुमारे दोन महिन्यांतच माझा भ्रमनिरास झाला. लकीनं मला सांगितलं की, त्या हॉटेल व्यावसायिकासोबत आणि त्या हिऱ्याच्या व्यापाऱ्यासोबत तिचं छान चाललं होतं. त्या दोघांच्याही मनात असूया निर्माण व्हावी आणि त्यांनी तिच्यावर जास्त पैसा उधळावा असं तिला वाटत होतं आणि या एकाच कारणापोटी तिने जाहीरपणे माझ्यावर प्रेम असल्यासारखं दाखवण्याचा मार्ग निवडला होता. बाजाराच्या भाषेत बोलायचं झालं तर त्यांनी आपापल्या बोली चढवून लावाव्यात यासाठी आमिष म्हणून तिने माझा वापर केला होता.

या अनुभवामुळे मी भावनिकदृष्ट्या खचून गेलो आणि त्याचा माझ्या ट्रेडिंगवरही परिणाम झाला. खरं तर १९९६ हे वर्ष शेअर बाजाराच्या दृष्टीनंही खराबच होतं. अर्थकारण मंदावत चाललं होतं, महत्त्वाकांक्षीपणानं विस्तार क्षमतेचा वापर करून घेतल्यानंतर कंपन्या संघर्ष करत होत्या आणि प्राथमिक बाजार चक्क कोमात गेला होता.

१४

बदलाची वादळं

शेअर्सच्या अ-भौतिकीकरणामुळे भारतीय बाजाराचा गुणधर्म कायमचाच बदलून गेला. त्यातल्या त्यात चांगली गोष्ट म्हणजे इलेक्ट्रॉनिक ट्रेडिंगमुळेही बदल झाला होता. इलेक्ट्रॉनिक ट्रेडिंगमुळे भारतीय बाजाराला जागतिक पातळीवरच्या शेअर बाजारांच्या खांद्याला खांदा लावून पुढे जाता येऊ लागलं. कंपन्यांकडून आणि ब्रोकरकडून केल्या जाणाऱ्या अफरातफरीला आळा घालणं शक्य झालं. शेअर बाजारांच्या क्लिअरिंग हाउसेसची क्षमता वाढवता आली आणि ब्रोकरेजचे दर कमी करता आले आणि एफआयआयना आकर्षित करून घेता आलं.

बनावट शेअर्सच्या समस्येमुळे अनेक एफआयआय सुरुवातीला भारतात गुंतवणूक करण्यास तयार नव्हत्या. खोटी शेअर सर्टिफिकेट्स तयार करण्याबाबत ब्रोकर आणि बाजारातील इतर खेळाडूंइतक्याच कंपन्याही दोषी होत्या. भौतिक शेअर सर्टिफिकेटवर ठळकपणे क्रमांक असत होते. कंपन्या शेअर्स सर्टिफिकेटचा एक संच कर्जदारांना देत होत्या. त्यानंतर त्याच ठळक क्रमांकांसह त्या सर्टिफिकेटचा दुसरा गठ्ठा छापत होत्या आणि मित्रत्वाचे संबंध असलेल्या ब्रोकरच्या किंवा त्यांच्या स्वतःच्या खासगी मालकीच्या कंपन्यांमार्फत ती बाजारात आणत होत्या. कर्जदारांच्या ताब्यात जोपर्यंत शेअर्सचा मूळ संच आहे, तोपर्यंत कर्जदारांना देण्यात येणाऱ्या व्याजाच्या रकमेत गैरव्यवहार होणार नाही असं वाटल्यामुळे त्या तसं करत होत्या.

अभौतिकीकरण झालेले शेअर्स 'फंजिबल' होते – म्हणजेच ते देशातील शेअर बाजारांप्रमाणेच परदेशी शेअर बाजारांतही सूचीबद्ध झालेले (लिस्टेड) शेअर्स होते. बनावट शेअर्सच्या साहाय्यानं बाजारात काम करणाऱ्यांच्या दृष्टीनं ही अर्थातच नाखुशीची गोष्ट होती. फंजिबल शेअर्सवर कुठलेही ठळक क्रमांक नव्हते. खरं तर शेअर्सच्या अभौतिकीकरणाच्या प्रक्रियेच्या वेळीच बनावट शेअर्सची अनेक प्रकरणं उजेडात येऊ लागली. ही प्रक्रिया सुरू झाली नसती तर असे शेअर्स कोणाच्याही लक्षात न येता प्रदीर्घ काळापर्यंत तसेच राहिले असते. अनेक कंपन्यांनी अधिकृतपणे दिलेल्या शेअर्सच्या तुलनेत असे बनावट शेअर्सच जास्त प्रमाणात वितरित झाले होते. अभौतिकीकरणामुळे अतिशय तीव्रतेनं सेटलमेंटची जोखीम कमी होण्यास मदत झाली आणि सेटलमेंट चक्रंही लहान झाली. क्लिअरिंग आणि सेटलमेंट यंत्रणांमध्ये गुणवत्तावाढ करण्यात या दोन्ही गोष्टी महत्त्वाच्या होत्या.

सन १९९६ मध्ये सेबीनं बाजारात आणखी एक प्रमुख सुधारणा करण्याचं काम हाती घेतलं. त्यांनी शेअर बाजारांना क्लिअरिंग कॉर्पोरेशनची (देखरेख महामंडळांची, ही महामंडळं व्यवहार तत्परतेनं आणि सक्षमपणे पार पाडले जाण्याची हमी देतात.) आणि ट्रेड गॅरंटी फंडांची (ट्रेड हमी निधींची) उभारणी करायला लावली. त्यामुळे गुंतवणूकदारांना प्रतिपक्षासंदर्भातील जोखमीची काळजी करण्याची गरज उरली नाही. व्यवहारातील पक्षानं पैसे दिले नाहीत तरीही क्लिअरिंग कॉर्पोरेशन पूर्ण पैसे देण्याची हमी देतं आणि नंतर पैसे न दिलेल्यांकडून ते वसूल करतं.

ट्रेडिंगचं प्रमाण सातत्यानं भरपूर वाढत राहिलं, कारण आता शेअर्स खरेदी करणं आणि विकणं या गोष्टी अतिशय सहजपणे करता येत होत्या ही यातली जमेची बाजू होती. मात्र याच्या उलटही एक बाजू होती. ती म्हणजे किरकोळ गुंतणूकदारांनी दीर्घ काळ शेअर्स ठेवून त्यांची खरेदी आणि विक्री करण्याऐवजी वाढत्या प्रमाणात सट्टेबाजी करण्यास सुरुवात केली होते. जेमतेम आठवडाभराच्या कालावधीत ते शेअर्सची खरेदी आणि विक्री करून टाकत होते आणि अल्प नफा मिळवण्यावर समाधान मानत होते. अर्थातच ते पैसे गमावूनही बसत होते. सट्टेबाजीचं व्यसन लागत होतं आणि अनेक किरकोळ गुंतवणूकदारांना क्वचितच सातत्यपूर्ण नफा मिळत राहिला

असला तरी ज्या ट्रेडमध्ये त्यांनी नफा कमावलेला असे त्याच्या स्मृतीमुळे त्यांना आणखी जास्त नफा कमावण्याची आशा असे आणि ते तसेच पुढे जात राहत.

परिणामी, डिलिव्हरी केल्या जाणाऱ्या किंवा प्रत्यक्षात अदलाबदली केल्या जाणाऱ्या शेअर्सची टक्केवारी तीव्रतेनं घटली. अतिरेकी ट्रेडिंगला आळा घालण्यासाठी सेबीनं दैनंदिन मार्जिनचं बंधन घातलं आणि ब्रोकरसाठी आंतरदिवसीय ट्रेडिंग (इंट्राडे ट्रेडिंग) करिता निश्चित मर्यादा घातल्या. प्रत्येक स्टॉकमध्ये ब्रोकर घेत असलेल्या पोझिशनवरही मर्यादा असू शकत होत्या. कुठल्याही एखाद्या ब्रोकरला तरलता नसलेल्या स्टॉकमध्ये लबाडी करणं अवघड व्हावं यासाठी हे करण्यात आलं होतं.

ग्राहकांकडून मार्जिन गोळा करणं ब्रोकरना बंधनकारक करण्यात आलं असलं तरी अधिकाऱ्यांनी क्वचितच या नियमाची अंमलबजावणी केली होती. ब्रोकरना हे माहीत होतं की, त्यांनी ग्राहकांवर मार्जिनची सक्ती केली तर ते मार्जिनकडे दुर्लक्ष करण्याची इच्छा असलेल्या त्यांच्या प्रतिस्पर्धी ब्रोकरकडे जातील. अनेक ब्रोकर्सना ग्राहकांकडच्या थकबाकीमुळे सन १९९२ मध्ये मोठे तोटे सहन करावे लागले. तरीही ग्राहकांना गमावण्याच्या भीतीपोटी ब्रोकर्स तीच चूक पुनःपुन्हा करत राहिले होते आणि त्यामुळे पुनःपुन्हा त्याचे परिणाम भोगत राहिले होते. सन २००१ मध्ये आणि २००८ मध्ये बाजार साफ कोसळला त्या वेळी हे स्पष्टपणे दिसून आलं.

संगणकीकरण झाल्यानंतर शेअर बाजाराला ब्रोकरच्या पोझिशनवर देखरेख ठेवणं आणि ठरावीक मर्यादेच्या बाहेर जाणाऱ्यांना समज देणं जास्त सोपं झालं. यांपैकी काही बंधनांमुळे ब्रोकर संतप्त झाले, पण हात चोळत बसण्याखेरीज ते काहीही करू शकले नाहीत. भारतीय शेअर बाजाराला आंतरराष्ट्रीय शेअर बाजारांच्या पंक्तीत बसायचं असेल तर जागतिक पातळीवरच्या उत्तम पद्धतींचा स्वीकार करण्याखेरीज गत्यंतर नव्हतं. बाजाराच्या ठिकाणी सुरक्षितता आणि ऐक्य यांची हमी मिळावी म्हणून सरकारनं सेबीला हळूहळू स्थिरपणे जास्तीत जास्त सक्षम केलं. त्यामुळे जागतिक पातळीवरच्या गुंतवणूकदारांमध्ये भारतीय बाजाराविषयीचं आकर्षण वाढलं.

सेबीनं प्राथमिक बाजारासाठीचे नियमही कडक केले. बनावट कंपन्या ज्या सहजतेनं पैशाची उभारणी करत होत्या आणि नंतर गुंतवणूकदारांचा

पैसा बुडवत होत्या त्यांना हा इशारा होता. त्यामुळे प्राथमिक बाजारातून हवी तशी पैशाची उभारणी करणाऱ्या कंपन्यांना आळा बसला.

एकूणच, १९९६ हे वर्ष पैसे कमावण्याच्या दृष्टीनं खडतर होतं. मंदावत चाललेल्या अर्थकारणात राजकीय अनिश्चिततेचीही भर पडली होती. एप्रिल–मेमध्ये झालेल्या सार्वत्रिक निवडणुकांमुळे ही परिस्थिती आणखी गंभीर झाली. या निवडणुकीत काँग्रेसचा पराभव झाला आणि त्यांना तोपर्यंतच्या सर्वांत कमी म्हणजे १४० जागांवर समाधान मानावं लागलं. भाजपला तब्बल १६१ जागा मिळाल्या आणि तो सर्वांत मोठा पक्ष म्हणून उदयास आला. त्यांनी सरकार तयार करून कामकाजाची शपथही घेतली. मात्र साध्या बहुमतानं विश्वास ठराव जिंकता न आल्यामुळे जेमतेम तेरा दिवसांतच भाजप सरकार कोसळलं.

एफआयआय़ काय करत होत्या याची मला चांगलीच कल्पना होती. माउसनं दिलेल्या माहितीलाच याचं श्रेय दिलं पाहिजे. परंतु त्याच्या माहितीची आता फारशी मदत होत नव्हती, कारण माझ्या हिशेबानुसार किंमती चढत किंवा उतरत नव्हत्या. दोन–तीन वेळा मी चांगले पैसे कमावले, पण त्यानंतरच्या आठवड्यात त्याहून जास्त प्रमाणात पैसे गमावले.

''आता तुम्ही दोघांनीही स्वतःचे दीर्घकालीन पोर्टफोलिओ तयार करण्यास सुरुवात करण्याची वेळ आली आहे,'' एके दिवशी आमचं कामकाज आटोपल्यानंतर जीबींनी आम्हांला सांगितलं. ''तुमच्या सुरुवातीच्या भांडवल उभारणीसाठी सट्टेबाजी हा चांगला मार्ग आहे, मात्र तुमच्या निवृत्तीसाठीचा पैसा तुम्हांला फक्त ट्रेडिंगमधून गोळा करता येणार नाही,'' ते पुढे म्हणाले.

''पण काहीही झालं तरी गुंतवणूकसुद्धा सट्टेबाजीच असते. नाही का? फक्त त्यात तुमची कालमर्यादा जास्त असते, एवढंच!'' मी म्हणालो.

जीबी हसले. ''तुझं बरोबर आहे, लाला. पण पैसा कमावण्यातील जोखमी सट्टेबाजीत जास्त असतात. फक्त किंमत काही रुपयांनी वाढली म्हणून तुमच्यावर दबाव येऊन तुमची पोझिशन तुम्हांला बदलावी लागता कामा नये. बहुतेक वेळा दीर्घकालीन गुंतवणुकी चांगलं काम करतात,'' ते म्हणाले.

''पण बाजार दिवसेंदिवस भयावह होत चाललाय आणि गोष्टी आणखी वाईटच होत जातील असं दिसतंय. मग आता खरेदी करणं योग्य ठरेल का? काही काळ वाट का बघू नये?'' दिलीपनं विचारलं.

''बाजारातील काही नियम कधीच बदलत नाहीत. त्यांपैकी एक असा आहे की, बाजाराचं शिखर किंवा तळ कोणालाही कधीच समजत नाही. शिवाय चांगला नफा कमावण्यासाठी तुम्हांला स्वस्तात खरेदी करण्याची गरज असते आणि हे तुम्ही कधी करू शकता? ज्या वेळी सगळीकडे निराशा पसरलेली असते त्याच वेळी. ही वेळ दीर्घ काळासाठी स्टॉक्स खरेदी करून ठेवण्याची उत्तम वेळ आहे का? ते मला खरोखरच माहीत नाही. कदाचित बाजार आणखीही थोडाफार घसरेल. पण आताच्या दरात शेअर खरेदी करण्यामुळे नफा मिळवण्याची शक्यता किती आहे? मी म्हणेन की, खूपच जास्त.'' जीबींनी उत्तर दिलं.

मला जीबींच्या युक्तिवादात तथ्य असल्याचं दिसलं. पण व्यवसायाचे नमुने समजून घेण्यात किंवा ताळेबंद वाचण्यात मी कच्चा होतो. मोकळेपणानं सांगायचं झालं तर सक्षम विजेत्यांना ओळखण्यात आपण तज्ज्ञ असल्याचं कोणीही छातीठोकपणे सांगू शकणार नाही. लोक तोलूनमापून जोखमी पत्करतात आणि त्यातून त्यांना हवे ते लाभ मिळतात. दीर्घ काळासाठी स्टॉक खरेदी करण्याविषयीचा जीबींचा सल्ला मी मानला होता. ते स्वतःही तज्ज्ञ नव्हते आणि आपण तज्ज्ञ असल्याचा आवही ते आणत नव्हते. परंतु बड्या लोकांसाठी ट्रेड केल्यामुळे त्यांच्याकडे कंपन्यांविषयीचं पुरेशा प्रमाणातील आकलन होतं.

सहसा अधूनमधून त्यांच्यापैकी एखाद्याचा सिद्धान्त ते आपला म्हणून आम्हांला सांगत असत. तो त्यांचा स्वतःचा सिद्धान्त असल्याचं ते कधीच म्हणत नव्हते, पण तो कोणाचा होता तेही ते सांगत नव्हते. अशा वेळी चेहरा शक्य तितका कोरा ठेवून मी त्यांना डिवचण्याचा प्रयत्न करत असे.

''असं घडणार आहे, असं नेमिषभाईंना वाटतं का?'' मी अशाच एका प्रसंगी त्यांना विचारलं होतं.

''आपण तसं म्हटल्याचं तुला नेमिषभाईंनी सांगितलंय का?'' जीबींनी मला चपराक दिल्यासारख्या आवाजात विचारलं.

''मला वाटलं की...''

''नेहमीच गोष्टी गृहीत धरू नकोस...माझ्या स्वतःच्याही काही कल्पना असतात,'' ते काहीशा चिडखोरपणानं म्हणाले.

सन १९९७च्या वर्षाची सुरुवात आशादायक झाली होती.

अंदाजपत्रकाच्या दरम्यान बाजार हळूहळू स्थिरपणानं वधारत गेला.

अर्थमंत्री पी. (पलनियअप्पम) चिदंबरम यांचा पहिलाच पूर्ण वर्षाचा अर्थसंकल्प बाजाराच्या अपेक्षांपेक्षाही जास्त चांगला होता. भरमसाट वैयक्तिक उत्पन्न करात आणि स्थानिक कंपन्यांवरच्या व्यवसाय करात मोठी कपात करण्यात आली. आयटी क्षेत्राला मोठं उत्तेजन देताना निर्यात नफ्यांना किमान पर्यायी करातून वगळण्यात आलं होतं. सूचीबद्ध कंपन्यांमधील एफआय़आय गुंतवणूक मर्यादा वाढवण्यात आली होती आणि शेअरधारकांसाठी लाभांशांना करमुक्त करण्यात आलं होतं. या अर्थसंकल्पानं पीएसयूंमधील निर्गुंतवणुकीच्या पहिल्या फेरीचा पाया घातला आणि काही विशिष्ट अटींवर तत्त्वतः शेअर्सच्या पुनर्खरेदीला (बायबॅकला – खुल्या बाजारात उपलब्ध असलेल्या आपल्या शेअर्सची संख्या कमी करण्यासाठी कंपनी आपल्याच शेअर्सची खरेदी करते, त्याला 'बायबॅक' असं म्हटलं जातं.) मान्यता दिली. कमाल अबकारी करात आणि विविध प्रकारच्या आय़ातींवरच्या करातही कपात करण्यात आली. 'स्वप्नातील अर्थसंकल्प' असं म्हटल्या गेलेल्या या अर्थसंकल्पामुळे प्रसारमाध्यमं, उद्योग-व्यवसाय आणि शेअर बाजार थक्क झाला होता.

पण त्याचा आनंद साजरा करणं ही अपरिपक्वतेची गोष्ट होती. ३० मार्चच्या रविवारी, काँग्रेस पक्षानं कुठल्याही पूर्वसूचनेशिवाय संयुक्त आघाडी सरकारचा पाठिंबा काढून घेतला. त्यादरम्यान काही काळापुरता काँग्रेस आणि संयुक्त आघाडी यांच्यातील तणाव वाढला होता, पण त्यामुळे इतक्या लवकर गोष्टी या थराला जातील असा विचार कोणीही केला नव्हता.

मुंबईतील आणि कोलकात्यातील बेकायदेशीर बाजारात काम करत असलेल्या डीलर्सच्या म्हणजेच कर्ब डीलर्सच्या फोनलाइन्स सतत वाजू लागल्या, कारण घाबरगुंडी उडालेले ट्रेडर त्यांच्या खरेदीच्या पोझिशन घाईघाईनं सोडून देऊ इच्छित होते. कर्ब डीलर्सशी बाजाराचे तास संपल्यानंतर वाटाघाटी केल्या जात होत्या आणि दुसऱ्या दिवशी सकाळी शेअर बाजाराच्या टर्मिनलवर त्याचे तपशील भरून त्या ट्रेडला अधिकृत स्वरूप दिलं जात होतं. अर्थसंकल्पामुळे निर्माण झालेल्या आशेमुळे व उत्साहामुळे बाजारात ऑपरेटर तेजीकडे झुकले होते आणि त्यांनी खरेदीच्या खूप मोठ्या पोझिशन घेतल्या होत्या. माझा वैयक्तिक विचार केला तर महिन्याभराच्या आत दुसऱ्यांदा मी चुकीच्या बाजूत अडकलो होतो.

फक्त त्या एका दिवसाकरिता का असेना, पण बेअर्स चांगलेच सुदैवी ठरले होते. सोमवारी ट्रेडिंगसाठी बाजार सुरू झाले त्या वेळी सेन्सेक्स सुमारे ३०० अंशांनी कोसळला होता. परंतु त्यानंतरच्या दोन आठवड्यांत तो पुन्हा वधारला होता, कारण सौम्यपणे बोलणाऱ्या इंदरकुमार गुजराल यांना पंतप्रधानपद देण्यात आल्यानंतर काँग्रेसनं संयुक्त आघाडीला पुन्हा पाठिंबा दिला होता.

साहजिकच इंडेक्स झपाट्यानं वधारला, मात्र सोमवारच्या वेडगळ सत्रात पैसा गमावून बसलेल्या ट्रेडरना त्यांचं नुकसान भरून काढण्यासाठी जास्त दीर्घ काळापर्यंत वाट पाहावी लागली होती.

१५

जागतिक झंझावातात अडकलेला बाजार

सट्टेबाजांच्या हल्ल्यापासून आपल्या चलनाचं संरक्षण करण्यास थायलंडनं मेमध्ये सुरुवात केल्यानंतर आग्नेय आशियात त्रस्ततेला सुरुवात झाली. थाई कंपन्यांनी डॉलर्समध्ये मोठ्या प्रमाणात कर्ज घेतलं होतं आणि अर्थकारण मंदावल्यामुळे त्यावरचं व्याज भरण्यासाठी त्या संघर्ष करत होत्या. जेमतेम आठवडाभरातच हा संसर्ग मलेशिया, फिलिपिन्स आणि इंडोनेशियामध्येही पसरला आणि या तिन्ही देशांना त्यांच्या चलनाचं अवमूल्यन करणं भाग पडलं. चलनामध्ये आणि दक्षिण आशियातील शेअर बाजारांमध्ये अराजकता निर्माण झाली

हे वादळ शेजारी घोंघावू लागलं असलं तरी भारतीय बाजार आश्चर्यकारकपणे शांत होता. उलटपक्षी, जुलैमध्ये सेन्सेक्स थोडासा वधारला होता. खरं तर त्या वेळी जुलैमध्ये थायलंड, मलेशिया, फिलिपिन्स आणि इंडोनेशिया आपापल्या चलनांना वाचवण्यासाठी लढा देत होते. भारतातील भांडवल नियंत्रणांमुळे आपल्या कंपन्यांना त्यांच्या इच्छेनुरूप परदेशी चलन कर्जाऊ घेण्याची मुभा देण्यात आली नव्हती. तसंच देशातील परदेशी गुंतवणुकीवरही निर्बंध होते. या वेळी त्याची मदत झाली होती.

या सगळ्या गोंधळात बुल्स आणि बेअर्सचे गट संधी मिळाली रे मिळाली की, एकमेकांना तडाखे देत सुटले होते. एका सेन्सेक्स कंपनीनं

एका शेअरचा प्रत्येक शेअरमागे एक बोनस इश्श्यू (औद्योगिक परिभाषेत '१:१ इश्श्यू'. म्हणजेच शेअरधारकाच्या प्रत्येक शेअरपोटी त्याला आणखी एक शेअर देण्याचा निर्णय.) जाहीर केला. त्यामुळे बाजाराच्या अपेक्षा वाढल्या. बाजाराच्या वार्षिक सर्वसाधारण बैठकीत प्रत्येक शेअरमागे एक बोनस शेअर देणाऱ्या कंपनीवर चर्चा झाली. अशा प्रकारच्या वायफळ गोष्टीमुळे आधीच्या काळात बहुतेक वेळा निराशाच पदरी पडली होती आणि बहुतेक मुरब्बी खेळाडूंना असं वाटत होतं की, कंपनीनं बोनस इश्श्यू जाहीर केला असला तरी बहुधा तो देण्याचं औदार्य ती दाखवणार नाही. पण बाजारातील अनेकांच्या कंपनीविषयीच्या अपेक्षा उंचावल्या होत्या.

बोनस शेअर इश्श्यू बाजाराला निराश करेल असं गृहीत धरून बेअर्सनी त्यांच्या शेअर्सचं शॉर्ट सेलिंग केलं. बुल्सनी याच्या विरुद्ध विचार केला आणि त्यांनी त्या स्टॉकची जोरदार खरेदी केली. मला असा संशय आहे की, त्यांच्याकडे बहुधा निश्चित माहिती असावी. बोनस शेअरची घोषणा गुरुवारी करण्यात आली आणि शेअरची किंमत वधारली. बीएसईमध्ये शुक्रवार हा सेटलमेंटचा अखेरचा दिवस असल्यामुळे या स्टॉकच्या किंमतीत आणखी वाढ होण्याची अपेक्षा होती, कारण जास्त दुर्बल बेअर्स झपाट्यानं त्यांच्या पोझिशन संरक्षित करण्याच्या मागे लागले होते.

बेअर्सपैकी प्रबळ लोकांनी त्यांच्या शॉर्ट पोझिशन एनएसईकडे स्थानांतरित केल्या. तिथे मंगळवारी सेटलमेंट होती. त्या कंपनीची मोठे भागधारक असलेली एक स्थानिक वित्तसंस्था सोमवारी त्यांच्या ताब्यातील काही शेअर्सची विक्री करेल असं बेअर्सना निश्चितपणे वाटत होतं. रविवारी त्या संस्थेच्या फंड व्यवस्थापकाच्या घरी बुल्स गटानं दोघा जणांना निरोप घेऊन पाठवलं होतं, हे बेअर्सच्या गटाच्या लक्षात आलं नव्हतं. सोमवारी काहीही झालं तरी त्याने शेअर्सची विक्री करू नये, असं त्यांनी त्याला पटवून दिलं होतं. त्याऐवजी मंगळवारी त्याच्या युनिटधारकांना जास्त चांगली किंमत मिळेल याची त्यांनी त्याला हमी दिली होती, कारण त्या वेळी बेअर्सना निराशेपोटी आपल्या पोझिशनचं संरक्षण करणं किंवा त्या बंद करणं भागच पडलं असतं.

फंड व्यवस्थापकाला ते पटलं आणि त्याने सोमवारी विक्री न करण्याचं मान्य केलं. सोमवारी दुपारपर्यंत बेअर्सना घाम फुटला होता. त्या दिवशी ती संस्था विक्री करणार नव्हती हे त्यांना समजलं होतं आणि मंगळवारीसुद्धा

ती विक्री करेलच याची हमी नव्हती. विव्हळ झालेल्या शॉर्ट सेल केलेल्या बेअर्सनी त्यांनी विकलेले शेअर्स पुन्हा खरेदी करण्यास सुरुवात केली आणि त्यामुळे स्टॉकची किंमत आणखी वधारली. त्या संस्थेनं अखेरीस मंगळवारी ट्रेडच्या अखेरच्या तासात शेअर्स विकले. पण बेअर्सच्या दृष्टीनं तोपर्यंत खूप उशीर झाला होता आणि तोपर्यंत आधीच ते नुकसान सोसून त्यांच्या पोझिशनमधून बाहेर पडले होते.

त्यानंतर आठवडाभरानंतर आम्ही दारू पीत बसलो असताना बुल्सनी बेअर्सच्या व्यवहारांचे स्क्रू कसे आवळले होते, ते लकीनं मला सांगितलं. फंड व्यवस्थापकाला भेटायला गेलेल्या त्या दोन दूतांविषयी माझ्या मनात मोठंच कुतूहल निर्माण झालं होतं.

"मी तुला त्यांच्यापैकी फक्त एकाविषयी सांगू शकतो," लकी म्हणाला.

"तू त्याला वैयक्तिकरीत्या ओळखतोस का?" मी विचारलं.

"अगदी उत्तम प्रकारे. तो मीच होतो. दुसरी व्यक्ती कोण होती याविषयी मला विचारू नकोस. मी तुला ते सांगू शकणार नाही," तो म्हणाला.

ऑक्टोबरच्या अखेरच्या आठवड्यात हाँगकाँगच्या बाजारातील आर्थिक संकटामुळे संपूर्ण परिसराला धक्का बसला. आर्थिक संकटाचा विचार करता, ती नुकतीच आलेली ताजी आपत्ती होती. आशियातील गोंधळाचा तोपर्यंत अमेरिकन बाजारावर परिणाम झाला नव्हता, पण त्यानंतर दोन दिवसांनी त्या बाजारानंही सशर्त शरणागती पत्करली. डाऊ जोन्स इंडस्ट्रिअल ॲव्हरेज विक्रमी ५५४ अंशांनी गडगडला आणि तिथे ट्रेडिंग प्रलंबित ठेवण्यात आलं.

प्रत्येक ठिकाणाहून वाईट बातम्या येत होत्या. भारताचं अर्थकारण बरंचसं चांगलं असलं तरी इतर बाजारांप्रमाणेच भारतसुद्धा याला बळी पडण्याची चिन्हं दिसत होती. परदेशी गुंतवणूकदारांनी तोपर्यंत भारताच्या कथेवर विश्वास ठेवला होता, पण त्यांना इतर बाजारांमध्ये आणि त्यातही प्रामुख्यानं दक्षिण आशियातील बाजारांमध्ये झालेलं नुकसान भरून काढावंच लागणार होतं. त्यामुळे भारतातील नफा मिळवून देणाऱ्या गुंतवणुकी त्यांना विकाव्या लागणार होत्या. त्यानंतरच्या पुढच्या एका वर्षात भारतातून काही गुंतवणूकदारांनी तर पूर्णपणे काढता पाय घेतला.

तोपर्यंत भारतातील ब्रोकिंग उद्योगात मोठ्या प्रमाणात नोकरकपात झाल्याचं ऐकिवात नव्हतं. पण पेरीग्रीन सिक्युरिटीजनं ज्या प्रकारे त्यांच्या कर्मचाऱ्यांना कामावरून काढून टाकलं, ती पद्धत अतिशय क्रूरपणाची होती. आढावा बैठकीसाठी हाँगकाँगवरून दोन अधिकारी मुंबईच्या कार्यालयात आले. नेहमीच्या पॉवरपॉइंट प्रेझेंटेशननंतर सगळ्या कर्मचाऱ्यांना दुपारच्या जेवणासाठी बाहेर नेण्यात आलं. दुपारचं जेवण झाल्यानंतर हाँगकाँगवरून आलेले अधिकारी आपल्याला तातडीनं विमानानं परतायचं आहे, असं सांगून तत्काळ निघून गेले. विश्लेषक, तसंच विक्री आणि इतर व्यवहार सांभाळणारी टीम कार्यालयात परत आल्यानंतर त्यांना कार्यालयात प्रवेश देण्यात आला नाही आणि त्यांची ओळखपत्रं काढून घेण्यात आली. संतप्त कर्मचाऱ्यांनी स्पष्टीकरण मागितलं, पण सुरक्षा कर्मचाऱ्यांकडून त्यांना कसलंच स्पष्टीकरण मिळू शकलं नाही. त्यांना फक्त कर्मचाऱ्यांपैकी कोणालाही कार्यालयात प्रवेश करू देऊ नये आणि त्यांच्याकडून त्यांची ओळखपत्रं काढून घ्यावीत एवढ्याच सूचना देण्यात आल्या होत्या. कार्यालयात असलेल्या त्यांच्या वस्तू एका बॉक्समध्ये ठेवून दुसऱ्या दिवशी त्यांना परत करण्यात येतील, असं कर्मचाऱ्यांना सांगण्यात आलं.

इथले व्यवसाय बंद केलेल्या कंपन्यांच्या कर्मचाऱ्यांना किंवा कर्मचाऱ्यांना काढून टाकलेल्या परदेशी ब्रोकरेज कंपन्यांच्या कर्मचाऱ्यांच्या दृष्टीनं नोकरकपात ही गोष्ट जीवघेणी होती. पहिली गोष्ट म्हणजे स्थानिक कंपन्यांमध्ये काम करत असलेल्या कर्मचाऱ्यांच्या तुलनेत त्यांना परदेशी कंपन्यांमध्ये दुप्पट किंवा तिप्पट पगार मिळत होता. शिवाय दुसरी गोष्ट म्हणजे त्यांना अगदी कमी पगारावर काम करण्याची इच्छा असली तरी बाजारात घसरण सुरू असल्यामुळे त्यांच्यासाठी बाजारात पुरेशा नोकऱ्याही नव्हत्या.

डिसेंबरच्या मध्यापर्यंत बाजारातील घसरण तशीच सुरू राहिली होती, मात्र स्टॉक्सचे इंडेक्स आदल्या वर्षीच्या तुलनेत २० टक्क्यांनी वधारून बंद झाले होते. परंतु त्या वर्षीच्या दुसऱ्या सहामाहीत आशियाई बाजारांमध्ये सुरू असलेल्या अराजकतेचा विचार करता, ही कुठल्याही अर्थानं नक्कीच यशस्वी कामगिरी नव्हती.

मी लकीला दारूपार्ट्यांसाठी भेटणं तसंच सुरू ठेवलं होतं आणि तशाच एका पार्टीच्या वेळी माउसशी केलेल्या व्यवहाराविषयी त्याच्याकडे मी अभावितपणे बोलून गेलो. लकीनं आम्ही तिघांनी एकत्रितपणे भेटावं असं मला सुचवलं आणि माझ्या सद्सद्विवेकबुद्धीच्या विरोधात जाऊन मी ते मान्य केलं.

माउसला लकीला भेटण्याची इच्छा नव्हती, पण मी त्याचं मन वळवलं. आम्ही तिघेही वरळीतील ज्युवेल ऑफ इंडिया या हॉटेलमध्ये रात्रीच्या जेवणासाठी भेटलो. जसजसा वेळ पुढे सरकत होता, तसतसा ती बैठक घडवून आणल्याबद्दल मला पश्चात्ताप होऊ लागला.

लकी हळुवारपणे माऊसची खुशामत करत होता आणि भरपूर पैशाचं आमिष दाखवून माउसला त्याच्या बाजूला वळवून घेण्याचे प्रयत्न करत होता, हे माझ्या लक्षात आलं. त्यातही आणखी काही पेग पोटात गेल्यानंतर माउस आपलं भान विसरला आणि नंतर तो लकीची खुशामत करू लागला. त्यामुळे मला जास्तच चिंता वाटू लागली. मी त्याला शांत राहण्याची खूण करण्याचा प्रयत्न केला, पण माउस स्वतःच्याच धुंदीत होता आणि दर मिनिटागणिक तो जास्तच भावूक होत गेला. मला राग आला आणि मी त्याला काही सांगणं बंद केलं.

जेवण झाल्यानंतर लकीनं माउसला त्याच्या घरी सोडू का असं विचारलं. निदान शिष्टाचार म्हणून तरी मुस ते नाकारेल असं मला वाटलं होतं, कारण त्याचं घर लकीच्या घरापासून बरंच लांब होतं. पण माउसनं ते मान्य केलं आणि माझा अगदी तिळपापड झाला.

दुसऱ्या दिवशी मी माउसला त्याच्या घरी फोन केला आणि आदल्या संध्याकाळी मी त्याच्याशी थोडा तुसडेपणानं आणि फटकळपणानं वागल्याबद्दल त्याची क्षमा मागितली. माउसनं त्याला त्याचं काहीच वाटलं नसल्याचं सांगितलं. मात्र उलटपक्षी तो बेसावधपणे काहीतरी बरळून तर गेला नव्हता ना याची त्याला चिंता वाटत असल्याचंही त्याने सांगितलं. त्यानंतर दोन आठवडे मी सतत माउसच्या संपर्कात होतो आणि तो मला हवी असलेली माहिती मला देत होता.

त्यानंतर अचानकच त्याने माझे फोन घेणं बंद केलं. असं काही दिवस चाललं. तो बहुधा लकीला जाऊन मिळाला असावा असं मला वाटलं. अखेरीस मी आठवडाअखेरीला त्याला फोनवर गाठलंच. माझा राग उफाळून

वर आला आणि त्याने माझी फसवणूक केली असा मी त्याच्यावर आरोप केला.

माउसनं माझं सगळं म्हणणं शांतपणानं ऐकून घेतलं आणि नंतर तो मला म्हणाला, ''हे सगळं ठीक आहे लाला, पण इतक्या मूल्यवान माहितीबद्दल इतकी अल्प रक्कम देऊन तू इतके दिवस मला लुबाडत राहिला होतास. आता तू मला महिन्याला जितके देत होतास, त्याच्या दहापट जास्त रक्कम मला मिळतेय. आपल्या पूर्वीच्या संबंधांमुळे मी तुला कधी ना कधी जरूर मदत करेन, पण आता तू फोन केल्याबरोबर मी तुला लगेच हवी ती माहिती देईन अशी अपेक्षा बाळगू नकोस.''

मी अतिशय संतप्त झालो. मी म्हटलं, ''म्हणजे तू स्वतःला लकीला विकलंस.''

''तू तुला हवं ते समजू शकतोस,'' त्याने शांतपणे उत्तर दिलं.

''मी तुझ्या वरिष्ठांना पत्र लिहून तुझ्या या धंद्यांबद्दल त्यांना सगळं सांगून टाकणार आहे,'' मी त्याला धमकी दिली.

''अगदी आनंदानं तसंच कर. पण त्यामुळे तूही त्यात अडकशील. समज, तसं काहीही घडलं नाही तरी तू स्वतःसाठी काही प्रबळ शत्रू मात्र निश्चितपणे तयार करून ठेवशील.'' तो म्हणाला आणि त्याने फोन ठेवून दिला.

माझा अखेरचा पत्ता मी खेळलो होतो आणि आता त्यातही हरलो होतो. आता माउस लकीकडून ऑर्डर घेत होता याविषयी माझ्या मनात कसलीच शंका नव्हती. इतकी मूल्यवान माहिती देणाऱ्या स्त्रोताकडून फसवला गेल्यामुळे मी अतिशय संतप्त झालो होतो. त्या दिवशी संध्याकाळी मी लकीला फोन करून माझ्या मनातील मळमळ ओकून टाकली.

"XXXXX, XXXXX, तू स्वतःला माझा मित्र म्हणवून घेतोस. विश्वासाविषयी बोलतोस आणि तू आपल्या मैत्रीची बूज अशी राखलीस? माझ्या पाठीत सुरा खुपसून?'' मी त्याच्यावर ओरडलो.

''लाला, शांत हो. नेमकं काय झालंय?'' त्यानं विचारलं.

त्यामुळे तर माझा राग अगदीच अनावर झाला आणि मी त्याला यथेच्छ शिव्या दिल्या. तरीही तो तसाच शांत राहिला.

त्यानंतर त्याने मला दोन दिवसांनी पुन्हा एकदा फोन केला. पण मी त्याचा फोन उचललाही नाही.

लकी पुनःपुन्हा फोन करत राहिला. अखेरीस मी त्याचा फोन उचलला.

पुन्हा एकदा शिव्यांनी मी त्याला अभिवादन केलं, ''xxxxx, तू मला एकदा फसवलंस तेवढं पुरे झालं नाही का? की आता तुला माझ्याकडून आणखी काही लुबाडून घ्यायचं आहे?'' मी रागावर कसंबसं नियंत्रण मिळवलं, पण इतक्या लवकर मी त्याला माफ करणार नव्हतो.

''तुझा राग अतिशय न्याय्य आहे. तुला त्याच्यावर नियंत्रण मिळवण्यासाठी आणखी शिव्या द्यायच्या असतील तर त्याही दे. पण त्यानंतर आपण प्रौढ माणसासारखे बोलू या,'' लकी म्हणाला.

दुसऱ्या दिवशी संध्याकाळी मी लकीच्या खारमधील घरी गेलो. त्याने आपुलकीनं माझं स्वागत केलं आणि त्यानंतर घाबरल्याचा आव आणत मला म्हटलं, ''तू सोबत बंदूक किंवा चाकू घेऊन आला नसावास अशी मला आशा आहे.''

''हे तुझ्यावरचे उपकारच आहेत. मी तुला त्याहूनही जास्त दुःख, वेदना देणारं काहीतरी आणावं असा विचार करत होतो,'' मी म्हणालो.

त्याने मला सांगितलं की, त्या दिवशी त्याने एका प्रभावी मार्गदर्शकाशी माझी बैठक आयोजित केली होती. त्या बैठकीला जाण्यापूर्वी त्याने जे काही केलं होतं त्याबद्दल त्याने माझी माफी मागितली.

''हे बघ लाला, ही गोष्ट वैयक्तिकपणे घेऊ नकोस. मी तुला एका गोष्टीची खात्री देतो. तुझं झालेलं नुकसान मोठ्या प्रमाणात भरून काढलं जाईल,'' तो म्हणाला.

''बघू नंतर,'' मी संशयानं म्हणालो.

वांद्र्यातील हिल रोडवर असलेल्या लकीच्या गॉडफादरच्या कार्यालयात आम्ही लकीच्या गॉडफादरची भेट घेतली. तो पंचेचाळिशीचा वगैरे दिसत होता. तो उंच होता आणि बॉलिवूडमधील जुन्या जमान्यातील नायक नवीन निश्चलशी त्याची चेहरेपट्टी मिळतीजुळती होती. त्याच्या नजरेतही तसाच शांतपणा आणि स्वप्नाळूपणा होता. त्याने काहीसे लांब केस राखले होते आणि त्यांना काळा डाय लावला होता. तो अर्थातच दिसायला चांगला होता. पण एके काळचे त्याचे सुंदर अवयव आता लठ्ठपणामुळे थोडेसे बोजड वाटत होते. बहुधा भरपूर दारू पिण्याची त्याला आवड असावी असं मला वाटलं. मी मनातल्या मनात 'संन्यासी' असं त्याचं टोपण नाव ठेवलं.

''तू इथे आलास त्याचा मला आनंद वाटतोय लाला,'' तो म्हणाला. त्याच्या चेहऱ्यावर आपुलकीचं स्मित झळकत होतं. त्याने माझ्याशी हस्तांदोलन केलं. त्याची पकड ठाम होती. ''काही चांगल्या लोकांकडून मी तुझ्याविषयी ऐकून होतो आणि याआधीच तुला भेटण्याची माझी इच्छा होती. पण ठीक आहे. कधीही न भेटण्यापेक्षा उशिरा भेटणंही जास्त चांगलं आहे.''

संन्याशाचं इंग्रजीवर प्रभुत्व होतं आणि निश्चितपणे मुरब्बी स्टॉक ब्रोकरप्रमाणे तो बोलत नव्हता. खरं तर तो गुंतवणूक बँकरसारखा बोलत असावा.

आमची ओळख करून दिल्यानंतर, आपलं काहीतरी काम असल्याचं सांगून लकी तिथून बाहेर सटकला. ते सगळं पूर्वनियोजित होतं हे माझ्या लक्षात आलं.

संन्याशानं आणि मी बाजारांविषयी चर्चा केली. त्याला माझे दृष्टिकोन जाणून घ्यायचे होते. त्या वेळेपुरता तरी मी बेअर होतो असं मी त्याला सांगितलं.

''दलाल स्ट्रीटवरचा प्रत्येक जणच तसा आहे,'' संन्यासी म्हणाला. ''मला असं वाटतं की आपण सध्या तळावर तडाखा मारला पाहिजे. अजूनही आशियाला स्थिरावण्यासाठी काही वेळ लागणार आहे. बाजारात लवकर तेजी येईल असं मला वाटत नाही.''

संन्याशाची स्वारस्यं त्यानंतर बाजाराच्याही पलीकडे गेली. तो राजकारणाचा बारकाईनं विचार करत होता. त्याच्याकडे काही उत्तम दुर्मीळ जुन्या वस्तूंचा संग्रह होता आणि तो स्वतःला 'गंभीर नवोदित' छायाचित्रकारही म्हणवून घेत होता. तो उत्तम श्रोताही असल्याचं माझ्या लक्षात आलं. माझ्या बोलण्यात त्याला प्रामाणिकपणे रस वाटत होता की, तो फक्त तसं भासवत होता ते मला माहीत नव्हतं. ''पण तुम्ही या क्षेत्रात कसे काय आलात? म्हणजे त्याआधी तुम्ही काय करत होतात आणि इकडे कसे काय वळलात?'' असं त्याला विचारण्याचा मोह मला झाला होता, पण मी स्वतःला रोखलं.

का ते मला माहीत नाही, पण मला अंतःस्फूर्तीनंच तो आवडू लागला होता. लकीचं म्हणणं बरोबरच होतं. तो माणूस धोकेबाज व्यवहार करणाऱ्या ऑपरेटरसारखा तर सोडाच, पण स्टॉक ब्रोकरसारखाही बिलकूलच वाटत

नव्हता. तो जास्त सुसंस्कृत वाटत होता. जीबींनी त्याचा काही वेळा उल्लेख केल्याचं मला आठवत होतं. पण त्याच्याविषयी जास्त काही जाणून घ्यावं इतका चौकसपणा माझ्या मनात निर्माण व्हावा इतक्या प्रमाणात त्यांनी मला त्याच्याबद्दल कधीच काहीही सांगितलं नव्हतं. त्याच्याविषयी मला जितकं माहीत होतं त्यावरून मिड-कॅप (बाजारात मध्यम प्रमाणात भांडवल असलेल्या) कंपन्यांमध्ये त्याला स्वारस्य होतं आणि त्यांच्यातील गुंतवणूक हेच त्याचं वैशिष्ट्य होतं हे मला आठवलं.

रात्री उशीर झाला होता. संन्याशानं मला काही खाणार का, असं विचारलं. अखेरीस आम्ही त्या रस्त्यावर असलेल्या भेळवाल्याकडची भेळ खायचं ठरवलं.

''ही भेळ चांगली असते. तुला ती खाल्ल्याचा निदान पश्चात्ताप तरी होणार नाही,'' तो म्हणाला. त्याचं म्हणणं बरोबर होतं. भेळ चवदार होती, फक्त मला तिच्यात थोडा जास्त मसाला असल्यासारखं वाटलं आणि त्यामुळे माझ्या डोळ्यांत पाणी आलं.

त्यानंतर मसाला चहा मागवल्यावर संन्यासी त्याच्या मुख्य मुद्द्याकडे वळला.

''तू लकीमुळे खूपच अस्वस्थ झाला आहेस ते मला माहीत आहे आणि त्याबद्दल मी तुला मुळीच दोष देणार नाही. पण ती लकीची चूक नव्हती हे आतापर्यंत तुझ्या लक्षात आलंच असेल. मीच त्याला ते काम करायला लावलं होतं. पण हा बाजार असाच काम करतो. जर तुझ्या माणसाला मी फोडला नसता तर कधी ना कधी, दुसऱ्या कोणीतरी ते काम केलंच असतं. तो तुला जी मौल्यवान माहिती देत होता, त्या तुलनेत तू त्याला खूपच किरकोळ दाम देत होतास, हे मान्य कर लाला. पण ज्या पद्धतीनं तू स्रोत मिळवतोस, तुझे संपर्क विकसित करतोस, त्यामुळे मी प्रभावित झालो आहे,'' संन्यासी म्हणाला.

तो संथपणे भेळ खात खात पुढे म्हणाला, ''जे घडलं ते घडलं. पण मला तू मित्र म्हणून हवा आहेस लाला. अर्थातच ते तुलाही तसंच वाटतं का यावर... तुझ्यावर अवलंबून आहे. तुझं झालेलं नुकसान भरून काढण्याची माझी इच्छा आहे, म्हणूनच मी तुझ्या समोर हा प्रस्ताव ठेवला आहे,'' तो क्षणभर थांबला.

मी मान डोलावली.

''तू कधीतरी आपल्या स्वतःचं ब्रोकिंग कार्ड असावं असा विचार केला आहेस का लाला?'' संन्याशानं विचारलं.

''अगदी खरं सांगायचं तर माझ्या मनात काही वेळा असा विचार येऊन गेला आहे. पण तो विचार एक कोटी रुपये बुडवण्याच्या पात्रतेचा आहे का, अशी मला शंका आली. याशिवाय इतर खर्चही असतातच. तुमच्याकडे कार्यालय असावं लागतं आणि शिवाय त्याची देखभाल करावी लागते. तो खर्च असतो. या सगळ्या डोकेदुखीपेक्षा सध्या माझं चांगलं चाललंय. थोडक्यात, माझ्या सध्याच्या परिस्थितीत मी सुखी आहे,'' मी म्हणालो.

''नक्कीच. पण या व्यवसायात वाढ करून घ्यावी आणि मोठ्या माशांबरोबर खोल समुद्रात पोहोचवं, असं तुला वाटत नाही का?'' संन्याशानं विचारलं.

''कदाचित. पण त्यासाठीसुद्धा भरपूर गुंतवणूक करावीच लागते आणि या वेळी तरी मला तितकी गुंतवणूक करता येईल, याची मला खात्री वाटत नाही,'' मी म्हणालो. पण त्या वेळी माझ्या मनात त्याच्याकडून माझ्या समोर कुठला प्रस्ताव येणार आहे याचा ढोबळ अंदाज तयार झाला होता.

''नशीब शूरांना साथ देतं. पुढचं वर्ष कदाचित खडतर असेल, पण त्यानंतरच्या दोन ते तीन वर्षांत मोठ्या संधी मिळणार असल्याचं मला दिसतंय. जर तुझ्या बीएसई कार्डाची निम्मी रक्कम मी भरली आणि तुला माफक भाड्यावर कार्यालयासाठी जागा मिळवून दिली तर..?'' त्याने विचारलं.

''ही गोष्ट ऐकायला स्वारस्यपूर्ण वाटते. पण एवढे मोठे उपकार घेणं मला बरं वाटणार नाही,'' मी म्हणालो.

''तेही बरोबरच आहे म्हणा, पण मी देत असलेला पैसा हे कर्ज आहे असं समज. तुला शक्य होईल, त्या वेळी त्याची परतफेड कर. एका वर्षात किंवा दोन वर्षांत किंवा पाच वर्षांत... आता ते ठीक वाटतंय का?'' त्याने विचारलं.

''त्या बदल्यात मला काय करावं लागेल?'' मी विचारलं.

संन्यासी मागे झुकला आणि त्याने स्मित केलं.

"तू फारच झटपट विचार करतोस...आणि त्याबरोबरच सडेतोडपणे बोलतोस. मी तुझ्याविषयी अगदी असंच ऐकलं होतं. होय. त्या बदल्यात तू अधूनमधून माझ्यासाठी काही ट्रेड करावेस, असं मला वाटतं. ब्रोकरेज आणि मार्जिन मनीची कसलीच समस्या नसेल. पण फक्त मी देत असलेल्या व्यवसायावर तग धरून राहण्याची अपेक्षा ठेवू नकोस," तो म्हणाला.

संन्याशाचा प्रस्ताव मोहात पाडणारा होता. पण मी स्वतःच्या जिवावर सुरुवात करण्याचा विचार करत होतो, हे सगळं सांगितल्यानंतर जीबी याला कसा प्रतिसाद देतील ते मला समजत नव्हतं.

माझे विचार वाचल्याप्रमाणे संन्याशानं मला विचारलं, "यावर गोविंद काय म्हणेल असा विचार तू करतोयस का?"

"अं...हो....होय."

"त्याचा स्वतःला इतका त्रास करून घेऊ नकोस. गोविंदला तू असं करत आहेस याचा आनंदच होईल. तू आता गेली काही वर्षंच त्याच्या सोबत आहेस, बरोबर? त्याने तुला संधी दिली आणि त्याच्याविषयीचा विश्वास तुझ्या मनात रुजला आहे आणि त्यालाही तुझ्याविषयी विश्वास वाटतोय. त्याला तुझ्याकडून आणखी काय हवं असू शकेल? शिवाय तू कायमच त्याच्या ऋणात राहू शकत नाहीस. आता पुढे जाण्याची वेळ आलेय, लाला. माझ्या प्रस्तावावर विचार कर," संन्यासी म्हणाला.

"तुम्ही त्यांना चांगलं ओळखता का?" मी विचारलं.

'वैयक्तिकरीत्या नाही. पण त्याला पुरेशा प्रमाणात ओळखणाऱ्या लोकांना मी ओळखतो," संन्याशानं माझ्याकडे पाहून आपल्याला सारं काही माहीत आहे असं दाखवणारं स्मित केलं. संन्यासीसुद्धा बाजारातील बड्या लोकांसाठी काम करत होता याविषयी माझ्या मनात शंका नव्हती.

संन्याशाच्या प्रस्तावावर जास्त विचार करण्याची गरज मला भासली नाही. दोन दिवसांनंतर मी फोन करून त्याचा प्रस्ताव स्वीकारत असल्याचं त्याला कळवून टाकलं.

"तुझ्या बरोबर लवकरच व्यवसाय करण्यासाठी मी उत्सुक आहे लाला आणि मला त्याबद्दल आनंदही वाटतोय. फक्त एकच गोष्ट. जर कुठल्याही कारणानं तू हा व्यवसाय सोडून जाण्याचं ठरवलंस तर फर्स्ट रिफ्युजल टु द कार्ड (ते कार्ड खरेदी करण्याचा पहिला हक्क) मलाच असला

पाहिजे,'' संन्याशी म्हणाला आणि ते अतिशय योग्यच होतं असं मला वाटलं.

त्याच दिवशी माझ्या निर्णयाविषयी मी जीबींना सांगितलं. मी त्यांना सांगण्याच्या आधीच त्यांना माझा निर्णय माहीत होता याची मला खात्री होती.

त्यांनी आश्चर्यचकित झाल्याचा आव आणला आणि ते म्हणाले, ''वा, वा, ही तर खरोखरच चांगली बातमी आहे. आपलं स्वतःचं ब्रोकिंग हाउस सुरू करण्याइतका पैसा तू जमवला आहेस, हे माझ्या कधीच लक्षात आलं नव्हतं,'' ते म्हणाले.

''गोविंदभाई, हे सगळं नाटक तुम्ही केलंच पाहिजे का?'' मी विचारलं

''कसलं नाटक लाला?'' त्यांनी विचारलं.

''तुम्हांला काहीच माहीत नाही असा आव तुम्ही आणताय. पण तुम्हांला सारं काही व्यवस्थित माहीत आहे, असं मला वाटतंय,'' मी म्हणालो.

जीबी मोठ्यानं हसले.

''बाजाराच्या पद्धती शिकण्यात तू खूप हुशार झालायस, असं मला म्हणावंच लागेल. पण काही वेळा प्रत्येकाला थोडाफार देखावा करावाच लागतो. इथेच मी तुला सल्ला देतोय लाला. आता तू वेगळ्या समुदायात चालला आहेस. सगळ्यांनाच सगळ्या गोष्टी व्यवस्थित दिसाव्यात इतक्या नेहमीच त्या पुरेशा प्रमाणात सुस्पष्ट असतात. पण तरीही काही वेळा थोडाफार आव आणावा लागतो. काही वेळा थोडंसं ढोंगही करावंच लागतं,'' ते म्हणाले. ''अजूनही हा उद्योग तसा लहानच आहे. आपण एकमेकांना भेटत राहू लाला. संपर्कात राहा आणि जुन्या मित्रांना विसरू नकोस,'' त्यांनी सांगितलं.

१६

खोल समुद्रात पोहताना...

सन १९९७च्या अखेरच्या आठवड्यात मी नरिमन पॉइंटवरच्या नरिमन भवनमधील भाड्याच्या जागेत गेलो. तिथला मालक संन्याशाला ओळखत होता आणि पहिले सहा महिने भाडं अतिशय माफक होतं. खरं तर तितकं कमी भाडं खरोखरच असेल का, अशी शंका येण्याइतपत ते कमी होतं. यात आणखी एक पूरक गोष्ट होतीच. सहा महिन्यांनंतर मला बाजारभावानं भाडं द्यावं लागणार होतं.

खरं म्हणजे दलाल स्ट्रीटजवळ कार्यालय असण्याला मी प्राधान्य दिलं असतं, कारण त्यामुळे बाजार संपल्यानंतर मला मित्रांच्या गोतावळ्यात राहता आलं असतं. परंतु संन्याशानं ही जागा सुचवली होती आणि त्याच्या चांगुलपणाचा गैरफायदा घेण्याची माझी इच्छा नव्हती. कार्यालयाची व्यवस्था बघण्यासाठी मी एका शिपायाला कामावर ठेवलं आणि नंतर व्यवहार करण्यास तत्परतेनं सज्ज झालो.

सन १९९८च्या फेब्रुवारीत कधीतरी हर्षद मेहतानं एका विश्वासू व्यक्तीकडून माझ्याकडे एक निरोप पाठवला होता. हर्षद बाजारात परतण्याचं नियोजन करत होता आणि त्याच्या कारकिर्दीच्या दुसऱ्या टप्प्यात त्याचा रोख फक्त बीपीएल, व्हिडिओकॉन व स्टरलाइटवरच असणार होता. या कंपन्यांच्या प्रवर्तकांशी हर्षदची जवळीक होती हे तोपर्यंत बाजाराच्या

वर्तुळांमध्ये सगळ्यांना माहीत होतं आणि त्याने आधीच स्टॉक गोळा करण्यास सुरुवात केली होती, हे मला माहीत होतं. माझ्याकडे पाठवण्यात आलेला प्रस्ताव साधा होता. हर्षदच्या सूचनांनुसार या कंपन्यांचे शेअर्स खरेदी करायचे होते. हा निव्वळ ब्रोकिंगचा व्यवहार होता, पण त्यासाठी मला ५०-७५ बेसिस पॉइंट्सच्या बाजारभावापेक्षा जास्त उच्च दरानं कमिशन मिळणार होतं. अर्थातच हर्षदबरोबर काम करण्यासाठी ब्रोकर उत्सुक असण्यामागे मोहात टाकणारं कमिशन आणि निश्चित प्रमाणातील ट्रेड एवढ्याच गोष्टी नव्हत्या. त्याच्या ट्रेड्सचं फ्रंट रनिंग करून जास्त मोठा नफा मिळवण्याचा त्यांचा विचार होता.

हर्षद काही वेळा ब्रोकरना पैसे देण्यात विलंब करत असल्याचं मी ऐकून होतो. शेअर बाजारांना मार्जिन पेमेंट आणि तो डिलिव्हरी घेणार असलेल्या शेअर्सकरिता - अशा दोन्ही गोष्टींकरता तो उशिरा पैसे देत होता असं माझ्या कानांवर आलं होतं. त्याचे ब्रोकर त्याच्यामुळे सहजपणे पैसा (ईझी मनी) मिळवत होते, हे हर्षदला निश्चितपणे माहीत होतं. पेमेंट उशिरा देणं हा त्याच्या ब्रोकरना त्यांच्या उदरनिर्वाहाचा पैसा इतर प्रकारे कमवायला लावण्याचा एक मार्ग होता. तो सहसा नेहमीच मार्जिन पेमेंटचे रोख पैसे देण्याच्याऐवजी तितक्या किंमतीचे शेअर्स देऊ करत असे. ब्रोकरला मार्जिनचा पैसा म्हणून १०० रुपये देण्याऐवजी (हा पैसा ब्रोकरला शेअर बाजाराकडे जमा करावाच लागतो.) तो ब्रोकरला १०० रुपये किंमतीचे शेअर्स देत असे. जर ब्रोकरनं याला आक्षेप घेतला तर तो ब्रोकर कोण आहे त्यानुसार एक तर तो कडक शब्दांत बोलत असे किंवा प्रामाणिकपणाचा आव आणून लबाडीनं वागत असे.

माझ्याकडे प्रस्ताव पाठवण्यात आल्यानंतर मला तो स्वीकारण्याचा मोह झाला होता. मी दीर्घ काळापासून हर्षदच्या संपर्कात नसलो तरी आमचे संबंध सौहार्दपूर्ण होते. तरीही फोन उचलून थेट माझ्याशी बोलण्याऐवजी विश्वासू माणसाकडून निरोप पोहोचवल्यामुळे मी थोडासा साशंक झालो होतो. मी त्याच्या प्रस्तावावर थोडा विचार केला आणि अखेरीस त्याचा प्रस्ताव धुडकावण्याचं ठरवलं. पहिलं कारण म्हणजे या वेळी हर्षदवर अधिकारी घारीसारखी तीक्ष्ण नजर ठेवून असणार होते यात कसलीच शंका नव्हती. सन १९९२ मध्ये तो ज्या ताकदीनं बाजारात वावरत होता, तसा प्रभाव त्याला पुन्हा टाकता येऊ नये यासाठी त्यांना शक्य असेल तितक्या

प्रकारे त्यांनी त्याच्यावर नियंत्रणही ठेवलं असतं. हर्षदविषयी मी हे शेवटचंच ऐकलं होतं.

एप्रिलमध्ये सेन्सेक्स भलताच चढला होता आणि बीपीएल, व्हिडिओकॉन आणि स्टरलाइटचे शेअर्सही तसेच तेजीत होते. हर्षदबरोबर गेलेल्या ब्रोकरची पाचही बोटं तुपात होती. ती परिस्थिती त्याच्या बरोबर न गेलेल्या आणि त्याच्या वर्तुळाचा भाग न झालेल्या ब्रोकरना असूया वाटण्याजोगीच होती. दलाल स्ट्रीटवरचा हा आनंदोत्सव आणखीही काही काळ तसाच चालला असता, पण त्याच दरम्यान सरकारनं पोखरण इथे अणुचाचणी करण्याचा निर्णय घेतला आणि त्यामुळे गुंतवणूकदार चकित झाले. या निर्णयामुळे सरकारची जनतेकडून प्रशंसा केली जात होती, परंतु त्याची लज्जत सरकारने पुरेशा प्रमाणात चाखण्याच्या आतच भारतावर आर्थिक निर्बंध लादण्यात आले. बाजाराच्या दृष्टिकोनातून याचा दुहेरी अर्थ होता. पहिली म्हणजे एफआयआयकडून भारतात येणारा पैशाचा ओघ आटणार होता आणि आपल्या कंपन्यांना जागतिक पातळीवर भांडवल उभारणीत अडचणी येणार होत्या.

यातली विचित्र गोष्ट अशी होती की, एकूणच सर्वांगीण बाजार पडला असला तरी बीपीएल, व्हिडिओकॉन आणि स्टरलाइटचे शेअर्स वधारत चालले होते. बिग बुल आणि त्याचे साथीदार निर्दयीपणे करत असलेल्या खरेदीला याचं श्रेय जात होतं. सर्वसामान्यपणे तीन स्टॉक्समधील ट्रेडिंग हे विक्रेत्यांच्या अभावामुळे थिजल्यासारखं झालं असतं. पण या शेअर्सच्या किंमतींत झालेल्या या नेत्रदीपक वाढीमागे हर्षद होता हे उघड गुपित होतं. शेअर बाजारातील त्याच्या कामकाजासाठी त्याने बहुधा पुन्हा एकदा सरकारी बँकांवर डल्ला मारला असावा अशी चर्चा सुरू झाली होती. पण या वेळी बँकांच्या जवळपाससुद्धा न फिरकण्याइतका हर्षद शहाणा होता. त्याऐवजी त्याच्या कामकाजाकरिता त्याने या वेळी कंपन्यांच्या प्रवर्तकांचा उपयोग करून घेतला होता.

जूनच्या पहिल्या आठवड्यापर्यंत बीपीएलच्या शेअरच्या किंमती या त्यांच्या चार महिन्यांच्या किंमतीच्या तुलनेत तिपटीनं आणि स्टरलाइट व व्हिडिओकॉनच्या किंमती दुपटीनं वाढल्या होत्या. या प्रक्रियेत हर्षद त्याला आधीपासून आवडत असलेलं काम करत होता – त्याच्या विरोधात बोली लावलेल्या बेअर्सचं तो शोषण करत होता.

गेल्या वेळी केलेल्या काही चुका हर्षदनं या वेळी टाळल्या होत्या. पण तरीही एक दोष तसाच राहिला होता. त्याची प्रकाशात राहण्याची जबरदस्त इच्छा तशीच टिकून राहिली होती. जर उर्वरित बाजाराप्रमाणेच बीपीएल, व्हिडओकॉन आणि स्टरलाईटचे शेअर्सही गडगडले असते तर ती गोष्ट नैसर्गिक असल्यासारखी वाटली असती. परंतु अगदी ब्ल्यू चिप्सनाही खरेदीदार मिळत नसताना या शेअर्सच्या किंमती चढवत राहिल्यामुळे हर्षदनं बाजाराचं लक्ष स्वतःकडे वेधून घेतलं. आपल्या खरेदीनं बाजाराची दाणादाण उडवून देणारा तो जुना बिग बुलच आहे, हे कदाचित तो स्वतःलाच पटवून देण्याचा प्रयत्न करत असावा.

स्टॉक्सचं शॉर्ट सेलिंग करून बेअर्सनी त्याला खाली खेचण्याचा प्रयत्न केला. दर वेळी हर्षदनं किंमती वर चढवल्या आणि बेअर्सना नुकसान सोसून त्यांच्या पोझिशन संरक्षित कराव्या लागल्या. बेअर्सनी संधी साधून हल्ला करावा असं ठरवून माघार घेईपर्यंत हे सगळं तसंच सुरू राहिलं.

या स्टॉक्समध्ये डोळे दिपवणारा लाभ मिळाला असला तरी फंड व्यवस्थापकांनी हे शेअर्स हर्षदशी संबंधित असल्याच्या भीतीपोटी बीपीएल, व्हिडिओकॉन आणि स्टरलाइटच्या शेअरना हात लावला नव्हता. याचा अर्थ या स्टॉक्सची खरेदी फक्त हर्षद आणि त्याचा गटच करत होता. जोपर्यंत किंमती चढत राहिल्या होत्या तोपर्यंत हर्षद आणि कंपनीला त्यांच्या पोझिशन पुढच्या सेटलमेंटपर्यंत तशाच पुढे नेणं कठीण नव्हतं. पण तरीही बुल्सना काही क्षण श्वास घेण्यासाठी फुरसत हवी होती आणि खरोखरच त्यांनी तसं केलं. त्याबरोबर ते तिन्ही स्टॉक त्यांच्या मार्गावर तसेच रोखले गेले आणि तीन आठवडे त्याच पातळीवर राहिले.

आता बेअर्सना रक्ताचा वास आला होता. आता किंमती कमी न करता नफा कमावणं बुल्सना कठीण असल्याचं वाटत असल्याची जाणीव बेअर्सना झाली. जूनच्या मध्यावर हे तिन्ही स्टॉक झपाट्यानं डळमळीत होऊ लागले. त्या गटातील एकाला धाकदपटशामुळे जबरदस्तीनं त्याची पोझिशन सोडणं भाग पडलं आणि मग हर्षद आणि त्याच्या टोळीच्या हातातून सगळी सूत्रं निसटली. अगदी दोन आठवड्यांपूर्वीपर्यंत जे स्टॉक शेअर बाजाराच्या गुरुत्वाकर्षणाचे नियम ठरवत असल्यासारखं दिसत होतं तेच आता शेअर बाजाराच्या भौतिकशास्त्राच्या दुसऱ्या नियमाचं पालन करताना दिसू लागले.

जितक्या जास्त झपाट्यानं वर चढता येतं, तितकीच जोरदार घसरणही अटळ असते हा तो नियम होता.

खरेदीदारांच्या अभावामुळे स्टॉक्समधील ट्रेडिंग गारठलं होतं आणि त्यांची मुक्तपणे होणारी घसरण तशीच सुरू राहिली. त्या वेळी त्यांच्या घसरणीला कशामुळे गती मिळाली याविषयीचे अनेक सिद्धान्त मांडले गेले. त्यांच्यापैकी काही हास्यास्पद आणि अगदी मूर्खपणाचे वाटणारे होते, तर काही वाजवी, पटण्याजोगे होते. त्यापैकी एक असा होता की, त्यापैकी काही शेअर्स हर्षदच्या पत्नीच्या ताब्यात होते आणि घराचं सुशोभीकरण करण्यासाठी तिला पैशाची गरज असल्यामुळे तिने काही शेअर्स विकून टाकले. यातून बिग बुलला आता स्टॉक्समधून बाहेर पडायचं आहे असा अर्थ ते शेअर्स विकणाऱ्या ब्रोकर्सनी काढला आणि त्यामुळे बुल्सच्या शिबिरात घबराट पसरली आणि शेअर्स विकून रोख रक्कम मिळवण्याचा धडाका सुरू झाला. १९९२ मध्ये बाजारातील तेजी संपुष्टात आली. त्यामागचं एक कारण म्हणून याच सिद्धांतात थोडाफार फेरफार करून तो पुन्हा मांडला गेल्याचं मी ऐकलं होतं.

हे शेअर्स ताब्यात असलेल्या काही फंड व्यवस्थापकांना ते विकून टाकण्यास राजी करण्यात बेअर्सच्या गटाला यश आलं होतं, हा आणखी एक सिद्धांत होता. त्या आठवड्यात या फंड व्यवस्थापकांनी मोठ्या प्रमाणात स्टॉक्सची विक्री केली. ते ट्रेडच्या दुसऱ्या टोकाला असलेले शॉर्ट सेलिंग करणारे विक्रेते होते आणि त्यांना आपण सेटलमेंट चक्राच्या अखेरीस चिरडून टाकू या भ्रमात राहून हर्षद शेअर्सची खरेदी करत राहिला.

तिसरा सिद्धान्त असा होता की, हर्षदच्या प्रतिस्पर्ध्यांना बीएसईच्या क्लिअरिंग हाउसकडून बीपीएल, व्हिडिओकॉन आणि स्टरलाइट यांच्या शेअर्सची तस्करी करण्यात यश आलं होतं. (तोपर्यंत डीमॅट फार मोठ्या प्रमाणात वापरलं जात नव्हतं.) त्यांनी ते शेअर्स बाजारात विकले होते आणि त्यामुळे स्टॉक्समधील घसरणीला मोठी गती प्राप्त झाली होती. त्यानंतर क्लिअरिंग हाउसमध्ये पुन्हा साठवून ठेवण्यासाठी त्यांनी बाजारातून तेच शेअर्स कमी किंमतीला खरेदी केले होते.

त्यानंतर काही वर्षांनी आम्ही नेहमीप्रमाणं संध्याकाळी बाहेर गेलो असताना माझ्या एका डीलर मित्रानं एक महत्त्वाची गोष्ट सांगितली. बीपीएल–व्हिडिओकॉन–स्टरलाइटचा बुडबुडा फोडण्यात त्याने कशी

महत्त्वाची भूमिका बजावली होती त्याची त्याने फुशारकी मारली. ज्या खासगी फर्म्सच्या माध्यमातून त्या तीन स्टॉक्समधील पोझिशनची हर्षद उभारणी करत होता, त्यांच्यापैकी एक फर्म ही माझा मित्र काम करत असलेल्या ब्रोकरेज फर्मची ग्राहक होती. खासगी फर्मच्या खरेदी हर्षदच्या वतीनं केल्या जात असल्याचा त्याला संशय होता. या खरेदी जास्त मोठ्या होत चालल्या होत्या त्यामुळे माझा मित्र सावध झाला आणि मार्जिनचे सक्तीचे पैसे म्हणून त्याच्या ग्राहकांनी या तीन कंपन्यांच्या शेअर्सऐवजी रोख पैसेच द्यावेत असा त्याने आग्रह धरला. माझ्या मित्राच्या ब्रोकरेज फर्मला जास्त व्यवसाय देण्याचा प्रस्ताव देऊन ती फर्म वेळकाढूपणा करू लागली. पण एकदा किंमती स्थिरावल्यानंतर माझ्या मित्राला पुढे वाढून ठेवलेल्या संकटाचा अंदाज आला आणि त्याने मार्जिनचा पैसा भरला गेला नाही तर पोझिशन सोडून देण्याची धमकी दिली. परंतु हर्षदच्या फर्मनं त्याचे फोन घेणं बंद केलं. त्यानंतर कुठलाच पर्याय न उरल्यामुळे माझ्या मित्रानं बीपीएलमधील त्याच्या पोझिशन सोडून दिल्या. हर्षदच्या समस्येला इथून सुरुवात झाली. बीपीएलच्या स्टॉक्सच्या किंमतीत जबरदस्त घसरण झाल्यावर इतर ब्रोकर्सनीही जास्त सुरक्षित बाजूला राहण्यासाठी नफा कमावण्यास सुरुवात केली. यातून पुढे प्रतिक्रियांची साखळी सुरू झाली, कारण विक्रीचं हे लोण व्हिडिओकॉन आणि स्टरलाइटपर्यंतही पसरलं होतं. याच दरम्यान कुठेतरी हर्षदचे वित्त पुरवठादारही जास्त रोख पैसे देण्यापासून परावृत्त झाले असावेत आणि एकदा हे घडल्यानंतर किंमतींना पाठबळ देणारा कुठलाच पर्याय शिल्लक उरला नाही.

हर्षदसाठी ट्रेडिंग केलेल्या जवळजवळ सगळ्याच ब्रोकरना प्रचंड तोटा झाला, कारण खरेदीदार न मिळाल्यानं त्यांच्या ताब्यात असलेले शेअर्स ते विकू शकले नाहीत. शेअर्सच्या किंमती चढत असताना कदाचित त्यांना चांगले पैसे मिळू शकले असते, पण किंमतीतील घसरणीमुळे त्यांच्यापैकी अनेक जण व्यवसायाच्या बाहेर फेकले गेले. पैशाची प्रचंड चणचण भासत असलेल्या बुल्सना त्यांच्या पोझिशनची विक्री करण्याची मुभा देणारे ट्रेड्स समाविष्ट करण्यासाठी बीएसईला संपूर्ण रात्रभर त्यांच्या यंत्रणा खुल्या ठेवाव्याच लागल्या. पैशाच्या बाबतीत अक्षरशः नागवले गेलेले हे बुल्स ब्रोकर्सना आपल्या पोझिशन विकत होते आणि शेअर बाजाराला देय असलेल्या रकमेचा भरणा करता यावा म्हणून या ब्रोकर्सना कंपन्यांनी फंड दिले होते.

बाजारातील सर्वांगीण घसरणीच्या कलामुळे माझ्या ट्रेडिंगमध्ये झालेल्या नुकसानीशी मी सामना करत असताना आणखी काही वाईट बातम्या आल्या. या वेळी त्या माझ्या घरातून आल्या होत्या.

''लाला, हल्ली मला अचानकच अधूनमधून चक्कर येते आणि औषधं घेतल्यानंतरही माझा खोकला पूर्णपणे बरा होत नाही,'' मी एके दिवशी सकाळी कामावर निघालो असताना माझ्या वडलांनी मला सांगितलं. बाबूजींनी सत्तरी ओलांडली होती, पण त्यांच्या वयाच्या इतर कुठल्याही माणसाच्या तुलनेत ते अतिशय ठणठणीत होते. त्याच दिवशी संध्याकाळी मी त्यांना आमच्या फॅमिली डॉक्टरकडे घेऊन गेलो. त्यांनी सीटी स्कॅन करून घेण्यास आणि एका फुफ्फुसविकार तज्ज्ञाचं नाव लिहून देऊन त्याच्याकडे जाण्यास सांगितलं.

त्यानंतर काही दिवसांनी डॉक्टर बाबूजींच्या चाचण्यांचे रिपोर्ट पाहत होते आणि मी त्यांच्या समोरच बसलो होतो. डॉक्टरांना वाईट बातमी सांगायची होती हे माझ्या लक्षात आलं. मला ती शक्य तितक्या सौम्य शब्दांत कशी सांगावी यासाठी ते बहुधा मनातल्या मनात शब्दांची जुळवाजुळव करत होते.

''मला तुम्हांला एक वाईट बातमी सांगावी लागणार आहे, असं मला वाटतंय, मि. लालचंद...तुमच्या वडलांकडे फारसा वेळ उरलेला नाही,'' ते म्हणाले. ''हा फुफ्फुसांचा कर्करोग आहे आणि सध्या तो अंतिम टप्प्यात आहे.'' माझ्या छातीत कोणीतरी जोरदार गुद्दा मारावा, तसे ते शब्द माझ्यावर आघात करून गेले. मला एकदम धाप लागली. मी एकदम सुन्न झालो होतो आणि कुठलाही प्रतिसाद देण्याच्या अवस्थेतच नव्हतो.

''नाही...असं होऊ शकणार नाही....माझे वडील अतिशय सुदृढ आणि निरोगी आहेत. फक्त अलीकडेच त्यांना थोडा खोकला येतोय आणि अधूनमधून चक्कर येते. त्यांच्या आरोग्याच्या फारशा तक्रारीही नाहीत..,'' अखेर मी भानावर येत, कसेबसे शब्द उच्चारले.

''सहसा नेहमीच हा आजार कुठल्याही लक्षणांशिवाय शरीरभर पसरत जातो आणि तो नेहमीच उशिरा समजतो. मला माफ करा, पण या टप्प्यावर आमच्या हातात फारसं काहीं उरलेलं नाही,'' डॉक्टर म्हणाले. माझ्याविषयी सहानुभूती वाटत असल्याचं दाखवणाऱ्या अतिशय मृदू आवाजात ते बोलत होते.

''त्यांच्याकडे किती वेळ उरलेला आहे?'' मी विचारलं.

''जास्तीतजास्त दोन महिने,'' डॉक्टरनी उत्तर दिलं.

''यात काहीही करता येणार नाही का?'' मी विचारलं.

''तुम्हांला जर उपचारांवर खर्च केल्यामुळे काही होईल का, असं विचारायचं असेल तर त्यामुळे फक्त काही प्रमाणात त्यांच्या वेदना कमी होतील, पण त्यांचं आयुष्य वाढेलच असं सांगता येणार नाही,'' डॉक्टर म्हणाले.

''जर मला त्यांचं आयुष्य वाचवता येणार नसेल तर त्यांच्या अखेरच्या दिवसांत त्यांना कमीतकमी वेदना व्हाव्यात यासाठी मला शक्य असलेलं सारं काही मी करेन,'' मी म्हणालो.

''पण मी तुम्हांला एक इशारा देतो. हे उपचार खर्चीक असतील आणि त्यांच्यामुळे अंतिम परिणामात फारसा फरक पडणार नाही,'' डॉक्टर म्हणाले.

त्यांनी मला सांगितलं की, औषधं आणि केमोथेरपी यासाठी मला सुमारे दहा लाख रुपये खर्च येईल. त्या वेळी मी अशा टप्प्यावर पोहोचलो होतो की, मला दहा लाखांचा खर्च परवडणारा होता. पण या घटनेनं पैशाच्या मर्यादा दाखवून दिल्या होत्या. तरीही माझ्या वडलांचे अखेरचे दिवस सुसह्य करण्याइतपत आर्थिक सुस्थितीत ठेवल्याबद्दल मी परमेश्वराचे मनातल्या मनात आभार मानले.

आता माझ्या वडलांना केमोथेरपीसाठी तयार करणं ही यातली अवघड गोष्ट होती. मी त्यांना सांगितलं की, ते अगदी ठणठणीत बरे होते. त्यांना काहीही झालेलं नव्हतं. मग उपचारांची काय गरज होती असं त्यांनी मला स्वाभाविकपणेच विचारलं. अखेरीस मी आणि बीनानं त्यांना असं सांगितलं की, त्यांच्या फुप्फुसात काही संसर्ग झालेला आहे आणि त्यामुळे त्यांना काही औषधोपचार घ्यावे लागतील. हा संसर्ग अशा प्रकारच्या औषधांमुळे आणि उपचारांमुळे लवकर बरा होईल, असंही आम्ही त्यांना सांगितलं. आम्ही त्यांच्या समोर केमोथेरपी या शब्दाचा उच्चारसुद्धा केला नव्हता.

ब्रीच कँडी हॉस्पिटलमधील एक आलिशान खोली मी त्यांच्यासाठी घेतली. तिच्या खिडकीतून समुद्र दिसत होता. त्यांना कुठल्याही परिस्थितीत त्यांच्या आजाराविषयी समजू देऊ नये, अशी मी डॉक्टरांना कळकळीची

विनंती केली. पण त्यांची तब्येत अचानकच बिघडली आणि आम्हांला त्यांना चाकाच्या खुर्चीतून त्यांच्या खोलीपर्यंत न्यावं लागलं. आता ते पुन्हा कधीही घरी परत येणार नाहीत, अशी अस्वस्थता निर्माण करणारी हतबल भावना माझ्या मनात निर्माण झाली होती.

आश्चर्याची बाब म्हणजे उपचाराच्या पहिल्या फेरीला त्यांनी चांगला प्रतिसाद दिला होता आणि ते रुग्णालयातून चालत बाहेर पडू शकले. माँला आम्ही त्यांच्या आजाराविषयी काहीही सांगितलं नव्हतं आणि माझ्या भावाला किंवा बहिणीलाही त्याबद्दल सांगण्याची आमची इच्छा नव्हती. कारण त्यांच्यापैकी कोणालाही ती बातमी सहन करणं शक्य झालं नसतं. आता आपण बरे होणार नाही, हे त्यांच्या चेहऱ्यांवरूनच माझ्या वडलांच्या लक्षात आलं असतं.

त्या दोन महिन्यांच्या काळात मी प्रचंड दडपणाखाली वावरत होतो. माझ्या वडलांबरोबर मला त्यांच्या उपचारांच्या वेळी जावं लागत होतंच, शिवाय कदाचित त्यांच्या आजाराविषयी त्यांना समजेल की काय, अशी भीतीही मला वाटत होती. केमोच्या सत्रांच्या वेळी इतर कर्करुग्णांशी त्यांची भेट होऊ शकेल हेही मला माहीत होतं.

एके दिवशी आम्ही रात्री जेवायला बसलो होतो. तेवढ्यात माझे वडील अचानकच म्हणाले, ''कर्करोग हा अतिशय घातक आजार आहे.''

माझा घास जवळजवळ माझ्या घशातच अडकला.

मी सावधपणे त्यांना विचारलं, ''तुम्ही असं का म्हणता?''

''तुला माहीत आहे का लाला, आज रुग्णालयात आम्ही नऊ जण उपचाराची वाट पाहत बसलो होतो. त्यांच्यापैकी सात जणांना कर्करोग होता. मी आणि मालाडचा एक रुग्ण अशा दोघांनाच कर्करोग नव्हता. ''त्या वेळीच मी देवाकडे कशाबद्दलही तक्रार करता कामा नये, याची मला जाणीव झाली,'' ते म्हणाले.

त्यावरून मृत्युपंथाकडे निघालेल्या पालकाशी खोटं बोलणारा मीच एकटा नव्हतो तर, असं वाटून मला थोडासा दिलासा मिळाला.

बाजार सातत्यानं घसरत चालला होता. पण माझं चित्त इतकं भरकटलं होतं की, ट्रेडिंगवर मी संपूर्ण लक्ष एकवटू शकत नव्हतो. लक्ष नसल्यामुळे माझ्या ट्रेडिंगमध्ये माझ्याकडून चुका होत असल्याचं लक्षात आल्यानंतर मी किमान पोझिशन घेतल्या. बाबूजींवर उपचार सुरू झाले होते, त्याला

जवळजवळ दोन महिने होत आले होते. ते चांगली प्रगती करत होते. खरं तर संपूर्ण सुधारणा होणं अशक्य आहे, असं भविष्य डॉक्टरांनी वर्तवलं असलं तरीही त्यांची तब्येत चांगली सुधारली होती. ते यातूनही तग धरून बाहेर पडतील अशी आशा मला वाटत होती.

आम्हांला आणखी एका गोष्टीची भीती वाटत होती. प्रत्येक केमोथेरपीच्या आधी माझ्या वडलांचा एक्स-रे (क्ष किरण तपासणी) काढावा लागत होता. योगायोगानं तिथला एक प्रयोगशाळा साहाय्यक हा बाबूजींच्या मित्राचा मुलगा होता. त्यांना नियमितपणे एक्स रे का काढून घ्यावा लागत होता, असं त्याने बाबूजींना विचारलं. माझ्या वडलांनी त्याला सांगितलं की, फुप्फुसात संसर्ग झाल्यामुळे त्यांना हा उपचार घ्यावा लागत होता. त्यांच्या मित्राच्या मुलाचा उद्देश कदाचित चांगलाच होता, पण त्यामुळे त्या दिवशी माझ्या मनात मोठीच चिंता निर्माण झाली.

''तुम्हांला फुप्फुसात संसर्ग असेल तर त्यासाठी नियमितपणानं एक्स-रे काढून घ्यावे लागत नाहीत. कदाचित तुमचे डॉक्टर तुम्हांला फसवत असतील,'' तो म्हणाला आणि त्याने माझ्या वडलांना एका फुप्फुसरोगतज्ज्ञाचा पत्ता दिला. आमच्या नशिबानं तो तज्ज्ञ फक्त संध्याकाळीच येत होता. एक्स-रे काढून झाल्यानंतर माझ्या वडलांनी मला हाक मारली आणि त्यांच्या मित्राच्या मुलानं सुचवलेल्या फुप्फुसरोग तज्ज्ञाचा सल्ला घ्यायचा आहे, असं त्यांनी मला सांगितलं. माझ्या मनावरचं माझं नियंत्रण सुटलं आणि ज्या लोकांना या गोष्टींविषयीचं काहीच ज्ञान नाही, त्यांचा सल्ला ऐकल्याबद्दल मी त्यांच्या अंगावर खेकसून बोललो.

''आता कुठल्याही डॉक्टरला भेटण्याची गरज नाही. आपण सरळ घरी परत जाऊ या,'' मी म्हटलं. त्यांनी ते मान्य केलं. पण माझ्या मनातील ट्रेडरनं मला बजावलं होतं की, माझ्या वागण्यानं मी त्यांच्या मनात संशय निर्माण केला होता.

मी लगेच बीनाला फोन केला आणि त्यांच्याशी बोलायला सांगितलं. त्यांनी त्या डॉक्टरला भेटण्याचा निश्चय आधीच केला होता, हे त्यांनी तिला सांगितलं. बीनानं त्यांना म्हटलं की, ती चांगलीच कल्पना होती आणि मग तिने त्यांच्याकडून त्या डॉक्टरचा फोन नंबर आणि इतर तपशील मिळवले. त्यानंतर त्या डॉक्टरांनी माझ्या वडलांना तपासण्याच्या आधीच मी त्यांच्याशी फोनवरून बोललो.

''डॉक्टर, मला माहीत आहे की, कदाचित हे तुमच्या नीतितत्त्वांत बसत नसेल, पण माझे वडील, मिस्टर...., हे आणखी एका डॉक्टरांचा सल्ला घ्यावा म्हणून तुम्हांला भेटायला येणार आहेत. ते कर्करुग्ण आहेत आणि आजपर्यंत मी त्यांच्यापासून ही गोष्ट लपवण्यात यश मिळवलं आहे. पण आज तुम्ही त्यांचं अचूक निदान केलं तर या आजाराशी लढा देण्याची मनःशक्ती ते गमावून बसतील. मी तुम्हांला अतिशय नम्रपणानं विनंती करतो की, त्यांना काहीही झालं तरी त्यांच्या सत्य परिस्थितीविषयी सांगू नका,'' मी त्यांना म्हटलं.

देव त्या डॉक्टरचं भलं करो, पण त्यांनी ते मान्य केलं.

त्या रात्री माझे वडील नेहमीच्या तुलनेत जेवणाच्या वेळी आणखी जास्त उत्साही होते.

''मला माफ कर लाला, पण मी काहीही झालं तरी त्या डॉक्टरकडे गेलोच. फक्त मला मानसिक शांतता मिळावी म्हणून रे!'' ते म्हणाले.

''ते ठीक आहे. पण त्या डॉक्टरांनी काय सांगितलं?'' मी अतिशय निरागसपणे विचारल्यासारखं विचारलं.

''त्यांनी मला सांगितलं की, अगदीच किरकोळ आजार आहे आणि मला एक खोकल्याचं औषध लिहून दिलंय. मी परत येताना ते आणलंय,'' त्यांनी मला सांगितलं.

बीनाचा आणि माझा जीव भांड्यात पडला. पण त्या काही तासांत आमच्या मनावर आलेला ताण कल्पनेच्याही पलीकडचा होता. त्या दिवशी सुरुवातीला मी कुठलीच मोठी पोझिशन घेतली नव्हती याचा मला आनंद होत होता.

बाजारातील घसरण तशीच सुरू राहिली होती आणि त्यामागे अंतर्गत आणि बाह्य अशी दोन्ही प्रकारची कारणं होती. आग्नेय आशियातील आदल्या वर्षीच्या चलनविषयक संकटामुळे काही आशियाई वाघांचं अर्थकारण धोक्यात आलं होतं. तोपर्यंत झपाट्यानं वाढत चाललेली दक्षिण कोरिया, इंडोनेशिया आणि थायलंड यांची अर्थकारणं घसरणीला लागली होती. तोपर्यंत जपानमध्येही मंदी आली होती आणि आशियातील या समस्यांमुळे कच्चं तेल आणि लोहरहित धातू या दोन प्रमुख गोष्टींच्या निर्यातीच्या मागणीत घट झाल्यानं रशियालाही मोठाच तडाखा बसला होता.

ऑगस्टच्या मध्यावर रशियात आणखी एक संकट घोंघावू लागलं. रशियानं रुबलचं अवमूल्यन केलं होतं, त्यामुळे स्थानिक पेमेंट थकीत राहिली आणि परदेशी कर्जांवरची व्याजाची पेमेंट प्रलंबित राहिली. यामुळे आधीच्या वर्षीच्या आशियाई चलन संकटाच्या धक्क्यातून सावरून डिलिंग करणारे जागतिक नाणे व्यवस्थापक जास्त सावध झाले.

अमेरिकेतील सगळ्यात मोठ्या हेज फंडांपैकी एक असलेल्या लाँग टर्म कॅपिटल मॅनेजमेंटवर- म्हणजेच एलटीसीएमवर आलेलं संकट हा तरलतेवर आलेला आणखी एक ताण होता. एलटीसीएमला रशियात प्रचंड तोट्याला तोंड द्यावं लागलं आणि यूएस फेडरल रिझर्व्ह आणि अमेरिकेतील सर्वोच्च वित्तसंस्थांच्या संघानं एकत्रितपणे दिलेल्या ३.५ बिलियन डॉलर्सच्या पॅकेजच्या साहाय्यानं त्यांना तिथे उद्भवलेल्या आणीबाणीच्या परिस्थितीतून कसंबसं बाहेर पडता आलं.

आदल्या वर्षी जीडीपीच्या वाढीत जोरदार घसरगुंडी झाल्यानंतर भारतीय अर्थकारणाची परिस्थिती सुधारत चालली होती, पण चलनवाढीची (महागाईवाढीची) डोकेदुखी जवळजवळ वर्षभर सुरू होती. सप्टेंबरमध्ये चलनवाढ ८.८ टक्क्यांवर पोहोचली होती. कांद्याचे दर ६० रुपये प्रतकिलोपर्यंत आणि टोमॅटोचे भाव ४० रुपये प्रतिकिलोपर्यंत वधारले होते. आजच्या चलनवाढीच्या दराशी ते सममूल्य केले तर आज हे दर अनुक्रमे २४० रुपये आणि १६० रुपये होतील. अर्थातच त्या वेळी चलनवाढीची समस्या आजच्यासारखी अतितीव्र झाली नव्हती.

इंडेक्सला ३,००० अंशांच्या वर जाण्यासाठी खूपच मोठा संघर्ष करावा लागल्यामुळे त्या वर्षी दलाल स्ट्रीटवरची ती दिवाळी अतिशय थंड, उदास होती. ब्ल्यू चिप्सपैकी टाटा मोटर्सला (टेल्कोला) सगळ्यात वाईट तडाखा बसला होता. सुस्त अर्थकारणामुळे त्यांचं हे नुकसान आणखी वाढलं होतं. कॅलेंडर वर्षाच्या सुरुवातीला त्यांचा स्टॉक ३५४ रुपये इतक्या उच्च दराचा होता, पण दिवाळीपर्यंत तो ९८ रुपयांपर्यंत गडगडला होता. काही ब्रोकरनी तर चक्क असं जाहीर केलं होतं की, ज्या वेळी हा स्टॉक ५० रुपयांपर्यंत खाली घसरेल, त्याच वेळी ते त्याची खरेदी करतील. डिसेंबरअखेरीपर्यंत हे घडेल आणि आपल्याला खरेदीची संधी मिळेल याची त्यांना खात्री वाटत होती. ज्या वेळी या स्टॉकची किंमत १५० रुपये होती, त्या वेळी ती १०० वर आल्यावर आपण खरेदी करू असं हेच ब्रोकर म्हणत होते. पण त्यांना

आणखी एक संधी मिळालीच नाही. नवीन वर्षाच्या आदल्या संध्याकाळी स्टॉकची किंमत १७० रुपयांपर्यंत पोहोचली होती.

नोव्हेंबरमध्ये कंपनी अॅक्टमध्ये दुरुस्ती करण्यात आली आणि त्यात कंपन्यांना शेअर्सची पुनर्खरेदी करता येण्याची (बायबॅकची) तरतूद समाविष्ट करण्यात आली. त्यानंतर सेबीनं मार्गदर्शक सूचना जाहीर केल्या. त्यांच्यातून बाजारातील भावनांना खूप मोठ्या प्रमाणात उत्तेजन मिळेल या आशेनं बाजार त्यांची उत्सुकतेनं वाटच पाहत होता. पी. चिदंबरम यांनी सुरुवातीला या नियमांचा उल्लेख केला होता, त्यानंतर सुमारे अठरा महिन्यांहून जास्त काळानंतर अखेरीस हे नियम जाहीर करण्यात आले. पण बाजारानं त्याला निरुत्साही प्रतिसाद दिला. एकूणच, मंदीचा विचार करता, आपले शेअर्स पुन्हा खरेदी करण्यासाठी कंपन्या घाई करणारच नव्हत्या.

त्या वर्षी सर्वसामान्यपणे बाजारात खिन्न वातावरण असलं तरी एका व्यक्तीचं नशीब अगदी झपाट्यानं फळफळलं होतं. केतन पारेख असं त्याचं नाव होतं. तो पारंपरिक स्टॉक ब्रोकरच्या घराण्यात जन्मला होता. तो एक प्रतिष्ठित ऑपरेटर होता, पण तरीही दलाल स्ट्रीटवरच्या 'ए' लिस्टमधल्या ऑपरेटरमध्ये त्याची गणना होत नव्हती. तो सीएसईवरही अतिशय सक्रिय होता. तिथे आयटीसी स्टॉक ही त्याची आवडती खाण होती. आदल्या वर्षी त्याच्या प्रतिस्पर्ध्यांनी बीएसईवरच्या सेटलमेंटच्या अखेरच्या दिवशी म्हणजे शुक्रवारीच त्याने आत्महत्या केल्याची अफवा पसरवली होती. त्याच्या सहकाऱ्यांमध्ये आणि साहाय्यकांमध्ये घबराट पसरावी आणि त्यांनी आयटीसीच्या शेअर्सची विक्री करावी हा त्यामागचा उद्देश होता. स्टॉक एक्स्चेंजला द्याव्याच लागणाऱ्या सक्तीच्या देय रकमा देण्यासाठी केतनला अनेक अडचणींचा सामना करावा लागत होता, त्यामुळे ही अफवा पटण्याजोगी वाटली होती. केतनच्या लोकांनी ही अफवा दूर करण्याची तजवीज करेपर्यंत व्हायचं ते नुकसान झालंच होतं. ती अगदी तडाखा बसावी इतकी मोठी माघार नव्हती, पण त्या सेटलमेंट चक्रात नफा कमावण्याबाबत केतननं वाईट कामगिरी केली.

सन १९९८च्या मेमध्ये केतननं मोठ्या प्रमाणात एसीसीचे शेअर्स खरेदी केले. पण त्याची ही खेळी अतिशय वाईट पद्धतीनं त्याच्यावर उलटली, कारण पोखरणच्या अणुचाचणीनंतर एफआयआय़ सर्वसामान्यपणे मंदीकडे वळल्या होत्या. एसीसीमधील आपली पोझिशन विकण्याच्या ऐवजी केतननं

एसीसीचे आणखी काही शेअर्स खरेदी केले. त्याच्या खरेदीमुळे बाजारातील भावना (सेंटिमेंट) बदलतील अशी त्याची खात्री पटवून देण्यात आली होती. पण तो एक भयावह जुगार होता. एफआयआयनी एसीसी शेअर्सची विक्री केली आणि अखेरीस नुकसान सोसून केतनलाही त्याची पोझिशन विकावी लागली.

एसीसीमध्ये त्याचा उडालेला धुव्वा हा बाजारातील चर्चेचा विषय होता आणि केतन आता काही काळासाठी तरी बाजाराच्या बाहेरच राहील असं माझ्यासह बाजारातील अनेक सहभागी व्यक्तींना वाटलं होतं. पण त्याला जितका तोटा सहन करावा लागला होता, त्याच्यापेक्षाही जास्त नफा त्याने पेन्टॅफोर सॉफ्टवेअर या चेन्नईतील कंपनीच्या शेअर्सचं किलिंग करून मिळवला होता.

१७

नवीन बिग बुलसह तेजीतील नवीन बाजार

गुंतवणूकदारांमध्ये भारतीय आयटी कंपन्या लोकप्रिय होत्या, पण अमेरिकेत दिसून आलेल्या उन्मादाइतक्या प्रमाणात या शेअर्सच्या बाबतीत आपल्याकडेही उन्माद दिसून येण्याकरिता आणखी काही महिने जावे लागले. इन्फोसिस, सत्यम आणि विप्रो यांसारख्या काही आघाडीच्या भारतीय कंपन्या निदान आगामी दोन वर्षांत तरी प्रचंड नफा कमावतील या अनुमानामुळे त्यांच्या शेअर्सची वाटचाल उत्तम प्रकारे सुरू होती.

शेअर उद्योगावर झालेल्या या अनपेक्षित खैरातीच्या केंद्रस्थानी वायटूके बग होता. मेमरीच्या जागेत सेव्ह करण्यासाठी संगणकांच्या अंतर्गत घड्याळांमध्ये सहा आकड्यांसह तारखा दिल्या जात होत्या. दोन आकडे तारीख, दोन आकडे महिना आणि दोन आकडे वर्ष दर्शवण्यासाठी वापरले जात होते. मात्र सहस्रकातील बदल दर्शवण्यासाठी आकडे देण्यात आलेले नसल्यामुळे एक जानेवारी २००० रोजी शेवटची दोन शून्यं दाखवणं शक्य न झाल्यामुळे संगणकातील यंत्रणेची आपोआपच पुनर्रचना होईल की काय, अशी भीती निर्माण झाली होती. संगणकीय कोडच्या लाखो ओळींचं विश्लेषण करून हा दोष दूर करण्यासाठी प्रचंड संख्येनं सॉफ्टवेअर कोड रायटर्सची गरज भासली असती.

अचानकच भारताकडे सगळ्यांच्या नजरा वळल्या. विकसित जगात यासाठी जितका पैसा ओतावा लागला असता, त्याच्या अगदीच किरकोळ प्रमाणात पैसा देऊन प्रचंड मनुष्यबळ मिळवणं हे फक्त भारतातच शक्य होतं. भारत आणि अमेरिका यांच्या दरम्यान समुद्राखालून फायबर-ऑप्टिक केबल लाइन्स टाकण्यासाठी वेगानं शर्थीचे प्रयत्न केले जात होते. भारतासाठी ही आणखी एक सुदैवी बाब होती. फायबर-ऑप्टिक केबलनी जोडलेल्या कामकाज केंद्रांचा वापर करून हैदराबादमधील सॉफ्टवेअर इंजिनिअरना अमेरिकेतील कंपन्यांच्या संगणक यंत्रणांचे कोड्स दुरुस्त करून त्यांना वाय२केसाठी सज्ज करण्यात यश आलं. यामुळे बाहेरून काम करून घेण्याची म्हणजेच आउटसोअर्सिंगची एक जबरदस्त लाट निर्माण झाली आणि पुढची अनेक वर्षं ती टिकून राहिली.

जवळ येत चाललेल्या वायटूके विनाशावर मात करण्याच्या या सगळ्या प्रयत्नांमध्ये उलटणाऱ्या प्रत्येक दिवसागणिक अमेरिकेतील डॉटकॉममधील तेजीला जास्त ताकद मिळत चालली होती. १९९०च्या दशकाच्या मध्यापासूनच 'इंटरनेट' हा शब्द सर्वतोमुखी होत चालला होता. वेबच्या प्रगतीमुळे मानवी संस्कृतीत नवीन पहाट उजाडेल असा विश्वास सगळीकडे पसरला होता. चाकाच्या शोधामुळे जसे पृथ्वीवरच्या जीवनात मूलभूत बदल घडून आले होते, तसेच मूलभूत बदल इंटरनेटमुळे घडून येतील असं मानलं जात होतं. इंटरनेटच्या साहाय्यानं कोणतीही दुर्गम, दूरवरची गोष्ट जोडली जाण्याच्या शक्यतेनं गुंतवणूकदारांमध्ये मोठाच उत्साह पसरला होता. त्याचा फायदा घेऊन अमेरिकेतील अनेक डॉटकॉम स्टार्टअप्सनी बेताल मूल्यांकनाच्या आधारावर प्रचंड भांडवल उभारणी केली. त्यांचे व्यावसायिक नमुने फारसे चांगले आणि टिकाऊ नसल्याचं दिसत होतं. त्यामुळे अर्थपूर्ण नफे निर्माण करण्याचं त्यांचं वचन त्या पाळू शकणार नाहीत हे भविष्य खरं तर आधीच दिसत होतं, पण तरीही हे घडलं होतं.

कोणत्याही प्रमुख भारतीय आयटी कंपन्या डॉटकॉमशी संबंधित नव्हत्या. त्यांना मिळालेल्या वाय टू के शी संबंधित ऑर्डरमुळे त्या जास्त भक्कम दिसत होत्या. इन्फोसीस, विप्रो आणि सत्यम या तीन सर्वोच्च सूचीबद्ध (लिस्टेड) आयटी सेवा फर्म्सना आधीच संस्थात्मक गुंतवणूकदारांकडून मागणी होती. आता या क्षेत्रातील दुय्यम दर्जाच्या कंपन्यांमधील स्वारस्यही अगदी ऊतू जाण्याइतकं वाढलं होतं.

आयटीच्या लाटेवर स्वार होण्यासाठी केतननं पेन्टॅफोर सॉफ्टवेअरची केलेली निवड चक्रावून टाकणारी होती. नंतरच्या काळात पेन्टॅमीडिया ग्राफिक्स असं याच कंपनीचं नामांतर झालं. त्या वेळी ती कंपनी आर्थिकदृष्ट्या खडतर वाटचाल करत होती. तिला ठरलेली अनामत रक्कम जमा करणंही शक्य झालं नसल्याची अफवा पसरली होती. पेन्टॅफोरच्या व्यवस्थापनाविषयीही बाजारात चांगलं मत नव्हतं. पण त्याचाही काही उपयोग झाला नव्हता. फक्त फंडांचे व्यवस्थापकच नव्हेत तर अगदी आत्मविश्वासू ट्रेडरनीही त्या स्टॉकपासून दूर राहणंच पसंत केलं होतं. पण हे सगळं केतननं त्या कंपनीच्या स्टॉक्समध्ये स्वारस्य दर्शवेपर्यंतच टिकलं होतं.

माझ्या दृष्टीनं केतनच्या या निवडीला अर्थ होता. कंपनी संकटात असल्यामुळे स्टॉक स्वस्तात उपलब्ध होता. त्यामुळे केतन कंपनीच्या व्यवस्थापनाला आपल्या अटी सांगून त्यांचं पालन करायला लावण्याच्या स्थितीत होता. संस्थात्मक गुंतवणूकदारांच्या दृष्टीनं आपण आकर्षक कंपनी असल्याचं दाखवण्यासाठी अर्थातच पेन्टॅफोर उत्सुक असणारच होती. व्यवस्थापनाविषयी बाजाराची मतं रातोरात बदलणं शक्य नव्हतं, पण कंपनीच्या स्टॉकच्या किंमतीतील उसळीमुळे फंड व्यवस्थापकांना निश्चितपणे तिच्यात रुची निर्माण झाली असती. फक्त किंमतीतील तेजी उपयुक्त ठरू शकली नसती, त्याच्या जोडीला ट्रेडिंगचं प्रमाण किंवा आकारही मोठा असण्याची गरज होती. त्यामुळे फंड हाउसेसना शेअर्सची सहजगत्या खरेदी आणि विक्री करता आली असती.

सन १९९८च्या सुरुवातीला त्या स्टॉकची किंमत सुमारे १५० रुपये होती. बीएसईमध्ये त्यांच्या जेमतेम ५,००० शेअर्सची उलाढाल होत होती. केतननं पहिल्यांदा किंमत वाढवली. त्यामुळे ट्रेडर या स्टॉककडे आकर्षित झाले. मेच्या अखेरीपर्यंत पेन्टॅफोरच्या शेअरची किंमत १,००० रुपयांपर्यंत वाढली आणि बीएसईमध्ये होणारी त्यांची उलाढाल ७ लाख ते १० लाख शेअर्सपर्यंत पोहोचली. हे प्रमाण एनएसईमधील त्यांच्या शेअर्सच्या उलाढालीच्या दुप्पट होतं. दोन्ही शेअर बाजारांमध्ये पेन्टॅफोर ही अतिशय सक्रियपणे स्टॉक्सचं ट्रेडिंग होत असलेल्या पहिल्या पाच कंपन्यांपैकी एक होती. स्टॉकमधील या स्वारस्याला लवकरच सर्वसामान्यपणे तंत्रज्ञान क्षेत्रातील शेअर्समधील स्वारस्याचा मापदंड मानलं जाऊ लागलं.

लवकरच कंपनीनं वृत्तपत्रांमध्ये तिच्या ऑपरेटरसंदर्भात योग्य प्रकारे आवाज उठवण्यास सुरुवात केली. ती मोठ्या कंपन्यांशी भागीदारी करू लागली आणि बड्या ग्राहकांकडून ऑर्डर मिळवू लागली. आता फंड व्यवस्थापकांनाही तिच्यात स्वारस्य निर्माण झालं होतं. वाटाघाटी करून निश्चित केलेल्या व्यवहारांच्या माध्यमातून आपल्या ताब्यातील शेअर्स फंड हाउसेसना खरेदी करायला भाग पाडल्यामुळे बाजारात आपले शेअर विकण्यापेक्षा केतनला जास्त भावानं शेअर्स विकले जाण्याची हमी मिळाली होती. त्याने सगळे शेअर्स नेऊन बाजारात ओतले असते तर त्यामुळे त्यांची वाताहत तर झालीच असती, शिवाय नुकसान सोसायला लागून नियामकाचंही लक्ष वेधलं गेलं असतं, ते वेगळंच! पण त्यांना फंड हाउसकडे सुपूर्द करणं याचा अर्थ जर भविष्यात त्यांच्यामुळे काही नुकसान झालंच असतं, तर त्या फंडाच्या युनिटधारकांनी ते सोसलं असतं.

पेन्टॅफोर सूत्र वापरून केतननं त्यानंतरच्या काही वर्षांत कौशल्यानं हाताळलेल्या स्टॉक्समध्ये झी, ग्लोबल टेलिसिस्टिम्स, एचएफसीएल, डीएसक्यू सॉफ्टवेअर, ॲफ्टेक इन्फोसिस, रॅनबक्सी, आणि सॉफ्टवेअर सोल्युशन्स इंटिग्रेटेड अशा काही कंपन्यांचा समावेश होता. अनेक लहान कंपन्यांच्या बाबतीत केतन हाच खेळ खेळला आणि त्यांपैकी बहुतेक प्रसारमाध्यमांच्या क्षेत्रात होत्या.

केतन सहसा प्रवर्तकाच्या शेअर्समधील काही शेअर्स बाजारभावाच्या तुलनेत अत्यंत सवलतीच्या दरात मागत असे. तो आणि त्याचे साहाय्यक त्यानंतर आपापसांत ट्रेडिंग करून त्या शेअर्सचं प्रमाण वाढवत किंवा खरं तर फुगवत. केतन हा गुणवत्ताप्राप्त चार्टर्ड अकौंटंट होता, त्यामुळे त्याला ताळेबंद आणि कमाईचं मॉडेल अतिशय चांगल्या प्रकारे समजत होतं. तरीही काही अपवाद वगळता, स्टॉक्सची निवड करताना तो कंपन्यांच्या मूलभूत तत्त्वांची फारशी काळजी करत नव्हता असं दिसून आलं होतं.

त्याच्याकडे 'मल्टी बॅगर' (शंभर टक्क्यांहून जास्त परतावा मिळवून देणारा) स्टॉक म्हणून कुठली कथा बाजारात विकता येईल हे शोधण्याचं कौशल्य होतं. दुपटीनं पैसा मिळवून देणाऱ्या स्टॉकची 'टू बॅगर,' म्हणून आणि तिप्पट पैसा मिळवून देऊ शकणाऱ्या स्टॉकची 'थ्री-बॅगर' आणि अशाच प्रकारे स्टॉक्सची वारेमाप स्तुती केली जात असे. त्याच्या पेन्टॅफोर

सॉफ्टवेअर कथेनं त्या कंपनीला हॉलीवूड स्टुडिओंना उच्च प्रकारचं ॲनिमेशन पुरवणारी सॉफ्टवेअर कंपनी म्हणून समोर आणलं होतं.

एकदा कंपनीच्या संदर्भात अशी कथा निश्चित केली की, त्यानंतर बाजारातील त्या कंपनीच्या फ्लोटिंग स्टॉकचा (ट्रेडिंगसाठी उपलब्ध असलेल्या स्टॉकचा) शोध घेणं हे केतनचं पुढचं पाऊल असे. त्यानुसार तो स्टॉकच्या किंमतीचं नियमन करू शकत असे. फ्लोटिंग स्टॉकचा संदर्भ हा कंपनीचे प्रवर्तक वगळता इतर लोकांच्या ताब्यात असलेल्या शेअर्सशी असतो. फ्लोटिंग स्टॉकच्या विश्लेषणात या स्टॉकमधील कोणता मोठा गुंतवणूकदार त्याच्या ताब्यातील स्टॉकची विक्री करण्याची शक्यता आहे आणि तो कधी ती करू शकतो, ते शोधून काढण्याचाही समावेश असे. याशिवाय त्याच्या ट्रेडिंग पोझिशनला अनुकूल ठरणारी विक्री करणाऱ्या फंड व्यवस्थापकांनाही केतन हेरून ठेवत असे. दुसरीकडे त्याच्याकडून स्टॉक खरेदी करण्यासाठी मन वळवता येऊ शकेल, अशा काही फंड व्यवस्थापकांनाही तो हेरत असे. आपल्या 'बेनामी' खात्याच्या माध्यमातून एखाद्या प्रवर्तकानं त्याच्याकडे किती शेअर्स ठेवले आहेत तेसुद्धा तो शोधून काढत असे. ही गोष्ट महत्त्वाची होती, कारण ऑपरेटर खरेदी करून त्याच्याकडच्या स्टॉकची किंमत वाढवण्याचा प्रयत्न करत असताना प्रवर्तक नेहमीच त्यांच्या बेनामी खात्यांमधून शेअर्स विकून ऑपरेटरना गोत्यात आणण्याचे प्रयत्न करत असत.

काही प्रवर्तकांनी केतनला त्यांच्या स्टॉकच्या किंमतीत फुगवटा निर्माण करण्यासाठी रोख पैसे दिले होते (झीसारख्या काहींनी नंतर असा दावा केला होता की, त्यांनी केतनला इतर कंपन्यांच्या शेअर्सची खरेदी करण्यासाठी संबंधित निधी दिला होता.) काहींनी आपल्या कंपनीचे शेअर्स केतनला आणि त्याच्या साहाय्यकांना बाजारभावाहून कमी दरानं दिले होते. सन २००१ मधील शेअर बाजार घोटाळ्याची चौकशी करणाऱ्या संयुक्त चौकशी समितीनं केतनला निधी पुरवलेल्या काही कंपन्यांमध्ये अदानी, एचएफसीएल, डीएसक्यू सॉफ्टवेअर, कॅडिला हेल्थकेअर, एस्सेल, कोप्रान आणि निरमा या कंपन्यांची नावं घेतली होती.

केतनला आकर्षित करणाऱ्या स्टॉक्सच्या किंमती अविश्वसनीय वाटण्याइतक्या वधारत होत्या. त्यामुळे तो इतरांना मोहात पाडणारा, दलाल स्ट्रीटचा नवीन आकर्षक, पण भ्रामक राजा झाला होता. तो खरेदी करत

असल्याचं समजलेले स्टॉक्स लोक डोळे झाकून खरेदी करत होते. मग तो खरोखरची खरेदी करत असो वा नसो. पण एकदा अशी बातमी पसरली की त्या स्टॉकच्या किंमती वाढत असत. जर हर्षद मेहता हा १९९१ च्या बाजाराच्या तेजीचा चेहरा असेल, तर १९९९ च्या जानेवारीपासून सुरू झालेल्या आणि अठरा महिने टिकून राहिलेल्या तेजीतील बाजाराचा केतन पारेख हा निर्विवादपणे चेहरा होता.

परंतु त्याने उचललेल्या प्रत्येक स्टॉकमध्ये झालेल्या प्रेक्षणीय वाढीला केतन एकटाच जबाबदार होता असं म्हणणं ही ट्रेडिंगमधील त्याच्या कौशल्याविषयी केलेली अतिशयोक्ती होईल. एकदा ट्रेडिंगचा आकार ठरावीक मर्यादेच्या पुढे गेला की, अत्यंत कुशल ऑपरेटरसुद्धा फंड व्यवस्थापकांवर आणि स्टॉकच्या किंमतीवर किती परिणाम करू शकतो याला मर्यादा असतात. किरकोळ खरेदी-विक्रीच्या उन्मादपूर्ण कृतीचं किंवा फंड व्यवस्थापक अगर ऑपरेटर करत असलेलं अविचारीपणानं फक्त एकमेकांचं अनुकरण करण्याचं वर्तन या गोष्टी अतिशय प्रभावहीन असतात.

केतननं 'मल्टी बॅगर' म्हटलेल्या काही स्टॉक्सचं संस्थात्मक गुंतवणूकदारांमध्ये जोरदार स्वागत झालं. ज्याप्रमाणे जगभर व्यवसायाचं मॉडेल न बघता फक्त तंत्रज्ञान व्यवसाय एवढ्या एकाच निकषावर स्टॉक्सची खरेदी केली जात होती, त्यासारखंच हेही होतं. केतननं हर्षदप्रमाणे लाट तयार केली नव्हती, तो फक्त तेजीच्या लाटेवर कौशल्यपूर्वक स्वार झाला होता.

केतनला एके काळच्या बिग बुलचं मार्गदर्शन मिळालं होतं, असा प्रवाद असला तरी प्रत्यक्षात हर्षद आणि केतन हे दोघेही परस्परविरुद्ध प्रकारचे होते. फक्त नशिबाच्या चमत्कारिक फेऱ्यामुळे बाजारात हर्षदच्या नशिबाला उतरती कळा लागली आणि नेमक्या त्याच वेळी केतनला प्रसिद्धी मिळाली. हर्षदनं बीपीएल, व्हिडिओकॉन आणि स्टरलाईट यांच्या माध्यमातून पुनर्पदार्पण करण्याचा केलेला प्रयत्न त्याच्या दुर्दैवानं अगदी दुःखदपणे अपयशी ठरला.

हर्षद हा दिखाऊपणा करणारा, डामडौलानं राहणारा होता आणि त्याला नेहमीच वृत्तपत्रांच्या मुख्य बातमीचा विषय होण्याची हौस होती. केतननं अनेक दिवस फारसा गाजावाजा न करता मागे राहून काम करणं पसंत केलं होतं. प्रकाशझोतात राहण्याचे काय तोटे असतात याची त्याला चांगलीच जाण होती. पण त्याच्या पोझिशनचा आकार जसजसा वाढत

जाऊ लागला, तसं त्याला प्रकाशझोतात न येता अलिप्त राहणं कठीण होऊ लागलं. हर्षद बोलघेवडा आणि श्रीमंतीचं प्रदर्शन करणारा होता. केतन मृदुभाषी आणि एकांतप्रिय होता. हर्षदला चांगलं ओळखणाऱ्या लोकांच्या मते, चांगल्या वेळी स्टॉकची विक्री करण्याची अक्षमता ही हर्षदची एक प्रमुख दुर्बलता होती. अगदी विचित्र वाटण्याइतक्या उंचीपर्यंत किंमती चढवण्यात हर्षद हुशार होता, पण नफा मिळवण्यासाठी त्यांचा वापर करून घेण्याची, त्यांची विक्री करण्याची क्षमता, नफा मिळवण्याविषयीचा नेमका अंदाज बांधण्याची क्षमता त्याच्याकडे नव्हती.

''काही कारणामुळे विक्री करणं त्याला तिरस्करणीय वाटत असे,'' असं हर्षदविषयी अनेकांनी म्हटल्याचं मी ऐकलं आहे.

केतनकडे विक्रीविषयीचा अशा प्रकारचा उबग नव्हता. जर बाजारातील प्रवाह मंदीकडे झुकणारा असेल तर तो स्टॉक शॉर्ट करण्यास बिलकूल बिचकत नसे. परंतु केतन आणि हर्षदमध्ये निश्चितपणे एक सामाईक गुणधर्म होता. केतनही हर्षदप्रमाणेच प्रमाणाविषयीची जाणीव गमावून बसत होता. तेजीत असलेला बाजार पुढे गेल्यावर केतन वाढत्या प्रमाणात बेपर्वाईनं वागू लागला आणि अखेरीस त्याच्या फाजील आत्मविश्वासाची किंमत त्यालाही चुकती करावीच लागली.

पारंपरिक निकषांना नाकारून स्टॉकच्या मूल्यांकनाकडे पाहणं हा मूल्यांकनाकडे पाहण्याच्या दृष्टिकोनात झालेला बदल केतनच्या पथ्यावर पडला होता. जागतिकदृष्ट्या शेअर बाजारमध्येच दुभंगला होता. एका बाजूला नवीन अर्थकारणाचे स्टॉक होते. त्यांच्यामध्ये तंत्रज्ञान, प्रसारमाध्यमं आणि टेलिकॉम म्हणजेच टीएमटी क्षेत्रातील किंवा माहिती तंत्रज्ञान, संपर्क आणि मनोरंजन (आयसीई) क्षेत्रातील कंपन्यांचा समावेश होता. दुसरीकडे जुन्या अर्थकारणातील स्टॉक होते. त्यांच्या कंपन्यांच्या स्टॉक्सना पारंपरिक क्षेत्रातील स्टॉक असं म्हटलं जात होतं आणि त्यांच्यामध्ये उर्वरित सगळ्या क्षेत्रांतील कंपन्यांचा समावेश होता.

प्राइस-टु-अर्निंग मल्टिपल (पीई) गुणोत्तर (हे गुणोत्तर गुंतवणूकदारानं कंपनीच्या कमाईतील एक डॉलर मिळवण्यासाठी एखाद्या कंपनीत किती डॉलर रक्कम गुंतवण्याची अपेक्षा बाळगावी ते दर्शवतं. म्हणूनच काही वेळा पीई गुणोत्तराला प्राइस मल्टिपलही म्हटलं जातं. प्रतिडॉलर कमाईपोटी गुंतवणूकदाराची किती रक्कम मोजण्याची इच्छा आहे ते

यातून दिसतं.) ही पारंपरिक मोजपट्टी कालबाह्य झाल्याचं मानलं जात होतं. निदान नवीन अर्थकारणातील स्टॉक्सच्या बाबतीत तरी ती झाली होती, असं समजलं जात होतं. बहुतांश आयटी कंपन्या या पाश्चात्त्य देशांकडून येणाऱ्या वायटूकेशी संबंधित ऑर्डरमुळे भरभराटीला आल्या होत्या आणि तिमाहीमागून तिमाही त्यांच्यात भरपूर वाढ झाल्याचं दिसत होतं. वाढीचे हे दर अमर्यादपणे शाश्वत ठेवता येतील असं लोकांना वाटत होतं. माहिती अर्थकारणाविषयीचा आणखी एक गुलाबी, गोंडस दृष्टिकोन असा होता की, पारंपरिक क्षेत्रातील कंपन्यांना उत्पादनात वाढ करण्यासाठी प्रकल्पांमध्ये आणि यंत्रसामग्रीमध्ये गुंतवणूक करायला लागत होती, पण तंत्रज्ञान क्षेत्रातील कंपन्यांना फक्त जास्त लोकांना कामावर ठेवून त्यांच्या कामकाजात, उत्पादनात अतिशय सहजपणे वाढ करता येत होती. यातली खरी बाब अशी होती की, या कंपन्यांचं मूल्यांकन कसं करावं हे कोणालाच माहीत नव्हतं, कारण त्याआधी अशा कंपन्याच नव्हत्या, त्यामुळे त्याविषयीचा कसलाच संदर्भ उपलब्ध नव्हता.

सन १९९८ मध्ये या सगळ्या नाट्याचा पडदा पडेपर्यंत आयटी क्षेत्रातील बहुतांश कंपन्यांचे शेअर्स तिपटीपासून पाच पटीपर्यंत वधारले होते. त्यातून थोडाफार नफा मिळवण्याची संधी मी गमावली होती. मी वरचेवर आयटी स्टॉक्समध्ये थोडेफार व्यवहार करत होतो, पण त्यांच्या दरात इतकी जोरदार वाढ झाली होती की, माझ्याकडे मोठी पोझिशन घेण्याइतका आत्मविश्वास नव्हता. मी पारंपरिक कंपन्यांचा धर्म सोडून तंत्रज्ञानाचा धर्म स्वीकारावा - धर्मांतर करावं, असं ठरवलं होतं, पण माझ्याकडे त्यासाठी आवश्यक असलेला निर्धार नव्हता. या संदर्भात मी जीबी आणि संन्यासी यांच्याशी सल्लामसलत केली होती.

तंत्रज्ञान क्षेत्रातील स्टॉक्सची ही चंगळ किती काळापर्यंत सुरू राहील याची त्या दोघांनाही खात्री वाटत नव्हती. पण नेहमीप्रमाणेच जीबींकडे या प्रवाहाविषयीचं रुचिपूर्ण मत होतं.

ते म्हणाले, ‘‘तंत्रज्ञानाच्या या कथेवर विश्वास नसणाऱ्यांपेक्षाही त्यावर विश्वास ठेवणारे जास्त लोक तुला आजूबाजूला आढळतील. पण माझा अनुभव मला असं सांगतो की, याविषयी अविश्वास दाखवणारे काही लोक असणं ही चांगली गोष्ट आहे. जोपर्यंत लोक शंका घेत राहतील तोपर्यंत तेजी तशीच सुरू राहू शकेल. पण ज्या वेळी प्रत्येक जणच तुला

विशिष्ट स्टॉक किंवा विशिष्ट क्षेत्रातील स्टॉक विकत घ्यायला सांगू लागेल त्या वेळी मात्र तू पुन्हा एकदा विचार केलाच पाहिजे.''

संन्याशाचाही दृष्टिकोन असाच होता. फक्त त्यांनी तो वेगळ्या प्रकारे मांडला होता. ते म्हणाले, ''प्रवाहाशी दोन हात करणं निष्फळ असतं आणि सध्याचा प्रवाह तंत्रज्ञान स्टॉकला अनुकूल आहे. आता हे स्टॉक इतक्या किंमतीच्या पात्रतेचे आहेत का, हे इतिहासच सांगू शकेल.'' त्या वर्षभराच्या कालावधीत माझ्या लक्षात आलं होतं की, संन्यासी केतनच्या निकटच्या संपर्कात होते. संन्यासी माझ्या माध्यमातून जे स्टॉक्स खरेदी करत होते, त्यावरून मी हा निष्कर्ष काढला होता.

नवीन अर्थकारणाच्या या घोडदौडीत प्रवेश करण्यास उशीर झाला असला तरी मला त्याविषयी काळजी करण्याचं काहीच कारण नव्हतं. त्यांच्या स्टॉक्सच्या किंमतीत भरमसाट वाढ झाली असली तरी तेव्हा कुठे प्रत्यक्ष कृती नुकतीच सुरू झाली होती. १९९९च्या मार्चमध्ये इन्फोसिसनं अमेरिकेतील गुंतवणूकदारांकडून सुमारे सात कोटी डॉलर्सची भांडवल उभारणी केली होती. ती नास्डॅकमध्ये सूचीबद्धही झाली होती आणि नास्डॅकमध्ये सूचिबद्ध होणारी पहिलीच भारतीय कंपनीही ठरली होती. त्या वर्षीच्या ऑक्टोबरमध्ये सत्यम कॉम्प्युटर सर्व्हिसेसची उपकंपनी असलेल्या सिफीनं सात कोटी ४० लाख डॉलर्सचं भांडवल उभं केलं आणि न्यू यॉर्क स्टॉक एक्स्चेंजमध्ये (एनवायएसई मध्ये) ती सूचीबद्ध झाली. विप्रोही सहा महिन्यांनी त्यांच्याच पंक्तीत जाऊन बसली. भारतीय आयटी कंपन्या अखेरीस जागतिक नकाशावर गेल्या होत्या.

गेल्या अठरा महिन्यांत तंत्रज्ञान क्षेत्रातील शेअर्समध्ये आलेल्या अभूतपूर्व तेजीमुळे माझ्या एकूण संपत्तीत प्रचंड प्रमाणात वाढ झाली होती. मी कधी कल्पनाही केली नसती इतकी ती वाढ होती. माझ्यासारख्या तरुण ट्रेडरनी सगळ्यात जास्त नफा कमावला होता. तरीही सुरुवातीला मी 'संशयात्मा' होतो आणि नंतर 'धर्मांतरित' झालो होतो हे मी मान्य करतो. परंतु आमच्या ज्येष्ठांना मात्र असं वाटत होतं की, आधीच्या फुग्यांप्रमाणेच आयटी क्षेत्रातील कंपन्यांचाही हा फुगा असाच एके दिवशी फुटेल आणि या क्षेत्राचं उत्साहानं स्वागत करणाऱ्यांच्या भ्रमाचा भोपळाही त्या वेळी त्यांना दुःखी करून फुटेल.

त्यांची साशंकता समजण्याजोगी होती, कारण पीई मल्टीपलवर आयटी स्टॉक खूपच चढल्याचं दिसत होतं. रिलायन्स, एसीसी, टाटा स्टील आणि

एसबीआय यांसारख्या ब्ल्यू चिप्सनी अगदी त्यांच्या सर्वोच्च किंमतींच्या वेळी जितकं पीई गुणोत्तर दर्शवलं होतं, त्या तुलनेतही हे स्टॉक्स खूपच पुढे गेले होते. पारंपरिक गुंतवणुकीचा दृष्टिकोन लागू होत नसलेल्या नवीन अर्थकारणाच्या कंपन्यांना मान्यता देणं या क्षेत्रातील नामवंतांनी नाकारलं होतं. शेअर बाजारातसुद्धा काही वेळा अनुभव हे मूल्य न ठरता उणीव ठरते.

मला आठवतं की, एका ज्येष्ठ ब्रोकरनं मला असं सांगितलं होतं की, लाला, संगणकाविषयी अचानक निर्माण झालेली ही रोमहर्षकता कशी काय निर्माण झालेय? तसं पाहिलं तर संगणक म्हणजे फक्त टाइपरायटरची आधुनिक आवृत्तीच तर आहे. बरोबर ना? टाइपरायटरचा शोध लागला होता त्या वेळीही लोकांनी आता जगाचं रुपडं पार बदलून जाईल असंच म्हटलं होतं. पण तसं झालं का? नाही. लक्षात ठेव, हीच गोष्ट संगणकाच्या बाबतीतही खरी ठरणार आहे.''

त्या ब्रोकरचं म्हणणं अंशतः खरं होतं. कारण त्यापाठोपाठ निर्माण झालेल्या दिवाळखोरीतून फक्त मूठभर लोकच बचावले होते. अनेक गुंतवणूकदारांनी या तेजीच्या काळात जितकं कमावलं होतं, त्याहून जास्त प्रमाणात गमावलं होतं. तंत्रज्ञानाच्या या भरभराटीमुळे, या आकस्मिक अभिवृद्धीमुळे अपेक्षेप्रमाणे पृथ्वीवरच्या जीवनात तत्काळ क्रांतीही घडून आली नाही. अर्थातच तिने आगामी वर्षांत होणाऱ्या प्रचंड बदलांचा पाया मात्र जरूर घातला होता, मात्र तिचे तत्काळ परिणाम खरोखरच दिसून आले नव्हते. आयटीमधील आणि नवीन अर्थकारणातील इतर कंपन्यांमधील भोवळ आणणाऱ्या वाढीनं सुमारे दोन वर्षं तर्कशास्त्राला धुडकावून लावलं होतं. त्या क्षेत्रांमधून सहजगत्या पैसा मिळवणं शक्य झालं होतं. यालाच 'ईझी मनी' म्हटलं जात होतं. या काळात तुम्हांला ताळेबंद आणि नफा-तोट्याची विवरणपत्रं समजत नसतील तर तुम्ही जास्त श्रीमंत होऊ शकत होतात. ते विलक्षण मूल्यांकन टिकणारं नव्हतं, असं पटल्यामुळे आयटी शेअर्सचं शॉर्ट सेलिंग करणारे ट्रेडर जवळजवळ भिकेला लागले होते. हे स्टॉक्स इतके का वधारत चालले आहेत याचा विचार न करता ज्यांनी डोळे झाकून त्यांची खरेदी केली त्यांची अक्षरशः चांदी झाली.

तेजीची घोडदौड मध्येच रोखली न जाता क्वचितच तशीच सुरू राहते. या वेळीसुद्धा समृद्धीकडे सुरू असलेल्या या घोडदौडीला वर्षभरात दोन गतिरोधकांना तोंड द्यावं लागलं आणि ती जवळजवळ काही काळ रोखलीच

गेली होती. पण बाजारानं आपल्या वाटचालीत या दोन्ही घटनांना सहजपणे सामावून टाकलं आणि तो पुन्हा तसाच तेजीत पुढे गेला, याचं सर्वांना मोठंच आश्चर्य वाटलं होतं.

सन १९९९ या वर्षाची सुरुवात बुल्सच्या दृष्टीनं चांगली झाली होती. चलनवाढ हळूहळू कमी होत चालली होती आणि तिच्याबरोबरच व्याजदरही कमी होत चालले होते. सर्वोच्च नेतृत्वांमधील लढा थांबल्यामुळे सरकारला त्यांचे पाय रोवता आले होते. तंत्रज्ञान क्षेत्रातील शेअर्स ही त्या मोसमाची खरी लज्जत ठरली होती आणि गुंतवणूकदार हळूहळू त्या क्षेत्रातील कमी माहीत असलेल्या कंपन्यांशीही व्यवहार करू लागले होते. काही वेळा तर अगदी संशयास्पद कंपनीतही ते गुंतवणूक करत होते. अगदी जुन्या अर्थकारणातील एखादी कंपनी तिची वेबसाइट सुरू करत असल्याच्या बातमीनंही गुंतवणूकदार खूश होत होते. काही कंपन्यांनी गुंतवणूकदारांना आकर्षित करण्यासाठी आपल्या नावांमध्ये बदल करून नावांसमोर 'टेक्नॉलॉजीज' किंवा आयटीमधील इतर संज्ञांचं शेपूट जोडून टाकलं. अर्थातच त्यांच्यापैकी बहुतांश कंपन्यांचं तंत्रज्ञानाशी कसलंच देणं-घेणं नव्हतं.

कलकत्त्यातील एका सॉफ्टवेअर फर्मच्या बाबतीत असंच घडलं होतं. अचानकच किरकोळ गुंतवणूकदारांसाठी ती एक मोठी लोकप्रिय फर्म झाली. मात्र नंतर लोकांना समजलं की, प्रत्यक्षात ती सॉफ्टवेअर कंपनी नव्हतीच, तर ती एक होजिअरी कंपनी होती.

आपल्या संगणक प्रणाली वायटूके अनुरूप करणाऱ्या कंपन्यांना अर्थसंकल्पात कर सवलत देण्याचा प्रस्ताव ठेवण्यात आल्यानंतर आयटी कंपन्यांचे शेअर्स आणखी वधारले आणि त्यांच्या किंमती अक्षरशः गगनाला भिडल्या. वायटूके अनुरूपतेकरिता कंपन्यांनी केलेला सगळा खर्च आगामी आर्थिक वर्षात कंपन्यांनी केलेला महसुली खर्च म्हणून दाखवण्याची मुभा देण्यात आली होती. याचा अर्थ कंपन्या हा खर्च त्यांना देय असलेल्या करातून वळता करू शकत होत्या. एकूणच, बाजाराच्या दृष्टिकोनातून हा एक चांगला अर्थसंकल्प होता आणि पुढच्या दोन आठवड्यांच्या कालावधीत सेन्सेक्सला सुमारे ६०० अंशांनी (१८ टक्क्यांनी) वधारायला लावून बुल्सनी त्यांचा प्रतिसाद दाखवून दिला होता.

मात्र एप्रिलच्या दुसऱ्या आठवड्यात अखिल भारतीय अण्णा द्रमुकनं सरकारचा पाठिंबा काढून घेतल्यानंतर राजकीय अनिश्चिततेचं सावट

पसरलं. बाजारातील बड्या खेळाडूंना निश्चितपणे असं वाटत होतं की, नवीन लोकांशी युती करून संसदेत भाजप त्यांचं बहुमत सिद्ध करू शकेल. पण त्यानंतर जे घडलं तो अगदी विरुद्ध प्रकारचा उत्कर्षबिंदू होता. ते अविश्वास ठरावांमध्ये सगळ्यात अत्यल्प मतांनी झालेलं म्हणजे फक्त एका मतानं झालेलं नुकसान होतं. एनडीए सरकार फक्त एका मताच्या अभावामुळे कोसळलं. या बातमीमुळे सेन्सेक्स सात टक्क्यांनी गडगडला आणि अनेक ट्रेडर्सना त्यांच्या फाजील आत्मविश्वासामुळे प्रचंड तोटा सोसावा लागला. मलासुद्धा माझ्या नफ्यातील बराचसा भाग गमवावा लागला, पण इतर अनेक सहकाऱ्यांच्या तुलनेत हे नुकसान काहीच नव्हतं.

''राजकीय घटना-घडामोडींवर कधीही मोठ्या प्रमाणात पैसा लावू नकोस,'' संन्याशानं मला काही दिवसांपूर्वीच सांगितलं होतं. ''बाजार अतार्किकपणानं वागत असतीलही, पण राजकारण्यांच्या तुलनेत त्यांच्याविषयी खूपच मोठ्या प्रमाणात अंदाज बांधता येतो,'' त्यांनी मला पुढे सांगितलं होतं.

भाजपला तो विश्वासाचा ठराव जिंकता आला असता, पण बहुजन पार्टी आणि राष्ट्रीय कॉन्फरन्स सदस्य सैफुद्दीन सोझ यांनी अखेरच्या क्षणी आपली निष्ठा बदलल्यामुळे पक्षावर ही नामुष्की ओढवली होती. मात्र सरकार कोसळल्यामुळे आणि चार वर्षांत तीनदा सार्वत्रिक निवडणुका होण्याच्या शक्यतेमुळेही बाजारातील तेजीचा कल बदलला नव्हता ही यातली आश्चर्याची बाब होती. पाकिस्तानच्या घुसखोरांनी भारताच्या कारगिलमधील काही ठाण्यांवर कब्जा केल्यानंतर आणि तिथून माघार घेण्यास नकार दिल्यावर काश्मीरच्या सीमेवरचा तणाव वाढलेला असतानाही हा कल टिकून राहिला होता. भारतानं आपल्या सशस्त्र दलांच्या तुकड्यांना मोठ्या प्रमाणात तिकडे पाठवल्यानंतर युद्ध अटळ असल्याचं स्पष्ट झालं. भारतानं मेच्या अखेरच्या आठवड्यात हवाई हल्ल्यांना सुरुवात केली आणि अखेरच्या घुसखोराला हाकलून काढेपर्यंत दोन महिने हे हवाई हल्ले सुरूच राहिले होते.

तार्किकदृष्ट्या विचार करता, युद्ध आणि राजकीय अस्थैर्य यांमुळे गुंतवणूकदारांनी कुठेतरी आश्रयासाठी पलायन करायला हवं होतं. खरं तर युद्धाच्या सुरुवातीच्या काही दिवसांमध्ये दीर्घकालीन युद्धाची शक्यता गृहीत धरून बाजारात घसरण झाली होती. परंतु बाजारानं झपाट्यानं या चिंता

दूर केल्या आणि जुलैच्या अखेरच्या आठवड्यात भारतानं आपला विजय जाहीर करेपर्यंत सेन्सेक्स ३० टक्क्यांनी वधारला होता.

तंत्रज्ञान क्षेत्रातील स्टॉक्स भरपूर वधारले होते. त्या वेळेइतकं पैसे कमावणं कधीही सोपं नव्हतं.

''या बाजारात पैसे कमावण्यासाठी बाजारात कामासाठी हजर राहणं आणि तंत्रज्ञान क्षेत्रातील कुठलेही स्टॉक्स कसेही खरेदी करणं एवढ्याच गोष्टी पुरेशा आहेत,'' एके दिवशी काही कामानिमित्त मी त्यांच्या कार्यालयात गेलो असताना संन्यासी मला म्हणाले. ''पण याचा अर्थ तेजीत असलेला बाजार आता त्या प्रवाहाच्या अखेरीकडे निघाला आहे, असा आहे,'' मी म्हणालो.

तंत्रज्ञान क्षेत्रातील स्टॉक्समध्ये डोळे दिपवून टाकणारी तेजी आली होती. त्यात अगदी नव्यानं या क्षेत्रात आलेल्या कंपन्यांपासून आघाडीच्या कंपन्यांपर्यंत सगळ्यांचा समावेश होता. या सगळ्याच कंपन्यांनी सर्वसामान्य गुंतवणूकदारांना प्रचंड प्रमाणात आकर्षित केलं होतं. अनुभवी व्यावसायिकांप्रमाणेच नवोदितांसाठीही स्टॉक्सचं ट्रेडिंग करून पैसा कमावणं सोपं झालं होतं. यामुळे परिणामांचा फारसा विचार न करता जास्त मोठ्या प्रमाणात शेअर्सची खरेदी करण्याकडे त्यांचा कल होता. ही गोष्ट मुरब्बी खेळाडूंच्या दृष्टीनं चिंतेची होती, कारण ज्या ज्या वेळी किरकोळ गुंतवणूकदारांनी बाजारात जोरदार मुसंडी मारली होती, त्या त्या वेळी तेजी अगदी गगनाला भिडली होती.

स्टॉककरिता खरेदीदार आणि विक्रेता असे दोन्ही घटक असतील तरच त्या स्टॉकचं ट्रेडिंग शक्य असतं. जर विक्रेतेच नसतील तर खरेदीदारांना खरेदी करणं शक्य होत नाही. विक्रेत्यांच्या अभावामुळे सहसा नेहमीच असं ट्रेडिंग गोठवलं जातं. स्टॉक्सच्या देवाणघेवाणीकरिता शेअर बाजाराकडून आंतर-दिवसीय मर्यादा निश्चित करण्यात आलेल्या असतात. त्यानुसार किंमती ८, १० किंवा १६ टक्क्यांनी झेपावू शकतात.

आयसीई स्टॉक्स एकमेकांच्या पाठोपाठ नवनवीन उंची गाठत राहिल्यामुळे पारंपरिक कंपन्यांचे स्टॉक्स गुंतवणूकदारांना स्वारस्य नसल्यामुळे कसेबसे अडखळत, धडपडत पुढे जात राहिले होते. अशा दुर्लक्षित स्टॉक्सच्या यादीत रिलायन्स इंडस्ट्रीज, टाटा स्टील, टेल्को, एसीसी, ग्रासिम, एसबीआय, आयटीसी, हिंदुस्तान लिव्हर आणि बजाज ऑटो या कंपन्यांची

नावं होती. हे एके काळी अतिशय नावाजलेले आणि बाजारांमध्ये प्रचंड मागणी असलेले स्टॉक्स होते. त्यांच्यावरून बाजाराचा कल समजत होता. याच कंपन्यांविषयी फंड व्यवस्थापक आणि ब्रोकर आता तुच्छतेनं बोलत होते. त्यांच्यापैकी अनेकांची अशी खात्री होती की या फर्मचा उपयोग आता संपलेला आहे आणि लवकरच त्या व्यवसायाच्या बाहेर फेकल्या जातील.

नवीन अर्थकारणातील जास्त प्रशंसा झालेल्या स्टॉक्सकरिता त्यांच्यापैकी बहुसंख्य लोक अतिशयोक्तिपूर्ण किंमती आकारत होते. स्टॉक्सच्या मूलभूत तत्त्वांशी त्यांचं काहीही देणं-घेणं नव्हतं. मी कधीही स्टॉकच्या न्याय्य किंमतीच्या संकल्पनेवर विश्वास ठेवलेला नाही. त्या काळात गुंतवणूकदारांना देण्याची इच्छा असलेली कुठलीही किंमत ही त्या स्टॉकची त्या वेळची किंमत असते, असं मला वाटतं. सहसा नेहमीच म्हणजे जवळजवळ ९९ टक्के वेळा स्टॉक्स हे त्यांच्या खऱ्या किंमतीहून कमी किंवा जास्त किंमतीला खरेदी केले जातात किंवा विकले जातात. माझा असा सिद्धान्त आहे की, ज्या किंमतीमुळे तुम्हांला चांगला परतावा मिळवण्याची आशा असते, ती किंमत महत्त्वाची असते. ती न्याय्य किंमतच असली पाहिजे असं नाही. परंतु त्या वेळी 'जास्त मोठ्या प्रमाणात मूर्खपणाचा खेळ' अगदी पूर्ण जोमानं खेळला जात होता. लोकांनी अतिशय हास्यास्पद आणि मूर्ख वाटतील इतक्या मोठ्या किंमतींना स्टॉक्सची खरेदी केली होती, कारण त्याहूनही जास्त किंमतीला आणखी कोणीतरी याहूनही विसंगत, हास्यास्पद किंमतीनं स्टॉक्सची खरेदी करेल याची त्यांना खात्री वाटत होती.

आता हे स्टॉक अतिकिंमतीचे झाले आहेत, असं राधाकिशन दमाणी, राकेश झुनझुनवाला यांच्यासारख्या जुन्या काळातील अनेक महत्त्वाच्या गुंतवणूकदारांना वाटलं आणि त्यांनी त्यांचं शॉर्ट सेलिंग केलं. पण स्टॉक्सची किंमत आणखी वाढली, त्यामुळे त्यांना नुकसान सोसून त्यांच्या पोझिशन स्केअर-अप कराव्या लागल्या. बेअर्सनी काही काळ वाट पाहिली आणि आपलं नुकसान आता भरून काढता येईल या आशेनं पुन्हा एकदा उच्च किंमतीला स्टॉक्सचं शॉर्ट सेलिंग केलं. पण स्टॉक तसेच पुढेही वधारत गेल्यामुळे पुन्हा त्यांना त्याच परिणामांना तोंड द्यावं लागलं आणि जास्त तोटा सहन करावा लागला. स्टॉक्सच्या किंमती फुगवण्यासाठी ब्रोकरना आणि ऑपरेटरना प्रवर्तक देत असलेला पैसा हेच अनेक स्टॉक्सच्या अतिरंजित किंमतींमागचं खरं कारण होतं हे बाजारातील उघड गुपित होतं.

अखेरीस आपलाच विजय होईल यावर विश्वास ठेवण्याचं बेअर्सकडे कारण होतं. काहीही झालं तरी बाजाराला मूलभूत तत्त्वांकडे कायमस्वरूपी दुर्लक्ष करून चाललंच नसतं, असा युक्तिवाद ते करत होते.

भूतकाळात अनेक प्रवर्तकांनी त्यांच्या स्टॉक्सच्या किंमती फुगवण्याचे प्रयत्न केले होते. बहुतेक वेळा स्टॉक्सच्या किंमतींमध्ये प्रचंड घसरण होऊन त्या स्टॉक्सचा चक्काचूर होण्यात आणि नियामकाकडून कारवाई केली जाण्यात या प्रयत्नांची परिणती झाली होती. सन १९९२ मध्ये ज्या वेळी अखेरीस सिक्युरिटीमधील घोटाळा समोर आला होता, त्या वेळी त्यांच्यापैकी अनेकांचं दिवाळं निघेल अशी निश्चित चिन्हं दिसू लागल्यानंतर अनेक बेअर्सनी किलिंग केलं होतं. १९९८ मध्ये त्यांनी पुन्हा एकदा बिग बुलला हाताळलं होतं आणि बीपीएल, स्टरलाईट आणि व्हिडिओकॉन स्टॉक्समध्ये हर्षदचा चक्काचूर झाला होता.

आतासुद्धा तंत्रज्ञान क्षेत्रातील स्टॉक्सच्या बाबतीत हाच दृष्टिकोन काम करेल, असं त्यांना वाटलं होतं. अतिमूल्याच्या स्टॉक्सच्या मागे जाण्याच्या मूलभूत तत्त्वात काहीही चुकीचं नव्हतं. फक्त या वेळचा उन्माद, पिसाटपणा हा अतिव्यापक होता आणि त्यामुळे बेअर्सना यश मिळण्याच्या शक्यता खूपच कमी असल्यासारखं वाटत होतं.

एके दिवशी संध्याकाळी मी राकेश झुनझुनवालांच्या कार्यालयात गेलो होतो. त्यांचे काही साहाय्यकही तिथेच होते. तंत्रज्ञान क्षेत्रातील स्टॉक्सच्या संदर्भातील त्यांच्या बहुतेक चाली चुकीच्या ठरल्यामुळे ते फारशा चांगल्या मनःस्थितीत नव्हते. साहजिकच तंत्रज्ञान क्षेत्रातील स्टॉक्समधील प्रचंड तेजी हाच चर्चेचा विषय होता.

''मी तुला सांगतो की, ही तेजी बिलकूल टिकणार नाही,'' राकेश म्हणाले. त्यांची नजर संगणकाच्या पडद्यावरच्या किंमतींच्या आकड्यांवर खिळलेली होती. ''शेअरच्या किंमती वाढवण्यासाठी आयटी कंपन्या आता स्टॉक देऊ करतील. त्यांचे फ्लोटिंग स्टॉक जितके जास्त असतील, तितक्या त्यांच्या किंमती जास्त मंद गतीनं वाढू लागतील. कारण दर वेळी किंमत वाढली की जास्त लोक विक्री करतील. आतापर्यंत आयटी शेअर्स चढत गेले आहेत, त्यामागे अंशतः आत्मसंतुष्टी करणाऱ्या भाकिताचा हात आहे. लोकांनी खरेदीचा सपाटा सुरू केला आहे, त्यामुळे शेअरच्या किंमती वाढत आहेत आणि ते बघून याहूनही जास्त प्रमाणात किंमती वाढतील

असं समजून जास्त लोक खरेदी करत आहेत. पण एकदा शेअरच्या किंमती स्थिरावल्या की लोक खरेदी थांबवतील. त्यानंतर एक दुष्टचक्र सुरू होईल. लोक विक्रीला सुरुवात करतील आणि किंमती घसरतील. त्यानंतर आणखी विक्रीचा मारा सुरू होईल आणि मग ते स्टॉक्स फक्त आणि फक्त घसरतच सुटतील, कारण प्रत्येकाचीच त्यांच्यातून सुटका करून घेऊन बाहेर पडण्याची घाई सुरू झालेली असेल,'' ते म्हणाले.

''हा तर्क अगदी निर्विवादपणे खरा आहे राकेश. स्टॉकच्या किंमती एका विशिष्ट ठिकाणापासून घसरू लागतील. फक्त यातला प्रश्न एवढाच आहे की, हे कधी होईल?'' केडी या त्यांच्या एका अगदी जिवलग मित्रानं विचारलं. ही गोष्ट खरी होती. लोकांचा खरेदीचा उत्साह कधी संपणार होता आणि स्टॉकच्या किंमती किती काळापर्यंत चढत राहणार होत्या याचा अंदाज कोणालाही बांधणं शक्य नव्हतं. फक्त थोडेच लोक राकेशना त्यांच्या तोंडावर हे सांगू शकले असते आणि राकेशनी ते मुकाट्यानं ऐकून घेतलं असतं. आता आपला मुद्दा पटवून देण्यासाठी राकेश केडीशी वाद घालायला सुरुवात करतील असा माझा अंदाज होता. परंतु राकेश काहीच बोलले नाहीत. ते ज्या लोकांच्या म्हणण्याला महत्त्व देत होते, त्यांच्यामध्ये केडीचा समावेश होता.

प्रवर्तक आपापल्या स्टॉक्समध्ये लुडबुड करत होते, यात काहीच नवीन नव्हतं. नेहमीच ते ही गोष्ट दक्षतेनं करत असत. या वेळी मात्र प्रवर्तकाच्या मदतीनं ऑपरेटरकडून सुरू असलेली किंमती चढवण्याची युक्ती ही या स्टॉक्सच्या बाबतीतील एक पद्धतच झाली होती. बाजारात प्रवर्तकांचा संबंध ऑपरेटरशी जोडला जात होता, पण त्याविषयीच्या चर्चेमुळे या वेळी प्रवर्तकांना काहीही फरक पडत नसल्यासारखं दिसत होतं. ते अविचलपणानं काम करत राहिले होते.

याशिवाय काही धोकादायक घडामोडीही घडत होत्या. माझ्या मित्रांकडून मला असं समजलं होतं की अत्यल्प प्रमाणात का असेना, पण बाजारात राजकारणी सक्रिय झाले होते. 'आघाड्यां'च्या माध्यमातून ते काही संदिग्ध कंपन्यांमध्ये गुंतवणूक करत होते. त्याआधी राजकारणी लोक अनुकूल धोरणं तयार करण्याच्या बदल्यात प्रवर्तकांकडून दिल्या जाणाऱ्या निश्चित रकमेवर समाधानी होते. पण 'समभाग भागीदार' म्हणून जास्त पैसा मिळवणं शक्य असल्याचं लक्षात आल्यावर त्यांच्यापैकी अनेकांनी त्यांच्या 'व्यावसायिक नमुन्या'त सुधारणा करण्याचं ठरवलं होतं.

सतत उत्तम कामगिरी करणाऱ्या बाजाराच्या शोधात असलेल्या एफआयआय़नी भारतीय इक्विटीजमध्ये १९९९ मध्ये त्यांच्या गुंतवणुकी करण्यास सुरुवात केली. त्यांच्यापैकी अनेकींनी मॉरिशसमध्ये नोंदणीकृत असलेल्या गुंतणूक कंपन्यांच्या माध्यमातून भारतीय इक्विटीजमध्ये पैसा आणला होता. भारतानं १९८०च्या दशकाच्या सुरुवातीला मॉरिशसबरोबर डबल टॅक्सेशन अॅव्हॉयडन्स अॅग्रीमेंट (डीटीएए– दुहेरी कर टाळण्याचा करार) केला होता. त्यामुळे मॉरिशस येथील कंपन्यांना किंवा संस्थांना मॉरिशसमधील दरानं भांडवली लाभकर भरावा लागत होता. त्यांना या कराचा भारतीय दर लागू होत नव्हता. मॉरिशस भांडवली लाभावर कर आकारणी करत नसल्यामुळे एफआयआयना त्यांच्या भारतीय स्टॉक्समधील भांडवली लाभावर कुठलाही कर भरावा लागत नव्हता.

या कंपन्या करत असलेल्या गोष्टीत काहीही चुकीचं नसल्याचं कायद्यानंच सांगितलं जात होतं. परंतु मॉरिशसमध्ये असल्याचा दावा करणाऱ्या तथाकथित गुंतवणूक कंपन्यांपैकी बहुसंख्य कंपन्या या 'पोस्ट बॉक्स' कंपन्यांहून जास्त काहीही नव्हत्या. याचा अर्थ त्यांच्याकडे फक्त आणि फक्त पत्रव्यवहाराचा पत्ता होता. त्यांचा हा विचित्र व्यवसाय तिथेच संपत नव्हता. भरपूर फी मिळत असल्यामुळे अनेक एफआयआयची भारतीय प्रवर्तकांसाठी आणि बाजारातील ऑपरेटरसाठी 'उपखातं' काढण्याचीही इच्छा होती.

एफआयआय व्यवस्थापन पाहत असलेली भारतात गुंतवणुकीची इच्छा असलेल्या परदेशी व्यक्तीसाठीची किंवा परदेशी उद्योगांसाठीची योजना असा या 'उपखात्या'चा कागदोपत्री अर्थ होता. उपखात्यांना भारतात थेट गुंतवणूक करता येत नव्हती. त्यांना सेबीकडे नोंदणीकृत असलेल्या एफआयआयच्या माध्यमातूनच ती करावी लागत होती. याशिवाय ओव्हरसीज कॉर्पोरेट बॉडीजसारख्या इतरही काही संस्था किंवा मंडळं होती. नावाप्रमाणेच या परदेशी उद्योग कंपन्या होत्या आणि अनिवासी भारतीयांच्या मालकीच्या फर्मशी किंवा ट्रस्टशी त्यांची किमान ६० टक्क्यांची भागीदारी होती.

त्या वेळी उपखात्याच्या आणि ओसीबीच्या माहितीचं प्रकटीकरण करण्याच्या बाबतीत चांगलीच ढिलाई होती. त्यामुळे त्यांच्याविषयीची माहिती त्यांच्याकडून उघड केली जाण्याच्या बाबतीत खरं तर मोठाच हलगर्जीपणा खपवून घेतला जात होता. परिणामी, या उपखात्यांच्या

मालकांची ओळख हे एक गूढच होतं. बहुतेक प्रकरणांमध्ये उपखात्यांवर नियंत्रण असलेले प्रवर्तक आणि ऑपरेटरच एफआयआयना कशाची खरेदी करावी आणि कशाची विक्री करावी याविषयीच्या सूचना देत होते. उपखात्यांमध्ये आणि ओसीबींमध्ये मूळं असलेल्या खरेदींना आणखी एक फायदाही मिळत होता. एफआयआय खरेदी करत असल्याच्या भ्रमामुळे बाजारातील खरेदीकडे असलेल्या कलामध्ये वाढ होत होती,

अतिशय थोड्या कंपन्या 'राउंड ट्रिपिंग' या नावानं ओळखल्या जाणाऱ्या गोष्टीत अडकलेल्या होत्या. कंपन्यांच्या हिशेबाच्या वह्यांमध्ये फेरफार करून पैशाची चोरी किंवा अफरातफर करणं आणि नंतर तो पैसा 'हवाला'च्या माध्यमातून किंवा वरवर पाहता कायदेशीर भासणाऱ्या, पण प्रत्यक्षात लबाडीच्या व्यवहारांच्या माध्यमातून परदेशी पाठवणं याचा त्यात समावेश होता. यालाच राउंड ट्रिपिंग असं म्हटलं जात होतं. काही वेळा संशयास्पद निर्यात/आयात व्यवहारांमधून कमावलेला पैसा थेट परदेशी खात्यात जमा केला जात होता. त्यानंतर तो पैसा मित्रत्वाचे संबंध असलेल्या एफआयआयला दिला जात होता. सहसा जगभरातील विविध बाजारांत गुंतवणूक करून या एफआयआय फंडांच्या समूहांचं व्यवस्थापन करत असत.

एफआयआय व्यवस्थापन करत असलेल्या अनेक उपखात्यांपैकी एखाद्या खात्याचा वापर करून प्रवर्तकाचे पैसे पुन्हा भारतात परत पाठवून दिले जात. कागदोपत्री एफआयआय विशिष्ट स्टॉक्समध्ये गुंतवणूक करत असल्याचं दिसत असलं तरी एफआयआयनं तिचा पैसा कुठल्या स्टॉकमध्ये गुंतवावा हे पडद्यामागे असलेला प्रवर्तक ठरवत असे. एफआयआय स्टॉक खरेदी करत असल्याच्या बातमीमुळे त्या स्टॉकविषयी बाजारात जास्त चांगलं मत तयार होत असे. परंतु सहसा एफआयआय एखाद्या विशिष्ट कंपनीचे शेअर्स खरेदी करत त्या वेळी त्यांचे विक्रेते हे प्रवर्तकाच्या नियंत्रणाखाली असलेले लोक असत. मी आधीही नमूद केलं आहे की, अनेक प्रवर्तकांच्या 'बेनामी' खात्यांमध्ये शेअर्स असत आणि सर्वसामान्य गुंतवणूकदाराला त्यांची माहिती नसे.

शेअर्सच्या कंपन्यांकडून 'प्रायव्हेट प्लेसमेंट'च्या (स्टॉक शेअर्सची किंवा बाँड्सची खुल्या बाजारात विक्री करण्याऐवजी आधीच निवडलेल्या गुंतवणूकदारांना किंवा संस्थांना त्यांची विक्री करणं म्हणजे प्रायव्हेट

प्लेसमेंट होय. सहसा कंपनीच्या विस्तारीकरणासाठी भांडवल उभारणी करण्याच्या प्रयत्नांत असलेल्या कंपन्या आयपीओला पर्याय म्हणून या पद्धतीचा वापर करतात.) माध्यमातून प्रवर्तकांचा बेकायदेशीर निधी भारतात परत आणणं हा आणखी एक मार्ग असे. यामुळे कंपनीला स्वतःला हव्या असलेल्या गुंतवणूकदारालाच शेअर्स विकण्याची मुभा मिळत असे. प्रायव्हेट प्लेसमेंटमधून शेअर्सची खरेदी करणाऱ्या गुंतवणूकदारांमध्ये प्रवर्तकानं त्याचे पैसे ठेवलेल्या एफआयआयचासुद्धा समावेश असे.

शेअरच्या किंमतींमध्ये होत असलेल्या अचानक मोठ्या वाढीमुळे आपल्यापैकी अनेक जण काही वेळा दिङ्मूढ होतात, चकित होतात. शेअरच्या किंमती पुन्हा चढू लागल्याचं पाहून आपण नफा मिळवतो. अशा प्रकारे शेअर्सच्या किंमतीत वेड्यासारखी होत चाललेली वाढ तशीच कायम होत राहणार नाही, हे समजण्यासाठी फार मोठ्या बुद्धिमत्तेची गरजच नसते. परंतु इथे मला वॉरन बफेच्या एका विधानाची आठवण होते. त्याने म्हटलं आहे की, तुमची कर्ज फेडण्याची ऐपत असते त्याहून जास्त काळापर्यंत बाजार अतार्किकपणे वागू शकतात. बेअर्सना याची फार मोठी किंमत मोजून जाणीव झाली होती.

ऑगस्टमध्ये बाजारात उत्साहाची लहर निर्माण झाली, कारण त्या वेळी भाजप पुन्हा सत्तेत आला होता आणि या वेळी त्यांच्या जागांमध्ये चांगलीच वाढ झाली होती.

अगदी आठ ऑक्टोबरलासुद्धा सेन्सेक्सनं पहिल्यांदाचा ५,००० चा टप्पा गाठला. बीएसईच्या इमारतीच्या गच्चीवरून ५,००० हा आकडा छापलेले फुगे सोडून बीएसईच्या नियामक मंडळानं आणि इतर ज्येष्ठ ब्रोकरनी याचा आनंद साजरा केला. दुसऱ्या दिवशी अर्थविषयक अनेक दैनिकांमध्ये याचं छायाचित्र छापून आलं. ''हे निश्चितपणे बाजार टिपेला पोहोचल्याचं लक्षण आहे,'' असं त्यानंतर काही निंदाभावी ब्रोकरनी म्हटलं. पण बाजारातील तेजी इतक्या सहजासहजी संपण्याचं चिन्ह नव्हतं.

अनेक स्टॉक्सच्या किंमतींमध्ये झालेली वाढ अगदी अविश्वसनीय होती. विशेषतः केतननं पैसे गुंतवलेल्या स्टॉक्सच्या किंमतीतील वाढ तर अभूतपूर्वच होती. १९९९च्या सुरुवातीला पेन्टॅफोरच्या स्टॉक्सची किंमत ७०० रुपये प्रतिशेअर होती. त्या वर्षअखेरीपर्यंत तिने ३००० रुपयांपर्यंत उसळी घेतली होती. आदल्या वर्षीच्या तुलनेत या स्टॉकच्या किंमतीत

जवळजवळ चौपटीनं वाढ झाली होती. झीचे शेअर्स हे ६४० रुपयांपासून ११,००० रुपयांपर्यंत वधारले होते. आदल्या वर्षी त्यांच्या शेअर्सच्या दरात सुमारे सात पटीनं वाढ झाली असली तरी हे घडलं होतं. जर १९९८च्या सुरुवातीला झी शेअर्समध्ये एखाद्यानं १०,००० गुंतवले असते तर त्याला आता तब्बल ११ लाख रुपये मिळाले असते. ग्लोबल टेलिसिस्टिम्सचे शेअर्स एका वर्षात ७४ रुपयांवरून १,००० रुपयांपर्यंत वधारले होते. हिमाचल फ्युचरिस्टिक कम्युनिकेशन्स लिमिटेड (एचएफसीएल) चे शेअर्स ३७ रुपयांवरून ७०० रुपयांपर्यंत गेले होते. त्याप्रमाणेच ॲफ्टेक इन्फोसिसचे शेअर्स ४५ रुपयांवरून २,१०० रुपयांपर्यंत, रॅनबॅक्सीचे शेअर्स २७० वरून सुमारे १,००० रुपयांपर्यंत आणि सॉफ्टवेअर सोल्युशन्सचे शेअर्स ६०० रुपयांवरून २२०० रुपयांपर्यंत चढले होते.

''हर्षदनं किंवा केतननं जितक्या नेत्रदीपक पातळीपर्यंत आपल्या आवडत्या शेअर्समध्ये तेजी आणली होती, तितकी पातळी राधाकिशनना किंवा राकेशना कधीच गाठता येणार नाही,'' जीबींनी एके दिवशी संध्याकाळी शेरा मारला. त्या वेळी आम्ही सर्वोच्च खेळाडूंच्या ट्रेडिंग शैलींवर चर्चा करत होतो. जीबी पुढे म्हणाले, ''हर्षद किंवा केतन यांच्याप्रमाणे आरकेडी किंवा राकेश उतावळे नाहीत. एखाद्या स्टॉकमधून कधी बाहेर पडायचं आणि त्यात कधी प्रवेश करायचा हे त्यांना माहीत आहे आणि कुठलाही स्टॉक एका विशिष्ट मर्यादेच्या पलीकडे कृत्रिम किंमत टिकवून ठेवू शकत नाही, याविषयीही त्यांची खात्री आहे. हर्षद किंवा केतन यांच्या बाबतीत असं नव्हतं. त्यांना असं वाटत होतं की, मूलभूत तत्त्वं काहीही असोत, पण कुठल्याही स्टॉकची कुठलीही किंमत कधीच खूप मोठी नसते.''

मात्र नवीन अर्थकारणातील कंपन्यांच्या शेअर्सच्या किंमतींत होणारी नेत्रदीपक वाढ हाच त्यांचा एकमेव उन्मादी गुणधर्म नव्हता. एनवायएसईच्या लिस्टिंगनंतर जेमतेम महिन्यानं सत्यम कॉम्प्युटरची उपकंपनी असलेल्या सिफीनं, इंडियावर्ल्ड कम्युनिकेशनमधील २४.५ टक्के हिस्सा मिळवण्यासाठी तब्बल २८ दशलक्ष डॉलर्स (तेव्हाचे १२२ कोटी रुपये) मोजले होते आणि त्यामुळे सगळ्यांना आश्चर्याचा धक्का बसला होता. आयआयटी पदवीधर असलेला राजेश जैन या कंपनीचा प्रवर्तक होता. इंडियावर्ल्डच्या मालकीच्या तेरा वेबसाइट्स होत्या. त्यात खेलडॉटकॉम, बावर्ची डॉटकॉम, खोजडॉटकॉम आणि समाचारडॉटकॉम या वेबसाइट्सचा समावेश होता. या

व्यवहारात इंडियावर्ल्डचा उर्वरित ७५.५ टक्के हिस्सा ७५ दशलक्ष डॉलर्सना (३२५.४ कोटी रुपयांना) विकत घेण्याचाही समावेश होता आणि तो हिस्सा विकत घेण्याला पर्याय म्हणून सिफी त्यापैकी १२ दशलक्ष डॉलर्स (५१.३ कोटी रुपये) देणार होती.

हे सगळं १.३ कोटी रुपयांची उलाढाल आणि २५ लाख रुपयांचा निव्वळ नफा असलेल्या कंपनीसाठी चाललं होतं. प्रसार माध्यमांनी आणि बाजारानं या व्यवहाराचं उत्साहात स्वागत केलं, पण खासगीत बोलताना अनेकांनी सिफीकडून गैरमार्गानं पैसा दुसरीकडे वळवण्याची फक्त ही एक आघाडी आहे, असं म्हटलं. असे संशय आणि शंका जाहीरपणे बोलून दाखवणं निरर्थक असतं. अमेरिकेतील तोट्यात असलेल्या इंटरनेट कंपन्या याहूनही जास्त प्रमाणात अतिरंजित मूल्य मागत होत्या. त्यामुळे नफ्यात असलेल्या कंपनीला ५०० कोटी रुपयांत विकत घेण्यात काहीही गैर नाही, असं अनेक विश्लेषकांचं म्हणणं होतं.

आर्थिकदृष्ट्या विचार करता, १९९९ हे वर्ष माझ्या करिअरमधील उत्तम वर्ष होतं. परंतु वैयक्तिक आयुष्यात मला प्रचंड नुकसान सहन करावं लागलं होतं. सप्टेंबरच्या सुमारास बाबूजींची तब्येत ढासळू लागली. अखेरीस मृत्यू जवळ येऊन ठेपला होता. त्यांच्या चाचण्यांच्या वेगवेगळ्या रिपोर्टवरून हे स्पष्ट झालं होतं की, गेले बारा महिने टाळलेला दुःखद प्रसंग आता टाळता येणार नव्हता.

बाबूजींना अखेरच्या दिवसांत फार दुःख, वेदना सहन कराव्या लागतील का, असं मी डॉक्टरांना विचारलं.

ते म्हणाले, ''होय. ते दिवस वेदनादायकच असतील. कर्करोगानं त्यांच्या संपूर्ण फुप्फुसभर आपले हातपाय पसरले आहेत. त्यांना सतत खोकला येत राहील. खोकल्यातून रक्त पडेल आणि नंतर त्यांना मृत्यू येईल.''

डॉक्टरांची ही भविष्यवाणी ऐकल्यावर, डॉक्टरांनी ज्या वेळी बाबूजींच्या आयुष्याचे दोनच महिने उरल्याचं सांगितलं होतं, त्या वेळीच मी त्यांना सुखानं मरू दिलं असतं तर बरं झालं असतं असं वाटून मी स्वतःलाच दूषणं दिली. त्यांचं आयुष्य वाढवण्यावर मी पैसा खर्च केला होता, पण त्यामुळे त्यांना वेदनादायक आणि दुःखानं तडफडत मृत्यू येणार होता. त्यांच्या मेंदूत होत असलेली कर्करोगाच्या पेशींची वाढ सर्वसामान्य गतीनं

होत राहावी आणि त्यांना दुःखरहीत शांत मृत्यू येऊन त्यांनी या जगाचा निरोप घ्यावा असं मला मनापासून वाटून गेलं. मी याच विचारांत हरवून माझ्या कार्यालयात बसलेला असताना मला बीनाचा फोन आला. तिने मला सांगितलं की, बाबूजी विचित्र वागत आहेत. ते लोकांना ओळखत नाहीत आणि त्यांच्या भोवती असलेल्या प्रत्येकाशी अलिप्तपणे वागत आहेत. दुसऱ्या दिवशी मी त्यांना तपासणीसाठी डॉक्टरांकडे घेऊन गेलो. डॉक्टरांनी सांगितलं की, त्यांच्या मेंदूतील कर्करोगाच्या पेशींची वाढ पुन्हा सुरू झाली आहे आणि ते आता फक्त काही दिवसांचेच सोबती आहेत. त्यानंतर दोन दिवसांनी बाबूजी कोमात गेले आणि त्यामधून ते कधीच बाहेर आले नाहीत.

१८

बाजार कोसळण्याचा आणखी एक खडखडाट

केतनच्या अगदी जवळच्या साहाय्यकांनाही त्याच्या ट्रेडिंग कॉल्सचा मागोवा घेणं कठीण वाटत होतं. त्याच्या आवडत्या स्टॉक्सच्या बाबतीत तो उन्मादीपणानं वागत होता, पण ज्या ज्या वेळी किंमती चढत होत्या त्या त्या वेळी तो सतत नफाही मिळवत होता आणि मिळवलेला नफा पुन्हा त्यांची खरेदी करण्यासाठी वापरत होता. नफा मिळालेल्या प्रत्येक ट्रेडमुळे त्याच्या शेअर्स संपादनाची सरासरी किंमत आणखी कमी होत होती.

''त्याचे गुंतवणुकीचे बहुतांश तथाकथित व्यवहार अगदीच संशयास्पद आहेत. पण ट्रेडिंगमधील कौशल्याच्या बाबतीत त्याची बरोबरी कोणीच करू शकणार नाही,'' जीबींनी एकदा म्हटलं होतं.

तो इतक्या झपाट्यानं बाजारात प्रवेश करत असे आणि त्याच्यातून बाहेर पडत असे की, त्याने नेमकं काय केलं याविषयीचा अंदाज बांधण्याचा वेळही बाजाराला मिळत नसे. केतननं ब्रोकरच्या व्यापक जाळ्याच्या माध्यमातून ट्रेडिंग केलं होतं. त्यामुळे त्याच्या बेट्सवर अवलंबून राहून व्यवहार करू पाहणारे गोंधळून जात होते. तो मुंबईच्या ब्रोकर्सच्या गटाच्या माध्यमातून खरेदी करू शकत होता आणि नंतर त्याच वेळी त्याहून जास्त मोठ्या प्रमाणातील शेअर्स कलकत्त्याच्या ब्रोकर्सच्या माध्यमातून विकू

शकत होता. काही वेळा हे उलट असत होतं. त्याच्या खरेदीच्या ऑर्डर्स विक्रीच्या ऑर्डर्सहून मोठ्या असत होत्या.

या डावपेचात फारसं आश्चर्य वाटण्याजोगं काहीच नव्हतं, कारण काही वेळा ऑपरेटर त्यांना जी पोझिशन घ्यायची असेल तिच्या विरुद्ध प्रवाह निर्माण करत असत. जर त्यांना मोठ्या प्रमाणात शेअर्स गोळा करायचे असतील तर ते पहिल्यांदा किंमती कमी व्हाव्यात म्हणून प्रयत्न करत. त्यामुळे त्यांना तेच शेअर्स स्वस्तात विकत घेता येत असत. अशा वेळी त्या शेअर्सच्या विरोधातील प्रवाह निर्माण केला जात असे आणि ठरावीक पातळीच्या खाली किंमती गेल्यानंतर घबराट निर्माण झाल्यामुळे आंतरदिवसीय ट्रेडिंग करणारे आणि किरकोळ गुंतवणूकदार विक्री करून टाकत. जर ऑपरेटरना मोठ्या पोझिशनमधून बाहेर पडायचं असेल तर ते किंमती चढवण्याचा प्रयत्न करत आणि लहान प्रमाणात खरेदी करून मागणी निर्माण करत. या वेळी किरकोळ गुंतवणूकदारांना आणि आंतरदिवसीय ट्रेडर्सना खरेदीच्या मोहात पाडण्यासाठी किंमती ठरावीक पातळीच्या वर चढवल्या जात.

काही वेळा केतन ऑर्डर देत असलेले ब्रोकर त्याच्या ऑर्डरचं फ्रंट रनिंग करून नफा मिळवण्याचा प्रयत्न करत. त्यातून काही लोक निसटून जात. पण केतन त्यांच्यापैकी बहुतेकांना शोधून काढत असे आणि त्यांना जबरदस्त शिक्षा करत असे. तो मृदू संभाषण करणारा आणि पाय जमिनीवर असलेला ट्रेडर म्हणून ओळखला जात होता, पण त्याला लुबाडू पाहणाऱ्यांच्या बाबतीत तो अतिशय निर्दयीपणानं वागत असे.

एक ब्रोकर आपली फसवणूक करत असल्याचं समजल्यानंतर केतननं काय केलं होतं ते मला संन्याशानं सांगितलं होतं. त्या ब्रोकरच्या प्रतिस्पर्ध्यानं केतनकडे त्याची चुगली केली. केतननं त्याविषयी शोध घ्यायचं ठरवलं. त्यानंतर त्या संशयित ब्रोकरबरोबर आणखी दोनदा व्यवहार केल्यानंतर ती माहिती खरी असल्याचं त्याच्या लक्षात आलं. त्यानंतर दोन दिवसांनी केतननं त्याला गेले काही दिवस किंमती वधारत चाललेल्या स्टॉकची खरेदी करण्याची ऑर्डर दिली. त्या ब्रोकरनं त्या ऑर्डरची अंमलबजावणी करण्याच्या आधी स्वतःसाठी भरपूर स्टॉकची खरेदी केली. ऑर्डर दिल्यानंतर काही मिनिटांतच केतननं त्याच्या इतर साहाय्यकांच्या माध्यमातून त्याच स्टॉकची मोठ्या प्रमाणात विक्री करून टाकली. त्या ब्रोकरला जबरदस्त

तोटा झाला आणि तो मदतीची याचना करत धावतच केतनच्या कार्यालयात गेला. अशाच इतरही काही ब्रोकर्सना शिक्षा करण्यात आली होती. परंतु आपल्या ब्रोकर्सना आपल्या टाचेखाली ठेवण्याचे प्रयत्न केतननं केले असले तरी त्याचा कुठला ना कुठला ब्रोकर नेहमीच त्याला फ्रंट-रन करण्याचा प्रयत्न करत असे. त्यांच्यापैकी प्रत्येकावर नियंत्रण राखण्याचा कुठलाच मार्ग त्याच्याकडे नव्हता.

काही वर्षांपूर्वी प्रकाशझोतापासून दूर राहण्याचे जोरदार प्रयत्न करणारा एकांतप्रिय केतन हळूहळू त्याच्या मनातील भिडस्तपणा दूर करू लागला. आता आपलं यश आणि संपर्क यांचं दिमाखानं प्रदर्शन करण्यात त्याला कमालीचा आनंद वाटू लागला. तो नियमितपणे बॉलीवूडच्या बादशहांबरोबर आणि स्टार्सबरोबर दिसू लागला. नवीन सहस्रकाचं स्वागत करण्यासाठी केतननं मांडवा या समुद्रकिनाऱ्यावरच्या रिसॉर्टमध्ये जंगी पार्टी दिली त्या वेळी सगळ्यांनाच आश्चर्याचा जबरदस्त धक्का बसला. या पार्टीत गेटवे ऑफ इंडियापासून लहानशा समुद्रसफारीचंही आयोजन करण्यात आलं होतं. त्याच्या पाहुण्यांच्या यादीत उदयोन्मुख आयटी हुकूमशहा, बॉलीवूडचे प्रसिद्ध तारे-तारका आणि इतर लोक, ज्येष्ठ उद्योग कोषागार अधिकारी, फंड व्यवस्थापक आणि शेअर उद्योगातील केतनचे सहकारी व साहाय्यक यांचा समावेश होता. यामुळे गोपनीयतेवर आणि तारतम्यावर आधारित असलेल्या उद्योगातील अनेकांच्या भुवया उंचावल्या गेल्या. केतननं निगरगट्टपणे केलेल्या शक्तिप्रदर्शनामुळे जुन्या काळातील अनेक जण अस्वस्थ झाले.

''अशानं हा माणूस सरकारचं आणि कर विभागाचं लक्ष स्वतःबरोबरच आमच्याकडेही वेधून घेतोय. लवकरच एखादं संकट येणार, असं दिसतंय,'' जीबींचा एक मित्र म्हणाला.

''याशिवाय गुन्हेगारी जगताचं लक्षही इकडे वळेल, हे वेगळं सांगायलाच नको,'' दुसऱ्यानं शेरा मारला. ''साला, खुद तो डूबेगा ही, साथ में हम सब को भी डुबा देगा'' (तो स्वतः तर बुडेलच, पण स्वतः बरोबर आपल्याला सगळ्यांनाही बुडवेल.) तो पुढे म्हणाला.

त्या पार्टीत मलाही बोलावण्यात आलं होतं का, असं जर तुम्ही मला विचाराल, तर मी एवढंच सांगू शकेन, की, तोपर्यंत मी केतनच्या रडारवर आलो नव्हतो. संन्याशाच्या माध्यमातून तो मला ओळखत असावा, पण तोपर्यंत माझी भेट घेतण्याइतका मी महत्त्वाचा आहे असं तो समजत नव्हता.

त्यामुळे माझा स्वाभिमान चांगलाच दुखावला गेला होता, हे मात्र मला सांगावंच लागेल.

या पोटदुखी बाजूला ठेवल्या तर ते वर्ष माझ्या दृष्टीनं अतिशय लाभदायक ठरलं होतं. फक्त आपला मुद्दा सिद्ध करण्यासाठी तंत्रज्ञान क्षेत्रातील शेअर्सचं शॉर्ट सेलिंग करत राहिलेले अल्प लोक वगळता, बाजारातील इतर अनेकांसाठीही ते असंच उत्तम वर्ष होतं. बहुतेक महत्त्वाच्या जुन्या कंपन्यांचे स्टॉक्स त्या वर्षी घसरले असले तरी सेन्सेक्स मात्र सुमारे ४० टक्क्यांनी वधारला. या स्टॉक्सच्या विरोधात दोन गोष्टींनी काम केलं. पहिली म्हणजे त्यांच्या पैसा कमावण्यातील वाढ ही त्यांच्या आयसीई क्षेत्रातील कंपन्यांच्या शेअर्सच्या जवळपासही जाणारी नव्हती. दुसरी गोष्ट म्हणजे अनेक गुंतवणूकदारांनी नव्या काळातील शेअर्सच्या खरेदीसाठी त्यांच्या ताब्यात असलेले ब्ल्यू चिप्स शेअर्स विकून टाकले होते. त्यातून बाजाराचं नेतृत्व कायमच बदलतं यावर त्यांनी शिक्कामोर्तब केलं होतं.

स्टॉक्सच्या विलक्षण घोडदौडीमुळे झिंगलेल्या बहुतेक खेळाडूंना आगामी वर्षात आणखी चांगली वाढ मिळण्याची अपेक्षा होती. जागतिक पातळीवर उत्तम कामगिरी करणाऱ्या बाजारांमध्ये भारताचा समावेश होत असल्यामुळे एफआयआय भारताला जास्त पैसा देतील असा यामागचा तर्क होता.

नवीन सहस्रक सुरू झालं त्या वेळी मोठ्या प्रमाणात भीती पसरलेल्या संगणक यंत्रणेतील वायटूके संकटामुळे कोणतीही आपत्ती ओढवली नव्हती. आदल्या वर्षी सेन्सेक्समध्ये ४० टक्क्यांची वाढ झाल्यामुळे कदाचित बुल्स सावध झाले असतील अशी अनेकांची अपेक्षा होती. मात्र यामुळे असं काहीही झालं नाही, तर बुल्स अगदी उतावळे होण्याइतके धीट झाले.

त्या वर्षीच्या अगदी पहिल्याच ट्रेडिंग सत्रात इंडेक्स ३७५ पॉइंट्सपर्यंत (म्हणजे ७.५ टक्क्यांनी) वधारला. मला असं सांगितलं गेलं होतं की ऑपरेटर स्टॉक्सची खरेदी करत होते. लवकरच ते स्टॉक्स ते एफआयआयच्या गळ्यात घालतील याविषयी त्यांना विश्वास वाटत होता. कर विभागाचं लक्ष वेधून घेण्याच्या केतनच्या कृतींविषयी जीबींच्या मित्रानं व्यक्त केलेलं मत अनाठायी ठरलं नव्हतं. जानेवारीच्या दुसऱ्या आठवड्यात प्राप्तिकर विभागाच्या अधिकाऱ्यांनी केतनच्या कार्यालयाची तपासणी केली आणि त्यांना जाहीर न केलेल्या उत्पन्नाचा पुरावा सापडला. केतनचे काही आवडते

स्टॉक थोड्या प्रमाणात दुर्बल झाले आणि त्याबरोबरच सेन्सेक्सवरही परिणाम झाला, पण लवकरच ते झपाट्यानं पूर्वपदावर आले.

जानेवारीपासून मार्चच्या दुसऱ्या आठवड्यापर्यंत तेजीत सुरू असलेल्या बाजाराचं वर्णन कुठल्याही विशेषणानं पुरेशा प्रमाणात करता येणार नाही. त्या अडीच महिन्यांत आम्ही ज्या गोष्टीचे साक्षीदार झालो होतो, तिचं वर्णन करण्यासाठी 'भ्रमिष्टपणा' किंवा 'पिसाटपणा' हा शब्दही थिटा पडेल. बाजारातील सगळ्यांनी अचानकच आपापल्या सदसद्विवेकबुद्धीला आणि तारतम्याला जणू राम रामच ठोकला असावा, अशी ती परिस्थिती होती. मी सांगत असलेली परिस्थिती मी पुढे दिलेल्या स्टॉकच्या किमतीतून स्पष्ट होतील. इन्फोसिसचे स्टॉक्स १४,५०० रुपयांवरून २८,००० रुपयांपर्यंत पोहोचले होते. सत्यमचे २,२०० रुपयांवरून ७,२०० रुपयांपर्यंत, विप्रोचे २,६०० रुपयांवरून ९,८०० रुपयांपर्यंत, ग्लोबल टेलिसिस्टिम्सचे ९६० रुपयांवरून ३,५५० रुपयांपर्यंत वधारले होते. याशिवाय हिमाचल फ्युचरिस्टिक्सचे स्टॉक्स ६७७ रुपयांवरून २,५५० रुपयांपर्यंत आणि डीएसक्यू सॉफ्टवेअरचे स्टॉक ९५० रुपयांवरून २७०० रुपयांपर्यंत वधारले होते. (मी हे आकडे सर्वसाधारणपणे दिले आहेत.) या स्टॉक्सच्या तुलनेत झीचे स्टॉक्स प्रमाणबद्धपणे कामगिरी करत होते. ते ११०० वरून १६०० पर्यंत म्हणजे सुमारे ५० टक्क्यांनी वधारले होते. पण झी हा आता Re-1 चा पेड-अप शेअर होता. याचा अर्थ ज्या शेअरधारकांनी तो पेड-अप स्टॉक १० रुपयाला खरेदी केला होता, त्यांच्यासाठी आता त्याची किंमत १६,००० रुपये झाली होती.

तोपर्यंत आयसीई स्टॉक्सविषयीच्या भारतातील वेडाचं प्रतिबिंब नास्डॅकमध्येही दिसू लागलं होतं. शेअरच्या किंमतीतील अभूतपूर्व वाढीमुळे विश्लेषक त्या स्टॉक्ससाठी सांगत असलेल्या लक्ष्य किंमतीची टर उडवली जात होती. बारा महिन्यांच्या किंमतीचं लक्ष्य जेमतेम दोनच महिन्यांत साध्य झालं होतं. आता या नवीन किंमतींचं समर्थन कसं काय करावं यावर विश्लेषक डोकं खाजवत बसत होते. अनेक स्टॉक्सच्या किंमती जेमतेम दोन वर्षांत दहा पटीनं किंवा त्याहूनही जास्त प्रमाणात वाढल्या असल्या आणि बहुतांश स्टॉकब्रोकिंग फर्म विक्षिप्त पीई मल्टिपलसच (किंमत-कमाई गुणोत्तर) सांगत असल्या तरी या स्टॉक्सना 'सेल रेटिंग' देण्यास (सेल रेटिंग म्हणजे नजीकच्या काळात दरात घसरण होणार असल्याच्या अंदाजापोटी

विक्री करण्याची शिफारस) त्या नाखूश होत्या. अर्थातच ही विचित्र किंवा विक्षिप्त 'सेल' रेटिंग होती, पण ब्रोकिंग फर्म उत्साहानं चर्चा करत असलेल्या 'बाय' रिपोर्टच्या तुलनेत ती अत्यल्प होती. विश्लेषकांनी नंतर 'प्राइस अर्निंग्ज ग्रोथ रेशो' अशा क्वचित ऐकिवात असलेल्या गुणोत्तराच्या आधारावर उच्च मूल्यांकनाचं समर्थन करण्यास सुरुवात केली. हे गुणोत्तर सहसा पीई गुणोत्तराइतकं सर्रास वापरलं जात नाही. हे मूल्यांकन थोडंफार तरी सुज्ञपणाचं आहे असं वाटावं यासाठी या सगळ्या गोष्टी करण्यात आल्या होत्या. मला आठवलं की, एकदा जीबींनी असं म्हटलं होतं की, ज्या वेळी स्टॉक्स अतिमूल्यांकित झाले होते आणि लोकांनी ते महागडे आहेत हे मान्य करण्याऐवजी त्यांचं समर्थन करण्याचा प्रयत्न केला होता, तीच नफा कमावण्याची (झालेला नफा काढून घेण्याची) वेळ होती.

ज्या कंपन्यांकडून भांडवल उभारणीकरिता मदत करण्यासाठी किंवा इतर कंपन्या संपादित करण्यासाठी ब्रोकिंग फर्म्सना फी मिळत होती, त्या कंपन्यांशी शत्रुत्व पत्करणं या फर्म्सना परवडणारं नव्हतं. ब्रोकर्सच्या संस्थात्मक ग्राहकांनासुद्धा उच्च पातळीपर्यंत भराभरा चढत चाललेल्या स्टॉक्सची खरेदी करण्याची इच्छा होती. त्यामुळे फंडांची कामगिरी त्यांच्या प्रतिस्पर्ध्यांच्या कामगिरीच्या तुलनेत मागे पडली नसती. आपण हास्यास्पदपणे आणि हटवादीपणानं विरोध करत असल्याचं वाटेल या भीतीपोटी या सगळ्या गर्दीपासून दूर राहण्याचा ठामपणा फक्त थोड्याच ब्रोकरकडे किंवा फंड व्यवस्थापकांकडे होता.

आपल्या किरकोळ ग्राहकांकडून मार्जिन मनी गोळा करण्यात ब्रोकरकडून हलगर्जीपणा होण्याचा आणखी एक धोकाही निर्माण होत चालला होता. जवळजवळ रोजच किंमती चढत चालल्यामुळे ग्राहकांच्या आउटस्टँडिंग पोझिशन (ख़रेदी किंवा विक्री केलेल्या विशिष्ट सिक्युरिटीची संख्या आणि त्या सिक्युरिटीचं एकूण मूल्य उणे त्या सिक्युरिटीच्या ग्राहकानं केलेल्या विक्रीचं किंवा खरेदीचं एकूण मूल्य. याची सेटलमेंट करण्यात आलेली नसते.) नेहमीच 'क्रेडिट' दर्शवत होत्या. अनेक गुंतवणूकदार अधिक ब्रोकरेज मिळवण्यासाठी उत्सुक असलेल्या त्यांच्या ब्रोकरनी भाग पाडल्यामुळे या क्रेडिटचा वापर आणखी शेअर्सची खरेदी करण्यासाठी करत होते. आता या सगळ्याची किंमत मोजावी लागण्याचा दिवस फारसा दूर असल्यासारखं वाटत नव्हतं.

अकरा फेब्रुवारीला पहिल्यांदाच सेन्सेक्स ६,००० च्या उंचीवर पोहोचला, पण त्याहून कमी पातळीवर बंद झाला. तो शुक्रवार होता आणि त्या दिवशी ताज महाल पॅलेसमधील हार्बर बारमध्ये दारू पिऊन आम्ही हा आनंद साजरा केला. या हॉटेलमधून गेटवे ऑफ इंडिया दिसत होतं. तिथे आम्ही सुमारे बारा जण जमलो होतो. तिसऱ्या किंवा चौथ्या पेगनंतर बाजार विचित्रपणे अतिमूल्यांकित झाला होता आणि आता विक्री करण्याची वेळ आली होती, हे तिथे जमलेल्या प्रत्येकानंच मान्य केलं.

आम्ही तिथून निघाल्यानंतर जीबी आणि मी थोडा वेळ समुद्र किनाऱ्यावर फिरत होतो. हिवाळा संपत आला असला तरीही हवेत किंचित बोचरेपणा होता.

''लाला, तुला माहीत आहे का, दर वेळी लोक अंत्ययात्रेला जातात आणि तिथून ते एकदम तत्त्वज्ञानी होऊन घरी परततात. त्या वेळी त्यांनी दुसऱ्या दिवसापासून जास्त चांगला माणूस व्हायचंच असं ठरवलेलं असतं. पण रात्री छान झोप झाली की, ते पुन्हा पहिल्यासारखेच मूळ स्वभावावर आलेले असतात,'' जीबी म्हणाले. ''आज काही पेग रिचवल्यानंतर आपल्या पोझिशन्समध्ये घट करण्याची शपथ घेतलेल्या या सगळ्यांच्या बाबतीतही हेच घडणार आहे, याची मला खात्री वाटते. ते बाकी काहीही करोत किंवा न करोत, पण किंमती वाढल्या तर ते नक्कीच आणखी खरेदी करतील.''

पुढच्या सोमवारी सेन्सेक्स आणखी उंचीवर झेपावला आणि त्याने आंतरदिवसीय ट्रेडिंगमध्ये ६,१५० पर्यंत मजल मारली, पण नंतर तो पुन्हा ६,००० हून खालच्या स्तरावर बंद झाला. तोपर्यंत बुल रोमहर्षकतेच्या उन्मादानं आणि मनमानीपणानं स्टॉक्सची खरेदी केल्यानं अगदी बेहोश होऊन गेले होते. त्या महिनाअखेरीपर्यंत इंडेक्स ७,००० चा टप्पा गाठणारच याविषयी त्यांची खात्री पटली होती. मला माहीत असलेले काही अतिशय संतुलित विचारांचे फंड व्यवस्थापक हंगामी ट्रेडरसारखे वागत होते आणि वर चढत चाललेल्या स्टॉक्सच्या मागे जणू त्यांचा पाठलाग करत निघाले होते, हे पाहून मला अतिशय आश्चर्य वाटलं होतं.

अगदी दोन महिन्यांपूर्वीपर्यंत वॉरन बफेच्या गुंतवणूक मूल्यांच्या तत्त्वांशी बांधिलकी असल्याचं शपथपूर्वक सांगणाऱ्या एका स्थानिक फंड हाउसचा एक विशिष्ट फंड व्यवस्थापक अचानकच नवीन अर्थकारणातील स्टॉक्सच्या बाबतीत नको इतकी तेजी आणण्याकरिता सरसावून काम करू

लागला. एका पत्रकार परिषदेत त्याने एका नवीन फंडाची घोषणा केल्यानंतर त्याला एका पत्रकारानं असं विचारलं की, त्याला झीच्या स्टॉक स्प्लिटसाठी अॅड्जस्ट न केलेल्या सुमारे १४,००० रुपये प्रतिशेअर किंमत असलेल्या शेअरमध्ये असं कोणतं मूल्य दिसलं होतं? (स्टॉक स्प्लिटमध्ये फक्त बुक एंट्री असते, पण शेअरची दर्शनी किंमत बदलते. यामुळे कंपनीच्या भांडवलात फेरफार झाला नाही तरी शेअरच्या दर्शनी किंमतीच्या प्रमाणानुसार शेअरच्या तरलतेत वाढ किंवा घट होते. उदा., कंपनीनं आधी विकलेला शेअर १० रुपये असला आणि नंतर स्प्लिटची जाहिरात करून शेअरची किंमत ५ रुपयानं कमी केली तर शेअरचा बाजारभाव ५ रुपयानं कमी होईल आणि आधी शेअर विकत घेतलेल्या लोकांकडच्या शेअरची संख्या दुप्पट होईल.)

''जे लोक स्टॉकच्या अॅब्सोल्युट प्राइस (अॅब्सोल्युट व्हॅल्युएशनद्वारे ठरवलेली किंमत, अॅब्सोल्युट आणि रिलेटिव्ह अशा दोन पद्धतींच्या आधारावर स्टॉक्सची किंमत पाहिली जाते.) पाहतात आणि झीचा स्टॉक महागडा आहे असं म्हणतात, त्यांना कंपनीचा व्यवसाय समजत नाही,'' त्या फंड व्यवस्थापकानं उत्तर दिलं होतं. याचं आणखी स्पष्टीकरण द्यावं अशी मागणी श्रोत्यांपैकी कोणीही केली नव्हती, त्यामुळे तो सुदैवी ठरला होता.

त्यानंतर आठवडाभरानंतर सेन्सेक्स तिसऱ्यांदा ६,०००च्या पुढे गेला, पण पुन्हा एकदा ६,०००च्या जवळपास येऊनच बंद झाला. बाजार भलताच वधारण्याकडे झुकत असल्याचं हे लक्षण आहे, असं काही तांत्रिक विश्लेषकांना वाटलं होतं. परंतु सेन्सेक्सचा संथपणा, त्याच्यातील ढिलाई कोणाच्याही लक्षात आली नव्हती. तोपर्यंत काहीही झालं तरी तंत्रज्ञान क्षेत्रातील स्टॉक्स वधारतच राहिले होते. जोपर्यंत पैसे मिळवता येत होते, तोपर्यंत सेन्सेक्स कुठे होता आणि कुठे चालला होता, याने काय फरक पडणार होता?

केंद्रीय अर्थसंकल्पामुळे बाजारातील तेजी आणखी वाढली. आता सूचीबद्ध भारतीय कंपन्यांमधील एफआयआयची कमाल गुंतवणूक मर्यादा आधीच्या ३० टक्क्यांवरून ४० टक्क्यांपर्यंत वाढली होती. फक्त एका महिन्यापूर्वीच भारतीय कंपन्यांना सरकारच्या पूर्वपरवानगीशिवाय अमेरिकन डिपॉझिटरी रिसीट्स (एडीआर्स) आणि ग्लोबल डिपॉझिटरी रिसीट्स (जीडीआर्स)च्या इश्श्यूमधून फंड उभारणी करण्यास परवानगी देण्यात आली होती. एडीआर्स आणि जीडीआर्स हे शेअर्सच्या सममूल्य होते. फक्त परदेशी

बाजारांमधील गुंतवणूकदारांनाच ते देण्यात येत होते. एडीआर्स हे यूएस स्टॉक एक्स्चेंजमध्ये (नास्डॅक किंवा एनवायएसई) सूचिबद्ध असतात आणि जीडीआर्स हे लक्झेम्बर्ग स्टॉक एक्स्चेंजमध्ये सूचीबद्ध असतात.

सरकारनं भारतीय कंपन्यांना त्यांच्याकडच्या एडीआरमधील आणि जीडीआरमधील ५० टक्के नफ्याचा किंवा उत्पन्नाचा वापर परदेशी कंपन्यांच्या संपादनासाठी करण्यासही परवानगी दिली होती. आगामी महिन्यांत काही कंपन्यांनी जीडीआर्सच्या माध्यमातून पैशाची उभारणी केली होती आणि परदेशांत संशयास्पद कंपन्या संपादित करून प्रवर्तकांनी बेकायदेशीरपणे फंड एका खात्यातून दुसऱ्या खात्यात वळवले होते किंवा फंडांचा अपहार केला होता. ज्या परदेशी फर्मच्या मालकाशी भारतीय प्रवर्तकानं आधीच संगनमत केलेलं असेल त्याची फर्म भारतीय कंपनी खरेदी करत असल्याचं दाखवलं जात असे. या संपादनासाठी भारतीय प्रवर्तक विशिष्ट रक्कम देत असे आणि त्यापैकी निम्म्याहून अधिक रक्कम नंतर तो परदेशी कंपनीचा मालक प्रवर्तकाला परत पाठवून देत असे.

त्या वर्षीच्या फेब्रुवारीच्या अखेरच्या आठवड्यापर्यंत माझी संपत्ती किती प्रचंड प्रमाणात वाढली होती हे सांगताना मला थोडंसं संकोचल्यासारखं वाटतं. मी तुम्हांला एवढंच सांगेन की, तोपर्यंत माझ्या पैशाची मोजदाद करेपर्यंत मी अक्षरशः थकून जात होतो.

''लाला, गेल्या वर्षभरात तू शाहरूख खानपेक्षाही जास्त पैसा कमावला आहेस ना?'' अर्थसंकल्प जाहीर झाल्याच्या दुसऱ्या दिवशी संन्याशानं शेरा मारला. आमचा सगळाच कंपू त्या दिवशी एका रेस्टॉरंटमध्ये जमला होता. मी मनातल्या मनात माझ्या एकूण निव्वळ संपत्तीचा विचार केला आणि संन्याशानं म्हटलेलं बरोबर होतं हे लक्षात आल्यामुळे मी स्तिमित झालो.

''मी याचा अशा प्रकारे कधीच विचारही केला नव्हता. पण ते खरं असलंच पाहिजे असा माझा अंदाज आहे,'' मी म्हणालो. त्या वेळी मला अत्यानंद झालाच होता, पण मी थोडासा लाजलोही होतो.

''अर्थातच ते खरं आहे लाला. इतका प्रचंड पैसा कमावल्यानंतरही तू अजून काम करत का राहिला आहेस ते मला सांग,'' संन्याशानं खिदळल्यासारखं हसत मला विचारलं.

''कदाचित शाहरूख खानचा आणि आमिर खानचा पैसा एकत्र केल्यावर जितका पैसा होईल, त्याहूनही जास्त पैसा तुम्ही मिळवलेला आहे. पण तरीही तुम्ही ज्या कारणामुळे काम करायला येता, नेमक्या त्याच कारणामुळे,'' मी म्हणालो.

माझ्या हजरजबाबीमुळे तिथे एकच हशा पिकला. संन्याशानंही त्यांच्या हास्यात आपला सूर मिसळला असला तरी त्याआधी त्यांच्या नजरेत काही प्रमाणात संतापाची तिरीप चमकून गेल्याचं मला दिसलं होतं.

माझ्या संन्याशाशी असलेल्या संबंधाच्या मर्यादा मी ओलांडल्या होत्या हे मला माहीत होतं आणि मला त्यात तातडीनं सुधारणा करण्याची गरजही होती. संन्यासी माझ्या एकूण संपत्तीविषयी जाहीर चर्चा करू शकत असले तरी मीही त्यांच्या बाबतीत तसंच करण्याचं स्वातंत्र्य घ्यायला नको होतं.

''...ज्या कारणामुळे केतन पारेख रोज काम करायला येतो आणि खरं तर वॉरन बफेही ज्यामुळे काम करायला येतो त्याच कारणामुळे. म्हणजे जास्त पैसे कमवायला,'' मी पुस्ती जोडली.

संन्याशानी स्मित केलं. दारूचा घोट घेत ते म्हणाले, ''ट्रेडर म्हणून लालाची एक गोष्ट मला नेहमीच आवडते. त्याला बाजाराचे प्रवाह अचूक समजतात आणि तो झपाट्यानं नुकसान करणाऱ्या ट्रेडमधून बाहेर पडतो.''

तिथे टेबलाभोवती बसलेल्या कोणालाही संन्याशानी काय म्हटलं होतं, त्याचा मथितार्थ समजला नसला तरी मला तो बरोबर समजला होता.

सन १९२९ मध्ये अमेरिकन शेअर बाजार कोसळण्याच्या तीन दिवस आधी अर्थतज्ज्ञ आयर्विंग फिशरनं केलेलं प्रसिद्ध विधान असं आहे : ''स्टॉकच्या किंमती कायमस्वरूपी उच्च स्थैर्य असलेल्या जागी पोहोचल्यासारख्या वाटत आहेत.''

तंत्रज्ञान क्षेत्रातील शेअर्सच्या किंमतींत झालेली मती गुंग करणारी वाढ पाहता, भारतातील बहुतांश बाजार तज्ज्ञांच्या मनातही अशाच प्रकारचा भ्रम शिरल्यासारखं वाटत होतं. काही नामवंतांना मात्र ज्या प्रकारे शेअर्सच्या किंमती थेट आकाशाला गवसणी घालत होत्या, त्यामुळे सगळ्यात वाईट गोष्ट घडण्याची भीती वाटत होती. ते काही काळापासून असं सांगत होते की,

आता बाजार कोसळणं निश्चित आहे. पण त्यांचं म्हणणं पुनःपुन्हा चुकीचं ठरल्यामुळे आपण जुन्या पद्धतीनं विचार करणारे वाटून हास्यास्पद ठरू नये म्हणून आता त्यांनी आपली विद्वत्ता आपल्यापुरती ठेवणंच पसंत केलं होतं. अर्थातच त्यामुळे व्यवसायाविषयीची वाईट जाणीव निर्माण झाली होती. ब्रोकरनी दक्षता बाळगण्याचा केलेला उपदेश ग्राहकांना आवडत नव्हता, कारण स्टॉक्सच्या किंमती दिवसेंदिवस इतक्या डोळे दिपवण्याइतक्या वधारत होत्या की बोलायची सोयच नव्हती.

प्रकाश हा सर्वसामान्यपणे नेहमीच धाडसीपणानं व्यवहार करत होता. ज्या मूठभर लोकांनी प्रचंड नफा कमावला त्यांच्यात त्याचाही समावेश होता. त्याने फेब्रुवारीच्या मध्यापर्यंत आपल्या सगळ्या पोझिशन शून्यापर्यंत घटवल्या होत्या आणि नंतर तो सरळ सुट्टीवर निघून गेला होता.

''लाला, अगदी खरं सांगतो, आपल्या आयुष्यात आपल्याला पुन्हा कधी अशी घोडदौड पाहायला मिळेल असं मला वाटत नाही,'' त्याला आणि त्याच्या पत्नीला मी विमानतळावर सोडायला गेलो होतो, त्या वेळी तो म्हणाला होता. ''खरं तर हा व्यवसाय मला पूर्णपणे सोडवत नाही, माझ्या मनात सतत धरसोडपणा निर्माण होतोय. अगदी सध्याचा हा जल्लोषाचा काळ संपल्यावरही दर दोन महिन्यांनी आपला पैसा दुपटीनं किंवा तिपटीनं वाढण्याची आशा असेल,'' त्याने उत्साहानं म्हटलं होतं.

चौदा मार्चला अचानकच नास्डॅकवरचा जल्लोष संपुष्टात आला आणि इंडेक्स चार टक्क्यांनी घसरून कसाबसा ४,७०७ वर पोहोचला. त्याबरोबर जगभरच्या गुंतवणूकदारांमध्ये अचानकच तंत्रज्ञान क्षेत्रातून बाहेर पडण्याची चढाओढ सुरू झाली. बहुतांश तंत्रज्ञान कंपन्यांची व्यावसायिक मॉडेल्स अस्थिर असल्याचा साक्षात्कार जणू काही त्या जादुई क्षणी अचानकच प्रत्येकाला झाला होता. तोपर्यंत फंड व्यवस्थापकांकडून आणि इतर व्यक्तींकडून अगदी लाडाकोडात वाढवले जात असलेले स्टॉक्स अचानकच बहिष्कृत ठरले होते.

दलाल स्ट्रीटवरचं चित्रही याहून वेगळं नव्हतं. पुढच्या महिन्याभरात विक्रीचा जोरदार मारा सुरू झाला आणि तंत्रज्ञान क्षेत्रातील लाडक्या

स्टॉक्सची किंमत निम्म्यानं घसरली. अनेक गुंतवणूकदारांना कागदोपत्री असलेली त्यांची संपत्ती प्रचंड प्रमाणात कमी होत चालल्याचं किंवा काहींना तर ती तिथल्या तिथे नाहीशी होत चालल्याचं दिसलं. ज्या वेळी ही घसरण सुरू झाली त्या वेळी हे तेजीत असलेल्या बाजारातील आणखी एक करेक्शन आहे आणि लवकरच पुन्हा तेजी सुरू होईल, असं समजून अनेक ट्रेडर्सनी आणि गुंतवणूकदारांनी आपल्या पोझिशन तशाच राखल्या होत्या. परिस्थितीचं गांभीर्य त्यांच्या लक्षात येईपर्यंत ट्रेडिंगचा आकार (प्रमाण) आक्रसून गेला होता. बऱ्याच स्टॉक्समधील ट्रेडिंग थिजून गेलं होतं, कारण आता तिथे फक्त विक्रेतेच उरले होते.

बाजारातील इतरांप्रमाणेच माझी कागदोपत्री मालमत्ता कमी होत चालल्याचं मलाही दिसलं होतं, पण तरीही माझ्याकडे भरपूर पैसा आणि मालमत्ता शिल्लक होती.

१९

वाइटातून अधिक वाइटाकडे

तब्बल ६,००० अंशांहून अधिक वधारलेला सेन्सेक्स ३,७०० वर कोसळला होता आणि त्यामुळे त्या वर्षी दलाल स्ट्रीटवरची दिवाळी अगदी उदास, खिन्न वातावरणात सुरू होती. अगदी मुरब्बी बेअर्सना घसरणीची चाहूल लागली असली तरी ही घसरण इतकी टोकाची असेल की बाजार पूर्णपणे कोसळूनच जाईल असा त्यांचाही अंदाज नव्हता.

केतन अजूनही त्याच्या आवडत्या स्टॉक्समध्ये तेजी आणत असला तरी आता त्याच्या भोवती असलेलं अजिंक्यपणाचं वलय फिकं होऊ लागलं. मित्रत्वाचे संबंध असलेल्या प्रवर्तकांकडून त्याला अद्यापही निधी उपलब्ध होत होता. ग्लोबल ट्रस्ट बँक आणि माधवपुरा मर्कंटाईल को ऑपरेटिव्ह बँक (एमएमसीबी) मधील लोकांशी त्याचे घनिष्ठ संबंध होते आणि त्याच्याकडे अजूनही त्याच्या इशाऱ्यावर खरेदी किंवा विक्री करण्यास तयार असलेले फंड व्यवस्थापकही होते. या लोकांवर तो अवलंबून राहू शकत होता. क्रेडिट स्युसे फर्स्ट बोस्टन आणि ड्रेस्डनेर क्लाएनवर्ट बेन्सन यांसारख्या जागतिक पातळीवरच्या गुंतवणूक बँकांच्या भारतीय ब्रोकरेज शाखांचं त्याला पाठबळ होतं. त्या त्याच्या बरोबर संगनमतानं केलेल्या खरेदी आणि विक्रीच्या ट्रेडमध्ये सामील होत होत्या. या व्यवस्थेमुळे बाजारातील इतर खेळाडूंच्या मनात संबंधित स्टॉकविषयी आकर्षण निर्माण करण्यास त्याला मदत होत होती. सन २००१मध्ये शेअर बाजारातील

घोटाळ्याची चौकशी करणाऱ्या संयुक्त संसदीय समितीला केतननं नंतर असं सांगितलं होतं की, व्यवहारांचा आकार कृत्रिमपणे मोठा करणं हा त्याने केलेल्या या व्यवस्थेचा उद्देश नव्हता, तर ब्रोकरेज कंपन्या त्याला निव्वळ आर्थिक व्यवहारांसाठी शेअर्सच्या किंमतीवर कर्जाऊ पैसा देत होत्या.

केतनची ही व्यवस्था अशी होती : त्याच्या ताब्यातील शेअर्स तो ब्रोकरेज कंपनीच्या खात्यात हस्तांतरीत करत होता आणि त्यांच्याकरिता आगाऊ रोख रक्कम मिळवत होता. या सुविधेला डिलिव्हरी व्हर्सस पेमेंट (डीव्हीपी) असं म्हटलं जात होतं. स्टॉक एक्स्चेंजच्या क्लिअरिंग हाउसच्या माध्यमातून हा व्यवहार केला जात नव्हता. नियमित प्रक्रियेअनुसार हा व्यवहार क्लिअरिंग हाउसच्या माध्यमातून केला गेला असता तर केतनला फंड मिळण्यासाठी आणखी दहा दिवसांचा कालावधी लागला असता.

केतनकडून शेअर्स खरेदी केलेले असल्यामुळे ब्रोकरेज हाउस तातडीनं किंचित उच्च दरानं त्याच स्टॉकच्या विक्रीची ऑर्डर देत आणि पुन्हा एकदा केतन आणि त्याचे साहाय्यक हेच या शेअर्सचे खरेदीदार असत. आता हा व्यवहार मात्र क्लिअरिंग हाउसच्या माध्यमातून केला जात असे. त्यानंतर केतनला ट्रेड सेटल करण्यासाठी दहा दिवसांचा अवधी दिला जात असे, कारण साप्ताहिक सेटलमेंट चक्रानंतरच्या आठवड्यात देय रकमा (पेमेंट्स) भराव्याच लागत असत. डीलिंग्जच्या या जाळ्याविषयी केतननं संयुक्त संसदीय चौकशी समितीसमोर काहीही दावे केले असले तरी एवढ्या मोठ्या प्रमाणात ट्रेड केला जाणं म्हणजे त्या स्टॉकमध्ये एफआयआयला स्वारस्य असणं असा अर्थ लोक काढत असत.

बाजाराचं पुनरुज्जीवन होण्याची कुठलीच चिन्हं दिसत नसल्यामुळे आता दिवसागणिक केतनसमोरचं संकट मोठं होत चाललं होतं. ज्या वेळी बाजार तेजीत होता त्या वेळी काही राजकारण्यांनी आणि त्यांच्याशी संलग्न असलेल्या लोकांनी केतनला त्याची जादू करण्यासाठी मोठ्या प्रमाणात रकमा दिल्या होत्या. अपेक्षेप्रमाणेच केतननं त्यांपैकी बहुतांश रक्कम तो काम करत असलेल्या स्टॉक्समध्ये गुंतवली. पण किंमती आता इतक्या घसरल्यामुळे आता मूळ मुद्दलावरचा परतावा तर सोडूनच द्या, पण तो मुद्दलही परत करण्याच्या परिस्थितीत नव्हता. त्याला पैसा दिलेल्या शक्तिशाली लोकांना शेअर बाजार कसा काम करतो याची सुतराम कल्पना नव्हती आणि तो कसा चालतो याची त्यांना बिलकूल पर्वाही नव्हती. त्यांना फक्त त्यांच्या पैशाची चिंता होती.

बेअर्स आता त्यांच्या स्वेच्छेप्रमाणे तडाखे देत होते. बाजार तेजीत असताना जितक्या सहजतेनं केतन त्याच्या स्टॉक्सच्या किंमतींना पाठबळ देऊ शकत होता, तितक्या सहजतेनं आता तो ते देऊ शकणार नाही हे त्यांना चांगलंच माहीत होतं. साहजिकच केतननं राजकीयदृष्ट्या प्रभावशाली असलेल्या लोकांचं वैर नकळत ओढवून घेतलं होतं. अमरसिंग यांच्याशी असलेल्या त्याच्या जवळिकीमुळे भाजपमधील काही बड्या प्रस्थांना काळजी वाटत होती. समाजवादी पक्ष आणि भाजप हे विशेषतः उत्तर प्रदेशमध्ये परस्परांचे कट्टर शत्रू होते आणि केतन हा समाजवादी पक्षाच्या निधीचा एक महत्त्वाचा स्स्रोत असल्याची भावना चांगलीच बळावत चालली होती.

याशिवाय जुन्या अर्थकारणातील उद्योगपती होते. त्यांना गुंतवणूकदार आपल्या स्टॉक्सकडे दुर्लक्ष करत असल्याची आणि त्याबरोबरच दिवसागणिक बाजारात नवख्या तंत्रज्ञान कंपन्या वाढ मिळवत चालल्याची – अशी दुहेरी व्यथा सहन करावी लागली होती. केतननं अनेक तंत्रज्ञान कंपन्यांच्या शेअर्सच्या किंमतींना गती दिली होती आणि आता किमान समभाग डायल्युशनच्या (कंपनी नवीन समभाग देऊ लागल्यामुळे सध्याच्या भागधारकांच्या कंपनीतील मालकीच्या टक्केवारीत घट होणं म्हणजे समभाग डायल्युशन होय.) जोरावर त्या बाजारात प्रचंड प्रमाणात पैसा उभारण्याच्या स्थितीत होत्या. त्यामुळे त्यांना खूपच जलद गतीनं आपल्या कामकाजाचा विस्तार करता आला. गुंतवणुकीच्या मूल्यावर विचार केल्या जाणाऱ्या प्रस्थापित कंपन्यांना नव्यानं प्रवेश करणाऱ्या कंपन्यांचा थेट धोका नव्हता. मात्र तरीही फारशी भौतिक मालमत्ता नसलेल्या कंपन्यांना बेसुमार मूल्यनिर्धारण मिळत असल्याचं वास्तव पचवणं प्रस्थापित कंपन्यांना शक्य झालं नव्हतं. थोडक्यात, केतन स्वतःसमोर अनेक आव्हानं उभी करत होता आणि प्रस्थापित रचना नष्ट करण्याचा धोका निर्माण करत होता.

सन २००१च्या अर्थसंकल्पानं बाजारात थोड्या प्रमाणात उत्साहाची झुळूक आणली. मात्र आधीच्या दोन अर्थसंकल्पांप्रमाणे या अर्थसंकल्पात माहिती आणि तंत्रज्ञान क्षेत्राविषयी फारसं काही नव्हतं. खरं तर काही वाईट बाबी होत्या. निर्यातीभिमुख युनिट आणि निर्यात प्रक्रिया क्षेत्रांमधील युनिट, मुक्त व्यापार क्षेत्रं आणि सॉफ्टवेअर तंत्रज्ञान पार्क यांना तोपर्यंत स्थानिक बाजारातील विक्रीवर २५ टक्के करसवलत दिली जात होती. या अर्थसंकल्पात ही सवलत काढून घेण्यात आली होती. कंपनीतील

एफआयआय़ गुंतवणुकीची कमाल मर्यादा ४९ टक्क्यांपर्यंत वाढवण्यात आली होती. मात्र ज्या वेळी एफआयआय़ भारतातून पळ काढत होत्या, त्या वेळी या तरतुदीला फारसं महत्त्व नव्हतं.

बाजाराचा एकूण कल जास्त वाईट होत चालल्याचं जाणवल्यामुळे अर्थसंकल्पानंतर लवकरच बेअर्सनी त्यांचा हल्ला तीव्र केला.

''अथकपणे विक्रीचा जोरदार मारा सुरू असताना केतन मूर्खासारखा आपल्या आवडत्या शेअर्सच्या किंमतींना पाठबळ देत राहिला आहे. या वेळी बेअर्स त्याचा चट्टामट्टा करून टाकतील,'' संन्याशानं मला एके दिवशी म्हटलं. त्यांनी मला फोनवरून एक ऑर्डर दिली होती आणि त्यानंतर हे मत व्यक्त केलं होतं.

ग्लोबल टेलिसिस्टिम्स, हिमाचल फ्युचरिस्टिक्स, झी आणि डीएसक्यू यांसारख्या केतनच्या आवडत्या स्टॉक्सची गेले काही आठवडे संन्यासी जोरदार विक्री करत असल्याचं मला आढळलं होतं. त्यांच्या माध्यमातून केतननं त्या स्टॉक्समध्ये उभारणी केलेल्या दीर्घ पोझिशन ते बंद करत असावेत असं मला सुरुवातीला वाटलं होतं. पण त्यांनी केतनविषयी केलेल्या शेरेबाजीमुळे माझ्या मनात वेगळाच विचार आला.

ते केतनच्या प्रतिस्पर्ध्यांना जाऊन मिळाले होते आणि आता त्यांच्या वतीनं व्यवहार करत होते का, असा विचार माझ्या मनात डोकावला किंवा केतनचा खेळ आता संपला आहे असं समजून ते त्याच्या ताब्यातील वैयक्तिक शेअर्सचं शॉर्ट सेलिंग करत होते?

माझ्या मनातील शंकेचं उत्तर मिळावं म्हणून मी म्हटलं, ''पण ज्या वेळी केतन परत येण्याची किमान अपेक्षा असते त्या वेळीच तो उसळी मारून परत येतो. त्याच्याकडे असलेल्या या क्षमतेसाठीच तो ओळखला जातो.''

''नाही. या वेळी तसं होणार नाही. त्याने फाजील आत्मविश्वासातून हे सगळं केलं आहे. त्याने सहज सांभाळता न येणाऱ्या, डोईजड होणाऱ्या पोझिशन घेतल्या आहेत. बाजारात कुठलाही प्रवाह असला तरी आपण किंमतींना आपल्या तालावर नाचवू शकतो या फाजील आत्मविश्वासाचा हा परिणाम आहे. ही गोष्ट वर्षभरापूर्वी शक्य होती. मी जे ऐकलंय त्यावरून त्याला मार्जिन मनी भरण्यासाठीही मोठीच धडपड करावी लागत आहे,'' संन्याशानं सांगितलं.

केतनच्या दृष्टीनं सगळ्या गोष्टी झपाट्यानं घसरणीला लागल्या होत्या. किंमती चढवण्यासाठी त्याने अतिशय उतावळेपणानं प्रयत्न केले आणि त्याच्या वतीनं त्याच्या कलकत्त्यातील प्रमुख ब्रोकर्सना खरेदी करण्यास सांगितलं. मात्र तरीही शेअरच्या किंमती डोळ्यांसमोर वितळल्यासारख्या घसरतच गेल्या. आता बेअर्सची जमात आपला स्वतःचा फायदा करून घेण्यासाठी जोमानं कामाला लागली होती आणि विक्रीचा जबरदस्त मारा करून किंमती अन्याय्यपणे घसरवत चालली होती. त्यामुळे बाजार कोसळण्याची चिन्हं दिसत होती हे अधिकाऱ्यांच्या लक्षात आलं. प्रचंड शॉर्ट सेलिंगचा शेअर्सच्या किंमतीवर दबाव आला होता यात कसलीच शंका नव्हती, पण ज्या वेळी एका वर्षापूर्वी बुल्स किंमती चढवत चालले होते आणि बेअर्स पैसे गमावत होते त्या वेळी अधिकाऱ्यांना त्यात काहीच वावगं वाटलं नव्हतं.

पण आता मात्र प्रत्येक कोपऱ्याकोपऱ्यांतून वाईट बातम्यांचा ओघ सुरू झाला होता. अर्थसंकल्प सादर झाल्यानंतर फक्त दोनच दिवसांनी बीएसईचे अध्यक्ष आनंद राठी यांनी एक्स्चेंजच्या देखरेख विभागाला बोलावून घेतलं आणि विशिष्ट स्टॉक्समधील ब्रोकरच्या पोझिशनची गोपनीय माहिती विचारली. राठींनी नंतर असा दावा केला होता की, त्या दिवशी सेन्सेक्स कोसळला होता. संस्थात्मक गुंतवणूकदारांच्या विक्रीच्या माऱ्यामुळे किंवा सट्टेबाजी करून केलेल्या विक्रीमुळे हे घडलं होतं का हे समजावं आणि त्यानुसार जोखीम व्यवस्थापन करता यावं यासाठी मी तसं केलं होतं. त्यांनी कितीही समर्थन केलं असलं तरी बीएसईच्या नियामक मंडळाच्या सदस्यांच्या दृष्टीनं तो आचारसंहितेचा भंगच होता. राठी आणि देखरेख विभागाच्या अधिकाऱ्यामध्ये झालेलं आणि ध्वनिमुद्रित केलेलं संभाषण बीएसईच्या एका अधिकाऱ्याकडून वृत्तपत्रांना मिळालं. त्यानंतर आपल्या वैयक्तिक लाभासाठी या माहितीचा उपयोग करत असल्याचा आणि बेअर्स जमातीकडे ही माहिती पाठवत असल्याचा आरोप त्यांच्यावर करण्यात आला. या संदर्भातील चौकशीत राठींना या माहितीचा वैयक्तिक लाभासाठी उपयोग झाल्याचा आरोप सिद्ध होऊ शकला नाही. पण त्याविषयीची हानी आधीच होऊन गेली होती. ही गोष्ट उघड झाल्यानंतर आठवडाभराच्या आतच सेबीनं बीएसईच्या संपूर्ण संचालक मंडळाला बरखास्त केलं.

बाजाराच्या लाडक्या असलेल्या एनआयआय़टी टेक्नॉलॉजीजनं 'प्रॉफिट वॉर्निंग' (नफ्याविषयीची सूचना – अपेक्षेपेक्षा नफा कमी असेल, असा शेअर बाजाराला सल्ला देणारं कंपनीनं काढलेलं विवरणपत्र) जाहीर करून बाजारावर आणखी एक बॉम्ब टाकल्यानंतर आधीच सपाटून मार खाल्लेले तंत्रज्ञान क्षेत्रातील शेअर्स आणखी कोसळले. त्यामुळे व्हिज्युअल सॉफ्ट, पोलॅरिस आणि केपीआयटी इन्फोसिस्टिम्स यांसारख्या दुय्यम दर्जाच्या तंत्रज्ञान कंपन्यांच्या शेअर्सविषयीचा कलही बदलला.

बाजारातील अराजकतेसाठी बेअर्सच दोषी असल्याची भावना बाजारात वाढत चालली असतानाच सेबीनं 'नेकेड शॉर्ट सेल्स'वर बंदी घालून ही घसरण थांबवण्याचा प्रयत्न केला. याचा अर्थ ट्रेडरला फक्त त्याच्या मालकीचे शेअर्सच विकता येणार होते. तो शॉर्ट सेलिंग करून नंतर तितक्याच संख्येचे स्टॉक्स खरेदी करून त्याची पोझिशन स्क्वेअर-अप करू शकणार नव्हता. खडखडाट करत राहिलेल्या बेअर्सनी या उपाययोजनेमुळे, आधी विकलेले शेअर्स खरेदी करून आपापल्या पोझिशन बंद करण्याचा प्रयत्न केला. त्यामुळे कागदोपत्री तरी स्टॉकच्या किंमतींना उत्तेजन मिळण्याची अपेक्षा होती. पण त्याऐवजी या बंदीमुळे बरोबर उलटा परिणाम झाला आणि या बंदीनंतरच्या लागोपाठच्या तीन सत्रांमध्ये सेन्सेक्सनं तब्बल ५०० अंश गमावले.

''बेअर्सनी शॉर्ट सेलिंग थांबवलं असेल. पण तरीही डिलिव्हरी करत असलेल्या लोकांनी विक्री थांबवलेली नाही. ते अद्यापही विक्री करत आहेत. बाजाराला पाठबळ देण्यासाठी तुमच्याकडे खरेदीही सुरू राहावी लागते, पण तिथे तर खरेदीची चिन्हंच नाहीत,'' जीबींना याविषयीचं त्यांचं मत विचारल्यानंतर त्यांनी मला सांगितलं.

त्यानंतर देशाच्या दृष्टीनं आणखी एक वाईट बातमी येऊन धडकली. बीएसईच्या संचालक मंडळाला बरखास्त करण्याच्या फक्त दोनच दिवस आधी तहेलकाडॉटकॉम या वेबसाइटनं केलेल्या स्टिंग ऑपरेशनमध्ये (गोपनीय शोध मोहिमेत) सत्ताधारी एनडीए युतीतील वरिष्ठ संरक्षण अधिकारी आणि राजकारणी एका बनावट शस्त्र कंपनीला पाठीशी घालण्यासाठी लाच घेत असल्याचं दिसून आलं होतं. ''आम्ही बिलकूल भ्रष्टाचार सहन करणार नाही,'' असा सातत्यानं दावा करणाऱ्या सरकारच्या विश्वासार्हतेला बसलेला हा जबरदस्त फटका होता. 'शेअर बाजारातील कल जास्तीत

जास्त बिघडवावा आणि तिथे जास्त हानी व्हावी म्हणून जाणीवपूर्वक ही गोपनीय शोध मोहीम हाती घेतल्याचं दाखवून हा आरोप करण्यात आला होता,' असा आरोप सरकारच्या वतीनं करण्यात आला. फर्स्ट ग्लोबल स्टॉक ब्रोकिंगचे शंकर शर्मा हे बफेलो नेटवर्क्सचे प्रमुख शेअरधारक होते आणि तहेलकाडॉटकॉम ही बफेलो नेटवर्क्सच्या मालकीची होती.

शंकर शर्मा, राधाकिशन दमाणी आणि निर्मल बंग यांच्यावर किंमती घसरवण्यासाठी कट रचल्याचा आरोप करण्यात आला आणि त्यांच्यावर प्राप्तिकर विभागाकडून आणि अंमलबजावणी संचालनालयाकडून (ईडीकडून) धाडी टाकण्यात आल्या. इतर काही लोकांवरही धाडी टाकण्यात आल्या, पण ते तितकेसे उच्च दर्जाचे नव्हते. सेबीच्या चौकशीत असं आढळलं होतं की, निर्मल बंग आणि फर्स्ट ग्लोबल यांच्याशी संबंधित लोकांनी संगनमतानं ट्रेड करून विक्रीचा जोरदार मारा सुरू असल्याचा आभास निर्माण केला आणि शेअर्सच्या किंमती उतरवल्या. मात्र या विरोधातील याचिकेत बंग आणि दमाणी यांनी किंमती घसरण्याइतके त्यांचे ट्रेड मोठे नव्हते आणि त्यामुळे त्यांनी नियमाचा भंग केला नव्हता, हे दाखवून देण्यात यश मिळवलं. शर्मांना आणखी दीर्घ काळापर्यंत कटू अनुभव घ्यावा लागला.

संपूर्ण मार्चमध्ये केतनची परिस्थिती दिवसेंदिवस जास्तीत जास्त बिकट होत गेली. तपास यंत्रणांकडून धाडी टाकण्यात आल्या आणि त्यापाठोपाठ त्याची बँकेतील खाती गोठवण्यात आली. त्यामुळे त्याला फंड उपलब्ध होत नव्हते. केतननं मुंबईतील आणि कलकत्त्यातील ब्रोकर्सना त्याच्या वतीनं खरेदी करण्यास सांगितलं आणि त्याच्या वतीनं शेअर्स ठेवून घेण्यापोटी त्यांना व्याज देण्याचं मान्य केलं. सक्तीच्या मार्जिनसाठी त्याच्याकडचे काही स्टॉक्सही त्याने त्यांच्याकडे तारण म्हणून ठेवले.

इतका संपूर्ण काळ तो ज्या कंपन्यांच्या स्टॉक्सना पाठबळ पुरवत राहिला होता, त्या स्टॉक्समध्ये तो भावनिकदृष्ट्याही गुंतला होता असं बाजारातील अनेकांना वाटलं. काहींनी असा दावा केला की, आपल्या कंपन्यांच्या स्टॉक्सना वाचवण्यासाठी कंपन्यांच्या प्रवर्तकांनी केतनकडे याचना केली होती आणि आपल्या क्षमतेविषयी नको इतका आत्मविश्वास बाळगून त्याने त्यांना उपकृत करण्याचं मान्य केलं होतं. सत्य जास्त साधं होतं. केतननं स्वतःला वाचवण्याचा प्रयत्न म्हणून स्टॉक्सच्या किंमतींना पाठबळ देण्याचे प्रयत्न केले होते. तो एक आततायीपणानं खेळलेला जुगार

होता, पण त्याच्याकडे पर्यायही नव्हता. ज्या वेळी किंमती झपाट्यानं वर किंवा खाली जातात त्या वेळी त्या स्वतःला मजबूत करणाऱ्या वेढ्यांचीही निर्मिती करतात. केतनची अशी अपेक्षा होती की, तो कमी प्रमाणात खरेदी करून जर किंमतींना स्थिरावू शकला असता तर विक्रीचा दबाव हलका झाला असता आणि किंमती पुन्हा एकदा उसळून चाढल्या असत्या व त्याला थोडीशी श्वास घेण्यापुरती तरी उसंत मिळाली असती. त्याच्या सध्याच्या पोझिशन बंद करून टाकणं हा याला एक पर्याय होता, पण त्यामुळे किंमती आणखी जोरदारपणे घसरल्या असत्या आणि तेव्हाही तो आपल्या पोझिशनमधून पूर्णपणे बाहेर पडू शकला नसता.

शांत बसून विक्रीच्या माऱ्यामागचा संताप सहन करणंही शक्य होणार नव्हतं. किंमती कशाही कोसळत असताना त्याला स्टॉक एक्स्चेंजेसना 'मार्क्ड–टु–मार्केट मार्जिन्स' द्यावीच लागणार होती आणि त्यासाठी निधीची आवश्यकता होती. 'मार्क्ड–टु–मार्केट मार्जिन्स' पद्धतीत तुमच्या आउटस्टँडिंग पोझिशनच्या मूल्यातील वाढ तुम्हांला तुमच्या क्रेडिट खात्यात क्रेडिट मिळवून देते, मात्र त्याउलट मूल्यात घट झाली तर तुम्हांला स्टॉक एक्स्चेंजकडे दोन्ही किंमतींमधील तफावतीची रक्कम भरावीच लागते.

पटावरची अखेरची चाल म्हणून त्याने निवडलेल्या स्टॉक्सना पाठबळ देण्यास केतननं सुरुवात केली. यामुळे निदान तात्पुरती तरी त्यांच्यातील घसरण थांबेल अशी त्याची अपेक्षा होती. सीएसईवर त्याचे साहाय्यक डीएसक्यू, हिमाचल फ्युचरिस्टिक्स आणि इतर असाच स्टॉक्सची खरेदी करत होते आणि आपल्या पोझिशन तशाच पुढे नेण्याचा प्रयत्न करत होते. परंतु किंमती सातत्यानं घसरतच गेल्या.

संकटाची चाहूल लागल्यामुळे केतनच्या अनेक ब्रोकर्सनी त्याच्या पोझिशन ऑफलोड करण्यास (विकून टाकण्यास) सुरुवात केली. इतरांनी केतननं तारण म्हणून त्यांच्याकडे ठेवलेले स्टॉक्स विकून टाकायला सुरुवात केली. यामुळे एक दुष्टचक्र निर्माण झालं. घसरणाऱ्या किंमतींमुळे विक्रीला आणखी उत्तेजन मिळू लागलं आणि जास्त विक्री झाल्यामुळे दरात आणखी घसरण होत राहिली. खरेदीदारांच्या अभावामुळे अनेक स्टॉक्समधील ट्रेडिंग गोठवण्यात आलं आणि ब्रोकर्सना त्यांच्या पोझिशन पूर्णपणे गुंडाळता न आल्यामुळे किंवा त्यात दुरुस्ती करता न आल्यामुळे एक्स्चेंजकडे त्यांना भरावं लागणारं पेमेंट थकीत राहिलं.

ज्या वेळी केतन अतिशय वाईट प्रकारे नागवला गेला होता, नेमक्या त्याच वेळी अनेक ‘बदला’ वित्तपुरवठादारांनी बाजारातून त्यांचे फंड काढून घेण्याचा निर्णय घेतला. (मला वाटलं की हा भलताच योगायोग होता!) त्यानंतर उरलेल्या मूठभर वित्तपुरवठादारांनी जबरदस्त अधिमूल्याची मागणी केल्यामुळे ‘बदला’ दर आभाळाला भिडले. केतन नशिबाच्या शिडीवरून भराभर चढून जात असल्याचं पाहिल्यानंतर ज्यांना ज्यांना त्याच्याविषयी असूया वाटली होती, त्या सगळ्यांनी निःसंशयपणे आता त्याच्या भोवतीचे पाश आवळले होते.

सीएसईमध्ये त्याच्या वतीनं शेअर्सची खरेदी करणाऱ्यांना एक्स्चेंजकडे पेमेंटचा भरणा करता न आल्यामुळे पेमेंटविषयीचं मोठं संकट उभं राहिलं होतं. तीन सेटलमेंट चक्रांच्या दरम्यान एकूण १०६ कोटी रुपयांचा तोटा झाला होता. खरं तर एक्स्चेंजनं कशीबशी सेटलमेंट पूर्ण करण्याचा प्रयत्न केला होता. त्यांनी बँकांना विनंती करून हमी (बँक गॅरंटी) मिळवल्या होत्या आणि दिवाळं निघालेल्या ब्रोकरच्या मार्जिनच्या पैशांची तजवीज केली होती. याशिवाय एक्स्चेंजनं स्वतःच्या ट्रेड हमी निधीतूनही पैशाची उर्वरित कमतरता भरून काढली होती. पण या सगळ्या उपाययोजनाही दिवाळखोरीची समस्या पूर्णपणे दूर करू शकल्या नव्हत्या.

बाहेर पडण्याचे सगळे मार्ग बंद झाल्यामुळे केतननं दिवाळखोरी जाहीर करण्याचं ठरवलं. एमएमसीबीनं त्याला १३७ कोटी रुपयांची पे ऑर्डर दिली आणि तोपर्यंत निरुपयोगी ठरलेले त्याच्याकडचे शेअर्स तारण म्हणून ठेवून घेतले. बँकेचे अध्यक्ष रमेश पारीख यांनी केतनला पहिल्यांदाच मदत केली नव्हती. खरं तर ज्या वेळी बँकेचे दरवाजे केतनसाठी केव्हाही उघडे असतात हे समजल्यापासून बँकही मार्चच्या सुरुवातीपासून तरलतेच्या समस्यांना तोंड देत होती. आरबीआयनं घातलेल्या मर्यादांचा मोठ्या प्रमाणात भंग करून पारीख हे केतनला खूप मोठ्या प्रमाणात कर्ज देत होते आणि त्यासाठी पुरेसं तारणही घेत नव्हते. दलाल स्ट्रीटच्या सध्याच्या बिग बुलला बँकेनं प्रचंड मोठी हमी दिल्याच्या अफवा पसरल्यानंतर निराश झालेल्या दक्ष गुंतवणूकदारांनी बँकेतून त्यांचा पैसा काढून घेण्यास आणि परिणामकारकपणे बँकेच्या नशिबाचे दरवाजे बंद करण्यास सुरुवात केली.

बँक तळागाळात जाण्यामागे केतनच प्रामुख्यानं कारणीभूत होता, पण तो त्यामागचं एकमेव कारण नव्हता. रमेश पारीख यांचा मुलगा विनित पारीख

हा त्याच्या मधुर कॅपिटल या फर्मच्या माध्यमातून शेअर बाजारात मोठ्या प्रमाणात सक्रिय होता. त्याच्या ट्रेडिंगमधील नुकसानी भरून काढण्यासाठी तो अतिशय मुक्तपणे बँकेच्या कोषागाराचा वापर करून घेत असल्याचंही बोललं जात होतं. केतनला पे ऑर्डर देण्याच्या वेळी एमएमसीबी आधीच आतून पोखरली गेली होती. केतननं ती पे ऑर्डर बँक ऑफ इंडियाकडे सादर केली आणि त्या बँकेनं त्याला पैसे दिले. त्यानंतर बँक ऑफ इंडियानं पैसे मिळवण्यासाठी ती पे ऑर्डर एमएमसीबीकडे सादर केल्यानंतर ती पे ऑर्डर साहजिकच न वठता परत आली.

हर्षदला त्याचे व्यवहार पूर्ण करण्यासाठी अनेक वेळा पाठबळ दिलेल्या एसबीआयच्या अधिकाऱ्यांवर कोणती आपत्ती ओढवली होती त्याची भरपूर जाणीव असलेल्या बँक ऑफ इंडियाच्या व्ही. कृष्णमूर्ती यांनी केतनविषयी अशा प्रकारची दयामाया दाखवली नाही. त्यांनी तत्काळ सीबीआयला पाचारण केलं आणि ३० मार्चच्या शुक्रवारी बाजाराचं कामकाज संपल्यानंतर केतनला अटक करण्यात आली. मात्र बाजारानं या घडामोडीकडे फारसं लक्ष दिलं नाही, ही स्वारस्यपूर्ण गोष्ट होती. सोमवारी सेन्सेक्स जेमतेम ४० अंशांनी घसरला.

''लोकांकडे आता विकायला काहीही उरलं नसावं, असं वाटतंय,'' त्या दिवशी आम्ही बाजाराविषयी चर्चा करत असताना प्रकाशनं शेरा मारला.

यूएस-६४ ही यूटीआयची प्रमुख म्युच्युअल फंड योजना हे शेअर बाजाराच्या घसरणीच्या संकटामागचं प्रमुख कारण होतं. २००१च्या जुलैमध्ये ती अपयशी ठरली, त्या वेळी त्या योजनेकडे १.९ कोटी युनिटधारक खाती होती. त्यांच्यापैकी ९९ टक्के खाती ही किरकोळ गुंतवणूकदारांची होती आणि त्याच्या एकूण वित्तीय मालमत्तेचं बाजारमूल्य सुमारे १६,५०० कोटी रुपये होतं. सदोष मूल्यनिर्धारण यंत्रणेचा अर्थच असा होता की, ज्या किंमतीला गुंतवणूकदारांनी यूएस-६४ युनिट्स खरेदी केली होती आणि ज्या किंमतीला त्यांनी ती यूटीआयला विकली होती त्याचा एनएव्हीशी किंवा योजनेच्या खऱ्या मूल्याशी अर्थार्थी कसलाच संबंध नव्हता. यूटीआयकडून यूएस-६४ योजनेची विक्री आणि पुनर्खरेदी दर महिन्याला २० पैशांनी वाढवली जात होती. पैशांच्या या नवीन ओघामुळे ज्या युनिटधारकांना या योजनेतून बाहेर पडायचं होतं, त्यांना पैसे देण्याकरिता मदत झाली. अशा मूल्यनिर्धारण यंत्रणेमुळे या यंत्रणेतून बाहेर पडणाऱ्या गुंतवणूकदारांना

काही प्रमाणात परतावे मिळाले, परंतु त्यामुळे गुंतवणूकदारांमध्ये, या योजनेत कसलीच जोखीम नसून ती 'परताव्याची हमी देणारी' योजना आहे असा समज पसरला. १९९०च्या दशकाच्या सुरुवातीपर्यंत यूएस-६४च्या पोर्टफोलिओतील समभागातील गुंतवणुकी या २० टक्के होत्या आणि उर्वरित गुंतवणुकी या डेब्ट साधनांमधील होत्या. २००१च्या जूनपर्यंत तेजीची घोडदौड जवळजवळ निकालातच निघाली होती, त्यामुळे त्या वेळी यूएस-६४ च्या पोर्टफोलिओत सुमारे ७५ टक्के इतके समभाग होते आणि बेकायदेशीर कारणांकरिता खरेदी करण्यात आलेल्या संशयास्पद स्टॉक्सचाही या पोर्टफोलिओत वाटा होता.

त्यांच्या मालमत्तेचा दर्जा घसरत चालला असला तरी अनेक लोकांना ती जितका काळ टिकून राहील असं वाटत होतं, त्याहून बराच काळ ती टिकून राहिली. गुंतवणूकदारांना आकर्षित करणाऱ्या बनावट योजनांप्रमाणे, नवीन गुंतवणूकदारांकडून येणाऱ्या पैशाचा ओघ असेपर्यंत योजनेतून बाहेर पडणाऱ्या गुंतवणूकदारांना पैसे देण्यास मदत झाली होती. पण एकदा हा ओघ आटल्यानंतर सन २००१च्या मार्चपासून यूएस-६४ ला योजनांमधून बाहेर पडणाऱ्या गुंतवणूकदारांचे पैसे परत देण्याच्या मागणीला तोंड देणं हे खडतर काम वाटू लागलं. यूटीआयमधील या संकटाविषयीची कुजबुज मोठ्या प्रमाणात पसरली आणि त्यातून युनिटधारकांकडून पैसे परत देण्याच्या जास्त विनंत्या येऊ लागल्या. महामंडळांनी आणि संस्थात्मक गुंतवणूकदारांनी आपल्या गुंतवणुकी धोक्यात असल्याचा अंदाज आल्याबरोबर मेपासून गुंतवणुकी काढून घेण्यास सुरुवात केली. यूएस-६४ च्या कफल्लकपणाची माहिती नसलेले वैयक्तिक गुंतवणूकदार आपल्या गुंतवणुकी तशाच ठेवून बसले आणि त्यांनाच या योजनेचा मोठा फटका बसला.

दोन जुलैला होणाऱ्या संचालक मंडळाच्या बैठकीत यूटीआय यूएस-६४ची पुनर्खरेदी थांबवणार असल्याची घोषणा करणार असल्याची आतली माहिती फुटल्यामुळे मे आणि जून महिन्यांत योजनेतून बाहेर पडणाऱ्यांचे पैसे परत देण्याचा मोठाच दबाव निर्माण झाला होता, हे स्पष्ट होतं. यूटीआयच्या विश्वस्त मंडळावर नामनिर्देशित सदस्य असलेल्या एसबीआयनं मेमध्ये ३५५ कोटी रुपये परत घेतले होते, हा तर उघडउघड गोपनीयतेचा भंग होता. पैसे परत देण्याच्या विनंतींनुसार गुंतवणूकदारांना पैसे परत देण्यासाठी यूटीआयनं जूनमध्ये अनेक बँकांकडून मोठ्या प्रमाणात कर्ज घेतलं होतं. यांपैकी प्रत्येक

बँक यूटीआय-६४ मधील गुंतवणूकदार होती आणि यूटीआयच्या कफल्लक आर्थिक स्थितीची माहिती समजल्यामुळे आता त्याही आपापली गुंतवणूक काढून घेणाऱ्यांच्या रांगेत उभ्या होत्या.

दोन जुलैला झालेल्या यूटीआयच्या बैठकीत यूएस-६४ मधून पैसे परत देणं गोठवण्यात आल्याची घोषणा करण्यात आली. त्यामुळे बाजार सुन्न झाला आणि लाखो वैयक्तिक गुंतवणूकदारांच्या विश्वासाच्या चिंधड्या उडाल्या. या योजनेची पुनर्रचना करण्यात आली आणि पैसे परत देण्याचं वेळापत्रक आखण्यात आलं, परंतु त्यासाठी यूएस-६४ मधील जवळजवळ प्रत्येक गुंतवणूकदाराला त्याच्या मूळ गुंतणुकीला मोठा धक्का बसल्याचं पाहावं लागलं. यातली सगळ्यात वाईट गोष्ट अशी होती की, ही योजना पूर्ण कोसळल्यामुळे काही जणांचे प्राणही गेले होते. मोठा तोटा सहन करावा लागल्यामुळे किमान सहा गुंतवणूकदारांनी तरी आत्महत्या केल्याच्या बातम्या वृत्तपत्रांमधून झळकल्या होत्या. त्यांच्यापैकी काही जणांनी ब्रोकरकडून आणि वित्तपुरवठादारांकडून कर्ज घेतलं होतं आणि त्याची परतफेड करता आली नाही, तर आपल्याला फार मोठे दुर्दैवी फटके सहन करावे लागतील अशी भीती त्यांना वाटली होती.

तिमाही कमाई हंगामात (क्वार्टर्ली अर्निंग्ज सीझनमध्ये) आयटी सेवाक्षेत्राच्या दृष्टीनं आणखी वाईट बातम्या आल्या. सत्यमची आकडेवारी चांगली होती, पण तिच्या व्यवस्थापनानं असं सांगितलं होतं की, पुढच्या वर्षाविषयी ती 'अतिशय दक्षतापूर्वक आशावादी' होती. या ओळींमध्ये दडलेला अर्थ समजणाऱ्या कोणाच्याही हे लक्षात आलं असतं की, अगदी तीनच महिन्यांपूर्वीपर्यंत दिसून आलेले वाढीचे उत्तेजक दर निदान काही काळापर्यंत तरी पुन्हा दिसून येणार नव्हते. नास्डॅकचा बाजार कोसळल्यानंतर अमेरिकेत आलेल्या मंदीचं लोण आता भारतातही पसरण्यास सुरुवात झाली होती.

दुसऱ्याच दिवशी इन्फोसिसनंही जवळजवळ अशाच प्रकारचं प्रतिपादन केलं होतं. त्यांच्या उत्पन्न मार्गदर्शकात त्या वर्षी कंपनीच्या ३० टक्के वाढीचं उद्दिष्ट ठेवण्यात आलं होतं. कंपनीच्या एकूणच वाटचालीचा आढावा घेता, ही फारशी मोठी वाढ नव्हती. मास्टेकसारख्या काही दुय्यम स्वरूपाच्या आयटी कंपन्यांनी कमाईचे अगदीच तुटपुंजे आकडे दाखवले होते आणि अगदी अचानकच बाजारानं तंत्रज्ञान क्षेत्रातील स्टॉक्सकडे पाठ वळवल्यासारखं दिसू लागलं.

मागे वळून पाहताना मला वाटतं की, डॉटकॉमच्या आकर्षणाकडे किंवा तुम्हांला हवं तर तुम्ही याला डॉटकॉमचा बुडबुडाही म्हणू शकता– तर या बुडबुड्याकडे मी थोडंसं जास्त सावधपणानं पाहून गुंतवणूक करायला हवी होती. आयसीई स्टॉक्समधील नुकसानीतून मी बाहेर पडलो होतो, याचा अर्थ मला त्या व्यवहारात नुकसान सोसावंच लागलं नव्हतं असा नाही. बाजारानं माझ्याकडची कागदोपत्री असलेली सुमारे ४० टक्के संपत्ती हिरावून घेतली होती. पण तरीही माझ्याकडे भरपूर प्रमाणातील संपत्ती शिल्लक होती. मी सुमारे डझनभर स्टार्ट–अप्समध्ये गुंतवणूक केली होती आणि त्यांच्यातील गुंतवणूक भरपूर फलदायी ठरेल असं मला वाटत होतं. बहुधा त्या उद्योजकांनी मला गुंतवणुकीसाठी प्रवृत्त करण्याचं आणि ती गुंतवणूक फलदायी ठरेल असं पटवून देण्याचं काम चांगल्या प्रकारे पार पाडलं होतं, म्हणून मी ती गुंतवणूक केली होती, असंही आपण म्हणू शकतो. त्या स्टार्ट–अप्सची उभारणी विविध प्रकारच्या कल्पनांवर झाली होती आणि त्यांच्यापैकी अनेक कल्पना हास्यास्पद, तर्कविसंगत होत्या. काही कल्पना त्यांच्या काळाच्या मानानं खूपच पुढच्या होत्या. जर त्या कल्पनांवर आधारित कंपन्या आणखी काही काळानं स्थापन झाल्या असत्या तर त्यांनी आणखी चांगलं काम केलं असतं.

अर्थातच मी एकटा नव्हतो. पण शाब्दिक कोटी करायची झाली तर मी चांगल्या 'कंपनी'त होतो. त्यांच्यापैकी फक्त दोन कंपन्यांनी जरी चांगली कामगिरी केली असती तरी माझ्या संपूर्ण गुंतवणुकीच्या दुपटीनं मी पैसा कमवू शकलो असतो. पुढच्या काही वर्षांत त्यांच्यापैकी बहुतेक कंपन्या कुचकामी ठरल्या. त्यांच्यापैकी दोन कंपन्यांमधून मी बऱ्यापैकी नफा कमवून बाहेर पडू शकलो. पण एकूणच, माझा स्टार्ट–अप पोर्टफोलिओ हा हानिकारकच ठरला होता.

काही व्यावसायिक मॉडेल आणि महत्त्वाकांक्षी व्यावसायिकांना समजून घेण्याच्या दृष्टीनं मात्र तो एक चांगला अनुभव होता.

२०

पैशांत वाचवलं आणि रुपयांत गमावलं

प्रकाशनं त्याचा ट्रेडिंगमधील नफा टिकवून ठेवला असला तरी स्टॉक्सची वेळेवर विक्री करू न शकल्यामुळे त्याच्या दीर्घकालीन पोर्टफोलिओतील बहुतांश लाभ त्याच्या हातून निसटून गेला होता. इतर काही जणांनी त्यांच्या नफ्यातील बऱ्यापैकी भागाचं वेळेवर रोख पैशात रूपांतर केलं असलं तरी कागदोपत्री असलेल्या उर्वरित मोठ्या भागामुळे चांगलाच तोटा सोसावा लागलेले काही लोकही होते. पंकज या बीनाच्या दूरच्या चुलतभावाचा अशा दुर्दैवी लोकांमध्ये समावेश होता. धान्य आणि तेलबियांशी संबंधित त्यांचा कौटुंबिक व्यवसाय तो करत होता. आपल्या कष्टाच्या आणि कुशाग्र बुद्धीच्या साहाय्यानं त्याने तो चांगलाच भरभराटीलाही आणला होता. त्याला वार्षिक सुमारे ५० लाखांचा नफा होत होता. वर्षभरापूर्वी त्याला स्टॉक्समध्ये स्वारस्य निर्माण झालं होतं. एक व्यावसायिक ट्रेडर म्हणून पंकजला आपलं धान्य-व्यवसायातील यश स्टॉक्समध्येही मिळावं असं वाटत होतं.

त्याने दक्षतेनं सुरुवात केली आणि बाजार तेजीत असताना सुरुवातीच्या व्यवहारांतून चांगला पैसा मिळवला. सुमारे दोनशे शेअर्सच्या चांगल्या पोझिशनवरून त्याने त्याच्या शेअर्सची संख्या दोन हजार शेअर्सपर्यंत वाढवत नेली होती. ते सगळेच शेअर्स उच्च दराच्या तंत्रज्ञान क्षेत्रातील कंपन्यांचे होते. त्याच्या पत्नीला आणि पालकांना काळजी वाटत होती, पण पंकजला

या खेळावर आपण वर्चस्व प्रस्थापित करू याची खात्रीच होती. दिवाळीच्या दरम्यान एका नातेवाइकाच्या लग्नाच्या वेळी मी त्याच्याकडे धावतच गेलो होतो. पण माझं म्हणणं ऐकून घेण्याच्याऐवजी त्याने मला ट्रेडिंगविषयीच्या काही टिप्स दिल्या.

''हा माणूस लवकरच अडचणीत येणार आहे आणि हे मी तुला अगदी स्टॅम्प पेपरवरही लिहून द्यायला तयार आहे,'' मी त्या दिवशी संध्याकाळी बीनाला सांगितलं.

फेब्रुवारी आणि मार्चमध्ये स्टॉकच्या किंमती अकल्पनीय उंचीपर्यंत चढल्या त्या वेळी पंकजचा कागदोपत्री नफा अगदी दृष्ट लागण्याइतका म्हणजे ५० लाखांपर्यंत पोहोचला होता. संध्याकाळच्या जेवणाच्या वेळी त्याच्या आईवडलांसमोर त्याने त्याविषयी बढाई मारल्यानंतर त्यांनी त्याला तो नफा रोख पैशांच्या स्वरूपात घेण्यास सुचवलं. त्यांना स्टॉक्सविषयी काहीही समजत नव्हतं, पण तितके पैसे हे आपलं वार्षिक उत्पन्न आहे हे समजण्याइतके ते नक्कीच हुशार होते. मात्र पंकजनं तसं करण्यास नकार दिला. त्याच्या पत्नीनं बीनाला फोन केला आणि त्याच्याशी मी बोलावं असं सुचवलं. मला माहीत होतं की, शेअर बाजारात एखादी नवोदित व्यक्ती कौशल्याऐवजी नशिबाला गृहीत धरते, त्या वेळी तिला समजावण्यापेक्षा एखाद्या व्यावसायिक स्टॉक ट्रेडरला समजावणं जास्त सोपं असतं. तरीही मी त्याला नफा काढून घेण्याविषयी समजावण्यात यशस्वी ठरलो. पण तो पैसा थेट काढून घेण्याऐवजी पंकजनं तो ब्रोकरकडेच ठेवणं पसंत केलं. पण ज्या वेळी स्टॉक्सच्या किंमती कमालीच्या घसरल्या, त्या वेळी पंकजला असं वाटलं की, कमी पातळीवर दर असताना ते स्टॉक विकत घेऊन दर जास्त वर चढले की, लगेच ते विकल्यावर आपल्याला नफा कमावता येईल. त्यानंतर त्याने चुकीच्या वेळी केलेल्या ट्रेड्सच्या मालिकेमुळे पंकज फक्त मिळालेला सगळाच्या सगळा नफाच गमावून बसला नव्हता, तर त्याशिवाय त्याच्या ब्रोकरला त्याला १५ लाख रुपये द्यावे लागले होते. त्याच्या वडलांनी ते पैसे भरले आणि फक्त त्याच वेळी स्टॉक्सविषयी पंकजनं अखेरची चर्चा केली, त्यानंतर तो त्या वाटेला गेलाच नाही.

भांडवली लाभ कर वाचवण्यासाठी स्टॉक्स तीन महिने ताब्यात ठेवण्याच्या लोभापोटी माझ्या आणखी एका नातेवाइकावरही असंच नुकसान सोसावं लागण्याची वेळ आली होती.

नास्डॅकवर नवीन अर्थकारणातील शेअर्सना शिक्षा करून गुंतवणूकदार जणू काही त्यांच्यावर सूडच उगवत होते. १४ एप्रिलला तर विक्रीचा मारा कळसाला पोहोचला. त्या वेळी फक्त एकाच ट्रेडिंग सत्रात कॉम्पोझिट इंडेक्स १० टक्क्यांनी कोसळला होता. आता तो त्याच्या महिन्याभराच्या सर्वोच्च पातळीच्या तुलनेत सुमारे ३५ टक्क्यांनी घसरला होता.

दलाल स्ट्रीटवर उशिरा प्रवेश केलेले अनेक किरकोळ गुंतवणूकदार या घसरणीमुळे अगदीच कफल्लक झाले होते. परंतु ज्यांनी लवकर प्रवेश केला होता त्यांच्याकडे अद्यापही काही प्रमाणात नफा शिल्लक होता आणि त्यांनी तो खेळ तसाच पुढे सुरू ठेवायचं ठरवलं होतं.

एप्रिलच्या पहिल्या आठवड्यापर्यंत सेन्सेक्स सुमारे ४,७०० अंशांपर्यंत घसरला होता. पण त्यानंतर पुढच्याच आठवड्यात तो जवळजवळ ५,५०० अंशांपर्यंत चढला. बहुधा पुन्हा एकदा बाजारात तेजी येऊ शकेल आणि दुसऱ्या जागतिक बाजारांपासून भारत दूर राहू शकेल, असं वाटण्याजोगी परिस्थिती निर्माण झाली होती. अनेक उच्च दराचे स्टॉक्स त्याआधीच्या आठवड्यातील त्यांच्या अत्युच्च किंमतींच्या तुलनेत स्वस्त झाल्यासारखे वाटत होते. ही गोष्ट नवीन प्रवेश केलेल्यांना मोहात पाडणारी होती. बाजारातील जोरदार घसरण ही स्टॉक्स खरेदीची संधी आहे असं त्यांना वाटलं. त्यांच्या मित्रांनी किंवा सहकाऱ्यांनी अगर नातेवाइकांनी त्यांना झालेल्या नफ्याविषयी केलेल्या दाव्याप्रमाणे आपणही या व्यवहारांतून नेत्रदीपक लाभ मिळवू शकू असं त्यांना वाटत होतं.

उदाहरणार्थ, इन्फोसिसच्या शेअरची किंमत २८,००० रुपये या त्याच्या सर्वोच्च किंमतीवरून १५,००० रुपयांपर्यंत घसरली होती. विप्रोच्या शेअर्सची किंमत फेब्रुवारीच्या अखेरीस १०,००० रुपये होती, ती ५,००० रुपयांपर्यंत घसरली होती. ग्लोबल टेली ३,५०० रुपयांवरून १,७०० रुपयांपर्यंत आले होते. ही यादी बरीच लांबलचक होती.

अर्थातच, हे स्टॉक्स स्वस्त झाले नव्हते, तर फक्त त्यांच्या सर्वोच्च किंमतींशी तुलना करता ते तसे स्वस्त झाल्यासारखे वाटत होते इतकंच! किरकोळ गुंतवणूकदारांचाही गैरसमज झाला होता. स्टॉक्स एकदा नवीन उच्च किंमतीपर्यंत पोहोचले की, ते लवकरच नजीकच्या भविष्यात ती उच्च किंमत ओलांडतात असा त्यांचा होरा होता, कारण काही हुशार लोकांनी स्टॉक अत्युच्च किंमतीत असताना ते खरेदी केले होते.

सेन्सेक्स ५५०० अंशांपर्यंत पोहोचला होता, ती अल्पकालीन गोष्ट ठरली. एप्रिलच्या अखेरीपर्यंत तो पुन्हा एकदा ४५०० अंशांपर्यंत आणि मेच्या अखेरच्या आठवड्यापर्यंत ४,००० अंशांपर्यंत घसरला.

अनेक किरकोळ विक्रेत्यांचं दिवाळं निघालं आणि स्टॉक एक्स्चेंजकडे ट्रेड्स नोंदवाव्या लागत असल्यामुळे त्यांच्या ग्राहकांनी पैसे भरले असले किंवा नसले तरी अनेक ब्रोकर्सचं नुकसान झालं. पुरेशा प्रमाणात मार्जिन गोळा न केल्याबद्दल आणि शेअर्स घसरले तर ग्राहक तितका पैसा भरू शकतील का, याची खात्री करून घेण्याची तसदी न घेता त्यांना मोठ्या पोझिशन घेऊ दिल्याबद्दल ब्रोकर्सना फक्त आपलंच तोंड फोडून घेत बसावं लागलं. त्या काळात तुम्ही कुठल्याही गुंतवणूकदाराशी बोलला असतात तर त्याने फक्त ''मी जर असं केलं असतं तर...'' हेच शब्द तुमच्या संभाषणादरम्यान कधी ना कधी उच्चारले असते.

''अगदी कितीही उत्तम ट्रेडर असला तरी त्याला बेशिस्तीचा फटका बसतोच,'' जीबींनी मला सांगितलं. एके दिवशी संध्याकाळी मी त्यांच्या कार्यालयात गेलो होतो आणि आम्ही गप्पा मारत होतो. 'मी त्यांच्या ट्रेड्सची हाताळणी करतो म्हणून मी हे सांगू शकतो. पण खरं सांगायचं झालं तर अशी अभूतपूर्व तेजी याआधी कोणीही कधीच पाहिली नव्हती. किंमती वाढत राहिल्या होत्या त्या वेळी ते खूपच आरामशीर मानसिक स्थितीत होते. कोणत्याही व्यावसायिक ट्रेडरकडे लक्ष्य किंमत असली पाहिजे आणि ती गाठल्यावर त्याने त्याचा नफा काढून घेतला पाहिजे आणि दुसऱ्या लक्ष्याच्या वेळी त्याने त्याच्या नुकसानीत घट केलीच पाहिजे. पूर्वीच्या काळी हे ऑपरेटर काहीही झालं तरी त्यांच्या तेजीच्या आणि घसरणीच्या लक्ष्य किंमतींना तसेच चिकटून राहत असत.'

पण या वेळी किंमती आणखी थोड्या घसरल्या तरी फारसा तोटा होणार नाही असं त्यांना वाटलं होतं, कारण त्यांची खरेदीची सरासरी किंमत अतिशय कमी होती. एकदा का फाजील आत्मविश्वासानं मनात प्रवेश केला की तो बेशिस्तीला जागा करून देतो आणि मग अंदाज बांधण्यात खूप मोठ्या चुका होतात. त्यांनी मोठ्या पोझिशन घेतल्या होत्या, त्यामुळे त्यांनी बाहेर पडण्याची वेळ निश्चित करण्याची गरज होती. सैद्धांतिकदृष्ट्या विचार करता आपापल्या पोझिशन तशाच ताब्यात ठेवणं आणि किंमती घसरू लागल्या की, आणखीही थोडे शेअर्स खरेदी करणं ही गोष्ट सुरक्षित

असल्यासारखी दिसत होती. परंतु त्यांच्या अनुभवातून त्यांना समजलं असावं की, जर किंमती आणखी घसरल्या तर खालच्या पातळ्यांवर अनेक दुर्बल विक्रेते असतील आणि ते सगळेच एकाच वेळी बाहेर पडण्याचे प्रयत्न करू लागतील. त्यामुळे किंमती घसरल्याशिवाय मोठ्या पोझिशनमधून बाहेर पडणं शक्य होणार नाही.

जूनमध्ये सेन्सेक्स स्थिरावण्याची काही चिन्हं दिसू लागली. त्या वेळी तो ४३०० ते ४८०० च्या दरम्यान होता. जुलैच्या पहिल्या आठवड्यात सेन्सेक्स पुन्हा एकदा ५,००० अंशांपर्यंत चढला आणि त्यामुळे बाजारातील तेजी अद्यापही जिवंत असल्यासारखं वाटू लागलं. पण ती बनावट पहाट असल्याचं स्पष्ट झालं. फंड व्यवस्थापकांनी आणि किरकोळ गुंतवणूकदारांनी आपली कागदोपत्री असलेली मालमत्ता रोख पैशाच्या स्वरूपात बदलून घेण्यास सुरुवात केल्यामुळे आयसीई स्टॉक्स आणखी तळागाळात गेले. तंत्रज्ञान क्षेत्रातील स्टॉक्समधील तेजी आता खरोखरच आणि पूर्णपणे संपुष्टात आली होती हे कटू सत्य तोपर्यंत त्यांच्यापैकी बहुतेकांनी स्वतःच्या पचनी पाडून घेतलं होतं. फेब्रुवारीत कोणी कधी कल्पनाही केली नसेल अशा किंमती पाहायला मिळत होत्या आणि नंतर फक्त काही महिन्यांतच पुन्हा एकदा त्या वेळी कोणी अगदी अतिशय वाईट दुःस्वप्नातही कल्पना केली नसेल अशा घसरलेल्या किंमती पाहायला मिळत होत्या.

बाजारातील बहुतांश खेळाडूंप्रमाणेच मीसुद्धा काही प्रमाणात पैसा गमावला होता. पण त्यामुळे माझ्या नफ्यात थोडीशी घट झाली होती आणि त्यामुळे मी सुदैवी ठरलो होतो. तुमचा विश्वास बसणार नाही, पण माझा नफा अवास्तव वाटण्याइतपत होता, तो वास्तवात बसण्याजोगा कमी झाल्यामुळे मला थोडाफार दिलासा मिळाला होता. माझा पोर्टफोलिओ सर्वोच्च नफ्यात असताना जर माझ्या कागदोपत्री नफ्यातील प्रत्येक रुपयाचं मी खऱ्या रोख रकमेत रूपांतर केलं असतं, तर इतक्या मोठ्या रकमेचं काय करावं ते मला समजेनासं झालं असतं. xxx कोटी रुपये निव्वळ मालमत्ता असलेली व्यक्ती सहसा या व्यवसायातून बाहेर पडते. पण मी पडलो नव्हतो. अंशतः कर विभागाचं आणि गुन्हेगारी जगताचं लक्ष माझ्याकडे वेधलं जाण्याच्या भीतीमुळे आणि अंशतः इतक्या प्रचंड पैशामुळे माझं ट्रेडिंगचं कौशल्य बोथट होईल असं वाटल्यामुळे मी तसं केलं नव्हतं. माझ्याकडे

शेअर्सचा पोर्टफोलिओ होता, पण मूल्य गुंतवणूकदार होण्याकडेच माझा कल होता. गुंतवणूकदार गुरूंमध्ये आपली गणना व्हावी अशी माझी उत्कट इच्छाच नव्हती.

ज्या लोकांच्या विद्वत्तेवर आणि अनुमानावर माझा विश्वास होता, त्यांच्या शिफारशींअनुसार मी शेअर्स खरेदी केले होते. गेली अनेक वर्षं त्यांच्या गुंतवणुकीमधील कौशल्यावर माझा विश्वास होता. त्यामुळे मला भरपूर पैसाही मिळाला होता. तरीही मला ट्रेडिंग करण्यात मोठाच आनंद मिळत होता आणि निदान आणखी एक दशक तरी मला या खेळात राहायचं होतं.

मी जीबींना हे सगळं सांगितल्यावर त्यांनी माझं म्हणणं फारसं गांभीर्यानं घेतलं नाही.

''लाला, तू इथे आणखी बराच काळ राहणार आहेस, काळजी करू नकोस,'' त्यांच्या नेहमीच्या उपेक्षापूर्ण शैलीत ते म्हणाले.

''तुम्हांला असं का वाटतं?'' मी विचारलं.

''पहिली गोष्ट म्हणजे तू या व्यवसायात इतकी वर्षं टिकून राहिला आहेस. त्यामुळे तुझ्याकडे ट्रेडिंगची चांगली कौशल्यं आहेत हे स्पष्ट होतं. तू जर सक्षम ट्रेडर नसतास तर आतापर्यंत बाजारानं तुला केव्हाच बाहेर हाकलून दिलं असतं. दुसरी गोष्ट म्हणजे या व्यवसायानं तुला इतर कुठल्याही व्यवसायासाठी अयोग्य करून टाकलं आहे, कारण इतर कुठेही एका दिवसात तू एक लाख रुपये कमवू किंवा गमावूही शकणार नाहीस. कदाचित पैसा हेच यामागचं कारण नसेलही, पण इतकी रोमहर्षकता इतर कुठल्याही व्यवसायात तुला मिळू शकणार नाही.'' जीबी म्हणाले.

त्यांच्या म्हणण्यात नक्कीच तथ्य होतं.

बाजार कोसळला असला तरी माझ्या दृष्टीनं ते चांगलं वर्ष होतं. मी मुंबईबाहेरच्या जागेत गुंतवणूक केली. घाटकोपरला जास्त मोठा फ्लॅट घेतला आणि माझ्यासाठी लाल रंगाची ओपेल अ‍ॅस्ट्रा कार खरेदी केली.

२१

पुन्हा एकदा मंदीच्या रस्त्यावर

बाजार स्थिरावल्यासारखा वाटत असतानाच अमेरिकेतील वर्ल्ड ट्रेड सेंटरवर झालेल्या ९/११ च्या हल्ल्यानं जगभरचे बाजार आणखी एका मंदीच्या लाटेला सामोरे गेले.

हल्ल्यानंतरच्या दोन आठवड्यांहून कमी कालावधीत सेन्सेक्स १५ टक्क्यांनी कोसळला आणि २६०० या गेल्या आठ वर्षांतील नीचांकी अंशांवर स्थिरावला. जास्त प्रमाणातील परदेशी ब्रोकर्सनी दुकानं बंद केली आणि अनेक लहान ब्रोकर्सनींही तोच कित्ता गिरवला. वीस महिन्यांहून कमी कालावधीत बाजाराचा कल अत्यानंदापासून निव्वळ निराशेपर्यंत पोहोचला होता. परिस्थिती अशीच राहिली तर आपण किती काळ तग धरून राहू शकू, असा विचार आम्हां ट्रेडर्सपैकी माझ्यासह अनेकांच्या मनात आला. आदल्या मंदीच्या बाजारात लोक कंपन्या बंद पडत असल्याविषयी बोलत होते. आता काही लोक स्टॉक एक्स्चेंजेस बंद पडतील असं बोलू लागले. ९/११ च्या हल्ल्यांनी अमेरिकेतील मंदी आणखी तीव्र झाली आणि जगभरच्या अर्थकारणात त्याचे पडसाद उमटले.

सन २००२च्या जानेवारीत भारती टेली-व्हेंचर्सनी त्यांच्या आयपीओची घोषणा केली. भारतीय भांडवल बाजारातील तो पहिलाच १०० टक्के बुक

बिल्ट इश्श्यू होता. (बुक बिल्डिंग ही मूलतः सक्षम मूल्य मिळवण्यासाठी वापरली जाणारी प्रक्रिया आहे. आयपीओ खुला असल्याच्या काळात मूळ किंमतीइतक्या किंवा त्याहून जास्त किंमतीच्या विविध बिड्स गुंतवणूकदारांकडून गोळा केल्या जातात.) बुक बिल्ट इश्श्यूमध्ये शेअरला गुंतवणूकदारांमधून कितपत मागणी आहे त्याचा अंदाज घेऊन किंमत ठरवली जाते. निश्चित किंमतीच्या आयपीओहून ही गोष्ट भिन्न असते. निश्चित किंमतीच्या आयपीओंमध्ये कंपनीनं निश्चित केलेल्या किंमतीवर कंपनी लोकांना शेअर्स देऊ करते. तोपर्यंत मोबाइल फोनना चांगलीच लोकप्रियता लाभली होती. परंतु बहुतांश लोकांना असं वाटत होतं की, निदान आगामी काही काळापर्यंत तरी मोबाइल ही संपन्न आर्थिक स्थितीतील लोकांनी वापरावयाची गोष्ट होती. परिणामी, बहुतांश संभाव्य गुंतवणूकदारांकडून सुरुवातीच्या काळात कंपनीच्या या महत्त्वाकांक्षी आयपीओकडे दुर्लक्ष करण्यात आलं. तोपर्यंत डॉटकॉमचा उडालेला बोजवारा सगळ्यांच्याच लक्षात होता आणि एकूणच, लोकांच्या मनात आयपीओंविषयी संशयच होता.

कंपनीने ४५ रुपये ही मूलभूत किंमत जाहीर केली. गुंतवणूकदारांकडून मिळालेल्या गुळमुळीत प्रतिसादामुळे अंतिमतः ती तिच्या शेअरचीही किंमत झाली. आधीच्या वर्षी झालेल्या घसरणीच्या पार्श्वभूमीवर आता कुठे पाय रोवू पाहत असलेल्या बाजाराच्या दृष्टीनं ८३४ कोटींचा तो इश्श्यू तसा मोठाच होता. बाजाराचा कल एकूणच मंदीकडे होता, याच गोष्टीला याकरिता दोष द्यावा लागेल. सन १९९९ मध्ये भारती टेलीकॉम या सूचीबद्ध (लिस्टेड) कंपनीला स्टॉक एक्स्चेंजच्या सूचीतून काढून टाकण्यात आलं, त्या वेळी तिच्यातील अल्पसंख्य भागधारकांना अन्याय्यपणे फटका बसला होता. हा अनुभवही ताजाच होता. त्यामुळेही काही गुंतवणूकदार सावधगिरीनं वागले होते.

माझ्या मनात अशा प्रकारची रुखरुख नव्हती. पण आयपीओ ग्रे मार्केटमध्ये नसतील तर मला त्यांच्याविषयी कधीच रोमहर्षकता वाटली नव्हती. प्रवर्तकाला जी किंमत त्याच्यासाठी योग्य वाटत होती ती तो ठरवत होता आणि त्या किंमतीनं शेअर्स विकत घ्यावे लागत होते, ही गोष्ट मला आवडत नव्हती. भारतीचे शेअर्स लिस्टेड झाल्यानंतर मी ते खरेदी केले आणि पुढच्या काही महिन्यांत आणखी खरेदी करून माझ्या पोझिशनमध्ये भर घालत राहिलो. भारतीचे आयपीओ सुमारे अडीच पटीनं वाढले.

बाजारातील मंदीच्या वातावरणाचा विचार करता ही वाढ वाईट नव्हती. मी घेतलेल्या निर्णयाला त्यानंतर दोन वर्षांनी चांगली फळं आली. त्यावेळेपर्यंत मोबाइल ही ऐश-आरामाची नव्हे, तर गरजेची गोष्ट झाली होती.

''अनेक कंपन्या लवकरच व्यवसायातून बाहेर पडतील,'' जीबींनी शेरा मारला. त्या दिवशी स्टॉक्सच्या किंमतीतील साचलेपणाच्या नकारात्मक परिणामाविषयी चर्चा करण्यासाठी मी त्यांच्याकडे गेलो होतो, त्या वेळी ते बोलत होते. ''किंमतीच्या साचलेपणाविषयी काळजी करू नकोस. स्टॉकच्या किंमतीत घसरण झाली असेलही, पण याचा अर्थ त्या कंपन्यांच्या ग्राहकांकडून त्यांना व्यवसाय मिळत नाही असा होत नाही. त्यांच्यापैकी अनेक प्रवर्तक बाजाराला कदाचित लबाड वाटत असतील आणि कदाचित ते तसे असतीलही. पण त्यांच्या उत्पादनांवर आणि सेवांवर ग्राहकांचा विश्वास आहे. व्यवसायात टिकून राहण्यासाठी त्यांच्या स्टॉक्सच्या किंमती किती आहेत त्यापेक्षाही त्यांना हा विश्वासच उपयुक्त ठरणार आहे,'' ते म्हणाले.

संपूर्ण २००२ या वर्षभरात आणि पुढच्या वर्षीच्या मेपर्यंत बाजार उदासीन, मंदीतच राहिला. आता मी खऱ्या अर्थानं फक्त माझ्या जिवावरच व्यवसाय करत होतो, कारण केतनशी डीलिंग करत असल्यामुळे सेबीनं संन्याशाची चौकशी केली होती. नंतर संन्याशाला या प्रकरणात दंडही झाला होता. संन्याशांनी त्यापैकी काही डील माझ्या माध्यमातून केली होती, त्यामुळे सेबीचे लोक माझ्याकडेही आले होते. माझ्या बाजूनं कुठलीही चुकीची गोष्ट घडल्याचं त्यांना सिद्ध करता आलं नव्हतं. पण त्यांच्या चौकशांना तोंड द्यावं लागल्यामुळे आणि त्यांच्या कार्यालयात फेऱ्या माराव्या लागल्यामुळे मला वेळ आणि शक्ती या स्वरूपात काही किंमत चुकती करावीच लागली.

संन्याशापासून दूर होताना कुठलीही कटुता आली नव्हती. मी त्यांच्यापासून अगदी सामोपचारानं स्वतंत्र झालो होतो. बीएसई सदस्यत्व कार्डासाठी त्यांनी कर्जाऊ दिलेली रक्कम मी फेडून टाकली. अगदी अलीकडेपर्यंत ही रक्कम संन्याशासाठी अगदीच चिल्लर होती. परंतु बाजार कोसळल्यामुळे त्यांना काही कोटी रुपयांचा फटका बसला होता आणि आता त्यांच्या दृष्टीनं प्रत्येक रुपया महत्त्वाचा होता.

''लाला, काहीही झालं तरी हे छोटं जग आहे, संपर्कात राहू या,'' मी त्यांना धनादेश दिल्यानंतर संन्याशानं हस्तांदोलन करताना मला म्हटलं.

उद्योगांच्या कमाईमध्ये घसरण होत राहिली आणि अधूनमधून आलेल्या तेजींचीही बुल्सच्या दृष्टीनं दुःखद अखेर झाली. बाजार अद्यापही मंदीतून बाहेर पडण्यास राजी नव्हता. मी अनेकदा चुकीच्या बाजूला असल्यामुळे माझ्या ट्रेडिंग पोझिशन लक्षणीयरीत्या गमावून बसलो होतो आणि आता माझ्याकडचं जास्त भांडवल मला गमवायचं नव्हतं.

पण त्याच वेळी कुठलंच चिन्ह नसताना बाजारानं अचानकच त्याची दिशा बदलली. बाजारात पुन्हा एकदा तेजी परतल्याचं बुल्सना समजण्यासाठी काही महिने जावे लागले. सुरुवातीला तेजी आली होती, हे नाकारण्याची त्यांची मानसिकता समजण्याजोगी होती. त्या वर्षाच्या सुरुवातीला सेन्सेक्स ३,४०० वर होता. मेच्या मध्यावर तो २,९०० वर पोहोचला होता आणि त्यानंतर जूनच्या अखेरीपर्यंत तो ३,५०० वर पोहोचला होता. उद्योगांच्या कमाईत अजूनही मंदी दिसत होती आणि ही तेजी टिकणार नाही, अशी माझ्यासह अनेकांची खात्री होती. पण मारुती उद्योगाच्या आयपीओमुळे बाजाराला अनपेक्षितपणे जोरदार गती मिळाली. बाजाराच्या परिस्थिती अनिश्चित असल्या तरी सरकारनं पब्लिक इश्श्यूसह जोरदार धडक मारण्याचं ठरवलं होतं. किरकोळ गुंतवणूकदारांसह गुंतवणूकदारांच्या सर्व वर्गांमधून या आयपीओला उत्साहवर्धक प्रतिसाद मिळाला, ही आश्चर्याचीच बाब होती. त्याची फ्लोअर प्राइस (आयपीओसाठी बिड्स लावण्याची किमान किंमत) ११५ रुपये ठेवण्यात आली होती आणि मागणीनुसार अंतिम किंमत १२५ रुपयांपर्यंत पोहोचली होती. एखादा बुक बिल्ट इश्श्यू पहिल्यांदाच त्याच्या फ्लोअर प्राइसच्या वर पोहोचला होता. या इश्श्यूनं सरकारला ९९३ कोटी रुपये मिळवून दिले.

बाजारात तरलतेची आणि ग्राहकांची उणीव असली तरी आयपीओला मिळालेल्या प्रतिसादामुळे बाजाराला सुखद आश्चर्याचा धक्का बसला होता. त्याहूनही महत्त्वाची गोष्ट म्हणजे किंमती योग्य असतील तर दर्जेदार प्रस्ताव स्वीकारणारेही असतील असा संदेशही मिळाला होता. मारुती आयपीओचं यश पचवण्यासाठी बाजाराला थोडा वेळ लागेल अशी चिंता अनेकांना वाटत होती, कारण या आयपीओनं एकाच फटक्यात सुमारे १,००० कोटी रुपये शोषून घेतले होते. पण लिस्टिंगवरही या शेअर्सनी चांगली कामगिरी केली आणि त्या इश्श्यूतून पैसा कमावलेल्या गुंतवणूकदारांनी आणखी गुंतवणूक करण्यासाठी तशाच प्रकारच्या आकर्षक किंमतीच्या स्टॉक्सचा शोध घेण्यास सुरुवात केली.

पब्लिक इश्श्यूचं हेच सौंदर्य असतं. ते अधाशीपणानं तरलता खाऊन टाकणारे म्हणून येतात, पण जर त्यांनी लिस्टिंगमध्ये चांगली कामगिरी केली तर तो आयपीओ स्वतःच तरलतेचा स्रोत होतो.

ऑक्टोबरच्या मध्यापर्यंत इंडेक्स ५,००० वर बंद होत होता आणि अगदी मुरब्ब्यांमधील मुरब्बी बेअर्सनासुद्धा नाइलाजानं का होईना, पण बाजारात तेजी येत असल्याचं कबूल करावंच लागत होतं. कंपन्यांना पैसा उभारण्याची उत्सुकता होती आणि हे सगळं कसं हाताळावं याचा सल्ला देण्यासाठी व्यापारी बँकांचे लोक त्यांच्या कामाच्या वेळेपेक्षाही जास्त वेळ काम करत होते.

प्रत्येक तेजीतील बाजारासाठी एक पोस्टर बॉय किंवा बिग बुल असावा लागतो. भारतीय शेअर बाजारातील ही एक वैशिष्ट्यपूर्ण बाब आहे. या वेळी बाजाराला राकेश झुनझुनवाला नावाचा हिरो सापडला होता. ते कुशल ट्रेडर होते, पण त्याहूनही जास्त चांगले मूल्य गुंतवणूकदार होते. सन २०००च्या तंत्रज्ञानातील तेजीच्या वेळी झुनझुनवालांना बरंच नुकसान सहन करावं लागलं. त्यांनी सार्वजनिक क्षेत्रातील फर्म्सच्या आणि इतर जुन्या अर्थकारणातील कंपन्यांच्या शेअर्समध्ये भरपूर गुंतवणूक केली होती. त्याबरोबरच त्यांनी केतननं लबाडी केलेल्या बहुतांश तंत्रज्ञान कंपन्यांच्या जंक शेअर्सचं (शंकास्पद सेवा, उत्पादनं, मालमत्ता किंवा उत्पन्न असलेल्या कंपन्यांचे शेअर्स म्हणजे जंक शेअर्स होत. त्यांची किंमतही कमी असते.) शॉर्ट सेलिंग केलं होतं.

राकेशनी खरेदी केलेल्या स्टॉक्सच्या कंपन्या मूलभूतरीत्या स्थिर आणि चांगल्या असल्या आणि अनेक वेळा त्यांनी चांगले लाभांश दिले असले तरी त्यांचे व्यवहार अपयशी ठरले. त्यांनी शॉर्ट सेलिंग केलेल्या शेअर्सची किंमत वाढत राहिल्यामुळे त्यांना नुकसान सोसून त्या शेअर्सची पुनर्खरेदी करावी लागली. थोडक्यात, त्यांच्या गुंतवणूक आणि ट्रेडिंग या दोन्ही गोष्टी चुकीच्या ठरल्या.

तंत्रज्ञान क्षेत्रातील शेअर्सचा बुडबुडा पहिल्यांदा फुटला त्या वेळी बाजाराचं आकर्षण ठरलेल्या स्टॉक्सच्या त्याच संचाचं शॉर्ट सेलिंग करून त्यांनी ट्रेडिंगमधील थोडा तोटा भरून काढला. मात्र एकूणच ते व्यवहार त्यांच्यासाठी दुःखद ठरले होते. त्यापाठोपाठ बाजारात आलेल्या मंदीमुळे त्यांच्या दीर्घकालीन पोर्टफोलिओचं मूल्यही लक्षणीयरीत्या कमी झालं होतं.

याशिवाय सन २००१ च्या फेब्रुवारीत अर्थसंकल्पानंतर बाजारात विक्रीचा जोरदार मारा केल्याच्या आरोपामुळे त्यांची चौकशीही करण्यात आली होती.

पण बाजार मंदीतून बाहेर पडल्यानंतर राकेशनी बाळगलेल्या संयमाला आणि दर्जेदार स्टॉक्सविषयीच्या त्यांच्या आवडीला फळं येत असल्यासारखं दिसू लागलं. पुन्हा एकदा मूल्य गुंतवणुकीची पद्धत आली आणि राकेश त्याचं मूर्त स्वरूप होते. टायटन इंडस्ट्रीज, सीआरआयएसआयएल, मॅट्रिक्स लॅबोरेटरीज, जॉमेट्रिक सॉफ्टवेअर आणि हॉकीन्स कुकर्स यांसारख्या कंपन्यांमधील त्यांच्या गुंतवणुकीचं त्यांनी गुंतवणुकी करण्यास सुरुवात केल्यापासूनच कौतुक होत होतं. आउटलुकच्या ऑक्टोबरच्या आवृत्तीत त्यांच्यावर आलेल्या लेखात एकवीस कंपन्यांमधील त्यांच्या एक टक्क्याहून अधिक गुंतवणुकीचं मूल्य ११४ कोटी असल्याचं म्हटलं गेलं होतं.

अर्थातच, कुठल्याही एका व्यक्तीला बाजाराच्या कलावर हुकूमत गाजवणं शक्य होऊ नये, इतक्या प्रमाणात गेल्या काही वर्षांत बाजार खूप मोठा झाला होता. ज्या वेळी केतनचं नशीब उदयास येत होतं त्या वेळी ट्रेडिंग आकारांच्या आणि स्टॉक्सच्या दर्जांच्या संदर्भात बाजार उथळच (शॅलो) होता. एफआयआय्चं कामकाज हे प्रामुख्यानं सर्वोच्च २०-२५ स्टॉक्समध्ये केंद्रित झालं होतं. शेअर्सच्या अभौतिकीकरणामुळे, तंत्रज्ञान क्षेत्रातील शेअर्समधील तेजीमुळे, काही भारतीय कंपन्यांचं अमेरिकन स्टॉक एक्स्चेंजमध्ये लिस्टिंग झाल्यामुळे आता भारतात विविध प्रकारच्या जास्त श्रेष्ठ कंपन्या होत्या. त्यामुळे त्यांच्यातून निवड करण्यास मोठा वाव होता. याच कारणामुळे आता भारतात गुंतवणूक करण्यास जास्त परदेशी गुंतवणूकदार उत्सुक होते. त्यानंतरच्या काही वर्षांत राकेश यांचं अनुकरण करणारे अनेक लोक निर्माण झाले होते. हर्षद आणि केतन यांच्याप्रमाणे राकेशनी कधीही अनेक लोकांच्या मनात तेजीविषयीची उन्मादी भावना निर्माण न केल्यामुळे काही व्यवहार वाईट ठरले असले तरी त्यांची गुंतवणुकीची शैली टिकून राहिली.

लवकरच प्रसार माध्यमं त्यांना 'भारताचा वॉरन बफे' म्हणू लागली. या तुलनेमुळे त्यांना नेहमीच चीड येत होती. राकेशना नेहमीच असं वाटत होतं की, वॉरन बफेकडे त्यांच्या तुलनेत खूपच जास्त संपत्ती आणि बुद्धिमत्ता होती. त्याबरोबरच "आपण कोणाची तरी प्रतिकृती नाही," असेही ते म्हणत असत.

नियामकांनी सळो की पळो करून सोडल्यानंतर त्यांचा मार्गदर्शक आणि जिवलग मित्र राधाकिशन दमाणीनी शेअर बाजारातून काही काळापुरतं बाहेर राहणं पसंत केलं आणि डी-मार्ट या ब्रँड नेमखाली सुपर मार्केटची साखळी सुरू केली.

सन २००४ हे बुल्सच्या दृष्टीनं उत्साही वर्दी घेऊन आलं. पहिल्यांदाच सेन्सेक्सनं ६,००० अंशांची पातळी गाठली. मारुतीच्या इश्श्यूच्या यशामुळे सरकारला इनिशिअल आणि फॉलो-ऑन पब्लिक ऑफरिंग्जच्या (इनिशिअल आय़पीओज आणि फॉलो ऑनो आयपीओजच्या) माध्यमातून अधिक भागांची विक्रीची व्यवस्था करण्याची स्फूर्ती मिळाली. ओएनजीसी हा त्यांच्यापैकी सगळ्यात मोठा फॉलो ऑन आयपीओ होता. तो मार्चमध्ये आला होता आणि त्याने सरकारला सुमारे १०,५०० कोटी रुपये मिळवून दिले.

शेअरच्या रजिस्ट्रारच्या कार्यालयात कारकुनाकडून झालेल्या चुकीमुळे, एचएनआयना (हाय नेट-वर्थ इंडिव्हिज्युअल्सना) देय शेअर्सहून जास्त शेअर्स देण्यात आल्याचं दिसून आलं. ज्या वेळी गुंतवणूकदारांनी त्यांची डीमॅट खाती तपासली, त्या वेळी जास्त शेअर्स दिसल्यानंतर त्यांना आश्चर्य वाटलं. त्यानंतर या चुकीतून नफा मिळवण्यासाठी त्यांच्यापैकी अनेकांनी तातडीनं सगळेच्या सगळे शेअर्स विकून टाकले.

पण त्यांना वाटत होतं तितकं तो पैसा घशात घालणं सोपं नव्हतं. सेबी आणि अर्थ मंत्रालयानं तातडीनं कारवाई करून त्यांना ते शेअर्स परत करायला लावले. नियमित ट्रेडर असल्यामुळे आणि शेअर दिले जाण्याच्या प्रक्रियेशी चांगलेच परिचित असल्यामुळे एचएनआयना अज्ञानी असल्याचं ढोंग करता आलं नाही.

बाजार वधारतच राहिल्यामुळे किरकोळ गुंतवणूकदारांनी हळूहळू पुन्हा एकदा आपले हातपाय पसरण्यास सुरुवात केली. ब्रोकर्सच्या कार्यालयांनी सावधपणे कर्मचारी वाढवण्यास सुरुवात केली. परंतु बाजाराला मेमध्ये एक मोठा धक्का सहन करावा लागला. त्यामुळे अनेकांना ही तेजी संपल्यातच जमा झाल्यासारखं वाटलं.

भाजपप्रणीत एनडीए युतीनं निवडणुकांच्या पूर्वनिर्धारित कालावधीच्या आधी सहा महिने म्हणजे एप्रिलमध्ये निवडणुका घेण्याचं ठरवलं, कारण त्या वेळी जनतेचा कल त्यांना अनुकूल होता याविषयी त्यांची खात्री पटली होती. पण ही चाल त्यांच्यावरच उलटली आणि एनडीए युतीच्या तुलनेत काँग्रेसनं आणि त्यांच्या मित्रपक्षांनी जास्त जागा जिंकल्या. व्यवसायांना आणि बाजाराला भाजप अनुकूल असल्याचं मानलं जात असल्यामुळे बाजाराला भाजपचा विजय हवा होता. मात्र तरीही बुल्सनी आपली चाल तशीच सुरू ठेवली. त्यानंतरच्या दोन दिवसांत त्यांच्या लवचिकतेची गंभीर कसोटी लागली.

भाजपला सरकार स्थापनेपासून परावृत्त करण्यासाठी काँग्रेसप्रणीत यूपीएला डाव्या पक्षांनी सरकारमध्ये सहभागी न होता बाहेरून पाठिंबा देऊ केला. मात्र त्यांनी पाठिंबा देण्याचं वचन दिल्यानंतर दुसऱ्या दिवसापासूनच डाव्या पक्षांच्या नेत्यांनी, भाजपप्रणीत सरकारनं सुरू केलेलं निर्गुंतवणुकीचं धोरण मागे घ्यावं अशी मागणी करण्यास सुरुवात केली. त्यामुळे बाजारात घबराट पसरली आणि निवडणूक निकाल जाहीर झालेल्या दुसऱ्या दिवशी, म्हणजेच शुक्रवारी सेन्सेक्समध्ये झालेल्या ३३० अंशांच्या घसरणीतून ती दिसून आली.

गोष्टी इथेच संपल्या नव्हत्या. सोमवारी त्याहूनही वाईट गोष्ट घडली. कम्युनिस्ट पक्षांच्या निर्गुंतवणुकीकरणाविषयीच्या धोरणासंबंधीच्या भूमिकेविषयी टेलीव्हिजनच्या एका बातमीदारानं विचारणा केल्यानंतर भारतीय कम्युनिस्ट पक्षाचे नेते ए.बी. वर्धन यांनी "भाड में जाये सेन्सेक्स," असा निर्बुद्ध शेरा मारला. या प्रतिपादनामुळे सेन्सेक्स आणि निफ्टी यांच्यात दहा टक्क्यांनी घसरण झाली. इंट्रा-डे सर्किट फिल्टरच्या तळातील टोकापर्यंत तो पोहोचल्यामुळे नियमाप्रमाणे बाजार पंधरा मिनिटांसाठी गोठवण्यात आला. मात्र ज्या वेळी ट्रेडिंग पुन्हा सुरू झालं त्या वेळी विक्रीचा मारा संपला नव्हता. दोन्ही इंडेक्स आणखी पाच टक्क्यांनी कोसळले आणि बाजार पुन्हा एकदा बंद करावाच लागला. आता सेन्सेक्स आधी बंद झाला होता त्याहून ८४० अंशांनी आणि निफ्टी सुमारे २९० अंशांनी घसरला होता.

सन १९९२ मध्ये हर्षद मेहताचा सिक्युरिटीज घोटाळा उघडकीस आला होता, त्या वेळी मी विक्रीचा असा जबरदस्त मारा पाहिला होता. परंतु शेअर्सच्या किंमतींत इतक्या झपाट्यानं घसरण झाल्यामुळे सत्राच्या

मध्येच ट्रेडिंग गोठवावं लागण्याची ही पहिलीच वेळ होती. संतप्त ब्रोकर्स आणि गुंतवणूकदार रस्त्यावर गोळा झाले आणि त्यांनी स्टॉक एक्स्चेंजच्या इमारतीसमोर उभे राहून काँग्रेस, सेबी आणि सोनिया गांधी यांचा निषेध करणाऱ्या घोषणा दिल्या. त्यांचा संताप अतिशय स्वाभाविक होता, कारण इतक्या मोठ्या घसरणीमुळे गेल्या काही महिन्यांत त्यांनी कमावलेला सगळा नफा अतिशय यातनादायकपणे त्यांच्याकडून काढून घेतला गेला होता.

सुधारणांच्या मार्गावरच राहण्याचं वचन देऊन बाजारातील संतापानं उकळणाऱ्या लोकांना शांत करण्याचा काँग्रेसनं प्रयत्न केला. त्यानंतर दोन तासांनी पुन्हा एकदा ट्रेडिंग सुरू करण्यात आलं. त्याबरोबरच एलआयसी आणि सरकारी पाठबळावरच्या इतर संस्थाही बाजाराला स्थिर करण्यासाठी बाजारात उतरल्या आणि त्यांनी खरेदी केली. या व्यवहारांमुळे अनेक ब्रोकिंग फर्म्समध्ये मार्जिनसाठी फोन गेले, पण बहुतांश ग्राहक अल्पावधीच्या सूचनेवर अतिरिक्त निधीची जमवाजमव करण्याच्या स्थितीत नव्हते.

आदल्या आठवड्यातच सेन्सेक्स आणि निफ्टी दहा टक्क्यांनी घसरले होते. तेव्हापासूनच या आपत्तीला सुरुवात झाली होती. विशेषतः शुक्रवारी सेन्सेक्समध्ये ३३० अंशांची घसरण झाल्यामुळे अनेक बुल्स जेरीस आले होते. आणखी घसरणीला बळी पडण्याची दाट शक्यता असलेल्या शेअर्समध्ये लक्षणीय पोझिशन असलेल्या काही मोठ्या ब्रोकरवर स्टॉक एक्स्चेंजेसनी ॲडहॉक मार्जिन (विशेष मार्जिन) लादली. मार्जिनच्या सक्ती पूर्ण करणं शक्य नसल्यामुळे शुक्रवारी अनेक ब्रोकर्सच्या ट्रेडिंग टर्मिनल्स बंद ठेवण्यात आल्या.

अनेक ट्रेडर्सकडे आधीच तुटपुंजा वित्तपुरवठा उरला होता. त्यामुळे अतिरिक्त मार्जिनची मागणी पूर्ण करण्यासाठी आपल्या दीर्घ पोझिशन बंद करण्याखेरीज त्यांच्याकडे दुसरा कुठलाच पर्याय नव्हता. आपण ॲडहॉक मार्जिन्सची मागणी केल्याचं नंतर एक्स्चेंजेसनी नाकारलं, पण विशिष्ट स्टॉक्सच्या ग्राहकांकडून उच्चतर मार्जिन गोळा करण्याच्या सूचना देणारे फॅक्स पाठवलेले ब्रोकर्स मला माहीत होते.

सोमवारी बाजार उघडल्याबरोबर लगेच अनेक ट्रेडर्सनी अतिरिक्त मार्जिन भरणं शक्य नसल्यामुळे आपल्या दीर्घकालीन पोझिशन बंद करण्याचा निर्णय घेतल्यानं ट्रेडिंग स्क्रीनवर प्रचंड प्रमाणात झपाझप विक्रीच्या ऑर्डर्स पडू लागल्या. त्यानंतर बरोबर एका वर्षानं सेबीनं केलेल्या चौकशीत असं

आढळलं होतं की, यूबीएस सिक्युरिटीज एशियाकडून आलेल्या विक्रीच्या ऑर्डर्समुळे कमाल हानी झाली होती.

बाजार सुरू झाल्याबरोबर मिनिटभरातच या स्वीस ब्रोकिंग फर्मनं १८८ कोटी रुपयांचे शेअर्स काढून टाकले. सेबीला असं आढळलं होतं की, या ब्रोकिंग फर्मकडे निफ्टी इंडेक्स फ्युचर्समध्ये आणि काही स्टॉक फ्युचर्समध्ये मिळून एकूण ७२६ कोटी रुपयांच्या शॉर्ट पोझिशन होत्या. शेअरच्या किंमती जोरदारपणे घसरल्यानंतर त्याच्याशी संलग्न असलेले इंडेक्स आणि स्टॉक फ्युचर्ससुद्धा खालच्या पातळीवर घसरले. यूबीएसला कॅश मार्केट विक्रीत १७ कोटी रुपयांचा तोटा झाला, पण फ्युचर्स पोझिशनमध्ये त्यांनी सुमारे ५९ कोटींची कमाई केली. या पार्श्वभूमीवर, किंमती प्रचंड प्रमाणात घसरल्या असल्यातरी यूबीएसला नफाच झाला होता.

यूबीएसनं सुरुवातीला सेबीला असं सांगितलं होतं की, त्यांच्या मालकीखात्यातून त्यांनी शेअर्स विकले होते. त्यानंतर त्यांनी आपलं म्हणणं बदललं आणि सांगितलं की, त्यांनी पार्टिसिपेटरी नोट्सच्या मार्गे भारतात व्यवहार करत असलेल्या ग्राहकांच्या वतीनं शेअर्स आणि फ्युचर्स विकले होते.

पार्टिसिपेटरी नोट्स म्हणजेच पी-नोट्स किंवा पी-एन्स ही डेरिव्हेटिव्ह साधनं होती आणि सेबीकडे नोंदणीकृत असलेल्या एफआयआयकडून ती देण्यात आली होती. परदेशांतील गुंतवणूकदार या साधनांचे खरेदीदार होते. एक तर सेबीमध्ये नोंदणी करून घेण्यास ते अपात्र होते किंवा त्यांनी सेबीमध्ये नोंदणी करण्याची निवड केली नव्हती. नेहमीच पी-नोटचा तथाकथित खरेदीदार हा फक्त दुसऱ्या खऱ्या गुंतवणूकदारासाठी काम करत असतो आणि हा खरा गुंतवणूकदारसुद्धा आणखी कोणासाठीतरी काम करत असतो. ही साखळी इतकी लांबलचक असते की, अंतिम लाभार्थी हा नेहमीच नियामकाच्या नजरेपासून दूर, स्वतःच्या संरक्षक कवचात राहतो. २००१च्या सिक्युरिटीज घोटाळ्याची चौकशी करणाऱ्या संयुक्त संसदीय समितीला १९९९-२००० दरम्यानच्या तंत्रज्ञान क्षेत्रातील शेअर्सच्या तेजीच्या दरम्यान पी-एन्सच्या गैरवापराच्या पुष्कळ घटना आढळल्या.

काळा पैसा वापरण्यासाठी आणि त्यांच्या शेअरच्या किंमतींना आधार देण्यासाठी पी-एन्स सोईस्कर असल्याचं प्रवर्तकांच्या लक्षात आलं होतं. पी-एन्सच्या विशिष्ट रचनेमुळे सेबीला त्यांचा नेमका मालक शोधून काढणं कठीण झालं होतं. विशेषतः जर ते/तो/ती आपल्या देशातील उच्च

करांपासून वाचण्यासाठी कमी कर असलेल्या देशात राहत असतील तर अशा वेळी तिथल्या बँका गोपनीयतेचे कायदे पुढे करून ग्राहकांची ओळख पटवणारी माहिती देण्यास नकार देऊ शकत होत्या.

सेबीनं यूबीएसला त्यांच्या पी-एन खात्यांच्या लाभार्थींची ओळख जाहीर करण्यास सांगितलं. पण आपले ग्राहक सहकार्य करण्यास नकार देत असल्याचं सांगून यूबीएसनं सेबीच्या कामकाजात अडथळा आणला. नियमानुसार एफआयआयना त्यांच्या पी-एन ग्राहकांची ओळख माहीत असणं आणि त्यांच्याकडे विचारणा झाल्यानंतर त्यांनी ती नियामकाला पुरवणं आवश्यक होतं. नावं सांगण्याविषयीच्या यूबीएसच्या अक्षमतेमुळे किंवा नाराजीमुळे पी-एन्सविषयी अनेकांच्या मनात असलेल्या साशंकतेला पुष्टी मिळाली. अनेकांच्या मनात पी-एन्सचा वापर हा बहुतांश वेळा राउंड ट्रिपिंगवर (एकाच सिक्युरिटीच्या शेअर्सची पुनःपुन्हा खरेदी आणि विक्री करण्याची अनैतिक पद्धत. त्यामुळे पाहणाऱ्याला त्या सिक्युरिटीला खूप मोठी मागणी असल्यासारखं वाटतं.) पांघरूण घालण्यासाठी किंवा काळा पैसा पांढरा करण्यासाठीचं संरक्षक कवच म्हणून केला जात असल्याचा संशय होता.

यूबीएसवर आरोप करणाऱ्या सेबीच्या आदेशामुळे पी-एन्सच्या गैरवापराकडे लक्ष वेधलं गेलं, परंतु यूबीएसनं आपल्या डेरिव्हेटिव्ह्ज ट्रेड्समधून नफा कमावण्यासाठी कॅश मार्केटमध्ये शेअर्स जाणीवपूर्वक विकल्याचं सिद्ध होऊ शकलं नाही. मग यूबीएसला कोणती शिक्षा देण्यात आली होती? पी-एन्स देण्यावर यूबीएसवर एक वर्ष बंदी घालण्यात आली. यूबीएसनं या आदेशाच्या विरोधात सिक्युरिटीज ॲपेलेट ट्रिब्युनलकडे याचिका दाखल केली आणि दोन महिन्यांहून कमी कालावधीत कंपनी जिंकलीही.

सेबीनं सर्वोच्च न्यायालयात धाव घेतली, परंतु सन २००९च्या जानेवारीत संमती-आदेशानं हे प्रकरण मिटवण्यात आलं. यूबीएसनं आपल्यावरचे आरोप मान्यही केले नव्हते किंवा नाकारलेही नव्हते. फक्त त्यांनी सेबीला दंडापोटी ५० लाख रुपये दिले.

यूपीए सरकारच्या अर्थसंकल्पानं मात्र शेअर बाजारातील गुंतवणूकदारांना सुखद आश्चर्याचा धक्का दिला. दीर्घकालीन भांडवली लाभ कर काढून

टाकण्यात आला होता आणि अल्पकालीन भांडवली लाभकर हा दहा टक्क्यांवर आणण्यात आला होता. आधी यावर प्राप्तिकराच्या दरानंच करआकारणी केली जात होती. जे लोक ३३ टक्के कराच्या ब्रॅकेटमध्ये येत होते त्यांचा अल्पकालीन भांडवली लाभकर निम्म्याहून कमी करण्यात आला होता. एक वर्षाहून जास्त काळ ताब्यात ठेवलेल्या शेअर्सकरिता सर्वच गुंतवणूकदारांना कोणताही कर भरावा लागणार नव्हता.

"या सगळ्या गोष्टी किरकोळ गुंतवणूकदारांना प्रोत्साहन देण्याच्या नावावर करण्यात आल्या आहेत," जीबींनी ही घोषणा ऐकल्यावर उपहासानं म्हटलं. "प्रत्यक्षात प्रवर्तकांनाच याचा सर्वाधिक लाभ होणार आहे, कारण तेच वरचेवर ट्रेड करतात."

नवीन भांडवली लाभकर दरांमुळे महसुलात घट होणार होती. ती भरून काढण्यासाठी चिदंबरम यांनी शेअर बाजारातील सर्व ट्रेड्सवर ०.१५ टक्के सिक्युरिटीज ट्रान्झॅक्शन टॅक्स (एसटीटी) बसवला होता. खरं तर बनावट तोटे दाखवून भांडवली लाभकर टाळण्याच्या शेअर बाजारातील खेळाडूंच्या दुष्कीर्तीमुळेच हा कर बसवण्यात आला होता. हा कर ट्रेडच्या वेळी स्टॉक एक्स्चेंजकडून गोळा करण्यात येणार असल्यामुळे ट्रेड करणाऱ्यांची त्यातून सुटका झाली नसती. सरकारच्या दृष्टीनं एसटीटी हा सक्षम आणि त्याबरोबरच कमी किंमतीचा करस्रोतही होता.

मात्र एसटीटीमुळे, पाच ते दहा पैसे इतक्या कमी स्प्रेड्ससाठी डे-ट्रेडिंग करणाऱ्यांमध्ये संतापाची लाट पसरली. भांडवल बाजारातील खेळाडूंनी स्टॉक एक्स्चेंजेसच्या पाठबळावर अर्थ मंत्रालयाकडे एक सादरीकरण केलं. त्यात त्यांनी असा युक्तिवाद केला होता की, एसटीटीमुळे जर डे ट्रेडिंग करणारे लोक शेअर बाजारापासून दूर राहिले, तर ट्रेडिंगचा आकार आक्रसून जाईल. डे ट्रेडर्सनाच जॉबर म्हटलं जात होतं. ते शेअर बाजारातील तरलतेचा महत्त्वपूर्ण स्रोत होते. सट्टेबाज नसते तर शेअरच्या किंमती अस्थिर झाल्या असत्या आणि त्यामुळे अगदी प्रामाणिक गुंतवणूकदारालाही त्रास झाला असता आणि तो दुखावला गेला असता.

सरकारनं कर मागे घेण्यास नकार दिला, मात्र एसटीटीच्या दरात सुधारणा करण्याचं मान्य केलं. खरेदी आणि विक्री करण्याच्या म्हणजेच डिलिव्हरीवर आधारित असलेल्या व्यवहारांसाठी करात घट करून तो ०.०७५ पैसे करण्यात आला. बिगर डिलिव्हरी आधारित व्यवहारांसाठी हा

दर ०.०१५ टक्के करण्यात आला आणि डेरिव्हेटिव्ह्ज व्यवहारांसाठी नवीन दर हा ०.०१ टक्के करण्यात आला. ट्रेडर आणि गुंतवणूकदार हे त्यांनी भरलेल्या एसटीटीच्या प्रमाणानुसार त्यांच्या कर भरण्यात सूटही मागू शकत होते.

सरकारला त्या वर्षी एसटीटी दरांचा पुनर्आढावा घेऊन सुधारणा कराव्या लागल्यामुळे त्यांच्या करविषयक हिशेबात मोठा फटका बसला होता. मात्र तरलताहीन बाजारामुळे सरकारला जास्त किंमत मोजावी लागली असती.

दिल्लीतील सत्ताधाऱ्यांना काही क्वचितप्रसंगी ब्रोकिंग समुदायाच्या शाश्वत विरोधामुळे नमतं घ्यावं लागलं होतं, हा प्रसंग त्यापैकीच एक होता.

काही हुशार ब्रोकर्सनी लवकरच एसटीटीमधील पळवाटांचा गैरवापर करण्याची क्लृप्ती शोधून काढली आणि ग्राहकांनी केलेल्या बचतीच्या आधारावर त्यांच्यावरची कर आकारणी कमी करून घेण्यास मदत केली. काही वर्षांनी सूट देणं बंद करून सरकारनं याला प्रत्युत्तर दिलं.

दीर्घ काळानंतर व्यापारी बँकर्ससाठी सन २००४ हे वर्ष एक व्यस्त वर्ष ठरलं. त्या वेळी २६ कंपन्यांनी आयपींच्या माध्यमातून १२,४०० कोटी रुपयांची उभारणी केली होती. त्यात टाटा कन्सल्टन्सी सर्व्हिसेस (टीसीएस) या भारताच्या अव्वल क्रमांकाच्या सॉफ्टवेअर सेवा निर्यातदार कंपनीच्या ५,४२० कोटी रुपयांच्या आयपीओचाही समावेश होता. त्या वेळी मेमधील निवडणूकपश्चात तडाख्यातून एकूणच बाजार हळूहळू सावरत असला तरीही त्या इश्श्यूला गुंतवणूकदारांकडून उदंड उत्साही प्रतिसाद मिळाला. त्या इश्श्यूचा किरकोळ भाग हा तीन वेळा सबस्क्राइब (देऊ केलेल्या शेअर्सच्या एकूण संख्येच्या तिप्पट प्रमाणात मागणी आली.) करण्यात आला होता आणि या इश्श्यूसाठी १२.५ लाख अर्ज आले. एकूण, ७.७ पटीनं तो इश्श्यू सबस्क्राइब झाला होता.

पुन्हा एकदा, टीसीएस आयपीओमुळे दुय्यम बाजारात तरलता संपुष्टात येऊ शकण्याची चिंता निर्माण झाली होती, मात्र ती निराधार असल्याचं स्पष्ट झालं. कंपनीनं संपूर्ण वर्षभरात एफपीओ, प्रेफरन्शिअल इश्श्यूज आणि राइट इश्श्यूज यांच्या माध्यमातून आणखी २३,००० कोटी रुपयांची उभारणी केली. भांडवल मोठ्या प्रमाणात संपुष्टात आलं असलं तरीही डिसेंबरपर्यंत सेन्सेक्सनं आणखी उंची गाठली होती.

आता मी ओपल ॲस्ट्रा काढून महिंद्रा स्कॉर्पिओ घ्यायचं ठरवलं होतं.

२२

संपत्ती निर्मितीच्या नावानं चांगभलं!

आपल्या कंपनीचा पैसा गैरमार्गानं दुसरीकडे वळवणं ही बहुतांश प्रवर्तकांची अगदी 'प्रमाणित' पद्धत होती. त्यांच्या व्यवसायाची भरभराट होत होती, पण कंपनीच्या हिशेबवह्यांमध्ये अत्यल्प पैसा दाखवला जात होता. कंपनीच्या खात्यांमध्ये ठरावीक पैसाच जमा केला जात होता आणि उर्वरित पैसा प्रवर्तकाच्या वैयक्तिक खात्याकडे वळवला जात होता.

पुन्हा एकदा तेजीच्या बाजाराची हवा निर्माण झाल्यानंतर प्रवर्तकांच्या असं लक्षात आलं की, कंपनीच्या हिशेबपुस्तकांत संपूर्ण महसूल दाखवून आणि कदाचित प्रत्यक्ष महसुलापेक्षाही थोडा जास्तच महसूल दाखवून आपल्याला जास्त पैसा मिळवता येईल. कमाई आणि कमाईवाढीची क्षमता जितकी जास्त किंवा उच्चतर असेल तितक्या जास्त प्रमाणात बाजारात स्टॉकला मूल्य मिळतं. बाजारातील ऑपरेटर, विश्लेषक, फंड व्यवस्थापक आणि मित्रत्वाचे संबंध असलेली प्रसार माध्यमं यांच्या साहाय्यानं प्रवर्तकांनी नवीन प्रतिमा निर्मितीला आणि उभारणीला सुरुवात केली... आणि त्यातूनच 'बाजार भांडवलीकरण' (मार्केट कॅपिटलायझेशन) आणि 'वेल्थ क्रिएशन' (संपत्ती निर्मिती) या खूप मोठ्या खेळाला सुरुवात झाली.

बाजार भांडवलीकरण म्हणजे शेअरची किंमत गुणिले कंपनीच्या शेअर्सची आउटस्टँडिंग संख्या (कंपनीच्या सर्व शेअरधारकांच्या ताब्यात

असलेले कंपनीचे सर्व शेअर्स म्हणजे आउटस्टँडिंग शेअर्स) खूप मोठा इक्विटी बेस असला की मोठ्या प्रमाणात बाजार भांडवलीकरण असतंच असं नाही, कारण मोठ्या संख्येनं फ्लोटिंग शेअर्स असल्यामुळे स्टॉकची किंमत वर चढणं कठीण होऊ शकतं. म्हणून स्टॉकची खूप मोठी किंमत ही उच्चतर बाजार भांडवलीकरणाची चावी असते. कंपनीचं बाजार भांडवलीकरण जितकं जास्त उच्च असेल तितके किमान शेअर्स विकून कंपनीला जास्त फंड उभारणं जास्त सोपं जातं.

तोपर्यंत एका विश्लेषकाशी माझे अतिशय मित्रत्वाचे संबंध निर्माण झाले होते. मी त्याचं टोपण नाव 'शेरलॉक' असं ठेवलं होतं, कारण त्याच्या मनात कायमच प्रवर्तकांविषयी आणि कंपनी जाहीर करत असलेल्या आकडेवारीविषयी शंका असे. आम्ही नियमितपणे दारू पिण्यासाठी भेटत असू. आमच्या चर्चेच्या दरम्यान तो त्याच्या व्यवसायाविषयीची एखाद-दुसरी गोष्ट मला सांगत असे आणि त्या बदल्यात मी त्याला ट्रेडिंगविषयीच्या काही गोष्टी सांगत असे.

एके दिवशी संध्याकाळी आम्ही खूप वेळ गप्पा मारत बसलो होतो. त्यादरम्यान, आपापल्या फर्म्सच्या कमाईत प्रवर्तक कशी लबाडी करतात ते त्याने मला सांगितलं. त्याच्या मते, मध्यम आकाराच्या (मिडकॅप - एका व्याख्येनुसार यांचं बाजार भांडवल ५,००० कोटींहून जास्त, पण २०,००० कोटींहून कमी असतं.) फर्म्समध्ये हातचलाखी अगदी बेसुमार वाढलेली होती. अर्थातच मोठ्या आकाराच्या (लार्ज कॅप - यांचं बाजार भांडवल २०,००० कोटी किंवा त्याहून जास्त असतं.) कंपन्याही धुतल्या तांदळासारख्या नसल्या तरीही मध्यम आकाराच्या फर्म्स अनिर्बंधपणे असे व्यवहार करत होत्या.

''सगळ्याच दुधात भेसळ असते. फक्त पाण्याचं प्रमाण वेगवेगळं असतं- तसंच हे असतं,'' शेरलॉकनं मला स्पष्टीकरण दिल्यासारखं सांगितलं.

आकड्यांशी हातचलाखी करण्याचा एक मार्ग म्हणजे कंपनीला देय रकमा मिळतील याची खात्री नसतानाच हिशेबवह्यांमधील महसुलाच्या आकड्यांना मान्यता देणं. मालमत्ता विकसकाचा ऐश-आरामी निवासी घरांचा प्रकल्प, प्रकल्पाची घोषणा केलेल्या पहिल्याच दिवशी पूर्णपणे बुक होतो, पण नंतरच्या काळात त्यापैकी काही बुकिंग रद्द होतात किंवा ती

सदोष असल्याचं आढळतं. तसंच हेही असतं. डीलरना अनुकूल 'क्रेडिट टर्म्स' (क्रेडिटमुळे कंपनीच्या प्राप्तीच्या विवरणपत्रात कंपनीच्या एकूण उत्पन्नात वाढ झाल्याचं दिसतं.) देऊ करून आणि त्यांना आवश्यकतेहून जास्त साठा करायला भाग पाडून उत्पादन फर्म तिच्या तपशील-सूचीत (इन्व्हेन्टरीमध्ये) घट करू शकते. कंपन्या बनावट विक्रीही बुक करत होत्या किंवा व्यवसायबाह्य कामकाजातून उत्पन्न (उदा., शेअर, बाँड, म्युच्युअल फंड यांसारख्या गुंतवणुकीतून मिळालेलं उत्पन्न) मिळाल्याचं दाखवत होत्या. काही कंपन्या तर स्वतःच्या शेअर्समध्ये लुडबुड करत होत्या आणि त्यांच्या कमाईत नफा मिळाल्याचं दाखवत होत्या. ग्राहकांशी केलेले कर्जाचे शंकास्पद व्यवहार (उदा., ग्राहकांना माल किंवा सेवा खरेदीसाठी कर्ज दिल्याचं दाखवणं), करविवाद आणि इतर सक्तीच्या गोष्टी यांकरिता काही कंपन्या पुरेशी तरतूद करू शकत नव्हत्या. बँक उद्योगात तर वाईट कर्जांकरिता करावयाच्या तरतुदींचं प्रमाण कमी करण्यासाठी कर्जाचं 'एव्हरग्रीनिंग' करणं (कर्ज बुडीत ठरण्याची शक्यता असेल तर त्याच ऋणकोला आणखी कर्ज देऊन कर्जाचं पुनरुज्जीवन करणं) ही अगदीच प्रचलित मानांकित प्रक्रिया आहे. अडचणीत आलेल्या कर्जदाराला बँका आणखी कर्ज देतात. त्याने आधीच्या कर्जाची परतफेड करावी आणि तांत्रिकदृष्ट्या दिवाळं टाळावं हा त्यामागचा उद्देश असतो.

तेजीत असलेल्या बाजारात प्रवर्तकांना खरी असो वा खोटी, पण भक्कम आणि खूप मोठा मूलभूत पाया दाखवण्याची तळमळ होती, कारण त्यामुळे आकर्षक मूल्यनिर्धारणाच्या आधारावर त्यांना इक्विटी भांडवलाची उभारणी करण्यास मदत होत होती. परंतु बाजारात मंदी असताना प्रवर्तक सहसा नेहमीच कंपन्यांच्या हिशेबवह्यांमधून पैसा दुसरीकडे वळवण्याची त्यांची क्लृप्ती उलट्या दिशेला वळवत होते. त्यांना माहीत असे की, बाजारात घसरण असताना चांगली कमाई दाखवण्यानं फारशी मदत होणार नाही, कारण संभाव्य गुंतवणूकदारांना जी किंमत देण्याची इच्छा असे तिच्याविषयी ते अतिशय चोखंदळ असत.

कंपनीच्या हिशेबवह्यांमधून रोख पैशाची उचलेगिरी करण्यासाठी ते रिसीट्ना (आर्थिक व्यवहाराचा किंवा खरेदीचा पुरावा असलेल्या अधिकृत नोंदी. दोन व्यवसायांमधील किंवा शेअर बाजारातील व्यवहारांसंदर्भात रिसीट्सचा वापर केला जातो.) दडपून टाकत आणि खर्च फुगवून दाखवत.

य़ा गोष्टी विक्री आणि विक्रीवाढीकरिता आयोजित केलेल्या कार्यक्रमांपासून ते भांडवली खर्च कार्यक्रमांपर्यंतच्या अनेक प्रकारच्या व्यवहारांच्या बाबतीत केल्या जात.

कंपनीची फक्त नफा आणि तोट्याची विवरणपत्रं वाचून गुंतवणूकदाराला कंपनीतून गळती लागलेल्या फंडांविषय़ी फारसं काहीच समजत नसे. फक्त कंपनीत किंवा त्याच उद्योगात काम करणाऱ्यांनाच खरं चित्र माहीत असे. मद्यासारख्या काही क्षेत्रांमध्ये बरेचसे व्यवहार रोख पैसे देऊन केले जात आणि राज्यांमध्ये विक्रीकराच्या दरांमध्ये मोठीच तफावत असल्यामुळे त्यांची हिशेबवह्यांमध्ये नोंद नसे. केंद्रीय अबकारी कर, विक्रीकर आणि प्राप्तिकर चुकवण्यासाठी अनेक कंपन्या कमी उत्पादन दाखवत. काही वेळा कंपन्या आपला मोठ्या प्रमाणातील माल योग्य किंमतीहून खूपच कमी किंमतीला बनावट ग्राहकांना विकत, त्यानंतर ते बनावट ग्राहक बाजारभावानं तो माल विकून टाकत. या विक्रीतून मिळालेला नफा कंपनीच्या शेअरधारकांपर्यंत कधीही पोहोचू दिला जात नसे. जर कंपनी निर्यातीच्या बाजारपेठांमध्ये काम करत असेल तर प्रवर्तकांना त्या माध्यमातून पैसा देशाबाहेर नेता येत असे. उदाहरणार्थ, प्रवर्तकाच्या नियंत्रणाखाली असलेल्या दुबईतील किंवा सिंगापूरमधील एखाद्या व्यक्तीला कंपनी सवलतीच्या दरात तिच्या उत्पादनाची विक्री करत असे. त्यानंतर ती व्यक्ती किंवा कंपनी आंतरराष्ट्रीय बाजारांमध्ये मालाच्या खऱ्या किंमतीनं मालाची विक्री करत असे. या दोन्ही विक्रीच्या किंमतींतील तफावतीची रक्कम प्रवर्तकाच्या स्वित्झर्लंडमधील किंवा केमन आयलंडमधील बँकेच्या खात्यांमध्ये जमा होत असे.

जास्त मोठे खर्च झाल्याचं दाखवण्यासाठी कंपन्या त्यांच्या किरकोळ विक्रेत्यांना सामील करून घेऊन बनावट बिलं तयार करत. यातला अतिरिक्त पैसा हा प्रवर्तकाला रोख पैशांच्या स्वरूपात परत दिला जात असे. जर हा किरकोळ विक्रेता आंतरराष्ट्रीय बाजारातील असेल तर प्रवर्तक कंपनीच्या हिशेबवह्यांबाहेर हा पैसा ठेवू शकत असे आणि नंतर कमी कर असलेल्या ठिकाणच्या बँकांमधील त्याच्या खात्यांमध्ये तो परस्पर जमा होत असे.

त्या फर्म संपूर्ण मालकी अधिकार असलेल्या म्हणजेच प्रोप्रायटरशिप फर्म किंवा भागीदारी म्हणजे पार्टनरशिप फर्म किंवा ट्रस्ट असल्या, तरी काही हवाला ऑपरेटर या डमी लोकांवर नियंत्रण ठेवत असत. त्या देशातील किंवा परदेशांतील असल्या तरी त्यामुळे त्यांना फरक पडत नसे. आपल्या

कंपन्यांमधून रोख पैसा शोषून घेण्याच्या प्रयत्नांत असलेले प्रवर्तक बनावट खर्चांसाठी हवाला ऑपरेटरना धनादेशानं देय रकमा (पेमेंट) देत आणि नंतर या व्यवस्थेसाठी ऑपरेटरना द्यावं लागणारं कमिशन वजा करून उरलेली रक्कम रोख स्वरूपात परत घेत.

प्रकल्पाची आणि यंत्रसामग्रीची किंमत फुगवली गेली तर तिचा उपयोगही कंपनीचा पैसा प्रवर्तकाच्या खात्याकडे वळवण्यासाठी होत असे. फुगवलेली पेमेंट्स कंपनीकडून दिली जात आणि प्रवर्तक नंतर पुरवठादाराकडून पैसा गोळा करत असे. यंत्रसामग्रीची किंमत जितकी जास्त असे, तितका घसारा उच्च असे आणि नफा कमी असे. घसाऱ्याचा पैसा हा त्या साधनाचं उपयुक्तता आयुष्य संपलं की त्याच्या जागी दुसरं साधन आणण्यासाठी बाजूला ठेवला जात असे. हा पैसा बाहेर काढण्यासाठीही प्रवर्तक कोणता ना कोणता मार्ग निवडत असे.

'इतर खर्च' या शीर्षकाखाली कामकाजांतर्गत नफा आणि तोट्याच्या विवरणपत्रांमध्ये अनेकविध खर्चांचा समावेश केला जात असे. त्यामधून पैशाच्या गळतीचा एक समृद्ध मार्ग तयार होत असे. बाजारात किंवा अर्थकारणात मंदी असताना कंपनीच्या 'इतर खर्चां'मध्ये भरमसाट वाढ झाली तर त्याचा अर्थ कंपनीकडून पैसा बाहेर दिला जात आहे असा असे.

परदेशी कंपन्यांच्या संपादनांच्याही काही घटना होत्या. पण त्या म्हणजे दुसरंतिसरं काहीही नसून कंपनीचा पैसा बाहेर नेण्यासाठीच्या प्रवर्तकांच्या क्लृप्त्या होत्या. काही घटनांमध्ये प्रवर्तकांनी नेमकेपणानं परदेशी संपादनांसाठी भांडवलाची उभारणी केली होती आणि नंतर काही फारशा ज्ञात नसलेल्या कंपन्यांची अतिशयोक्तिपूर्ण वाटाव्यात इतक्या किंमतींना खरेदी केली होती. या 'व्यवस्थां'मुळे भरपूर पैसा पुन्हा प्रवर्तकाकडे परत येईल, याची हमी मिळत असे.

प्रवर्तकांमधील सट्टेबाजीच्या प्रवृत्तींना मिळालेली चालना हा अभौतिकीकरणाचा एक अनपेक्षित परिणाम होता. भौतिक शेअर्स होते त्या काळात, ज्या वेळी शेअर्स हस्तांतरणासाठी येत फक्त तेव्हाच प्रवर्तकांना खरेदीदार किंवा विक्रेता कोण आहे ते समजत होतं. पण अभौतिकीकरण

झाल्यानंतर कोणता फंड व्यवस्थापक त्यांच्या स्टॉक्सची खरेदी किंवा विक्री करत आहे ते त्यांना दोन दिवसांतच समजू लागलं. त्यानंतर या माहितीचा उपयोग करून प्रवर्तक त्याच्या 'बेनामी' खात्यांमधील शेअर्सचा वापर करून पोझिशन घेऊ लागले किंवा फंड व्यवस्थापकांशी वाटाघाटी करून 'व्यवहार' निश्चित करण्यासाठी ते अशा प्रकारच्या मध्यस्थांना (फिक्सरना) गाठू लागले. जर फंड व्यवस्थापक कंपनीच्या शेअर्सची मोठ्या संख्येनं खरेदी करत असेल, तर प्रवर्तक त्याला बाजारभावापेक्षा किंचित कमी किंमतीत बेनामी खात्यातील शेअर्स देऊ करू लागले किंवा जर फंड व्यवस्थापक विक्री करत असेल तर तो त्याला त्याच्याकडचे सगळेच्या सगळे शेअर्स विकत घेण्याचा प्रस्ताव देऊ लागले, त्यामुळे किंमती कमी होत नाहीत.

सन २००५मध्ये खरेदीदारांची आणि विक्रेत्यांची नावं जाहीर करून सेबीनं मोठे व्यवहार जास्त पारदर्शक करण्याचा प्रयत्न केला. खरेदी किंवा विक्री केलेल्या शेअर्सची एकूण संख्या कंपनीच्या इक्विटी बेसच्या ०.५ टक्क्याहून अधिक असलेल्या स्टॉकमधील सर्व ट्रेड्सकरिता ब्रोकर्सना स्टॉक एक्स्चेंजला खरेदीदारांची आणि विक्रेत्यांची नावं आणि ट्रेड्सची किंमत सांगावी लागत होती. पण ऑपरेटर्सनी आणि ट्रेडर्सनी यातूनही पळवाट काढलीच.

जर प्रवर्तक किंवा बाजारातील ऑपरेटर इतक्या मोठ्या आकाराचा व्यवहार पार पाडत असतील तर तो खासगी मालकीच्या वित्त कंपन्यांच्या माध्यमातून एकाच वेळी पार पाडला जाऊ लागला. अर्थातच कुठलीही कंपनी ०.५ टक्के इक्विटी बेसचा उंबरठा ओलांडत नव्हती. अशा वेळी स्टॉक एक्स्चेंजच्या वेबसाइटवर फक्त फंड हाउसचं नाव दाखवलं जात असे. मात्र इतर तपशील दिले जात नसत.

बाजारात पुन्हा एकदा तेजीची घोडदौड सुरू झाल्यानंतर केतन पारेख पुन्हा एकदा सक्रिय झाला. सेबीनं त्याच्यावर २०१७ पर्यंत कामकाजास बंदी घातली असल्यानं त्याला त्या काळात आघाड्यांच्या माध्यमातून काम करावं लागत होतं. यातली स्वारस्यपूर्ण गोष्ट अशी होती की अद्यापही फंड व्यवस्थापकांमध्ये त्याचे काही मित्र होते आणि आपल्या शेअर्सना भरमसाठ मूल्यनिर्धारण लाभावं अशी उत्सुकता लागून राहिलेल्या अनेक मिड कॅप कंपन्यांचे प्रवर्तक त्याची सेवा घेत होते.

परंतु तरीही ट्रेडिंग करण्यासाठी ब्रोकर शोधणं ही समस्या तशीच राहिलेली होती. सन २००१ मध्ये शेअर बाजार कोसळल्यानंतर केतनबरोबर व्यवहार करणाऱ्या ब्रोकर्सना प्रचंड नुकसान सोसावं लागलं होतं. त्याची बँक खाती गोठवण्यात आल्यामुळे आणि तपास यंत्रणा त्याच्या प्रत्येक हालचालीवर बारकाईनं लक्ष ठेवून असल्यामुळे कायदेशीरदृष्ट्या केतनची अगदी इच्छा असती तरी तो त्यांच्या नुकसानीची भरपाई करू शकला नसता.

म्हणून त्याने त्यांच्या समोर एक प्रस्ताव ठेवला. आघाड्यांचा वापर करून त्यांच्या माध्यमातून तो ट्रेड करेल, असा तो प्रस्ताव होता. त्या ट्रेडमध्ये त्याला नफा झाला तर त्यापैकी भरपूर पैसा त्याच्या कर्जाची परतफेड करण्याकरिता दिला जाईल. त्याच्या प्रामाणिक ब्रोकरकडे केतनकडे असलेला त्यांचा कर्जाऊ पैसा परत मिळवण्याचा हाच एकमेव मार्ग होता. जर त्या ट्रेडमध्ये त्याने पैसा गमावला तर ब्रोकरला काहीही मिळत नसे आणि तो नियामकाकडे तक्रारही करू शकला नसता. काहीही झालं तरी त्याने मुळातच केतनला ट्रेडिंगची परवानगी देणं ही गोष्टच बेकायदेशीर असल्यामुळे ब्रोकरला अशा वेळी तोंड दाबून बुक्क्याचा मार सहन करावा लागला असता.

तरीही अनेक ब्रोकर्सनी त्याचा प्रस्ताव स्वीकारला.

यातली आश्चर्याची गोष्ट म्हणजे आधीचे सगळे पैसे परत मिळाल्याशिवाय केतनबरोबर कुठलाही व्यवहार करण्यास संन्याशानं मात्र नकार दिला होता.

त्यांनी तसं का केलं होतं, असं मी संन्याशाला विचारलं.

त्यावर ते म्हणाले, ''केतननं त्याच्या खेळाची पद्धतशीर आखणी केली होती.'' ते पुढे म्हणाले, ''दीर्घकाळापासून या ट्रेडिंगच्या व्यवसायात असल्यामुळे त्याला हे माहीत होतं की, कितीही हुशार आणि कुशल असला तरी तो सरासरीच्या नियमातून सुटका करून घेऊ शकणार नाही. या प्रकरणात त्याने जितक्या अवास्तव प्रकरणात बोली लावली होती त्यावरून त्याची संपूर्ण संपत्ती नष्ट होण्याइतकं नुकसान मोठं असेल, हे त्याला माहीत होतं. काही थोड्या प्रवर्तकांच्या स्टॉक्समध्ये हातचलाखी किंवा खरं तर लबाडी करण्याचं मान्य करून त्याने त्यांच्या बेनामी खात्यांमधून अगदी कवडीमोलानं भरपूर स्टॉक्स खरेदी केले. त्यांच्यापैकी बराच मोठा भाग

'ओसीबीज' असल्याचं ढोंग करून त्याने परदेशांतील त्याच्या खात्यांमध्ये हस्तांतरित केला.''

''वर्तुळाकार ट्रेडिंगच्या (सर्क्युलर ट्रेडिंगच्या – शेअर बाजारातील ही एक अनैतिक खेळी आहे. तिच्यात विक्रीच्या समान ऑर्डर्स एकाच वेळी दिल्या जातात आणि त्यांच्यातील शेअर्सची संख्या समान असते आणि किंमतीही समानच असतात.) माध्यमातून त्याने उर्वरित शेअर्सचा वापर करून शेअर्सचा कृत्रिम आकार निर्माण केला. अखेरीस, ज्या वेळी आंतरराष्ट्रीय पातळीवर तंत्रज्ञान क्षेत्रातील स्टॉक्सचा फुगा फुटला त्या वेळी आपल्या आवडत्या शेअर्सच्या वधारलेल्या किंमतींना आपण जास्त काळ आधार देऊ शकणार नाही, हे केतनला माहीत होतं. त्या वेळी त्याने त्याचा अखेरचा डाव टाकला. माझ्यासह त्याच्या इतर ब्रोकर्सकडे त्याने तो ज्या कंपन्यांच्या शेअर्समध्ये लबाडी करत होता, त्यांच्या शेअर्सच्या खरेदीच्या काही ऑर्डर्स दिल्या. आम्ही शेअर्स खरेदी केले, त्या वेळी त्या शेअर्सचे विक्रेते हे केतनच्या नियंत्रणाखाली असलेले परदेशांतील लोक होते हे आम्हांला माहीत नव्हतं,'' संन्याशाच्या स्वरातील कडवटपणा मला जाणवला.

त्यांना ही कथा मला पूर्णपणे सांगण्याची गरज पडली नाही. ही कथा कशा प्रकारे सादर करण्यात आली होती ते मी पाहू शकत होतो. सेटलमेंटच्या दिवशी, त्या शेअर्सकरिता भराव्याच लागणाऱ्या रकमा स्टॉक एक्स्चेंजेसनी ब्रोकर्सच्या खात्यांमधून कापून घेतल्या. ब्रोकर्सना माहीत नसलं तरी परदेशी गुंतवणूकदारांच्या खात्यात पैसा वळता झाला होता आणि देशाबाहेर गेला होता. त्यानंतर ब्रोकर्सना त्याने दिलेल्या खरेदीच्या ऑर्डरपोटी द्यावयाच्या रकमेसाठी ब्रोकरनी केतनशी संपर्क साधल्यानंतर त्याने नक्कीच असं सांगितलं असावं की, पैसे भरण्याचा त्यांचा शब्द पाळण्यासाठी त्याच्याकडे पैसा नव्हता आणि त्यानंतर ब्रोकरच्या हातात काहीही उरलं नव्हतं.

२३

तेजीतील प्राथमिक बाजार

आयपीओमधील तेजी सन २००५ मध्येही तशीच टिकून राहिली होती. वर्षभरापूर्वी आणखी जास्त कंपन्या सूचीबद्ध झाल्या होत्या (२००४ मध्ये २६ कंपन्या सूचीबद्ध असल्या तरी त्या वेळी ५५ कंपन्या सूचीबद्ध झाल्या होत्या.) तरीही उभारली गेलेली रक्कम सुमारे २० टक्क्यांनी कमी होती. (१२,४०२ कोटींच्या तुलनेत ९,९१८ कोटी रुपये).

जर टीसीएस हा २००४चा अत्यंत लोकप्रिय आयपीओ होत असेल, तर जेट एअरवेज आणि सुझलॉन एनर्जी हे २००५चे अतिशय आवडते आयपीओ होते. जेट एअरवेज आणि सुझलॉन या अनुक्रमे विमानप्रवास आणि विंड टर्बाइन (वाऱ्याच्या झोतावर चालणारी झोतयंत्रे) या क्षेत्रांतील अग्रगण्य कंपन्या असल्यामुळे त्यांच्या आयपीओंविषयी गुंतवणूकदारांमध्ये असलेला उत्साह नैसर्गिक होता. जेटनं सुमारे १,९०० कोटी रुपये उभारले, तर सुझलॉननं सुमारे १,३५० कोटींची उभारणी केली.

या दोन्ही स्टॉक्समधील दीर्घकालीन गुंतवणूकदारांना त्यानंतरच्या वर्षांमध्ये मोठाच फटका बसला होता, कारण या दोन्ही कंपन्यांची आर्थिक कामगिरी नंतरच्या काळात स्थिरपणे खालावत गेली.

सुझलॉनच्या बाबतीत अगदी न्याय्यपणे बोलायचं झालं तर तिच्या स्टॉकनं बाजार तेजीत असताना उत्तम परतावा दिला. ५१० रुपये किंमतीच्या

या स्टॉकनं बघता बघता २००८च्या जानेवारीत २,३०० रुपयांचा टप्पा गाठला आणि नंतर त्याचा घसरणीचा प्रवास सुरू झाला. पण आयपीओच्या दरम्यान त्या स्टॉकची खरेदी केलेल्या गुंतवणूकदारांकडे अद्यापही काही प्रमाणात नफा कमावण्याची संधी होती. कारण या शेअरची किंमत नंतर काही महिन्यांनी म्हणजे ऑक्टोबरच्या अखेरीस त्याच्या इश्श्यूच्या किंमतीपेक्षा खाली घसरली. पण जेट एअरवेजनं आयपीओ लिस्टिंगनंतर वर्षभराहून कमी कालावधीतच गुंतवणूकदारांची निराशा केली. खरं तर अनेक गुंतवणूकदारांना खरेदीनंतरच्या महिन्याभरातच पश्चात्ताप झाला होता. जेटचा बाजारात मोठा हिस्सा होता, त्यामुळे हा आयपीओ खात्रीशीर नफा मिळवून देणारा असल्याचं सांगितलं गेल्यामुळे तर अनेकांना मोठाच मनस्ताप सहन करावा लागला.

व्यापारी बँकांच्या अधिकाऱ्यांच्या वाट्यालाही काही प्रमाणात मनस्ताप येणार होताच.

सन २००५च्या ऑगस्टपर्यंत ज्या वेळी इश्श्यू अतिरेकी प्रमाणात सबस्क्राइब्ड झाला होता, त्या वेळी कोणत्या संस्थात्मक गुंतवणूकदारांना शेअर्स द्यायचे आणि ते किती द्यायचे या संदर्भात, पब्लिक इश्श्यूच्या बाबतीत व्यापारी बँकांचे अधिकारी काही प्रमाणात निर्णय घेऊ शकले होते. या व्यवस्थेमुळे व्यापारी बँकांच्या अधिकाऱ्यांना जास्त लहान संस्थात्मक खेळाडूंच्या तुलनेत त्यांच्या महत्त्वाच्या ग्राहकांना जास्त प्रमाणात शेअर्स देऊन उपकृत करता आलं. मर्चंट बँकर्सनी एफआयआयना प्राधान्य दिल्यामुळे विशेषतः स्थानिक म्युच्युअल फंडांना चांगले व्यवहार मिळाले नाहीत. या भेदभावाच्या वागणुकीमुळे चिडलेल्या अनेक लहान संस्थात्मक खेळाडूंनी सेबीकडे तक्रार केली.

नियामकानं बँकांची स्वेच्छेनं शेअरचं वाटप करण्याची ताकद काढून घेतली आणि इश्श्यूसाठी जास्त अर्ज आले (ओव्हरसबस्क्राइब्ड झाला) तर सर्व संस्थात्मक गुंतवणूकदारांना प्रमाणशीर वाटप केलं पाहिजे असा आदेश काढला. व्यापारी बँकांच्या अधिकाऱ्यांनी याला विरोध केला. या ताकदीमुळे संस्थात्मक गुंतवणूकदारांपैकी लिस्टिंगवर सहजपणे प्रचंड पैसा मिळवण्याचा विचार करणाऱ्या अल्पकालीन गुंतवणूकदारांना बाजूला काढण्यास मदत होते असं त्यांचं म्हणणं होतं. अल्पकालीन गुंतवणूकदारांना प्रोत्साहन देण्यात आलं तर स्टॉकच्या किंमतीतील चढउतार वाढतील आणि

त्यामुळे किरकोळ गुंतवणूकदार घाबरून दूर जातील असा युक्तिवादही त्यांनी केला होता.

मला हा युक्तिवाद पोकळ असल्याचं आढळून आलं होतं. भेदभाव करण्याची त्यांची ताकद त्यांच्याकडून काढून घेतल्याबद्दल त्यांनी केलेल्या विरोधाच्या मागे वेगळंच कारण होतं. या निर्णयामुळे संस्थात्मक ग्राहकांमधील त्यांचं महत्त्व नष्ट होईल, अशी भीती त्यांना वाटत होती. तथाकथित दीर्घकालीन गुंतवणूकदार खरोखरच दीर्घकाळापर्यंत गुंतवणूक तशीच ठेवून राहिले असते हे कुठल्याही प्रकारे सिद्ध करणं शक्य नव्हतं. दीर्घकालीन गुंतवणूकदारांमध्येसुद्धा अनेक 'फ्लिपर' होते. म्हणजेच हे गुंतवणूकदार लिस्टिंगच्या दिवशी शेअर्सची विक्री करण्यासाठीच आयपीओमधील शेअर्स खरेदी करत असल्याचंही मी पाहिलं होतं.

त्यांनी जोरदार युक्तिवाद करण्याचा प्रयत्न केला असला तरी सेबीवर त्याचा काहीही परिणाम झाला नाही.

सेबीच्या नियामकानं आणखी एक चांगली गोष्ट केली होती. ती म्हणजे अर्ज करण्याच्या वेळीच संस्थात्मक खेळाडूंना शेअर्सच्या किंमतीच्या दहा टक्के रक्कम भरण्यास सांगितलं होतं. तोपर्यंत फक्त किरकोळ गुंतवणूकदारांनाच अर्ज करण्याच्या वेळी शेअर्सची रक्कम भरावी लागत होती आणि त्यातही संपूर्ण रक्कम भरावी लागत होती. या विषमतेमुळे संस्थात्मक खेळाडूंचा पैसा अडकून पडत नसल्यानं ते कितीही शेअर्ससाठी बोली लावत होते.

नेहमीच व्यापारी बँकांचे अधिकारी आणि अगदी प्रवर्तकसुद्धा काही प्रतिष्ठित संस्थात्मक गुंतवणूकदारांना त्यांच्या इश्श्यूमधील मोठ्या संख्येच्या शेअर्सकरिता बोली लावायला सांगत होते. त्यामुळे फंड व्यवस्थापकांकडे त्या इश्श्यूंना मोठीच मागणी असल्याचं मत निर्माण होत होतं. व्यापारी बँकांच्या अधिकाऱ्यांकडे शेअर्स देण्याबाबत भेदभाव करण्याची ताकद असल्यामुळे फंड व्यवस्थापकांवर त्यांनी बोली लावलेले सगळेच्या सगळे शेअर्स विकत घेण्याचं बंधनही नव्हतं. परिणामी, हे गुंतवणूकदार त्या इश्श्यूच्या यशाची खात्री मिळवून देण्यासाठी स्वतःच्या नावाचा वापर करू देत होते.

बुक बिल्ट इश्श्यूमध्ये मित्रत्वाचे संबंध असलेले फंड व्यवस्थापक किंमतीच्या तक्त्यावरच्या सर्वोच्च किंमतीनं मोठ्या संख्येनं शेअर्स विकत घेण्यासाठी बोली लावत होते. इतर गुंतवणूकदारांचं मनही आता उच्च बोली लावण्याकरिता वळवलं जात होतं, कारण तसं केलं नाही आणि अंतिम

किंमत जर सर्वोच्च किंमतीइतकी असेल तर आपल्याला शेअर्स दिले जाणार नाहीत अशी भीती त्यांना वाटत असे. अर्ज करण्याच्या वेळीच दहा टक्के रक्कम भरावी लागल्यामुळे संस्थात्मक गुंतवणूकदारांकडून अतिशयोक्त बोली लावल्या जाण्यास काही प्रमाणात आळा बसला.

सेबीच्या चौकशीमुळे आयपीओमधील तेजीची गाडी जवळजवळ रुळावरून घसरलीच. येस बँक आणि आयडीएफसी आयपीओमधील किरकोळ गुंतवणूकदारांसाठी राखीव ठेवण्यात आलेल्या शेअर्सची बनावट डीमॅट खाती उघडलेल्या आणि लबाडीनं आर्थिक घोटाळा केलेल्या टोळक्यानं शेअर्सची साठेबाजी केल्याचं स्पष्ट झालं होतं. हे प्रकरण जुलैमध्ये कधीतरी पहिल्यांदा उजेडात आलं. पुरुषोत्तम बुधवाणी या व्यावसायिकावर प्राप्तिकर विभागानं धाड टाकल्यावर त्याच्याकडे तब्बल ६,००० डीमॅट खाती असल्याचं आढळून आलं. प्राप्तिकर विभागानं सेबीला याची माहिती दिली. आयडीएफसी आणि येस बँकेच्या आयपीओंमधील देण्यात आलेल्या शेअर्सची तपासणी करून सेबीनं आपल्या चौकशीची सुरुवात केली.

हे स्पष्ट झाल्यानंतर या घोटाळ्यामुळे अजिबातच शेअर्स न मिळालेल्या किंवा अल्प प्रमाणात शेअर्स मिळालेल्या किरकोळ गुंतवणूकदारांमध्ये संतापाची लाट उसळली. येस बँकेच्या शेअर्सचं ऑक्टोबरमध्ये लिस्टिंग झाल्यानंतर तीन महिन्यांच्या काळात शेअर्सची किंमत तिपटीनं वाढली होती. आयडीएफसीचे शेअर्सचं ऑगस्टमध्ये लिस्टिंग झालं त्यानंतर तेही जवळजवळ दुपटीनं वधारले होते.

सेबीनं आपली चौकशी जास्त व्यापक केली आणि सन २००३ पासूनच्या आयपीओंसंदर्भात चौकशी केली. सन २००६च्या एप्रिलमध्ये सेबीनं तपशीलवार अहवाल जाहीर केला. चौकशी अधिकाऱ्यांना असं आढळून आलं की, २१ आयपीओंमधील किरकोळ गुंतवणूकदारांसाठी असलेल्या शेअर्सची ८५ वित्तपुरवठादारांच्या गटानं त्यांच्यासाठी आघाडी लढवणाऱ्या २४ खेळाडूंच्या माध्यमातून साठेबाजी केली होती. लिस्टिंगच्या दिवसाच्या वेळी होणाऱ्या लाभाच्या आधारावर सेबीनं असा निष्कर्ष काढला की, हे वित्तपुरवठादार आणि त्यांच्या आघाड्या यांनी शेअर्सच्या या चोरीच्या माध्यमातून एकत्रितपणे ७२ कोटी रुपयांचा नफा लाटला होता.

एकूणच, सुमारे ५९,००० बेनामी डीमॅट खाती उघडण्यात आली होती आणि त्या बनावट खात्यांमधून या बनावट लोकांनी आयपीओजमधील

शेअर्सकरिता अर्ज केले होते. त्यांच्यापैकी सुमारे ८४ टक्के खाती डिपॉझिटरी पार्टिसिपन्ट (डीपी) कार्वीकडून उघडण्यात आली होती. डीपी ही डिपॉझिटरी आणि गुंतवणूकदार यांच्यातील मध्यस्थ म्हणून काम करते. इतर डीपींकडेही अशी मोठ्या संख्येची बेनामी खाती उघडण्यात आली होती. त्यात एचडीएफसी बँक, सेंच्युरिअन बँक ऑफ पंजाब (एचडीएफसीनं नंतर या बँकेचं संपादन केलं.) आणि आयएलएफएस यांसारख्या प्रख्यात डीपींचा समावेश होता.

या प्रत्येक प्रकरणात डीमॅट खाती उघडणाऱ्या संबंधितांचा ओळखीचा पुरावा आणि पत्त्याचा पुरावा डीपीनं परिश्रमपूर्वक तपासलाच नव्हता. 'नो युवर कस्टमर' (केवायसी) च्या निकषांतर्गत त्यांनी तसं करायला हवं होतं. यातली आश्चर्याची बाब अशी होती की, एकाच दिवशी पत्रव्यवहाराचा समान पत्ता देऊन अनेक खाती उघडण्यात आली होती आणि तरीही एकाही डीपीला यात काहीतरी संशयास्पद आहे असं वाटलं नव्हतं. अशा बेनामी खात्यांना देण्यात आलेल्या आयपीओ शेअर्सचं काही निवडक डीमॅट खात्यांमध्ये अगदी लिस्टिंगच्या काहीच काळ आधी हस्तांतरण करून एकत्रीकरण करण्यात आलं आणि ते लिस्टिंगच्या नुकतेच आधी हस्तांतरित करण्यात आले होते. पण त्या वेळीसुद्धा त्यांना कुठेही रोखण्यात आलं नाही.

अनेक डीपींकडच्या शेकडो डीमॅट खातेधारकांचे पत्रव्यवहाराचे पत्ते एकच होते. किरकोळ गुंतवणूकदारांकडे अनेक डीमॅट खाती असणं ही सर्वसामान्य बाब होती. सार्वजनिक इश्श्यूकरिता किरकोळ गुंतवणूकदार आपल्याला शेअर्स मिळण्याची शक्यता वाढावी म्हणून अनेक अर्ज करत असल्याच्या काळातील ही गोष्ट होती. त्या वेळी पर्मनंट अकौंट नंबरसारखी (पॅनसारखी) कुठलीच गोष्ट नसल्यामुळे हे गुंतवणूकदार अशा प्रकरणांमधून तसेच सटकले होते. पती, पत्नी आणि दोन मुलं असं चौघांचं कुटुंब असेल तर या चार जणांच्या नावांची किमान सहा प्रकारे वेगवेगळी रचना करून हे कुटुंब सहा अर्ज करू शकत होतं.

अभौतिकीकरणाची पद्धत आणली गेली, त्या वेळी ज्या गुंतवणूकदारांनी अशा वेगवेगळ्या रचनांद्वारे संयुक्तपणे शेअर मिळवले होते, त्यांना त्या शेअर्सचं अभौतिकीकरण करण्यासाठी नावांच्या जितक्या रचनांवर शेअर्स घेण्यात आले होते, तितक्या संख्येची डीमॅट खाती उघडणं भाग पडलं. परिणामी अनेक कुटुंबांकडे अनेक डीमॅट खाती होती. म्हणून संपर्काचा

एकच पत्ता असलेली अनेक डीमॅट खाती असणं ही गोष्ट आगळीवेगळी नव्हती. ती सर्वसामान्य होती. परंतु ज्या वेळी अशी एकाच पत्त्याची शेकडो डीमॅट खाती असतात, त्या वेळी मनात कुठेतरी धोक्याची घंटा वाजलीच पाहिजे.

सेबीच्या तपासात असंही आढळून आलं की, डीपीच्या कर्मचाऱ्यांकडे एनएसईचं सर्टिफिकेशन इन फिनान्शिअल मार्केट्स (एनसीएफएम) नसेल तर डिपॉझिटरींनी त्यांना खूप मोठा दंड केला होता आणि काही प्रकरणांमध्ये तर हा दंड चक्क तीन लाखांचा होता. दंडाच्या या प्रमाणातील विसंगती तर पाहा. खातं उघडण्याच्या नियमाचा भंग करण्यात आला तर केला जाणारा दंड हा ५०० ते १,००० रुपयांच्या दरम्यान होता. डीपींनी खातं उघडण्याच्या नियमाचा पुनःपुन्हा भंग केला होता, पण तरीही डिपॉझिटरींनी पैशांच्या स्वरूपात किरकोळ दंड करण्याच्या पलीकडे कुठलीही कारवाई केली नव्हती. यातून डिपॉझिटरी ज्या सहजतेनं डीपींची तपासणी करत होत्या. त्यातून त्यांचा हलगर्जीपणा दिसून आला होता.

बाजारातील खेळाडूंना असं वाटलं होतं की, सेबीच्या अहवालामुळे किरकोळ गुंतवणूकदारांचं पब्लिक इश्श्यूमधील स्वारस्य कमी होईल. पण आयपीओंविषयीचं भलं मोठं आकर्षण तसंच टिकून राहिलं होतं. सन २००६ मध्ये ७५ कंपन्यांनी २४,७७९ कोटी रुपयांची उभारणी केली होती आणि ती २००५च्या तुलनेत दुपटीहून जास्त होती.

२४

बुल्सची जोरदार मुसंडी

सन २००६च्या फेब्रुवारीत सेन्सेक्सनं १०,०००चा ऐतिहासिक टप्पा गाठला. तोपर्यंत बाजारात पुन्हा एकदा अत्यानंदाची लहर पसरली होती. नवीन, उदयोन्मुख बाजार हे जगभरात अल्पावधीतच लोकप्रिय ठरले होते. भारतही याला अपवाद नव्हता. इथेही हाच कल होता. एफआयआय दिसेल त्याची खरेदी करत होत्या आणि म्युच्युअल फंडांमधील किरकोळ पैशाचा प्रवाहसुद्धा स्थिरपणानं वाढत चालला होता. एप्रिलच्या अखेरच्या आठवड्यापर्यंत सेन्सेक्स १२,००० वर पोहोचला आणि तो दुर्बल होण्याचं कुठलंच चिन्ह दाखवत नव्हता.

रिलायन्स पेट्रोलियमचा आयपीओ हा त्या वर्षीचा अतिशय प्रभावी आणि खळबळजनक आयपीओ ठरला. त्यातून कंपनीनं २७०० कोटींची उभारणी केली. ४५ कोटींचा शेअर इश्श्यूच्या शेअरची किंमत ६० रुपये होती. तो तब्बल ५१ वेळा सबस्क्राइब्ड झाला. प्राथमिक आणि दुय्यम बाजारातीलही उन्मादक तेजीची मनःस्थिती त्याच्यातून दिसून आली होती.

शेअर बाजाराच्या इतिहासातून दिसून येतं त्याप्रमाणे जोरदार चढणीनंतर तितकीच जोरदार घसरणही होतेच. कमोडिटींच्या (व्यापारी मालाच्या) वधारत चाललेल्या किंमती, जागतिक पातळीवर व्याजदरांची निश्चिती आणि बाजारातील उदयोन्मुख स्टॉक्सच्या महागड्या मूल्य निर्धारणाविषयीची चिंता यांच्या एकत्रीकरणातून जगभरातील इक्विटी बाजारांमध्ये घसरण सुरू झाली.

जूनपर्यंत सेन्सेक्स ९,००० अंशांहून खाली आला. सन २००३च्या मेमध्ये तेजीच्या बाजाराला सुरुवात झाली होती तेव्हापासूनची ही जोरदार म्हणजे ३० टक्क्यांनी झालेली घसरण होती. आता बाजारातील तेजी संपली असं अनेकांना वाटलं होतं.

या परिस्थितीकडे लोकप्रिय दृष्टिकोनाच्या विरुद्ध दृष्टिकोनातून पाहणाऱ्यांमध्ये जीबींचाही समावेश होता. बाजारातील उच्च स्थानी असलेल्या ऑपरेटरशी त्यांची जवळीक होती, त्यालाच याचं श्रेय दिलं पाहिजे.

''अर्थकारण अद्यापही सुस्थितीत असल्याचं दिसतंय. कंपन्या अजूनही विस्तारीकरणाच्या भूमिकेत आहेत. कमाई वाढत चालली आहे आणि रोजगारांची निर्मिती होत आहे. मला फारशी काळजी वाटत नाही,'' त्यांनी मला सांगितलं. मला माहीत होतं की, ते एक तर राधाकिशन दमाणींच्या किंवा राकेश झुनझुनवालांच्या विचारांची पुनरुक्ती करत होते. दमाणी अद्याप बाजारात परत आले नव्हते. त्यामुळे एकूणच सगळा विचार करता, ते राकेश यांचंच मत असलं पाहिजे.

घसरणीमुळे जून आणि ऑगस्टच्या दरम्यान बाजारात आलेल्या आयपीओंविषयी गुंतवणूकदारांना वाटत असलेल्या स्वारस्यावर परिणाम झाला. जीएमआर इन्फ्रास्ट्रक्चरच्या इश्श्यूची किंमत किंमतीच्या तक्त्यावरच्या सगळ्यात खालच्या किंमतीपर्यंत म्हणजे २१० ते २५० रुपयांपर्यंत ठेवावी लागली. हा इश्श्यू जवळजवळ सात वेळा सबस्क्राइब झाला. (कंपनीने सात वेळा बाजारात आणलेले सगळेच्या सगळे शेअर्स घेतले गेले.) संस्थापक भाग अकरा वेळा सबस्क्राइब झाला, पण किरकोळ गुंतवणूकदारांकडून या इश्श्यूला फारसा प्रतिसाद मिळाला नाही. लिस्टिंगच्या दिवशी या शेअर्सना सौम्य प्रतिसाद मिळाला. २१० रुपये किंमतीच्या इश्श्यूला त्या दिवसअखेरीपर्यंत जेमतेम दोन टक्के अधिमूल्य मिळू शकलं.

त्या इश्श्यूकरिता उत्साहानं बोली लावणारे सगळे संस्थात्मक गुंतवणूकदार कुठे नाहीसे झाले होते याचं मला आश्चर्य वाटलं. जर संस्थात्मक भाग अकरा वेळा सबस्क्राइब झाला होता याचा अर्थ ज्या लोकांनी अर्ज केले होते, त्यांनी बोली लावलेल्या प्रत्येक अकरा शेअर्समागे

त्यांना फक्त एकच शेअर मिळाला होता. ज्या वेळी हा शेअर जवळजवळ त्याच्या लिस्टिंगच्या वेळच्या किंमतीला उपलब्ध होता, त्या वेळी या गुंतवणूकदारांना त्यांना हवे असलेले उर्वरित शेअर खरेदी करता आले असते. पण लिस्टिंगच्या दिवशी फारशी मागणीच नव्हती. याचा अर्थ इश्श्यूला चांगला प्रतिसाद मिळावा यासाठी काहीतरी नक्कीच करण्यात आलं होतं. तरीही ज्या गुंतवणूकदारांनी तो इश्श्यू घेतला होता आणि त्याला आपल्याजवळ वर्षभरासाठी ठेवून घेतलं होतं त्यांच्यावर पश्चात्ताप करण्याची वेळ आली नव्हती, कारण त्यानंतरच्या अठरा महिन्यांत स्टॉकची किंमत जवळजवळ पाच पटींनी वाढली होती.

त्या वर्षीच्या ऑगस्ट अखेरीपर्यंत जागतिक बाजार स्थिरावले होते आणि त्यानंतरच्या महिन्यातही ते तसेच वधारत राहिले होते. सनथ जयसूर्या फॉर्मात असताना ज्या तडफेनं फटकेबाजी करत असे, त्या जबरदस्त दरानं सेन्सेक्स १,००० चा टप्पा ओलांडत होता. ऑक्टोबरमध्ये तो १२,००० अंशांवर पोहोचला. नोव्हेंबरच्या पहिल्या आठवड्यात त्याने १३,०००च्या आणि डिसेंबरच्या पहिल्या आठवड्यात १४,०००ची मजल मारली.

दुय्यम बाजारात तेजी असली तरी त्या वर्षीचा एक उत्तम पब्लिक इश्श्यू त्याच्या कंपनीसाठी आणि व्यापारी बँकांच्या कर्मचाऱ्यांसाठीसुद्धा चांगला ठरला नाही.

कैन इंडिया या यूकेमधील कैन पीएलसी या कंपनीच्या भारतीय शाखेनं ६,००० कोटींहून जास्त भांडवल उभारणीसाठी तिचा आयपीओ बाजारात आणला होता. तोपर्यंत फक्त ओएनजीसीला खूप मोठं भांडवल उभं करता आलं होतं. त्यांनी पब्लिक इश्श्यूच्या माध्यमातून १०,५०० कोटी रुपयांहून अधिक भांडवलाची उभारणी केली होती. पण डिसेंबरमध्ये तो आयपीओ खुला झाला अगदी त्या क्षणापासूनच त्या आयपीओच्या बाबतीत प्रत्येक गोष्टच चुकीची घडत असल्यासारखं दिसत होतं.

त्या इश्श्यूची किंमत १६०-१९०च्या दरम्यान निश्चित करण्यात आली होती. पहिल्याच दिवशी तो पूर्णपणे सबस्क्राइब झाला होता. पण काही लोकांनी त्यांच्या बोली मागे घेतल्या होत्या. पण याचा अनिष्ट परिणाम झाला आणि अनेक किरकोळ गुंतवणूकदारांनीसुद्धा त्यांच्या बोली

मागे घेतल्या. अखेरच्या दिवसापर्यंत तो इश्श्यू पूर्णपणे विकला न जाण्याची चिन्हं दिसू लागली.

त्यानंतर या इश्श्यूच्या व्यापारी बँकांच्या अधिकाऱ्यांना हे नुकसान त्यांच्या खिशातून पैसे घालून भरून द्यावं लागलं. जर त्या इश्श्यूला प्रथमदर्शनीच जास्त बोली मिळाल्या नसत्या तर व्यापारी बँकांच्या अधिकाऱ्यांना फक्त त्याविषयी काळजी करावी लागली असती, त्यांना त्यामुळे पैसे भरावे लागले नसते. पण गुंतवणूकदारांनी बोली मागे घेतल्यामुळे व्यापारी बँकांच्या अधिकाऱ्यांना त्यांच्या करारानुसार ही तफावत भरून द्यावीच लागली.

किंमतीच्या तक्त्याच्या अखेरच्या टोकाशी असलेल्या किंमतीवर तो इश्श्यू अखेरच्या दिवसापर्यंत जवळजवळ पूर्णपणे सबस्क्राइब झाला होता. खासगीत, व्यापारी बँकांचे प्रतिनिधी असं म्हणत होते की, कंपनीच्या शक्तिशाली प्रतिस्पर्ध्यानं अनेक संस्थात्मक गुंतवणूकदारांना त्यांच्या बोली मागे घेण्यास भाग पाडलं होतं.

कैन पीएलसीला त्या इश्श्यूमधून ५,७८८ कोटी रुपयांचं भांडवल उभारल्याचं समाधान कदाचित मिळालंही असेल, पण त्यापुढे आणखी लाजिरवाणी गोष्टही झाली होती. जानेवारीच्या दुसऱ्या आठवड्यात त्या इश्श्यूचं शेअर्स विक्रीच्या ठिकाणी किंवा गुंतवणूक विनिमय केंद्रांमधील पदार्पण अपयशी ठरलं होतं. त्यामुळे तो बंद होत असताना १६० रुपयांच्या 'ऑफर' किंमतीवर १४ टक्के सवलत द्यावी लागली होती.

सन २००७ ही आयपीओतील तेजीची जवळजवळ माध्यान्ह ठरली होती, कारण एकूण शंभर कंपन्यांनी एकूण सुमारे ३४,००० कोटी रुपयांची उभारणी केली होती. देशभर मालमत्तेच्या किंमती गगनाला भिडल्यामुळे रिॲलिटी क्षेत्रातील स्टॉक्सना गुंतवणूकदारांकडून मोठी मागणी होती. त्यामुळे त्या वर्षी आयपीओच्या माध्यमातून पैशाची उभारणी करणाऱ्या सुमारे ४३ टक्के कंपन्या रिॲलिटी कंपन्या होत्या यात आश्चर्य वाटण्याजोगं काहीच नव्हतं.

के.पी. सिंग प्रवर्तक असलेल्या डीएलएफचा पब्लिक इश्श्यू हा त्या वर्षीचा सगळ्यात मोठं यश मिळवलेला इश्श्यू ठरला होता. त्याने सुमारे ९,२०० कोटी रुपयांची उभारणी केली होती. शेअर बाजार लिस्टिंगपर्यंतचा

कंपनीचा मार्ग दीर्घ आणि खाचखळग्यांनी भरलेला होता. त्यांपैकी काही खड्डे हे सिंग यांच्या प्रतिस्पर्ध्यांनी तयार केल्याचं म्हटलं जातं. त्यांना सिंग यांना अतिशय प्रभावी होऊ द्यायचं नव्हतं.

रिॲलिटी स्टॉक हे नवनवीन उंची गाठत होते. त्यांच्या मूल्यनिर्धारणाला जबरदस्त गती देण्यासाठी आपल्या मालकीच्या जमिनींचं मूल्य रिअल इस्टेट फर्म्सनी वारेमाप वाढवल्यामुळे 'लँड बँका' हा शब्द लोकप्रिय झाला होता. अनेक प्रकरणांमध्ये या फर्म्स ज्या जमिनी त्यांच्या मालकीच्या आहेत असा दावा करत होत्या, त्या जमिनींचे व्यवहार कायदेशीरदृष्ट्या स्वच्छ आणि स्पष्ट नव्हते. गुंतवणूकदारांनीही कंपनीच्या अंमलबजावणी क्षमतेकडे, नफ्याच्या मार्जिन्सकडे, नियंत्रणविषयक अडथळ्यांकडे आणि जागेच्या विकासातील इतर आव्हानांकडे अत्यल्प लक्ष पुरवलं होतं. प्रॉपर्टी फर्म्सच्या आर्थिक विवरणपत्रांमध्ये पारदर्शकतेचा अभाव असणं ही त्याहूनही जास्त मोठी समस्या होती, कारण त्यांचे अनेक व्यवहार रोख पैशांच्या स्वरूपातच होत होते.

पण जोपर्यंत जागेच्या किंमती आणि स्टॉक्सच्या किंमती चढतच चालल्या होत्या तोपर्यंत या सगळ्याला किती महत्त्व असणार होतं? पुढच्याच वर्षी ज्या वेळी हा बुडबुडा फुटला, त्या वेळी रिअल इस्टेट स्टॉक्सना विक्रीच्या जोरदार माऱ्याला सामोरं जावं लागलं. पण हे काही महिन्यांनंतर घडलं होतं.

मार्चमध्ये सेबीनं असा आदेश काढला की, रिअल इस्टेट कंपन्यांकडे संपूर्ण मालकीची स्पष्ट कागदपत्रं असतील तरच त्यांना लँड बँकांकडून मूल्यनिर्धारण मिळेल. हा आदेश सर्वसामान्यपणे रिअल इस्टेट फर्म्सना निर्देशित करणारा असल्यामुळे डीएलएफच्या मूल्यनिर्धारणाला काही प्रमाणात फटका बसला, कारण व्यापारी बँकांचे अधिकारी कंपनीच्या लँड बँकेच्या ताकदीच्या आधारावरच इश्श्यू बाजारात आणत होते.

सन २००६ मध्ये डीएलएफच्या सार्वजनिक क्षेत्रात जाण्यासाठीच्या योजनांच्या फेऱ्या सुरू झाल्या, त्या वेळी लिस्टिंगमुळे के.पी. सिंग या देशातील सगळ्यात श्रीमंत व्यक्ती होईल आणि कंपनीला पद्धतशीर बाहेर काढून बाजार भांडवलीकरणाच्या संदर्भात त्याच्या कंपनीला पहिल्या तीन सर्वोच्च कंपन्यांध्ये नेऊन ठेवेल, अशा चर्चा केल्या जात होत्या. ज्या वेळी अखेरीस त्या इश्श्यूला सगळ्या पातळ्यांवरची आवश्यक अधिकृत मान्यता

मिळवता आली त्या वेळी व्यापारी बँकांच्या वर्तुळात जी चर्चा होती त्या तुलनेत कमी संख्येचे शेअर्स आणि कमी किंमतीचा इश्श्यू बाजारात आला.

सन २००७ हे वर्ष भारतीय ब्रोकिंग उद्योगासाठी कमालीचं चांगलं ठरलं. निर्मल जैन प्रवर्तक असलेल्या इंडिया इन्फोलाइननं मे महिन्यात सीएसएसए या फ्रेंच ब्रोकिंग फर्ममधील चार ज्येष्ठ कार्यकारी अधिकारी फोडले आणि आपल्याकडे आणले. भारत पारजिया, एच. नेमकुमार, अनिरुद्ध डांगे आणि वासुदेव जगन्नाथ या चौकडीला प्रत्येकी ११ कोटी रुपयांचा 'साइन ऑन बोनस' (कंपनीत येण्याकरिता दिली जाणारी आगाऊ रक्कम) देण्यात आला होता. पारजिया आणि अभिजीत राहा हा सीएलएसएमधील आणखी एक सहकारी यांनी सीएलएसएला ब्रोकिंग व्यवसायात सर्वोच्च स्थानी नेऊन ठेवलं होतं आणि त्यामुळे ते स्वतः ब्रोकिंग व्यवसायातील दंतकथा बनून गेले होते. जास्त मोठ्या आणि जास्त प्रस्थापित असलेल्या जागतिक गुंतवणूक बँका सीएलएसएवर मात करण्याचे जोरदार प्रयत्न करत असल्या तरीही सीएलएसएनं वरिष्ठ जागांवरच्या अधिकाऱ्यांना बरीच वर्षं टिकवून ठेवण्यात यश मिळवलं होतं. साइन ऑन बोनसची ही रक्कम ब्रोकिंग व्यवसायातील विक्रमी रक्कम होती, कारण सहसा साईन ऑन बोनस क्वचितच एक कोटीच्या पुढे जात होते.

फक्त ब्रोकिंग व्यवसायातच नव्हे, तर एकूणच औद्योगिक जगतातच अशी अवाढव्य पगारांची पॅकेजेस त्या वर्षी दिली जात होती, कारण कंपन्यांना प्रचंड फायदा होत होता. इंडिया इन्फोलाइननं आपल्या नव्यानं घेतलेल्या अधिकाऱ्यांना देण्यात आलेल्या भरपाई पॅकेजविषयीची माहिती जाहीर करण्याच्या फक्त दोनच दिवस आधी तत्कालीन पंतप्रधान मनमोहन सिंग यांनी प्रवर्तकांना आणि ज्येष्ठ अधिकाऱ्यांना अतिरेकी वेतन दिलं जात असल्याबद्दल भारतातील उद्योग जगताविषयी एका सार्वजनिक समारंभात चिंता व्यक्त केली होती. इंडिया इंकनं सिंग यांच्या प्रतिपादनाचा समाचार घेताना असं म्हटलं होतं की, ज्येष्ठ अधिकाऱ्यांच्या उत्पन्नाचा स्रोत सर्वज्ञात असल्यामुळे त्यांना लक्ष्य करणं सोपं असतं. पण दुसरीकडे बहुतेक राजकारण्यांकडे प्रचंड प्रमाणात बेहिशेबी मालमत्ता असते आणि ते ती जनतेच्या नजरेपासून लपवून सुरक्षित ठेवू शकतात.

सन २००७च्या अखेरच्या चार महिन्यांत बाजार सातत्यानं वधारत राहिला होता. मोतीलाल ओसवाल सिक्युरिटीज, रेलिगॅरे एंटरप्रायजेस आणि

एडल्विस कॅपिटल या तीन ब्रोकरेज फर्म्सचे आयपीओ बाजारात आले होते. या सगळ्या इश्श्यूजना प्रचंड प्रतिसाद मिळाला आणि लिस्टिंगच्या वेळी स्टॉक्सनी अगदी गगनाला गवसणी घातली होती. मोतीलाल ओसवालचे आणि रेलिगेर एंटरप्रायजेसचे शेअर्स दोन महिन्यांच्या कालावधीत दुपटीहून जास्त प्रमाणात चढले होते, तर एडलविस कॅपिटलचे शेअर्स लिस्टिंगच्या दिवशीच ८३ टक्क्यांनी वधारले होते.

ज्या गुंतवणूकदारांनी लवकरच त्यांचं रोख पैशांत रूपांतर केलं होतं ते सुदैवी ठरले होते, कारण त्यानंतर २००८च्या जानेवारीत बाजार कोसळला होता आणि या फर्म्सचे शेअर साफ कोसळून दीर्घ काळापर्यंत तसेच मंदीत राहिले होते. त्यानंतर आणखी बरीच वर्षं या फर्म्सच्या उत्पन्नाचा मुख्य स्रोत हा त्यांचा कर्जाऊ पैसे देण्याचा व्यवसाय होता. स्टॉक ब्रोकिंग हा त्यांचा प्रमुख व्यवसाय राहिला नव्हता.

२५

सदोष मार्जिन व्यवहार

अभूतपूर्व तेजीनंतर काही संदिग्ध व्यवहारांनाही चालना मिळाली होती. शेअर्सच्या किंमतीत विलक्षण वाढ झाल्यामुळे अनेक छोट्या ऑपरेटरकडेही ५० कोटी ते १०० कोटींच्या किंमतीची निव्वळ संपत्ती होती. बाजाराच्या भाषेत त्यांना 'जॉकी' असं म्हटलं जात होतं. आपल्या शेअर्सचं मूल्यनिर्धारण वाढवण्याच्या खटपटीत असलेल्या लहान आणि मध्यम आकाराच्या कंपन्यांच्या प्रवर्तकांकडून त्यांना मागणी होती.

याशिवाय सार्वजनिक क्षेत्रात जाण्याची इच्छा असलेल्या लहान कंपन्यांसाठी गुंतवणूक बँकर म्हणूनही काही ऑपरेटर काम करत होते. एफआयआयची म्हणून दाखवण्यात आली असली तरी प्रत्यक्षात अशा ऑपरेटरचीच असलेली शेल खाती परदेशांत असत होती आणि ती लहान आकाराच्या आयपीओंना सबस्क्राइब करत होती. या आयपीओंचा बिगर-संस्थात्मक भाग सबस्क्राइब करण्यासाठी हे ऑपरेटर तोतया एचएनआय़ही पुरवत असत. स्टॉकच्या लिस्टिंगच्या पहिल्या आठवड्यात सर्क्युलर ट्रेडिंगच्या माध्यमातून आकार आणि किंमती चढवल्या जात असत आणि नंतर हे शेअर्स संशयातीत गुंतवणूकदारांच्या माथी मारले जात.

अनेक ब्रोकरेजेस ग्राहकांना एनबीएफसी मार्जिन-फायनान्सिंगच्या माध्यमातून अमर्याद वजनदार पोझिशन घेण्यास परवानगी देत असत. मार्जिन

फायनान्स्ड ट्रेडमध्ये स्टॉकच्या खरेदीसाठी गुंतवणूकदार काही पैसा देतो, तर उर्वरित पैसा धनको घालतो. सेबीच्या नियमांनुसार, फक्त करारात अट असलेल्या स्टॉक्सच्या बाबतीत, स्टॉक एक्स्चेंजेसच्या वेबसाइटवर पोझिशन जाहीर करून ग्राहकांना व्यवहारांच्या किंमतीच्या फक्त ५० टक्क्यांपर्यंत वित्तपुरवठा करण्यास ब्रोकरना परवानगी होती.

मात्र त्याच वेळी एनबीएफसींच्या मार्जिन फायनासिंगसंदर्भात स्पष्ट मार्गदर्शक सूचना नव्हत्या. त्या काही वेळा व्यवहाराच्या मूल्याच्या ७० टक्क्यांपर्यंतही वित्तपुरवठा करत होत्या. अशा प्रकारे कोणत्या स्टॉक्सना निधी पुरवावा यावरही कसलीच बंधनं नव्हती. शिवाय स्टॉक एक्स्चेंजच्या वेबसाइट्सवर पोझिशन जाहीरही कराव्या लागत नव्हत्या, कारण एनबीएफसींवर आरबीआयचं नियंत्रण होतं, सेबीचं नव्हतं. ज्या हुशार ब्रोकरनी हे शोधून काढलं होतं ते त्यांच्या एनबीएफसी शाखेच्या माध्यमातून त्यांच्या ग्राहकांना मार्जिन फंडिंग पुरवत होते.

अखेरीस काही वर्षांनी या पद्धतीमुळे निर्माण झालेल्या प्रचंड हानीमुळे आणि गोंधळामुळे नियामक खडबडून जागे झाले. सन २०१४च्या ऑगस्टमध्ये आरबीआयनं एनबीएफसींवर त्यांच्याकडे तारण म्हणून ठेवण्यात आलेल्या शेअर्सच्या किंमतीच्या ५० टक्क्यांहून जास्त रक्कम कर्जाऊ देता येणार नाही, असं बंधन घातलं. तसंच विशिष्ट तरलता निकष पूर्ण करणाऱ्या शेअर्सकरिताही अशा प्रकारचं कर्ज देण्यावर बंधन घातलं.

२६

परताव्याची हमी देणारा आयपीओ?

उलटणाऱ्या प्रत्येक दिवसागणिक बाजारातील तेजी वाढत चालली असली तरी अधूनमधून जागतिक बाजारांमध्ये दिसून येणाऱ्या त्रस्ततेच्या चिन्हांकडे दुर्लक्ष करणं कठीण होतं. परंतु भारतीय बाजारांच्या किनारपट्ट्यांवर आदळणाऱ्या तरलतेच्या भरतीच्या लाटा इतक्या शक्तिशाली होत्या की, त्यांनी शेअर्सच्या किंमतीतील गुरुत्वाकर्षणाच्या नियमाला तात्पुरतं थोपवून धरण्यात यश मिळवलं होतं. विचित्र आणि विश्लेषण करणं कठीण असलेल्या शेअर मूल्यनिर्धारणाचं समर्थन करण्यासाठी विश्लेषक आणखी नवनवे मार्ग शोधत होते. या मार्गांमुळे तीन ते चार वर्षं आधीच ते कमाईच्या घटकांपासून मिळणारं उत्पन्नही सांगत होते. अर्थकारणाची इंजिनं पूर्ण शक्तिनिशी धावत होती. विक्रमी करसंकलन केलं जात होतं आणि कंपन्यांची नफा व तोट्याची विवरणपत्रं सुस्थितीत नसल्याचं दिसत होतं.

उच्च मूल्यनिर्धारणाचं मूलभूत तत्त्वांच्या साहाय्यानं समर्थन होत नसल्याची खात्री पटलेल्या आणि स्टॉकच्या किंमतीत करेक्शन करण्याची गरज वाटलेल्या ज्या ट्रेडर्सनी स्टॉक्स शॉर्ट केले, त्यांच्यासाठी त्यांची ती चाल आत्मघातकी ठरली होती. त्यांनी केलेलं मूल्यनिर्धारणाचं मूल्यमापन अगदी अचूक होतं, पण तरीही मूलभूत तत्त्वांचा कोणताही विचार न करता निधींना गती देण्याची इच्छा असलेल्या गर्दीत उभे राहण्याचा प्रयत्न करत असलेले ते लोक पैसा गमावून बसले. आपल्या स्वतःचे शेअर्स पणाला

लावून, तारण ठेवून कर्जाऊ पैसे घेतलेले बहुतांश मध्यम कंपन्यांचे प्रवर्तक त्यांच्या स्वतच्या स्टॉक्सच्या संदर्भात चाचपडत राहिले होते.

बाजारात येऊ घातलेल्या संकटाचा इशारा देणाऱ्या स्वतःच्या निदर्शकांचा संच इतक्या सगळ्या वर्षांत मी तयार केला होता. सहजगत्या पैसा कमावता येऊ लागणं हा त्यांच्यापैकी एक निदर्शक होता. शेअर्समधून पैसा कमावणं सोपं आहे असं जितक्या जास्त प्रमाणात वाटू लागेल, तितक्या जास्त प्रमाणात आपल्या झाडाझडतीचा दिवस जवळ येत चालल्याचं ओळखलं पाहिजे, असं सांगणारा हा निदर्शक होता. आता तुम्हांला पैसे कमावण्यासाठी फक्त ट्रेडिंग टर्मिनलजवळ जाण्याचीच काय ती तसदी घ्यावी लागत होती. कुठलाही स्टॉक सहजगत्या उचलावा आणि दुसऱ्या दिवशी तुम्हांला किमान १० टक्क्यांनी उच्च किंमत मिळावी असं हे सहजसोपं गणित आता सुरू झालं होतं. ही नक्कीच कुठल्याही वेळी बुडबुडा फुटण्याचीच चिन्हं होती.

पण कितीही अनुभवी असला तरी कुठल्याही ट्रेडरला नेमकी योग्य वेळ सापडणं ही अतिशय अवघड गोष्ट असते आणि या वेळीही सगळ्यांच्या मनात हीच भीती होती. रिअल इस्टेट आणि मूलभूत सुविधा फर्म्सच्या शेअर्सची त्या वेळी चढलेली किंमतच सर्वोच्च असल्याचं समजलेल्या ट्रेडर्सवर तोंड फोडून घेण्याची वेळ आली होती. त्यांच्यापैकी अनेक जण आपला तोटा भरून काढण्यासाठी त्यांनी शॉर्ट केलेल्या प्रत्येक शेअरच्या खरेदीकडे पुन्हा वळले होते. सन २०००च्या डॉटकॉम तेजीच्या वेळी तंत्रज्ञान क्षेत्रातील स्टॉक्सच्या वेळी जशी तेजी दिसून आली होती तशीच ही तेजीही होती.

मला शेअर बाजारातील प्रसिद्ध म्हणीची आठवण झाली : अखेरच्या तेजीवाल्यानं (बुलनं) तेजीची आशा सोडून दिल्याखेरीज तेजी सुरू होत नाही आणि अखेरच्या मंदीवाल्यानं (बेअरनं) आशा सोडून दिल्याखेरीज मंदीही सुरू होत नाही. शॉर्ट सेल्सच्या माध्यमातून नफा कमावण्याच्या प्रयत्नांमध्ये पुनःपुन्हा अपयश आल्यामुळे अनेक मंदीवाल्यांनी (बेअर्सनी) पराभव पत्करून काढता पाय घेतल्याचं आधीच दिसत होतं. खरं तर मंदीवाल्यांनी कधीही एफआयआयच्या पैशाच्या भरतीच्या लाटेसमोर उभं राहण्याचा धोका पत्करला नव्हता. ऑक्टोबरच्या मध्यापर्यंत एफआयआयनी त्या वर्षात तोपर्यंत भारतीय इक्विटीमध्ये १८ अब्ज डॉलर्स इतकी विक्रमी

रक्कम ओतली होती आणि त्यामुळे सेन्सेक्स २०,००० च्या पुढे झेपावला होता. ऑगस्टच्या मध्यापासून अमेरिकेतील मूल्यमापन दरात (बेंचमार्क दरात) दोन भागांत १०० बेसिस पॉइंट्सची घट करण्याचा निर्णय फेडनं घेतला होता. त्यामुळेही भारतासह इतर ठिकाणच्या तेजीतील बाजारांमधील पैशाच्या प्रवाहांना प्रचंड गती प्राप्त झाली.

दोन महिन्यांतच सेन्सेक्स ५,००० अंशांनी वधारला आणि त्यामुळे सरकार आणि नियामक मंडळं धोक्याचा इशारा ऐकून सावध झाली. भांडवलाचा भक्कम प्रवाह असणं ही चांगली गोष्ट होती, पण तो अतिरेकी प्रमाणात भक्कम झाला असता तर त्यामुळे रुपया नको इतका मजबूत झाला असता आणि त्याचाच परिणाम म्हणून भारतीय निर्यात अक्षम झाली असती. डॉलरच्या भडिमारामुळे रुपया आधीच विक्रमी उंचीवर पोहोचला होता. तो डॉलरच्या तुलनेत ३९ पर्यंत वर चढला होता. जर काही कारणानं एफआयआयचा भारताविषयीचा दृष्टिकोन बदलला असता तर, डॉलरच्या महापुरामुळे भारतीय बाजार अचानक 'हॉट मनी' (व्याज किंवा भांडवली लाभ जास्तीत जास्त वाढवण्याच्या प्रयत्नांत वित्तसंस्थांमध्ये एकमेकीकडे वरचेवर हस्तांतरित केलं जाणारं भांडवल) काढून घेतला जाण्यास बळी पडला असता.

हेज फंड अतिसक्रिय झाले होते. त्यांच्यातील मोठ्या प्रमाणातील पैसा हा पार्टिसिपेटरी नोट्सच्या (सहभागी नोंदींच्या) माध्यमातून येत होता. पी-नोट्सच्या मागे प्रत्यक्ष गुंतवणूकदार कोण होते हे सांगणं शक्य नसल्यामुळे सरकारला आणि नियामकांना काळजी वाटत होती. हे गुंतवणूकदार म्हणजे राजकारणी, भारतीय प्रवर्तक, गुन्हेगारी जगत किंवा अगदी दहशतवादीसुद्धा असू शकत होते आणि म्हणूनच सरकारला चिंता वाटत होती. यातली काळजी वाटायला लावणारी आणखी एक गोष्ट अशी होती की, पी-नोट्सचा बराचसा भाग म्हणजे बेनामी गुंतवणुकीचीच सुसंस्कृत आवृत्ती होती.

लुटारू एफआयआयना आळा घालण्यासाठी सेबीनं पी-नोट्सवर कारवाई करण्याकडे आपला कल असल्याचा इशारा दिला. १६ ऑक्टोबरच्या संध्याकाळी काढण्यात आलेल्या चर्चापत्रात नियामकानं डेरिव्हेटिव्ह्ज ही अंडरलाइंग ॲसेट्स (आधार असलेल्या मालमत्ता) असलेल्या पी-नोट्स नव्यानं देण्यावर तातडीनं बंदी घालण्याचं सूचित केलं होतं. शिल्लक पी-नोट्सच्या नूतनीकरणाला परवानगी दिली जाऊ नये आणि पुढच्या अठरा

महिन्यांत पोझिशन गुंडाळल्या जाव्यात असंही या चर्चापत्रातून सूचित करण्यात आलं होतं.

या सूचनांमुळे परदेशी गुंतवणूकदारांमध्ये गोंधळ माजला. त्यांच्यापैकी बहुतेक जण भारतीय बाजारात अनामिक राहून काम करू इच्छिणारे होते. तोपर्यंत बाजाराला 'हॉट मनी'चं व्यसनच लागलं होतं. तोपर्यंत पी-नोट्सवरच्या बंधनांचा रोख हा देशातील भांडवली प्रवाह मर्यादित करण्यावर असला तरी पी-नोटधारकांनी त्यांच्या पोझिशन बंद करण्यास सुरुवात केल्यामुळे स्टॉकच्या किंमतींमध्ये तातडीनं अल्पकालीन घसरण दिसून आली. बाजारात काम करणाऱ्यांनी स्टॉक्सच्या एका संचात नुकसान सोसावं लागलं असेल तर अद्यापही कागदोपत्री नफ्यात असलेल्या इतर स्टॉक्सची विक्री करून ते नुकसान भरून काढण्याचा प्रयत्न केला. मोठ्या पोझिशन घेतलेल्या ट्रेडर्सनी दुसऱ्या दिवशी सकाळी सगळ्यात वाईट गोष्ट घडण्याच्या अपेक्षेनं आपल्या पोझिशन बदलल्या आणि त्यांची भीती खरी असल्याचं स्पष्ट झालं. बाजार सुरू झाल्यानंतर काही मिनिटांतच फ्रंटलाइन इंडायसेस किंवा आघाडीचे निर्देशांक (ब्ल्यू चिप स्टॉक्सचे निर्देशांक) दहा टक्क्यांनी कोसळले. सेन्सेक्स १,७४५ अंशांनी घसरला आणि त्यामुळे बाजार एक तास बंद ठेवण्यात आला.

सेबी आणि अर्थ मंत्रालयानं तातडीनं हानी नियंत्रकाची भूमिका बजावली आणि त्यांनी घाबरगुंडी उडालेल्या परदेशी गुंतवणूकदारांना दिलासा देण्याचे प्रयत्न केले. अर्थमंत्री पी. चिदंबरम यांनी सांगितलं की, यामागे पी-नोट्सवर संपूर्ण बंदी घालण्याची कल्पना नाही. फक्त त्या मार्गानं येणाऱ्या पैशांचा ओघ कमी करण्याचा उद्देश आहे. सेबीचे प्रमुख एम. दामोदरन यांनी सांगितलं की, एफआयआयच्या नोंदणीच्या प्रक्रियेचं नियामक सुलभीकरण करण्याचा प्रयत्न करतील. त्यामुळे त्यांच्यापैकी अनेकींना भारतात अशा मार्गानं गुंतवणूक करावी लागणार नाही. त्या थेट गुंतवणूक करू शकतील. यामुळे गुंतवणूकदारांचं थोडंसं समाधान झालं असलं तरी विक्रीचा मारा दुसऱ्या दिवशीही तसाच सुरू राहिला. पी-नोट्सवरच्या चर्चापत्रानंतर तीन दिवसांनी सेन्सेक्स सुमारे १,५०० अंशांनी घसरला.

मात्र तरीही लवकरच या सगळ्या गोष्टी पुन्हा झपाट्यानं पूर्वपदावर आल्या, कारण भारतात दीर्घ काळापासून गुंतवणूक करत असलेल्या अनेक एफआयआयना ही भारतात खरेदी करण्याची चांगली संधी आहे

असं वाटलं. सहसा नेहमी एफआयआयचं कामकाज डिसेंबरमध्ये थंडावतं, कारण पैशाचं व्यवस्थापन करणारे बहुतांश व्यवस्थापक सुट्टीवर जातात. परंतु त्या वर्षी एफआयआयनी डिसेंबरमध्येही जोरदार खरेदी केल्यामुळे त्यांनी त्या काळात भारतीय बाजारात सुमारे एक अब्ज डॉलर्स ओतले आणि त्यामुळे त्या वर्षीची त्यांची एकूण खरेदी ही १७ अब्ज डॉलर्स इतकी झाली. एका कॅलेंडर वर्षातील ती तोपर्यंतची सर्वोच्च खरेदी होती. आता शेअर बाजारात पुन्हा एकदा जोमानं जल्लोष सुरू झाला होता. मात्र त्याच वेळी गुंतवणूकदार त्यांची प्रमाणाची जाणीव आणि अनेक कंपन्या त्यांची औचित्याची व बारीकसारीक नियमांविषयीची जाणीव गमावत चालल्यामुळे आणि अवास्तव खरेदी करत सुटल्यामुळे पुन्हा एकदा धोक्याची घंटा वाजू लागली होती. एफआयआयनं इतकी रुची घेतली होती, त्यातच भर म्हणून रिलायन्स पॉवरचा आयपीओही येणार होता. भारतीय शेअर बाजाराच्या इतिहासातील तो सर्वांत मोठा आयपीओ होता. त्या इश्श्यूचा आकार सुमारे ११,५०० कोटी रुपयांचा होता, पण ग्रे मार्केटमधील त्याची मागणी लक्षात घेतल्यानंतर त्याचं सबस्क्रिप्शन अनेक वेळा होणार होतं हे स्पष्टच होतं. हा इश्श्यू दहा वेळा सबस्क्राइब होईल आणि बाजारातून सुमारे एक लाख कोटी रुपयांहूनही जास्त पैसा तात्पुरत्या स्वरूपात शोषून घेईल असं गृहीत धरण्यात आलं होतं. रिलायन्स पॉवरच्या शेअर्सकरिता ग्रे मार्केटमध्ये सनसनाटी निर्माण झाली होती. त्या इश्श्यूकरिता प्राइस बँड (किंमत पट्टा. यात विक्रेता कमाल आणि किमान मूल्य देतो आणि ख़रेदीदार त्या दरम्यानच्या मूल्याची बोली लावतात.) तोपर्यंत जाहीरही करण्यात आला नसला तरी नोव्हेंबरमध्येच त्यावर ३५ रुपयांचं अधिमूल्य जाहीर केलं जात होतं.

अखेरीस, फ्युचर्स आणि ऑप्शन्स बाजारातील गती मिळालेल्या पोझिशनची प्रचंड मोठी उभारणी झाली. यातली काळजी करण्याची गोष्ट अशी होती की, भरपूर पैसा असलेल्या लोकांचा खेळ मानल्या जाणाऱ्या त्या खेळात अनेक किरकोळ गुंतवणूकदारांनी उडी घेतली होती. कदाचित किंमती आपल्या विरोधात जोरदारपणे पुढे सरकू शकतील याचा किरकोळ ग्राहकांना विचार करू न देताच त्यांनी पोझिशन घ्याव्यात म्हणून ब्रोकरही त्यांना उत्तेजन देऊ लागले. अर्थातच ब्रोकरना फक्त जास्तीतजास्त कमिशन मिळवण्याची अपेक्षा होती.

जीबींनी मला आणखी एक धोक्याचा इशारा देणारं चिन्ह दाखवलं. ते म्हणाले,

''ज्या वेळी शेअर बाजार हे पैसा मिळवण्याचं चांगलं स्थान आहे असं वाटून बाजाराबाहेरचे व्यावसायिक आणि व्यापारी इकडे येऊ लागतात, त्या वेळी तेही धोक्याचं एक चिन्ह असतं. योग्य प्रमाणात असलेल्या त्यांच्या गुंतवणुकीचं अर्थात स्वागतच असतं. शिवाय बाजाराच्या तरलतेच्या हेतूच्या दृष्टीनंही ते चांगलं असतं. परंतु ज्या वेळी आपल्या मूळ व्यवसायाकडे दुर्लक्ष करून ते सहज मिळणाऱ्या पैशाच्या मागे लागतात, त्या वेळी खरी समस्या निर्माण होते.''

मी जिकडे पाहत होतो, तिकडे अत्यानंद ओसंडून वाहताना दिसत होता आणि तरीही बाजारात शॉर्ट करण्याची हीच योग्य वेळ होती का, याविषयी मला खात्री वाटत नव्हती. बाजार संपूर्ण डिसेंबरच्या दरम्यान वधारतच राहिला आणि माझ्या ट्रेडिंग पोझिशन आणि माझा पोर्टफोलिओ या दोन्ही गोष्टींनी मला भरपूर परतावा मिळवून दिला होता.

पण तरीही मला अस्वस्थता जाणवण्यास सुरुवात झाली होती. ऑक्टोबरच्या उत्तरार्धात सेन्सेक्स २०,००० पर्यंत पोहोचल्यानंतर आता थोड्याशा व्याप्तीतूनच पुढे सरकत होता, मात्र अनेक स्मॉल आणि मिड कॅप कंपन्यांच्या शेअर्सच्या किंमतीत रोजच्या रोज आणखी वाढ होत राहिली होती.

शॉर्ट करण्याविषयी मी दक्षता बाळगली असली तरी डिसेंबरच्या मध्यापासून माझ्या ट्रेडिंग पोझिशनचा आकार मी कमी कमी करत आणला होता. तसेच गेल्या वर्षभरात दुप्पट प्रमाणात किंमती वधारलेले स्टॉक्स काढून टाकून रोख पैसे मिळवण्याचं ठरवलं होतं. नजीकच्या भविष्यात त्या स्टॉक्समध्ये इतक्या जलद गतीनं वाढ होणं शक्य नव्हतं. मिळालेल्या नफ्यातून पुनर्गुंतवणूक करण्याच्या माझ्या मोहावर मला नियंत्रण ठेवावं लागलं. अर्थातच पुढच्या वर्षाच्या मध्याच्या आधी सेन्सेक्स २५,००० अंशांपर्यंत जाणार असल्याचं सातत्यानं सांगणाऱ्या लोकांच्या कोलाहलात असताना ही बिलकूल सोपी गोष्ट नव्हती. परंतु आता मी आणखी तरुण होत चाललो नव्हतो, याची मी स्वतःला आठवण करून दिली. माझ्या करिअरच्या या टप्प्यावर मी उचललेलं एक चुकीचं पाऊल मला काही वर्षं मागे घेऊन गेलं असतं. आता मला दिवाळं निघण्याची भीती उरली नव्हती, पण मोठ्या

नुकसानी भरून काढणंही पाच वर्षांपूर्वीइतकं सोपं नव्हतं. माझ्या पोझिशन मी गुंडाळत गेलो, तसा मला जास्तीत जास्त दिलासा मिळत गेला. मी पूर्वीच्या तुलनेत घरी लवकर जाऊ लागल्यामुळे बीनाही आता आनंदात होती. मला आता तिच्या बरोबर आणि मुलांबरोबर वेळ घालवता येऊ लागला.

बाजारासाठी ते आणखी एक तेजीचं वर्ष होतं. सन २००३ मध्ये तेजीची घोडदौड सुरू झाल्यापासूनचं ते तेजीचं सलग पाचवं वर्ष होतं. त्या प्रत्येक वर्षी किमान एक मोठं करेक्शन झालं होतं हे खरं होतं. माझ्यासारख्या ट्रेडर्सनी काही वेळा पैसे गमावलेही होते. परंतु आम्हांला या खेळात पुन्हा परतण्यासाठी आवश्यक तितक्या संधी देण्याइतका बाजार दयाळू होता.

एका प्रभावी ऑपरेटरच्या अलिबागच्या घरी त्या आठवडाअखेरीला नवीन वर्षाची पार्टी होती. मला फारशी जाण्याची इच्छा नव्हती, पण जीबींनी मला त्यांच्या सोबत येण्याचा आग्रह केला.

''लाला, इतका बुळ्यासारखा वागू नकोस. माझ्या बरोबर चल, जरा चांगला वेळ घालवू या. त्याहूनही महत्त्वाची गोष्ट म्हणजे ट्रेडमधल्या काही उत्तम लोकांचं या बाजाराविषयीचं काय म्हणणं आहे तेही ऐक,'' ते म्हणाले.

मी म्हणालो, ''गोविंदभाई, तुम्ही असं म्हणत असाल तर ठीक आहे, मी येतो.'' जीबींचं म्हणणं डावलणं मला नेहमीच कठीण जात होतं.

मी कारमधून अलिबागला निघालो असताना एका मित्रानं फोन केला आणि मला सांगितलं की, आरबीआयनं एक पत्रक काढून एफआयआयना इक्विटीजची विक्री करण्यास परवानगी दिली आहे. एफआयआयनी शॉर्ट सेलिंग करण्यात काहीच नवीन नव्हतं. अगदी आतापर्यंत त्यांच्यावर नियमांद्वारे बंदी घालण्यात आली असली तरी अनेक हेज फंड परदेशी ब्रोकरेज हाउसेसकडून त्यांच्या पी-नोट्स खात्यांतील शेअर्स कर्जाऊ घेऊन विक्री करत होते. एफआयआयना ते शेअर्स परत केल्यानंतर त्यांची अधिक स्वस्त दरात खरेदी करण्याची त्यांना आशा होती. आरबीआयच्या पत्रकानं अशा शॉर्ट सेलिंगला अधिकृतता बहाल केल्यामुळे ते आणखी मोठ्या प्रमाणात सुरू झालं असतं.

आरबीआयनं एफआयआयना शॉर्ट सेलिंग करण्यास परवानगी दिली होती त्यामागे अतिशय समर्थनीय कारण असल्याचं मला दिसत होतं.

संस्थात्मक आणि किरकोळ अशा दोन्ही प्रकारच्या गुंतवणूकदारांनी केलेल्या जोरदार खरेदीमुळे बाजार खूपच वधारण्यास सुरुवात झाली होती. आतापर्यंत बाजार शॉर्ट करण्याच्या प्रयत्नांत असलेल्या ट्रेडर्सना खीळ बसली होती आणि बाजारातील समतोल बिघडला होता. त्यामुळे आता होणारा बदल कदाचित जास्त वाइटासाठी झाला असता. कदाचित एफआयआयना शॉर्ट सेलिंगची परवानगी देऊन आरबीआयला या यंत्रणेतील असमतोल दूर करायचा असावा. परंतु मी याकडे कुठल्याही नजरेनं पाहिलं तरी याची चिन्हं अनिष्टसूचकच दिसत होती.

मी लगेच जीबींना फोन करून या घडामोडीची माहिती दिली.

''होय, मीही त्याबद्दल ऐकलंय...अल्पावधीत याचे नेमके काय परिणाम होतील हे सांगणं कठीण आहे,'' जीबी म्हणाले. ''जोपर्यंत सर्वांगीण कल तेजीचाच असेल, तोपर्यंत याचा फारसा परिणाम होणार नाही. पण ज्या दिवशी हा कल बदलेल त्या वेळी तिथे अक्षरशः कत्तल सुरू होईल. आता बेअर्स शस्त्रसज्ज झाले आहेत, शस्त्र चालवण्याचा कमाल परिणाम मिळवण्यासाठी त्यांना फ़क्त योग्य संधीची वाट पाहावी लागेल.''

पार्टीतील प्रत्येक जण आगामी वर्षाविषयी आशावादी होता. मुरब्बी लोकांना हे माहीत होतं की, आता करेक्शन होणार होतं. तेजीतील अनेक बाजार पाहिल्यामुळे बाजारातील हा उल्हास असाच अमर्यादपणे सुरू राहील असं त्यांना वाटत होतं. मात्र तरीही प्रत्येक तेजीतील बाजार हा आधीच्या बाजाराहून वेगळा असतो, असं म्हणून ते थोडाफार दिलासा मिळवत होते. याशिवाय ''या वेळचा बाजार वेगळा आहे,'' ही एकच अमर ओळही प्रत्येक जण म्हणत होता आणि ती खरी ठरत असल्याचंही दिसत होतं. इतक्या भयावह उन्मादानं भरलेला जल्लोष हा हर्षद मेहताच्या ताकदी अगदी शिखरावर पोहोचलेल्या असताना १९९२ मध्ये दिसून आला होता. त्या वेळी एसीसीच्या शेअरची किंमत अगदी डोळे दिपवून टाकणारी म्हणजे प्रतिशेअर १०,००० रुपये इतकी वधारली होती. त्या वेळी मूल्यनिर्धारणाची प्रत्येक पारंपरिक पद्धत सहजपणे चुरगाळली जाऊन पार दूरवर फेकली गेली होती.

अर्थातच अंतःकरणात कुठेतरी खोलवर सगळ्यांनाच ठाऊक होतं की, आधीच्या इतर सगळ्याच तेजीतील बाजारांप्रमाणेच सध्याची ही उन्मादी वेडेपणाची फेरीसुद्धा अनेकांना दुःखात लोटून संपणार होती. खरं म्हणजे

तेजीतील बाजार शिस्तबद्धपणे गुंडाळला गेला असता तर त्यासारखी दुसरी गोष्ट नव्हती. ट्रेडर्सना आणि गुंतवणूकदारांनाही ते अतिशय आवडलं असतं.

सगळ्यांनी काही पेग रिचवल्यानंतर आमच्या यजमानानं विनोदी, परंतु अश्लीलतेकडे झुकणारे शेरे मारले. तो अशा शेरेबाजीसाठीच ओळखला जात होता.

एका ब्रोकरनं म्हटलं की, एका विशिष्ट स्टॉकनं किंमतीच्या तक्त्यावर डबल बॉटम कामगिरी करेपर्यंत तो वाट पाहत होता, त्यानंतर तो त्याची खरेदी करणार होता. ज्या वेळी स्टॉकची किंमत खूपच खाली घसरते, त्यानंतर थोडीशी चढते आणि पुन्हा त्या आधीच्या घसरलेल्या किंमतीच्याही खाली घसरते आणि पुन्हा चढते त्या वेळी त्याला डबल बॉटम असं म्हटलं जातं. तो स्टॉक भविष्यात त्या कमी किंमतीच्या खाली घसरण्याची शक्यता नसल्याचं ते चिन्ह असतं.

''डबल बॉटम?'' त्या ऑपरेटरनं ब्रोकरला विचारलं. ''मी तुला असं सुचवतो की, तुझ्या कमोडच्या पुढे आणि मागे तू आरसे बसव. म्हणजे तू ज्या वेळी त्यावर बसशील त्या वेळी तुला हवे तितके 'बॉटम्स' दिसू शकतील,'' तो म्हणाला आणि आम्ही सगळेच हसू लागलो.

त्यानंतर त्याने ती चर्चा बौद्धिक पातळीवर नेण्याचा प्रयत्न केला. त्याचं एकतर्फी संभाषण त्याने सबप्राइम कर्जांकडे आणि विकसित जगाच्या बँकिंग वर्तुळात होत असलेल्या त्रासाकडे वळवलं होतं. त्याचं वाचन चांगलं होतं (बाजारातील ऑपरेटरच्या तुलनेत खूपच चांगलं होतं, असं काही वेळा मला वाटत असे.) त्याने जागतिक बाजारपेठांमधील कलांचे संकेत दिले. पण सबप्राइम कर्जांच्या आणि त्यांच्यातून निर्माण होणाऱ्या इतर उत्पादनांचा गुंतागुंतींचा विचार करताना तो ठामपणे मत प्रदर्शित करत नव्हता. यातली मूलभूत समस्या काय होती, हे तिथे उपस्थित असलेल्या आम्हां सर्वांप्रमाणेच त्यालाही माहीत होतं. अमेरिकेतील कित्येक लोकांनी घरखरेदीसाठी आपल्या ऐपतीच्या पलीकडे जाऊन कर्जं घेतली होती. ज्या बँकांनी बेफिकिरीनं त्यांना कर्जं दिली होती, त्यांनी त्या कर्जांची डेरिव्हेटिव्ह्ज म्हणून वेगळ्या प्रकारे रचना करून ती उच्चतर परताव्यांचा पाठपुरावा करणाऱ्या गुंतवणूकदारांना विकली होती. जर घराच्या किंमती अनुमानाहून जास्त स्थिरपणानं घसरल्या असत्या, तर मोठ्या प्रमाणात कर्जं थकीत राहिली असती आणि अशा प्रकारे संपूर्ण साखळीवर याचा अनिष्ट परिणाम झाला असता.

''या सब प्राइम कर्जांच्या संदर्भात काहीतरी चुकतंय...यामुळे संकट येणार आहे...खरं म्हणजे यामुळे बाजाराच्या मोठ्या करेक्शनला चालना मिळेल...'' तो पुनःपुन्हा तेच बोलून, शक्य तितकं दुसऱ्यांना त्याचं म्हणणं पटवून देत राहिला होता. पण तरीही त्याचे विचार त्याला नीट मांडता आले नव्हते. तोपर्यंत पार्टीतील सगळ्याच लोकांची विमानं खूपच उंचावर जाऊ लागली होती. त्यामुळे त्याच्या बोलण्याकडे कोणाचं फारसं लक्षही नव्हतं.

पण माझं तसं नव्हतं. मी फक्त दारूचे थोडेसेच घोट घेतले होते. या उद्योगातील काही निष्णात लोक बाजाराविषयी काय बोलत होते ते ऐकण्यासाठी मला शुद्धीवर राहावंच लागणार होतं.

''मला असं वाटतं की, जपानी गुंतवणूकदार काही अब्ज डॉलर्स घेऊन गुंतवणुकीच्या संधीच्या प्रतीक्षेत थांबले आहेत,'' दुसरा एक जण म्हणाला.

''मग मला वाटतं की, आपण सावध असायला हवं. किरकोळ विक्रेत्यांच्या पाठोपाठ जपानी गुंतवणूकदारांनी बाजारात प्रवेश करणं याचा अर्थ बाजार निश्चितपणे सर्वोच्च उंचीवर पोहोचल्याचं चिन्ह असेल,'' कोणीतरी म्हणालं आणि त्यामुळे गर्दीत एकच हंशा उसळला.

त्यानंतर उदयोन्मुख बाजारांमध्ये भारतीय बाजार हे कसं उत्तम आमिष आहे आणि लवकरच भारताची जीडीपीतील वाढ चीनच्या पुढे कशी जाईल, याकडे ते संभाषण वळलं.

''भारत महागडा आहे, असं लोक म्हणतात. पण तरीही परदेशी लोकांकडे या किंमतींना किंवा याहूनही जास्त किंमतींना खरेदी करण्याशिवाय दुसरा पर्याय नाही. काहीही झालं तरी चीनला वगळता जीडीपीतील वाढीविषयी इतकी प्रौढी मिरवणं भारताशिवाय कोणाला शक्य आहे?'' एकानं म्हटलं.

कोणीतरी रिलायन्स पॉवरच्या आयपीओचा उल्लेख केला आणि अल्पावधीतच बाजारातून तरलता नाहीशी होण्याची भीती व्यक्त केली. लवकरच ही चिंता दूर सारण्यात आली.

''अरे बाबा, बाजूला किती पैसा प्रवेश करण्याच्या प्रतीक्षेत आहे त्याची तुला कल्पना नाही. रिलायन्स पॉवरसारखे अगदी दोन इश्श्यू जरी लागोपाठ आले तरी फारसा त्रास न होता ते शोषून घेतले जातील,'' एका मध्यम पातळीवरच्या ऑपरेटरनं शेरा मारला.

इतरांनी संमतिदर्शक माना डोलावल्या आणि बाजाराच्या नावानं आणखी एकेक पेग भरून घेतले.

आपण हा विषय काढला तर आपल्याला हसतील या भीतीपोटी, तिथे कोणालाही करेक्शनविषयी किंवा घसरणीविषयी बोलण्याची इच्छा नसावी असं मला वाटलं. अतार्किक चैतन्याचं हे आणखी एक लक्षण होतं आणि त्यामुळे लवकरच जोरदार घसरण होणार आहे या माझ्या सिद्धांताला आणखी पुष्टी मिळाली.

सन २००८चा बाजार शांतपणाचं प्रदर्शन करत सुरू झाला आणि सेन्सेक्स फक्त १५ अंशांनी वधारला. त्या महिन्याच्या दहा तारखेपर्यंत सेन्सेक्सनं २१,२०६ पर्यंत मजल मारली आणि नवीन विक्रम प्रस्थापित केला. मात्र त्या दिवशी तो आदल्या दिवसाच्या बंदच्या तुलनेत सुमारे ३०० अंशांनी खाली घसरून बंद झाला. त्यानंतरच्या लागोपाठच्या तीन सत्रांमध्ये २१,०००च्या वर राहण्यासाठी इंडेक्सला बरीच धडपड करावी लागली होती. त्याच्या थोडेच दिवस आधी रिलायन्स पॉवरनं त्यांच्या २६ कोटींच्या शेअर इश्श्यूसाठी ४०५-४५० रुपयांच्या किंमत पट्ट्याची घोषणा केली होती. १५ ते १८ जानेवारीदरम्यान तो खुला होता. यंत्रणेत भरपूर तरलता असल्याच्या कितीही बाता मारल्या गेल्या असल्या तरी एवढ्या मोठ्या आकाराच्या इश्श्यूनं खरोखरच आजूबाजूला पसरलेल्या पैशातील भरपूर वाटा गिळंकृत केला होता.

किंमत पट्ट्याची घोषणा झाल्यानंतर काही तासांतच रिलायन्स पॉवरच्या शेअर्सचं ग्रे मार्केटमधील अधिमूल्य २०० रुपयांच्या पुढे गेलं. ग्रे मार्केटमधील किंमतींच्या बाबतीत एक पक्का नियम असा आहे की, लिस्टिंगच्या दिवशी आयपीओतील गुंतवणूकदार किमान किती लाभाची अपेक्षा ठेवू शकतो त्याचं अधिमूल्य हे प्रतिबिंब असतं.

रिलायन्स पॉवरच्या शेअर्समुळे निर्माण झालेल्या उन्मादी पिसाटपणानं मी चकित झालो. पुढच्या दोन दिवसांत ग्रे मार्केटमधील अधिमूल्य प्रतिशेअर ४५० रुपयांच्या पुढे गेलं. त्यामुळे अगदी कट्टर तेजीवालेही थक्क झाले होते. जर ग्रे मार्केटमधील अधिमूल्य हा खरा निदर्शक असता तर आयपीओमधील शेअर्स मिळालेल्या गुंतवणूकदाराला लिस्टिंगच्या दिवशी जवळजवळ दुप्पट पैसा मिळाला असता.

कंपनीची कमाई फारशी नव्हती आणि तरीही लोकांना अवास्तव किंमतीला तिचे शेअर्स विकत घेण्याची इच्छा होती, त्या आयपीओकडे

त्यानंतर इक्विटी गुंतवणूक म्हणून पाहिलं जातच नव्हतं, तर महिन्याहून कमी कालावधीत पैसे दुप्पट करून देण्याची हमी देणारी योजना म्हणूनच पाहिलं जात होतं. यामुळे या आयपीओकडे आणखी जास्त लोक आकर्षित झाले होते आणि त्याच्याविषयीच्या उन्मादात आणखी भर पडली होती. तुम्ही जिकडे जाल तिकडचं संभाषण लवकरच रिलायन्स पॉवरकडे वळत होतं. तुम्ही अगदी ऑटोरिक्षातून किंवा टॅक्सीतून जात असलात तरीही तुमची या विषयातून सुटका होत नव्हती. कारण हा इश्श्यू म्हणजे महिन्याच्या आत पैसे दुप्पट करून देण्याची हमी असलेली योजना असल्याचं या चालकांनीही त्यांच्या मित्रांकडून ऐकलेलं असे. रिलायन्स पॉवरचा इश्श्यू ज्या प्रकारचा सामुदायिक उन्माद निर्माण करत होता, ते पाहिल्यावर अशा प्रकारचा दुसरा आयपीओ पुन्हा पाहायला मिळेल का, याविषयी माझ्या मनात शंकाच होती. माझ्याशी संपर्क न उरलेले मित्र आणि नातेवाईक अचानकच मला फोन करून मी या आयपीओमध्ये गुंतवणूक करत आहे का, असं मला विचारू लागले.

डिपॉझिटरी पार्टिसिपन्ट्सना (डीपीजना) अचानकच मोठं घबाड सापडलं होतं. कारण अनेक गुंतवणूकदार हे शेअर्स विकत घेता यावेत म्हणून पहिल्यांदाच डीमॅट खातं उघडायला निघाले होते. मी असंही ऐकलं होतं की, किराणा मालाचे दुकानदार आयपीओच्या अर्जाची विक्री करत होते आणि अगदी त्यांच्या ग्राहकांना डीमॅट खातं उघडण्यास मदतही देऊ करत होते.

त्या वेळी बीना कार चालवायला शिकत होती. एके दिवशी संध्याकाळी आम्ही रात्रीचं जेवण करत असताना अचानकच एक अनाहूत पाहुणा आला. तो बीनाला कार चालवायला शिकवणारा प्रशिक्षक होता. तो एका पॉलिथिनच्या पिशवीतून रोख २५,००० रुपये घेऊन आला होता.

"सर, हमको रिलायन्स पॉवर का शेअर्स खरीदना है, मॅडम कह रही थी की आप स्टॉक मार्केट में है, आप मेरी मदद करेंगे, प्लीज?" त्याने अगदी काकुळतीला आल्यासारखं विचारलं. त्या शेअर्ससाठी अर्ज करायचा असेल तर मी त्याला कुठून अर्ज मिळवून देऊ शकलो असतो आणि त्यासाठी कुठली कागदपत्रं दाखवायला लागतील हे त्याला हवं होतं.

तो माणूस तिशीत होता आणि त्याने त्याआधी कधीही शेअर बाजारात गुंतवणूक केली नव्हती. मला पहिल्यांदा त्याचा थोडासा राग आला,

पण नंतर मला त्याची गंमत वाटू लागली. माझा सल्ला घ्यायला येणाऱ्या लोकांकडे शेअर्स आणि आयपीओ याविषयीची थोडीफार तरी प्राथमिक माहिती असत होती आणि ते अधूनमधून शेअर बाजारात गुंतवणूक करत होते. कधी ना कधी या गुंतवणुकीत ते यशस्वीही ठरत होते. परंतु या माणसाला तर शेअर बाजाराविषयीची कसलीच ओ का ठो माहिती नव्हती आणि तरीही जोखमीची बोली ठरू शकणाऱ्या एका गोष्टीत तो त्याच्या बचतीतील मोठी रक्कम गुंतवण्यास उत्सुक झाला होता.

''पण तुम्हांला रिलायन्स पॉवरमध्ये का गुंतवणूक करायची आहे?'' मी विचारलं.

''कारण माझ्या मित्रांनी मला असं सांगितलं की, महिन्याभराहून कमी काळात माझे पैसे दुप्पट होतील,'' त्याने उत्तर दिलं.

त्याला तिथून हाकलून देण्याचा मोह मला झाला होता. त्याने रेसकोर्सवर जावं, मटका बाजारात पैसे गुंतवावेत आणि अगदीच गेला बाजार, अल्पावधीत आकर्षक परताव्यांचं आमिष दाखवणाऱ्या बनावट ठेव योजनांमध्ये पैसे गुंतवावेत असं त्याला सांगावं असं मला वाटलं. खरं तर ते शब्द अगदी माझ्या जिभेवर आले होते, पण बीनाच्या ते लक्षात आलं होतं आणि मी त्याच्याशी उद्धटपणानं बोलू नये असं सुचवण्यासाठी ती माझ्याकडे याचना केल्यासारख्या नजरेनं पाहत होती. मी स्वतःला रोखलं. काहीही झालं तरी निदान गाडी चालवण्याच्या त्या अभ्यासक्रमाकरिता पुढच्या एका महिन्यासाठी का असेना, पण तो तिचा शिक्षक होता.

त्या माणसाला त्याच्या स्वप्नातून जागं करण्याचा प्रयत्न करण्यात फारसा अर्थ नसल्याचं माझ्या लक्षात आलं होतं. त्याला लिस्टिंगच्या दिवशी चांगला परतावा मिळण्याची शक्यता होती, पण त्याची गुंतवणूक दुप्पट होण्याची फारशी शक्यता नव्हती. या सगळ्या प्रक्रियेविषयी मार्गदर्शन करण्यासाठी माझ्या एका सबब्रोकर मित्राशी त्याची गाठ घालून देण्याचं मी मान्य केलं. तेवढ्यामुळेही तो आनंदित झाला.

तोपर्यंत त्या आयपीओत आपलेही काही पैसे गुंतवावेत असा विचार मी केला होता. पण माझ्या भोवतीचा उन्माद पाहिल्यानंतर त्यात पैसे गुंतवण्याची कल्पना चांगली होती का, याविषयी माझ्या मनात शंका निर्माण झाली. गुंतवणूकदारांच्या सर्व वर्गांमधून त्या शेअरला अभूतपूर्व मागणी असल्यामुळे तो शेअर वरच्या सर्वोच्च टोकाच्या किंमतीपर्यंत

(४५० रुपयांपर्यंत) वधारला असता याविषयी माझा मनात शंकाच नव्हती. मी आयपीओत गुंतवणूक करण्याचं निश्चित केलं. पण ती माझ्या कर्जाऊ निधीतून मी करणार नव्हतो, कारण त्यामुळे माझा 'ब्रेक इव्हन पॉइंट' (मालमत्तेची बाजारातील किंमत आणि तिची मूळ किंमत समान असते त्या वेळी त्याला ब्रेक इव्हन पॉइंट असं म्हटलं जातं.) इतक्या उंचीवर चढला असता की, तोटा होण्याच्या शक्यता जास्त वाढल्या असत्या.

आयपीओची लक्षणं अनिष्टसूचक होती. इश्श्यू खुला होण्याच्या आदल्या दिवशी सेन्सेक्स १०० अंशांनी घसरला. निफ्टी मात्र सहा अंशांनी वधारला होता. त्यामुळे बाजारातील घबराटीवर थोडंफार पांघरूण पडलं होतं. इश्श्यूच्या मोठ्या आकारामुळे काही प्रमाणातील दबाव अपेक्षित होता. अनेक गुंतवणूकदार इतर स्टॉक्समधील त्यांच्या पोझिशन बंद करत होते आणि तो पैसा रिलायन्स पॉवर शेअर्ससाठी अर्ज करण्याकरिता वापरत होते.

पंधरा जानेवारीला इश्श्यू खुला झाल्याबरोबर पहिल्या मिनिटालाच विकला गेला. त्याच्या आकाराचा विचार करता, तो एक विक्रमच होता. दिवसअखेरपर्यंत इश्श्यूला दहा पट सबस्क्रिप्शन मिळालं. त्यात पैसा अक्षरशः ओतला जात असला तरी मुख्य बाजार ४७७ अंशांनी आणि निफ्टी १२४ अंशांनी घसरला.

मिडकॅप शेअर्सना याचा आणखी धक्का बसला. विशेषतः ज्या स्टॉक्समध्ये फ्युचर्सची आणि ऑप्शन्स पोझिशनची प्रचंड उभारणी होती ते जास्त घसरले. ज्या वेळी जवळजवळ रोजच स्टॉकच्या किंमती वाढत चालल्या होत्या, त्या वेळी सहज पैसा मिळवण्याच्या मोहाला बळी पडून अनेक दुर्बल खेळाडूंनी डेरिव्हेटिव्ह शाखेत पोझिशन घेतल्या होत्या. फ्युचर्स आणि ऑप्शन्सवर सट्टेबाजी करणाऱ्या ट्रेडर्सना त्यांच्या पोझिशनच्या एकूण मूल्याच्या २५-३० टक्के रक्कम भरावीच लागली होती. ज्या वेळी बाजार अत्यंत जलद गतीनं सुसाट निघाला होता, त्या वेळी फ्युचर्स आणि ऑप्शन्समधील गुंतवणुकीवरचे परतावे रोख बाजारातील परताव्यांच्या तुलनेत खूपच उच्चतर होते.

परंतु ज्या वेळी किंमती जोरदारपणे कोसळल्या त्या वेळी या खेळाडूंना त्यांच्या पोझिशन घाईघाईनं स्केअर ऑफ कराव्याच लागल्या. त्यांना अतिरिक्त मार्जिन भरून आपल्या पोझिशन तशाच ठेवता आल्या असत्या,

पण त्या संकटकाळात थोड्याच ट्रेडर्सकडे मार्जिनचा पैसा देण्याइतकी संसाधनं होती. ब्रोकरनी अतिरिक्त मार्जिन भरणं शक्य नसलेल्या ग्राहकांच्या पोझिशन बंद करण्यास सुरुवात केली. यामुळेही स्टॉकच्या किंमतींवरच्या दबावात भर पडली आणि त्यातूनच एक दुष्टचक्र सुरू झालं. घसरत्या किंमतींनी आणखी अनेक दुर्बल खेळाडूंना त्यांच्या पोझिशन्समधून बाहेर पडण्यास भाग पाडलं.

तोपर्यंत माझ्या जवळजवळ ९० टक्के दीर्घ पोझिशनमधून मी बाहेर पडलो होतो. अखेरच्या टप्प्यात काही पोझिशनमध्ये मला काही प्रमाणात तोटाही सहन करावा लागला होता. थोड्याफार दक्षतेनं मी निफ्टी फ्युचर्सचं शॉर्ट सेलिंग करण्यास सुरुवात केली. बाजारात मोठ्या प्रमाणात शॉर्ट करत राहण्याइतका विश्वास माझ्याकडे नव्हता.

त्या दिवशी संध्याकाळी (म्हणजे रिलायन्स पॉवर आयपीओच्या पहिल्या दिवशी) महत्त्वाच्या रिटेल ब्रोकिंग हाउसमधील माझ्या एका मित्राशी मी गप्पा मारत असताना त्याने असं काहीतरी म्हटलं होतं की, त्यामुळे मी अगदी कान टवकारून ऐकू लागलो. तो म्हणाला,

''रिलायन्स पॉवरविषयीचं कमालीचं आकर्षण अविश्वसनीय आहे. माझ्या बहुतेक ग्राहकांनी त्यांच्या ट्रेडिंगमधील सगळाच्या सगळा पैसा हा इश्श्यू खरेदी करण्यासाठी काढून घेतला आहे.''

ग्राहक सहसा नेहमीच त्यांच्या ब्रोकरकडे थोड्या प्रमाणात अतिरिक्त पैसा ठेवतात. ते जर नियमित ट्रेडर असतील तर अचानक मार्जिनची मागणी झाली तर सुरक्षिततेचा उपाय म्हणून तो ठेवलेला असतो किंवा सूचना दिल्यानंतर जर स्टॉक घासाघीस करण्यासाठी उपलब्ध असेल तर खरेदी करण्यास त्या पैशाची त्यांना मदत होते.

बाजार तापण्यास सुरुवात झाली होती आणि करेक्शन अपरिहार्य असल्याचं दिसत होतं. अनेक स्टॉक्सच्या किंमती सहा महिन्यांहून कमी कालावधीत दुपटीनं किंवा तत्सम प्रमाणात वाढल्या होत्या. काहींच्या किंमती तर तिपटीनं वाढल्या होत्या. मला अंतःस्फूर्तीनं असं वाटत होतं की, बाजारानं त्याची चाल बदलली होती. परंतु हे निश्चित करण्यासाठी मला आणखी चिन्हं दिसायला हवी होती. त्यांच्या ग्राहकांनीही असंच केलं होतं का हे समजून घेण्यासाठी मी इतर किरकोळ ब्रोकिंग हाउसेसमधील माझ्या संपर्कातील काही लोकांना फोन केले. तेही छातीठोकपणे असंच सांगत

होते. किरकोळ आणि एचएनआय त्यांच्या ट्रेडिंग खात्यातील पैसा काढून घेऊन तो रिलायन्स पॉवरच्या आयपीओमध्ये गुंतवण्यासाठी वापरत होते.

हा निर्णायक घटक ठरला होता आणि त्यानंतरच्या दोन आठवड्यांहून कमी कालावधीत बाजारानं अचानक चाल बदलली आणि तो पार कोसळला होता. मी माहितीवर भरपूर विचार केला होता. जर एखाद्या कारणामुळे बाजार जोरदारपणे कोसळला असता तर कमी पातळ्यांवर खरेदी करून करेक्शनचा लाभ घेणं तर दूरच, पण बहुतेक किरकोळ गुंतवणूकदारांकडे आणि एचएनआयकडे त्यांच्या मार्जिनच्या गरजा पूर्ण करण्यासाठीही पैसा उरला नसता.

मी एक अत्यंत धिटाईचा जुगार खेळण्याचा ठरवलं. मी दुसऱ्या दिवशी सकाळी लगेच निफ्टी फ्युचर्स मोठ्या प्रमाणात शॉर्ट करणार होतो. रिलायन्स पॉवर इश्श्यू एखाद्या भल्या मोठ्या व्हॅक्युम क्लिनरप्रमाणे यंत्रणेतील जास्त तरलता गिळंकृत करत होता. शॉर्ट सेलिंग करून किलिंग करता यावं यासाठी मला मुख्य प्रवाह बदलण्याची वाट पाहण्याची गरज नव्हती. काही सत्रांमध्ये झालेली घसरणच पुरेशी होती. अगदी त्या वेळी बाजार किरकोळ पडझडीलाही बळी पडेल असं दिसत होतं.

दुसऱ्या दिवशी सकाळी बाजार ट्रेडिंगसाठी उघडल्याबरोबर मी निफ्टी फ्युचर्सवर प्रहार करण्यास सुरुवात केली. बाजारातील किमान दोन आदरणीय नावांनीही अशीच भूमिका घेतल्याचं मला माहीत होतं. त्यांच्यापैकी एक मूल्य गुंतवणूकदार होता आणि दुसरा ट्रेडर होता. तो एका आघाडीच्या अमेरिकन गुंतवणूक बँकेचं बाजारविषयक कामकाज पाहत होता.

ब्रोकर्स आणि गुंतवणूकदार यांच्यातील अस्वस्थतेची जाणीव आता घबराटीकडे वळत होती. तीन ट्रेडिंग सत्रांमध्ये सेन्सेक्स सुमारे १,००० अंशांनी आणि निफ्टी २६० अंशांनी घसरला. अनेक मिड कॅप स्टॉक्सच्या फ्युचरमध्ये गोंधळ निर्माण झाला. मार्जिन भरण्याइतके पैसे नसलेल्या ग्राहकांच्या पोझिशन ब्रोकर बंद करू लागले. या सगळ्या कत्तलीत रिलायन्स पॉवरचा इश्श्यू ६५ वेळा सबस्क्राइब झाला आणि त्याने बोली मिळवण्याच्या बाबतीत इतिहास घडवला. त्याचा संस्थात्मक भाग (५० टक्के) ८२ वेळा सबस्क्राइब झाला. बिगर-संस्थात्मक भाग १६० वेळा सबस्क्राइब झाला आणि किरकोळ भाग सुमारे १० वेळा सबस्क्राइब झाला. या सगळ्यातून कंपनीला सुमारे ७.५ लाख कोटी रुपयांच्या सामुदायिक ५०

लाख बोली मिळाल्या होत्या. या आकड्याचा व्यवस्थित विचार करता यावा म्हणून असं सांगावं लागेल की, त्या वर्षीच्या अर्थसंकल्पात सरकारनं उत्पादक आणि अनुत्पादक अशा दोन्ही खर्चांवर मिळून अंदाजे गृहीत धरलेल्या रकमेइतकी ही रक्कम होती.

इतकी प्रचंड मागणी असल्यामुळे इश्श्यूची किंमत ही किंमत पट्ट्याच्या सर्वोच्च किंमतीइतकी म्हणजे ४५० रुपये ठेवण्यात आली. किरकोळ गुंतवणूकदारांना, एचएनआयना आणि उद्योगांना तो इश्श्यू ४२० रुपयांनी विकण्यात येणार होता.

या इश्श्यूसाठी २२५ शेअरहून कमी शेअरसाठी अर्ज केलेल्या सुमारे साडेचार लाख किरकोळ अर्जदारांना एकही शेअर दिला जाणार नाही, असं त्यानंतर दोन आठवड्यांनी कंपनीनं जाहीर केलं. बिगर-संस्थात्मक भागामधील प्रचंड सबस्क्रिप्शनमुळे कर्जाऊ निधीतील पैशातून शेअर्स खरेदीसाठी अर्ज केलेल्या एचएनआयकरिता वाईट बातमी समोर आली. त्यांनी अर्ज केलेल्या प्रत्येक १६० शेअर्सच्या मागणीमागे एक शेअर अशा प्रकारे त्यांना शेअर्स देण्यात येणार होते. मात्र त्यांना कर्जाऊ पैशांवर भरावं लागणारं व्याज हे १६० शेअर्सचं होतं. मोठ्या ट्रेडरचं आणि ऑपरेटरचं लक्ष याहून वाईट समस्येकडे लागलेलं असल्यानं त्यांनी रिलायन्सच्या आयपीओची तितकीशी पर्वा केली नाही. त्या आठवड्यात शेअर्सच्या किंमतीत झालेल्या जबरदस्त घसरणीमुळे अनेक स्टॉक्समधील त्यांच्या पोझिशनना मोठा फटका बसला होता. त्यांच्या ब्रोकरकडे अतिरिक्त मार्जिन पैसा ते ठेवू शकले नसते, तर या परिस्थिती आणखी बिघडल्या असत्या.

बाजारातील मला माहीत असलेल्या बहुतांश खेळाडूंनी हे रोख पैसे मिळवण्यासाठी अगदी मेटाकुटीला येऊन प्रयत्न करण्यात तो आठवडा घालवला होता. बाजाराचा कल उलटा फिरल्यामुळे, प्रत्येक जहाज उलथवून टाकणाऱ्या तरलतेची भरती अचानकच संपल्यासारखी दिसू लागली.

माझ्याकडे मदतीसाठी फारसे फोन आले नाहीत, कारण माझ्या बहुतांश सहकारी ट्रेडर्सचा असा समज होता की मलासुद्धा भरपूर नुकसान सोसावं लागलं होतं आणि मीसुद्धा रोख पैशाच्या शोधात फिरत होतो. माझ्या मित्रांना माहीत नसलं तरी मी आरामात नफ्याच्या मोठ्या ढिगाऱ्यावर शांतपणे बसून राहिलो होतो.

मला आजूबाजूला पाहिल्यावर लक्षात आलं होतं की, सोमवारी आणखी रक्तपात होणार होता. किंमतींमधील जोरदार घसरणीचा फायदा घेण्यासाठी यंत्रणेत पुरेसा पैसाच नव्हता. सोमवारी मार्जिनसाठी आणखी जास्त फोन जाणार होते हे मला दिसत होतं आणि त्यामुळे घबराटीतून आणखी जोरदार विक्रीचा मारा होणार होता. परंतु आता माझ्या शॉर्ट पोझिशन गुंडाळण्याविषयी मला विचार करावाच लागणार होता. अतिशय अनुभवी ट्रेडरसुद्धा बाजाराचं नेमकं शिखर किंवा तळ अचूकपणे सांगू शकत नाही. अर्थातच बाजार कुठल्याही बाजूला असताना दुसऱ्या बाजूला वळू लागण्याच्या अगदी आधी तुम्ही कुठला तरी अखेरचा ट्रेड पार पाडलेला असतोच. पण त्या ट्रेडला केवळ सैद्धान्तिक महत्त्व असतं. शुक्रवारी निफ्टी ५,७०५ अंशांवर बंद झाला. माझी अंत:प्रेरणा आणि गेल्या आठवड्यातील ट्रेडिंग स्क्रीनवरच्या आकड्यांवरून मी बांधलेला अंदाज यावरून इंडेक्स एकदा तरी ५,००० च्या खाली कोसळणार असं मला वाटत होतं. तो कदाचित तिथे जास्त काळ टिकून राहिला नसता, पण तितका नक्कीच कोसळला असता. अपेक्षेप्रमाणे सोमवारी बाजारात गोंधळ उडाला, पण मी आठवड्यापूर्वी सुरू केलेल्या घसरणीच्या तुलनेत तो अतिशय वाइटाच्याही पलीकडे वाईट होता. ट्रेडिंग सुरू झालेल्या क्षणापासूनच स्टॉकमध्ये मुक्त घसरण सुरू झाली. अतिरिक्त मार्जिन देऊ न शकलेले ट्रेडर्स कुठल्याही किंमतीला विक्री करत होते. त्यामुळे किंमती अक्षरशः भिरभिरत मृत्युगोलात भिरकावल्या गेल्या होत्या. हेज फंडांनी केलेल्या प्रचंड शॉर्ट सेलिंगमुळे घसरणीच्या दबावात भर पडली. बाजारातील तेजीच्या किंवा मंदीच्या प्रवाहांना अनुक्रमे त्यांच्या जोरदार खरेदीमुळे किंवा विक्रीमुळे तीव्र बनवण्यात हे फंड निष्णात होते. शिवाय हे फंड आता जे कोणी त्यांना शेअर्स देऊ इच्छित होते त्यांच्याकडून अधिकृतपणे ते कर्जाऊ घेऊ शकत होते आणि नंतर ते बाजारात आणून ओतू शकत होते.

ही कत्तल सुरू असतानाच, विविध स्टॉक्सवरची मार्जिन वाढवून आणि त्यानंतर ब्रोकरकडे ठरलेल्या वेळेच्या आधी मार्जिन देण्याचा आग्रह धरून स्टॉक एक्स्चेंजनं या आगीत तेल ओतलं. ब्रोकरेज फर्म्सनी मार्जिनची रक्कम भरली नसती तर त्यांच्या ट्रेडिंग टर्मिनल्स बंद केल्या गेल्या असत्या. त्यामुळे नाइलाजानं का होईना, पण ती रक्कम भरण्याखेरीज त्यांच्याकडे अन्य पर्याय नव्हता. ब्रोकर आता 'इकडे आड तिकडे विहीर' अशा

परिस्थितीत सापडले होते. ट्रेडिंग टर्मिनल बंद झाल्यामुळे कोसळणाऱ्या बाजारात ब्रोकरनं दीर्घ पोझिशन घेतल्या असतील, तर किंमती सतत कमी होत चालल्या असल्यामुळे ब्रोकरच्या जोखमीत मोठी वाढ झाली होती. ग्राहकांच्या पोझिशन बंद करून ब्रोकरनी याला प्रतिसाद दिला. काही प्रकरणांमध्ये ग्राहकांनी तत्परतेनं मार्जिनची रक्कम भरण्यासाठी धनादेश दिले. मात्र निधी हस्तांतराच्या आरटीजीएस सुविधेला तोपर्यंत मोठा वेग आला नव्हता. त्यामुळे धनादेश वठण्यासाठी किमान दोन दिवसांचा अवधी लागत होता. त्या वेळी इतकी घबराट पसरलेल्या बाजारात दोन दिवस हा खूप मोठा काळ होता. शिवाय ग्राहकांच्या खात्यात प्रत्यक्षात तितके पुरेसे पैसे होते का, तेही सांगता येत नव्हतं, कारण त्यांच्यापैकी अनेकांना खूप मोठा तोटा सहन करावा लागला होता. बाजारात भीतीचं आणि अविश्वासाचं वातावरण निर्माण झालं होतं.

ब्रोकर्सकडून कुठलीही थकबाकी राहू नये किंवा त्यांनी दिवाळं जाहीर करून पैसे बुडवू नयेत याची हमी मिळवण्यासाठी अतिरिक्त मार्जिनची मागणी करण्याचा विविध एक्स्चेंज्सचा निर्णय योग्यच होता. परंतु परिस्थिती हाताबाहेर चाललेली असताना एकाच फटक्यात मार्जिनमध्ये मोठी वाढ करण्याऐवजी त्यांनी जर हळूहळू मार्जिन वाढवत नेली असती, तर सगळी परिस्थिती या वळणावर पोहोचलीच नसती. वधारणाऱ्या बाजारात मार्जिनमध्ये कसलाच बदल न केल्यामुळे खेळाडूंना त्यांच्या पोझिशनची अनिर्बंधपणे उभारणी करता आली होती. किंमती वधारत चाललेल्या असताना ट्रेडिंग खात्यांमधील पतपुरवठा चांगला होता आणि त्यामुळे मार्जिन भरता आली असती. जर किंमतींमध्ये आधीच्या तुलनेत मोठी घसरण झाली तर मार्जिनही खूपच अपुरी ठरतील, ही गोष्ट कोणाच्याच लक्षात आली नव्हती.

शुक्रवारी सेन्सेक्समध्ये २०८ अंशांची घसरण झाल्यानंतर बहुतेक खेळाडूंना पुढच्या सत्रात आणखी घसरण होईल असं वाटलं नव्हतं. अनेकांची अशी अपेक्षा होती की, गेल्या सलग पाच सत्रांत बाजारात घसरण होत राहिल्यामुळे आता थोडासा का असेना, पण बाजार उसळी मारून उलट्या दिशेला वळेल. पण आपल्या क्रूर तेजीवाल्यांना आपण पुरेशी शिक्षा केली आहे, असं बाजाराला वाटत नव्हतं.

सोमवारी निफ्टी ४,९७७ पर्यंत कोसळला आणि नंतर काही प्रमाणात तोटा कमी करून अखेरीस ५,२०८ वर बंद झाला. त्या दिवशी त्याच्यात

सुमारे ५०० अंशांची आणि सेन्सेक्समध्ये ९७९ अंशांची घसरण झाली होती. मला नफा होत असल्याचं दिसल्याबरोबर दिवसाअखेरीपर्यंत माझ्या जवळजवळ ६० टक्के पोझिशन मी स्केअर-ऑफ करून टाकल्या होत्या. कोणीही हे ऐकलं असतं तर त्यामुळे त्यांना मोठाच मत्सर वाटला असता.

एलआयसीला किंवा सरकारी मालकीच्या बँकांना खरेदी करायला सांगून सरकारनं कदाचित बाजाराला पाठबळ दिलं असतं, याची मला सगळ्यात जास्त चिंता वाटत होती. अशा प्रकारच्या एखाद्या गोष्टीमुळे बाजार स्थिरावण्यास मदत झाली असती आणि माझ्यासारख्या तत्पर बेअर्सना (मंदीवाल्यांना) आपल्या पोझिशन गुंडाळाव्या लागल्या असत्या. तोपर्यंत अनेक खेळाडूंनी शॉर्ट सेलिंग केलं होतं - म्हणजेच सिक्युरिटीज कर्जाऊ घेऊन त्यांची खुल्या बाजारात विक्री केली होती आणि त्यांची कमी दरात खरेदी करण्याची ते प्रतीक्षा करत होते. जर ते सगळेच एकाच वेळी खरेदीसाठी बाजारात उतरले असते तर बाजार एकदमच वधारला असता.

तोपर्यंत अर्थमंत्र्यांनी किंवा मंत्रालयातील इतर कुठल्याही ज्येष्ठ अधिकाऱ्यानं कुठलंच जाहीर विधान केलं नव्हतं. परंतु जर बाजार आणखी घसरला असता तर धडपडत राहिलेल्या गुंतवणूकदारांना दिलासा देण्यासाठी त्यांनी निश्चितपणे थोडेफार दिलासादायक शब्द उच्चारले असते किंवा कदाचित सेबीनं बाजार उघडण्याच्या थोडा वेळ आधी आणखी शॉर्ट सेल करण्यावर बंदी घातली असती. त्यामुळे आपापल्या पोझिशन गुंडाळण्याकरिता अस्वलांची म्हणजेच बेअर्सची धावपळ सुरू झाली असती. माझ्यामधील ट्रेडरनं मला अंतःप्रेरणेनंच असं सांगितलं होतं की, आणखी एक विक्रीचा मारा नक्कीच होणार होता, कारण अनेक ट्रेडर्स त्यांच्या उर्वरित पोझिशनकरिता मार्जिन भरण्यासाठी रोख रक्कम मिळवण्याकरिता अजूनही धावाधाव करत होते.

त्या रात्री मी अस्वस्थपणेच झोपलो. माझ्या बँकेच्या खात्यात सगळा पैसा येऊन पडणार असला तरीही माझ्या मनात बाजार पुन्हा एकदा अचानकच आपली दिशा बदलेल आणि माझा सगळा नफा, मी मिळवलेला सगळा पैसा जाईल की काय, अशी तापदायक काळजी होती. कारण काहीही झालं तरी मी आणखी काही पोझिशन तशाच ठेवल्या होत्या. माझे अनेक मित्र घोर संकटात सापडलेले असताना मी प्रचंड पैसा मिळवत असल्याच्या अपराधगंडातूनही माझी झोप उडाली असावी.

त्या रात्री मला विचित्र स्वप्नं पडत राहिली. त्यांपैकी एका स्वप्नात माझ्याकडे पैसा असतानाही मी मदत करत नसल्याबद्दल माझे मित्र मला स्वार्थी म्हणत आहेत आणि काही मित्रांशी माझा वाद झाल्याचं मला दिसलं. दुसऱ्या स्वप्नात अटकेचं वॉरंट घेऊन पोलिस माझ्या दारात आल्याचं मला दिसलं. शॉर्ट सेलिंगच्या माध्यमातून बाजारात दहशत पसरवत असलेल्या लोकांना सेबीनं शोधून काढलं आहे, असं ते मला सांगत होते. मी कितीही गयावया केली तरी तिकडे दुर्लक्ष करून, त्यांनी मला भर रस्त्यातून बेड्या ठोकून फरफटत नेलं. त्या वेळी बाकीचे सगळे टाळ्या वाजवत आनंदानं चित्कारत होते.

मी विरोध केल्यानंतर त्या पोलिसांनी मला सांगितलं की, लोकांनी शॉर्ट सेलिंग थांबवावं, यासाठी त्यांच्या समोर माझं उदाहरण ठेवण्याचे आदेश त्यांना देण्यात आले होते. या स्वप्नाच्या मागे, बाजार कोसळण्याच्या मागे मी होतो, मी तितका मोठा होतो असा अहंकार मोठी करणारी माझी जाणीवच असावी.

दुसऱ्या दिवशी मी कामावर निघालो होतो त्या वेळी मला अटक करून माझी रस्त्यावरून काढण्यात आलेली धिंड माझ्या डोक्यात होती. पण त्या दिवशी सकाळीही बाजार सुरू झाल्यानंतर काही मिनिटांतच इंडेक्स दहा टक्क्यांनी कोसळले आणि माझं नशीब तशीच घोडदौड करत राहिलं. त्यानंतर नियमांनुसार एका तासासाठी बाजार तहकूब करण्यात आला.

आता नेमका कशामुळे हा तडाखा बसला होता हे माहीत नसलेल्या बाजारातील संतप्त लोकांना शांत करण्यासाठी अर्थमंत्री निश्चितपणे काही ना काही कृती करणारच होते. बँकांना ब्रोकरना अतिरिक्त पतपुरवठा करणाऱ्या सेवांचा लाभ देण्यास सांगण्यात आलं आणि अर्थ मंत्रालयातील अधिकाऱ्यांनी बाजाराला पुरेशी तरलता आणण्याची हमी दिली. राज्यांच्या अखत्यारीतील बँकांना त्यांच्याकडे तारण म्हणून ठेवण्यात आलेले शेअर्स घाईघाईनं काढून न टाकण्याच्या सूचना देण्यात आल्या, कारण त्यामुळे शेअर्सच्या किंमतीतील घसरणीला आणखी चालना मिळाली असती. काही बँकांच्या प्रमुखांनी अर्थकारणाच्या भक्कम मूलभूत तत्त्वांची ग्वाही दिली. इतर काहींनी अतिरिक्त पतपुरवठ्याच्या माध्यमातून ब्रोकरना संपूर्ण पाठबळ देण्याचं वचन दिलं आणि इतर काहींनी तर मूल्यनिर्धारणं आकर्षक वाटत असल्यामुळे भांडवल बाजारात जास्त प्रमाणात उतरणार असल्याचं

सांगितलं. नंतर अनेक ब्रोकरनी अशी तक्रार केली की, बँका त्यांना अल्पावधीचा अतिरिक्त पतपुरवठा देऊ करत होत्या, पण त्यांचे व्याजदर २४ टक्क्यांइतके उच्च होते.

त्यानंतर खुद्द अर्थमंत्र्यांनी यात भाग घेतला आणि देशात सारं काही सुरळीतपणे सुरू असल्याचं सांगितलं.

एका तासानंतर बाजार पुन्हा सुरू झाला आणि मग तिथे काही प्रमाणात विवेकीपणा दिसून आला. अद्यापही प्रत्येक वाढीला प्रचंड विक्रीच्या माऱ्याला तोंड द्यावं लागत होतं. अखेरीस त्या दिवशी निफ्टी ४,९०० वर आणि सेन्सेक्स १६,७२९ वर बंद झाला. फक्त सात सत्रांमध्ये २५ टक्के घसरण झाली होती आणि तेजीचा बाजार संपल्यासारखं दिसत होतं.

बाजारात अल्प काळ आणि अर्ध काळ काम करणारे अनेक जण साफ बुडाले होते. खरं तर काही वर्षांपूर्वीच जबरदस्त मानसिक आघातावर मात करून शेअर बाजाराचा विचार करण्यास ते शिकले होते. काही जास्त मोठ्या फर्म्सनी आणि खेळाडूंनी नुकतंच गंभीर माघारींना उलटवण्यात यश मिळवलं होतं. इतर काही जणांच्या स्वप्नातील घर, स्वप्नातील कार किंवा युरोपची महिनाभराची सहल या गोष्टी काही वर्षांसाठी तरी लांबणीवर पडल्या होत्या.

माझा विचार करता, मी श्रीमंत व्यक्ती होतो. मी तोपर्यंत माझ्या करिअरमधील सगळ्यात धिटाईची चाल यशस्वीरीत्या पार पाडली होती आणि त्यामुळे मला खूपच मोठा नफा मिळाला होता. परंतु हे फक्त पैशाच्या संदर्भातच होतं. तीव्र तेजीची घोडदौड ऐन भरात असताना बाजाराच्या विरोधात जाण्याचा निर्णय घेऊन शिखरावर पोहोचण्यात माझं समाधान दडलेलं होतं.

त्या रात्री बीनाला आणि मुलांना पंचतारांकित हॉटेलमध्ये जेवायला घेऊन जाऊन आणि एप्रिलमध्ये त्यांना हव्या त्या ठिकाणी मोठ्या सुट्टीसाठी नेऊन माझ्या पद्धतीनं माझा विजय साजरा करण्याचा मी विचार केला. पण काही कारणानं मी याच्या विरोधात करायचं ठरवलं. कदाचित ही गोष्ट माझ्या सुप्त मनात असलेल्या अपराधगंडामुळे मी केली असेन किंवा मला कुठलाच धोका पत्करायचा नसल्यामुळे मी तसं केलं असेन. पण त्याऐवजी मी घरीच राहून संगीत ऐकण्याची आणि बीनाबरोबर खूप गप्पा मारण्याची निवड केली.

मी परस्परविरोधी भावनांच्या तावडीत सापडलो होतो. मला एका बाजूला जगाला माझं यश दाखवून द्यायचं होतं आणि तरीही अशा विशिष्ट परिस्थितीत त्यामुळे निर्माण होणाऱ्या असूयेचा विचार केल्यावर मला तसं करावंसंही वाटत नव्हतं. तसं केल्यामुळे मी आतापर्यंत जे टाळत आलो होतो, त्याच्या विरोधात जाऊन मी लोकांचं लक्ष माझ्याकडे वेधून घेतलं असतं. पण तरीही त्यानंतर लवकरच मी मिळवलेला पैसा हा बाजारातील चर्चेचा विषय झाला होता. मी कितीही जोरदार प्रयत्न केले असले तरी ती गोष्ट मी टाळू शकलो नव्हतो.

२७

मंदीवाल्यांचे (बेअर्सचे) हल्ले

तोपर्यंत बाजाराला खीळ घातलेल्या त्रस्तता पूर्णपणे नष्ट झाल्या नव्हत्या.

त्या गंभीर शोकांतिकेचा अखेरचा अंक अजून प्रलंबित होता. त्यानंतर दोन ते तीन आठवड्यांतच बाजारांमध्ये रिलायन्स पॉवरचं पदार्पण झालं होतं.

स्टॉकचं लिस्टिंग हा उत्कर्षबिंदू नव्हे, तर घसरणीची सुरुवात असू शकेल याचं पहिलं चिन्ह अर्थातच ग्रे मार्केटमधून दिसून आलं. एकदा ४५० रुपये इतक्या उंचीवर चढलेल्या अधिमूल्यामुळे बाजाराचा सर्वसामान्य कल काहीही असला तरी रिलायन्स पॉवरच्या शेअरचं शंभर टक्के अधिमूल्यानं लिस्टिंग होईल असं सूचित झालं होतं. पण आता आठवडाभरातच इंडेक्सनी २५ टक्के घसरण दर्शवल्यानंतर हे अधिमूल्य २०० रुपयांवर घसरलं होतं.

गुंतवणूकदारांच्या अपेक्षा लक्षणीयरीत्या कमी झाल्या असल्या तरीही आपल्याला चांगला परतावा मिळेल असा त्यांचा तोपर्यंत विश्वास होता. आयपीओला असलेल्या प्रचंड मागणीमुळे त्यांची आशा वाढली होती. जर गुंतवणूकदारांनी अर्ज केलेल्या शेअर्सच्या तुलनेत त्यांना अत्यल्प शेअर्स मिळाले असतील तर त्याचा अर्थ शेअरचं लिस्टिंग झाल्यानंतर त्यांनी खुल्या बाजारातून त्यांची खरेदी केली असती, असा होता.

रिलायन्स पॉवरच्या लिस्टिंगसाठी ११ फेब्रुवारी हा दिवस निश्चित करण्यात आला होता. लिस्टिंगमधील वाढीमुळे बाजार स्थिरावेल असं

वाटत होतं आणि अनेक खेळाडूंना सगळ्यात वाईट परिस्थिती संपली असं वाटत होतं. रिलायन्स पॉवरनं दाखवलेल्या चांगल्या लक्षणांमुळे बाजार पुन्हा वर चढू शकेल असं त्यांना वाटत होतं. पण फारसे व्यवहार होत नसल्यामुळे ग्रे मार्केटमधील अधिमूल्य मात्र घसरत चाललं होतं.

ग्रे मार्केटच्या बाहेर प्रत्येकालाच भारतीय शेअर बाजाराच्या इतिवृत्तात कशामुळे ऐतिहासिक क्षणाची निर्मिती होईल याची उत्सुकता लागून राहिली होती.

तिथे जास्त मोठा घसरणबिंदू असणं शक्य नव्हतं.

रिलायन्स-एडीएजी समूहाचे अध्यक्ष अनिल अंबानी यांनी सकाळी ९.५५ वाजता शेअर्सचं लिस्टिंग झाल्याचं दर्शवण्यासाठी बीएसईमध्ये थाळीनाद केला. त्याबरोबर जणू काही त्यांच्या स्टॉकमध्ये आपले पंजे घुसवण्यासाठी त्यांनी उपाशी अस्वलांनाही त्यांचं जेवण तयार असल्याचा इशारा दिला होता.

शेअर्स थोड्या काळापुरते ५०० रुपयांपर्यंत वधारले, परंतु त्या वेळी फारसे ट्रेड झाले नाहीत. बीएसईवर त्या दिवसाची सर्वोच्च किंमत ५९९ रुपये आणि एनएसईवर ५३० रुपये होती. परंतु हे अळवावरचं पाणी ठरलं. काही मिनिटांतच शेअर्सच्या किंमती पार घसरल्या आणि ३५५ रुपयांवर पोहोचल्या आणि दिवसाअखेरीपर्यंत त्या ३७२ रुपयांवर आल्या. ही इश्श्यू किंमतीहून १७ टक्क्यांची घसरण होती. या सत्रातील सरासरी किंमत ४१६ रुपये होती.

बाजारातील सर्वंकष घसरणीमुळे रिलायन्स पॉवरच्या शेअरमधील घसरणीला गती आली असण्याची शक्यता आहे. गुंतवणूकदारांना विक्री करायला भाग पाडून आणि संभाव्य खरेदीदारांमध्ये भीती पसरवून जाणूनबुजून शेअर्सच्या किंमती घसरवण्याचा कट केल्याचा आरोप नंतर अनिल अंबानींनी उद्योग क्षेत्रातील प्रतिस्पर्ध्यांवर केला होता. रिलायन्स पॉवरच्या शेअर्समध्ये सबस्क्रिप्शनच्या काळात अत्यंत उत्साहानं बोली लावलेले लोक, त्यांना तेच शेअर्स जास्त स्वस्त किंमतीत मिळत असूनही जास्त शेअर्सच्या खरेदीसाठी पुढे आले नव्हते.

फक्त मूठभर गुंतवणूकदारांनाच चांगला नफा मिळवून त्यांच्या पोझिशनमधून बाहेर पडता आलं होतं. पण त्यांना चांगली किंमत मिळाली होती, त्यांनासुद्धा त्यांनी जितके शेअर्स विकायचं असं ठरवलं होतं, तितके

सगळे शेअर्स विकता आले नव्हते, कारण स्टॉकची किंमत झपाट्यानं घसरली होती.

अनिष्टसूचक लिस्टिंगचे तरंग ग्रे मार्केटमध्येही उमटले. तिथे अनेक खेळाडूंनी प्रचंड तोटा सहन करावा लागल्यानंतर त्यांच्या बांधिलकीतून माघार घेत जवळजवळ विश्वासघात केला. ग्रे मार्केट बेकायदेशीर असतं आणि ते फक्त विश्वासावर चालतं. त्यामुळे तिथे आपला शब्द न पाळल्याबद्दल तुम्ही कोणालाही न्यायालयात खेचू शकत नाही. तरीही हा बाजार काळाच्या कसोटीवर उतरला आहे. त्यावरून खेळाडू क्वचितच त्यांचा शब्द मोडतात हे सिद्ध होतं. पण या घटनेमुळे ग्रे मार्केटमधील खेळाडूंवरचा विश्वास डळमळीत झाला. त्यानंतर त्यांच्यावर पुन्हा विश्वास बसण्यासाठी बराच काळ जावा लागला.

असा बोजवारा उडालेल्या काळात रिलायन्स पॉवरला वाईट प्रसिद्धीचाही फटका बसला. त्यानंतर २४ फेब्रुवारीच्या रविवारी रिलायन्स पॉवरनं त्यांच्या फक्त बिगर-प्रवर्तक शेअरधारकांसाठी बोनस शेअर इश्श्यू जाहीर केला. गुंतवणूकदारांना त्यांच्याकडच्या प्रत्येक पाच शेअर्ससाठी तीन बोनस शेअर्स मिळणार होते.

अगदी बोनस शेअर्स इश्श्यूमुळे खरेदीची सरासरी किंमत कमी झाली होती आणि त्यामुळे अतिरिक्त शेअर्स वितरणात आल्यानंतर बाजारातील शेअर्सची किंमत आपोआपच उतरणार होती, ही गोष्टी अनेकांच्या लक्षात आली नव्हती. बोनस इश्श्यू गुंतवणूकदारांना चांगल्या परताव्याची हमी देणार नव्हता. जर गुंतवणूकदारांना अर्थपूर्ण परतावे हवे असतील तर स्टॉकची किंमत वधारण्यासाठी एखाद्या मूलभूत कारणाची गरज होती. किंमत पट्ट्याकडे आणि ट्रेडिंगच्या स्क्रीनकडे पाहात असताना, स्टॉकची किंमत केव्हा ना केव्हा घसरणारच होती, याची मला खात्री पटली होती. मग जास्त वेळ न दवडता मी स्टॉक शॉर्ट करून टाकला.

जानेवारीपासूनच्या विक्रीच्या फटक्यांच्या मालिकांनंतर आता बाजार १७,०००-१८००० च्या दरम्यान स्थिरावण्याची चिन्हं दिसत होती. तेव्हापुरती तरी बेअर्सच्या दृष्टीनं ट्रेडिंगमधील सहजता संपुष्टात आली होती. ते आपला जीव वाचवण्यासाठी बाहेर पडण्याचा प्रयत्न करत असतानाच त्यांच्यासाठी अनपेक्षितपणे खुद्द अर्थमंत्र्यांकडून अतिरिक्त दारूगोळा पाठवण्यात आला. यूपीएच्या कार्यकाळातील अखेरच्या अर्थसंकल्पात

पी. चिदंबरम यांनी शेतकऱ्यांसाठी ६०,००० कोटी रुपयांच्या मदतीच्या पॅकेजची घोषणा केली. त्यात लघू आणि अल्पभूधारक शेतकऱ्यांची ५०,००० कोटींची कर्जं पूर्णपणे माफ करण्यात आली होती.

पुढच्या वर्षी होणाऱ्या निवडणुका जिंकण्यालाच सरकारचं प्राधान्य असल्याचं सूचित करणारं हे चिन्ह होतं. शेअर बाजाराला यातून व्हायचा तो बोध झाला होता. लवकरच सर्वसामान्यांसाठी आणखी उपाययोजना आखल्या जाणार होत्या असा याचा अर्थ होता. यामुळे धीट झालेल्या अस्वलांनी आक्रमक भूमिका घेतली आणि त्यानंतर पुढच्या तीन आठवड्यांमध्ये सेन्सेक्स सुमारे ३,००० अंशांनी कोसळला आणि १५,००० अंशांच्याही खाली गेला. सुमारे पाच वर्षं सुरू असलेली तेजीची घोडदौड संपुष्टात आल्याचं अगदी कट्टर तेजीवाल्यांनाही मान्य करावंच लागलं.

जागतिक बाजारांच्या आणि विशेषतः अमेरिकन आणि यूकेमधील बाजारांच्या संदर्भात सातत्यानं वाईट बातम्यांचा ओघ सुरू झाला होता, त्यामुळे बेअर्सनी म्हणजेच मंदीवाल्यांनी त्यांचा हल्ला तसाच सुरू ठेवला होता. कर्जदारांचं दिवाळं निघाल्यामुळे सबप्राइम कर्जांच्या बाबतीत आघाडीवर असलेल्या गुंतवणूक बँकांना झपाट्यानं कमी होत चाललेल्या भांडवलाच्या संकटाला तोंड द्यावं लागत होतं. तरलतेत निर्माण झालेल्या गंभीर प्रसंगामुळे या बँका इतर बाजारांमध्ये त्यांनी गुंतवलेला शक्य तितका पैसा काढून घेत होत्या.

बाजारातील कलामध्ये नाट्यमय परिवर्तन घडून आल्यामुळे इतर कंपन्यांच्या निधी उभारणीच्या योजनांना फटका बसला होता, कारण फंड व्यवस्थापकांच्या आयपीओंच्या बाबतीत प्रचंड साशंकता निर्माण झाली होती. वॉकहार्ड हॉस्पिटलला सुमारे ७५० कोटींची उभारणी करायची होती आणि एमआर एमजीएफ या दुबईमधील एमआर प्रॉपर्टीज आणि भारतातील एमजीएफ डेव्हलपमेंट या संयुक्त उद्योगाला आयपीओंमधून ६,४०० कोटींची उभारणी करायची होती. हे दोन्ही पब्लिक इश्श्यूज तसेच मागे ठेवण्यात आले.

मी ट्रेडिंगमध्ये चांगली कमाई करून काही काळ सुट्टी घ्यावी, असा निर्णय घेतला होता. माझ्या कुटुंबीयांसोबत श्रीलंकेला सुट्टीवर जाण्याचा माझा बेत होता. मी बाजारातील बातम्यांमुळे आपलं लक्ष विचलित होऊ न देण्याचा प्रयत्न करत होतो, पण जगभरात झपाट्यानं उलगडत चाललेल्या घटना–घडामोडींचा मागोवा घेत राहिलो होतो.

उर्वरित वर्षभर काहीही न करता राहणं मला परवडणारं होतं, पण लहरीअनुसार आपला मार्ग बदलत राहिलेल्या बाजारात ट्रेडिंग करणं ही रोमहर्षक गोष्ट होती आणि त्यापासून अलिप्त राहण्यासाठी स्वतःला रोखून धरणं फारच कठीण होतं.

विक्रीच्या एका फेरीनंतर दर वेळी बाजारानं थोडाफार वधारण्याचा प्रयत्न केला की, पुढच्या विक्रीच्या माऱ्यामुळे तो खालीच घसरत चालला होता हे स्पष्टच होतं. स्टॉकच्या किंमतींवरील दबावात पी-नोट खात्यातून स्टॉक्स कर्जाऊ घेऊन एफआयआय करत असलेल्या शॉर्ट सेलिंगमुळे भर पडली होती. पी-नोट्समधील गुंतवणूकदारांच्या नकळत त्यांच्या वतीनं ब्रोकिंग फर्म्सनी घेऊन ठेवलेले शेअर्स या फर्म्स इतर एफआयआय ग्राहकांना शॉर्ट सेलिंगसाठी कर्जाऊ देत होत्या. ब्रोकिंग फर्मच्या दृष्टीनं हा आकर्षक व्यवसाय होता, कारण या 'कर्जा'साठी त्या भरपूर फी आकारू शकत होत्या. एफआयआय़ कर्जाऊ घेतलेले शेअर्स पहिल्यांदा विकत होत्या आणि नंतर कमी किंमतीवर ते खरेदी करून ब्रोकिंग फर्म्सना परत देत होत्या.

बाजारात मंदीचा कल असल्यामुळे हे 'कर्जाऊ' शॉर्ट सेलिंग एफआयआयना भरपूर नफा मिळवून देत होतं आणि शेअरच्या किंमती आणखी कोसळवत होतं. यातली उपरोधिक बाब अशी होती की, जे स्टॉक या विक्रीच्या संतप्त लाटेत अतिशय वाईट परिस्थितीत होते तेच काही महिन्यांपूर्वी संस्थात्मक गुंतवणूकदारांचे अत्यंत लाडके स्टॉक होते. घाबरगुंडी उडालेल्या अनेक एफआयआय त्यांच्याकडचे स्टॉक झटपट काढून टाकून सुरक्षित आश्रयस्थानी गेल्या होत्या.

गेल्या अनेक वर्षांत मला मंदीतील बाजार आणि शॉर्ट सेलिंगच्या माध्यमातून पैसा कमावण्याची कला या गोष्टी आवडत होत्या. बाजार तेजीत असताना कोणताही नवोदितसुद्धा पैसा कमवू शकतो. परंतु तो मंदीत असताना फक्त खरा व्यावसायिक ट्रेडरच पैसा कमवू शकतो. शॉर्ट सेलिंगमुळे ट्रेडरच्या कौशल्याचा खरा कस लागतो.

बाजारात नेहमीच मंदीवाल्यांच्या तुलनेत तेजीवाले जास्त असतात आणि तेजीत चढत चाललेल्या बाजारात आक्रमकपणे काम करणारे बहुतेक ट्रेडर्स घसरत चाललेल्या बाजारात शॉर्ट सेलिंग करण्यास नाखूश असतात. असं का होतं, याविषयी जीबींनी दिलेलं स्पष्टीकरण मला आजही आठवतं.

बऱ्याच वर्षांपूर्वी त्यांनी मला सांगितलं होतं की, 'मनुष्यप्राणी नैसर्गिकपणेच आशावादी असतो आणि कुठल्याही मार्गानं पैसा कसा कमवता येईल याचीच जास्त चिंता करणारे ट्रेडर्सही या नियमाला अपवाद नसतात. एखादा स्टॉक खरेदी करून तो वधारेल अशी आशा करणं ही गोष्ट स्टॉकची विक्री करून नंतर तो स्टॉक आणखी घसरावा अशी आशा करण्याच्या तुलनेत जास्त सोपी असते. तू एखादा स्टॉक शंभर रुपयाला खरेदी केलास तर तुला हे माहीत असतं की, जास्तीतजास्त वाईट काय होईल? तर त्याची किंमत शून्यापर्यंत घसरू शकेल आणि त्यामुळे तुला जास्तीतजास्त शंभर रुपये गमवावे लागतील. अर्थातच स्टॉकची किंमत कधीही शून्यापर्यंत घसरत नाही. तू १०० रुपयांना स्टॉकचं शॉर्ट सेलिंग केलंस तर त्या स्टॉकची किंमत कितीही रुपयांपर्यंत वधारू शकते. त्याची वधारण्याची मर्यादा निश्चित नसते.'

'म्हणून त्या स्टॉकची किंमत अगदी ९० रुपयांपर्यंत घसरली तरी ती कधीतरी वाढेल या आशेनं तू दीर्घ काळापर्यंत वाट पाहू शकतोस. पण १०० रुपयांवर शॉर्ट सेलिंग केलेले बहुतेक ट्रेडर तो स्टॉक ११० रुपयांवर गेला तर त्या क्षणापासून काळजी करू लागतात. मुळातच शॉर्ट सेलिंगच्या वेळी अनेक जण त्यांच्या स्वाभाविक प्रवृत्तीच्या विरोधात गेलेले असतात आणि त्यामुळे तो स्टॉक १०० रुपयांच्या खाली घसरेपर्यंत ते अस्वस्थ होतात. म्हणूनच बाजारानं दोन-दोन महिन्यांत मिळवलेला लाभ गमावण्यासाठी त्याला फक्त एखादा आठवडा लागत असला तरी शॉर्ट सेलिंग करण्यासाठी ट्रेडर खरोखरच धाडसी असावा लागतो. शॉर्ट सेलिंग करणारे ट्रेडर्स जास्त शिस्तीनं वागणारे असतात आणि तेजीसाठी दीर्घ काळ वाट पाहत राहून ट्रेडिंग करणाऱ्यांच्या तुलनेत ते सर्वसामान्यपणे कमी पैसा गमावतात,' असं त्यांनी पुढे सांगितलं होतं.

आंतरराष्ट्रीय बाजारांमधील संकट स्थिरपणानं वाढत आणखी वाईट होत चाललं होतं. १५ सप्टेंबरला ते जास्त मोठ्या प्रमाणात समोर आलं. त्या दिवशी लेहमन ब्रदर्सना सरकारनं पैसा देण्यास नकार दिला होता आणि त्यांनी दिवाळखोरीकरिता अर्ज भरला होता. शिवाय त्याच दिवशी मेरिल लिंचवर बँक ऑफ अमेरिकेनं केवळ काही तासांच्या क्लेशदायक विक्रीतून मात केली होती आणि तिला खरेदी केलं होतं. त्या दोन मजली गुंतवणूक बँकांना सुमारे २५२ वर्षांचा इतिहास होता. मॉर्गन स्टॅन्ले, सिटीग्रुप

आणि अगदी वरवर पाहता अभेद्य वाटणारी गोल्डमन सॅक्ससुद्धा लवकरच तळागाळात जाणार असल्याच्या अफवा झपाट्यानं मोठ्या प्रमाणात वॉल स्ट्रीटवर पसरू लागल्या.

फक्त सहा महिन्यांच्या काळात लेहमन, मेरिल, बेअर स्टर्न्स या सहांपैकी तीन अमेरिकन गुंतवणूक फर्म इतिहासजमा झाल्या होत्या आणि अस्तित्वात असलेल्या गोल्डमन सॅक्स व मॉर्गन स्टॅन्ले यांचे गुणधर्म बदलले होते. त्यामुळे वॉल स्ट्रीटचा चेहरामोहरा कायमस्वरूपीच बदलून गेला होता.

अमेरिकेतील वित्त क्षेत्रातील स्टॉक असे छिन्नभिन्न होणे ही अतिशय आश्चर्याची गोष्ट होती. याच दरानं शेअरच्या किमती आणखी घसरत गेल्या तर आणखी बँकाही तळागाळात जातील या भीतीपोटी सिक्युरिटीज अँड एक्स्चेंज कमिशननं (एसईसीनं) वित्त क्षेत्रातील कंपन्यांच्या स्टॉक्सच्या शॉर्ट सेलिंगवर तातडीची तात्पुरती बंदी घातली.

सेबीनं सेकच्या (SEC) धोरणाचं अनुकरण करून अशाच प्रकारची बंदी घालू नये अशी माझी इच्छा होती. दलाल स्ट्रीटवर हिंस्र झालेल्या अस्वलांपासून सर्वाधिक भीती रिअल इस्टेटला होती. डीएलएफ, युनिटेक, एटडीआयएल, सोभा डेव्हलपर्स, अनंत राज, ओमेक्स आणि ऑर्बिट कॉप्र यांसारखे स्टॉक जानेवारीतील त्यांच्या सर्वोच्च किमतीच्या तुलनेत ६० ते ७० टक्क्यांनी घसरले होते आणि अजूनही त्यांची घसरण थांबल्याची चिन्हं दिसत नव्हती.

लँड बँकमुळे या स्टॉक्सच्या किमती प्रचंड म्हणजे अविश्वसनीय वाटाव्यात इतक्या वधारल्या होत्या. या बँकांच्या ताब्यात खूप मोठ्या जमिनी होत्या, त्यामुळे गुंतवणूकदारांच्या दृष्टीनं त्यांना जास्त मूल्य होतं. मात्र या जमिनींच्या मालकीविषयी बरेच वाद सुरू होते. त्या जमिनी विकसित करून खरेदीदार समोर येईपर्यंत काही काळ जाणार असल्यामुळे ही गोष्ट अर्ध्या हळकुंडानं पिवळं होण्यासारखी होती. तेजीच्या बाजारात नेहमीच घडतं त्याप्रमाणे रिअल इस्टेटच्या किमती भरपूर वधारल्या होत्या. अगदी शाश्वतपणे नसल्या तरी आगामी अनेक वर्षं या किमती अशाच वधारलेल्या राहतील असंच सगळ्यांना वाटत होतं. या क्षेत्रातील निकृष्ट उद्योजकीय नियंत्रण मानांकनांकडे गुंतवणूकदारांनी दुर्लक्ष केलं होतं. त्यापैकी बराचसा व्यवहार रोख स्वरूपात केला होता आणि तो हिशेबवह्यांमध्ये कधीही दाखवला जात नव्हता. रिअल इस्टेट कंपन्यांचे बहुतांश डीलर स्वतःच्या

स्टॉकचे व्यवहार करत होते आणि अनेकांनी बेनामी खात्यांमधील शेअर्स वापरून निधीची उभारणी केली होती. पण आता चक्र उलटं फिरलं होतं आणि त्यामुळे आता ज्यांनी पूर्वी या क्षेत्रातील स्टॉक्सच्या किमतींचा पाठपुरावा केला होता, तेच गुंतवणूकदार आता त्यांमधून बाहेर पडत होते.

अगदी सेबीनं जरी रिअल इस्टेटमधील स्टॉक्सच्या शॉर्ट सेलिंगवर बंदी घातली असती तरी या क्षेत्राला तात्पुरत्या स्वरूपाच्या दिलाशाहून अगदी थोडासाच जास्त दिलासा मिळाला असता. या कंपन्यांचे मूल्यनिर्धारण नमुने (मॉडेल्स) किती पोकळ होते ते बाजाराच्या लक्षात आलं. रिॲलिटी स्टॉक्सच्या किमतींत खूप मोठी घसरण झाली असली तरी या क्षेत्रांच्या संदर्भात बाजाराचा झालेला भ्रमनिरास इतका मोठा होता की, त्या तुलनेत किमतींमध्ये झालेली खूप मोठी घसरणही मोठी वाटत नव्हती. जास्त चांगलं व्यवस्थापन असलेल्या आणि मूलभूतपणे स्थिर असलेल्या कंपन्यांचे स्टॉक्स चांगल्या किमतीला उपलब्ध असल्यामुळे रिअल इस्टेटचे स्टॉक्स आणखी वाईट दिसत होते.

बुल्स (तेजीवाले) आपल्या जखमा भरून काढण्याचा प्रयत्न करत असले तरी ऑक्टोबरमध्ये विक्रीचा आणखी हिंस्र हल्ला चढवण्यात आला. डॉलरच्या तुलनेत जपानी येनच्या किमतीत वाढ झाल्यामुळे आणि बाजाराच्या भाषेत ज्याला 'कॅरी ट्रेड' असं म्हटलं जातं, तो उलगडत गेल्यामुळे विक्रीला जबरदस्त गती मिळाली होती. कॅरी ट्रेडमध्ये गुंतवणूकदार सर्वांत कमी व्याज भरून चलन कर्जाऊ घेतात आणि त्याचं डॉलरमध्ये रूपांतर करून ते फंड मालमत्तांमध्ये गुंतवतात. सहसा या मालमत्तांमध्ये इक्विटी, कमोडिटी, चलनं किंवा उच्च उत्पन्न देणारे बाँड्स यांसारख्या जोखमीच्या मालमत्तांचा समावेश असतो. चलन परिवर्तन मूल्य भरल्यानंतर या गुंतवणुकींमधून भरपूर चांगला परतावा मिळतो.

येनच्या कॅरी ट्रेडमध्ये हा पैसा जपानी चलनातून कर्जाऊ घेण्यात आला होता. येनच्या स्वरूपात कर्जाऊ रक्कम घेतल्यानंतर एखादी एफआयआय तो निधी डॉलरमध्ये रूपांतरित करत होती आणि नंतर पुन्हा त्याचं बाजाराच्या स्थानिक चलनात रूपांतर करून घेत होती. त्यानंतर याच्या उलट व्यवहार करण्यासाठी तिला स्थानिक चलनाचं पुन्हा डॉलरमध्ये आणि नंतर डॉलरमधील चलनाचं पुन्हा येनमध्ये रूपांतर करावं लागत होतं आणि त्याद्वारे मूळ कर्जाची परतफेड केली जात होती.

या प्रत्येक परिवर्तनासाठी मूल्य द्यावं लागत होतं आणि नफा मिळवण्यासाठी या सगळ्या परिवर्तन मूल्यांच्या एकत्रित रकमेहून मिळणारा परतावा जास्त असण्याची आवश्यकता होती. जोपर्यंत ज्या चलनाच्या स्वरूपात कर्ज घेतलेलं असतं, ते स्थिर असतं, तोपर्यंत किंवा त्या चलनाचं अगदी अवमूल्यन झालं तरी हा ट्रेड चांगला उपयुक्त ठरतो. त्याच वेळी हा फंड गुंतवलेल्या मालमत्तांचं मूल्यही वाढत राहण्याची गरज असते.

परंतु येनच्या किमती डॉलरच्या तुलनेत वधारल्या होत्या ही वाईट बातमी होती, कारण त्याचा अर्थ गुंतवणूकदारांना मूळ येनमधील कर्ज फेडण्यासाठी आता जास्त डॉलर्सची गरज भासणार होती. यातच भर म्हणून ज्या निधीची गुंतवणूक करण्यात आली होती, त्यांच्या किमतींमध्येही घसरण सुरू झाली असती, तर ही जास्तच वाईट परिस्थिती असती. पण सप्टेंबरपासून पुढे नेमकी हीच गोष्ट घडू लागली होती. त्या वेळी बाजारातील इक्विटी, कमोडिटी आणि मॉर्टगेज सिक्युरिटीजसारख्या जोखमीच्या बाँड्सच्या किमतीत मुक्तपणे घसरण सुरू झाली होती. साहजिकच त्यामुळे मार्जिनसाठी फोन येऊ लागले. सन २००७ च्या अखेरीपर्यंत हळूहळू कॅरी ट्रेडची उकल होऊ लागली आणि २००८च्या सप्टेंबरच्या घटनेनंतर त्यांना गती आली. गुंतवणूकदारांनी त्यांच्या कॅरी ट्रेड्समधून बाहेर पडून डॉलरचं येनमध्ये रूपांतर करून कर्जाची परतफेड करण्यास सुरुवात केल्यामुळे येनची मागणी आणखी वाढली आणि डॉलरच्या तुलनेत जपानी चलन जास्त भक्कम झालं. यामुळे वधारणारा येन आणि मालमत्तांच्या घसरणाऱ्या किमती, कॅरी ट्रेड्समधून आणखी गुंतवणूकदारांनी बाहेर पडणं आणि संपर्ण जागतिक आर्थिक बाजारांना जाणवणारे हादरे अशा आपत्तींचं दुष्टचक्र सुरू झालं.

एफआयआयच्या बाहेर जाणाऱ्या पैशाचा मोठा प्रवाह रोखण्याकरिता सेबीनं जोरदार उपाययोजना केली. आधीच्या ऑक्टोबरमध्ये पी-नोट्सवर घातलेल्या बंदी सेबीनं उठवल्या. पण एफआयआय आता भारतीय इक्विटींमध्ये पैसा गुंतवण्याच्या मनःस्थितीत नव्हत्या. त्यामुळे पी-नोट्सच्या माध्यमातून पोझिशन घेण्याची मुभा देण्यात आल्यामुळे त्यांच्या दृष्टिकोनात फरक पडला नाही.

त्यानंतर सेबीनं आणखी भक्कम उपाययोजना केल्या. त्यांनी एफआयआना पी-नोट खात्यांतून शॉर्ट सेलिंगकरिता कर्जाऊ घेतलेल्या शेअर्सची माहिती उघड करण्यास सांगितलं. यातून शॉर्ट सेलिंगचं स्वागत

केलं जाणार नाही, असा सूक्ष्म संदेश एफआयआयना देण्यात आला होता. एफआयआय़मधील जास्त हुशार असलेल्यांनी यातला संकेत ओळखला आणि तत्काळ शॉर्ट सेलिंग थांबवलं. तरीही इतर काही शॉर्ट सेलिंग करत राहिल्या. नंतर आठवड्याच्या आतच सेबीनं शेअर्स कर्जाऊ घेऊन शॉर्ट सेलिंग करण्यास एफआयआयना बंदी घातली. पण या उपाययोजनेचाही फारसा परिणाम झाला नाही. सन २००८च्या ऑक्टोबरमध्ये एफआय़आयनी एकूण १४,००० कोटी रुपये किमतीच्या शेअर्सची विक्री केली होती.

स्थानिक म्युच्युअल फंडांच्या दृष्टिकोनातूनही तो महिना खराब ठरला होता. यातली आश्चर्याची बाब अशी होती की, स्टॉकच्या किमती मुक्तपणे कोसळत असल्या तरीही व्यवसायातील इक्विटीच्या भागामुळे म्युच्युअल फंडांना डोकेदुखी झाली नव्हती. अमेरिकेप्रमाणेच भारतातील नाणेबाजार निधींमध्ये सप्टेंबरच्या मध्यापासून ऑक्टोबरअखेरीपर्यंत परिपक्वता मुदतीआधीच योजना परत करून पैसे परत घेण्यास खूप मोठ्या प्रमाणात सुरुवात झाली होती. एकूणच उद्योजकांनी आणि एचएनआयनी या कालावधीत ७१,००० कोटी रुपये काढून घेतले होते.

नाणे बाजार म्युच्युअल फंडांमधील अनेक गुंतवणूकदारांनी त्यांचा पैसा जास्त चांगला व्याजदर देणाऱ्या आणि जास्त सुरक्षित असलेल्या बँकांकडे वळवला. नाणे बाजार निधी कंपन्यांच्या डिपॉझिट सर्टिफिकेटमध्ये, ऋणरोख्यांमध्ये (डिबेंचर्समध्ये), आणि व्यापारी दस्तऐवजांमध्ये (उच्च पतदरानं कंपन्यांकडून घेतलं जाणारं असुरक्षित अल्पकालीन कर्ज) गुंतवणूक करत होत्या. गुंतवणूकदारांकडून पैसे परत देण्याकरिता येत असलेल्या प्रचंड मागण्यांमुळे नाणे बाजार निधींनी त्यांच्या मालमत्ता विकण्याचे प्रयत्न केले. परंतु त्या सिक्युरिटी घेण्यास कोणीही पुढे आलं नाही. त्यांच्या युनिटधारकांना पैसे देण्यासाठी त्यांनी बँकांकडून कर्ज घेण्याचेही प्रयत्न केले, पण जर्जर झालेल्या म्युच्युअल फंडांना पतपुरवठा करण्याबाबत बँका कंजूषपणे वागल्या. त्याच्या बऱ्याच आधीपासूनच बँकांच्या मनात म्युच्युअल फंडांविषयी आकस होता, कारण म्युच्युअल फंडांच्या डेब्ज बाजार योजना या बँकांच्या मुदतठेव योजनांच्या थेट स्पर्धक होत्या. शिवाय सध्याच्या परिस्थितीत म्युच्युअल फंडांना मोठ्या प्रमाणात कर्ज न देण्यामागे बँकांकडे मोठं कारणही होती. म्युच्युअल फंड त्यावेळी ज्या परिस्थितीत होते, त्या परिस्थितीचा बँका गुपचूप आनंद घेत होत्या आणि कायदेशीरपणे त्यांच्याकडून लाभ मिळवत होत्या.

बँकांनी म्युच्युअल फंडांवर ११ टक्क्यांपासून २४ टक्क्यांपर्यंतचा व्याजदर आकारला होता आणि काही प्रकरणांमध्ये तर जेमतेम दोन किंवा तीन दिवसांकरिता घेतलेल्या कर्जावर त्यांनी तब्बल ३९-४६ टक्के व्याजदर आकारला होता. बँका कर्जासाठी तारण म्हणून खासगी बँकांच्या मुदत ठेवींची सर्टिफिकेट्स (सीडीज) नाकारत होत्या. आता आरबीआयला तिच्या तातडीच्या कर्जाऊ यंत्रणेद्वारे सवलतीच्या दरात कर्ज देऊन यात हस्तक्षेप करावाच लागला. अर्थ मंत्रालयालासुद्धा म्युच्युअल फंडांना माफक दरात कर्ज देण्याकरिता आणि खासगी बँकांच्या सीडीजचा तारण म्हणून स्वीकार करण्यासाठी बँकांचं मन वळवावं लागलं.

लेहमन ब्रदर्स इतिहासजमा झाल्याच्या पाठोपाठ आयसीआयसीआय बँकेविषयी अशीच वाईट अफवा पसरली होती आणि त्या ऑक्टोबरमधील ती आणखी एक मोठी घटना होती. लेहमन ब्रदर्सकडून घेतलेल्या मोठ्या प्रमाणातील सिक्युरिटीजमुळे आयसीआयसीआय बँकेच्या परदेशी उपशाखांना जबरदस्त तोटा सहन करावा लागल्याची अफवा पसरली होती. त्यामुळे हा शेअर सलग तीन सत्रांमध्ये ४५० रुपयांवरून ३०५ रुपयांपर्यंत घसरला. शेअरच्या किमतीतील घसरणीमुळे आपल्याला नफा होईल, अशी अपेक्षा असलेल्या एका गटानं पद्धतशीरपणे ही अफवा पसरवली होती असा मला थोडासा संशय होता.

तिथलं एकूणच वातावरण असं होतं की, सगळ्यात वाईट अफवेवर लोक झटपट विश्वास ठेवत होते. बँकेच्या बाबतीत काहीतरी वाईट घडत असल्याच्या अफवेमुळे बँकेच्या विश्वासार्हतेत घट झाली होती आणि शेअर्सच्या किमतीत घसरण होण्याशी त्याचा नक्कीच संबंध होता. बँकेच्या आर्थिक स्थितीविषयीचा अंदाज सगळीकडे पसरल्याबरोबर घाबरगुंडी उडालेल्या गुंतवणूकदारांनी पैसा काढून घेण्यासाठी आयसीआयसीआय बँकेच्या शाखांसमोर रांगा लावल्या. आयसीआयसीआय बँकेला अशा प्रकारच्या परिस्थितीला दुसऱ्यांदा तोंड द्यावं लागत होतं. सन २००३च्या एप्रिलमध्ये दक्षिण गुजरातमधील त्यांच्या शाखांना अशाच प्रकारे मोठ्या प्रमाणात पैसे काढून घेतले जाण्याला तोंड द्यावं लागलं होतं.

मी पहिल्यांदा या अफवा ऐकल्या होत्या, त्या वेळी त्या स्टॉकला झोडपणाऱ्या झुंडीत आपणही सामील व्हावं असा मोह मला झाला होता, पण मी स्वतःला आवर घातला. जर मी ते स्टॉक शॉर्ट करायचे असं

ठरवलं असतं तर मला चांगला नफा मिळवण्यासाठी माझ्या पोझिशनचा आकार चांगलाच मोठा ठेवावा लागला असता. साहजिकच या संदर्भात नंतर चौकशी झालीच असती आणि सगळ्या मोठ्या विक्रेत्यांना शोधून काढण्यात आलं असतं. त्यानंतर या ट्रेडमागे माझे कुठलेच अंतःस्थ, गुप्त हेतू नव्हते हे तपास अधिकाऱ्यांना पटवून देण्यात माझा बराचसा वेळ मला घालवावा लागला असता. हा ट्रेड ही नंतर निर्माण होणारी डोकेदुखी सहन करण्याइतक्या महत्त्वाचा नव्हता असं मी ठरवलं.

जानेवारीपासून एप्रिलपर्यंत माझ्या बाबतीत अगदी अविश्वसनीय वाटावी इतकी विजयांची मालिका सुरू झाली होती. त्यानंतरच्या महिन्यांपासून सप्टेंबरपर्यंतची माझी कामगिरी सरासरीइतकीच होती, कारण काही पोझिशनवर लावलेला माझा पैसा मला गमवावा लागला. पण एक गोष्ट खरीच होती. कोणाचंही म्हणणं दर वेळी बरोबर असणारच नव्हतं. माझ्या अहंकाराला मध्ये न आणता मी सरासरीच्या नियमातून मिळणाऱ्या नफ्याच्या बाबतीतही समाधानी होतो.

मी शॉर्ट केलेल्या बहुतांश स्टॉक्सच्या बाबतीत माझे स्वतःचे अंदाजच मला उपयुक्त ठरले होते. इतर काही स्टॉक्सच्या बाबतीत मी समूहातून काम केलं होतं आणि कळपात असलेल्या भक्ष्याची शिकार केली होती, असं म्हणायला मला आवडेल. ज्या स्टॉक्समध्ये स्वतः प्रवर्तकच मोठ्या प्रमाणात लुडबुड करत होते, त्या स्टॉक्सवर ताव मारायला आम्हांला आवडत होतं. यामागची व्यूहरचना साधी होती. आम्ही स्टॉक फ्युचर्सवर एकत्रितपणे हल्ला चढवत होतो. फ्युचर्सची किंमत घसरली की, त्यानुसार स्टॉकची किंमतही घसरत असे. त्यामुळे स्टॉप लॉसच्या मर्यादा आणि मार्जिन कॉल्सही वाढत. या वेळी दुर्बल खेळाडू विक्री करण्यास सुरुवात करत आणि अशा प्रकारे स्टॉकवरचा दबाव वाढत असे. हेज फंडांसारखे अल्पकालीन गुंतवणूकदारांचे आवडते स्टॉक्ससुद्धा यात चपखल बसले होते. मात्र अगदी गटानं काम करूनसुद्धा आम्हांला एका ठरावीक मर्यादेच्या पलीकडे लार्ज कॅप स्टॉक्सच्या किमतीवर फारसा प्रभाव टाकता आला नव्हता. परंतु थोडंफार नियोजन करून आम्हांला अनेक मिडकॅप स्टॉक्सवर परिणाम करता आला होता.

बाजार तेजीच्या शिखरावर असताना फंड व्यवस्थापकांच्या लाडक्या असलेल्या ऊर्जा क्षेत्रातील एका स्टॉकचा आता आम्ही पाठलाग सुरू

करावा, असं जीबींनी ऑक्टोबरमध्ये केव्हातरी सुचवलं होतं. बाजाराच्या घसरणीच्या दरम्यान हा स्टॉकसुद्धा घसरला होता. पण तो घसरण्याच्या मागे आणखीही काही घटक होते. वाईट कल्पनांवर आधारित संपादनं आणि कंपनीच्या उत्पादनांमधील तांत्रिक दोष यांमुळे त्या स्टॉकविषयी खराब कल निर्माण झाला होता. सप्टेंबरच्या मध्यापर्यंत स्टॉकची किंमत १०० रुपयांहून खाली घसरली होती आणि त्याच वेळी जीबींनी असं सुचवलं होतं की, हा स्टॉक हे मंदीवाल्यांच्या धाडीचं संभाव्य लक्ष्य असू शकेल.

मी त्या स्टॉकच्या किमतीच्या तक्त्यावर नजर टाकली आणि तो मला फारसा आकर्षक वाटत नसल्याचं जीबींना सांगितलं.

"या स्टॉकची किंमत आधीच या वर्षीच्या सुरुवातीच्या त्याच्या किमतीच्या तुलनेत जवळजवळ २५ टक्क्यांनी घसरली आहे. यात आणखी घसरणीचीच शक्यता आहे असं आपण समजलो तर तो घसरून, घसरून आणखी किती खाली घसरू शकणार आहे?" मी जीबींना विचारलं.

"मी खूप आधी तुला बाजारातील एक स्वयंसिद्ध सत्य सांगितलं होतं, ते तू विसरला आहेस, लाला. तेजीच्या बाजाराचं कुठलंच शिखर नसतं आणि मंदीच्या बाजाराचा कुठलाच तळ नसतो," जीबींनी पुन्हा एकदा सांगितलं.

"मी तुमची कुठलीही शिकवणूक विसरलो नाही, गोविंदभाई. पण हे तक्ते मला असं सांगत आहेत की, या स्टॉकची किंमत १०० रुपयांहून वर ठेवण्यासाठी निकराचे प्रयत्न केले जात आहेत. मला असं समजलंय की, संकटमय परिस्थितीत स्टॉकच्या किमतीचा बचाव करण्यासाठी फंड व्यवस्थापकांच्या आणि गुंतवणूकदारांच्या साहाय्यानं प्रवर्तकानं चांगलं जाळं तयार केलं आहे," मी त्यांना प्रत्युत्तर दिलं.

"मग तर हा खेळ जास्तच रोचक आहे, नाही का?" जीबींनी विचारलं.

"कदाचित. पण पैसे कमावण्यासाठी याहून जास्त सोपे स्टॉक आहेत, त्यांच्यापैकी एखाद्याकडे का वळू नये?" त्यांचे विचार बदलण्यासाठी मी विचारलं.

या स्टॉकच्या मागे लागण्यासाठी त्यांच्याकडे काहीतरी वैयक्तिक कारण असावं असा संशय मला येऊ लागला होता. "तुमच्या निर्णयावर

तुमच्या अहंकाराचा कधीही परिणाम होऊ देऊ नका,'' असा स्टॉक ट्रेडिंगमधील एक महत्त्वाचा नियम आहे. काही खेळाडू या नियमाचा भंग करून दुःख भोगत होते, पण कधी ना कधी आपला अहंकार मध्ये आणून ट्रेडिंग करून त्यामधून बाहेर पडलेले ट्रेडर्सही मला माहीत होते.

''या बाबतीत माझ्यावर विश्वास ठेव, लाला. इथे आपल्याला चांगले पैसे कमवता येतील,'' जीबींनी आग्रह धरला.

आता जे संपूर्ण बाजाराला माहीत नव्हतं ते त्यांना माहीत होतं असं मला वाटू लागलं.

''ठीक आहे. मी तुमच्या सोबत आहे. मग आतली बातमी काय आहे?'' मी विचारलं.

''अरे लाला, तू खूपच नाक खुपसत राहतोस. ठीक आहे. पण माझा तुझ्यावर विश्वास आहे. ओल्ड फॉक्सला असं वाटतं की, हा स्टॉक घसरवण्यासाठी आता पुरता तयार झालाय,'' जीबी म्हणाले.

ओल्ड फॉक्स हे दलाल स्ट्रीटवरच्या अतिशय प्रतिष्ठित खेळाडूचं सांकेतिक नाव होतं. ट्रेडिंग आणि गुंतवणूक या दोहोंच्या बाबतीत त्यांची बरोबरी करणारे अत्यल्प लोक होते. मी ओल्ड फॉक्सच्या अनुमानावर विश्वास ठेवत होतो, पण ट्रेडमध्ये त्यांचं अंधानुकरण करण्याइतकाही माझा त्यांच्यावर विश्वास नव्हता. पण तरीही मी या मोहिमेसाठी सज्ज झालो होतो, कारण आता मलाही हा स्टॉक किती खालपर्यंत घसरू शकतो ते पाहण्याची उत्सुकता लागून राहिली होती.

आम्ही मारा सुरू ठेवला आणि पुन्हा एकदा तो स्टॉक १०० रुपयांच्या खाली घसरला. बाजारातील एकूण मंदीकडे असलेल्या कलाची आम्हांला मदत झाली होती. तो स्टॉक रोजच थोडा थोडा घसरत राहिला. पण मोठा नफा कमावण्यासाठी तुम्हांला घबराटीतून झालेल्या जोरदार विक्रीची एक फेरी आवश्यकच असते. त्यामुळे किमतींना वाढू न देता तुमच्या पोझिशन तुम्हांला बंद करता येतात.

आम्ही त्या एका मोठ्या घसरणीची वाट पाहत होतो, पण बाजारात आणि त्या स्टॉकमध्येही एकूणच दुर्बलता असूनही त्यासाठी बराच काळ लागल्यासारखं वाटत होतं. तो प्रवर्तक स्टॉकची किंमत जास्त घसरू नये यासाठी जोरदार प्रयत्न करत असावा असं आम्हांला वाटलं. सध्याच्या 'एफ

अँड ओ' मालिकेची सेटलमेंट जेमतेम आठवड्यावर आली होती. आता किलिंग करावं आणि तोटा सहन करावा की चांगला नफा मिळवण्यासाठी आमच्या पोझिशन संरक्षित कराव्यात याचा आम्ही विचार करत होतो.

अखेरीस आम्ही वाट पाहात असलेली संधी आम्हांला मिळाली. कंपनीच्या आतल्या गोटातील माणसाकडून जीबींना असं समजलं की, तो प्रवर्तक शुक्रवारी सकाळी विमानानं जर्मनीला जाणार होता. आठवडाअखेरीला तो कंपनीच्या फंड उभारणीच्या संदर्भात तिथल्या एका गुंतवणूकदाराला भेटणार होता. त्यानंतर ओल्ड फॉक्सनं आम्हांला त्या स्टॉकवर शुक्रवारी सर्व शक्तिनिशी तुटू पडावं असं सुचवलं.

''किंमत घसरवण्यातील हा आपला उत्तम प्रयत्न असेल, कारण त्याच्या अनुपस्थितीत किमतीतील तीव्र घसरण रोखण्यासाठी प्रतिलढा देणारा तिथे कोणी असेल असं मला वाटत नाही. समज, तिथे तसा कोणी असलाच तरी ती व्यक्ती मिस्टर टीइतकी (प्रवर्तकाइतकी) प्रभावी असेल का याविषयी माझ्या मनात शंकाच आहे,'' ओल्ड फॉक्सनी जीबींना सांगितलं होतं.

शुक्रवारी बाजार सुरू झाल्याबरोबरच लगेच आम्ही रानटी कुत्र्यांच्या कळपासारखे त्या स्टॉकच्या फ्युचर्सवर तुटून पडलो. त्यानंतर आमच्या नशिबाचे दरवाजे खाडकन उघडले आणि त्यामुळे त्या दिवशी देव आमच्या बाजूला होता, असं मला वाटलं. कंपनीनं आंतरराष्ट्रीय बाजारांमध्ये निर्यात केलेल्या त्यांच्या उत्पादनांच्या संदर्भात काही समस्या निर्माण झाल्या होत्या. अगदी आदल्याच दिवशी त्यांच्या एका अमेरिकन ग्राहकाला त्यांनी पाठवलेल्या उत्पादनाच्या संदर्भात त्यांना मोठीच समस्या आली होती. दुपारच्या सुमाराला दूरसंचार दळणवळणाद्वारे बातम्या पाठवणाऱ्या एका परदेशी यंत्रणेकडून बाजारात ही बातमी पसरली. त्यानंतर विक्रीचा मारा आणि ही बातमी यांमुळे स्टॉकचा दर मुक्तपणे कोसळला. अखेरीस आदल्या दिवशीच्या बंद झालेल्या किमतीच्या तुलनेत ४० टक्क्यांनी घसरून तो बंद झाला. त्या घसरणीबरोबर आम्ही जवळजवळ आमच्या सगळ्या पोझिशन बंद करून टाकल्या.

''मग लाला, हा स्टॉक त्याच्या सर्वोच्च किमतीच्या तुलनेत ७५ टक्क्यांनी कोसळलेला असताना आणखीही कोसळू शकेल असं तुला वाटतं का?'' दुसऱ्या दिवशी ओल्ड फॉक्सनी मला विचारलं. त्या दिवशी दुपारी आम्ही त्यांच्या घरी जेवायला जमलो होतो. या मोहिमेत सहभागी

होण्याविषयी माझ्या मनात सुरुवातीला नाराजी असल्याबद्दल जीबींनी त्यांना सांगितलं होतं, हे माझ्या लक्षात आलं.

''कदाचित कोसळू शकेल किंवा कोसळणारही नाही. पण ज्या क्षणी आपल्या विरोधात ओल्ड फॉक्स आहे, हे समजलं असेल त्या क्षणी तेजीवाल्यांचं मनोबल खचलं असेल असं मला वाटतं,'' मी उत्तर दिलं.

ओल्ड फॉक्स जोरात हसले. त्यांना मनातल्या मनात आपली खुशामत केल्याचं आवडलं होतं हे मला माहीत होतं.

२८

बुल्सची पाळी

एफआयआयनी केलेल्या विक्रीच्या अथक माऱ्यामुळे सेन्सेक्स ऑक्टोबर २००८च्या अखेरच्या आठवड्याच्या तुलनेत ९,००० अंशांनी आणि निफ्टी ३,००० अंशांनी कोसळला. ती सहा वर्षांतील सगळ्यात उदास आणि नैराश्यपूर्ण दिवाळी होती. घबराटीमुळे सुरू झालेल्या जोरदार विक्रीच्या दबावाखाली निर्देशांकांसाठीची (इन्डायसेससाठीची) प्रत्येक पाठबळ पातळी चुरगाळून कोसळून पडत होती. त्यामुळे आणखी घबराट पसरत होती आणि आणखी जोरदार विक्री सुरू होत होती. जानेवारीतील विक्रीच्या पहिल्या लाटेनंतर सेन्सेक्स त्याच्या सर्वोच्च बिंदूच्या तुलनेत सुमारे ३० टक्क्यांनी कोसळून १५,०००च्या आसपास स्थिरावण्याची चिन्हं दिसू लागली. ज्या वेळी ती पातळीही डळमळीत झाली, त्या वेळी गुंतवणूकदारांना वाटलं की १२,००० हा तळ असावा. ज्या वेळी त्या पातळीवरूनही सेन्सेक्स घसरला, त्या वेळी त्यांना काहीही झालं तरी १०,००० या पातळीचा भंग होणार नाही असं वाटू लागलं. पण ट्रेडिंगच्या त्यानंतरच्या दोनच सत्रांमध्ये सेन्सेक्स ९,००० च्याही खाली घसरला. निफ्टी २,२५२ इतक्या खाली घसरला. भीतीच्या वातावरणामुळे आता कितीही अकल्पनीय घसरण होऊ शकेल, असं वाटू लागलं.

ब्ल्यू चिप्स म्हटल्या जाणाऱ्या स्टॉक्सचा कुठल्या कुठे धुव्वा उडाला होता. त्यांचे उच्च दर्जाचे प्रवर्तक जनसंपर्क टाळू लागले. गेल्या वर्षी याच

सुमारास सगळीकडे अत्यानंदाची परिस्थिती होती आणि आता लंबक दुसऱ्या टोकाला पोहोचला होता. तिथे सगळीकडे नैराश्य पसरलं होतं आणि काही जण तर इक्विटीतील गुंतवणुकीचा सत्यानाश जवळ येऊन ठेपल्याचं बोलत होते. अनेक विनोदी एसएमएसच्या फैरी झडू लागल्या. पण त्यामुळे ज्यांना मोठीच हानी सोसावी लागली होती, त्यांच्या जखमांवर मीठ चोळलं जात होतं आणि त्यांना त्यात कसलाच विनोद असल्यासारखं वाटत नव्हतं.

आता दलाल स्ट्रीटवर दिसणं म्हणजे 'सारे जमीन पर' हा त्यांपैकीच एक विनोद होता. आमीर खानच्या त्या वर्षीच्या 'तारे जमीं पर' या चित्रपटाच्या नावावरची ती कोटी होती.

'निफ्टी'चा फुल फॉर्म काय? 'नो इन्कम फॉर धिस ईयर' (या वर्षासाठी बिलकूल उत्पन्न नाही) हा असाच आणखी एक एसएमएस होता.

बाजारात शॉर्ट करून मी माझं नशीब अजमावलं होतं. परंतु त्या मंदीच्या बाजारात खरे विजेते नव्हतेच. मी मिळवलेला बराचसा नफा सुरक्षित असला तरी माझ्या पोर्टफोलिओचं मूल्य लक्षणीयरीत्या आक्रसलं होतं. त्या मोसमातील मिड कॅप आणि स्मॉल कॅप शेअर्सपासून मी दूरच राहिलो होतो, पण तरीही मला सावधगिरीनंच वागावं लागत होतं. ते बहुतेक शेअर्स खराबच निघाले होते. मी कोणत्याही दुय्यम दर्जाच्या शेअर्समध्ये अजिबातच गुंतवणूक केली नव्हती असं मात्र नव्हतं. परंतु माझ्या पोर्टफोलिओतील त्यांचं प्रमाण मी जाणीवपूर्वक वीस टक्क्यांहूनही कमी ठेवलं होतं. मी त्या वेळी जवळजवळ तीस वर्षं बाजारात होतो, त्यामुळे कित्येक उदयोन्मुख ब्ल्यू चिप्स अगदी पूर्ण रसातळाला गेल्याचं मी पाहिलं होतं. काळाच्या कसोटीवर उतरलेल्या आघाडीच्या स्टॉक्सचे परतावे खूप लक्षणीय नसले तरी दीर्घ काळाचा विचार करता ते उत्तम आणि सातत्यपूर्ण होते. ट्रेडर्स कितीही कुशल असले तरी ट्रेडिंगचे नफे कधीही सातत्यपूर्ण नसतात. अगदी अत्यंत शिस्तप्रिय ट्रेडर्सनाही वरचेवर फाजील आत्मविश्वासाचे झटके येतात आणि त्यांचे जोरदार फटके बसतात. काही वेळा तर ते घातकही असू शकतात.

जगभर सर्वत्र मध्यवर्ती बँका आणि विविध सरकारे यांनी आपापल्या अर्थकारणातील झपाट्यानं होत असलेल्या घसरणी थांबवण्यासाठी पावलं उचलण्यास सुरुवात केली. आर्थिक बाजारपेठांवरच्या उलगडत चाललेल्या संकटामुळे खरोखरच अर्थकारणाची जोरदार घसरण होण्याचा धोका निर्माण

झाल्यामुळे 'इकॉनॉमिक स्टिम्युलस' (आर्थिक प्रेरणा) आणि 'बेलआउट पॅकेज' (आणीबाणीच्या वेळचं बचावाचं पॅकेज) हे शब्द अचानकच सगळीकडे ऐकू येऊ लागले.

आता पुन्हा एकदा भारताकडे वळू या. इथे अनेक किरकोळ ब्रोकरेज फर्म्सनी कर्मचाऱ्यांना कामावरून काढून टाकण्यास सुरुवात केली. आगामी महिन्यात तर ही परिस्थिती आणखीच वाईट झाली. अनेक प्रकरणांमध्ये तर आपण अडकलेल्या वाईट परिस्थितीकरिता ब्रोकरेज फर्म्स स्वतःच्याच नशिबाला दूषणं देत होत्या. उच्च मूल्यनिर्धारणाचा पाठपुरावा करताना अनेक जण अथक विस्तार करण्याच्या मार्गावरून चालले होते. त्यांनी आपल्या फर्ममध्ये काही शाखांची आणि कर्मचाऱ्यांची भर टाकली होती. अगदी अलीकडेपर्यंत ब्रोकिंग फर्ममधील भागीदारीसाठी जबर किंमत चुकती करण्यास तयार असलेले खासगी इक्विटी गुंतवणूकदार आणि परदेशी संस्था अचानकच चोखंदळ झाल्या आणि त्यांनी हात आखडता घेतला. आता यापुढे निव्वळ शाखांच्या संख्येच्या आधारावर आपल्याला उच्च मूल्यनिर्धारणाची मागणी करता येणार नाही, हे ब्रोकर फर्मच्या मालकांच्या लक्षात आलं होतं. ब्रोकरेज फर्म्सना हे माहीत होतं की, त्यांच्या अनेक ग्राहकांना इतकं जबरदस्त नुकसान झालं होतं की, ते ग्राहक घाईघाईनं परत येणं शक्य नव्हतं. नजीकच्या भविष्यकाळात नवीन ग्राहक मिळणं ही गोष्टही अगदीच अशक्य वाटत होती. आता ब्रोकरेज फर्म्सना त्यांच्या नफ्यात सुरू असलेल्या केंद्रांकरिताही जास्त कर्मचाऱ्यांची गरज वाटत नव्हती.

नोव्हेंबरमध्ये या संकटात आणखी भर पडली आणि संपूर्ण देशाच्या विकासावर याचा परिणाम होत असल्याचं दिसू लागलं. २६ नोव्हेंबरच्या संध्याकाळी पाकिस्तानमधील सशस्त्र दहशतवाद्यांनी समुद्रमार्गे मुंबईत प्रवेश केला आणि दक्षिण मुंबईतील अत्यंत महत्त्वाच्या ठिकाणी त्यांनी अक्षरशः थैमान घातलं. त्यांच्या हल्ल्यात १६६ लोकांचा मृत्यू झाला, त्यात २८ परदेशी व्यक्तींचा समावेश होता. सन १९९३च्या मार्चमध्ये झालेल्या बॉम्बस्फोटांच्या मालिकेत ३५० लोक ठार झाले होते, त्यानंतरचा हा सगळ्यात भयावह हल्ला होता.

दुसऱ्या दिवशी ट्रेडिंगसाठी स्टॉक एक्स्चेंजेस बंद ठेवण्यात आले असले तरी २८ नोव्हेंबरला ट्रेडिंगची पुन्हा सुरुवात झाल्यानंतर सेन्सेक्स आणि निफ्टी दोन्हीही बऱ्यापैकी वधारले. बाजार अविचल राहिले होते,

ही कौतुकास्पद गोष्ट होतीही व असेलही, परंतु तरीही त्यामधून आर्थिक बाजारांचा निर्दयी चेहरा उघड झाला होता. त्यांना फक्त दिवसाअखेरीला होत असलेल्या नफा-तोट्याचीच काळजी होती. अर्थकारणावर आणि उद्योजकीय कमाईवर परिणाम झाला नाही, तर बाजारांच्या दृष्टीनं आपत्ती आणि मृत्यू यांना फारसं महत्त्व नसल्याचं दिसून आलं होतं आणि इथेच एक उपरोध होता - बाजार कलावर, भावनांवर हालचाल करतो आणि तरीही तो असा भावनाशून्य असतो. राष्ट्रीय किंवा जागतिक पातळीवरच्या आपत्तीनंतरच्या बाजाराच्या प्रतिक्रियेवर माझा खरोखरच विश्वास नाही. माझ्या आतापर्यंतच्या अनुभवावरून असं सूचित होतं की, बाजाराच्या स्थितप्रज्ञतेमागे जगाला आपले व्यवहार नित्याप्रमाणेच सुरू असल्याचा संदेश देऊ इच्छिणारं निराश झालेलं सरकार असतं.

अनेक लोकांना भोगाव्या लागलेल्या आपत्तीमुळे, त्यांच्या झालेल्या नुकसानीमुळे नववर्षाचे समारंभ रोखण्यात आले होते. आगामी वर्षाच्या बाबतीत फक्त थोड्याच लोकांच्या मनात सकारात्मक आशा होत्या. वर्षभरापूर्वी अलिबागमधील नववर्षाच्या पार्टीत झालेल्या संभाषणाची मला आठवण झाली. तिथे उपस्थित असलेल्या जवळजवळ प्रत्येकालाच बाजार असाच वधारत राहील असं वाटत होतं. मनातल्या मनात त्या संभाषणाची मी उजळणी करत असताना मला ते सगळे पोती भरून रोख पैसा असलेले जपानी फंड कुठे गेले होते याचं आश्चर्य वाटत होतं.

दाई इची सँकियोनं रॅनबॅक्सीला संपादित केलं होतं, तेवढ्या एकाच गोष्टीनं जपानी खेळाडूनं लक्षवेधक कामगिरी केली होती आणि वृत्तपत्रांच्या मुख्य बातमीचा मथळा होण्याचा मान मिळवला होता. दाई इचीनं रॅनबॅक्सीच्या प्रवर्तकांचा, म्हणजेच सिंग बंधूंचा कंपनीतील ३४ टक्के वाटा मिळवला होता. त्यासाठी त्यांनी प्रतिशेअर ७३७ रुपये मोजले होते आणि त्याच किमतीनं किरकोळ शेअरधारकांकडून आणखी वीस टक्के शेअर खरेदी करण्याचा खुला प्रस्तावही दिला होता. दाई इचीनं अखेरीस सन २०१४ मध्ये रॅनबॅक्सीला सन फार्माला विकून टाकलं. या व्यवहारात त्यांनी त्यांच्या शेअर खरेदीच्या निम्म्या किमतीतच ते शेअर विकून टाकले होते. दरम्यानच्या काळात, कंपनीवर नियामकांनी सातत्यानं ताशेरे ओढले होते आणि बनावट, भेसळयुक्त औषधांची अमेरिकेला निर्यात केल्याच्या आरोपावरून त्यांना ५० कोटी डॉलर्सची तडजोडीची रक्कम देण्यास सांगितलं होतं.

पार्टीचं आयोजन केलेल्या बाजाराच्या ऑपरेटरचा आणि सब-प्राइम कर्जामुळे बाजारात निर्माण होणाऱ्या हाहाकारामुळे आगामी काळात दुर्दैवी परिस्थिती ओढवण्याविषयी त्याने बांधलेल्या अटकळीचा मी विचार केला. त्याने परिस्थितीचं अचूक विश्लेषण केलं होतं, परंतु त्याच्या स्वतःच्याच सल्ल्याची वेळेवर अंमलबजावणी केली नव्हती.

इतिहास रचला जात असताना बाजारातील अनेक जण बाजारात प्रचंड प्रमाणात सक्रिय असले तरी त्यांच्याकडे मनात जपण्याजोग्या त्या वर्षीच्या सुखद आठवणी नव्हत्या.

२९

सत्यमचा मोठा खोटारडेपणा

सन २००९ मध्ये पहिल्याच सत्रात सेन्सेक्स २५६ अंशांनी वधारला आणि वर्षाची सुरुवात तेजीची नांदी देत असल्यासारखी झाली. त्यानंतरच्या पुढच्या तीन दिवसांत सेन्सेक्समध्ये आणखी ३५० अंशांची वाढ झाली आणि सेन्सेक्सची वाटचाल वरच्या दिशेनं सुरू असल्यासारखं वाटत असतानाच पुन्हा एकदा संकटानं घाला घातला. या वेळी जागतिक वित्त बाजारांशी त्याचं काहीही देणं-घेणं नव्हतं.

गेल्या काही वर्षांपासून नॉन-एक्झिस्टिंग रेव्हेन्यू आणि बँकेतील शिलकी रकमा दाखवून कंपनीच्या हिशेबवह्यांमध्ये आपण अफरातफर केल्याचा कबुलीजबाब सात जानेवारीला बाजार ट्रेडिंगसाठी उघडण्याच्या आधी बी. रामलिंग राजू या सत्यम कॉम्प्युटर सर्व्हिसेसच्या संस्थापकानं सेबीकडे आणि स्टॉक एक्स्चेंजेसकडे लेखी पाठवून दिला. त्यांचा कबुलीजबाब हा त्या कंपनीची वाताहत होण्यासाठी 'उंटाच्या पाठीवरची शेवटची काडी' ठरला. कंपनीनं महिन्याभरापूर्वीच मेटास प्रॉपर्टीज आणि मेटास इन्फ्रा यांच्यामध्ये भागीदारी मिळवण्याचा प्रस्ताव दिला होता आणि तेव्हापासूनच ती ठळकपणे शेअरधारकांच्या नजरेत सलत होती.

राजूंनी दिलेल्या कबुलीजबाबामुळे सत्यमचा स्टॉक आदल्या दिवशीच्या १७९ रुपये या किमतीच्या तुलनेत ८३ टक्क्यांनी कोसळला आणि ३० रुपयांवर

आला. आता कंपनी दिवाळखोरीत जाण्यास फारसा अवधी उरलेला नाही असं वाटून घाबरगुंडी उडालेल्या गुंतवणूकदारांनी भराभरा या स्टॉकची विक्री केली. अखेरीस बाजार बंद झाला त्या वेळी त्या दिवशी हा स्टॉक ४० रुपयांवर पोहोचला होता. ज्या फंड व्यवस्थापकांनी या स्टॉकचा कधीच विचार केला नव्हता आणि ज्या विश्लेषकांनी नेहमीच त्याच्याकडे फारसं लक्ष दिलं नव्हतं त्यांना आपल्या अंदाजाला पुष्टी मिळाल्यासारखं वाटलं. अशा लोकांचा गट लहान असला तरी त्याला खूप काळापासून सत्यम कॉम्प्युटरचा वाईट पद्धतीनं शेवट होणार आहे, असं वाटत होतं. टीसीएस, इन्फोसिस आणि विप्रो यांच्यानंतरची सत्यम ही भारतातील चौथ्या क्रमांकाची मोठी कंपनी असली तरी तिच्या उद्योजकीय नियंत्रणाविषयी आणि हिशेबाच्या मानांकनांविषयी ती कधीही बाजाराची खात्री पटवून देऊ शकली नव्हती. त्यांच्या क्षेत्रातील इतर कंपन्यांच्या तुलनेत त्यांचा 'पीई मल्टिपल' हा नेहमीच कमी असत होता. अगदी ज्या लोकांनी सत्यमचे शेअर्स खरेदी केले होते, तेसुद्धा इतर तीन कंपन्यांइतकं सत्यमचं समृद्धपणे मूल्यनिर्धारण करत नव्हते. तरीही बरेच जण या कंपनीचे शेअर्स घेत होते, कारण तिमाहीमागून तिमाही अशा प्रकारे कंपनी सातत्यानं कमाईत वाढ होत असल्याचं दाखवू शकली होती.

शेअर बाजाराचं 'सौंदर्य' हेच आहे की, अगदी नैराश्याच्या वेळीसुद्धा तिथे कधीही आशावाद्यांची, मूल्य खरेदीदारांची किंवा स्वस्तात खरेदीची संधी शोधणाऱ्यांची कमतरता नसते. तुम्ही त्यांना कुठलंही नाव दिलं तरी त्यामुळे फरक पडत नाही, पण असे लोक तिथे नेहमीच असतात. त्या दिवशी दोन्ही एक्स्चेंजेसमध्ये सत्यमच्या ३४.६७ कोटी इतक्या विक्रमी शेअर्सचं ट्रेडिंग झालं. याचा अर्थ ही कंपनी कितीही गंभीर संकटात असली तरी अजूनही बाजारात परतू शकेल असं अनेक गुंतवणूकदारांना वाटत होतं.

ज्या वेळी मला पहिल्यांदा टेलीव्हिजनवर ती बातमी झळकल्याचं दिसलं त्या वेळी माझ्या डोळ्यांवर माझा विश्वासच बसत नव्हता. एखाद्या आघाडीच्या कंपनीचा प्रवर्तक क्वचितच अशा प्रकारे अफरातफरीची आणि तीसुद्धा इतक्या प्रचंड प्रमाणातील अफरातफरीची कबुली देतो. माझ्यामधील ट्रेडरची अंतःस्फूर्ती झपाट्यानं संपुष्टात आली आणि मी शक्य तितक्या शेअर्सचं शॉर्ट सेलिंग केलं. पण माझ्या ट्रेडिंग टर्मिनलवरची एंटरची की दाबेपर्यंतच किंमत आणखी झपाट्यानं कोसळू लागली. या घसरणीच्या भयावहतेमुळे बाजार सुन्न झाला आणि काही मिनिटांतच

या स्टॉकची किंमत १०० रुपयांहून खाली गेली. माझी पोझिशन मी दुपटीनं वाढवायला हवी का, अशी शंका माझ्या मनात आली, पण मी त्याच्या विरुद्ध करायचं असं ठरवलं. ९० रुपयांवर माझी पोझिशन मी बंद केली आणि वाट पाहू लागलो. त्या स्टॉकवर इंट्रा-डे सर्किट फिल्टर (सर्वोच्च आणि सर्वांत कमी किमतीची मर्यादा) नसल्यामुळे तो मुक्तपणे कोसळत राहिला आणि खूप खाली कोसळून फक्त ३० रुपयांवर पोहोचला आणि बाजार बंद होण्याच्या वेळी तो ४० रुपयांवर आला.

त्याआधीच्या काही महिन्यांपासूनच सत्यममधील या संकटाची सुरुवात झाली होती. त्या वेळी पैशाच्या उभारणीसाठी ज्या कर्जदारांकडे प्रवर्तकांनी तारण म्हणून शेअर्स ठेवले होते, त्यांनी शेअर्सची विक्री करायला सुरुवात केली होती. राजू आपले शेअर्स तारण ठेवून पैशांची उभारणी करत असल्याचं कोणालाही माहीत नव्हतं, कारण सेबीच्या नियमांतर्गत कंपनीवर तिच्या प्रवर्तकांनी तारण ठेवलेल्या शेअर्सविषयीची माहिती जाहीर करण्याचं बंधन नव्हतं.

सन २००८च्या सप्टेंबरच्या अखेरीपर्यंत कंपनीतील प्रवर्तकांचा हिस्सा ८.६ टक्क्यांपर्यंत कोसळला आणि त्यामुळे कंपनी इतरांकडून संपादित केली जाण्याच्या स्थितीपर्यंत पोहोचली.

ऑक्टोबरमध्ये तो स्टॉक अगदी तळाला पोहोचला होता, त्या वेळी येन-कॅरी-ट्रेड (येन आणि इतर देशांतील चलन यांच्यातील परिवर्तनाचा दर बदलत नाही, तोपर्यंत दोन्ही देशांमधील व्याजदरातील तफावतीनुसार नफा मिळवण्याचा एक प्रकार) 'अनवाइंडिंग'मुळे (अनवाइंडिंग म्हणजे ट्रेडिंग पोझिशन बंद करणं) संपूर्ण बाजारच झोडपला गेला होता. परंतु शेअरधारकांना माहीत नसलं तरी राजू यांच्यासाठी वेळ निघून चालली होती. बनावट रोख रक्कम आणि बँकेतील बनावट शिल्लक यांमुळे सत्यमच्या हिशेबात खोल खड्डा पडला होता. तोपर्यंत राजूंनी लेखापरीक्षकांवर मोठ्या बुद्धिचातुर्यानं कुरघोडी केली होती, पण कुठल्यातरी ठिकाणी त्यांना हिशेबवह्या सुसंगत करणं भागच होतं. याशिवाय महसूल खोटा असला तरीही त्यांना त्यावरचे कर खरोखरचे भरावे लागत होते. त्यांनी पैसे उभारणीसाठी शेअर्स तारण ठेवल्यामुळे महसुलातील कृत्रिम वाढीत सातत्य ठेवावंच लागणार होतं.

राजू यांनी संचालक मंडळासमोर मेटास प्रॉपर्टीज (ही कंपनी पूर्णपणे राजू यांच्या कुटुंबीयांच्या मालकीची होती.) ही सूचीबद्ध नसलेली

(अनलिस्टेड) कंपनी ६,२४० कोटी रुपयांना संपादित करण्याचा आणि सूचीबद्ध असलेल्या मेटास इन्फ्रामधील ५१ टक्के हिस्सा १,४४० कोटी रुपयांना घेण्याचा प्रस्ताव ठेवला. त्यांनी नॉन-एक्झिस्टंट महसूल बंद करण्याकरिता हे अतिशय अविचारीपणानं उचललेलं पाऊल होतं.

सत्यमचे प्रवर्तक कंपनीच्या 'मायनॉरिटी' शेअरधारकांच्या जिवावर नफा कमावण्याचा प्रयत्न करत असल्याचं पाहून संस्थात्मक शेअरधारक संतप्त झाले. आपल्या महत्त्वाच्या शेअरधारकांशी शत्रुत्व पत्करणं याचा अर्थ कंपनीच्या कामकाजाकडे जास्त लक्ष वेधून घेणं असा असेल, हे राजू यांच्या लक्षात आलं आणि त्यामुळे त्यांनी ती योजना तशीच सोडून दिली.

त्यामुळे गुंतवणूकदारांचा राग काही प्रमाणात शांत झाला. राजूंनी एकीकडची आग विझवण्याचा प्रयत्न केला, पण काही दिवसांनी दुसरीकडे आग भडकली. फॉक्स न्यूजनं अशी बातमी दिली होती की, जागतिक बँकेनं आठ वर्षं त्यांच्याशी व्यवसाय करण्यावर सत्यमवर बंदी घातली होती. सत्यमनं ऑर्डर मिळवण्यासाठी त्यांच्या अधिकाऱ्यांना लाच देण्याचा प्रयत्न केल्याचा आरोप करण्यात आला होता. कंपनीनं त्याचा ठामपणानं इन्कार केला, मात्र जागतिक बँकेनं हा निर्णय पक्का असल्याचं जाहीर केलं आणि त्यामुळे स्टॉकच्या किमतीत तेरा टक्क्यांहून जास्त घसरण झाली.

राजू यांच्या दृष्टीनं सगळ्या गोष्टी झपाट्यानं हाताबाहेर चालल्या होत्या. २९ डिसेंबरला कंपनीकरिता शेअर्स पुनर्खरेदी प्रस्तावावर विचार करण्यासाठी संचालक मंडळाची बैठक होणार होती. मात्र त्याआधी दोन दिवस, म्हणजे २५ डिसेंबरला पुनर्खरेदी प्रस्तावाखेरीज इतर पर्यायांवर चर्चा सुरू असल्यामुळे ही बैठक पुढे ढकलण्यात आल्याचं आणि ती दहा जानेवारीला होणार असल्याचं जाहीर करण्यात आलं. 'शेअरधारक मूल्यात वाढ करण्यासाठी व्यूहरचनात्मक पर्यायांवर' सल्ला देण्यासाठी कंपनीनं डीएसपी मेरिल लिंच यांची नियुक्ती केली.

डीएसपी मेरिल लिंच यांचा सन १९९९ पासून कंपनीशी संबंध होता. त्या वेळी ते कंपनीच्या एडीआर इश्श्यूचे आघाडीचे व्यवस्थापक होते आणि सत्यम इन्फोवे या उपकंपनीनं इंडियावर्ल्डचं ४९९ कोटी रुपये इतक्या चकित करणाऱ्या रकमेनं संपादन केलं होतं, त्या वेळी ते सत्यम इन्फोवेचे सल्लागार होते. मी आधीच उल्लेख केला आहे त्याप्रमाणे या व्यवहारामुळे अनेकांच्या भुवया आश्चर्यानं उंचावल्या होत्या. या उधळेपणानं करण्यात आलेल्या

संपादनाच्या माध्यमातून प्रवर्तकांनी प्रत्यक्षात एडीआर इश्श्यूमधून उभारण्यात आलेली रोख रक्कम बेकायदेशीरपणे आपल्या खात्याकडे वळवली आहे, अशी कुजबुज त्या वेळी बाजारात आणि उद्योग जगतात सुरू होती.

'व्यूहरचनात्मक पर्यायां'करिता सत्यमच्या सल्लागारपदी नियुक्ती झाल्यावर आठवड्यानंतर डीएसपी मेरील यांनी एक निवेदन काढलं. त्यात काही महत्त्वाच्या माहिती उघड करण्यास कंपनी पुढे येत नसल्याचं सांगून त्यांनी आपण हे काम सोडत असल्याचं म्हटलं होतं.

सत्यमचे स्टॉक साफ कोसळले असले तरी बाजारातील अनेकांना असं वाटत होतं की, आता सरकारनं सत्यमच्या बचावासाठी प्रत्यक्ष किंवा अप्रत्यक्षपणे या प्रकरणात हस्तक्षेप केला पाहिजे, कारण सत्यममधील ५३,००० जणांच्या नोकऱ्या पणाला लागल्या होत्या. शिवाय लोकसभा निवडणुका जेमतेम तीन महिन्यांवर येऊन ठेपल्या होत्या आणि त्यापाठोपाठ राज्याच्या निवडणुकाही होणार होत्या. बाजारातील काही जणांना असं वाटत होतं की, त्या अफरातफरीचं संपूर्ण प्रमाण तोपर्यंत शोधून काढण्यात आलं नसलं तरी सत्यमच्या प्रतिस्पर्ध्यांना कुठल्या ना कुठल्या किमतीत सत्यमची खरेदी करण्यात स्वारस्य असावं.

यावर सट्टा लावून अनेक ट्रेडर्सनी आठ जानेवारीच्या मोहरमच्या सुट्टीनंतर सुरू झालेल्या बाजारात शुक्रवारी त्या स्टॉकची खरेदी करण्यास सुरुवात केली. मी सुमारे दोन लाख शेअर्स प्रतिशेअर ३० रुपये दरानं, सुमारे दोन लाख शेअर्स २५ रुपये प्रतिशेअर दरानं आणि आणख़ी दोन लाख शेअर्स २० रुपये प्रतिशेअर दरानं खरेदी केले. बुधवारी पुन्हा एकदा ट्रेडचं प्रमाण भरमसाट वाढलं. पण स्थिर सुरुवातीनंतर स्टॉकची किंमत भराभरा कोसळू लागली. सरकार यात मध्यस्थी करण्याची फारशी शक्यता नाही आणि ते सत्यमला गाळात जाऊ देणार आहे, अशी त्या वेळी तिथे अफवा पसरली होती. बीएसईवर स्टॉकची किंमत ११ रुपये प्रतिशेअरपर्यंत कोसळली आणि एनएसईवर ती सात रुपये प्रतिशेअर झाली होती. मी मोठं नुकसान सहन करून दिवसाअखेरीला सगळ्यात कमी किमतीला शेअर्स विकून माझी पोझिशन बंद करून टाकली. ट्रेडची सुरुवात करताना मी स्टॉक महिन्याभराकरिता किंवा त्याहूनही जास्त काळाकरिता तसेच ठेवून देण्याचं ठरवलं होतं, कारण तोपर्यंत कंपनी वाचणार आहे की नाही याविषयीची थोडीफार स्पष्टता येऊ शकली असती. परंतु स्टॉकच्या किमतीतील प्रचंड

घसरण पाहिल्यानंतर मला एखाद्या ट्रेडरनं जशी प्रतिक्रिया व्यक्त केली असती, तशीच प्रतिक्रिया व्यक्त करण्यास भाग पाडलं.

मला माहीत असलेल्या आणि घबराटीमुळे सत्यममधील त्यांच्या दीर्घकालीन पोझिशन विकून टाकलेल्या बहुतेक ट्रेडर्सना फटका बसला होता. माझ्या पोझिशन मी विकून टाकल्या असल्या तरीही उत्सुकतेपोटी मी काही काळ सत्यमचा स्क्रीनही पाहत होतो. त्या वेळी मला तळाच्या पातळ्यांवर जोरदार खरेदी झाल्याचं दिसलं. बहुधा उर्वरित बाजाराला माहीत नसलेली कुठलीतरी गोष्ट त्या खरेदीदारांना माहीत असावी, असं मला वाटलं. त्या दिवशी किमती २३ रुपये प्रतिशेअरपर्यंत चढल्यानंतर तर माझी याविषयी जास्तच खात्री पटली.

त्या एकाच ट्रेडमध्ये मला सुमारे ९० लाखांचा फटका बसला होता, पण इतर काही जणांची याहूनही वाईट परिस्थिती होती, त्यामुळे मला काहीसा दिलासा मिळाला. मेटास फर्म्समधील हिस्सा खरेदी करण्याच्या संचालक मंडळाच्या निर्णयामुळे सत्यमचा स्टॉक घसरला होता, त्या वेळी लार्सन अँड टुब्रोनं (एल अँड टी कं.) १७० रुपये प्रतिशेअर या दरानं कंपनीचा ३.९५ टक्के हिस्सा विकत घेतला होता. डिसेंबरच्या तिमाहीच्या अखेरीला लार्सन अँड टुब्रोचा सत्यममधील हिस्सा हा प्रवर्तकांच्या ताब्यातील ३.६ टक्के इतक्या हिश्शाच्या तुलनेत अर्थातच जास्त होता. राजू आणि कंपनीच्या तारण ठेवलेल्या शेअर्सच्या विक्रीमुळे हे घडलं होतं.

अफरातफर समोर आल्यानंतर एल अँड टी चे सर्वोच्च अधिकारी ए.एम. नाईक यांनी त्यांची कंपनी सत्यमच्या आणखी शेअर्सची खरेदी किंवा विक्री करणार नसल्याचं सांगितलं. मात्र तरीही त्यानंतर दोन आठवड्यांनी कंपनीनं ३४.५२ रुपये प्रतिशेअर या दरानं सत्यममधील अतिरिक्त ७.६ टक्के हिस्सा खरेदी केला. त्यामुळे सत्यममधील त्यांच्या १२ टक्के हिश्शाची सरासरी किंमत खालावून ती ८२ रुपये प्रतिशेअरवर पोहोचली होती. कंपनीकडे फारसा पर्याय नव्हता. स्टॉकची किंमत पुन्हा एकदा १७० रुपये प्रतिशेअर एवढी वधारणं जवळजवळ अशक्यच असल्यासारखं दिसत होतं. परंतु प्रतिशेअर ८२ रुपये दरानं आपलं नुकसान भरून काढण्याची जास्त चांगली संधी कंपनीला मिळाली असती.

सत्यमच्या नशिबाची वाताहत रोखण्याकरिता सरकारही काही करणार नसल्याचं त्या आठवडाअखेरीपर्यंत स्पष्ट झालं होतं.

कंपनीवर किंवा स्टॉकवर कोणी कितीही संशोधन केलं तरी कंपनीच्या अंतर्गत काय सुरू आहे ते फक्त आणि फक्त प्रवर्तकालाचा ठाऊक असतं असं मला नेहमीच वाटत असे. या संपूर्ण प्रकरणामुळे माझ्या या विश्वासावर पुन्हा एकदा शिक्कामोर्तब झालं. सत्यमचा कमी 'पीई मल्टिपल' हा सत्यमच्या कमाईवर बाजाराचा पूर्ण विश्वास नव्हता याचा धडधडीत पुरावा होता. परंतु विश्लेषकांना आणि फंड व्यवस्थापकांना या आकडेमोडीत नेमकी काय चूक होती यावर कधीही नेमकेपणानं बोट ठेवता आलं नव्हतं.

कंपनीच्या प्रमुख स्पर्धकांच्या तुलनेत विविध कॅश फ्लो, कंपनीचं पूर्ण परतफेड न झालेलं सव्याज कर्ज आणि कर भरणा व ऑपरेटिंग मार्जिन्स (ऑपरेटिंग उत्पन्न आणि नेट सेल्स रेव्हेन्यू यांचं टक्केवारीत देण्यात आलेलं गुणोत्तर- अशी याची व्याख्या आहे. साध्या शब्दांत, वेतन, कच्चा माल इ. उत्पादनाचे विविध खर्च वजा केल्यानंतर व्याज किंवा कर भरण्याच्या आधीचा कंपनीनं विक्रीच्या प्रतिडॉलरवर मिळवलेला नफा.) या गोष्टी व्यवसायाच्या भक्कमपणाच्या निदर्शक असतातच. पण ज्या वेळी प्रवर्तक स्वतःच बिलांमध्ये आणि बँकेच्या विवरणपत्रांमध्ये बनावटगिरी करत असेल, बनावट महसूल आणि बनावट रोख शिलकी रकमा दाखवत असेल, त्यांना निष्काळजी किंवा आपल्या गुन्ह्यात साथ देणाऱ्या (यांपैकी काहीही असू शकेल.) लेखापरीक्षकांकडून मान्यता मिळवत असेल, तर अशा वेळी गुंतवणूकदाराला कशी काय सुरक्षितता मिळवणं शक्य होईल? या सर्वांवर कडी म्हणजे असा प्रवर्तक बनावट उत्पन्नावर खरेखुरे करही भरत असेल तर गुंतवणूकदार काय करू शकतो? काहीही नाही.

सत्यमच्या प्रकरणामुळे गुंतवणूकदारांना अशाच प्रकारच्या अफरातफरी आगामी काळात समोर येतील की काय, अशी काळजी वाटू लागली. त्यामुळे तोपर्यंतच्या गोंधळ उडालेल्या, प्रक्षुब्ध बाजारात व्यवस्थितपणे काम करत असलेल्या दुय्यम दर्जाच्या आयटी कंपन्यांवरही आगामी दिवसांत या शंकेची सावली पसरली. जर एखाद्या आघाडीच्या कंपनीच्या आकेडवारीवर तुम्ही विश्वास ठेवू शकत नसाल तर त्याहून जास्त लहान असलेल्या कंपन्यांच्या आकडेवारीवर तुम्ही कसे काय विश्वास ठेवू शकाल?

या घोटाळ्यामुळे, उगवत्या बाजारांमध्ये आपल्याकडे उत्तम उद्योजकीय नियमनाची मानांकनं असल्याच्या भारताच्या दाव्यातील पोकळपणावर नेमकं बोट ठेवलं गेलं होतं.

३०

बुल्सचं पुनरागमन

बाजाराविषयीची कितीही विद्वत्ता असली तरी ओल्ड फॉक्सनं पुन्हा एकदा बाजारात नकळत यशाची संधी गमावली होती. सन २००९च्या मार्चच्या मध्यापासून बाजार पुन्हा एकदा वधारण्यास सुरुवात झाली. सुरुवातीला हळूहळू आणि नंतर वेगानं तेजीकडे वाटचाल सुरू झाली. त्या वेळचा सर्वसामान्य दृष्टिकोन असा होता की, हा तेजीचा कल टिकणं शक्य नव्हतं. ज्या वेळी कधीही तेजीचा किंवा मंदीचा कल निर्माण होत असतो, त्या वेळी बाजारातील खेळाडूंना तो ओळखण्याकरिता थोडा वेळ लागतोच.

मार्चअखेरीपर्यंत निफ्टी आणि सेन्सेक्स या दोहोंनीही अनुक्रमे ३,००० आणि १०,००० पर्यंत पोहोचण्याइतकी मजल मारली, त्या वेळी बाजाराच्या आधीच्या कामगिरीवरून आडाखे बांधणारे आणि न बांधणारे असे दोघेही आणखी काही चिन्हं दिसतात का याचा शोध घेत होते. बाजारात गेले चौदा महिने मंदीचा कल होता आणि अखेरीस तो दूर होण्याची शक्यता आहे का, यासाठी ते आणखी काही लक्षणं दिसतात का, ते पाहत होते.

सुरुवातीला थोडासा नफा झाल्यामुळे मी समाधानी होतो आणि आता तेजीचा कल सुरू होत आहे, याविषयी माझी तोपर्यंत ठाम खात्री पटली नव्हती. किमती वाढल्यानंतर मी नफा कमवत होतो आणि त्या स्टॉकनं जर तशीच ताकद दर्शवली तर पुन्हा खरेदी करत होतो. ओल्ड फॉक्सनी सर्व ताकदीनिशी

शॉर्ट सेलिंग तसंच सुरू ठेवलं होतं. त्या तेजीला फारसा आधार नव्हता आणि ती टिकून राहण्याइतकी सक्षम नव्हती याविषयी त्यांची खात्री होती.

तुम्ही अगदी जिंकत असलात तरी तुमच्या पोझिशनमध्ये केव्हापासून कपात केली पाहिजे याविषयीचा चुकीचा अंदाज बांधण्याकडे अगदी अतिशय मुरब्बी खेळाडूसुद्धा झुकतात आणि हीच त्यांची चूक असते. खोटारड्या लोकांशिवाय कोणालाही बाजाराच्या शिखराचा किंवा तळाचा अंदाज बांधता येत नाही हे सगळ्यांनाच माहीत असतं. अगदी अनुभवी ट्रेडरलाही हे माहीत असतं की आपल्या पोझिशनमधून आपल्याला अगदी शिखरावर असताना किंवा अगदी तळात असताना पूर्णपणे बाहेर पडता येणार नाही. जर ट्रेडरनं काळजी घेतली नाही तर, शत्रूचा जोरदार पाठलाग करत असताना नकळत शत्रूच्या हद्दीत घुसणाऱ्या सैनिकासारखी त्याची गत होते.

या वेळी ओल्ड फॉक्सच्या बाबतीत असंच काहीसं घडलं होतं. बाजाराचा कल मंदीकडून तेजीकडे झुकला असला तरीही त्यांनी विक्रीचा मारा तसाच सुरू ठेवला होता. कल बदलल्याची गोष्ट त्यांच्या नजरेतून सुटली होती. दीर्घकालीन गुंतवणूकदार हा बेअर्स (मंदीवाल्या) ट्रेडरचा अज्ञात शत्रू असतो. ज्याप्रमाणे प्रामाणिक विक्रेता हा तेजीतील ऑपरेटरला शिक्षा करू शकतो, तसंच हेही असतं.

बाजार दीर्घकाळापर्यंत घसरत राहिला होता, त्यामुळे फ्युचर्स बाजारात दीर्घ काळ राहिलेले ट्रेडर्स तोटा ओढवून घेत राहिले होते. त्याप्रमाणेच महिन्यात किंवा दोन महिन्यांत चांगला नफा मिळवून रोख पैसा कमावण्याची आशा असलेल्या अल्पकालीन गुंतवणूकदारांच्या बाबतीतही असंच घडलं होतं. सातत्यानं होत गेलेल्या तोट्यामुळे हे गुंतवणूकदार बाजारापासून दूर गेले होते आणि त्यामुळे बाजारातील या दोन प्रकारच्या गुंतवणूकदारांच्या उपस्थिती आता घटत चालल्या होत्या. त्यांच्या जागा आता खरेदी करून एक वर्ष किंवा दोन वर्षांपर्यंत किंवा आणखीही जास्त काळ वाट पाहू इच्छिणाऱ्या दीर्घकालीन गुंतवणूकदारांनी घेतली होती. त्यांच्यात एचएनआय, आघाड्यांच्या माध्यमातून खरेदी करणारे प्रवर्तक आणि काही वेळा लोकप्रिय मतं नाकारणारे किरकोळ गुंतवणूकदार यांचा समावेश होता. यांपैकी कोणतेही गुंतवणूकदार आक्रमकपणे खरेदी करत नाहीत, त्यामुळे त्यांची उपस्थिती शोधणं कठीण असतं. बाजार या कलाकडे 'शेअर्स दुर्बल हातांमधून भक्कम हातांमध्ये जाणारा कल' म्हणून पाहतो. या खरेदीचा परिणाम म्हणून बाजारातील

फ्लोटिंग स्टॉक (कंपनीकडे खुल्या बाजारात विकण्यासाठी उपलब्ध असलेल्या शेअर्सची संख्या) हळूहळू घसरू लागतो. विक्रीची इच्छा असलेल्या बहुतेक खेळाडूंनी तसं केलं आणि खरेदींविषयी दीर्घकालीन दृष्टिकोन बाळगलेल्या खेळाडूंकडेच आता शेअर्स राहिले होते. हा सूक्ष्म बदल लक्षात न आल्यामुळे बेअर्स (मंदीवाले) फाजील आत्मविश्वासामुळे नकळत शत्रूच्या हद्दीत घुसले होते. एकदा किमती वधारू लागल्यानंतर होणारी वाढ रोखण्याकरिता पुरेसे विक्रेते नसल्यामुळे ही वाढ तीव्र असणार होती. त्यामुळेच किमतींना प्रचंड प्रमाणात वधारू न देता आपल्या शॉर्ट पोझिशन बंद करणं किंवा संरक्षित करणं बेअर्सना कठीण झालं असतं.

आपले विरोधक बदलले आहेत हे समजून घेण्यात अपयशी ठरलेल्या ओल्ड फॉक्सच्या बाबतीत नेमकं हेच घडलं. आदल्या वर्षी बाजारानं त्याचं शिखर गाठल्याचा अंदाज त्यांनी बांधला होता आणि त्या वेळी ते बरोबरच होतं. परंतु बाजारानं आपला कल बदलल्याचे दिलेले संकेत ओळखण्यात ते चुकले होते. एप्रिलच्या मध्यापर्यंत निफ्टी ३,५०० पर्यंत आणि सेन्सेक्स ११,२०० पर्यंत वधारला. बेअर्स आता चांगलेच चकित झाले होते. त्यांनी झपाटल्याप्रमाणे आपल्या पोझिशन शॉर्ट कव्हर केल्या होत्या, त्यामुळेही या आगीत थोडंफार तेल ओतलं गेलं आणि मग शेअरच्या किमती एकदम चढल्या.

किमती एकदम वधारल्यामुळे ओल्ड फॉक्सना आपल्या काही शॉर्ट पोझिशन बंद कराव्या लागल्या आणि त्यात त्यांना तोटा झाला. परंतु आपण केव्हा मार खाल्ला हे मान्य करायचं आणि फक्त आपला मुद्दा बरोबर असल्याचं पटवून देण्यासाठी बाजाराला केव्हा चिकटून राहायचं नाही हे ओल्ड फॉक्सना बरोबर माहीत होतं. याचं त्यांना श्रेय द्यावंच लागेल. त्यांनी आपल्या अल्पकालीन पोझिशन बंद करून टाकल्या आणि ते झपाट्यानं दीर्घकालीन पोझिशनची उभारणी करू लागले.

गेल्या वर्षीच्या जानेवारीपासून माझी जिंकण्याची सुरुवात झाली होती आणि ती तशीच सुरू होती. मी स्थिरपणानं माझ्या ट्रेडिंगचा आकार वाढवला होता आणि आता भराभरा होणारा नफा पाहत होतो.

आता बाजाराला सार्वत्रिक निवडणुकांचा आणखी एक मुख्य अडथळा पार करायचा होता. राजकीय विश्लेषक आणि जनमत अभ्यासक सातत्यानं त्रिशंकू संसदेची शक्यता वर्तवत होते आणि त्यावर विश्वास न ठेवण्याजोगं भक्कम कारणही नव्हतं. प्रसार माध्यमांच्या अहवालांवरून

असं दिसत होतं की, सत्ताधारी यूपीए सरकारविषयी सर्वसामान्यपणे सर्वत्र भ्रमनिरास झाल्याची भावना होती. परंतु विरोधी पक्षाकडे भक्कम नेतृत्वाची वानवा असल्याचं दिसत होतं आणि त्यामुळे त्यांच्यामध्येही गोंधळाची अवस्था होती.

१६ मे रोजी निकाल जारी झाले आणि राष्ट्र आश्चर्यचकित झालं. आणखी जास्त मतं मिळवून काँग्रेस पुन्हा सत्तेत परतली होती. त्यांना स्वबळावर तब्बल २२० हून जास्त जागा मिळवता आल्या होत्या. बाजाराच्या दृष्टीनं त्याहूनही महत्त्वाची गोष्ट अशी होती की, आधीच्या कार्यकाळात यूपीएला डाव्या पक्षांचा बाहेरून पाठिंबा घ्यावा लागला होता, पण आता तो घ्यावा लागणार नव्हता. डाव्या पक्षांनी आधीच्या काळात काँग्रेस सरकारला प्रमुख आर्थिक सुधारणा करण्यापासून रोखलं होतं.

त्यानंतर सोमवारी बाजारात तेजीला आलेलं उधाण पाहून सर्वांनाच आश्चर्याचा धक्का बसला. ट्रेडिंग सुरू झाल्यानंतर काही सेकंदांमध्येच इंडेक्स इंट्रा डे सर्किट फिल्टरच्या वरच्या टोकाच्या दहा टक्क्यांपर्यंत पोहोचले होते. त्यानंतर सेबीच्या नियमांप्रमाणे एका तासासाठी ट्रेडिंग तहकूब करण्यात आलं. पुन्हा ट्रेडिंग सुरू झाल्यानंतर फक्त पुढच्या साठ सेकंदांमध्ये इंडेक्स आणखी पाच टक्क्यांनी वधारले. साहजिकच त्या दिवशी ट्रेडिंग तहकूब करण्यात आलं. त्या दिवशी सेन्सेक्स तब्बल २,१०० अंशांनी वधारून १४,२८४ वर बंद झाला होता आणि निफ्टीमध्ये ६५१ अंशांची वाढ होऊन तोही ४,३२३ वर बंद झाला होता.

भारतीय शेअर बाजाराच्या इतिहासात पहिल्यांदाच इंडेक्सनी इंट्रा–डे सर्किट फिल्टरचं सर्वोच्च टोक गाठल्यामुळे ट्रेडिंग तहकूब करावं लागलं होतं. यूपीए सरकारच्या दृष्टीनं बरोबर एक वर्तुळ पूर्ण केलं होतं. बरोबर पाच वर्षांपूर्वी १७ मे रोजी यूपीएच्या विजयानंतर, थोड्याच वेळात भारतीय कम्युनिस्ट पक्षाचे नेते ए.बी. वर्धन यांनी केलेल्या निर्बुद्ध शेरेबाजीमुळे बाजार सर्किट फिल्टरच्या खालच्या टोकापर्यंत कोसळला होता आणि त्यामुळे उर्वरित सत्रभर ट्रेडिंग तहकूब करावं लागलं होतं.

पुढच्या आठवड्यात दोन्ही इंडेक्स स्थिरावले होते, पण तेव्हापासून बाजारातील कल तेजीकडे झुकला होता. एफआयआयनी एकट्या मे महिन्यात २०,६०० कोटी रुपयांचे शेअर्स खरेदी केले होते. भारताच्या कथेवर जागतिक गुंतवणूकदारांनी दर्शवलेला विश्वास म्हणून त्याकडे पाहिलं गेलं.

बाजारातील कल नाट्यमयरीत्या बदलला होता आणि त्यामुळे शेअरच्या किमतींत झालेल्या वाढीमुळेही काही लोकांना मनस्ताप झाला होता. चौदा मे रोजी डीएलएफ प्रवर्तकांनी संस्थात्मक गुंतवणूकदारांना ३,८६० कोटी रुपयांना कंपनीतील ९.९ टक्के हिस्सा विकला. या वेळी प्रतिशेअर २३२ रुपये या दरानं शेअरची विक्री झाली होती. सुमारे दोन वर्षांपूर्वीच्या त्याच्या आय़पीओच्या किमतीच्या म्हणजे ५२५ रुपयांच्या तुलनेत ही किंमत निम्म्याहूनही कमी होती. तेजीचं वातावरण जोरात सुरू असताना हाच स्टॉक तब्बल १२०० रुपये प्रतिशेअरपर्यंत पोहोचला होता. पण आता ती गोष्ट खूप काळापूर्वी घडून गेल्यासारखी वाटत होती.

संस्थापकांनी हिस्सा विकून मिळालेल्या पैशाचा उपयोग डी. ई. शॉज या खासगी इक्विटी फर्मचा डीएलएफ ॲसेट्स लिमिटेड या समूह कंपनीतील हिस्सा विकत घेण्यासाठी आणि तिच्यात आणखी नवीन फंड घालण्यासाठी केला. त्यानंतरच्या दोन सत्रांनंतर प्रवर्तकांकरिता हा निर्णय त्रासदायक ठरणार होता.

डीएलएफच्या प्रवर्तकांनी हा व्यवहार निवडणुकांचे निकाल येण्याच्या आधी पूर्ण केला, कारण त्रिशंकू संसद आली असती तर बाजारातील कल बदलण्याचा धोका होता. मात्र यूपीएच्या अनपेक्षित दणदणीत विजयामुळे बाजाराचा कल एकदमच जोरदार तेजीच्या दिशेनं वळला आणि १८ मे रोजी डीएलएफच्या शेअर्सची किंमत एकदम ३२३ रुपये अशी वधारली. निवडणुकांच्या निकालांनंतरचं ते पहिलंच ट्रेडिंग सत्र होतं. ऑक्टोबरपर्यंत हा स्टॉक ४७५ रुपयांपर्यंत पोहोचला.

क्वालिफाइड इन्स्टिट्युशनल प्लेसमेंट्स (भारतीय सूचीबद्ध कंपन्यांना बाजाराच्या नियामकांकडे प्री-इश्श्यू फिलिंग्ज सादर न करता स्थानिक बाजारांमधून भांडवल उभारणी करण्याची देण्यात आलेली परवानगी.) च्या माध्यमातून निधी उभारणीच्या आणखी एका फेरीसाठी किंवा संस्थात्मक गुंतवणूकदारांना शेअर्सची विक्री करण्यासाठी आता योग्य काळ आला आहे, असं जुलैपर्यंत अनेक कंपन्यांनी ठरवलं. अनेक कंपन्यांकडे अल्प पर्याय होता. त्यांना व्यवसायवाढीसाठी निधीची गरज नव्हती, तर फक्त व्यवसायात राहण्यासाठी निधीची गरज होती. या प्लेसमेंटसाठी मूलभूत किंमत ही स्टॉकची दोन आठवड्यांची ट्रेडिंगसाठी बाजार बंद होतानाची सरासरी किंमत (क्लोजिंग प्राइस) होती. अनेक कंपन्यांनी आपल्या

नेहमीच्या युक्त्या वापरून पाहिल्या. स्वारस्य असलेल्या खरेदीदारांकडून बोली लावण्याच्या अगदी थोडाच काळ आधी मार्केट ऑपरेटर्सकडून स्टॉकची किंमत जोरदारपणे वाढवण्याचा प्रयत्न करण्यासारख्या युक्त्यांचा त्यात समावेश होता.

परंतु फंड व्यवस्थापकांनी या सापळ्यात अडकण्यास नकार दिला. आता भांडवलासाठी भुकेल्या कंपन्यांकडून येणाऱ्या प्रस्तावांच्या महापुरामुळे ते चोखंदळ झाले होते. दोन आठवड्यांच्या सरासरी किमतीचं सूत्र म्हणजे त्यांच्यासाठी काहीच नव्हतं. त्यांच्याकडे स्टॉकमध्ये लबाडी करण्यात आली आहे किंवा या सूत्रामुळे उच्च किंमत वसूल केली जात आहे असं म्हणण्याजोगं कारण होतं, कारण संपूर्ण बाजारच तेजीत होता आणि तो अशा एखाद्या स्टॉकच्या किमतीमुळे वधारला नव्हता. पण स्टॉकची किंमत अशा तेजीमुळे वधारली होती. त्यांनी अतिशय जोरदार घासाघीस केली आणि अनेक प्रकरणांमध्ये प्रवर्तकांना स्टॉकच्या भराभरा चढलेल्या किमती स्थिरावेपर्यंत वाट पाहावी लागली आणि त्यानंतरच फंड व्यवस्थापकांनी त्यांचे इश्श्यूज खरेदी करण्यास अनुकूलता दर्शवली.

प्रवर्तकांनी त्यांचे शेअर्स बाजारभावापेक्षा कमी दरानं दिलेच पाहिजेत हे माहीत असल्यामुळे अनेक फंड व्यवस्थापकांनी कंपनीत आधीच त्यांनी घेतलेले शेअर्स विकून टाकले आणि तेच शेअर्स 'क्यूआयपी'च्या मार्गानं जास्त स्वस्त दरानं खरेदी केले. आता वाऱ्यानं दिशा बदलली होती आणि या वेळी प्रवर्तकांच्या जिवावर फंड व्यवस्थापक नफा मिळवत होते.

३१

वास्तवाचा शह

गेले चौदा महिने टिकून राहिलेल्या मंदीच्या काळानं काही बदल घडवून आणले होते आणि ते बदलणं कठीण होतं. पहिली गोष्ट म्हणजे गेल्या चार महिन्यांत शेअर्सच्या किमती जोरदार वधारल्या असल्या तरीही अनेक स्टॉक्स अजूनही २००८च्या जानेवारीतील त्यांच्या सर्वोच्च किमतीपासून खूपच दूरवर होते.

दुसरी गोष्ट म्हणजे मंदीच्या बाजारानं अनेक कंपन्यांच्या नाजूक व्यावसायिक नमुन्यांना उघड केलं होतं. त्यांच्यापैकी अनेक कंपन्या या मूलभूत सुविधांच्या आणि रिअल इस्टेटच्या क्षेत्रांतील होत्या. तेजीवाले ऑपरेटर कधी ना कधी आकर्षकपणामुळे त्यांच्याकडे वळत असले तरी त्यांच्यापैकी अनेक कंपन्यांना पुन्हा कधीच संस्थात्मक गुंतवणूकदारांची सहानुभूती मिळवता आली नाही.

ब्रोकरेज फर्म्सच्या दृष्टिकोनातून विचार करता, भरपूर कमिशन, किरकोळ गुंतवणूकदारांकडून आणि एचएनआयकडून झटपट व्यवसाय मिळवणं या गोष्टी तात्पुरत्या स्वरूपात तरी संपुष्टात आल्या होत्या. अनेक ग्राहकांनी मोठ्या प्रमाणात पैसा गमावला होता किंवा त्यांना कागदोपत्री झालेला नफा झपाट्यानं आक्रसत गेल्याचं पाहिलं होतं. त्यांच्यापैकी अनेक जण घाईघाईनं बाजाराकडे वळणार नव्हते आणि काही जणांकडे तर बाजारात

पुन्हा कधीही पाऊल ठेवण्याचं धाडसही उरलं नव्हतं. या सगळ्या काळात मागे राहून पाहत बसलेल्यांनी आपल्या ट्रेड्सचा आकार घटवला होता आणि त्यांनी मोठ्या रकमेचे व्यवहार करण्याइतका सुरक्षितपणा जाणवेपर्यंत थांबण्याचं ठरवलं होतं.

ज्या गुंतवणूकदारांनी स्टॉक आणि इंडेक्स फ्युचर्समध्ये वरवरची लुडबूड केली होती, त्यांना जोरदार फटका बसला होता. ब्रोकिंग राधाकिशनेसनी त्यांना तिथपर्यंत नेलं होतं. ग्राहकांनी जास्त जोखमीच्या फ्युचर्समध्ये ट्रेडिंग केलं होतं आणि तुलनेत जास्त सुरक्षित असलेल्या ऑप्शन्समध्ये ट्रेडिंग केलं नव्हतं, त्यामुळे फक्त ब्रोकिंग हाउसेसचं हित साधलं गेलं होतं. ब्रोकिंग हाउसेसना ऑप्शन ट्रेड्सच्या तुलनेत फ्युचर ट्रेड्समध्ये मिळणारं कमिशन कितीतरी पटींनी जास्त असत होतं.

सन २००७-०८ मध्ये तेजीतील बाजार जोरात होता. डेरिव्हेटिव्हच्या क्षेत्रातील एकूण उलाढालीपैकी ८७ टक्के उलाढाल इंडेक्स आणि स्टॉक फ्युचर्समध्ये झाली होती. पुढच्या वर्षी डेरिव्हेटिव्ह्ज क्षेत्रातील उलाढाल सुमारे १५ टक्क्यांनी घसरली आणि या घटलेल्या प्रकारात फ्युचर्सची उलाढाल ६४ टक्के होती. त्या पुढच्या वर्षी ती ३३ टक्क्यांवर घसरली होती. त्यानंतरच्या वर्षी बहुतेक ब्रोकरेज फर्मना स्टॉक ब्रोकिंगपेक्षाही त्यांच्या एनबीएफसी (कर्ज देण्याच्या) व्यवसायातूनच भरपूर प्रमाणात महसूल मिळाला होता.

सन २००८च्या मंदीतील बाजारानं अनेक मिड कॅप कंपन्यांच्या उंचावर उडत असलेल्या प्रवर्तकांना जमिनीवर आणलं किंवा जास्त चपखल शब्दांत सांगायचं झालं तर अगदी गुडघे टेकायला लावलं. ज्या वेळी बाजार अगदी भरपूर वधारला होता, त्या वेळी या प्रवर्तकांनी फ्युचर्स आणि ऑप्शन्स ट्रेडिंगसाठी पात्र असलेल्या सिक्युरिटीजच्या यादीत त्यांच्या कंपन्यांचा समावेश होईल याची खात्री करून घेण्यासाठी शक्य असलेल्या सगळ्या युक्त्या योजल्या होत्या. यासाठी स्टॉक्सकडे किमान बाजार भांडवलीकरणाची आणि किमान विशिष्ट दैनंदिन आकाराची (व्हॉल्युमची) विशिष्ट कालावधीसाठी गरज असते. प्रवर्तक एखाद्या बुल ऑपरेटरशी सूत जुळवत आणि त्या स्टॉकनं हे निकष यशस्वीरीत्या पूर्ण करावेत याची खात्री मिळवण्यासाठी ते एकत्रितपणे प्रयत्न करत आणि नंतर त्या स्टॉकचा समावेश एफ अँड ओ यादीत करवून घेत. स्टॉक एफ अँड ओ यादीत असेल

तर त्यामुळे किमतींचा गैरफायदा घेण्यास आणि वेळोवेळी किलिंग करण्यास त्यांना मदत होत असे. ज्या वेळी त्यांच्या कंपन्यांचा समावेश यादीत होत असे, त्या वेळी हे प्रवर्तक मोठमोठ्या पार्ट्या देत. मी स्वतः अशा किमान सहा पार्ट्यांना तरी गेलो होतो.

सहसा नेहमीच बाजारातील ऑपरेटरशी संगनमत करून कंपनीचे मोठ्या प्रमाणातील शेअर्स ते बाजूला ठेवत आणि स्टॉकच्या किमती चढवत. स्टॉकच्या किमती वधारल्या की त्यांच्या फ्युचर्सच्या किमतीही वधारत. अनेक ट्रेडर्स स्टॉकच्या किमतीतील वाढ टिकाऊ नसल्यावर सट्टा लावून फ्युचर्सचं शॉर्ट सेलिंग करत. पण बहुतांश शेअर्स आधीच गुप्तपणे साठवलेले असल्यामुळे त्यांच्या किमती तशाच टिकून राहत आणि त्यामुळे फ्युचर्सच्या किमतीही टिकून राहत. ड़ेरिव्हेटिव्ह्ज कंत्राटांच्या सेटलमेंटचा दिवस जवळ आल्यावर चांगला परिणाम व्हावा म्हणून ऑपरेटर काही शेअर्स खरेदी करत, त्यामुळे फ्युचर्सच्या किमती आणखी वधारत. परिणामी, ज्या ट्रेडर्सनी फ्युचर्समध्ये शॉर्ट सेलिंग केलेलं असे, त्यांना त्यांच्या पोझिशन बंद कराव्या लागत. त्यामुळे फ्युचर्सच्या किमती आणखी वाढत आणि त्यांचं आणखी नुकसान होत असे. जास्त पैसा असलेले काही ट्रेडर्स पुढे त्यांना अनुकूल किमती मिळतील या आशेनं त्यांच्या शॉर्ट पोझिशन पुढच्या सेटलमेंट चक्रापर्यंत तशाच पुढे नेत. परंतु जोपर्यंत प्रवर्तक–ऑपरेटरची जोडी फ्लोटिंग स्टॉकवर नियंत्रण ठेवून असे तोपर्यंत शॉर्ट सेलिंग करणाऱ्यांना जिंकण्याची फारशी संधीच मिळत नसे.

मंदीच्या बाजारात मात्र एफ अॅंड ओ यादीत हे स्टॉक असतील तर त्यामुळे मंदीवाल्यांना त्यांच्या किमती आणखी खाली घसरवणं सोपं जात असे. ज्या कंपन्यांच्या प्रवर्तकांना तरलतेच्या समस्येला तोंड द्यावं लागत असल्याचं शॉर्ट सेलिंग करणाऱ्यांना समजत असे, त्या कंपन्यांना ते लक्ष्य करत असत. त्यानंतर बेअर्स फ्युचर्समध्ये मोठ्या प्रमाणात शॉर्ट सेलिंग करत. विक्रीच्या अथक माऱ्याच्या जोरदार हल्ल्यामुळे एकदा फ्युचर्सच्या किमती कोसळू लागल्या की, स्पॉट प्रायसेससुद्धा (बाजारातील खरेदी/विक्रीच्या तत्कालीन किमती) त्याच अनुषंगानं घसरू लागत. या वेळी एक फरक होता, तो म्हणजे प्रवर्तकांकडे स्टॉकच्या किमती चढवण्यासाठी रोख पैसा नव्हता. बहुतेक वेळा त्यांच्याकडे अधिकृतपणे असलेले किंवा बेनामी खात्यांत असलेले शेअर्स तारण ठेवून प्रवर्तक पैसा उभा करत. स्टॉकची

किंमत एकदा दबावाखाली आली की, त्या पाठोपाठ कर्जदात्यांकडून मार्जिनसाठी फोन येऊ लागत. जर प्रवर्तकांना अतिरिक्त तारण जमा करता आलं नसेल तर कर्जदाते शेअर्स विकून टाकण्यास सुरुवात करत आणि त्यामुळे स्टॉकच्या किमतीतील घसरणीला आणखी वेग येत असे. अनेक मिड कॅप स्टॉक्समध्ये बेअर्स यशस्वीपणे या युक्तीचा वापर करत आणि भूमिकांची अदलाबदल झाल्यामुळे या संपूर्ण काळात ते बँकांना हसत असत आणि दुर्दैवी प्रवर्तक आपल्या जखमांवर मलमपट्टी करत बसलेले असत.

त्यानंतर कंपन्या स्टॉक एक्स्चेंजेसना त्यांच्या यादीतून आपल्या स्टॉक्सना वगळावं अशी याचना करणारी पत्रं पाठवत, यात आश्चर्य वाटण्याजोगं काहीच नव्हतं. शिवाय काहीही झालं तरी अनेक कंपन्यांचं बाजार भांडवलीकरण आणि ट्रेडिंगचं प्रमाण विशिष्ट मर्यादेच्या खाली पोहोचलं की, त्या आपोआपच सूचीतून किंवा यादीतून बाहेर फेकल्या जात.

तेजीच्या काळात अनेक प्रवर्तकांनी पूर्वनिर्धारित किमतीनं स्वतःला इक्विटी वॉरंट देऊन त्यांच्या ताब्यातील शेअर्सचं प्रमाण स्वस्तात वाढवलं होतं अशा शेअर्सकरिता प्रवर्तकांना फक्त दहा टक्के आगाऊ रक्कम भरावी लागत होती. त्यानंतर अठरा महिन्यांनी ज्या वेळी त्यांच्या वॉरंटचं ते शेअर्समध्ये रूपांतर करत होते, त्या वेळी त्यांना उर्वरित रक्कम भरावी लागत होती. त्या वेळी बाजार तेजीत असल्यामुळे अठरा महिन्यांनंतर सवलतीच्या बाजारभावानं आपल्याला वॉरंट रूपांतरित करता येतील अशी प्रवर्तकांना खात्री वाटत असे.

परंतु त्यांच्यापैकी अनेक कंपन्यांच्या शेअर्सच्या किमती इतक्या झपाट्यानं घसरत की वॉरंट रूपांतरित किंवा परिवर्तित होण्यासाठी येईपर्यंत परिवर्तन किंमत ही बाजाराच्या किमतीहून जास्त असे. त्यामुळे प्रवर्तकांच्या दृष्टीनं वॉरंटचं शेअर्समध्ये रूपांतर करण्याला काहीच अर्थ उरलेला नसे आणि ते रूपांतर न करता ती वॉरंट्स वाया जाऊ देत असत आणि भरलेली दहा टक्के रक्कमही वाया जात असे. प्रवर्तकांनी अल्पसंख्य शेअरधारकांना वास्तव मूल्याहून कमी पैसा देण्याचा प्रयत्न करू नये यासाठी त्यानंतर एक वर्षानं सेबीनं इक्विटी वॉरंट्ससाठीची आगाऊ रक्कम २५ टक्क्यांपर्यंत वाढवली.

३२

तीव्र स्पर्धा आणि उच्च कामगिरीचं अपेक्षित यश

गेल्या दोन वर्षांत मी मिळवलेल्या अपवादात्मक दीर्घ विजयांमुळे उद्योजकीय वर्तुळातील लोकांच्या कानांवर आता माझं नाव जात होतं. या वर्तुळातील लोक म्हणजे नेमकेपणानं मुख्य वित्त अधिकाऱ्यासारखे कोषागाराचे अधिकारी वगैरे असलेले लोक– असं मला म्हणायचं आहे. काही फंड व्यवस्थापकही आता अतिशय सहजगत्या भेटू शकत असल्याचंही मला जाणवत होतं. मला मिळणारे बहुतांश लाभ हे माझ्या गुंतवणुकांमधून नव्हे, तर ट्रेडिंगमधून होत होते ही एक जमेची बाजू होती. (या लाभांचा सार्वजनिकरीत्या उपलब्ध असलेल्या माहितीवरून मागोवा घेता येत होता.) त्यामुळे प्रसार माध्यमांना मी फारसा माहीत नव्हतो. मला ही गोष्ट अतिशय चांगली वाटत होती, कारण माझ्या वैयक्तिक वर्तुळाबाहेर मला ओळख मिळावी असं मला वाटत नव्हतं. हळूहळू मला श्रीमंतांच्या आणि प्रसिद्ध लोकांच्या पार्ट्यांची निमंत्रणं मिळू लागली, परंतु क्षणभरसुद्धा विचार न करता मी ती नाकारत होतो. 'कट'च्या परताव्याच्या बदल्यात शेअरच्या किमती चढवण्यास मदत करण्यासाठी प्रवर्तक माझ्याकडे चाचपणी करणाऱ्या विनंती पाठवू लागले. काही वेळा त्यांच्या प्रतिस्पर्धी कंपन्यांच्या शेअर्सच्या किमती पाडण्याचे प्रस्तावही माझ्याकडे येत होते. माझ्याकडे आधीसुद्धा अशा प्रकारच्या विनंत्या आल्या होत्या, परंतु आता माझ्याकडे सेवा मागणाऱ्या कंपन्यांची पार्श्वभूमी त्यांच्याहून खूपच सरस होती.

काही प्रवर्तकांना त्यांच्या शेअर्सच्या किमती चढवण्यासाठी मी मदत केली, पण एक नियम म्हणून मी कधीही त्यांच्या शेअर्समध्ये गुंतवणूक केली नाही. मी त्यांच्या किमती वाढवत असताना मला त्यांच्या स्टॉकमध्ये एका विशिष्ट कालावधीकरिता ट्रेड करावंच लागत होतं, पण मी त्यांना दिलेलं वचन पूर्ण झालं रे झालं की, लगेच त्या स्टॉकशी असलेला माझा संबंध संपत असे. प्रवर्तक त्याच्या स्टॉकच्या किमतींकडे लक्ष देत असेल, तो त्या बाबतीत सावध असेल तर ती गोष्ट अर्थात चांगलीच होती, कारण त्यामुळे तो बाजार किंवा त्याचे प्रमुख शेअरधारक अस्वस्थ होतील असं काहीही करत नसे. परंतु जर प्रवर्तक स्टॉकच्या किमतीनं झपाटला गेला असेल, तर खरी समस्या निर्माण होत असे. अशा वेळी माझ्या दृष्टीनं ते त्यांच्या मुख्य व्यवसायावर त्यांचा वेळ आणि शक्ती केंद्रित करत नसल्याचं ते निदर्शक असे आणि हीच आपत्तीची पहिली घंटा असे. त्यांच्या मुख्य व्यवसायाच्या ताकदीतूनच शेअरच्या चांगल्या किमतीचा प्रवाह निर्माण होत असतो आणि इतर कुठल्याही प्रकारे तो तयार करता येत नाही हे प्रवर्तक विसरलेले असत. प्रवर्तकाला चांगल्या शेअर किमतींच्या माध्यमातून पैशाची उत्तम प्रकारे उभारणी करता येते, पण त्याला पैशाला कामाला लावावंच लागतं आणि शेअरधारकांनाही सातत्यपूर्ण परतावे दाखवावेच लागतात. त्याला हे करणं शक्य झालं नाही, तर स्टॉकच्या किमती फक्त घसरू लागतील.

मला बाजारातील काही स्वारस्यपूर्ण ऑपरेटरही भेटले. जेसी हा त्यांच्यापैकी अगदी लक्षात राहणारा एक ऑपरेटर होता आणि त्याच्या दिखाऊपणाच्या भडक मार्गांमुळे अंशतः त्याच्याकडे लक्ष वेधलं जात होतं असा माझा अंदाज होता. त्याला एकदा भेटलेला कोणीही त्याला सहजासहजी विसरू शकत नव्हता. त्याच्या डामडौलाच्या पद्धतीमुळे अनेक जण त्याला टाळत, पण काही जणांचं त्यामुळे मनोरंजन होत असे. त्याला महागडी घड्याळं आवडत होती आणि विशेषतः त्यांची काय किंमत आहे, ते लोकांना सांगायला त्याला आवडत असे. त्याचं बोलणं आक्रमक असल्याचा गैरअर्थही काढणं शक्य होतं आणि खरं तर नेहमीच तो जाणीवपूर्वक तसा बोलत नव्हता. त्याच्या बिनडोक शेरेबाजीमुळे काही जणांशी त्याचा वादही झाला होता.

जेसी १९८० च्या दशकाच्या उत्तरार्धापासून बाजारात होता, पण फक्त गेल्या दोन वर्षांत बऱ्या-वाईट कारणांमुळे तो सगळ्यांच्या लक्षात येऊ लागला होता. जणू काही सन्मार्गापासून भरकटलेल्या प्रवर्तकांना

शिस्त लावण्याची, त्यांना सुधारण्याची जबाबदारी त्याच्यावरच असावी, अशा प्रकारे त्याला स्टॉक्सचं शॉर्ट सेलिंग करण्यात अत्यानंद होत होता. तो स्टॉक्स दीर्घ काळ ताब्यात ठेवत होता आणि त्याच्याकडे मोठ्या आकाराचा गुंतवणूक पोर्टफोलिओ होता, परंतु त्याच्या मंदीकडे कल असलेल्या व्यवहारांचीच चर्चा होत होती आणि त्याच्याकडे लक्षही वेधलं गेलं होतं. या गोष्टीचा तो पुरेपूर आनंद उपभोगत होता.

त्याने मोठ्या रकमा मिळवल्या आणि गमावल्या होत्या. मला मिळालेल्या माहितीअनुसार, त्याच्या दुराग्रहीपणामुळेच तो दर वेळी गोत्यात आला होता. आपण मूल्य गुंतवणूकदार असल्याचा आणि प्रवर्तकांशी संगनमत करून स्टॉकच्या किमती फुगवण्याचा उद्योग करणाऱ्यांपैकी नसल्याचा दावा तो करत होता. पण त्याचा हा दावा केवळ अंशतः खरा होता, कारण काही संशयास्पद मिड कॅप आणि स्मॉल कॅप कंपन्यांच्या स्टॉकच्या किमती फुगवण्यासाठी त्याने काही व्यवहार केले होते हे मला माहीत होतं.

एके दिवशी त्याने मला फोन केला आणि त्याला मला भेटायचं असल्याचं सांगितलं. मी ते मान्य केलं. त्याने मला त्याच्या कार्यालयात बोलावलं, मला ती गोष्ट थोडीशी विचित्र वाटली. माझ्या जागी असलेल्या एखाद्यानं याला विरोध केला असता. पण एखाद्यानं एखादी गुष्ट सुचवली तर त्यामुळे संतप्त होण्याच्या जेसीच्या विक्षिप्तपणाविषयी मी बरंच काही ऐकून होतो. त्याने मला त्याच्या कार्यालयात बोलावून घेण्यामागे आणि ''इकडे येऊन मला भेट,'' असं सांगण्यामागे माझ्या मनावर त्याचं या व्यवसायातील ज्येष्ठत्व बिंबवण्याचाही सूक्ष्म प्रयत्न होताच.

मी अंधेरीतील त्याच्या कार्यालयात गेलो. त्याच्याविषयी बरंच काही ऐकल्यामुळे माझ्या मनातही त्याला भेटण्याची उत्सुकता होती. त्याने शेकडो कोटी रुपयांची संपत्ती कमावल्याच्या अफवा होत्या, पण त्या मानानं त्याचं कार्यालय एका नगण्य इमारतीत होतं आणि कार्यालयात थोडंसंच फर्निचर होतं आणि फक्त सहा कर्मचारी होते.

त्याची केबिन खूपच मोठी नसली तरी प्रशस्त होती. काचेच्या पृष्ठभागाच्या त्याच्या वक्राकार टेबलावर चार ट्रेडर वर्कस्टेशन्स होती. त्यापैकी तीन अगदी जेसीच्या समोरच ठेवण्यात आली होती आणि एक त्याच्या उजव्या बाजूला होतं. एका वर्कस्टेशनच्या शेजारी डेव्हिड हॉफचं पाकीट होतं. मी त्याच्या घड्याळावर नजर टाकली. ते नक्कीच बरंच महागडं

घड्याळ होतं. जेसीला व्यवस्थित ओळखणाऱ्या माझ्या एका मित्रानं मला एकदा जेसीचं घड्याळ १५ लाखांचं असल्याचं सांगितलं होतं.

जेसी हा स्टॉक्समधील ट्रेडर असण्यापेक्षाही जास्त प्रमाणात मूल्य गुंतवणूकदार असल्याचा दावा केला जात असला तरी बाजारातील अनेकांना याच्या उलट गोष्ट खरी होती, असं वाटत होतं.

''आपले शेअर्स खरेदी करावेत अशी तीव्र इच्छा असल्यामुळे तुमचं शोषण करण्याचा प्रयत्न न करणारी व्यवस्थापनं असलेल्या कंपन्यांना मी प्राधान्य देतो,'' आम्ही गप्पा मारू लागल्यावर जेसी म्हणाला. ''ही अगदी सिद्ध झालेली पक्की पद्धत नसली तरी अतिमित्रत्वानं वागण्याचा अर्थ त्या लोकांना त्यांच्या शेअर्ससाठी बाजारात उच्चतर किंमत मिळाली पाहिजे अशी तीव्र इच्छा असते, असा असतो,'' तो म्हणाला. त्याच्या पोर्टफोलिओत प्रामुख्यानं ब्ल्यू चिप्सचा आणि काही प्रमाणात सुव्यवस्थापित, परंतु त्या वेळी अवमूल्यन झालेल्या आणि भरपूर क्षमता असलेल्या कंपन्यांचा समावेश होता.

''ब्ल्यू चिप्सना मी भवितव्यासाठी सुरक्षितपणे ठेवून दिलं आहे. मी त्यांना कधीच स्पर्श करत नाही. ते भावी पिढ्यांसाठी आहेत. माझ्या कुटुंबाच्या किमान सहा पिढ्यांना काहीही काम न करता आरामात राहता आलं पाहिजे, अशी माझी इच्छा आहे. माझ्या ट्रेडिंग पोझिशनमधून मला किती कमाल नुकसान होऊ शकेल याचा मी अंदाज घेतो आणि त्यानंतर त्या व्याप्तीतच काम करतो. मी एखाद्या व्हिडिओ पार्लरमध्ये जाणाऱ्या मुलासारखा आहे. माझ्या खिशात जोपर्यंत नाणी आहेत, तोपर्यंत मी खेळत राहतो. एकदा माझ्याकडची नाणी संपली की, मी त्या यंत्रासमोरून उठतो,'' तो म्हणाला.

त्यानंतर तो पुढे म्हणाला, ''सन १९९६ पर्यंत मी नेहमीच पहिल्यांदा खरेदी करून नंतर विक्री करत होतो. पण याच्या नेमकी विरुद्ध गोष्ट करून भरपूर पैसा कमावता येतो हे मंदीतील बाजारानं मला दाखवून दिलं. मी संधी मिळाली रे मिळाली की शॉर्ट सेलिंग करू लागलो. यातले काही सौदे चुकीचे ठरले असले तरी मी चांगला पैसा कमावला आहे. शॉर्ट सेलिंग प्रत्येकालाच जमतं असं नाही, पण मला ते जास्त आव्हानात्मक वाटतं. बहुतांश वेळा मी बाजारात दीर्घ काळ असतो, पण काहीही असलं तरी माझ्या शॉर्ट पोझिशनविषयी नेहमीच काही ना काही बोलण्यासारखं असतं.''

''नक्कीच त्या तशा असतील,'' मी म्हणालो. ''तुम्ही काही स्टॉकचा पाठपुरावा ज्या आक्रमकतेनं करता, त्यातून त्या कंपनीनं व्यवसायातून

लवकरच बाहेर पडावं अशी तुमची इच्छा असल्यासारखं वाटतं. तुमच्या धाडींमुळे रात्रीची झोप लागत नसलेले काही प्रवर्तक मला माहीत आहेत.''

''लाला, तू अतिशयोक्ती करतोस, पण मी अतिमूल्यांकित स्टॉक्समध्ये फरक करण्याचा प्रयत्न करतो. बाजाराला त्यांच्या क्षमतेची खात्री असल्यामुळे अतिमूल्यांकित झालेले स्टॉक्स आणि प्रवर्तकांच्या पाठबळावर अतिमूल्यांकित झालेले स्टॉक्स- असे दोन प्रकार मी मानतो. दुसऱ्या प्रकारातील स्टॉक्सना कधी ना कधी न्याय्य शिक्षा भोगावीच लागते. फक्त थोडीशी प्रतिकूल बातमी पसरली की त्यांच्याविषयी बाजाराचा कल झटकन बदलतो आणि वाईट ठरतो. ते नको इतके फुगलेले स्टॉक्स मग पत्त्यांच्या बंगल्याप्रमाणे कोसळतात. अर्थातच ती वेळ येईपर्यंत कोणालाही संयमानं वाट पाहावीच लागते. दरम्यानच्या काळात प्रवर्तक आणि ऑपरेटर त्या स्टॉकची किंमत वाढवतच राहतात आणि मग तुम्हांला अल्पकालीन तोटे सहन करावे लागतात. मलाही काही वेळा अशा प्रकाराचा फटका बसला आहे, परंतु इतर स्टॉक्समधील काही व्यवहारांनी मला इकडे झालेल्या तोट्याच्या तुलनेत कितीतरी जास्त नफा मिळवून दिला होता,'' जेसी म्हणाला.

जेसीला आता माझ्याविषयी आपुलकी वाटत होती आणि त्याच्या ट्रेडविषयी तो माझ्याशी मोकळेपणानं बोलत होता.

अबन लॉइडच्या (ही कंपनी समुद्रातून तेलाचं उत्खनन करण्याच्या क्षेत्रात काम करते.) संदर्भात दीर्घ काळापर्यंत मंदीवाला म्हणून काम केल्यानंतर तो तेजीवाला का झाला होता असं मी त्याला विचारलं. मला कारण माहीत होतं, पण मला त्याच्याकडून ते ऐकायचं होतं. अनेक महिने जेसीनं अबन लॉइडच्या शेअर्सची विक्री केली होती. पण अबन फ्युचर्सचं त्याने शॉर्ट सेलिंग केल्यानंतरही स्टॉकची किंमत तशीच वाढत राहिली होती. त्यानंतर जेसी नशीबवान ठरला. कंपनीला मुख्य महसूल मिळवून देणारं व्हेनेझुएलाच्या किनाऱ्यावरचं तेल काढणारं त्यांचं मशीन बुडालं. आठवडाभरातच स्टॉकची किंमत निम्म्यानं घसरली आणि जेसीला फक्त त्याचं नुकसानच भरून काढता आलं नव्हतं, तर प्रचंड नफाही कमावता आला होता. त्यानंतर उशिरा स्टॉकच्या किमती पुन्हा वधारू लागल्या आणि त्या वर्षीच्या घसरलेल्या किमतीतून तरून लक्षणीयरीत्या बाहेर पडल्या. त्याआधी त्यांची जी सर्वोच्च किंमत होती, तिथपर्यंत ते पोहोचले नसले तरी ते वधारले होते.

''बाजारातील काही उत्तम ऑपरेटर्सबरोबर काम केल्यानंतर तुला यातली युक्ती समजली असेल असं मला वाटतं, लाला,'' जेसी पुन्हा एकदा स्वतःवरच खूश झाल्यासारखा स्मित करत म्हणाला. ''या स्टॉकच्या किमती पुन्हा एकदा उसळल्या होत्या, कारण माझ्या बऱ्याचशा शॉर्ट पोझिशन मी बंद करून टाकल्या होत्या,'' पुन्हा एकदा स्वतःवरच खूश असल्यासारखा तो म्हणाला. ''अर्थातच कंपनी खूपच निकृष्टपणे काम करत होती. पण खरेदीदार पळून गेल्यामुळे मला स्टॉकची किंमत जास्त घसरवणं शक्य नव्हतं. त्या स्टॉक्सची किंमत पुन्हा एकदा घसरवण्याच्या आधी खरेदीदारांना आकर्षित करण्यासाठी ती वाढवणं आवश्यक होतं. आता त्या स्टॉक्सची किंमत वाढण्याकडे कल निर्माण झाल्याचा आभास निर्माण करणं मला भागच होतं.''

जेसीनं मुंबईतील एका रिॲलिटी कंपनीच्या फ्युचर्सचं शॉर्ट सेलिंग केलं होतं, असं त्या वर्षाच्या सुरुवातीला मला समजलं होतं. एका तेजीवाल्या ऑपरेटरशी संगनमत करून प्रवर्तकानं किमती खूपच फुगवल्या होत्या आणि एका विशिष्ट पातळीवर त्या तशाच रोखून धरल्या होत्या. त्यामुळे जेसीला त्याने विक्री केलेल्या किमतीच्या जवळजवळ तिप्पट किमतीनं फ्युचर्सची पुनर्खरेदी करावी लागली होती. त्या ट्रेडमध्ये जेसीला ४० कोटी रुपयांचं नुकसान सहन करावं लागल्याची बाजारात चर्चा होती. मी तो विषय काढणं उद्धटपणाचं असलं तरी मी त्याविषयी विचारलं.

''मी असं ऐकलंय की, त्यामुळे तुम्हांला मोठंच नुकसान सहन करावं लागलं...?'' मी विचारलं.

''थोडंफार. पण बाजाराला माझं जितकं मोठं नुकसान झाल्यावर विश्वास ठेवायला आवडलं असतं, तितकं ते मोठं नव्हतं,'' जेसीनं थेट माझ्याकडे रोखून पाहत म्हटलं. पण प्रवर्तकाला किंमत भरपूर फुगवायला लावण्यात मदत करणाऱ्या ऑपरेटरवर जेसी अतिशय संतप्त झाला होता हे त्यानं लपवलं नव्हतं.

''पण ही गोष्ट इतकी वैयक्तिक कशाला करायची?'' मी जेसीला विचारलं. ''जर त्या ऑपरेटरनं नकार दिला असता, तर प्रवर्तकानं दुसऱ्या कुठल्यातरी ऑपरेटरला गाठलं असतं.''

''कदाचित तसं झालंही असतं. पण आणखी काही कारणामुळे त्या घटनेनंतर मला ती व्यक्ती नकोशी झाली होती. तेव्हापासून ज्या स्टॉक्समध्ये

त्याने दीर्घकालीन पोझिशन घेतली असेल, तो स्टॉक मी शॉर्ट करतो,'' जेसीनं मान्य केलं.

''आता जेसी, तुम्ही स्वतःचंच म्हणणं खोडून काढत आहात,'' मी म्हटलं. ''थोड्याच वेळापूर्वी तुम्ही म्हणालात की, तुमच्या ट्रेडिंगच्या निर्णयात तुम्ही कधीही तुमच्या अहंकाराला येऊ देत नाही. पण फक्त तुमच्या प्रतिस्पर्ध्याला ठोकून काढण्यासाठी स्टॉकच्या किमती घसरवण्याच्या निर्णयानं तुम्ही पैसे गमावण्याचा धोका पत्करता.''

त्याने स्मित केलं. ''ते ठीक आहे. मी सध्या ज्या जागी आहे, तिथे मला एका किंवा दोन शत्रूंशी दोन हात करणं परवडतं. पैसे कमावण्यासाठी इतर ढीगभर स्टॉक पडलेले असतात.''

पण जेसीनं एक किंवा दोन नव्हे, तर त्याहूनही जास्त शत्रू निर्माण केले होते. बाजारातील अफवांअनुसार, काही कंपन्यांच्या स्टॉकच्या किमती घसरवून त्याने काही प्रवर्तकांना चांगलंच नाराज केलं होतं. त्यांच्यापैकी एक कंपनी ही मुंबईतील रिअल इस्टेट कंपनी होती. तिच्या प्रवर्तकांचे राजकीय लागेबांधे मजबूत होते. त्या प्रवर्तकांनी पहिल्यांदा त्याला त्याची खेळी बंद करण्यास सांगितलं. जेसीनं त्या बदल्यात त्यांना चालतं व्हायला सांगितलं. त्याच्या उद्धटपणामुळे खवळलेल्या प्रवर्तकांनी जेसीला दहशत घालण्यासाठी त्याच्या कार्यालयात गुंड पाठवले. मी असंही ऐकलं होतं की, त्याला त्यांचा संदेश स्पष्टपणे आणि जोरदारपणे समजावा म्हणून त्या गुंडांनी त्याला चांगलंच चोपलंही होतं. त्याविषयी जेसीला काहीही विचारणं म्हणजे त्याच्या सहनशक्तीची परीक्षा बघण्यासारखं होतं. परंतु काही काळ जेसी अतिशय घाईघाईनं त्याच्या दोन शरीररक्षकांसमवेत फिरत होता, हे मला माहीत होतं. ज्यांना या प्रकरणाविषयी माहीत नव्हतं, त्यांना आपलं महत्त्व वाढवण्यासाठी जेसी पुन्हा एकदा हे दिखाऊपणाचं आणखी एक नाटक करत असल्यासारखं वाटलं होतं.

आम्ही त्या वेळी सुमारे तासभर गप्पा मारल्या. मी निघत असताना जेसी मला निरोप देण्यासाठी माझ्या कारपर्यंत आला. ''तू मला एक बुद्धिमान व्यक्ती वाटतोस. मला वाटतं की, आपण एकत्रितपणे व्यवसाय करू शकू,'' तो म्हणाला.

मी त्याला ती एक चांगली कल्पना असल्याचं सांगितलं. त्यानंतर आम्ही काही वेळा बाजाराविषयीचे आपापले विचार एकमेकांना सांगितलेही, पण आम्ही कधीही एकत्रितपणे व्यवसाय करण्यापर्यंत पोहोचलो नाही.

३३

यशाची न्याय्य, समान संधी असलेली परिस्थिती

सेबीनं लागू केलेल्या काही धोरणांमुळे आता त्रास होऊ लागला होता. सन २००८ मध्ये सेबीनं संस्थात्मक गुंतवणूकदारांसाठी डायरेक्ट मार्केट ॲक्सेस (डीएमए - थेट बाजार उपलब्धी) च्या सुविधेला मान्यता दिली. या यंत्रणेअंतर्गत ग्राहकांना त्यांच्या ब्रोकरच्या मूलभूत सुविधांच्या माध्यमातून, मात्र ब्रोकरच्या हस्तक्षेपाशिवाय स्टॉक एक्स्चेंजच्या ट्रेडिंग यंत्रणा उपलब्ध होत होत्या. त्याआधी भारतीय शेअर्समध्ये ट्रेडिंग करण्याची इच्छा असलेल्या आणि सिंगापूरच्या किंवा लंडनच्या बाहेर असलेल्या फंड व्यवस्थापकांना आपली ऑर्डर देण्यासाठी भारतातील ब्रोकरना फोन करावा लागत असे. माझ्यासारख्या संस्थात्मक ब्रोकरेज फर्ममधील भरपूर डीलर असलेल्या व्यक्तीला नेहमीच काही मोठ्या प्रमाणातील ऑर्डर्सची अंमलबजावणी होण्याच्या आधीच त्या ऑर्डर्स समजत असत आणि मग त्यांच्या बाबतीत तो फ्रंट रनिंग करत असे. डीएमए लागू झाल्यानंतर जागतिक फंड व्यवस्थापकांना त्यांच्या ब्रोकरच्या ट्रेडिंग यंत्रणांमध्ये इलेक्ट्रॉनिक पद्धतीनं ऑर्डर्स देता येऊ लागल्या आणि त्यानंतर त्या ऑर्डर्स थेट एक्स्चेंजच्या ट्रेडिंग इंजीनमध्ये जाऊ लागल्या. त्यामुळे ऑर्डर्सची अंमलबजावणी झाल्यानंतरच ब्रोकरला त्यांच्याविषयी समजू लागलं.

डीएमएच्या आगमनाबरोबर संगणकीय (अल्गोऱ्हिदमिक) ट्रेडिंगला किंवा सर्वसामान्यपणे बाजाराच्या भाषेत ज्याला प्रोग्रॅम्ड ट्रेडिंग म्हणत होते, त्याला प्रोत्साहन मिळून त्यांची चांगलीच वाढ झाली. अल्गो ट्रेडिंगमध्ये आधीच देण्यात आलेल्या कमांड्सच्या आधारावर सॉफ्टवेअर ट्रेडची अंमलबजावणी करत असे. मूलभूत पातळीवर विचार करता, स्टॉकच्या फ्युचर्सची विक्रीकर आणि त्यापाठोपाठ जर फ्युचर्स बाजारातील तत्कालीन किमतींवर विशिष्ट प्रीमिअम देत असतील तर रोख बाजारातून तितक्याच संख्येची खरेदी कर– अशा स्वरूपाची ही कमांड असते. याचाच अर्थ विक्री करून फ्युचरवर सवलत असेल तर फ्युचर्स खरेदी करणं असा असे. गुंतागुंतीच्या कमांड्स या ट्रेडिंगचं प्रमाण, इंडेक्स पातळ्या आणि ट्रेडला गती देणाऱ्या इतर काही निकषांना एकमेकींशी संलग्न करू शकत होत्या. डीएमए आणि अल्गो ट्रेडिंग एकमेकांसोबतचं पुढे जात असत, कारण ते सॉफ्टवेअर आता डीलरचं काम करू शकत होतं. आधीच्या काळात– समजा, किमतीच्या व्याप्तीतील पाच लाख शेअर्सची ऑर्डर फंड व्यवस्थापकानं डीलरकडे पाठवली की, किंमत आणि आकार किंवा प्रमाण यांचं उद्दिष्ट पूर्ण होईल अशा प्रकारे ऑर्डरची अंमलबजावणी करण्याची हमी देणं ही डीलरची जबाबदारी असे. याचा अर्थ स्क्रीनवरून मागणी-पुरवठा परिस्थितीचा अंदाज घेऊन, बाजाराचं लक्ष वेधलं जाऊ नये, यासाठी वेगवेगळ्या गठ्ठ्यांमधून त्या ऑर्डरची अंमलबजावणी करावी लागत असे.

अल्गो ट्रेडिंगमध्ये या सगळ्याचा विचार सॉफ्टवेअरकडून केला जात होता. एफआयआय आणि परदेशी ब्रोकरेज फर्म्सना अल्गो ट्रेडिंगचा जास्त लाभ मिळत असल्याचं स्पष्ट होतं, कारण आपल्या मालकीचं सॉफ्टवेअर विकसित करण्यासाठी अतिशय बुद्धिमान व्यक्तीला नोकरीवर ठेवणं त्यांना परवडत होतं. सुरुवातीला डीएमएची गती मंद होती, कारण स्टॉक एक्स्चेंजेसना अल्गोऱ्हिदमना आपल्या यंत्रणांमधून त्यांना पाठवण्याच्या आधी त्यांची कडक छाननी करण्याची इच्छा असे. पुरेशा सुरक्षिततेच्या उपाययोजनांखेरीज पाठवण्यात आलेले अल्गो बाजारात उत्पात माजवतील अशी एक्स्चेंजेसना रास्त शंका असल्यामुळे छाननी आवश्यकच होती. आपल्या मालकीच्या ट्रेडिंग सॉफ्टवेअरवर लाखो रुपये खर्च केल्यानंतर परकी खेळाडू आपल्या अल्गोंचं गुपित उघड करण्यास नाखूश होते. पण स्टॉक एक्स्चेंजेसनी हा नियम शिथिल केला आणि खेळाडूंना त्यांच्या

विशिष्ट अल्गो उघड करण्याची गरज उरली नाही. त्यानंतर डीएमएनी एकदम आकाशाला गवसणी घातली.

डे ट्रेड करणाऱ्या पोटार्थी आणि भाडोत्री लोकांच्या आपल्या प्रचंड मोठ्या टीमसह शेअर बाजारातील खरेदी-विक्रीचे व्यवहार करणाऱ्या स्थानिक फर्म (आर्बिट्रेज फर्म) या वित्त बाजारांमधील शस्त्रास्त्रस्पर्धा म्हटल्या जाणाऱ्या स्पर्धेशी समांतर स्पर्धेत कधीही टिकू शकल्या नाहीत. याचं एक कारण म्हणजे प्रोग्रॅम्ड मशीनच्या गतीइतक्या गतीनं माणूस कधीही काम करू शकत नाही. एखादा डे ट्रेडर डोळ्यांची उघडझापही करू शकणार नाही, इतक्या कमी वेळात म्हणजे सेकंदाच्या एखाद्या लहानशा भागाच्या वेळेत मशीन काम करू शकत होतं. ते तितक्या कमी वेळात शेअर्सच्या खरेदी-विक्रीच्या संधी शोधून त्यांची अंमलबजावणीही करू शकत होतं. तरीही सर्वसामान्यपणे उपलब्ध असलेल्या ऑफ-द-शेल्फ ट्रेडिंग सॉफ्टवेअरच्या माध्यमातून स्थानिक फर्म्सनी याच्याशी लढा देण्याचा प्रयत्न केला. जेनेरिक अल्गोंमध्ये सारखेपणा नव्हता, त्यामुळे तिचा वापर करणाऱ्या एका फर्मचं अल्गो ट्रेडिंग हे दुसरीच्या तुलनेत थोडंफार वेगळं असत होतं. एफआयआयनी आणि परदेशी ब्रोकरेज कंपन्यांनी त्यांच्या अत्यंत कुशल सॉफ्टवेअर अभियंत्यांच्या टीमच्या साहाय्यानं विकसित केलेल्या उच्च दर्जाच्या ट्रेडिंग सॉफ्टवेअरसमोर तर ती बिलकूल टिकू शकत नव्हती.

अतिजलद गतीच्या ट्रेडिंगच्या मार्गावर आणखी एक हरवलेला दुवा होता. शक्य तितक्या अल्पावधीत म्हणजे मिलिसेकंदात मोजल्या जाणाऱ्या वेळेत ऑर्डरची अंमलबजावणी झाली नाही तर अगदी उत्तम ट्रेडिंग सॉफ्टवेअरसुद्धा फारशी उपयुक्त ठरू शकत नव्हती आणि प्रतिस्पर्धी अल्गोंवर मात करू शकत नव्हती. पहिल्यांदा एनएसईनं आणि नंतर बीएसईनं 'को-लोकेशन' या नावानं ओळखली जाणारी सुविधा देऊ केल्यानंतर हा अडथळा दूर झाला. या सुविधेअंतर्गत ब्रोकर त्यांचे सर्व्हर एक्स्चेंजेसच्या ट्रेडिंग इंजीनजवळ ठेवू शकत होते. यामुळे ब्रोकरला एक्स्चेंजमधून बाहेर पडलेल्या खरेदी-विक्रीच्या बोली जास्त जलद गतीनं उपलब्ध होऊ शकत होत्या आणि नंतर जास्त झपाट्यानं शिक्कामोर्तब करून घेण्यासाठी ब्रोकर त्यांनी अंमलबजावणी केलेले ट्रेड एक्स्चेंजकडे जास्त जलद गतीनं परतही पाठवू शकत होते. ब्रोकरचा सर्व्हर आणि एक्स्चेंजचा सर्व्हर यांच्यातील अंतराअनुसार मानवी नजरेला दिसू न शकणारा मिलिसेकंदमधील किंचितसा विलंब होऊ शकत होता. को-

लोकेशन सुविधेमुळे जास्त मोठ्या ब्रोकरना लहान ब्रोकरकडून उत्तम बोली हिसकावून घेण्यासाठी स्पर्धा करणं शक्य झालं.

लहान ट्रेडर्सनी याला विरोध केला, कारण एनएसईनं सुरुवातीला यासाठी आकारलेल्या दरामुळे (कालौघात हे दर कमी करण्यात आले.) लहान ट्रेडर्सना फटका बसत होता, तर परदेशी खेळाडूंच्या दृष्टीनं ती रक्कम म्हणजे निव्वळ चिल्लर होती. अतिशय लहान प्रमाणात काम करत असलेल्या स्थानिक ट्रेडर्सच्या दृष्टीनं तर हे खूपच कठीण होतं. सॉफ्टवेअर कार्यक्रम उत्तम खरेदी आणि विक्रीच्या बोली डोळ्यांची उघडझाप होण्याच्या आत पकडत होता. कुठलीच व्यक्ती या गतीची थोडीशीही बरोबरी करू शकत नव्हती. स्क्रीनवरच्या किमती तपासून ट्रेडर ऑर्डर देईपर्यंत सॉफ्टवेअरनं त्याच्याकडून आधीच तो व्यवहार हिसकावून घेतलेला असे. अल्गोंकडे क्षणार्धात मोठ्या संख्येच्या ऑर्डरची निर्मिती करून लहान ट्रेडरच्या ऑर्डर्स बाजूला सारण्याची क्षमताही होती. चित्रपटाच्या तिकिटांच्या खरेदीसाठी रांगेत उभं राहावं आणि आपल्या अगदी पुढे असलेल्या व्यक्तीपर्यंत रांग आल्यानंतर तिकिटं संपल्याचं समजावं तसं हे होतं. शिवाय अगदी तुम्हांला तिकिटं मिळण्याची खात्री असली तरी तुमच्या आवडीच्या जागाच तुम्हांला मिळतील याची खात्री नसल्यासारखं हे होतं. अशा प्रकारे डे ट्रेडर हे पाच पैसे किंवा त्याहूनही जास्त पैसे देऊन स्टॉक खरेदी करत होते आणि स्टॉकची विक्री करत असताना त्यांना ती पाच पैशांनी किंवा त्याहूनही जास्त कमी पैशांनी करावी लागत होती. हे फक्त उत्तम खरेदी आणि विक्रीच्या बोलींच्या संदर्भात अल्गो त्यांच्यावर मात करत असल्यामुळे घडत होतं.

दीर्घ कालावधीकरिता स्टॉक खरेदी करणाऱ्या किरकोळ गुंतवणूकदारांसाठी पाच पैशांनी किंवा दहा पैशांनी फारसा फरक पडत नव्हता. परंतु यामुळे डे ट्रेडरच्या नफ्यात भरपूर घट होत होती किंवा ट्रेडिंगमधून काहीच लाभ होत नव्हता. त्यांच्यापैकी जास्त हुशार लोकांनी ट्रेडिंगच्या व्यूहरचना बदलल्या आणि पुढे जास्त चांगली वेळ येईल, या आशेनं ते तसेच काम करत राहिले. शंभर ट्रेड्समध्ये प्रत्येकी ५० रुपये कमावण्याचा प्रयत्न करण्याऐवजी त्यांनी जास्त मोठी जोखीम पत्करण्याचं ठरवलं आणि ट्रेड्सची संख्या कमी करून प्रत्येक ट्रेडमधून २०० रुपये कमावण्याचं ठरवलं. याचा काहींना फायदा झाला आणि ते या खेळात टिकून राहिले. इतर अनेकांवर मात्र दुसरा व्यवसाय शोधण्याची वेळ आली.

पण संस्थात्मक गुंतवणूकदार आणखी काही कारणांनी नाखूश होते. ते दीर्घ काळापासून उपभोगत असलेले अनेक हक्क हळूहळू पण स्थिरपणानं त्यांच्याकडून काढून घेतले जात होते. सेबीनं दोन वर्षांपूर्वी संस्थांना रोख बाजारातील त्यांच्या व्यवहारांवर अपफ्रंट मार्जिन भरण्यास सांगितलं तेव्हापासूनच ही सुरुवात झाली होती. तोपर्यंत फक्त बिगर–संस्थात्मक लोकांनाच अशा प्रकारे रोख बाजारातील ट्रेड्सवर अपफ्रंट मार्जिन भरावी लागत होती. स्टॉक एक्स्चेंजविषयीच्या त्यांच्या सक्तीच्या रकमा देण्यात संस्था कुचराई करणं शक्य नाही असं नियामकांना वाटत असल्यामुळे त्यांना सूट देण्यात आली होती. पण जागतिक वित्तीय संकटाला कारणीभूत झालेल्या घडामोडींमुळे वित्तसंस्थांभोवतीचं अजिंक्यपणाचं वलय भेदलं गेलं होतं. आता त्यांच्याकडे लहान गुंतवणूकदार किंवा एचएनआय यांच्याप्रमाणे देय रकमा थकवू शकणारे लोक म्हणून पाहिलं जात होतं.

सन २०१०च्या मेमध्ये, आयपीओंसाठी बोली लावताना अर्जाचा संपूर्ण पैसा भरावा असा नियम सेबीनं लागू केला. तोपर्यंत किरकोळ आणि बिगर–संस्थात्मक गुंतवणूकदारांना असा संपूर्ण पैसा भरावा लागत असला तरी संस्थात्मक गुंतवणूकदारांना फक्त दहा टक्के रक्कम भरावी लागत होती. कमी आगाऊ रक्कम भरावी लागत असल्यामुळे संस्थात्मक गुंतवणूकदार मोठमोठ्या रकमांच्या बोली लावत होते. त्यामुळे बाजारात अतिशयोक्त प्रमाणात प्राथमिक मागणी असल्याचं चित्र निर्माण होत होतं.

उच्च संस्थात्मक स्वारस्यामुळे साखळी प्रतिक्रिया सुरू होत, कारण किरकोळ आणि इतर गुंतवणूकदार त्याच्याकडे कंपनीच्या मूलभूत तत्त्वांना मिळालेली पुष्टी आणि गुंतवणूक करण्यास मिळालेलं प्रोत्साहन म्हणून पाहत. यामुळे लिस्टिंग किमतींवर परिणाम होत होता आणि इश्श्यू प्रक्रियेच्या दरम्यान त्यावर स्टॉकची मागणी अवलंबून राहत होती.

एफआयआय़ आणि व्यापारी बँकांचे बँकर्स यांचा सेबीच्या नवीन नियमाला विरोध होता ही गोष्ट समजण्याजोगी होती, कारण त्यामुळे या खेळातील आणि आयपीओ प्रक्रियेतील त्यांची शक्ती कमी होत होती. मात्र सेबीनं या प्रकरणात नमतं घेण्यास नकार दिला.

३४

गरिबी हटाव, एसकेएसचा मार्ग

सन २०१० मध्ये दोन खूप मोठे पब्लिक इश्श्यू आले. मी त्या दोहोंपैकी एकातही सहभागी झालो नव्हतो, पण एसकेएस मायक्रो फायनान्सच्या आयपीओवरच्या बुद्धिवादी चर्चेचा आनंद नक्कीच घेतला होता. एसकेएस मायक्रो फायनान्स ही ऑगस्टमध्ये बाजारात धडकलेल्या दोन सूक्ष्म वित्त कंपन्यांपैकी पहिली कंपनी होती. त्या इश्श्यूचा आकार १,६५० कोटी रुपयांहून थोडासाच मोठा होता. त्याच्यात ७३३ कोटी रुपयांच्या शेअर्सच्या नवीन इश्श्यूचा आणि सध्याच्या गुंतवणूकदारांनी उर्वरित शेअर्सच्या केलेल्या विक्रीचा समावेश होता.

शेअर बाजारासाठी सूक्ष्म वित्तपुरवठा ही नवीन संकल्पना असल्यामुळे बाजारात या इश्श्यूविषयी मोठीच खळबळजनक उत्सुकता होती आणि अतिरंजित जाहिरातबाजी सुरू झाली होती. थोड्याच जणांना व्यवसायाचं मॉडेल समजलं होतं. त्यांना एवढंच माहीत होतं की, एमएफआय समाजातील आर्थिकदृष्ट्या दुर्बल विभागांना म्हणजे ज्यांना बँका किंवा निधीचे इतर पारंपरिक स्रोत उपलब्ध नसतात, अशा अगदी गरिबांतील गरीब लोकांना कर्जाऊ पैसे देतात.

एसकेएसची स्थापना ४१ वर्षीय भारतीय अमेरिकन विक्रम अकुला यांनी केली होती आणि तिच्याकडे प्रशंसेच्या, आश्चर्याच्या नजरेनं आणि

सार्वजनिक क्षेत्रातून पैशांची उभारणी करण्याच्या निर्णयामुळे टीकात्मक दृष्टिकोनातूनही पाहिलं जात होतं. या संस्थेविषयी शंका घेणाऱ्यांमध्ये नोबेल पारितोषिक विजेते अर्थशास्त्रज्ञ आणि बांगलादेशातील सूक्ष्म वित्तपुरवठ्याचा पाया घालणाऱ्या मोहंमद युनूस यांचाही समावेश होता. गरीब लोकांकडून पैसा मिळवणं शक्य आहे, असा चुकीचा संदेश या आयपीओमधून जाईल, असा त्यांचा मुद्दा होता. कर्जदात्यांकडून कर्ज बुडवण्याचा उच्चतर धोका असल्यामुळे काहीही झालं तरी सूक्ष्म वित्त कंपन्या त्यांच्या कर्जांवर सर्वसामान्यपणे ३० ते ५० टक्के इतका उच्चतर व्याजदर आकारत होत्या. जर एमएफआयच्या बुडीत कर्जांचं प्रमाण कमी असतं, तर त्यांच्या गुंतवणुकीवर त्यांना उत्तम परतावा मिळाला असता. आयपीओच्या पाठिराख्यांची अशी खात्री होती की, एसकेएसच्या आयपीओला यश मिळालं तर त्यामुळे इतर अनेक सूक्ष्म वित्त पुरवठादार कंपन्यांना शेअर बाजारातून पैशाची उभारणी करण्यास प्रोत्साहन मिळेल आणि त्यांच्या कामकाजात गती येईल. यामुळे सूक्ष्म वित्तपुरवठादार कंपन्यांमध्ये जास्त स्पर्धा निर्माण होऊन व्याजदर घटतील असं त्यांचं म्हणणं होतं. असं झालं तर साहजिकच भरमसाट व्याजदराच्या कचाट्यातून गरीब कर्जदात्यांची सुटका होईल, असं त्यांना वाटत होतं.

कंपनीनं भारतातील सूक्ष्म वित्तपुरवठ्याच्या क्षेत्राच्या चित्रात क्रांती घडवून आणली असली आणि या प्रक्रियेत गुंतवणूकदारांना पैसा मिळवण्यास साहाय्य केलं असलं तरी हे करण्यास पतपुरवठा करण्याच्या माध्यमातून कंपनी गरिबांना मदत करण्याच्या उदात्त आदर्शातून काम करत असल्याचा दावा कंपनीनं केला होता. अशा प्रकारच्या आयपीओमध्ये पैसा गुंतवण्याहून आणखी चांगली कुठलीच गोष्ट नसल्यावर अनेक गुंतवणूकदारांचा विश्वास असलाच पाहिजे, कारण त्यामुळे पैशाचा परतावाही चांगला मिळणार होता आणि शिवाय उदात्त उद्दिष्टाला पाठबळ दिल्याचं श्रेयही मिळणार होतं. स्वार्थ आणि परमार्थ साधू देणाऱ्या या आयपीओत गुंतवणूक करण्याकडे म्हणूनच अनेक जण वळले होते. दलाल स्ट्रीटवरच्या गुंतवणूकदारांनी पहिल्यांदाच भांडवलशाही आणि परोपकार यांच्या एका सक्षम मिश्रणासाठी काम केलं होतं आणि प्रत्येकालाच त्यापासून थोडाफार फायदा मिळवायचा होता.

कंपनीतील आयपीओपूर्व गुंतवणूकदारांमध्ये क्वांटमसारख्या बड्या नावांचा समावेश होता. या कंपनीचं व्यवस्थापन जॉर्ज सॉरससारखा दंतकथा

बनून गेलेला ट्रेडर करत होता. शिवाय त्यात कॅटमरान इन्व्हेस्टमेंट्स ही इन्फोसिसचे संस्थापक एन.आर. नारायण मूर्ती प्रवर्तक असलेली कंपनीही अंतर्भूत होती.

आयपीओनंतर स्टॉक ऑप्शन्सच्या स्वरूपात एसकेएसच्या व्यवस्थापनानं शेअर्सची विक्रीही केली होती. या गोष्टीला फारशी प्रसिद्धी मिळाली नव्हती. माझ्या दृष्टीनं प्रवर्तकाला पैसा काढून घेण्याची झालेली घाई हे काही चांगलं लक्षण नव्हतं. संस्थापक विक्रम अकुला आणि सीईओ सुरेश गुरुमानी यांनी त्यांच्या ऑप्शन्सचा काही भाग विकून टाकला होता आणि उर्वरित भाग तीन वर्षांसाठी तसाच ठेवण्याचं मान्य केलं होतं.

या शेअर्सची किंमत प्रतिशेअर ९८५ रुपये असल्यामुळे काही जणांना ते महागडे वाटले तरी आयपीओला गुंतवणूकदारांकडून प्रचंड प्रतिसाद मिळाला. कंपनीची चांगली पार्श्वभूमी आणि तिचा कर्जविषयक उत्तम दर्जा ही कंपनीचं व्यावसायिक मॉडेल प्रमाणित असल्यावर गुंतवणूकदारांनी विश्वास ठेवण्यामागची चांगली कारणं होती आणि त्यामुळे अधिभार मूल्यनिर्धारणाचंही समर्थन झालं होतं.

एसकेएसच्या शेअर्सची एक्स्चेंजेसमध्ये चांगलीच चर्चा होती. एक्स्चेंजेसचं काम सुरू झालं त्या वेळी या शेअर्सनी सुमारे १८ टक्के लाभ मिळवून दिला होता आणि बाजार बंद झाला त्या वेळी त्यांची किंमत दहा टक्क्यांनी वधारली होती. जर बाजारात दुर्बलता दिसून आली नसती तर लिस्टिंगच्या दिवशीची कामगिरी जास्त चांगली झाली असती. तरीही पुढच्या महिन्यातही या स्टॉकनं चांगली कामगिरी केली आणि तो जवळजवळ १४०० रुपयांपर्यंत चढला.

परंतु ऑक्टोबरच्या दरम्यान एसकेएसला समस्या वेढू लागल्या. सुरुवातीला सुरेश गुरूमानी या तिच्या सीईओनं संस्थापक अकुला याच्याशी झालेल्या मतभेदांमुळे तडकाफडकी राजीनामा दिला. आधीच्या काही आठवड्यांच्या तुलनेत स्टॉक घसरला आणि त्यानंतर संचालक मंडळात सुरू झालेल्या सत्तासंघर्षामुळे स्टॉक तणावग्रस्त झाला. परंतु काही दिवसांनी तर याहूनही जोरदार फटका बसणार होता. आंध्र प्रदेशातील कर्जदारांनी मोठ्या प्रमाणात आत्महत्या केल्यामुळे राज्य सरकार ढवळून निघालं आणि त्यांनी राज्यातील सूक्ष्म वित्त पुरवठादार संस्थांच्या कामकाजावर निर्बंध घालण्याचा आदेश काढला.

प्रसिद्ध झालेल्या वृत्तानुसार, आंध्र प्रदेशात अनेक सूक्ष्म वित्त पुरवठादार कंपन्यांचं पेव फुटलं होतं आणि त्या फर्म्सचे एजंट गरिबांना गरज असो वा नसो, त्यांनी कर्जाऊ पैसा घ्यावा म्हणून गरिबांशी बोलत होते. हे कर्जदाते पैसा वापरून टाकत होते आणि नंतर कर्जाची परतफेड झाली नाही की, या कर्जदात्यांना आता कर्जफेड करून घेण्यासाठी कठोर उपाययोजना करणाऱ्या एजंटांमध्ये रूपांतरित झालेल्या कर्ज देणाऱ्या एजंटांना तोंड द्यावं लागत होतं. या सगळ्या त्रासाला कंटाळून काहींनी आत्महत्या केल्या.

यात एक कटाचा सिद्धान्तही होता. एसकेएसच्या वाढत्या उपस्थितीमुळे सावकारांशी दृढ संबंध असलेल्या आणि गरिबांना गरीबच ठेवण्यात हितसंबंध गुंतलेल्या अनेक राजकारण्यांच्या उदरनिर्वाहाच्या साधनांचा प्रश्न निर्माण झाला होता. राज्यातील सूक्ष्म वित्तपुरवठा संस्थांच्या प्रतिष्ठितपणाला धक्का बसावा म्हणून आत्महत्येच्या घटनांमध्ये अतिशयोक्ती करून त्या मांडण्यात आल्या होत्या असं म्हटलं जात होतं. या घडामोडींचा एसकेएसवर अतिशय वाईट परिणाम झाला, कारण कर्जप्रकरणांच्या बाबतीत आंध्र ही त्यांची सगळ्यात मोठी बाजारपेठ होती. कंपनी या फटक्यातून कधीही बाहेर पडू शकली नाही आणि त्या वर्षअखेरीपर्यंत त्यांच्या स्टॉकची किंमत आयपीओच्या किमतीच्या तुलनेत ४० टक्क्यांनी घसरून ६०० रुपयांवर आली.

मी सगळ्या घटनाक्रमाचा विचार केला तेव्हा दीर्घकालीन गुंतवणुकीच्या बाबतीत हे खूपच झालं होतं, असं मला वाटलं. आयपीओ घेतल्यानंतर महिन्याभरात विकून टाकण्याचा निर्णय घेतलेले लोक आता स्टॉक तसाच ठेवण्याचा निर्णय घेतलेल्यांच्या तुलनेत जास्त हुशार असल्यासारखे वाटत होते.

दरम्यान, बाजार तेजीत आल्यानंतर माझ्या स्वतःच्या बँक खात्यातील रकमाही सातत्यानं, स्थिरपणे फुगत राहिल्या होत्या. ऑगस्टपर्यंत तेजीचा कल कायम राहिला होता, पण सप्टेंबरमध्ये बाजार तसाच वधारला असला तरी तेजीच्या काळातील आधीचा – अगदी ऑगस्टपर्यंतचा उत्साह आणि उत्सुकता आता अगदी स्पष्टपणे दिसत नव्हती. आता फक्त एक छोटासा गट आणि त्यातही प्रामुख्यानं एफआयआय मोठा पैसा उचलत होत्या.

तोपर्यंत, किरकोळ गुंतवणूकदारांना फक्त एक उत्तम संधी मिळाली होती आणि कोल इंडियाच्या आयपीओमधून त्यांनी चांगला परतावा मिळवला होता. सर्व वर्गवारीतील गुंतवणूकदारांनी भारताच्या सगळ्यात मोठ्या

कोळसा उत्पादक कंपनीत शेअर्ससाठी बोली लावली होती, कारण तिच्या इश्श्यूची किंमत आकर्षक – म्हणजे प्रतिशेअर २४५ रुपये होती. कंपनीला आयपीओच्या माध्यमातून १५,२०० कोटी रुपयांची उभारणी करायची होती, पण प्रत्यक्षात त्यांना २.३ लाख कोटी रुपयांच्या आसपासच्या बोली प्राप्त झाल्या. हा इश्श्यू खूपच अतिरेकी वेळा म्हणजे १५ वेळा सबस्क्राइब झाला. तोपर्यंत संस्थात्मक गुंतवणूकदारांना बोली लावताना सगळा पैसा भरावा लागत होता आणि त्याबद्दल ते तक्रारही करत होते. पण त्यांनीच अतिशय आक्रमकपणे बोली लावली होती ही आश्चर्याची गोष्ट होती. संस्थात्मक भाग हा सुमारे २५ वेळा सबस्क्राइब झाला आणि त्याद्वारे १.७३ लाख कोटी रुपयांच्या बोली मिळाल्या. रिलायन्स पॉवरच्या आयपीओनं संस्थात्मक गुंतवणूकदारांच्या १.८९ लाख कोटी रुपयांच्या बोली आकर्षित केल्या होत्या, पण या दोहोंत एक महत्त्वाचा फरक होता. रिलायन्स पॉवरच्या आयपीओमध्ये बोली लावलेल्या संस्थांना अर्जाच्या फक्त दहा टक्के रक्कमच भरावी लागत होती आणि कोल इंडियाच्या आयपीओसाठी अर्जाच्या शंभर टक्के रक्कम भरावी लागत होती.

अनुकूल नियमांच्या साहाय्यानं तुम्हांला संस्थात्मक गुंतवणूकदारांचे लाड पुरवण्याची खरोखरच गरज नसते, या माझ्या मनात दीर्घ काळापासून असलेल्या सिद्धांताला त्यामुळे पाठबळ मिळालं. जर त्यांना पैसा कमावण्याच्या संधीचा वास आला तर ते निश्चितपणे गुंतवणूक करतात, या आयपीओचा किरकोळ भाग दोन वेळा सबस्क्राइब झाला. किंमत योग्य असेल तर किरकोळ गुंतवणूकदारसुद्धा संस्थात्मक गुंतवणूकदारांप्रमाणेच गुंतवणूक करण्यास उत्सुक असतात– या माझ्या दुसऱ्या सिद्धांतालाही यातून पुष्टी मिळाली होती.

कोल इंडियामध्ये गुंतवणूक केलेल्या कुठल्याही गुंतवणूकदाराला बिलकूल निराश व्हावं लागलं नाही. हा स्टॉक २८७ रुपयांवर खुला झाला आणि त्याच दिवशी ३४२ रुपयांवर बंद झाला. त्या वेळी त्याने २४५ रुपये या इश्श्यू किमतीच्या ४० टक्के अधिमूल्य दिलं होतं. त्यानंतर सुमारे चौतीस महिन्यांनंतर पहिल्यांदाच सेन्सेक्सही २१,००० अंशांपर्यंत वधारला. परंतु आमच्यापैकी बहुतेकांना ही तेजी पोकळ वाटली होती. उद्योजकीय कमाईतील वाढीतील हवा निघून चालली होती आणि स्टॉकच्या किमतीत तेजी असली तरी कुठलीही ब्रोकरेज कंपनी कर्मचाऱ्यांची संख्या वाढवत नव्हती.

बाजारातील पारंपरिक विद्वत्ता अशी होती की, खूप मोठे आयपीओ नेहमीच तेजीचा कल उत्कर्षबिंदूपर्यंत पोहोचल्याचे संकेत देतात. सन २००८च्या वेळी रिलायन्स पॉवरच्या पब्लिक इश्श्यूच्या वेळी हे सिद्ध झालं होतं. कोल इंडिया आयपीओच्या वेळीही हे पुन्हा एकदा सिद्ध झालं. मला वाटलं होतं की, कोल इंडियाच्या इश्श्यूच्या यशामुळे बाजारातील कलाला उत्तेजन मिळेल आणि त्यामुळे आणखी गुंतवणूकदार बाजारात उतरतील. शिवाय सन २००८ प्रमाणेच डेरिव्हेटिव्ह्ज बाजारात खूप मोठ्या उभारणी झालेल्या पोझिशनही नव्हत्या. माझ्या दृष्टीनं किरकोळ सहभागातील झपाटलेपण हे बाजारात करेक्शन होणार असल्याचं अतिशय विश्वासार्ह चिन्ह होतं. पण त्याचंही काही चिन्ह दिसत नव्हतं. तरीही कोल इंडिया शेअर्स सूचीबद्ध झाल्यानंतर बाजार डगमगू लागला होता.

३५

सरासरीचा अचूक कठोर नियम

नोव्हेंबरच्या अखेरीला उघड झालेल्या रोख पैशासाठी-कर्ज घोटाळ्यामुळे (लोन फॉर कॅश स्कॅममुळे) बाजारातील कल आणखी ढासळू लागला. यात मनी मॅटर्स, मुंबईतील एनबीएफसी, एलआयसी ऑफ इंडियाच्या एलआयसी हाउसिंग फायनान्समधील ज्येष्ठ अधिकारी आणि सार्वजनिक क्षेत्रातील काही बँका यांचा समावेश होता.

त्या आधीच्या वर्षभरापासून मनी मॅटर्सला अचानकच जोरदार प्रसिद्धी मिळाली होती. तिचा घाईघाईनं बोलणारा महत्त्वाकांक्षी संस्थापक राजेश शर्मा याने १९९० च्या दशकात फोर्टमधील एका लहानशा कार्यालयातून वित्त बाजारातील त्याच्या करिअरची सुरुवात केली होती. व्यवसायानं चार्टर्ड अकौंटन्ट असलेल्या शर्माकडे मध्यम आणि लहान आकारांच्या कंपन्यांच्या शेअर्सच्या मोठ्या गठ्ठ्यांच्या खरेदीसाठी खरेदीदारांना शोधून काढण्याचं कौशल्य होतं आणि त्यालाच उद्योजकीय जगतात मोठी मागणी होती.

महत्त्वाच्या फंड व्यवस्थापकांचं शर्मानं उत्तम जाळं तयार केलं होतं आणि अतिशय कठीण व्यवहारांमध्ये त्याला त्याची मदत होत होती. सन २००१-०२ मध्ये त्याने एका किरकोळ ब्रोकिंग हाउसमधील एका ज्येष्ठ अधिकाऱ्याशी मैत्री केली होती असं सांगितलं जात होतं. त्यानंतर काही वर्षांत त्याच ब्रोकिंग हाउसचा देशातील सर्वात मोठ्या ब्रोकिंग हाउसमध्ये

समावेश होऊ लागला. शर्मा विक्री करू पाहत असलेल्या काही शेअर्सची खरेदी करण्यात फायदा असल्याची त्या अधिकाऱ्यानं त्याच्या काही अतिशय श्रीमंत ग्राहकांची खात्री पटवून दिली होती, असं सांगितलं जात होतं. शर्मासाठी हीच मोठी संधी ठरली आणि तेव्हापासूनच त्याच्या व्यवहारांचा आकार जास्तीत जास्त वाढत गेला.

पण शर्मा हा बाँड्सच्या (रोख्यांच्या) अपारदर्शक जगातील जास्त सक्रिय खेळाडू होता. तिथे तरलता नसलेल्या रोख्यांकरिता खरेदीदार मिळवण्याची त्याची क्षमता सर्वज्ञात होती. सन २००७ मध्ये शर्माला इक्विटीच्या वर्तुळात खूप मोठी संधी प्राप्त झाली. त्या वेळी बँक ऑफ राजस्थान आणि डेक्कन ॲव्हिएशन (त्यानंतर पुढे हीच कंपनी किंगफिशर एअरलाइन्स झाली.) यांचे खूप मोठ्या प्रमाणातील शेअर्स संस्थात्मक गुंतवणूकदारांकडे ठेवण्यात त्याला यश आलं होतं. शेअर्सच्या जास्त आकर्षक जगात स्वीकारार्हता मिळाली असली तरी शर्मा डेब्ट बाजारात खूपच जास्त सहजतेनं वावरत होता आणि या बाजारातील बातम्यांना क्वचितच मुख्य बातम्यांचा दर्जा मिळतो.

शर्माचा व्यावसायिक नमुना आता इतका विकसित झाला होता की, त्याची फर्म देशातील सर्वोच्च उद्योगांना कर्ज मिळवून देत होती. सन २००७-०८ मध्ये कंपनीचा वार्षिक महसूल दहा कोटी रुपयांहून कमी होता आणि निव्वळ नफा ४.२२ कोटी रुपये होता. २०१०-११च्या पहिल्या सहामाहीत मनी मॅटर्सनं २२४ कोटी रुपयांच्या महसुलावर सुमारे ७५ कोटी रुपयांचा नफा मिळवला आणि त्यामुळे त्यांच्या स्टॉकची किंमत चांगलीच वधारली. कंपनीची झपाट्यानं वाढ होत असल्याचं दिसल्यामुळे आर्थिक सेवा क्षेत्रातील शर्मा हे बडं प्रस्थ झालं. साहजिकच त्याच्या प्रतिस्पर्ध्यांमध्ये त्यामुळे असूया आणि अस्वस्थता निर्माण झाली, कारण त्या स्पर्धेत त्यांच्यापैकी बहुतेक जण शर्माच्या तुलनेत बरेच मागे पडले होते. त्यांच्यापैकी एक हा शर्माचा व्यावसायिक भागीदार होता. असं सांगितलं जातं की, त्याने तपास यंत्रणांकडे शर्माच्या व्यावसायिक नमुन्याविषयीची चहाडी केली. त्याच्यातून आपल्या ग्राहकांना कर्जं दिली जावीत यासाठी राज्यांच्या मालकीच्या बँकांच्या अधिकाऱ्यांना शर्मा लाच देत असल्याचं निष्पन्न झालं. त्याच्या ग्राहक असलेल्या अनेक कंपन्या या रिअल इस्टेट कंपन्या होत्या. काही प्रकरणांमध्ये शर्मानं बँकांना काही रिअल इस्टेट

कंपन्यांना त्या प्रत्यक्षात जितकं कर्ज मिळवण्यास पात्र होत्या, त्या तुलनेत भरपूर कर्ज द्यायला लावल्याचंही दिसून आलं.

सीबीआयनं रामचंद्र नायर या एलआयसी हाउसिंग फायनान्सच्या सीईओसह शर्माला अटक केली. त्याबरोबरच एलआयसी, बँक ऑफ इंडिया, सेंट्रल बँक ऑफ इंडिया आणि पंजाब नॅशनल बँक येथील काही अधिकाऱ्यांनाही अटक करण्यात आली. हा घोटाळा उघडकीस येण्याच्या जेमतेम एक महिना आधीच मनी मॅटर्सनं संस्थात्मक गुंतवणूकदारांकडे प्रतिशेअर ६२५ रुपयांनी शेअर्स ठेवून शंभर दशलक्ष डॉलर्सची उभारणी केली होती. या गुंतवणूकदारांमध्ये मॉर्गन स्टॅन्ली, वेलिंग्टन ॲसेट मॅनेजमेंट, जीएमओ आणि फिडेलिटी यांसारख्या नामवंतांचा समावेश होता. ज्या स्टॉकची किंमत वर्षभरापूर्वी शंभर रुपयांच्याही खाली घसरली होती, त्याची किंमत प्लेसमेंटच्या वेळेपर्यंत ७०० रुपयांपर्यंत वधारली होती. स्टॉकमध्ये एकदम सात पट वाढ झाल्यामुळे या इश्श्यूची खरेदी करण्याच्या आधी काही गंभीर अभ्यास केला पाहिजे असं संभाव्य गुंतवणूकदारांना वाटायला हवं होतं. परंतु तेजीत असलेल्या बाजारात फंड व्यवस्थापकांना असं करावं, असं फारसं वाटतच नाही.

हे सगळं घडण्याच्या आधीच मला या स्टॉकविषयीची माहिती समजली होती आणि त्यामुळे दीर्घ काळापर्यंत गुंतवणूक ठेवण्याच्या ऐवजी मी झटकन व्यवहार पूर्ण करून मोकळा झालो होतो. त्या स्टॉकविषयी माझ्या ज्या मित्रानं मला सांगितलं होतं, त्याला वर्षअखेरीपर्यंत या स्टॉकची किंमत एक हजार रुपयांपर्यंत निश्चितपणे जाईल याची खात्री वाटत होती. त्यामुळे मी थांबलोही असतो, पण कंपनीनं संस्थात्मक गुंतवणूकदारांना शेअर्स देऊ करावेत असं ठरवलं होतं. माझा असा अनुभव होता की, प्रत्येक मोसमातील उत्तम स्टॉकच्या बाबतीत बऱ्याचशा गोष्टी शेअर प्लेसमेंटच्या आधी घडतात. त्या स्टॉकमध्ये मी केलेल्या सुरुवातीच्या गुंतवणुकीविषयीही मी साशंक झालो होतो आणि त्यामुळे मी झटपट त्यात गुंतवलेली रक्कम रोख स्वरूपात परत मिळवली.

शर्माच्या अटकेमुळे स्टॉक एकदम कोसळलाच आणि तो इतका कोसळला की, पुन्हा कधीही सावरू शकला नाही. २३ नोव्हेंबर ते ३१ डिसेंबरदरम्यान स्टॉकच्या किमतीत ६६३ रुपयांवरून १३० रुपयांपर्यंत घसरण झाली. ज्या फंड व्यवस्थापकांनी प्लेसमेंटमध्ये भाग घेतला होता, त्यांना

आता त्याच्यातून बाहेर पडण्याचा मार्ग उरला नव्हता, कारण खरेदीदारांच्या अभावामुळे रोजच्या रोज स्टॉकमधील ट्रेडिंग गोठवलं जाण्याची शक्यता होती. त्यानंतर पुढच्या पाच महिन्यांहून जास्त काळात हा स्टॉक कोसळून ५० रुपयांपर्यंत गेला.

मी चांगला नफा मिळवला असला तरी घोटाळ्याच्या लाटेतील नियामकांच्या नजरेमुळे मी काळजीत पडलो होतो. मनी मॅटर्समधील माझं ट्रेडिंग माझ्या स्वतःच्या मानांकनाचा विचार करता, फार मोठं नव्हतं, पण त्या स्टॉकच्या गेल्या सहा महिन्यांतील मोठ्या ट्रेडिंगमध्ये ते नक्कीच सहजपणे आलं असतं. मला आतल्या गोटातील कुठल्याही माहितीचा उपयोग झाला नव्हता आणि ते मी सिद्धही करू शकलो असतो याचा मला आत्मविश्वास होता. पण नियामकाला माझ्या ट्रेड शीट दाखवणं आणि त्यांच्या असंख्य प्रश्नांना उत्तरं देणं ही गोष्ट मला नेहमीच क्लेशदायक वाटत होती.

सन २०१०च्या डिसेंबरमध्ये सेबीनं चार कंपन्यांचा तपास केला आणि त्यांना असं आढळून आलं की, त्यांच्या प्रवर्तकांनी संजय डांगी या बाजारातील ऑपरेटरशी आणि त्याच्या सहकारी फर्मशी हातमिळवणी केली होती. अशा प्रकारे संस्थात्मक गुंतवणूकदारांना शेअर प्लेसमेंट देण्याच्या माध्यमातून भांडवल उभारणी करण्याच्या आधी त्यांच्या स्टॉकच्या किमती त्यांनी जबरदस्तपणे वाढवल्या होत्या. सेबीनं नंतरच्या काळात त्या अहवालात नावं असलेल्या बहुतांश कंपन्यांना निर्दोष ठरवलं, परंतु आपल्याला यापुढे दंडाची किंवा शिक्षेची भीती न बाळगता नियामकाला धुडकावून लावता येणार नाही हे प्रवर्तकांना आणि बाजारातील ऑपरेटर्सना चांगलंच कळून चुकलं होतं.

आपण जिंकलो, अशा भावनेनं त्या वर्षाची अखेर झाली असती तर मला ते आवडलं असतं, पण तसं होणार नव्हतं. मला आयपीओमध्ये नुकसान सोसावं लागलं होतं, त्यामुळे मला जास्तच राग आला होता. काहीही झालं तरी मी कधीही आयपीओंमध्ये फारसा रुची घेत नव्हतो. पण मी त्या आयपीओमध्ये गुंतवणूक केली होती, कारण पैशापेक्षाही काही संबंध माझ्यासाठी जास्त महत्त्वाचे होते.

बाजारात कसलाही कल नसताना, ए टू झेड मेन्टेनन्स नावाच्या एका कंपनीनं बाजारात आयपीओ आणायचं ठरवलं. वीज वितरण लाइन टाकून देणं आणि उपकेंद्रांची स्थापना करणं हा ए टू झेडचा मुख्य व्यवसाय होता.

पण त्याबरोबरच नवीनीकरण (रिन्यूएबल) ऊर्जा स्रोतांपासून ती वीजनिर्मिती करत होती आणि पालिकांच्या घन कचऱ्याचं व्यवस्थापन करण्याचं कामही करत होती. पण अब्जाधीश गुंतवणूकदार राकेश झुनझुनवाला यांच्याकडे असलेला २१ टक्के हिस्सा हा कंपनीचा हुकमाचा एक्का होता. सन २००६ मध्ये झुनझुनवाला यांनी हा हिस्सा सुमारे वीस कोटी रुपयांना विकत घेतला होता आणि आता कंपनी सार्वजनिक क्षेत्रात चालल्यामुळे त्यांनी त्यातला काही पैसा काढून घ्यायचं ठरवलं होतं.

बाजाराच्या स्थितींपेक्षाही किंमत जास्त महत्त्वाची असते, ही गोष्ट कोल इंडियाच्या आयपीओच्या यशानं दाखवून दिली होती. तरीही ए टू झेड कंपनीनं आपल्या नशिबाची परीक्षा पाहायची असं ठरवलं. इश्श्यूची किंमत माफक असेल तरच फंड व्यवस्थापक गुंतवणूक करतात हे फंड व्यवस्थापकांकडून सूचित झालं असलं तरीही भरपूर अधिमूल्य मिळवण्यासाठी झुनझुनवाला यांच्या ब्रँडच्या ताकदीचा उपयोग होईल असा त्यांना विश्वास वाटत होता. आता 'माफक'ची नेमकी व्याख्या बाजाराच्या आधीच्या परिस्थितीवर अवलंबून असते. तेजीच्या बाजारात कुठलीच किंमत खूप जास्त नसते आणि खरं तर आयपीओची चढ्या दरानं खरेदी केल्यामुळे गुंतवणूकदारांना प्रोत्साहन मिळत असल्यासारखंही दिसतं. परंतु अनिश्चित बाजारात ऑपरेटिंग गुणोत्तरं, कमाईतील वाढ आणि व्यवसायाचा नमुना यांसारख्या गोष्टीत गुंतवणूकदार अडकून पडतात.

ए टू झेडला नवीन शेअर्सच्या आधीच्या गुंतवणूकदारांच्या माध्यमातून ६७५ कोटी रुपयांची उभारणी करायची होती. राकेश यांच्यासह आधीच्या काही गुंतवणूकदारांना त्यांच्या ताब्यातील आयपीओमधील काही भागांची विक्री करायची होती. नव्यानं देऊ करण्यात आलेले शेअर्स आणि आधीच्या गुंतवणूकदारांनी देऊ केलेले शेअर्स यांच्यासह त्या इश्श्यूचा एकूण आकार सुमारे ८६० कोटी रुपयांचा होता आणि शेअरची किंमत प्रतिशेअर ४०० रुपये होती. त्या किमतीचा विचार करता झुनझुनवाला यांचा कंपनीतील हिस्सा हा सुमारे ५०० कोटी रुपयांचा होता. याचा अर्थ त्यांना पाच वर्षांहून कमी कालावधीत २५ पटींनी जास्त परतावा मिळाला होता. त्यांनी आयपीओमध्ये पाच लाख शेअर्स देऊ केले होते. त्यामुळे त्यांनी सुरुवातीला घातलेलं भांडवल त्यांना परत मिळालं असतं आणि तरीही त्यांच्याकडे भरपूर शेअर्स (आणि अर्थातच विपुल पैसा) शिल्लक राहिले असते.

कंपनीनं इश्श्यूकरिता ४००-४१० रुपये किंमत-पट्टा (प्राइस बँड) निश्चित केला होता. बोली लावण्यासाठी इश्श्यू खुला होण्याच्याही आधीच अँकर गुंतवणूकदारांकडे प्रतिशेअर ४०० रुपयांनी इश्श्यूचा काही भाग ठेवून त्यांनी १२५ कोटी रुपयांची उभारणी केली होती. पण इतर संस्थात्मक गुंतवणूकदारांनी हाच उत्साह दाखवला नव्हता, कारण त्यांना त्या इश्श्यूची किंमत खूपच जास्त आहे असं वाटलं होतं. अगदी एचएनआयनाही या इश्श्यूंविषयी फारसा उत्साह वाटला नव्हता.

बोली लावण्यासाठी इश्श्यू खुला होण्याच्या दोन दिवस आधी जीबींनी मला फोन केला आणि जॉफ्रीजमध्ये बिअर पिण्यासाठी आणि गप्पा मारण्यासाठी मला बोलावलं.

''मी एटूझेडचे इश्श्यूज विकत घ्यावेत असा तुम्ही प्रयत्न करत आहात का?'' आम्ही बिअरची ऑर्डर देण्याच्या आधी मी त्यांना विचारलं.

ते खिदळल्यासारखे हसले आणि म्हणाले, ''अगदी एकमेकांचे विचार वाचण्याइतपत आपण एकमेकांना चांगलं ओळखतो, असं मला वाटतं.''

''मग माझं मन खरेदीसाठी वळवा बघू,'' मी स्मित करत म्हणालो.

''ही अतिशय चांगली कंपनी असेल, याची भैय्याला खात्री वाटते,'' जीबी म्हणाले.

''मला वाटतं की, यामुळे त्यांनी घेतलेल्या निर्णयावर शिक्कामोर्तब होतं. पण फंड व्यवस्थापकांना याची खात्री वाटत असल्यासारखं दिसत नाही. शिवाय अगदी मोकळेपणानं सांगायचं झालं तर मलासुद्धा त्याची खात्री वाटत नाही. कंपनी खूपच मागणी करत असल्यासारखं वाटतं,'' मी म्हणालो.

''कंपनीच्या किमतीचं मूल्यमापन करण्याच्या बाबतीत तू फंड व्यवस्थापकांवर खूपच मोठा विश्वास ठेवतोस,'' ते म्हणाले.

''मूल्यनिर्धारणाच्या बाबतीत त्यांना अंतिम अधिकार नसतीलही, पण ते मूर्खही नाहीत. त्यांच्यापैकी बहुतेकांनी कोल इंडियाच्या आयपीओतून चांगला पैसा कमावला आहे आणि आपण पुन्हा जणू काही मंदीच्या बाजारात मागे जाणार आहोत असंही नाही. तरीही ते गुंतवणूक करायला नाखूश आहेत, यातून बरंच काही समजतं,'' माझा मुद्दा ठामपणे मांडत मी म्हणालो.

''लाला, मी तुला एका मर्यादेच्या बाहेर आग्रह करणार नाही. पण मी तुला असं सांगतो की, तू जर मोठ्या प्रमाणात गठ्ठा खरेदी केलास तर मला आनंद होईल. शिवाय भैय्यांच्या कल्पनेमुळे भूतकाळात तुला चांगला पैसा कमवता आला आहे, हेही विसरू नकोस,'' जीबी बिअरचा घोट घेत म्हणाले. आता त्यांच्या आवाजातील मित्रत्वाची झाक नाहीशी झाल्यासारखं वाटत होतं.

त्यांची नाखुशी माझ्या लक्षात येत होती आणि त्यामुळे मी लगेच माझ्या वागण्यात दुरुस्ती करण्याचा प्रयत्न केला.

''तुम्ही तर एकदम दुखावले गेलात. मी गुंतवणूक करणार नाही, असं मी कधीच म्हटलं नव्हतं. फक्त तुम्ही माझी खात्री पटवून द्यावी, एवढंच मला वाटत होतं,'' मी म्हणालो.

''मी दुखावला गेलो नाही, लाला. पण तुझं यश तुझ्या डोक्यात चाललंय असं मला थोडंसं वाटलं. नाही तर मूल्यनिर्धारणाविषयी तू भैय्याला इतकं लेक्चर दिलं नसतंस,'' जीबी म्हणाले आणि त्यांनी बिअरचा मोठा घुटका घेतला.

त्या मगमुळे त्यांचा बराचसा चेहरा झाकला गेला होता आणि काही सेकंद मला फक्त त्यांचे डोळेच दिसत होते. त्यांची नजर थंड होती आणि तिच्यातील बोचरेपणामुळे मला धाकधूक वाटली. ते मला दहशत घालण्याचा प्रयत्न करत होते असं मी म्हणत नाही, पण त्यांच्या त्या नजरेनं मी काहीसा अस्वस्थ झालोच होतो. मी व्यवसायाच्या दृष्टीनं वाद घालत होतो असं मला वाटत होतं, पण जीबींना तो उद्धटपणा वाटला होता.

मी झटकन हात पुढे केला आणि समेट करण्याची इच्छा दर्शवल्यासारखा त्यांच्या कोपरावर माझा हात ठेवला.

''असं काहीही नाही, हे तुम्हांलाही माहीत आहे, गोविंदभाई. तुम्हांला हे माहीत आहे की, मी कधीही तुम्हांला नकार देऊ शकत नाही,'' मी म्हणालो.

त्यांनी स्मित केलं. त्यांनी मला माफ केल्याचा तो संकेत होता.

''यशामुळे तू थोडासाही बदललेला नाहीस, हे बघून आनंद झाला,'' ते म्हणाले आणि आम्ही दोघंही जोरात हसलो.

तो इश्श्यू अशा प्रकारे प्रामुख्यानं पूर्वी राकेश यांनी दिलेल्या गुंतवणूकविषयक माहितीमुळे चांगला पैसा मिळवलेल्या आणि राकेश यांची जादू एटूझेडच्या बाबतीतही चांगलीच चालेल याची खात्री असलेल्या राकेश यांच्या मित्रांच्या आणि व्यावसायिक सहकाऱ्यांच्या पाठबळावर पुढे सरकत होता. पण संस्थात्मक आणि किरकोळ भाग मात्र फारसा घेतला गेला नव्हता. बिगर-संस्थात्मक भाग तीनहून जास्त वेळा सबस्क्राइब झाला होता आणि त्यामुळे ती कमतरता भरून निघण्यास मदत होत होती.

तरीही त्या शेअरचं पदार्पण आपत्तिजनक ठरलं होतं. तो सवलतीच्या दरात खुला झाला होता आणि कधीही इश्श्यू प्राइसच्या पुढे सरकला नव्हता. राकेश यांनी प्रतिशेअर ३५२ रुपये दरानं बाजारातून पाच लाख शेअर्सची खरेदी केली. त्यांच्या खरेदीमुळे नवीन खरेदीदार त्याच्याकडे आकर्षित होतील आणि स्टॉकच्या किमतीतील घसरण रोखली जाईल, अशी त्यांना आशा होती. त्या ट्रेडमध्ये त्यांचं नुकसान झालं नव्हतं, कारण त्यांनी आयपीओमधील सगळे शेअर्स प्रतिशेअर ४०० रुपये दरानं विकले होते. अखेरीस तो स्टॉक ३२९ रुपयांपर्यंत म्हणजे इश्श्यू किमतीच्या १८ टक्क्यांपर्यंत घसरला.

प्रवर्तक अमित मित्तलनंसुद्धा स्टॉकच्या बचावार्थ उडी घेतली. त्याने प्रतिशेअर ३३६ रुपये या दरानं सुमारे नऊ लाख शेअर्सची खरेदी केली. परंतु राकेश आणि मित्तल या दोघांच्याही खरेदींमुळे जहाजातून उड्या मारून निघून जाण्याच्या बेतात असलेल्या गुंतवणूकदारांना फक्त बाहेर पडण्याचा रस्ता सापडला. लिस्टिंगच्या दिवशी स्टॉक फारसा वधारणार नाही अशी बहुतेकांचीच अपेक्षा होती. संस्थांकडून आणि किरकोळ गुंतवणूकदारांकडून बोली लावण्याच्या प्रक्रियेत थंड प्रतिसाद मिळाला होता. याचा अर्थ त्या स्टॉकला मागणी नव्हती. शेअर्स सूचीबद्ध झाल्याबरोबर कर्जाऊ निधी घेऊन गुंतवणूक केलेल्या एचएनआयनी भराभरा विक्री करायला सुरुवात केली आणि त्या विक्रीच्या माऱ्यातून स्टॉकची किंमत कधीही पुन्हा सावरू शकली नाही. या घटनांनी घेतलेल्या वळणामुळे मला अजिबात आश्चर्य वाटलं नव्हतं आणि माझं नुकसान फारसं मोठं नसल्यामुळे बाजाराचा निकाल मी शांतपणे स्वीकारला होता.

इश्श्यूची किंमत माफक असण्याचं महत्त्व पुन्हा एकदा पंजाब अँड सिंध बँकेच्या आयपीओच्या वेळीही दिसून आलं होतं. एटूझेड इश्श्यू

बंद झाल्यानंतर थोड्याच दिवसांत बोली लावण्यासाठी खुला झालेला हा इश्श्यू ५० वेळा सबस्क्राइब झाला, कारण गुंतवणूकदारांना तो माफक दरात विकला जात असल्याचं वाटलं होतं. ए टू झेडच्या आपत्तिजनक आगमनानंतर बरोबर एका आठवड्यानं सूचीबद्ध झालेला तो स्टॉक खुल्या ट्रेडमध्ये २२ टक्क्यांनी वधारला. अखेरीस १२० रुपये या इश्श्यू किमतीवर सहा टक्क्यांचं अधिमूल्य देऊन तो १२७ रुपयांवर बंद झाला.

३६

कमी उत्साहाचं नवीन वर्ष

शेअर बाजारातील तेजीवाल्यांच्या दृष्टीनं २०११ हे नवीन वर्ष खिन्न, उदास वातावरणात सुरू झालं. २-जी स्पेक्ट्रम गैरव्यवहारात उच्च दर्जाच्या लोकांना अटक करण्यात आली होती आणि त्यामुळे बाजारातील कल एकदम बदलला आणि स्टॉकच्या किमती धडाधड कोसळल्या. मिड कॅप आणि स्मॉल कॅप कंपन्यांच्या शेअर्सनी विक्रीच्या या संतप्त माऱ्यापुढे अक्षरशः मान टाकली. बहुधा प्रवर्तकांनी आधी केलेल्या पापांची त्यांना त्या वेळी परतफेड करावी लागत असावी!

काही प्रवर्तकांनी त्यांच्या स्टॉकच्या किमतींना पाठबळ देण्यासाठी माझ्याशीही संपर्क साधला होता, पण तो प्रयत्न निष्फळ ठरणार असल्याचं ओळखून मी ते नाकारलं. आपल्या ताब्यातील भरपूर शेअर्स तारण म्हणून ठेवलेल्या प्रवर्तकांना सगळ्यात मोठा फटका बसला होता. उद्योग क्षेत्रातील स्रोतांकडून मला असं ऐकायला मिळालं होतं की, जेसीनं यात मोठा भाग घेतला होता आणि तो अशा स्टॉकच्या किमती घसरवण्याच्या मागे अगदी हात धुऊन लागला होता. एका व्यापारी मंडळाची पायाभूत सुविधांची फर्म, एक रिअल इस्टेट फर्म आणि एक ब्रोकरेज फर्म अशा तीन कंपन्यांच्या प्रवर्तकांनी नियामकांना या संदर्भात पत्र पाठवलं होतं आणि या शेअर्सच्या किमती बेअर्सच्या टोळक्याकडून जाणीवपूर्वक पाडल्या जात असल्याचं त्यांना कळवलं होतं. त्यामुळे शेअरधारकांच्या संपत्तीचं अकारण अनावश्यक

नुकसान होत असल्याची तक्रार त्यांनी केली होती. मंदीवाल्यांच्या या हल्ल्याचा जेसी सूत्रधार असल्याचा उल्लेखही एका फर्मनं केला होता.

एके दिवशी संध्याकाळी मी कारमधून घरी परत निघालो असताना मी जेसीला फोन केला. त्याच्यावर करण्यात आलेल्या आरोपांबद्दल त्याचं काय म्हणणं होतं ते मला ऐकायचं होतं. त्याच्या कृतींमुळे त्याला मिळालेल्या प्रसिद्धीची लज्जत तो घेत असणार हे मला माहीत होतं.

''प्रवर्तक तर खून झाल्याचा आरडाओरडा करत आहेत आणि सर्वशक्तिमान जेसीनं त्यांच्या स्टॉक्सना धारातीर्थी लोळवल्याची तक्रार करत आहेत,'' त्याने मगरूर आवाजात 'हॅलो' असं म्हटल्याचं ऐकल्याबरोबर मी म्हटलं.

जेसी खिदळल्यासारखा हसला आणि त्याच्या चेहऱ्यावर त्या वेळी कसं समाधानाचं हास्य पसरलं असेल ते माझ्या नजरेसमोर आलं.

''अर्रर, नाही, नाही लाला, बाजारातले आणि प्रसार माध्यमातले लोक फक्त अतिशयोक्ती करत आहेत. मी त्या स्टॉक्सचं शॉर्ट सेलिंग केलं हे खरं आहे, पण लोक बाहेर जितका गाजावाजा करत आहेत, तितक्या माझ्या पोझिशन प्रचंड मोठ्या नाहीत. खरं तर हे प्रवर्तक त्यांच्या स्वतःच्या चुकांवर पांघरूण घालण्यासाठी माझ्यावर दोषारोप करत आहेत,'' तो म्हणाला.

त्याचं म्हणणं अगदीच चुकीचं नव्हतं ते मलाही माहीत होतं. पण त्याला चिडवायला मला आवडत होतं, म्हणून मी तोच धागा पकडून पुढे बोलायचं ठरवलं.

''त्यांच्यापैकी एका प्रवर्तकानं तर तुम्ही जितक्या किमतीचं शॉर्ट सेलिंग केलं आहे, त्याच्या दुप्पट किमतीत तुम्हांला तुमच्या पोझिशन बंद करायला भाग पाडण्याची शपथ घेतली आहे, असं मी ऐकलं,'' मी म्हणालो.

''खरंच? त्यांच्यापैकी कोणी तसं म्हटलं? त्यांना प्रयत्न करू देत. मी वाटच पाहतोय. साले त्यांचे स्टॉक्स अगदी उन्मादानं झपाटून किमती वाढवल्यासारखे वधारतात, त्या वेळी त्यांच्यापैकी कोणी सेबीकडे तक्रार केल्याचं तू ऐकलं आहेस काय? बुल्स (तेजीवाले) ऑपरेटर त्यांच्या स्टॉकच्या किमती आकाशाला नेऊन भिडवत आहेत आणि इतक्या प्रचंड किमतीमुळे किरकोळ विक्रेत्यांना त्रास सहन करावा लागत आहे, असं ते कधीही म्हणत नाहीत. पण ज्या क्षणाला त्यांच्या स्टॉकच्या किमती घसरतात, त्या वेळी ते मंदीवाले शेअरधारकांची संपत्ती नष्ट करत असल्याचं रडगाणं गायला लागतात.

मला तर प्राथमिक शाळेचीच आठवण होते. तिथे नाही का, मुलं म्हणतात, 'बाई, तो मुलगा मला मारतोय,' तसंच हे आहे,'' तो म्हणाला.

''त्या ब्रोकरेज फर्मच्या प्रवर्तकाचं वर्तन तर जास्त धक्कादायक आहे. दोनच वर्षांपूर्वी मी त्याच्या फर्ममधून ट्रेडिंग करत असताना आणि इतर कंपन्यांच्या स्टॉकच्या किमती पाडत असताना त्याने अगदी एकदासुद्धा विरोध केला नव्हता आणि शेअरधारकांच्या मूल्याचा नाश करत असल्याचा कांगावाही केला नव्हता. ज्या वेळी त्याला माझ्याकडून चांगलं कमिशन मिळत होतं, त्या वेळी त्याला या सगळ्याची काळजी करण्याची गरजच काय होती? पण ज्या वेळी त्याच्या कंपनीच्या स्टॉकच्या बाबतीत हा खेळ मी खेळू लागलो, त्या वेळी तो सेबीकडे रडत-भेकत गेला.''

''मी तुला सांगतो लाला, ज्या वेळी मी स्टॉक शॉर्ट करतो, त्या वेळी मला भरपूर फायदा होतो. प्रवर्तकांची टोळी तेजीवाल्या ऑपरेटरकडे जाते आणि त्यांच्या स्टॉकच्या किमती चढवण्याचे जोरदार प्रयत्न करते. त्यांनी जर असं केलं नसतं तर किमतींमध्ये नैसर्गिकपणे चढउतार होत राहिले असते आणि मला चांगले पैसे मिळवता आले असते. पण म्हणून मी प्रवर्तकांच्या गैरकृत्याबद्दल सेबीकडे तक्रार करतो का? नाही, मी कधीच तक्रार करत नाही. एखाद्या पुरुषाप्रमाणे माझी औषधं मी स्वतः घेतो, कोणाकडेही गळा काढून रडायला जात नाही आणि तेही तसंच का करत नाहीत, ते मला समजत नाही.''

जेसीच्या बोलण्यात तथ्य होतं. पण प्रवर्तकांकडेसुद्धा त्याच्यावर संतप्त होण्याजोगी कारणं होतीच. बाजारातील माझ्या मित्रानं मला एकदा असं सांगितलं होतं की, ज्या कंपनीतील प्रवर्तकांनी पैसे उभारणीसाठी बहुतांश शेअर्स तारण ठेवले असतील अशा कंपन्यांना शोधण्याचं कसब जेसीकडे आहे. तो या कंपन्यांच्या शेअर्सच्या किमती पाडण्याचे हर प्रकारचे प्रयत्न करतो.

सन २००८च्या मार्चमध्ये चेन्नईतील ऑर्किड केमिकल्स अँड फार्मास्युटिकल्स या कंपनीचे शेअर्स एकाच ट्रेडिंग सत्रात ३९ टक्क्यांनी कोसळले. राघवेंद्र राव या तिच्या प्रवर्तकानं त्यांच्याकडे तारण ठेवलेले शेअर्स विकून टाकले

होते. बेअर स्टर्न्स या अमेरिकन गुंतवणूक बँकेनं त्यांच्या स्वतःच्या देशातील एका आपत्तिजनक परिस्थितीमुळे काही समस्यांना तोंड द्यावं लागल्यानंतर ऑर्किडचे शेअर्स विकून टाकले होते. स्टॉकची किंमत घसरल्यानंतर रावला त्याच्या कर्जदात्यांकडून मार्जिनसाठी फोन येऊ लागले. ते पैसे भरणं त्याला शक्य नसल्यामुळे रावनं त्याच्याकडचे शेअर्स बाजारात आणले.

या शेअर्सच्या विक्रीमुळे रावचा कंपनीतील हिस्सा २४ टक्क्यांवरून १४ टक्क्यांपर्यंत घसरला. त्यामुळे कंपनी संपादनाला बळी पडण्याचा धोका निर्माण झाला. रॅनबॅक्सीचं नियंत्रण असलेल्या सोल्रेक्सनं शेअरच्या किमतीतील घसरणीचा उपयोग करून घेतला आणि कंपनीतील बारा टक्के हिस्सा मिळवला. त्यामुळे शत्रुत्वातून संपादन होत असल्याच्या अफवांना ऊत आला. यातली रोचक गोष्ट अशी होती की, राव यांचे शेअर्स खुल्या बाजारात विक्रीसाठी नेणाऱ्या दोन एनबीएफसींपैकी रिलायगरही रॅनबॅक्सी समूहाचाच एक भाग होती.

जपानमधील दाई इची सँकियोला २००८च्या ऑगस्टमध्ये रॅनबॅक्सीनं स्वतःचा काही हिस्सा विकला आणि बहुधा त्यामुळेच ऑर्किड वाचली. सोल्रेक्सनं ऑर्किडमधील त्यांचा हिस्सा काही काळापुरता तसाच ठेवून दिला, मात्र हळूहळू पुढच्या दोन वर्षांत त्यांनी त्यांच्याकडचे स्टॉक्स विकून टाकले.

कंपनी गमावण्याचा धोका अगदी नजीक आला असताना ती पुन्हा आपल्या ताब्यात ठेवण्याच्या बाबतीत राव कदाचित सुदैवी असावेत, पण ग्रेट ऑफशोअर या तेलाच्या क्षेत्रातील सेवा कंपनीचे विजय कांतिलाल शेठ तितके सुदैवी नव्हते. आपल्याकडचे शेअर्स तारण ठेवून घेतलेल्या कर्जाची परतफेड करणं अशक्य झाल्यामुळे त्यांना २००९च्या मेमध्ये आपल्या कंपनीवरचं नियंत्रण गमवावं लागलं. त्यामुळे अशा प्रकारे नियंत्रण गमवावं लागणारे ते पहिले भारतीय ठरले आणि अर्थातच ही चांगली प्रसिद्धी नव्हती.

शेठ यांनी त्यांच्याकडचा कंपनीतील सुमारे १५ टक्के हिस्सा भारतीय शिपयार्डकडे तारण ठेवला होता. ग्रेट ऑफशोअरच्या शेअरची किंमत २००८च्या सप्टेंबरमध्ये प्रतिशेअर ५४५ रुपये होती. मात्र २००९च्या मार्चमध्ये मंदीच्या विळख्यात असलेल्या बाजारात ती २०६ रुपयांपर्यंत कोसळली. भारती शिपयार्डनं शेठ यांच्याकडे अतिरिक्त तारणाची किंवा कर्जाच्या अंशतः पूर्व भरण्याची मागणी केली. या दोन्ही गोष्टी शेठ करू शकले नाहीत आणि त्यांच्या फर्मवरचं नियंत्रण त्यांना गमवावं लागलं.

३७

लबाडी आणि तारण

सत्यम कॉम्प्युटरच्या हिशेबातील अफरातफरीनंतर सेबीनं कंपन्यांना प्रवर्तकांकडे तारण ठेवलेल्या शेअर्सची संख्या जाहीर करणं बंधनकारक केलं. अर्थातच प्रवर्तकांना त्यांनी किती शेअर्स तारण ठेवले आहेत, ती गोष्ट जाहीर होऊ नये असं वाटणं ही स्वाभाविक गोष्ट होती, कारण ते समजलं असतं तर त्यांचे स्टॉक ऑपरेटरकडून केल्या जाणाऱ्या हल्ल्याला बळी पडण्याची शक्यता होती.

तारण ठेवलेल्या शेअर्सच्या बाबतीत संख्या जाहीर करण्याविषयीचे नियम कितीही कडक असले तरी प्रवर्तक काही प्रमाणात युक्ती करून त्या नियमांना बगल देत होते. उदाहरणार्थ, प्रवर्तक नेहमीच बेनामी खात्यांमध्ये शेअर्स ठेवत होते आणि ते स्टॉक एक्स्चेंजेसच्या, गुंतवणूकदारांच्या आणि नियामकांच्या नजरेला पडत नव्हते. ही खाती अनेकविध कारणांमुळे तशीच राखली जात होती. तेजीच्या बाजारात प्रवर्तक या खात्यांतील शेअर्स मोठ्या प्रमाणात गठ्ठ्या-गठ्ठ्यांनी फंड हाउसेसना विकून पैसा कमवू शकत होते. मंदीच्या बाजारात प्रवर्तक त्याच्या कंपनीचे शेअर्स खरेदी करून त्याच्या बेनामी खात्यात त्यांचीच साठवणूक करू शकत होते आणि त्यामुळे स्टॉकची किंमत स्थिरावत होती.

गरजांनुसार, प्रवर्तक त्यांच्याकडचे शेअर्स वित्त संस्थांकडे तारण म्हणूनही ठेवत. सहसा ते एनबीएफसींकडे ते ठेवत. परंतु काही वेळा

परदेशी गुंतवणूकदारांकडेही ठेवत. काही वेळा कागदोपत्री अनेक मिड कॅप कंपन्यांमध्ये ज्या कमी ज्ञात असलेल्या एफआयआयनी केलेल्या इक्विटी गुंतवणुका वाटत, ते प्रत्यक्षात रचनाबद्ध शेअर तारण व्यवहार असत. प्रवर्तक त्यांच्या बेनामी खात्यांमधून एफआयआयच्या खात्यात शेअर्स हस्तांतरित करत आणि त्यांवर कर्ज मिळवत. अशा स्थानिक किंवा परदेशी बाजारातील एफआयआयला प्रवर्तक व्याज देत असे. या व्यवस्थेचा फायदा असा होता की, प्रवर्तकाला आपल्याकडचे शेअर्स आपण तारण ठेवल्याचं स्टॉक एक्स्चेंजेसना सांगण्याची गरज नव्हती.

प्रवर्तकांनी आपल्याकडचे शेअर्स मोठ्या प्रमाणात कुठे ठेवले आहेत आणि तो पैसा ते आपल्या स्टॉक्सच्या किमती फुगवण्यासाठी कसा वापरत आहेत ते शोधण्यासाठी अशा स्टॉक्सचा वास काढत बेअर्स नेहमीच आजूबाजूला फिरत राहिलेले असत.

बेअर्सना ते शेअर्स किती किमतीला तारण ठेवण्यात आले असावेत याचा अंदाज करत बसायला लावण्यासाठी काही प्रवर्तक त्यांनी तारण ठेवलेल्या व्यवहाराची एक्स्चेंजेसना माहिती देण्यात काही दिवसांची दिरंगाई करत. पण जेसीसारख्या ऑपरेटरकडे त्यांचं स्वतःचं अनौपचारिक माहितीचं जाळं असे आणि त्याच्याद्वारे त्यांना किंमतीचा सुगावा लागत असे. प्रवर्तकानं ब्रोकिंग फर्मच्या ज्या व्यक्तीच्या माध्यमातून हे काम केलेलं असे, ती व्यक्तीच अशी माहिती फोडत असे किंवा प्रवर्तकानं पैसे कर्जाऊ घेतलेल्या एनबीएफसीमधील एखादी व्यक्ती हे काम करत असे. एकदा किंमत समजली की, मग स्टॉकची किंमत खाली घसरवणं जास्त सोपं जात असे.

तरीही शेअरच्या किमतींचा कुठल्या ना कुठल्या टप्प्यावर त्यांच्या मूलभूत मूल्याकडे वळण्याकडे कल असे. ज्याप्रमाणे बुल ऑपरेटर किंवा तेजीवाल्यांची संपूर्ण फळी कुठल्याही स्टॉकला कायमस्वरूपी उच्च स्तरावर ठेवू शकत नाही, त्याप्रमाणेच बेअर्सही किमतीला कायमस्वरूपी खालच्या पातळीवर दडपून ठेवू शकत नाहीत. जोरदार घसरणीच्या वेळी चांगल्या दर्जाच्या शेअर्सना झटपट खरेदीदार मिळतात. जर एखाद्या स्टॉकला बेअर्सच्या हल्ल्यातून सावरण्यासाठी दीर्घ काळ लागला तर ते मूळ किंमत फुगवून दाखवल्याचं निदर्शक असे. ज्या वेळी बाजाराचा कल एकूणच तेजीकडे असे, त्या वेळी शेअरच्या किमती नेहमीच्या तुलनेत दीर्घ काळापर्यंत तशाच दमन झालेल्या अवस्थेत राहात हेही मला इथे नमूद करावंच लागेल.

स्टॉकच्या किमतींमध्ये जोरदार घसरण झाली असेल तर अनेक प्रवर्तकांचा तोरा उतरलेला असे आणि सेबीमुळेही त्यांची रात्रीची झोप उडालेली असे. जानेवारीच्या मध्यावर रिलायन्स एडीएजीचे अध्यक्ष अनिल अंबानी यांनी आणि समूहाच्या चार संचालकांनी सेबीकडे ५० कोटी रुपये भरले. एफआयआय नियमनांचा आणि परदेशी कर्जांच्या निकषांचा भंग केल्याबद्दल परस्पर संमतीनं केलेल्या तडजोडीनंतर संमती शुल्क (कन्सेन्ट फी) म्हणून त्यांनी ही रक्कम भरली होती. संमती शुल्कापोटी कुठल्याही उद्योग समूहानं सेबीकडे तोपर्यंत भरलेल्या शुल्काच्या तुलनेत हे सर्वोच्च शुल्क होतं. दोन एफआयआयकडून करण्यात आलेल्या संशयास्पद पी–नोट्स व्यवहारांचा तपास करत असताना नियामकाला बाह्य व्यापारी कर्जांच्या आणि परकी चलन परिवर्तनीय बाँड्सच्या माध्यमातून आरएडीएजी फर्मनं (नंतरच्या काळात ती रिलायन्स पॉवरमध्ये विलीन झाली.) उभारलेल्या फंडांची भारतीय शेअर बाजारात गुंतवणूक करण्यात आल्याचा पुरावा सापडला. संमतिव्यवहारात रिलायन्स इन्फ्रा आणि रिलायन्स नॅचरल रिसोअर्सेस या आरएडीएजी फर्मवर दोन वर्षांसाठी भांडवली बाजारात कामकाज करण्यास बंदी घालण्यात आली.

कोणताही उद्योग समूह आता सेबीच्या व्याप्तीच्या बाहेर राहिला नसल्याचं दिसत होतं. सुरुवातीच्या काळात 'कागदी वाघ' किंवा 'दात नसलेला राखणदार कुत्रा' असा सेबीचा उपहास केला जात असला तरी आता तशी परिस्थिती राहिलेली नव्हती. बाजारातील खेळाडूंना योग्य आणि संकुचित मार्गावर ठेवण्यासाठी सेबीनं आणखी एक जोरदार फटका दिला होता. ग्राहकांना प्राप्तिकर चुकवण्यासाठी मदत करून भरभराटीला आलेल्या अनेक ब्रोकरेज फर्म्सच्या व्यवसाय मॉडेलवर धाड घालून त्यांनी या वेळी हे काम केलं होतं.

त्यांच्या ग्राहकांना बनावट नफा/ तोटा देऊ करण्यासाठी ते पाच–सहा टक्के कमिशन आकारत होते. कमिशन दिल्यानंतरसुद्धा सुमारे २५ टक्के रक्कम मिळत असल्यामुळे कर चुकवेगिरी करणाऱ्यांसाठीही हा वाईट व्यवहार नव्हता. ब्रोकरेज कंपन्यांना नेहमीच्या व्यवहारांमधून ०.०१–०.२५ टक्के कमिशन मिळत होतं, त्यामुळे त्यांच्यासाठीसुद्धा हा खूपच आकर्षक व्यवसाय होता.

ब्रोकरेज फर्म दिवसाच्या ट्रेडिंगच्या अखेरीला ग्राहकांच्या खात्यांमधील शेअर्समध्ये अदलाबदल करत असत. काही वेळा खूपच

व्यवहारांची अंमलबजावणी करायची असे, त्या वेळी ब्रोकर चुकून चुकीच्या ग्राहकाच्या खात्यात ऑर्डर ठेवत. त्यानंतर अचूक ग्राहकाच्या खात्यात ते शेअर्स स्थानांतरित करून अशा चुकांची दुरुस्ती करण्यास स्टॉक एक्स्चेंज त्यांना परवानगी देत असे. ब्रोकरनी या सवलतीचा गैरफायदा घेण्यास सुरुवात केली. अशा प्रकारे स्टॉकची अदलाबदल करून ते ग्राहकांना कर चुकवेगिरीस किंवा बेहिशेबी पैशात अफरातफर करण्यास मदत करू लागले.

सेबीला आणि करयंत्रणांना लवकरच या खेळाचा सुगावा लागला आणि चुकीच्या खात्यात ट्रेड केल्यास त्यावर दंडाची आकारणी केली जाऊ लागली. चुकीच्या खात्यातील ट्रेडच्या संदर्भातील अदलाबदली ब्रोकरच्या मासिक उलाढालीच्या पाच टक्क्यांहून अधिक असतील तर त्याला दंड केला जाऊ लागला. नीतिभ्रष्ट 'संपर्क व्यवस्थापकांकडून' वास्तविक पैशापेक्षा कमी पैसा परत दिल्या जाणाऱ्या अनेक वैयक्तिक गुंतवणूकदारांना नवीन नियमामुळे फायदा झाला होता. ब्रोकिंग फर्मकडून पोर्टफोलिओ व्यवस्थापन सेवा घेतलेल्या अनेक एचएनआय ब्रोकरना त्यांच्या खात्यात ट्रेड करण्याचं आणि नफा कमावण्याचं 'मुखत्यारपत्र' (पॉवर ऑफ अ‍ॅटॉर्नी) करून देत असत. संपर्क व्यवस्थापक शाखाप्रमुखाशी संगनमत करून काही वेळा काही लाभदायक ट्रेड दुसऱ्या खात्यात हस्तांतरित करत असे आणि ग्राहकांना कमी नफा झाल्याचं सांगत असे. नवीन नियम लागू झाल्यानंतर चुकीच्या ग्राहकांच्या खात्यात ट्रेड केला जाण्याची संख्या नाट्यमयरीत्या कमी झाली. त्यानंतर कर चुकवेगिरी करणाऱ्यांवर त्याकरिता दुसऱ्या मार्गाचा शोध घेण्याची वेळ आली.

लहान गुंतवणूकदारांचा बळी देऊन यंत्रणेशी खेळ खेळू पाहणाऱ्या प्रवर्तकांवर आणि गुंतवणूकदारांवर सप्टेंबरमध्ये आणखी एक घाव घालण्यात आला. जीडीआर इश्श्यूजच्या माध्यमातून स्टॉकच्या किमतींशी खेळ करणाऱ्या सात भारतीय कंपन्यांची आणि मूठभर परदेशी संस्थात्मक गुंतवणूकदारांची सेबीनं कानउघाडणी केली. जीडीआर हे शेअर्ससारखेच असतात. फक्त परदेशी बाजारांतच ते आणता येतात आणि तिथेच त्यांचं ट्रेडिंग करता येतं. पण जीडीआर असलेले परदेशी गुंतवणूकदार एखाद्या कंपनीकडे जीडीआर देऊन टाकून भारतात ट्रेडिंग करता येण्याजोग्या तितक्याच किमतीचे शेअर्स देण्याची विनंती त्या कंपनीला करू शकत होती. या प्रक्रियेला 'जीडीआरचं शेअर्समध्ये परिवर्तन' (कन्व्हर्जन ऑफ

जीडीआर्स इनटु शेअर्स) असं म्हटलं जात होतं. एफआयआयसाठी भारतीय बाजार खुला झाल्यापासूनच्या काळापासून, म्हणजे १९९०च्या दशकाच्या सुरुवातीच्या काळापासून स्टॉक्सला अधिमूल्य जोडलेलं असे आणि त्यात परदेशी गुंतवणूकदारांचा मोठा हिस्सा असे. जीडीआरच्या माध्यमातून स्टॉकमध्ये लबाडी करण्याची प्रक्रिया सर्वसामान्यपणे अशी होती : संशयास्पद कंपन्या सहसा जीडीआर जाहीर करत. संशयास्पद एफआयआय ते घेत. अशा सेवांमध्ये तज्ज्ञ असलेले आणि बनावट एफआयआय खाती असलेले दुबईतील ऑपरेटर यांनीच असे जीडीआर घेतलेले असत. एफआयआयनी जीडीआरमध्ये गुंतवलेला पैसा हा खुद्द प्रवर्तकाचा पैसा असे आणि तो भारतातून बाहेर नेला जात असे. त्यानंतर एफआयआयकडे पाठवण्याच्या आधी तो कमी दरानं कर आकारणी करण्यात येणाऱ्या भागात किंवा देशात ठेवला जात असे. त्यानंतर बनावट व्यवहारांच्या साखळीच्या माध्यमातून त्यांना एफआयआय़कडे पाठवलं जात असे.

ते इश्श्यू घेतलेल्या एफआयआय सुमारे दोन महिन्यांत जीडीआरचं शेअर्समध्ये रूपांतर करत आणि जीडीआर काढलेल्या कंपनीशी संबधित असलेल्या लोकांच्या गटाला त्यांची विक्री करत. एफआयआय़ना या विक्रीतून मिळणारा पैसा प्रवर्तकाच्या परदेशातील खात्यात पुन्हा एकदा बनावट व्यवहारांच्या माध्यमातून जमा केला जात असे. या व्यवहाराला आपलं नाव देण्यासाठी एफआयआयना सुमारे आठ ते दहा टक्के कमिशन मिळत असे.

इकडे, भारतात आघाडीचे लोक स्टॉकच्या आकाराला कृत्रिमरीत्या प्रोत्साहन देत आणि किरकोळ विक्रेत्यांना त्याच्याकडे आकर्षित करत. एकदा त्या स्टॉकविषयी पुरेशा प्रमाणात स्वारस्य निर्माण झालं की, आघाडीचे लोक हळूहळू त्यांच्या ताब्यातील स्टॉक बाजारात विक्रीसाठी आणत. भारतीय प्रवर्तकांकडून जीडीआरच्या संदर्भात केल्या जाणाऱ्या लबाडीचं मला आश्चर्य वाटलं नव्हतं, कारण मी अशा प्रकारच्या व्यवहारांविषयी आधीच ऐकलं होतं.

जीडीआर मार्ग हा परदेशात गोपनीयरीत्या लपवून ठेवलेल्या पैशाला अधिकृतता मिळवून देण्याचा आणि या सगळ्या व्यवहारात चांगला लाभ मिळवण्याचा चांगला मार्ग होता. त्यानंतरच्या महिन्यांमध्ये अशा जीडीआरच्या नावाखाली करण्यात आलेल्या लबाडीची अनेक प्रकरणं उघड झाली. परंतु

या संदर्भातील संशयास्पद व्यवहारांच्या घटना ओळखणं सोपं असलं तरी आरोप सिद्ध करणं हा सेबीच्या दृष्टीनं सगळ्यात कठीण भाग होता.

सन २०१३ मध्ये सेबीनं मावि इन्व्हेस्टमेंट फंडावरची बंदी उठवली. शंकास्पद जीडीआर काढणाऱ्या कंपन्यांच्या प्रवर्तकांना या फंडानं मदत केल्याचं सेबी निर्णायकपणे म्हणू शकत नाही, असं सेबीनं म्हटलं होतं. मावि इन्व्हेस्टमेंट फंडाच्या लाभार्थी मालकांना शोधून काढण्याचा सेबीनं प्रयत्न केला, पण यात त्यांना फारशी प्रगती करता आली नाही, कारण फंडानं सेबीच्या चौकश्यांना निष्काळजीपणानं उत्तरं दिली. बँका आणि वित्तसंस्था या त्यांच्या गुंतवणूकदार होत्या असा बचाव माविनं केला होता. या संस्थात्मक गुंतवणूकदारांचे असंख्य गुंतवणूकदार असल्यामुळे आणि ते रोजच्या रोज बदलत राहत असल्यामुळे लाभार्थी मालकांशी संबंधित माहिती मिळवणं अशक्य होतं.

सेबीनं माविची नोंदणी झालेल्या मॉरिशसच्या फिनान्शिअल सर्व्हिसेस कमिशनकडून (एफएससीकडून) तपशील मिळवण्याचे प्रयत्न केले. परंतु एफएससीनं दिलेले तपशील माविनं सेबीला दिलेल्या तपशिलांहून फारसे वेगळे नव्हते. अखेरीस भारतीय नियामकाला माघार घ्यावी लागली.

यातली आणखी रोचक बाब अशी आहे की, २-जी टेलीकॉम स्पेक्ट्रम गैरव्यवहाराच्या प्रकरणातही माविचं नाव समोर आलं होतं. या घोटाळ्यातील आरोपी अपारदर्शक प्रक्रियेच्या माध्यमातून टेलिकॉम स्पेक्ट्रम देण्यात आलेल्या कंपनीतील हिस्से खरेदी करण्यासाठी ज्या कंपन्यांच्या माध्यमातून स्वित्झर्लंडमधून फंड आणत होते, त्या कंपन्यांमध्ये माविचं नावही होतं.

३८

दलाल स्ट्रीटचा उत्तम अष्टपैलू खेळाडू

सन २०११च्या सप्टेंबरमध्ये एके दिवशी सकाळी मी बिझनेस डेलीच्या पानावर स्टॉकच्या कोट्सची माहिती वाचत होतो, तेवढ्यात माझं लक्ष चारमिनार या सिगरेटच्या ब्रँडची मालकी असलेल्या व्हीएसटी (आधी वझीर सुलतान टोबॅको या नावानं ती ओळखली जात होती.) या कंपनीच्या स्टॉकच्या किमतीकडे वेधलं गेलं. चारमिनार ही भारतातील तीन क्रमांकाची सर्वाधिक मोठी सिगरेट कंपनी होती.

आदल्या दिवशीच्या तुलनेत हा शेअर विक्रमी प्रमाणात वधारला होता आणि १३५० रुपयांपर्यंत पोहोचला होता. मला लगेच सन २००१ मध्ये या कंपनीचा ताबा मिळवण्यासाठी राधाकिशन दमाणी यांनी लावलेली आणि फसलेली बोली आठवली. राधाकिशन यांच्याकडे अद्यापही व्हीएसटीचा सुमारे २६ टक्के हिस्सा होता का, हे तपासण्यासाठी मी स्टॉक एक्स्चेंजची वेबसाइट तपासली. तोपर्यंत तो हिस्सा त्यांच्याकडेच होता आणि आता त्यांच्या ताब्यातील हिश्शाची किंमत ५२० कोटी रुपये झाली होती.

सन २००० मध्ये राधाकिशन यांनी शेअर्स गोळा करायला सुरुवात केली होती तेव्हापासून त्यांच्या परताव्यात जवळजवळ १५ पट वाढ झाली होती. त्या वेळी सिगरेट तयार करणाऱ्या व्हीएसटीकरिता जोरदार बोली लावून या एकांतप्रिय व्यक्तीनं बाजारातील सर्वांनाच स्तंभित करून टाकलं

होतं. त्या वेळी ब्रिटिश अमेरिकन टोबॅको (बीएटी) या एकाच हिस्सेदाराकडे कंपनीचा ३२ टक्के हिस्सा होता. ब्राइट स्टार इन्व्हेस्टमेंट या त्यांच्या गुंतवणूक शाखेच्या साहाय्यानं राधाकिशन यांनी आदल्या वर्षी प्रती शेअर ८८ रुपये या सरासरी दरानं १५ टक्क्यांहून कमी हिश्श्याचे शेअर्स गोळा केले होते. कंपनीतील आणखी २० टक्के हिश्श्यासाठी त्यांना प्रतिशेअर ११२ रुपये मोजण्याची इच्छा होती. त्यांना ज्या दिवशी बोली जाहीर केली होती, त्या दिवशी त्या स्टॉकच्या बाजारातील किमतीहून २६ रुपये अधिमूल्यानं ती खरेदी करण्याची त्यांची इच्छा होती.

राधाकिशन यांचे अतिशय जवळचे साहाय्यकही या आक्रमक कृतीनं आश्चर्यचकित झाले होते. राधाकिशन मृदू भाषण करणारे आणि सौम्य स्वभावाचे होते, त्यांच्या या व्यक्तिमत्त्वाशी त्याचं हे वर्तन पूर्णपणे विसंगत होतं. प्रस्तावाच्या कागदपत्रात असं नमूद करण्यात आलं होतं की, फक्त कंपनीतील आपला हिस्सा वाढवणं हाच संपादनकर्त्याचा (ब्राइट स्टार इन्व्हेस्टमेंटचा) एकमेव हेतू आहे. राधाकिशन यांचा बहुधा कंपनी चालवण्याचा कसलाही विचार नसला तरीही त्यांनी दिलेला हा खुला प्रस्ताव स्वीकारण्यात आला असता तर या गुंतवणुकीमुळे कंपनीतील त्यांचा हिस्सा बीएटीच्या तुलनेत वाढला असता.

राधाकिशन दमाणींच्या प्रस्तावाला बीएटी टक्कर देऊ शकणार नाही असा बाजार निरीक्षकांचा अंदाज होता. कारण, फॉरिन इन्व्हेस्टमेंट प्रमोशन बोर्डानं त्याआधी दोनदा व्हीएसटीमधील आपला हिस्सा वाढवण्यासाठी बीएटीनं केलेला अर्ज फेटाळून लावला होता. यातली रोचक बाब अशी होती की, याप्रकरणात आयटीसीनं रस्सेल क्रेडिट या त्यांच्या गुंतवणूक शाखेच्या माध्यमातून उडी घेतली आणि प्रती शेअर ११५ रुपयांची बोली लावली. सन २००१ मध्ये अर्थसंकल्प मांडण्यात आल्यानंतर लगेच शेअर बाजार कोसळला होता. त्याला प्रोत्साहन देऊन कोसळवण्यात हात असावा, या संशयावरून आर.के. दमाणी यांची चौकशी सुरू असल्यामुळे सेबीनं ब्राईट स्टारचा प्रस्ताव मान्य करण्यात दिरंगाई केली होती.

आयटीसी आणि बीएटी यांच्यात त्याआधीच्या काळात वाद होता आणि त्यांच्यात सुसंवाद असणं शक्यच नव्हतं, पण तरीही बीएटीनं आयटीसीच्या प्रस्तावाला मोठ्या धोरणीपणानं पाठिंबा दिला. अर्थातच आयटीसी व्हीएसटीचे शेअर्स खुल्या बाजारातूनही खरेदी करत होती. ब्राइट

स्टारप्रमाणेच आयटीसीनंसुद्धा त्यांना कंपनीतील लक्षणीय हिस्सा हवा असल्यामुळेच आपण ही बोली लावत असल्याचं म्हटलं होतं. आपल्याला कोणत्याही प्रकारे व्यवस्थापकीय नियंत्रण मिळवण्याची इच्छा नसल्याचं त्यांनी स्पष्ट केलं होतं.

आता एक गोंधळ असलेलं बोलीयुद्ध सुरू झालं होतं आणि त्यात नियंत्रणविषयक व सांस्कृतिक असे दोन्ही प्रकारचे अनेक अडथळे असल्याचं लवकरच स्पष्ट झालं. राधाकिशन अतिशय आकर्षक किंमतीत शेअर्स विकून मोठा लाभ मिळवून जाऊ शकतील अशी चिन्हं दिसत होती. ब्राईट स्टारनं त्यांची किंमत प्रती शेअर ११८ रुपयांपर्यंत वाढवली होती, तर आयटीसीनं ती प्रती शेअर १२६ रुपयांपर्यंत नेली होती. आयटीसीइतक्या ताकदवान कंपनीइतकी आर्थिक ताकद नसल्यामुळे आता राधाकिशन माघार घेतील, असाच सगळ्यांचा होरा होता.

पण पुन्हा एकदा राधाकिशन यांनी सगळ्यांना आश्चर्यचकित केलं. त्यांनी प्रतिशेअर १५१ रुपये एवढी बोली लावली आणि आता हिश्श्यातही वाढ करून तीस टक्के हिस्सा खरेदी करण्याची तयारी दर्शवली. पण तरीही बँका, विमान कंपन्या आणि वित्तसंस्था यांच्याकडे एकत्रितपणे असलेला २२ टक्के हिस्सा मिळवण्यात त्यांना अपयश आलं होतं.

अखेरीस ज्या वेळी ब्राइट स्टारच्या खुल्या प्रस्तावाची सुरुवात झाली होती, त्या वेळी व्हीएसटीनं त्यांची बुक क्लोजर डेट (शेअरधारकानं विशिष्ट लाभ मिळण्यासाठी जितका कालावधी स्टॉक स्वतःजवळ बाळगलेच पाहिजेत, तो कालावधी.) एका दिवसानं पुढे नेली. ती खुल्या प्रस्तावाच्या अखेरच्या दिवसाच्या फक्त एक दिवस आधी आली. ब्राइट स्टार आणि त्यांचा गुंतवणूक बँकर रेमंड जेम्स यांनी ही गोष्ट नियमबाह्य असल्याची ओरड केली आणि खुल्या बाजारातून व्हीएसटीचे शेअर्स खरेदी करण्याचा गुंतवणूकदारांचा बेत उधळून लावण्यासाठी आणि त्यांना खुल्या प्रस्तावाकडे हळुवारपणे वळवण्यासाठी जाणीवपूर्वक हे करण्यात आल्याचा आरोपही त्यांनी केला.

खुल्या प्रस्तावातून ब्राइट स्टारनं व्हीएसटीतील आपला हिस्सा जवळजवळ वीस टक्क्यांपर्यंत वाढवला (शिवाय पुढच्या काही वर्षांत त्यांनी आणखी सहा टक्के हिस्साही मिळवला.) परंतु व्हीएसटीमधील नियामक हिस्सा मिळवण्याचं राधाकिशन याचं स्वप्न हे स्वप्नच बनून राहिलं.

तेव्हापासून त्याहून चांगला परतावा देणारे आणखीही कितीतरी स्टॉक होते, असा वाद कोणीही घालू शकेल. हा न्याय्य आणि योग्य मुद्दा आहेच. परंतु राधाकिशन यांना एक उत्तम मूल्य गुंतवणूकदार म्हणून आठवणीत ठेवण्याकरिता तसंच कारण आहे आणि ते असं आहे : एकूणच सर्वांगीण हिशेब केला तर, असं दिसतं की व्हीएसटीनं गेल्या नऊ वर्षांत इतका प्रचंड लाभांश दिला आहे की, त्याचा विचार करता ब्राइट स्टारला व्हीएसटी शेअर्सच्या संपादनासाठी शून्य किंमत मोजावी लागली. सन २००२ चा जुलै आणि २०११ चा जुलै यांच्या दरम्यानच्या काळात व्हीएसटीचे शेअर्स असलेल्या दमाणींच्या ब्राइट स्टार या गुंतवणूक शाखेनं वार्षिक लाभांशांच्या माध्यमातून तब्बल ७१.३६ कोटी रुपये खिशात टाकले. हा लाभांश ४५ टक्के ते ४५० टक्के या दरम्यानचा होता. व्हीएसटीमधील २६ टक्के हिस्सा विकत घेण्यासाठी ब्राइट स्टारनं दिलेल्या ६३ कोटींच्या तुलनेत ही रक्कम जास्तच होती.

बीएटी-आयटीसी यांच्या युतीमुळे आपण शक्तीत कमी पडलो या नैराश्यातून राधाकिशन बाहेर पडले होते का ते मला माहीत नाही. परंतु त्यांनी त्यांचा अहंकार बाजूला ठेवला असेल तर राधाकिशन यांना या व्यवहारामुळे चांगलं वाटण्याजोगी अनेक कारणं होती. त्या तंबाखूच्या कंपनीवर त्यांना नियंत्रण मिळवता आलं असतं, तर आपल्या शर्टाच्या बाह्या सरसावून तिच्या दैनंदिन कामकाजात ते स्वतः सहभागी झाले असते का, असा विचार माझ्या मनात येतो.

त्यांच्या पिढीतील बाजारात असलेल्या सगळ्यांमध्ये मला दमाणींविषयीच जास्त आदर वाटतो. दलाल स्ट्रीटवरच्या भरपूर कमाई करून देऊ शकणाऱ्या स्टॉक्सची पारख करणाऱ्या लोकांचा विचार केला तर मला अनेक नावं आठवतात. पण गुंतणुकीसाठीचा चांगला व्यवसाय ओळखणाऱ्यांचा आणि जर वेळ पडलीच तर तो चालवून दाखवण्याची धमक असलेल्यांचा विचार केला तर मला चटकन त्यांचंच नाव आठवतं. डी-मार्ट या त्यांच्या किरकोळ विक्रीच्या साखळी दुकानांच्या यशातून दमाणींनी आधीच त्यांची उद्योजकीय आणि व्यवस्थापकीय कौशल्यं सिद्ध केली होती. त्यांनी मला असं सांगितलं होतं की, त्या व्यवसायातील प्रत्येक गोष्टीत ते सहभागी झाले होते. त्यांनी व्यक्तिशः क्रॉफर्ड मार्केटमध्ये आणि मुसाफिरखान्यात (दक्षिण मुंबईतील) गोदामं, वस्तूंचे विविध प्रकार आणि

कमी किंमती याचं निरीक्षण करण्यासाठी अनेकदा चकरा मारल्या होत्या. दमाणींचं गुंतवणुकीचं तत्त्वज्ञान साधं होतं : व्यवसाय कितीही उत्तम, अगदी महान असला तरी हरकत नाही, तुम्हांला चांगले परतावे मिळणं शक्य व्हावं यासाठी तुम्ही ती कंपनी योग्य किंमतीला विकत घेतलीच पाहिजे.

डी-मार्टची दुकानं चालवताना त्यांनी याच तत्त्वज्ञानाचा प्रसार केला. ग्राहक त्यांच्या दुकानांमध्ये वैविध्य, विविध प्रकार शोधतील हे त्यांना माहीत होतं. परंतु निष्ठावान ग्राहक निर्माण करण्यासाठी आपण वैविध्यपूर्ण वस्तू सक्षम, माफक किंमतीतच विकल्या पाहिजेत हेही ते ओळखून होते. काहीही झालं तरी अगदी श्रीमंतातील श्रीमंत ग्राहकालासुद्धा चांगला स्वस्त व्यवहार मिळाला तर ते आवडतंच आणि मग आपल्या मित्र-मैत्रिणींनाही त्या व्यवहाराविषयी समजलंच पाहिजे असं त्यांना निश्चितपणे वाटतं. त्यांच्या या दृष्टिकोनालाच चांगली फळं मिळाली.

त्यांच्या मालकीच्या रिअल इस्टेटमध्ये त्यांची दुकानं उभी राहिली. त्यामुळे दमाणींना पुढची काही वर्षं कामकाजाचा खर्च आटोक्यात ठेवता आला. शिवाय ज्या वेळी त्या जमिनीची किंमत महागडी नव्हती, त्याच वेळी त्यांनी त्या जमिनी खरेदी केल्या होत्या.

३९

एफसीसीबी

सन २०११ आणि २०१२ मधील अस्थिर बाजारामुळे अनेक मिड कॅप कंपन्यांसमोर अडचणी निर्माण झाल्या. २००७ मध्ये तेजीचा बाजार शिखराला पोहोचला होता त्या वेळी याच कंपन्यांनी अगदी ताळतंत्र सुटल्याप्रमाणे भांडवल गोळा केलं होतं.

क्षमता विस्तार, संपादनं आणि महागड्या कर्जांमधून अंशतः निवृत्ती पत्करण्यासाठी एफसीसीबी नावाच्या साधनाच्या माध्यमातून या कंपन्यांनी फंडांची उभारणी केली होती. नावातूनच सूचित होतं त्याप्रमाणे परकी चलनातून पैशाची उभारणी केली जात होती आणि त्याच चलनातून परतफेडही केली जात होती.

त्या वेळी बाजारात प्रचंड फंड होता. ज्या वेळी फंड उपलब्ध असतो त्या वेळी तुम्हांला गरज असो वा नसो, तुम्ही फंड उभारणी केलीच पाहिजे, असा फंड उभारणीबाबतचा एक सुवर्णनियम आहे.

स्टॉक्सच्या किमती खूपच वधारलेल्या असल्यामुळे प्रवर्तकांना शेअर्सची विक्री करून पैशांची उभारणी करणं शक्य होतं. पण शेअर बाजारातील उन्मादी वातावरण आणखी काही काळ टिकून राहण्याची अपेक्षा असल्यामुळे त्यांना त्यांच्या कंपनीतील स्वतःच्या ताब्यातील शेअर्स कमी करण्याची इच्छा नव्हती.

त्याच वेळी प्रवर्तक अगदी दक्षतापूर्वक आपल्या ताळेबंदात भरपूर कर्ज दाखवण्याकरिताही धडपडत होते.

एफसीसीबी हे त्यांच्या प्रार्थनेला मिळालेलं उत्तर होतं, कारण त्यांच्यामुळे त्यांच्या दोन्ही गोष्टी त्यांना साध्य करता येत होत्या. एफसीसीबी किंवा बाजाराच्या परिभाषेतील 'परिवर्तनीय'कडे कर्ज आणि इक्विटी या दोहोंचेही गुणधर्म होते. रोख्यांप्रमाणे एफसीसीबींमध्येही व्याज आकारलं जात होतं आणि निश्चित मुदत होती. यातला प्रमुख फरक असा होता की, त्याचं व्याज हे बाँडच्या किंवा रोख्याच्या मुदतीमध्ये साचून राहू शकत होतं आणि ज्या वेळी बाँड परिपक्व होत होते त्या वेळीच ते भरावं लागत होतं. हे बाँड सहसा तीन आणि पाच वर्षांच्या मुदतीचे होते. परिपक्वतेच्या वेळी पूर्वनिर्धारित परिवर्तनीय किंमतीला रोखेधारक या साधनाचं शेअर्समध्ये रूपांतर करत होते. परिवर्तन किंमत ही स्टॉकच्या सध्याच्या बाजारभावाच्या १५-२० टक्के अधिमूल्याची असत होती.

एफसीसीबी परिपक्व झाल्या की, परिवर्तनीय किंमत ही शेअर्सच्या मूळ किमतीहून अधिक असत होती, ही प्रवर्तक आणि रोखेधारक या दोघांच्याही दृष्टीनं प्राधान्याची बाब होती. एफसीसीबीधारक रोख्यांचं शेअर्समध्ये रूपांतर करू शकत होते आणि खुल्या बाजारात त्यांची विक्री करून नफा कमवू शकत होते.

एफसीसीबी घेताना जवळजवळ सगळेच प्रवर्तक असं गृहीत धरत होते की, स्टॉकची किंमत परिवर्तन किंमतीच्या तुलनेत उच्च असेल, त्यामुळे कर्जाची परतफेड करावी लागणार नाही. शिवाय डॉलरच्या तुलनेत रुपया सतत मजबूत होत राहील असाही विचार ते करत होते.

एफसीसीबी इश्श्यू जाहीर करण्याच्या आधी अनेक प्रवर्तक बाजारातील ऑपरेटर्सशी हातमिळवणी करून स्टॉकच्या किमती चढवत होते. उच्च परिवर्तन किंमत मिळण्याची (एफसीसीबी इश्श्यूच्या वेळच्या बाजारातील किमतीच्या तुलनेत हे १५-२० टक्के अधिमूल्यावर असल्यामुळे) खात्री मिळवण्यासाठी आणि स्टॉकविषयीच्या बाजारातील भावनेत वाढ करण्यासाठी हे केलं जात होतं.

प्रवर्तक काय करत होते याची एफसीसीबी इश्श्यू घेणाऱ्या फंड व्यवस्थापकांना कल्पनाच नव्हती, यावर विश्वास ठेवणं कठीण आहे. यात कंपनीच्या व्यवसाय नमुन्याविषयी किंवा स्टॉक मूल्यनिर्धारणाविषयी कोणतेही कठीण प्रश्न विचारले जात नव्हते, ही आश्चर्याची बाब होती.

परंतु अनेक कंपन्यांची व्यावसायिक मूलतत्त्वं आणि त्यांच्या प्रवर्तकांचं खरं स्वरूप या दोन्ही गोष्टी सन २००८ च्या आर्थिक अरिष्टाचा परिणाम म्हणून उघड झाल्या. त्यानंतर विक्रीच्या जोरदार माऱ्यातून खऱ्या अर्थानं स्टॉकच्या किमती कधीही पुन्हा बाहेर पडून वधारल्या नाहीत. सन २००९ आणि २०१० मध्ये बाजार तेजीत असला तरीही या रोखे परिपक्वतेच्या वेळी या कंपन्यांच्या स्टॉकच्या किमती परिवर्तन किंमतीच्या थोड्याशाही जवळपास नव्हत्या.

प्रवर्तकांना पहिल्यांदाच एफसीसीबीधारकांना परतफेड करण्याचा विचार करावा लागला, कारण बाँड्सचं इक्विटीमध्ये परिवर्तन होणं कठीण होतं. बाँड्सची कधीही परतफेड करावीच लागणार नाही, याची प्रवर्तकांना इतकी खात्री होती की, अशा प्रकारच्या आपत्कालीन परिस्थितीसाठी तरतूद करून ठेवण्याचा विचारही त्यांनी केला नव्हता. तोपर्यंत कच्च्या मालाच्या उच्च किमती आणि कमी होत चाललेली मागणी यांसारख्या विविध कारणांमुळे उत्पन्नावरही दबाव येऊ लागला होता. अतिशय कमी प्रकरणांमध्ये तर मुळातच कंपन्यांकडे विश्वासार्ह महसूल किंवा अधिकृत कॅशफ्लोही नव्हता. बाजारातील ऑपरेटरशी संगनमत करून स्टॉकच्या किमती फुगवण्याच्या कामात त्या तरबेज होत्या. पण आता तो व्यावसायिक नमुना मोडून पडला होता. आता कंपन्यांना जर कर्जफेड टाळायची असती तर एफसीसीबींसाठी पुन्हा वित्तपुरवठा करावा लागणार होता. साध्या शब्दांत सांगायचं झालं तर, त्यांना सध्याच्या कर्जदात्यांची कर्ज फेडण्यासाठी पुन्हा एकदा पैशाची उभारणी करावी लागणार होती. स्टॉकच्या किमती कोसळल्यामुळे इक्विटी भांडवलाची उभारणी करण्याचा प्रश्नच नव्हता. प्रवर्तकांना त्यांचा हिस्सा जितका कमी करायला आवडलं असतं त्याहून खूपच जास्त प्रमाणात त्यांनी तो कमी केला होता.

त्याच वेळी चलनाच्या आघाडीवर एका ओंगळ आश्चर्याच्या स्वरूपात एक अखेरचा फटका बसला. सन २००७ च्या तेजीच्या बाजाराच्या वेळी रुपया डॉलरच्या तुलनेत ठामपणे मजबूत होत चालला होता आणि हा कल असाच सुरू राहील अशी व्यापक अपेक्षा होती. परंतु २०११ पासून भारताच्या आर्थिक मूलभूतता दुर्बल होत गेल्या. रुपया डॉलरच्या तुलनेत घसरत गेला आणि सन २००७ च्या पातळीच्या तुलनेत त्यात २० टक्क्यांहून जासत घसरण झाली. यामुळे कंपन्यांसमोरच्या अडचणींमध्ये आणखी वाढ झाली, कारण आता त्यांना डॉलरमधील कर्जफेड करण्यासाठी जास्त प्रमाणातील रुपयांची गरज होती.

अर्थातच एक अतिशय वाईट, दुःसाहसी विचार करून आणि कर्जफेड करण्यास असमर्थ असल्याचं सांगून कंपन्या त्यांच्यावरच्या बंधनातून स्वतःची मुक्तता करून घेऊ शकत होत्या. पण त्यामुळे त्यांना आंतरराष्ट्रीय बाजारातून कधीही भांडवल उभारणी करता आली नसती. काही कंपन्यांनी रोखेधारकांकडून रोख्यांची (बाँड्सची) पुनर्खरेदी करण्याची तयारी दर्शवली, कारण कंपन्यांच्या परतफेडीच्या क्षमतेविषयी चिंता निर्माण झाल्यामुळे रोख्यांची किंमत जोरदारपणे घसरली होती.

इतर कंपन्यांनी रोख्यांच्या संदर्भातील अटींची पुनर्रचना करून रोखेधारकांशी वाटाघाटी करण्याचा प्रयत्न केला. त्यांनी स्टॉककरिता बाजाराच्या सध्याच्या किमतीहून खूपच कमी नसली तरी कमी परिवर्तन किंमत देऊ करून कमी व्याजदर देण्यावर तडजोड करण्याचा प्रयत्न केला.

आपल्या गुंतवणूकदारांना बाँड्सच्या किमतींची पुनर्रचना करण्याविषयी पटवून देण्याची धडपड करत असलेल्या काही कंपन्यांनी स्टॉकच्या किमती चढवण्याचा जुनाच खेळ खेळण्याचा प्रयत्न केला. आपल्या एफसीसीबीची परतफेड करण्यात अपयशी ठरलेल्या मिड कॅप टेलिकॉम फर्मच्या प्रवर्तकानं बाँडधारकांनी सुधारित व्यवहारास मान्यता द्यावी यासाठी स्टॉकची किंमत चढवण्यासाठी बाजारातील ऑपरेटरची मदत घेतली.

सन २०११च्या अखेरीपर्यंत वाईट बोलींच्या मालिकांनी मला हादरवून सोडलं होतं. त्यानंतर माझा आत्मविश्वास परत मिळवण्यासाठी मला थोडा वेळ लागला. त्या आधीच्या दोन महिन्यांतील माझ्या ट्रेडचा आकार मी कमी केला होता, पण त्याचा फारसा उपयोग झाला नव्हता. कदाचित मी थोडी जास्तच आत्मटीका करत होतो. बाजारातील जवळजवळ प्रत्येकासाठीच ते एक खडतर वर्ष होतं आणि फक्त थोड्याच जणांनी सांगता येण्याजोगा नफा मिळवला होता. परंतु मला असा संशय होता की, मी बहुधा वाजवीपेक्षा जास्त काम केल्यामुळे थकून गेलो होतो आणि मला त्याचाच फटका बसत होता. बाजारातून काही काळ बाजूला राहणं आणि कितीही जोरदार मोह होत असला तरी निदान महिनाभर तरी ट्रेडिंग न करणं हा त्यावरचा एक उपाय होता. गेली कित्येक वर्षं आयुष्यातील ज्या छोट्या छोट्या सुखांना मी दूर ठेवलं होतं, त्यांचा उपभोग घ्यायचा असं मी ठरवलं

आणि मग बाजाराचा नि:स्पृह निरीक्षक म्हणून मी फक्त बाजाराचं निरीक्षण करायचं असा विचार केला. बाजारातून एक महिन्याभराची सुट्टी घेऊन लांब राहिल्यानंतर बहुधा माझं पुनरुज्जीवन झालं असतं. (म्हणजे तुम्हांला तसं म्हणावंसं वाटलं तर तुम्ही म्हणू शकता.) थोडक्यात, मी ताजातवाना झालो असतो. मी स्वतःच माझ्यासाठी तयार केलेल्या या औषधामुळे माझा प्रश्न सुटला असता का, याविषयी माझी खात्री नव्हती. पण त्यामुळे मला काही गमवावं तर लागणार नव्हतं.

मी बीनाला माझ्या योजनेविषयी सांगितलं आणि ती अतिशय खूश झाली. पण तिच्या मनात थोडीशी साशंकताही होतीच.

''तुम्ही आठवड्याभराहून जास्त काळ बाजारापासून दूर राहाल असं मला वाटत नाही. आठव्या दिवसापासूनच तुम्हांला बाजारापासून दूर राहिल्यामुळे त्रास सुरू होईल आणि मग तुम्ही काहीही करून ट्रेडिंग स्क्रीनजवळ जाण्याची धडपड करू लागाल,'' ती लटक्या रागानं म्हणाली.

''या वेळी नाही, माय डिअर, अगदी दुसरं काहीही नसलं तरी तुझं म्हणणं चुकीचं होतं हे दाखवून देण्यासाठी तरी माझ्या या विचारांना मी चिकटून राहीनच,' मी म्हणालो.

''पण पत्नीचं म्हणणं चुकीचं ठरवण्याच्या तुमच्या इच्छेवर तुमची दुसरी पत्नी सहजपणे मात करेल अशी मला भीती वाटते,'' बीना तशीच ठामपणे म्हणाली.

''त्या दुसऱ्या पत्नीला महिनाभर वाट पाहावीच लागेल,'' मीही म्हणालो.

''खरंच? मी फक्त महिना संपल्यावरच यावर विश्वास ठेवेन,'' बीनाला माझं म्हणणं तरीही पूर्णपणे पटलं नव्हतं.

सहा महिन्यांपूर्वीच मी मुरबाडमध्ये एक प्लॉट विकत घेतला होता. मला तिथे आठवडाअखेरीला जाऊन राहावं आणि भाजीपाल्याची शेती करावी असं वाटत होतं. बाजारातील प्रक्षुब्धतेमुळे मी सतत व्यस्त राहिलो होतो आणि मला तसं कधीही करता आलं नव्हतं. आता माझ्या हातात वेळ होता आणि माझं स्वप्न मी पूर्ण करू शकत होतो.

ट्रेडिंगची वेळ सकाळी नऊपर्यंत वाढवली गेल्यानंतर माझं सकाळचं फिरणं थंडावलं होतं. मी ट्रेडमिलवर व्यायाम करत होतो, पण त्यात

सकाळच्या थंड हवेची मजा घेत, मी राहत असलेल्या हाउसिंग सोसायटीतील मित्रांसोबत फिरण्याची लज्जत नव्हती.

अलीकडच्या काळात माझ्या काही नातेवाइकांचीही माझी भेट झाली नव्हती हेही माझ्या लक्षात आलं. फेसबुकचे आभारच मानले पाहिजेत, कारण माझ्या काही जिवलग शालेय मित्रांशी मी त्यामुळे पुन्हा एकदा जोडला गेलो होतो. त्यांना भेटण्याचं मी अनेकदा वचन दिलं असलं तरी तोपर्यंत एकदाही भेटलो नव्हतो. मला स्वयंपाकातील काही मूलभूत गोष्टीही शिकून घ्यायच्या होत्या. त्यासाठी मला बीनापेक्षा चांगली शिक्षिका मिळालीच नसती. ती घर उत्तम प्रकारे सांभाळत असल्यामुळे माझ्या मुलांच्या शैक्षणिक आणि वैयक्तिक विकासाकडे मी कधीच लक्ष दिलं नव्हतं. आता वडील म्हणून मी त्यांना जास्त चांगलं समजून घेणार होतो. शिवाय गेल्या वर्षी मला बरेचसे चित्रपट पाहता आले नव्हते. मी करत असलेले सगळे बेत बघितल्यानंतर मला अचानकच महिनाभराची सुट्टी खूपच अपुरी असल्यासारखं वाटू लागलं.

सकाळचं फिरणं, चित्रपट, स्वयंपाक आणि सामाजिकदृष्ट्या महत्त्वाचे फोन वगैरे करत असतानाही मी बाजाराचा मागोवा घेत राहिलो होतोच. सन २०१२ च्या फेब्रुवारीच्या पहिल्या आठवड्यात, माझी महिनाभराची सुट्टी संपवून आणि पूर्णपणे ताजातवाना होऊन मी पुन्हा एकदा कामावर परतलो.

मी पुन्हा कामावर आलो तेव्हासुद्धा अर्थकारण मंदावत चालल्याची लक्षणंच दिसत होती आणि सरकारला महत्त्वाच्या सुधारणा लागू करणं शक्य झालं नव्हतं. बाजार तसाच चढत राहिला होता. परंतु हे जास्त काळ टिकलं नाही. फेब्रुवारीच्या अखेरीला बाजाराचा कल बदलला आणि जास्त वाईट गोष्टी घडल्या. पण मल्टी कमोडिटी एक्स्चेंज (एमसीएक्स) या कमोडिटी बाजाराच्या आयपीओला प्रचंड प्रतिसाद मिळाला. सार्वजनिक क्षेत्रातून पैसा उभारणी करणारं एमसीएक्स हे भारतातील पहिलंच एक्स्चेंज होतं.

कमोडिटी क्षेत्रातील त्यांचं वर्चस्वी स्थान लक्षात घेता गुंतवणूकदारांमध्ये या इश्श्यूबद्दल मोठीच उत्सुकता होती. ६५० कोटी रुपयांहून जास्त किंमतीच्या या इश्श्यूची किंमत प्रती शेअर १,०३२ रुपये होती. ही किंमत हे किंमत पट्ट्याचं सर्वोच्च टोक होतं. इश्श्यू ५४ वेळा सबस्क्राइब झाला. बाजाराच्या सर्वसाधारण परिस्थिती कशाही असल्या तरी दर्जेदार इश्श्यू विकत घेण्यासाठी नेहमीच खरेदीदार असतात, या सिद्धान्तावर आणखी एकदा शिक्कामोर्तब झालं होतं.

४०

राज्याचा जोरदार हस्तक्षेप

मार्चमध्ये वाईट बातम्यांचा जोरदार पाऊस पडला. ओएनजीसीच्या विक्रीच्या गचाळ प्रस्तावातून (ऑफर फॉर सेल – ओएफएस) सरकार पाच टक्के हिस्सा विकून सुमारे १२,७०० कोटी रुपयांची उभारणी करू इच्छित होतं. या इश्श्यूची एलआयसीनं आर्थिक संकटातून सुटका केली होती आणि इतर संस्थात्मक गुंतवणूकदारांकडून व विशेषतः एफआयआयकडून मागणी नसल्यामुळे एलआयसीनं सुमारे ९० टक्के शेअर्स विकत घेतले होते. जानेवारीत आणि फेब्रुवारीत या स्टॉकमध्ये चांगली वाढ झाली. त्यामुळे अनेकांना हा इश्श्यू यशस्वी झाल्याचा विश्वास वाटला. पण त्यानंतर असं स्पष्ट झालं की, त्या काळात एलआयसी खुल्या बाजारातून त्याची खरेदी करत होती. विक्रीच्या प्रस्तावाच्या आधी किमतीला पाठबळ देण्यासाठी त्यांनी असं केल्याची दाट शक्यता होती. एक जानेवारी ते आठ फेब्रुवारी या काळात त्यांनी १५.७ कोटी रुपयांच्या शेअर्सची खरेदी केली. पण खूप उशीरापर्यंत एक्स्चेंजेसना याची माहिती दिली नव्हती. परंतु एफआयआयना त्यांच्या ब्रोकरच्या जाळ्याच्या माध्यमातून एलआयसी खरेदीदार असल्याचं माहीत होतं आणि म्हणून त्यांनी ओएफएसच्या दरम्यान या इश्श्यूला हातही लावला नाही.

सरकारच्या आदेशावरून एलआयसीनं किमतीला पाठबळ देण्याचा प्रयत्न केला असण्याचीही शक्यता होती. एलआयसीनं एक्स्चेंजेसना याची

आधीच माहिती का दिली नव्हती, याचं इतर काहीही स्पष्टीकरण असल्याचं दिसत नाही. या प्रकरणामुळे सरकार आणि नियामक या दोघांचीही नाचक्की झाली. इतर एखाद्या संस्थात्मक गुंतवणूकदारानं असा भंग केला असता तर सेबीनं त्याकडे दुर्लक्ष केलं असतं का?

ओएफएसच्या माध्यमातून त्यांनी उचललेल्या ओएनजीसीच्या ३७ कोटींच्या शेअर्ससह एलआयसीनं ओएनजीसीमध्ये तीन महिन्यांहून कमी कालावधीत सुमारे १५,००० कोटी रुपयांची गुंतवणूक केली. या विमा कंपनीच्या शेअर बाजारातील वार्षिक गुंतवणुकीकरिताची ही पुरेशी रक्कम होती. सरकार ज्या प्रकारे एलआयसीच्या निर्णयात लुडबूड करत होतं, त्यावरून एलआयसी स्वतःसुद्धा यूएस-६४ च्या मार्गानं जाईल की काय, अशी भीती बाजारातील अनेक प्रख्यात व्यक्ती व्यक्त करत होत्या.

मार्चच्या मध्यावर सादर झालेल्या केंद्रीय अर्थसंकल्पामुळे बाजारात फारसा उत्साह निर्माण झाला नाही. खरं तर अर्थसंकल्पातील दोन प्रस्तावांमुळे एफआयआय संतप्त झाल्या होत्या. त्यापैकी एक प्रस्ताव प्राप्तिकर कायद्यात सुधारणा करण्याविषयीचा होता. त्यानुसार मालमत्तेवर नियंत्रण असलेली फर्म परदेशातील असली आणि व्यवहार भारताबाहेर झाले असले तरी व्यवहारांमधील मालमत्ता भारतातील असेल तर आधीच्या व्यवहारांवर कर आकारण्यात येणार होता. दुसरा प्रस्ताव हा जनरल अँटी-अॅव्हॉय़डन्स रुल्स (जीएएआर) लागू करण्याविषयीचा होता. जर कर टाळण्याच्या हेतूनंच संपूर्ण व्यवहार पार पाडला गेल्याचं समजण्यास कारण असेल तर जीएएआरमुळे प्राप्तिकर विभागाला एफआयआयना कर लाभ नाकारण्याचे अधिकार मिळणार होते. अनेक एफआयआयनी मॉरिशसमध्ये निष्क्रिय आणि फक्त लबाडीचे व्यवहार करण्यासाठी काही कंपन्यांची उभारणी केली होती आणि त्या कंपन्यांच्या माध्यमातून त्या भारतात त्यांची गुंतवणूक आणत होत्या. अल्पकालीन भांडवल लाभकर देणं टाळण्याच्या संदर्भात भारताचा मॉरिशसशी करार झाला होता. त्याचा गैरफायदा अशा प्रकारे घेतला जात होता.

गडबडून गेलेल्या प्रक्षुब्ध एफआयआय एशियन सिक्युरिटीज इंडस्ट्रीज आणि फिनान्शिअल मार्केट्स असोसिएशन (एएसआयएफएमए) च्या झेंड्याखाली एकत्र आल्या आणि त्यांनी अर्थमंत्री प्रणव मुखर्जी यांना कडक शब्दांत पत्र लिहून 'करविषयक अनिश्चितता' दूर न केल्यास त्या

सामुदायिकपणे बाजारातून बाहेर पडतील असा इशारा दिला. मला माहीत आहे त्यानुसार तरी एफआयआयनी भारताच्या अर्थमंत्र्यांना सरळसरळ, स्पष्ट शब्दांत धमकी देणारं पत्र लिहिण्याची ती पहिलीच वेळ होती. भारताला परकी चलनाची गरज होतीच, पण त्याने कोणती आर्थिक धोरणं आखावीत याविषयी परकी गुंतवणूकदारांनी अशी दादागिरी करून हुकूमशाही करणं चालवून घेतलं जाणार नव्हतं.

एएसआयएफएमएनं जीएएआरविषयी मंत्र्यांना अशी सूचना केली होती की, 'लहान गुंतवणुकांवर' जीएएआर लागू करू नका, एएसआयएफएमएनं ज्यांना 'लहान गुंतवणुका' म्हटलं होतं, त्याचा अर्थ सूचिबद्ध भारतीय कंपनीमध्ये दहा टक्के किंवा त्याहून कमी हिस्सा असलेली गुंतवणूक असा होता. परिणामी, एएसआयएफएमए असं सांगत होती की, काही एफआयआय अल्पकालीन भांडवल लाभ कर चुकवण्यासाठी मॉरिशसचा गैरवापर करत असल्या तरीही शेअर बाजारातील एफआयआयच्या कुठल्याही व्यवहाराला जीएएआर लागू केला जाऊ नये. सरकार आपल्या नियमावर ठाम राहिलं आणि त्यांनी नियमांचा अर्थ न्याय्यपणे लावला जाईल, अशी परकी गुंतवणूकदारांना ग्वाही दिली.

४१

खेळातील नवीन स्पर्धक

नियमनविषयक कित्येक अडथळे आणि अनेक कायदेशीर वितंडवादांनंतर एमसीएक्स-एसएक्सनं २०१३ च्या फेब्रुवारीत त्यांच्या इक्विटी ट्रेडिंग व्यासपीठाची स्थापना केली. बीएसईच्या आणि एनएसईच्या पदाधिकाऱ्यांकडून गुंतवणूकदारांना चांगली वागणूक मिळत नसल्याचा युक्तिवाद जिग्नेश शाह अँड कंपनी सातत्यानं करत राहिली असली तरी त्यावेळी तिसऱ्या स्टॉक एक्स्चेंजसाठी बाजाराच्या स्थिती मुळीच आदर्श नव्हत्या. आपल्या एक्स्चेंजच्या प्रवेशामुळे देशातील गुंतवणूकदारांची संख्या वाढण्यास मदत होईल, याविषयी जिग्नेश शहाची खात्री होती. माझा चुकूनसुद्धा कधी या सिद्धांतावर विश्वास बसला नव्हता. शहाच्या कुशाग्र बुद्धीविषयी किंवा त्यांच्या उत्साहाविषयी माझ्या मनात शंका नव्हती. पण फक्त एक नवीन एक्स्चेंज सुरू झालं म्हणून लगेच लोक शेअर्समध्ये गुंतवणूक करायला लागतील, हे मला पटत नव्हतं. मला असं वाटत होतं की, अर्थकारण वाढलं होतं आणि जास्त कंपन्यांनी भांडवल उभारणी केली होती, त्यामुळे गुंतवणूकदारांचं जग विस्तारलं असतं आणि त्याचा एमसीएक्स-एसएक्ससारख्या स्टॉक एक्सेचेंजेसना फायदा झाला असता. पण याचा दुसरा अर्थ अजिबातच बरोबर नव्हता - नवीन एक्सेचेंजनं कंपन्यांना सार्वजनिक क्षेत्रात जायला उत्तेजन दिलं असतं आणि त्यामुळे अर्थकारणाला प्रचंड गती आली असती, असं झालं नसतं. जास्तीत जास्त

एमसीएक्स-एसएक्सला ट्रेडरना आणि गुंतवणूकदारांना सवलती, सूट देऊन प्रतिस्पर्धी एक्स्चेंजेसकडून व्यवसाय हिसकावून घेता आला असता. परंतु ही गोष्ट आणि बाजाराची वाढ होणं या गोष्टी अर्थाअर्थी समान नव्हत्याच.

एमसीएक्स-एसएक्सनं कोणतीही प्रलोभनं दिली असती तरी प्रतिस्पर्धी एक्स्चेंजेसकडे भरपूर पैसा होता आणि त्यावर मात करण्याइतकी ती चांगली स्थिरस्थावरही झालेली होती. सन २००८ च्या आर्थिक अरिष्टानंतर ग्राहकांची संख्या रोडावल्यामुळे ब्रोकिंग उद्योग अतिशय भयावह स्थितीपर्यंत पोहोचला होता. त्यामुळे अगदी हास्यास्पद वाटावेत इतके कमी दर देऊन ब्रोकरेज फर्म एकमेकांच्या ग्राहकांची पळवापळवी करत होत्या. जो ब्रोकर उत्तम दर देईल, त्याच्या सोबत ग्राहक ट्रेडिंग करत असल्यामुळे ब्रोकर्सना अद्याप ग्राहकांची निष्ठा जिंकून घेता आली नव्हती. अर्थातच ब्रोकरेज फर्म्सच्या तुलनेत स्टॉक एक्स्चेंजेसकरिता नफ्याची मार्जिन ही खूपच मोठी म्हणजे ३५-४० टक्के इतकी होती. स्टॉक एक्स्चेंजेसनी आणखी सदस्यांना आकर्षित करण्यासाठी जर मार्जिनच्या गरजा किंवा मागण्या आणखी शिथिल केल्या तर ही तळाच्या दिशेनं झेपावणारी शर्यत ठरू शकेल, अशी काळजी बाजाराच्या काही निरीक्षकांना वाटत होती.

जिग्नेश शहाची कमोडिटी बाजारातील वाटचाल प्रभावी होती. त्यामुळे शेअर बाजाराच्या खेळाच्या नियमांचंही तो पुनर्लेखन करेल असा अंदाज अनेकांनी व्यक्त केला. काहीही झालं तरी सेबीच्या शक्तिशाली नियामकावर मात करून तो यशस्वीपणे उदयास आला होता. शहाची व्यावसायिक जाण, महत्त्वाकांक्षा आणि राजकीय संबंध यांमुळे एमसीएक्स-एसएक्स त्याच्या स्पर्धकांना लवकरच दूर सारेल असाही त्यांचा अंदाज होता.

एमसीएक्स-एसएक्स किती लवकरात लवकर तरलतेच्या प्रश्नावर मात करू शकतं त्यावर त्यांचं यश प्रामुख्यानं अवलंबून होतं. इतर कुठल्याही गोष्टीपेक्षा ऑर्डर बुकची खोली (म्हणजे बाजाराच्या परिभाषेत तरलता) हाच घटक ऑर्डर देण्यासाठी एक्स्चेंजची निवड करण्याकरिता ट्रेडर किंवा गुंतवणूकदार यांच्या दृष्टीनं महत्त्वाचा असणार होता. जास्त तरल किंवा स्टॉकमध्ये जास्त संख्येनं खरेदीदार /विक्रेते असणं यामुळे किंमतीवर परिणाम होऊ न देता शेअर्सच्या मोठ्या गठ्ठ्यांचं ट्रेडिंग करणं जास्त सोपं होत होतं.

परंतु तरलतेची सर्वोत्कृष्ट पातळी निर्माण करणं हाच सगळ्यात कठीण भाग असतो. जर एक्स्चेंजला हे पुरेशा प्रमाणात झटपट करता

आलं नाही, तर ते बाजाराच्या नेत्याच्या पाऊलखुणांवरूनच चालणं अटळ असतं. तरलतेत नीतिमान चक्रांना आणि त्याबरोबरच दुष्ट चक्रांनाही शाश्वत करण्याची क्षमता असते. एकदा एखाद्या विशिष्ट मापनावरची खोली प्राप्त करण्यात आली की, मग ते जास्त खेळाडूंना आकर्षित करतं आणि त्यामुळे त्याच्या खोलीत आणखी वाढ होते. ही वाढ झाली की आणखी खेळाडू आकर्षित होतात आणि हे चक्र असंच सुरू राहतं. याच्या उलट, तरलतेचा अभाव असेल तर जास्त व्यापकतेसाठी खेळाडू दुसरीकडे शोध घेण्यास प्रवृत्त होतात आणि त्यातून तरलतेत घट होते. साहजिकच त्यामुळे आणखी जास्त खेळाडू दुसरीकडे जातात.

बीएसईचा एफ अँड ओ विभाग हे तरलता किती महत्त्वाची असते हे दाखवून देणारं अभिजात उदाहरण आहे. आपल्या स्वतःच्या निष्काळजीपणानं घोडचूक करून एनएसईसाठी पहिल्या खेळीचा लाभ सोडून दिल्यामुळे बीएसईला नंतर शक्य तितके सगळे प्रयत्न करून पुन्हा कधीही ट्रेडिंग सदस्यांना आकर्षित करणं शक्य झालं नाही.

एमसीएक्स–एसएक्सनं कामकाजाला सुरुवात केल्यानंतर माझ्यासारख्या मोठ्या आकाराच्या बोली लावणाऱ्या ट्रेडर्सना मागणी होती. आमच्या व्यवसायाचा लहानसा भाग आम्ही त्यांच्या माध्यमातून पुढे न्यावा असं त्या एक्स्चेंजला वाटत होतं. कोणत्याही उद्योगातील स्पर्धा स्वागतार्हच असते आणि एमसीएक्स–एसएक्स हे बीएसई आणि एनएसईच्या खोलीइतकी खोली गाठण्याच्या फारसं जवळपासही पोहोचलेलं नसताना अत्यल्प ट्रेडर्सनी त्यांना मदत करण्याचं मान्य केलं होतं. अर्थातच ही गोष्ट फक्त धर्मादाय कृत्य म्हणून करण्यात आलेली नव्हती. जर एमसीएक्स–एसएक्स ताकदीनं वाढलं असतं तर त्याने ट्रेडर्सची आणि ब्रोकर्सची घासाघीस करण्याची ताकदही वाढली असती, कारण आता त्यांच्याकडे निवडीसाठी तिसरं एक्स्चेंजही होतं. शिवाय जर या एक्स्चेंजनं आगामी दोन वर्षांच्या काळात चांगली कामगिरी केली असती तर त्याला सुरुवातीच्या काळात पाठबळ दिलेल्या माझ्यासारख्या लोकांना एक–दोन मेहेरनजरींची किंवा बक्षिसांची आशा बाळगता आली असती.

आम्ही त्यांना किती प्रमाणात मदत करू शकत होतो, त्याला मर्यादा होत्या. त्या वर्षीच्या सुरुवातीपासूनच बाजार अतिशय अस्थिर होता, हे त्यामागचं कारण होतं. निदान बृहत अर्थकारण (मॅक्रो इकॉनॉमिक) आणि

धोरण वातावरण भयावह होतं असं म्हणता येईल आणि नजीकच्या काळात गोष्टी बदलण्याची चिन्हं दिसत नव्हती.

बाजारातील हेलकाव्यांमध्ये फेड प्रमुख बेन बर्नान्के यांच्या विधानाची भर पडली. त्यांनी अर्थकारणासाठी आर्थिक, चलनविषयक प्रोत्साहन ठरत असलेल्या मासिक रोखे खरेदीच्या प्रमाणात घट करण्याचा फेड विचार करत असल्याचं म्हटलं होतं. जागतिक बाजारात गोंधळ निर्माण झाला, कारण तरलतेच्या मोठ्या प्रमाणामुळे फेडचं ईझी मनी धोरण जगभर पसरलं होतं आणि त्यामुळे मालमत्तेच्या किंमती वधारल्या होत्या. आता फेड त्यांचा क्वांटिटेटिव्ह ईझिंग - क्यूई कार्यक्रम (मध्यवर्ती बँकेकडून केल्या जाणाऱ्या वित्तपुरवठ्यात नवीन पैसा आणणं) बंद करण्याचा विचार करत असल्यामुळे जागतिक तरलतेचा महत्त्वाचा स्रोत अचानक आटण्याच्या भीतीमुळे गुंतवणूकदारांमध्ये चिंतेचं वातावरण पसरलं.

उदयोन्मुख बाजारांमधून परदेशी गुंतवणूकदार त्यांचा पैसा काढून घेऊ लागले आणि जास्त उत्पन्न देणाऱ्या अमेरिकन सरकारच्या रोख्यांमध्ये गुंतवू लागले. त्यामुळे डॉलर अचानकच जास्त मजबूत झाला. रुपयाचं अवमूल्यन झाल्यामुळे एफआयआयनी भारतीय इक्विटींमधून पैसा काढून घेण्यास सुरुवात केली आणि अशा प्रकारे एक दुष्टचक्र सुरू झालं. एफआयआयनी जितक्या जास्त प्रमाणात विक्रीचा मारा केला, तितका रुपयावरचा दबाव वाढला आणि त्यातून इतर एफआयआयनी रुपयाचं आणखी अवमूल्यन होण्याच्या आधी आपला पैसा काढून घेण्यास सुरुवात केल्यामुळे विक्रीच्या माऱ्याची दुसरी फेरी सुरू केली.

रुपयावरची सट्टेबाजी रोखण्यासाठी आरबीआयनं रुपया कर्जाऊ घेणं महागडं व्हावं म्हणून काही उपाययोजना आखल्या. डॉलरच्या बाबतीत अतिउत्साही, म्हणजेच रुपयाच्या बाबतीत मंद असलेल्या प्रत्येकालाच पहिल्यांदा रुपयाची विक्री करावी लागत होती आणि नंतरच डॉलरची खरेदी करता येत होती. कर्जाऊ घेण्याच्या रुपयाच्या किमतीच्या तुलनेत जोपर्यंत डॉलरचं मूल्य जास्त होतं तोपर्यंत हा लाभदायक ट्रेड होता. ज्यावेळी रुपया कर्जाऊ घेण्याची किंमत वाढली त्यावेळी या ट्रेडमधून मिळणारे परतावे अनाकर्षक झाले.

शेअर बाजारात या घडामोडीचा परिणाम जाणवू लागला. माझ्यासह अनेक ट्रेडर्स २०१२ च्या मध्यापासून गेले काही महिने खासगी क्षेत्रातील

बँकांवर मोठ्या प्रमाणात अवलंबून होते. नियमित करेक्शननंतर स्टॉक्सच्या किमती चांगल्याच वधारत राहिल्या होत्या, त्यामुळे लावण्यात आलेल्या बोलींचे भरपूर परतावे मिळाले होते. बँकिंगच्या क्षेत्रात सार्वजनिक क्षेत्रातील दुर्दैवी खेळाडूंच्या तुलनेत खासगी क्षेत्रातील खेळाडू हे त्यांच्या जास्त उत्तम दर्जामुळे बाजाराचे स्पष्टपणे लाडके होते. अनेक वर्षांपासून खासगी क्षेत्रातील बँका या ट्रेडर्सकरिता उत्तम प्रकारे पैसा लावण्याची गोष्ट ठरल्या होत्या. तुम्हांला त्यांच्यामध्ये गुंतवलेले पैसे गमवायचे असतील तर तुम्ही खरोखरचेच अतिशय दुर्दैवी असण्याची गरज होती.

आरबीआयच्या उपाययोजनांमुळे खासगी क्षेत्रातील खेळाडू अतिशय मोठ्या प्रमाणात अवलंबून असलेल्या होलसेल डिपॉझिट्सच्या किमती वाढल्या, ही गोष्ट तेजीवाल्यांना खडबडून जागं व्हायला लावणारी कठोर गोष्ट होती. येस बँक, इंडसइंड बँक आणि कोटक बँक यांच्यासारख्या खासगी क्षेत्रातील तथाकथित नवीन पिढीतील बँकांकडे कमी प्रमाणातील बचती होत्या आणि करंट खातीही कमी होती. या बँकांना याचा जबरदस्त धक्का बसला.

हे स्टॉक्स अक्षरशः कड्यावरून ढकलून दिल्याप्रमाणे धडाधड कोसळले. या स्टॉक्समधील अनेक तेजीवाल्यांना गेल्या काही वर्षांत मिळवलेला सगळा नफा काही दिवसांतच गमवावा लागला.

अनेक तेजीवाल्यांनी थोडासा सहज पैसा (ईझी मनी) मिळवण्याच्या आशेनं केलेल्या डेरिव्हेटिव्हज विभागातील सामर्थ्यशाली पोझिशनच्या उभारणीमुळे स्टॉकमधील घसरण विकोपाला गेली. बाजारात कधीही खात्रीपूर्वक परतावा देणारा स्टॉक नसतो आणि प्रत्येकालाच त्याविषयीची नको इतकी जाणीव असते. परंतु कधीतरी खेळाडूंचा कल हा नियम विसरण्याकडे असतो आणि मग त्यांना या नियमाची अतिशय कठोरपणे आठवण करून देण्याची जबाबदारी बाजारावर येऊन पडते.

रुपयाला मजबूत करण्यासाठी आरबीआयनं इतर निर्बंध लादणंही सुरू ठेवलं. त्यात आयातीला आळा घालण्यासाठी सोन्यावर उच्चतर कर लादण्यासारख्या निर्बंधांचा समावेश होता. परंतु तरीही चलन हळूहळू घसरतच चाललं होतं. शेअर बाजार आणि चलन बाजार हे दोन्हीही गोंधळाच्या अवस्थेत असल्यामुळे कट-कारस्थानांचे सिद्धान्त मांडणाऱ्यांना ऊत आला होता. रुपयाचा आक्रमकपणे बचाव करण्यापासून आरबीआयला

सरकार मागे खेचत आहे, अशी एक अफवा सतत पसरत राहिली होती. आरबीआय रुपयाला मजबूत करण्यासाठी एका पाठोपाठ एक उपाययोजना जाहीर करत होती, तर काही चलन बाजारातील ट्रेडर्स असा अर्थ काढत होते की, त्यातून आरबीआय मनापासून या युद्धात सहभागी नसल्याचं सूचित होत होतं.

हे सिद्धान्त मांडणारे लोक असं कारण सांगत होते की, राजकारण्यांना आणि उद्योजकांना त्यांनी परदेशात ठेवलेले त्यांचे अनधिकृत फंड परत आणायचे आहेत. रुपयाचं अवमूल्यन होत राहिलं तर त्यांना उत्तम विनिमय दरानं त्यांच्याकडच्या डॉलरचं रुपयांत परिवर्तन करता येईल. सुरक्षिततेचे नियम पूर्वीप्रमाणे खात्रीशीर संरक्षक उरलेले नसल्यामुळे त्यांना त्यांचा काळा पैसा भारतात परत आणायचा आहे, असंही ते सांगत होते. त्या बँकांचे ग्राहक असलेल्या आणि करविषयक नियम धाब्यावर बसवणाऱ्या आपापल्या देशांच्या नागरिकांचे तपशील दिले जावेत यासाठी कमी कर असलेल्या ठिकाणच्या बँकांवर जागतिक पातळीवरची सरकारं दबाव टाकत होती. हा काळा पैसा राजकारण्यांना पोसण्यासाठीच भारतात आणला जाणार होता, कारण आता त्यांना सन २०१४ च्या सार्वत्रिक निवडणुकांसाठी रोख पैशाची गरज होती, असंही ते म्हणत होते.

भारतात काळ्या पैशाच्या संदर्भात निर्माण झालेल्या संतापाच्या लाटेमुळे अधिकारी काळ्या पैशाची लोकप्रिय मुक्कामाची ठिकाणं असलेल्या देशांचे दरवाजे ठोठावत होते. मात्र या शोधमोहिमेतून काहीही निष्पन्न झालं नव्हतं. त्यामुळे काळा पैसा असलेल्यांच्या दृष्टीनं अचानकच कमी कर असलेली त्यांची ठिकाणं जास्तच सुरक्षित ठरली होती.

तीस जुलैला घेण्यात आलेल्या आर्थिक धोरणाच्या आढाव्यात आरबीआयच्या धोरणविषयक दस्तऐवजांमध्ये 'देश अभिजात अशक्य अशा तितक्याच अनैच्छिक असलेल्या तीन गोष्टींतून निवड करण्याच्या पेचप्रसंगात अडकला असल्याचं' म्हटलं होतं. दुर्बल वाढ (ग्रोथ), उच्च चलनवाढ (महागाईवाढ) आणि दुर्बल चलन (चलनाचं अवमूल्यन) या त्या तीन गोष्टी होत्या. आरबीआयनं असं म्हटलं होतं की, ती चलनाच्या दुर्बलतेवर लक्ष केंद्रित करण्यासाठी तात्पुरत्या स्वरूपात दुर्बल वाढीवरून आणि उच्च चलनवाढीवरून आपलं लक्ष काढून घेत होती. परंतु त्याच दस्तऐवजात थोड्याशाच वर असलेल्या ओळींमध्ये असं म्हटलं गेलं होतं

की, सध्याच्या धोरणाचा रोख रुपयातील जोखमी दूर करण्यावर आणि त्याद्वारे अर्थकारणातील जोखमी दूर करण्यावर आहे. वाढीला निर्माण झालेले धोके दूर करणं आणि महागाईवाढीच्या विरोधात संरक्षण देणं, तसंच यंत्रणेत पुरेशा प्रमाणात तरलता राहील याची हमी देणं यावरही या धोरणाचा रोख आहे.

''आरबीआय एकाच वेळी अनेक चेंडूंनी खेळण्याची हातचलाखी करत आहे आणि निदान त्यांच्यापैकी एक चेंडू तरी तिला खाली टाकून द्यावाच लागेल,'' शेरलॉक हा माझा मित्र म्हणाला. कागदपत्रं जाहीर झाल्यानंतर सुमारे दोन महिन्यांनी एका बिअर पिण्याच्या कार्यक्रमाच्या वेळी आमच्या गप्पा सुरू होत्या. ''आणि मध्यवर्ती बँकेचा दावा याच्या बरोबर विरुद्ध असला तरीही चलन हाच तो चेंडू असण्याची दाट शक्यता आहे,'' मी म्हणालो.

सीरियातील युद्धामुळे कच्च्या तेलाच्या किमतीत स्थिरपणानं वाढ सुरू होती. आरबीआयचा प्रतिहल्ला बोथट करणाऱ्या गोष्टींमध्ये या गोष्टीचा समावेश होता. देश सोन्याची आयात न करता राहू शकत होता, पण कच्च्या तेलाची आयात न करणं शक्यच नव्हतं. चलनाच्या आघाडीवरच्या घटना २८ ऑगस्टला शिगेला पोहोचल्या. त्या दिवशी डॉलरच्या तुलनेत एकाच दिवसात रुपया २५६ पैशांनी कोसळला. गेल्या अठरा वर्षांतील ती सर्वाधिक जोरदार घसरण होती. ६८.८५ रुपये प्रती डॉलर अशी त्याची किंमत झाली होती. अनेक परदेशी बँकांचा असा अंदाज होता की, वर्षअखेरीपर्यंत रुपया आणखी खाली घसरून एक डॉलर म्हणजे ७५ रुपये इतकं त्याचं अवमूल्यन होईल. परदेशी कर्जाच्या परतफेडीच्या सरकारच्या क्षमतेविषयी शंका निर्माण झाल्यामुळे स्टॉक मुक्तपणे कसेही घसरले. ज्या कंपन्यांकडे डॉलरमधील मोठी कर्जं होती, त्यांचे शेअर्स चांगलेच गडगडले.

'रस्त्यांवर रक्त पसरलेलं असतं त्या वेळी खरेदी करावी,' हे शेअर बाजाराचं आणखी एक नीतिवचन आहे. काही दर्जेदार स्टॉकच्या किंमतीही जितक्या घसरल्या होत्या त्या पाहिल्यानंतर तुम्ही दोन-तीन वर्षांचा दृष्टिकोन बाळगत असाल तर अशा स्टॉकचा जास्तीत जास्त भरणा करून ठेवण्याची तीच वेळ होती. याहून चांगली संधी कदाचित पुन्हा मिळाली नसती. ताळेबंद वाचणं, उद्योगातील कलांचा अभ्यास करणं आणि नंतर दीर्घ काळासाठी गुंतवणूक करणं यात मी निष्णात नव्हतो. त्यासाठी मला आदर

वाटत असलेल्या माझ्या एखाद्या विश्लेषक मित्राच्या विद्वत्तेवर मी अवलंबून राहत होतो. स्वस्त वाटलेले काही जुन्या अर्थकारणातील स्टॉक मी मोठ्या संख्येनं खरेदी करून ठेवले.

पण ज्याप्रमाणे प्रत्येक तेजीतील बाजार आधीच्या तेजीतील बाजाराच्या तुलनेत वेगळा वाटतो, तशीच प्रत्येक वेळची घबराटही वेगवेगळी असल्यासारखी वाटते. सन २००८ मध्ये आणि २००९ च्या सुरुवातीलाही अशीच घबराट पसरलेली होती. त्या प्रसंगी त्या समस्या या मोठ्या प्रमाणात शेअर बाजारातील खेळाडूंशी आणि काही अत्यंत संशयास्पद कंपन्यांशी संबंधित होत्या. त्यावेळी अर्थकारणाच्या बाबतीत मोठ्या प्रमाणात गडबड उडालेली नव्हती. यावेळी अर्थकारण हीच सगळ्यात मोठी समस्या होती. जर देशाला कमी पातळीवरची श्रेणी किंवा मूल्यांकन (रेटिंग) मिळालं असतं आणि परदेशी कर्जाची परतफेड करणं शक्य झालं नसतं तर किती नाचक्की झाली असती आणि सगळ्याच गोष्टी किती बिघडल्या असत्या ते शब्दांत सांगणं कठीण होतं.

सप्टेंबरमध्ये आरबीआयमध्ये खांदेपालट झाला. माजी आयएमएफप्रमुख अर्थशास्त्रज्ञ रघुराम राजन यांनी औपचारिकरीत्या आरबीआयचे गव्हर्नर म्हणून पदभार स्वीकारला. दुव्वुरी सुब्बाराव यांनी मोठा गदारोळ उठलेला असताना पाच वर्षं ती 'हॉट सीट' सांभाळली होती. ही घोषणा आधीच ऑगस्टमध्ये करण्यात आली होती आणि बाजाराला नवीन गव्हर्नरकडून मोठ्या अपेक्षा होत्या. त्यांनी सन २००५ मध्येच सब-प्राईम कर्जाविषयी इशारा दिला होता आणि तत्कालीन यूएस फेड प्रमुख ॲलन ग्रीनस्पॅन उपस्थित असलेल्या मेळाव्याच्या वेळी त्यांनी तो दिला होता, हे विशेष होतं.

सूत्रं हाती घेतल्यानंतर पहिल्याच दिवशी राजन यांनी नाणे आणि शेअर बाजारातील विश्वासाला उत्तेजन मिळण्यास साहाय्यकारी ठरणारे काही प्रस्ताव मांडले. त्यांपैकी दोन बाहेरही समजले होते. अनिवासी भारतीयांकडून अनामत रकमा मिळवण्याचा एक प्रस्ताव होता आणि तेलाच्या आयातीसाठी चलनाची गरज असलेल्या तेल पणन कंपन्यांना थेट डॉलरची विक्री करणं हा दुसरा प्रस्ताव होता. तेल कंपन्यांना आयातीच्या बिलांची परतफेड करण्यासाठी वेळोवेळी डॉलर खरेदी करावे लागत होते. खुल्या बाजारातून त्यांनी ज्या ज्या वेळी डॉलरची खरेदी केली होती, त्या त्या वेळी डॉलरच्या किंमतीत वाढ झाली होती. तेल पणन कंपन्यांना

डॉलरची थेट विक्री केल्यामुळे बाजारात डॉलरला अतिरिक्त मागणी होती. या अतिरिक्त मागणीमुळे रुपयाचं अवमूल्यन होणार नाही, याची आरबीआय खात्री मिळवू शकत होती.

यांपैकी कुठलीही उपाययोजना अपारंपरिक नव्हती. खरं तर आरबीआयनं त्याआधी ज्या ज्या वेळी रुपयावर दबाव आला होता, त्या त्या वेळी त्यांची अंमलबजावणीही केली होती. १९९८ च्या ऑगस्टमध्ये पोखरणच्या अणुचाचणीनंतर अमेरिकेनं आणि इतर काही विकसित देशांनी घातलेल्या आर्थिक निर्बंधानंतर रुपयाचं अवमूल्यन झालं होतं त्या वेळी आरबीआयनं अनिवासी भारतीयांकडून आणि भारतीय वंशाच्या लोकांकडून डिपॉझिट आकर्षित करण्यासाठी रिसर्जंट इंडिया बाँड्स बाजारात आणले होते. याला प्रचंड प्रतिसाद मिळाला होता आणि या बाँड्सच्या माध्यमातून आरबीआयला सुमारे ४.२ अब्ज डॉलर गोळा करता आले होते. परंतु राजन यांनी एनआरआय (अनिवासी भारतीय) डिपॉझिट योजनेत महत्त्वाचा बदल केला होता. एनआरआयना त्यांच्या डॉलर्ससाठी ३.५ टक्के अधिक दर देण्यात आला होता. ही अतिशय बुद्धिमान खेळी ठरली. राजन यांनी त्यानंतर खूपच उशीरा अशी कबुली दिली होती की, ती त्यांची कल्पना नव्हती आणि त्यांनी सुरुवातीला ती ऐकली होती त्या वेळी त्यांना ती अतिशय मूर्खपणाची कल्पना आहे, असं वाटलं होतं.

राजन यांनी इतरही अनेक उपाययोजना जाहीर केल्या. लवकरच नवीन बँक परवान्यांची घोषणा करण्याचं वचन, डेब्ट बाजारातील सुधारणा, बँकांना आणखी परकी भांडवलाची उभारणी करण्यास परवानगी यांचा त्यात समावेश होता. या घोषणांमुळे शेअर बाजारात कमालीचं चैतन्य पसरलं. काहीही झालं तरी बाजार त्याच्या आत्मविश्वासाला काही प्रमाणात उत्तेजन मिळण्याचीच वाट पाहात होता. राजन यांच्याकडे अतिशय उत्तम करिअरची पार्श्वभूमी होती. कार्यभार स्वीकारल्याच्या अगदी पहिल्याच दिवशी त्यांनी जाहीर केलेल्या घोषणांमुळे तर राजन हे झटपट कामकाज मार्गी लावणारी व्यक्ती होते हे स्पष्ट झालं होतं.

त्यानंतर बाजारानं मागे वळून पाहिलंच नाही. एफआयआय खरेदीसाठी जोमानं पुढे सरसावल्या आणि बेअर्सना त्यांच्या शॉर्ट पोझिशन बंद करून टाकणं भागच पडलं. त्यांच्यापैकी बहुतेकांना तोटाच झाला होता. २८ ऑगस्टला रुपयाचं सर्वाधिक अवमूल्यन झालं होतं. त्या दिवसापासून

सप्टेंबरच्या तिसऱ्या आठवड्यापर्यंत सेन्सेक्स ३,००० अंशांनी वधारला आणि ही मोठीच अचंबित करणारी गोष्ट होती.

बाजारातील माझ्या खेळी बहुतांश वेळा योग्य ठरल्या किंवा मी अविश्वसनीय वाटावा इतका सुदैवी ठरलो अशा बढाया मी मारत आहे असं तुम्हांला कदाचित वाटेल. पण मी तुम्हांला खात्रीपूर्वक सांगतो की, या दोहोंपैकी काहीही झालं नव्हतं. तुम्ही कितीही कुशल किंवा हवं तर सुदैवी म्हणा, पण अशा व्यक्ती असलात तरी सरासरीचा नियम कोणालाही सोडत नाही. सप्टेंबरमध्ये झालेल्या फायद्यामुळे मला त्याआधीच्या महिन्यात फिनान्शिअल टेक्नॉलॉजीज इंडिया लिमिटेड (एफटीआयएल) आणि एमसीएक्स या दोन कंपन्यांच्या शेअर्समध्ये झालेलं मोठं नुकसान भरून काढता आलं. या दोन्ही स्टॉकमध्ये माझ्या ट्रेडिंग पोझिशन होत्या आणि लहान गुंतवणुकाही होत्या. त्यांचे परतावे सरासरीइतके सर्वसामान्य होते. पण मी कोणाच्यातरी वतीनं स्टॉक्समधील मार्केट-मेकर म्हणून काम करत होतो. ज्या वेळी किमती घसरत होत्या त्या वेळी मी शेअर्स खरेदी करत होतो आणि ज्या वेळी त्या वधारत होत्या त्या वेळी मी ते विकून टाकत होतो.

मला एखादा तोटा भरून काढायचा असेल तर माझ्या तोट्यांची भरपाई रोख रकमेतून होत होती. मी नफा कमावला तर मला त्यातील थोडा नफा द्यावा लागत होता. एकूणच, माझ्या दृष्टीनं तो लाभदायक व्यवहार होता. कारण मोठ्या प्रमाणात स्टॉक्सची निर्मिती करण्यासाठी मला पैसा दिला जात होता आणि किमतीतील चढउतारांमुळे मला प्रचंड परतावे मिळत नसले तरी त्यांचा माझ्यावर फारसा परिणामही होत नव्हता.

पण किमान अपेक्षा असलेल्या तिमाहीतच त्रस्तता निर्माण झाली. नॅशनल स्टॉप एक्स्चेंज लिमिटेड (एसएसईएल) ही एफटीआयएलची उपकंपनी होती आणि सन २००७ पासून तिचं कामकाज सुरू झालं होतं. एनएसईएल ही स्थानिक मंडईची इलेक्ट्रॉनिक आवृत्ती होती. व्यापारी माल विकणाऱ्या कमोडिटी शेतकऱ्यांना (कमोडिटी फार्मर्सना) आणि कमोडिटी व्यापाऱ्यांना (कमोडिटी ट्रेडर्सना) त्यांच्या उत्पादनाची शक्य तितक्या उत्तम किमतीत खरेदी करणारे देशभरातील ग्राहक मिळवून देण्यास ती मदत करत होती. नावातून सूचित होतं त्याप्रमाणे एनएसईएल हा थेट व्यवहार करणारा बाजार (स्पॉट मार्केट) होता आणि तिथे शेतकरी, मिलमालक, व्यापारी आपापला माल ग्राहकांना थेट विकू शकत होते

आणि त्यांच्याकडून पैसे घेऊन निघून जात होते. कंत्राटाच्या वेळी मान्य केलेल्या किमतीत नंतर माल देण्याच्या (फॉरवर्ड डीलिंग्जच्या) कोणत्याही प्रकारच्या पद्धतीनं केल्या जाणाऱ्या व्यवहारांवर बंदी होती. पण कोणत्याही नियामक देखरेखीच्या अभावी एनएसईएलमध्ये हळूहळू बदल होत गेला आणि तो 'फॉरवर्ड बाजार' झाला. स्पॉट एक्स्चेंज (थेट व्यवहार करणारा बाजार) असल्याचा दावा करून एनएनईएलनं फॉरवर्ड मार्केट्स कमिशनच्या (एफएमसीच्या) छाननीतून दीर्घ काळापर्यंत सुटका करून घेतली होती, कारण कमोडिटीजमधील फॉरवर्ड ट्रेडिंगचं नियमन करणं हे एफएमसीच्या अधिकारक्षेत्रात येत होतं.

सैद्धांतिक पातळीवर विचार करता, विक्रेते त्यांचा शेतमाल किंवा इतर माल ठरावीक गोदामांमध्ये साठवत होते आणि मालाचा दर्जा आणि संख्या (वजन, माप इ.) या संदर्भात गोदामांकडून पावती दिली जात होती. ते या पावत्या विकत होते आणि खरेदीदार गोदामात जाऊन माल घेत होते. ज्या वस्तूंचा व्यापार केला जात होता. त्यांच्यामध्ये बुलियन (सोनं, चांदी, प्लॅटिनम), शेतमाल (धान्यं, तंतुमय पदार्थ, मसाल्याचे पदार्थ, भात, साखर) आणि धातू (लोखंड, तांबं) यांचा समावेश होता.

सरकारी परवानगीशिवाय उत्पादनांच्या व्यापाराला परवानगी देऊन एनएसईएलनं पहिल्यांदा नियमांचा भंग केला होता. फॉरवर्ड कंत्राटांवर बंदी असलेल्या नियमाला दूर सारण्याकरिता 'जोडीची कंत्राटं' (पेअर्ड कॉन्ट्रॅक्ट) करणं हा दुसरा आणि जास्त हानिकारक भंग होता. आता एनएसईएल हा विक्रेत्यांना ग्राहकांशी जोडणारा शुद्ध देवघेवीचा व्यवहार करणारा बाजार उरला नव्हता. आपल्या शेतमालाची आपल्याला हव्या त्या किमतीत खरेदी करणारे ग्राहक मिळेपर्यंत कमोडिटी शेतकऱ्यांना किंवा व्यापाऱ्यांना आपल्या खेळत्या भांडवलाची उभारणी करू देणारं ते व्यासपीठ झालं होतं.

पेअर्स कॉन्ट्रॅक्ट्समुळे त्यांना दोन चरणांच्या व्यवहाराच्या माध्यमातून फंड कर्जाऊ घेता येत होते. पहिल्या चरणात विक्रेता टी + २ या कंत्राटात प्रवेश करत होता. तिथे विशिष्ट किमतीनं तो आपला माल ग्राहकाला विकू शकत होता. व्यापार झाल्याच्या दुसऱ्या दिवशी ग्राहकाला पैसे भरावे लागत होते. ज्या वेळी हा व्यापार दुसऱ्या दिवसापर्यंत तसाच ठेवला जात होता त्या वेळी खरेदीदार टी +३५ कंत्राटात प्रवेश करत होता आणि तो माल त्याने खरेदी केलेल्या किमतीच्या तुलनेत किंचित चढ्या किमतीनं

कमोडिटी शेतकऱ्याला किंवा व्यापाऱ्याला विकत होता. प्रत्यक्षात विक्रेता खरेदीदाराला त्याच्या फंडांसाठी देत असलेलं हे व्याज असत होतं.

उदाहरणार्थ, कमोडिटी विक्रेत्यानं खरेदीदाराला त्याच्या मालाची टी + २ चरणात १०० रुपयानं विक्री केली आणि खरेदीदाराकडून १०१ रुपयानं ३५ दिवसांच्या काळानंतर पुन्हा खरेदी करण्याचं मान्य केलं असं समजूया. विक्रेत्यानं जास्त व्याज देण्याचं मान्य केलं तर हा व्यवहार पुढेही नेला जात होता. अशा प्रकारे हे चक्र महिनोन्‌महिने चालू राहात होतं आणि माल गोदामातून बाहेर जात नव्हता. वार्षिक व्याजदर सुमारे १४-१५ टक्के होत होता आणि बँकांच्या पारंपरिक मुदत ठेवींवरच्या व्याजाच्या तुलनेत तो खूपच जास्त होता.

मालाचे तथाकथित 'खरेदीदार' हे प्रामाणिक खरेदीदार नव्हते, तर ते गुंतवणूकदार होते आणि त्यांच्या फंडावर त्यांना १२-१५ टक्के परतावा हवा असत होता. एखाद्या निश्चित परतावा देणाऱ्या योजनेप्रमाणे ब्रोकरेज फर्मनी या मालाचं विपणन करण्यास सुरुवात केली. यात अपेक्षित परतावे हे फक्त उच्चतर असत होते आणि कधीही कमी असत नव्हते. लबाड लोकांच्या या जाळ्यातून ब्रोकरेज फर्म्सनासुद्धा लाभ होत होता, कारण त्यांच्या ग्राहकांना त्या बारा टक्क्यांनी फंड कर्जाऊ देत होत्या. नंतर हा फंड १५ टक्क्यांची कमाई करून देणाऱ्या पेअर्ड कंत्राटांमध्ये गुंतवला जात होता. दर महिन्याला कंत्राटं पुढे नेण्यात आली की, ब्रोकरेज फर्म त्यांचा व्याजाचा दर कापून घेत होत्या आणि उर्वरित रक्कम ग्राहकांच्या खात्यांमध्ये जमा करत होत्या.

आपण माल खरेदी करत असलेले लोक हे मालाचे प्रामाणिक विक्रेते नाहीत, हे 'खरेदीदारांना' कधीही समजलं नव्हतं. आता 'विक्रेते' हे बहुतांशपणे किंवा पूर्णपणे १४-१५ टक्के दरानं पैसे कर्जाऊ मिळवून जास्त मोठ्या परताव्यासाठी अन्यत्र तो पैसा गुंतवणारे लोक होते. त्यानंतर झालेल्या तपासातून असं दिसून आलं की एनएसईएलवर कर्ज घेणाऱ्या चोवीस जणांना सुमारे १३,००० गुंतवणूकदार पैसा कर्जाऊ देत होते.

साखर, जिरं, एरंडेल तेल, तांदूळ, लोकर आणि एरंडेल बिया यांची गुणवत्ता कमी न होता त्यांना महिनोन्‌महिने तारण म्हणून कसं काय ठेवता येऊ शकेल अशी शंका कोणालाही आली नव्हती. सैद्धांतिकदृष्ट्या जर पैसे कर्जाऊ घेणाऱ्यानं काही महिन्यांनी ते बुडवायचे असं ठरवलं असतं तर पैसे देणारा अडचणीत आला असता कारण त्याने माल विकून पैसा

परत मिळवायचं ठरवलं असतं तरी मालाची गुणवत्ता इतक्या दीर्घ काळात खराब झाल्यामुळे त्याला त्याच्या विक्रीतून त्याचा पैसा परत मिळवता आला नसता.

परंतु कर्ज घेणाऱ्यांनी कधीही त्यांचा व्याजदर चुकवला नाही आणि गुंतवणूकदार त्यामुळे खूश होते. त्यांना फक्त व्याजदराची काळजी होती आणि गोदामातील माल विकायला लागून पैसा परत मिळवण्याची आपल्यावर वेळ यावी असं त्यांना वाटतही नव्हतं.

एनएसईएल हे कमोडिटींच्या खरेदी-विक्रीचं स्थान असण्याऐवजी व्याज बदलाचं कसं व्यासपीठ आहे याविषयीची कुजबुज सुरू झाली. पुनः पुन्हा ही कुजबुज कानांवर पडू लागली. अखेरीस ग्राहक व्यवहार मंत्रालयाला उशीरा जाग आली आणि त्यांनी जुलैमध्ये एनएसईएलवर नवीन कंत्राटं देण्यास बंदी घातली. सर्व शिलकी कंत्राटांचे व्यवहार पुढे ढकलण्याऐवजी त्यांच्या ठरलेल्या तारखांना पूर्ण करण्यासही सांगितलं. सुरुवातीला जो 'पैसे देण्याचा घोटाळा' आहे असं वाटत होतं, ती प्रत्यक्षात एक्स्चेंजसाठीची मृत्युघंटा ठरली. त्याच्या तळाशी असलेले कित्येक गैरव्यवहार उघडकीस आले. कर्ज घेणाऱ्यांना कर्जदारांना ठरलेल्या तारखांना संपूर्ण कर्जफेड करावी लागतच नव्हती. ते फक्त व्याज देत होते. गुंतवणूकदारांचा सुमारे ५६०० कोटी रुपयांचा पैसा इथे पणाला लागला होता. एनएसईएलकडे सेटलमेंट गॅरंटी फंड (एसजीएफ - व्यवहारपूर्ती हमी निधी) होता. पैसे कर्जाऊ घेणाऱ्यांनी जरी त्यांच्या ट्रेड्सचा मान राखला नाही, तरी एक्स्चेंज तो राखेल, असं सांगून एक्स्चेंजच्या अधिकाऱ्यांनी संतप्त गुंतवणूकदारांना शांत करण्याचा प्रयत्न केला. परंतु हे खोटं आश्वासन आणि हमी असल्याचं सिद्ध झालं. सुरुवातीला एक्स्चेंजनं असा दावा केला होता की, त्यांच्या एसजीएफमध्ये ८४० कोटी रुपये होते. परंतु नंतर काही दिवसांनी त्यांनी त्यांच्याकडे फक्त ६५ कोटी रुपये असल्याचं सांगितलं. याचा अर्थ एक्स्चेंजकडे विश्वासार्ह जोखीम व्यवस्थापन यंत्रणा नव्हती हे स्पष्ट झालं. त्यानंतर एक्स्चेंजनं असा दावा केला की, गुंतवणूकदारांचे पैसे फेडण्यासाठी गोदामांमध्ये पुरेशा प्रमाणात तारण (माल) होतं.

परंतु या गैरव्यवहारावरचा बुरखा काही दिवसांतच पूर्णपणे फाटला. गोदामात साठवलेल्या मालासाठी एक्स्चेंजनं गोदामाची तपासणी करण्यास सुरुवात केली, त्या वेळी बहुसंख्य पावत्या (रिसीट) बनावट असल्याचं

स्पष्ट झालं, कारण गोदामातील मालाचं प्रमाण हे रिसीटवर उल्लेख करण्यात आलेल्या प्रमाणाच्या पासंगालाही पुरण्याएवढं नव्हतं. काही प्रकरणांमध्ये तर माल आधीच बँकांकडे तारण ठेवण्यात आला होता, पण त्यांच्या रिसीट्स तयार करण्यात आल्या नव्हत्या. सुरुवातीला, एनएसईएलचा सीईओ अंजनी सिन्हानं असं सांगितलं की, जोखीम व्यवस्थापनातील त्रुटींना आणि हे संकट निर्माण करणाऱ्या कामकाजाला तो आणि त्याचं व्यवस्थापन जबाबदार होतं. मात्र नंतर त्याने आपलं हे प्रतिपादन मागे घेतलं आणि एनएसईएलमध्ये काय चाललं होतं, त्याची एफटीआयएलचा संस्थापक असलेल्या जिग्नेश शहाला पूर्ण कल्पना होती, असं सांगितलं.

अनेकांना असं वाटलं होतं की, कर्ज घेणाऱ्यांची एकूण संख्या फक्त चोवीस असल्यामुळे फंड परत मिळवणं फारसं अवघड जाणार नाही. परंतु त्यांच्यापैकी अनेकांनी आधीच त्यांना मिळालेले फंड त्यांच्या कंपन्यांकडे वळवले होते. अनेक प्रकरणांमध्ये लोकांनी त्यांचे फंड रिअल इस्टेटमध्ये गुंतवले होते. त्यामुळे अधिकाऱ्यांना ते परत मिळवणं कठीण जात होतं. हा गैरव्यवहार समोर आल्यानंतर दोन महिन्यांपूर्वीच अंजनी सिन्हाला अटक करण्यात आली होती आणि जिग्नेश शहाला त्यानंतरच्या वर्षी मेमध्ये अटक करण्यात आली. या दोघांच्या अटकेच्या दरम्यान मोठ्या प्रमाणात कर्जाऊ रक्कम घेतलेले काही लोकही तुरुंगाची हवा खाऊन आले. पण तपास अधिकारी एनएसईएलकडून दिल्या गेलेल्या पैशाचा मागोवा काढत असले तरी मूठभर लहान गुंतवणूकदार वगळता, एनएसईएलवर विश्वास ठेवून गुंतवणूक करणाऱ्या मोठ्या गुंतवणूकदारांना अद्याप (इंग्रजी पुस्तकाची ही आवृत्ती लिहिली गेल्याच्या वेळी - २०२१ पर्यंत) त्यांचा सगळा पैसा परत मिळालेला नाही.

सुरुवातीला एनएसईएलच्या गुंतवणूकदारांविषयी सरकारनं फारशी सहानुभूती दर्शवली नव्हती. परंतु सरकारला हेही माहीत होतं की, गुंतागुंतीच्या डेरिव्हेटिव्ह्ज उत्पादनात गुंतवलेला पैसा गमावलेल्या बहुतांश एचएऩआय असलेल्या १३,००० गुंतवणूकदारांकडे दुर्लक्ष करणं त्यांना राजकीयदृष्ट्या महागात पडू शकलं नसतं. एनएसईएल इन्व्हेस्टर्स फोरमनं वरिष्ठ अधिकाऱ्याशी संपर्क साधल्यानंतर त्याने सर्वसामान्य गुंतवणूकदारांच्या तुलनेत गुंतवणुकीसंदर्भात जास्त माहिती असूनही एनएसईएलसारख्या अनियंत्रित एक्स्चेंजमध्ये गुंतवणूक केल्याबद्दल जाहीरपणे फोरमची खरडपट्टी काढली. त्याने केलेली कानउघाडणी पूर्णपणे अनाठायी नव्हती, पण दोन पीएसयू,

पीईसी आणि एमएमटीसी यांनीही एनएसईएलच्या कंत्राटांमध्ये गुंतवणूक केली होती. शिवाय एनएसईएलमधील घडामोडींचा मागोवा घेत राहण्यात सरकारला स्वतःला अपयश आलं होतं, त्याचं काय? एक्स्चेंज प्रत्येक नियमाचा भंग करत असल्याचं दर्शवणारे पुरेसे निदर्शक पुरावेही होते. ग्राहक मंत्रालयानंसुद्धा सन २०१२ मध्ये एनएसईएलला 'कारणं दाखवा' नोटीस दिली होती. परंतु त्यानंतर पुढे त्याचा पाठपुरावा करण्यात आला नव्हता.

त्या वर्षीच्या जूनपासूनच एनएसईएलमध्ये काहीतरी अनिष्ट घडत असल्याचं माझ्या कानांवर येत राहिलं होतं. एफटीआयएल आणि एमसीएक्समधील पोझिशन या माझ्या स्वतःच्या नसल्यामुळे मला त्याविषयी काळजी करण्यासारखं फारसं काहीच नव्हतं. परंतु इतका दीर्घ काळ बाजारात असल्यामुळे आता हे प्रकरण केव्हाही हाताबाहेर जाऊ शकलं असतं, हे मलाही समजलं होतं. माझ्यासाठी स्टॉकमधील मार्केट मेकर म्हणून काम करण्याची तजवीज केलल्या व्यक्तीला मी भेटलो आणि त्याला मला वाटणारी चिंता सांगितली.

''लाला, तू अकारणच काळजी करत आहेस. आजतागायत जसं होत आलंय, तसंच या वेळीसुद्धा फारशी गडबड न होता या गोष्टी व्यवस्थितपणे मार्गी लागतील,'' त्याने मला सांगितलं.

त्यानंतर माझं म्हणणं मी पुढे रेटलं नाही.

ग्राहक मंत्रालयानं एनएसईएलला नवीन कंत्राटं देऊ नयेत असा आदेश दिल्यानंतर जुलैच्या तिसऱ्या आठवड्यापासून एफटीआयएल आणि एमसीएक्स या दोन्हींच्या स्टॉकच्या किमतीत घसरण सुरू झाली. दोन्ही स्टॉकच्या बाबतीत आरामात बसून राहिलेल्या त्या व्यक्तीशी मी पुन्हा एकदा संपर्क साधला. काहीतरी चुकीचं घडत होतं आणि आता त्या पोझिशनमधून मला बाहेर पडावं लागणार होतं हे माझ्या लक्षात आलं होतं. परंतु त्यामुळे बाजारातील काही प्रभावी लोकांच्या मर्जीतून मी उतरलो असतो हेही मला माहीत होतं. शिवाय एकदा मान्य केलेल्या बांधिलकीपासून मागे हटायलाही मला आवडत नव्हतं.

परंतु त्याला काय म्हणायचं होतं ते मला ऐकायचं होतं.

''होय. आता गोष्टी काहीशा कठीण होत चालल्यासारखं दिसतंय ख़रं, पण यात फारसं सावध होऊन करण्यासारखं काहीच नाही. शिवाय हे प्रकरण आणखी वाईट वळणावर पोहोचलं तरी तुला तुझ्या खिशातून

काहीही गमवावं लागणार नाही,'' तो म्हणाला. त्याच्या आवाजात काहीशी संतापाची झाक असल्याचं माझ्या लक्षात आलं.

माझ्या ट्रेडर्सच्या अंतःप्रेरणा मला ओरडून, ओरडून सांगत होत्या की, काहीतरी मोठं अरिष्ट वाढून ठेवलेलं आहे, पण मी ते संभाषण तिथेच सोडून दिलं. या वेळी माझं म्हणणं खरं ठरल्याचं सिद्ध करण्याची माझी इच्छा नसतानाही माझ्या भीती खऱ्या असल्याचं सिद्ध झालं. ३१ जुलैच्या संध्याकाळी, पुढील सूचना मिळेपर्यंत ई श्रेणीतील कंत्राटं वगळता सर्व कंत्राटांमधील ट्रेडिंग तहकूब करत असल्याचं एनएसईएलनं जाहीर केलं. सर्व प्रलंबित कंत्राटांच्या डिलिव्हरी आणि सेटलमेंट एकत्रित करण्यात येणार होत्या आणि पंधरा दिवसांपर्यंत लांबणीवर टाकण्यात आल्या होत्या. याद्वारे कर्ज घेणाऱ्यांनी त्यांच्यावरची सर्व बंधनं झुगारून दिल्याचं जवळजवळ मान्यच करण्यात आलं होतं.

दुसऱ्या दिवशी बाजार सुरू झाल्याबरोबर एमसीएक्स आणि एफटीआयएल या दोन्हींच्या शेअर्सच्या किंमती काही मिनिटांतच कोसळल्या. एफटीआयएलचा शेअर आदल्या दिवशी ५४१ रुपयांवर बंद झाला होता, पण आता ट्रेडर्सना प्रतिक्रिया व्यक्त करण्याससुद्धा फारसा वेळ न देता तो १८० रुपयांपर्यंत कोसळला. एमसीएक्सचे शेअर्स २० टक्क्यांनी कोसळून ५१२ रुपयांवर पोहोचले. त्या स्टॉकमध्ये फक्त विक्रेतेच असल्यामुळे त्या दिवशी त्या स्टॉकमधील ट्रेडिंग थांबवण्यात आलं. बुल्सना बाहेर पडण्याचा मार्गच उरला नव्हता.

एफटीआयएलमधील घसरणीमुळे मी मोठ्या प्रमाणात अस्वस्थ झालो, कारण माझ्या दीर्घकालीन पोझिशन मी बंद करू नयेत असं मला आदल्या दिवशी संध्याकाळी सांगण्यात आलं होतं, कारण त्यामुळे घबराटीत भर पडली असती. इतर मार्केट मेकरनाही असंच सांगितलं गेलं असेल हे मला माहीत होतं. परंतु किमतीत जबरदस्त घसरण होणं याचा अर्थ मला स्टॉक एक्स्चेंजकडे अतिरिक्त मार्जिन जमा करायला लागणं असा होता. मला स्टॉकमध्ये १०-१५ टक्क्यांची घसरण होईल असं वाटलं होतं, पण प्रत्यक्षात ६५ टक्क्यांची घसरण झाली होती आणि मी अगदी टोकाच्या नकारात्मकतेतून बांधलेल्या अंदाजापेक्षाही ही घसरण प्रचंड मोठी होती.

मी जर पोझिशन सोडून दिल्या असत्या तर माझं नुकसान भरून काढण्याची आशा मला सोडूनच द्यावी लागली असती. मी त्या व्यक्तीला पुन्हा फोन करून आदल्या दिवशीच्या संध्याकाळच्या सूचना तशाच आहेत

का ते विचारलं. मला त्या तशाच असल्याचं सांगण्यात आलं आणि आणखी काही शेअर्स खरेदी करायलाही सांगण्यात आलं.

''पण मला मार्जिनसाठी फंड लागतील,'' मी म्हणालो.

''ते दोन तासांत मिळतील. मी तुला पुन्हा फोन करतो,'' तो म्हणाला.

त्यानंतर मला कधीच फोन आला नाही. मी एफटीआयएलमधील माझ्या पोझिशन स्केअर ऑफ करून टाकल्या. माझे उर्वरित पैसे मला नजीकच्या भविष्यात परत मिळतील काय, ते मला माहीत नव्हतं. एमसीएक्समधील माझ्या दीर्घ पोझिशन मी तोपर्यंत तशाच राखल्या होत्या. दुसऱ्याच दिवशी ते शेअर्सही आणखी २० टक्क्यांनी घसरले, कारण बाजारात खरेदीदारच नव्हते. त्यानंतर एक्स्चेंजेसनी इंट्राडे सर्किट फिल्टर दहा टक्क्यांपर्यंत कमी केला. त्यामुळे फक्त घसरणीचा वेग मंदावला. पण बाहेर पडण्यासाठी जोरदार धडपड करणारे घाबरगुंडी उडालेले गुंतवणूकदार शांत झाले नाहीत. ओळीनं तीन दिवस स्टॉक दहा टक्क्यांनी घसरला. पण तोपर्यंतरही खरेदीदारांचं कुठलंच चिन्ह दिसत नव्हतं. गेल्या पाच ट्रेडिंग सत्रांमध्ये स्टॉकची किंमत निम्म्याहून जास्त घसरली होती आणि तो आता ३०० रुपयांहून कमी किमतीवर आला होता. एक्सेचेंजेसनी नंतर इंट्रा-डे सर्किट फिल्टर पाच टक्क्यांवर आणला. त्या स्टॉकमध्ये माझ्याप्रमाणेच तुलनेत खूपच मोठ्या पोझिशन असलेल्या ट्रेडर्सना हे माहीत होतं की, दीर्घकालीन गुंतवणूकदार त्या स्टॉकचा विचार करण्याच्या आधीची ती वेळ होती. किमतीतील तात्पुरत्या तेजीतून झटपट फायदा मिळवण्यासाठी धडपडणाऱ्या ट्रेडर्सची कमतरता नव्हती हेही आम्हांला माहीत होतं. सहाव्या दिवशी आम्ही एकत्र आलो आणि शेअर्सची किंमत २८० रुपयांपर्यंत घसरल्याबरोबर आम्ही त्यांची खरेदी करण्यास सुरुवात केली. आता त्यांचं मोठ्या प्रमाणात ट्रेडिंग सुरू झाल्यामुळे अल्पकालीन तेजीमुळे स्टॉकच्या किमतीत समतोल साधला जाऊ लागला आहे असं समजून अनेक विक्रेत्यांनी त्यांच्या पोझिशन बंद करून टाकल्या. पुढच्या दोन किंवा तीन सत्रांमध्ये स्टॉक किमान दहा टक्क्यांनी वधारल्यावर विकून टाकता येईल या आशेनं आता अनेक ट्रेडर्सनी यात उडी घेतली. स्टॉकची किंमत वधारू लागली, पण त्याला पुरेशा प्रमाणात मागणीही असायला हवी होती, म्हणजे आम्ही जास्त लक्ष वेधून न घेता आमच्या पोझिशनमधून बाहेर पडू शकलो असतो. आम्ही प्रमाण जास्त वाढल्याचं दिसावं म्हणून आपापसांत ट्रेडिंग केलं आणि स्टॉकसाठी मागणी निर्माण करून शांतपणे विक्री करून मोकळे झालो.

पोझिशनमध्ये झालेल्या नुकसानींखेरीज या सगळ्या कामकाजातही आम्हांला थोडं नुकसान सहन करावं लागलं. तरीही जर आम्ही वाट पाहत बसलो असतो, तर आम्हांला आणखी बराच पैसा गमवावा लागला असता. पुढच्या तीन दिवसांत एमसीएक्स रोज पाच टक्क्यांनी घसरलं, कारण पुन्हा एकदा त्या स्टॉकसाठी खरेदीदार नव्हते.

ऑगस्टच्या तिसऱ्या आठवड्यापर्यंत विक्रीचा जोर ओसरला असला तरी एफटीआयएलचा शेअर १५० रुपयांहून खाली घसरला होता. आता बाजाराला अशी काळजी वाटत होती की, एनएसईएल त्याच्या गुंतवणूकदारांना देणं असलेलं ५,६०० कोटी रुपयांचं बिल एफटीआयएलला सोसावं लागेल, कारण एनएसईएल ही त्यांची शंभर टक्के उपकंपनी होती. एनएसईएलच्या देय रकमांची जबाबदारी एफटीआयवर नाही, कारण त्या दोन्ही स्वतंत्र कंपन्या आहेत, असं एफटीआयएलच्या शेअरधारकांना दिलासा देण्याच्या प्रयत्नात एफटीआयएलनं जाहीर करून टाकलं. हा युक्तिवाद कायदेशीररीत्या कदाचित योग्य होता असेलही, पण त्यामुळे एनएसईएलमधील घटनांची जबाबदारी एफटीआयएल झटकून टाकण्याचा प्रयत्न करत असल्याचा संदेश गेला. तसंच जिग्नेश आणि कंपनीची विश्वासार्हताही त्यामुळे कमी झाल्याचं मानलं गेलं.

एफटीआयएलच्या तुलनेत एमसीएक्सची स्थिती जास्त चांगली होती. घबराटीमुळे त्यांच्या स्टॉकची झालेली विक्री अतिरेकी स्वरूपाची असली तरी बाजारात कंपनीच्या कमाईच्या भवितव्याविषयी चिंता नव्हती. फक्त त्यांच्या उद्योजकीय नियंत्रणाच्या गुणवत्तेविषयी शंका होती. एनएसईएलमधील निकृष्ट अंतर्गत नियंत्रण आणि जोखमी व्यवस्थापन प्रक्रियेतील हलगर्जीपणा यांमुळे एमसीएक्समधील यंत्रणांविषयी आणि प्रक्रियांविषयीही शंका निर्माण झाल्या होत्या. अर्थातच एनएसईएल ही स्वतंत्र कंपनी असल्याच्या एफटीआयएलच्या दाव्यामुळे अशाच प्रकारची परिस्थिती एमसीएक्समध्येही निर्माण झाली तर पालक कंपनी तिलाही आपल्यापासून अशाच प्रकारे तोडून टाकण्यासाठी फारसा विचार करणार नाही हे गुंतवणूकदारांना समजून चुकलं होतं.

अखेरीस जिग्नेशला दोन्ही कंपन्यांवरचा मालकीहक्क सोडून द्यावा लागला आणि साडेतीन महिन्यांचा तुरुंगवास भोगावा लागला. शिवाय कर्जदात्यांचा पैसा परत मिळवण्यासाठी अधिकारी यंत्रणांनी त्याच्या मालमत्तेवरही टाच आणली.

४२

नियामकाचा लांब हात

सन २०१४ हे आश्वासकपणे सुरू झालं. २०१३च्या सप्टेंबरमध्ये सुरू झालेली तेजीची घोडदौड कमी होण्याची चिन्हं दिसत नव्हती. उलटणाऱ्या प्रत्येक दिवसाबरोबर, केंद्रात भाजपची सत्ता येणार असल्याचा बाजाराचा विश्वास दुणावत चालला होता. पक्षाचे पंतप्रधानपदाचे उमेदवार नरेंद्र मोदी यांनी त्यांचा पक्ष सत्तेत आल्यास देशाचं अर्थकारण झपाट्यानं बदलून टाकण्याचं वचन दिलं होतं. घोटाळ्यांच्या साथीनं आणि सातत्यानं सुरू असलेल्या चलनवाढीनं हैराण झालेल्या प्रत्येकालाच मोदींच्याकडे जादूची कांडी आहे आणि ते क्षणार्धात अर्थकारणात मोठे बदल घडवून सारं काही सुरळीत करतील, यावर विश्वास ठेवण्याची इच्छा होती. ज्याला अर्थकारणातील सुवर्णकाळ म्हणत होते तो सगळ्या तेजींपेक्षाही जोरदार तेजी असलेला काळ परत येईल अशी आशा बुल्स (तेजीवाले) बाळगून होते. मीही त्यांच्यापैकीच एक होतो.

अचानकच माझ्यासाठी सगळ्या गोष्टी झपाट्यानं घसरणीला लागल्या. एका बल्क ड्रग कंपनीला एका मध्यम आकाराच्या औषध कंपनीनं संपादित करण्याच्या काही आठवडे आधी मी त्या कंपनीच्या संदर्भात ट्रेडिंग केलं होतं. मला नियामकाकडून त्या ट्रेडिंगविषयी स्पष्टीकरण देण्याचं पत्र आलं. मी या संदर्भात सरळसरळ जे झालं तेच सांगणार आहे. संपादन करणाऱ्या कंपनीला सल्ला देत असलेल्या एका उत्तम संपर्क असलेल्या

गुंतवणूक बँकरसाठी मी हे ट्रेडिंग केलं होतं. त्या बँकरसाठी खरेदी केलेल्या शेअर्सखेरीज काही पोझिशन मी स्वतःसाठी घेतल्या होत्या. त्या बँकरच्या ट्रेडिंगची अंमलबजावणी मी काही बनावट ग्राहक खात्यांमधून केली होती आणि नंतर रोख पैशात व्यवहार पूर्ण केला होता. त्याने दिलेल्या माहितीच्या आधारावर ते व्यवहार करण्यात आले असले तरी त्याला कुठल्याही प्रकारे त्या ट्रेडशी जोडणं शक्यच नव्हतं. माझा विश्वास असलेल्या काही ब्रोकरमध्ये त्या ऑर्डर्स विभागून देऊन माझे सगळे मार्ग मी व्यवस्थित झाकून टाकले आहेत असं मला वाटलं होतं. नंतर मला असं समजलं की, त्यांच्यापैकी प्रत्येकालाच त्या स्टॉकमध्ये त्यांनी केलेल्या ट्रेडिंगच्या संदर्भात स्पष्टीकरण मागणारं पत्र मिळालं होतं. या त्रासातून सुटका करून घेण्यासाठी त्यांच्यापैकी एखादा तरी माझी चुगली करेल हे मला माहीत होतं. त्यामुळे मी बरोबर सापळ्यात अडकलो असतो, कारण संपादनाच्या अगदी आधी मी त्या स्टॉकमध्ये खूपच मोठ्या प्रमाणात ट्रेडिंग केलं होतं.

मी त्या पत्राचा कसा सामना करावा याचा विचार करत असतानाच एका मिड कॅप आयटी स्टॉकमधील माझ्या ट्रेडच्या तपशिलांची मागणी करणारं आणखी एक पत्र मला मिळालं. या प्रकरणात मी फंड व्यवस्थापकाकरिता व्यवहार केला होता आणि तो फंड व्यवस्थापक नंतर त्याच्या फंडासाठी प्रचंड प्रमाणात खरेदी करणार होता. थोडक्यात सांगायचं झालं तर तोसुद्धा बेकायदेशीर ट्रेडच होता.

दोन्ही ट्रेड एका वर्षापूर्वी करण्यात आले होते आणि मी त्यांच्याविषयी विसरूनही गेलो होतो. पण नियामकांपैकी कोणीतरी त्यांचा तपास केला होता. बल्क ड्रग्ज फर्ममधील ट्रेडचा त्यांना सुगावा लागला होता, हे मी समजू शकत होतो, कारण त्या व्यवहाराच्या तोंडावरच शेअर्सच्या किंमतीत वाढ झाल्यामुळे अगदी प्रसार माध्यमांनीही यात अंतर्गत ट्रेडिंग झाल्याचं सूचित केलं होतं. पण आयटी फर्मच्या ट्रेडच्या संदर्भातील पत्र हे कोणीतरी नियामकाला निनावी पत्राद्वारे दिलेल्या माहितीमुळेच पाठवण्यात आलं होतं. चांगल्या वकिलाच्या साहाय्यानं मी यातून बाहेर पडू शकलो असतो. मी याचा विचार केला आणि अखेरीस माझ्या लक्षात आलं की, कोणीतरी प्रभावी व्यक्ती मला लक्ष्य करत होती. ती व्यक्ती कोण असू शकेल याचा मला सुगावा लागत नव्हता, पण माझ्या हातून चुकून कोणीतरी दुखावलं गेलं होतं आणि ते त्याचा असा सूड उगवत होते. मी जीबींना माझ्या

अंदाजाविषयी सांगितलं आणि त्यांनी माझ्या भीती साधार आहे का, ते शोधण्याचं मला वचन दिलं.

त्यानंतर दोन दिवसांनी त्यांनी मला फोन केला आणि माझा संशय खरा असल्याचं सांगितलं.

''तुझं म्हणणं अगदी बरोबर आहे, लाला,'' ते म्हणाले आणि नंतर थेट मुद्द्यावर येत ते पुढे म्हणाले, ''श्री. व्ही. यांच्या शत्रूंच्या यादीत तू येतोस. व्हींनी त्यांचे शेअर्स तारण ठेवलेले असताना तू त्यांच्या स्टॉकच्या मागे हात धुऊन लागला होतास त्याबद्दल त्यांनी तुला माफ केल्याचं दिसत नाही.''

श्री. व्ही. हे देशातील सर्वोच्च पंचवीस उद्योजकांपैकी एक होते आणि ते किती आकर्षक आहेत त्याविषयीच्या कथा मी ऐकल्या होत्या. पण त्याबरोबरच कोणी त्यांची उपेक्षा किंवा अवमान केला तर ते किती टोकाच्या सूडबुद्धीनं वागतात तेही मी ऐकलं होतं.

''मला वाटलं होतं की, त्यात कुठल्याही वैयक्तिक रागलोभाचा भाग नव्हता हे समजण्याइतके ते परिपक्व असावेत,'' मी म्हटलं.

''हा तुझा दृष्टिकोन झाला. पण त्यांच्या व्यवसायातील अतिशय नाजूक क्षणी त्यांच्या स्टॉकवर तू धाड टाकली होतीस आणि त्यासाठी त्यांनी तुला माफ केलेलं नाही. खरं तर त्यांनी तुला बाजारातून बाहेर काढण्याची शपथ घेतली आहे आणि त्यांची धमकी प्रत्यक्षात उतरवण्यासाठी त्यांना जे जे शक्य आहे ते ते सारं काही ते करत आहेत,'' जीबी म्हणाले.

''मी कुठेही जाणार नाही,'' मी ठामपणानं म्हटलं.

''तुला जाण्याची गरजही नाही,'' जीबींनी मला खात्री दिली. ''या संदर्भात काय करता येईल ते मी पाहतो.''

त्यानंतर काही दिवसांनी त्यांनी मला पुन्हा एकदा फोन केला. त्यांच्या आवाजात फारसा उत्साह नव्हता.

''लाला, मला यातून बाहेर पडण्याचा एक मार्ग दिसतो. श्री. व्ही. सध्या दोन वर्षांपूर्वीच्या तुलनेत खूपच चांगल्या स्थितीत आहे. त्याचे काही शक्तिशाली मित्र योग्य जागेवरही आहेत. तू कितीही प्रयत्न केलेस तरी तुला अशा बऱ्याच 'कारणं दाखवा' नोटिसा येत राहतील. त्यांच्यापैकी काही आरोप हादरवून टाकण्याइतके कठोर आहेत याची मला जास्त काळजी

वाटते. तू ज्या लोकांसाठी ट्रेड केले आहेस त्यांची नावं सांगून टाकणं हाच यातून सुटका करून घेण्याचा तुझ्याकडचा एकमेव मार्ग आहे. पण त्यामुळे तुला थोडीफार शिक्षा होऊन तू सुटलास तरी तुझ्या प्रतिष्ठेला आणि व्यवसायालाही धक्का बसेल.'' ते म्हणाले.

मी यावर विचार केला. यातून बाहेर पडण्याचा सोपा मार्ग नव्हता.

''गोविंदभाई, तुम्ही काय सुचवाल?'' मी विचारलं.

''जर एखाद्याची सूडबुद्धी शांत होण्यास मदत होणार असेल तर सध्यापुरती माघार घे. मी काही लोकांना फोन करतो आणि तुझं कायदेशीरदृष्ट्या कसलंच नुकसान होऊ नये याची खात्री करून घेतो. ज्या वेळी सगळ्या गोष्टी संपतील, त्या वेळी तू पुन्हा परत येऊ शकतोस. काहीही झालं तरी बाजारात कोणीही कोणाचा कायमस्वरूपी शत्रू किंवा मित्र असत नाही,'' जीबी म्हणाले.

मला कितीही आवडलं असतं तरी मी खूप चांगल्या प्रकारे बाजारातून बाहेर पडत नव्हतो. माझा पुढचा कृती-आराखडा काय असला पाहिजे हे ठरवण्याच्या दृष्टीनं त्यानंतर थोड्या जास्तच झपाट्यानं गोष्टी घडत गेल्या. ट्रेडिंगमधील बड्या लोकांना आणि माझ्या अगदी जवळच्या थोड्या मित्रांना मला जबरदस्तीनं बाहेर पडावं लागत असल्याचं माहीत होतं. पण बहुतेक परिचितांच्या दृष्टीनं आणखी जास्त आव्हानात्मक गोष्टीत नशीब आजमावून पाहण्यासाठी मी खेळात उच्च स्थानी असताना निवृत्त होत होतो.

''मला तुझ्याविषयी मत्सर वाटतो, लाला,'' माझ्या अनेक मित्रांनी मला सांगितलं. ''आता बाजारात काम करणं पुरे झालं, असं म्हणायलाही धाडस लागतं.''

शिस्त आणि सुदैव या दोहोंच्या मिश्रणामुळे मला पैशांची फारशी चिंताच नव्हती याची मला खात्री होती. माझ्याकडे आयुष्यभर पुरून उरण्याइतका भरपूर पैसा होता. अर्थातच खासगी किनारपट्टीवर किंवा कॅरिबियन समुद्रावर जाण्याची इच्छा मी बाळगली नसती तर! पण पैसा हेच प्रत्येक गोष्टीवरचं उत्तर नव्हतं हे मला नेहमीच माहीत होतं. त्यावेळी मी फक्त ४६ वर्षांचा होतो, आयुष्याच्या महत्त्वाच्या वळणावर होतो आणि पुढे काय करायचं याची मला बिलकूल कल्पना नव्हती. स्टॉकच्या किमती कोणत्या दिशेनं निघाल्या आहेत हे मोठ्या प्रमाणात अचूकपणे सांगण्याखेरीज माझ्याकडे म्हणावं असं इतर कुठलंच कौशल्य नव्हतं.

मी एचएनआयच्या पोर्टफोलिओचं व्यवस्थापन करावं असं माझ्या काही मित्रांनी मला सांगितलं. यातली गोम अशी होती की, मला ही गोष्ट गोपनीयरीत्या करावी लागणार होती, कारण मी बाजारापासून दूर राहण्याचं मान्य केलं होतं. परंतु बाजारात मी ओळखला जात होतो आणि माझ्या सेवेच्या साहाय्यानं काम करू शकणारे पुरेशा प्रमाणातील लोक होते हे नाकारता आलं नसतं. काही प्रवर्तकांनी आणि अगदी दलाल स्ट्रीटवरच्या दोन मोठ्या नावांनी माझ्याकडे चाचपणी करण्याचा प्रयत्न केला होता, पण आता मी ज्यांच्या सोबत किंवा ज्यांच्यासाठी काम करणार होतो त्यांच्याविषयी चोखंदळ होतो.

''तुझं निवृत्त आयुष्य किती काळापर्यंत उपभोगण्याची तुझी इच्छा आहे?'' जीबींनी विचारलं. त्यांच्या आमंत्रणावरून मी त्या वेळी त्यांच्या घरी रात्रीच्या जेवणासाठी गेलो होतो आणि गप्पांच्या ओघात त्यांनी मला हे विचारलं होतं.

त्यांनी माझ्यासाठी काहीतरी विचार नक्कीच केला असावा, हे माझ्या लगेच लक्षात आलं.

''तुमच्याकडचा प्रस्ताव सांगा, मग मी ठरवतो,'' मी त्यांना स्मित करत म्हणालो.

जीबी चकित झाले होते पण नंतर ते जोरात हसले.

''स्क्रीनसमोर असलास किंवा नसलास तरी नेहमीच सावध असतोस हं लाला! मला तुझी हीच गोष्ट आवडते,'' ते म्हणाले आणि त्यांच्या मनात असलेली योजना त्यांनी मला सांगितली. एका आघाडीच्या उद्योजकाला मी त्याच्या समूह कंपन्यांमधील शेअरच्या किमतींचं व्यवस्थापन करावं आणि इतर स्टॉकमध्ये ट्रेडिंग करून पैसे कमवावेत असं वाटत होतं. अर्थातच अधिकृतपणे माझं नाव कुठेच येणार नव्हतं.

''तो तुला नफ्यातील २५ टक्के हिस्सा आणि काम करण्याचं स्वातंत्र्य देऊ इच्छितो. मला वाटतं की, ही चांगली गोष्ट आहे. तू जर भरमसाट नफा मिळवलास, तर त्या शेअर्सच्या बाबतीत आणखीही वाटाघाटी होऊ शकतात,'' जीबी म्हणाले.

''तुम्ही त्याला आधीच शब्द देऊन बसला नाहीत ना?'' मी विचारलं.

ते पुन्हा एकदा हसले.

''मी शब्द दिलेला नाही, पण मला वाटतं की, या व्यवहाराच्या माध्यमातून तू बाजारातच राहण्याचा एक चांगला मार्ग तुझ्या समोर खुला झाला आहे आणि त्याच वेळी तू सर्वांच्या नजरेतही भरणार नाहीस. शिवाय तू त्याच्याकडे कायमस्वरूपी काम करण्यासही बांधील नाहीस. एखादी याहून मोठी आणि चांगली संधी समोर आली तर तू ती स्वीकारण्यास मोकळा आहेस. यावर विचार कर,'' जीबी म्हणाले.

तो प्रस्ताव अर्थपूर्ण होता. मी काय करणार आहे, ते शोधून काढेपर्यंत मला त्या खेळात राहण्याची गरज होती. 'सल्ला' देण्याच्या स्वरूपाचे अनेक प्रस्ताव होते. पण या प्रस्तावातून ट्रेडर म्हणून मी सहजपणे सक्रिय राहणार होतो. मला ट्रेडिंगमध्ये आनंद मिळत होता आणि इतर काही करण्याची तीव्र इच्छा निर्माण होईपर्यंत मला तेच करत राहण्याची इच्छाही होती.

पुढच्या आठवड्यापासून मी ते काम करू लागलो. प्रवर्तक आपल्या शब्दाला जागला होता आणि माझ्या ट्रेडिंगच्या व्यूहरचना ठरवण्याची मला पूर्ण मोकळीक होती. त्याने कधीही नफा वाटून घेण्याचा प्रश्न आला त्यावेळी लबाडी केली नव्हती आणि मी त्याच्या अपेक्षा पूर्ण करत राहिलो होतो. सार्वत्रिक निवडणुकांमध्ये भाजपला प्रचंड विजय मिळाल्यामुळे साहजिकच बाजारात पसरलेल्या जोरदार उत्साहाला याचं श्रेय दिलं पाहिजे.

त्या वर्षी केव्हातरी दीपेशशी माझा पुन्हा एकदा संपर्क आला. तो शाळेत असताना माझा जिवलग मित्र होता. आम्ही त्याला दीप्या म्हणत होतो. तो दोन वर्षांपूर्वी दुबईहून परत आला होता आणि आता एका व्यवस्थापन सल्ला कंपनीत काम करत होता. आम्ही गप्पा मारत असताना मला असं समजलं की, काही गुंतवणुकीमध्ये तो सुदैवी ठरला असला तरी नंतर शेअर बाजारात त्याने सपाटून मार खाल्ला होता.

''गेल्या वर्षभरापासून मी लहान स्टॉक्समध्ये नियमितपणे ट्रेडिंग करत आहे आणि चांगला पैसा मिळवला आहे,'' तो म्हणाला.

''तुझ्यासाठी ते चांगलंच आहे, दीप्या, पण ट्रेडिंगमधून मिळणाऱ्या नफ्याची सुज्ञपणानं गुंतवणूक कर. तुझी संपत्ती वाढवण्याचा तोच एकमेव मार्ग आहे,'' मी म्हणालो.

''होय. मी ते करेन. पण पहिल्यांदा मला ट्रेडिंगमधून आणखी काही पैसा मिळवण्याची गरज आहे. मला वाटतं की, बाजार कसा काम करतो

त्याची मला जास्त चांगली कल्पना येत चालली आहे. काही महिन्यांत मी जास्त नियमितपणे पैसे मिळवू लागेन,'' तो म्हणाला.

''पूर्वीपासूनच अशा प्रकारच्या विचारांमुळे अनेक मोठ्या खेळाडूंचा नाश झाला आहे,'' मी त्याला शक्य तितक्या युक्तीनं सांगितलं. त्याने सुदैव आणि कौशल्य यांची गल्लत करू नये असा माझ्या बोलण्याचा अर्थ होता.

''ते ठीक आहे, लाल. मी कोणी मोठा खेळाडू नाही आणि माझ्या मर्यादाही मला माहीत आहेत. त्यामुळे आपण किती मर्यादेपर्यंत पुढे जायचं ते मला चांगलंच माहीत आहे,'' तो म्हणाला. ''बाजाराविषयीच्या काही तांत्रिक गोष्टी समजून घेण्यासाठी मला तुझ्या मदतीची गरज भासेल. अगदी आता तर माझा ब्रोकर सुचवेल त्याप्रमाणे मी काम करत आहे. मी तुला दिवसातून एकदा फोन केला तर चालेल का?'' त्याने विचारलं.

त्याला हवं तेव्हा त्याने मला फोन करावा असं मी त्याला सांगितलं. त्यानंतरचे काही महिने तो मला नियमितपणे फोन करून त्याच्या शंका विचारत राहिला.

''लाल, माझा ब्रोकर मला असं सांगतोय की, ही कंपनी शेअर विभाजनाची (स्टॉक स्प्लिटची) घोषणा करणार आहे. मी तो स्टॉक खरेदी करू का?'' त्याने पहिल्याच फोनवरून मला विचारलं होतं.

''शंभराच्या दहा नोटा आणि एक हजाराची एक नोट यांची किंमत एकच असते,'' मी त्याला सांगितलं.

''क्ष ही कंपनी परवाच्या दिवशी त्यांचा निकाल जाहीर करणार आहे आणि माझा ब्रोकर मला असं सांगतोय की, त्यांची आकडेवारी चांगली आहे. मी तो खरेदी करू का?''

''जर तुझ्या ब्रोकरला त्यांचा निकाल चांगला असणार आहे हे माहीत असेल तर इतरही अनेकांना ते माहीत असेल. गेल्या महिन्याभरात त्या स्टॉकच्या किमतीत किती वाढ झाली आहे ते तपासून बघ. जर आधीच चांगली वाढ झालेली असेल तर तुला फार चांगले पैसे मिळण्याची शक्यता नाही. खरं तर तू पैसे गमावण्याचीच जास्त शक्यता आहे, कारण आधी ज्यांच्याकडे शेअर्स असतील ते त्यांची विक्री करू लागतील.''

''वाय कंपनीला कामगारांच्या समस्येला तोंड द्यावं लागत आहे आणि त्यांचा स्टॉक पाच टक्क्यांनी घसरला आहे. माझा ब्रोकर मला असं

सांगत आहे की तो आणखी घसरेल. माझ्या पोर्टफोलिओतील शेअर्स मी विकून टाकू का?''

मला या संदर्भात जीबींना काय सांगितलं होतं ते आठवलं. त्यांनी सांगितलं होतं की, बाजारानं आधीच सगळ्या वस्तुस्थिती निश्चित केल्या असल्या तरी तत्काळ निर्णयामुळे त्याला अत्यानंद होत असल्यासारखं दिसतं.

''व्यवसायांची कालौघात उभारणी होते ही गोष्ट शेअर बाजारातील ट्रेडर विसरतात. आपल्याप्रमाणेच व्यवसायांनाही अवघड टप्प्यांना तोंड द्यावं लागतं. परंतु जर व्यवसायाचा नमुना चांगला असेल आणि प्रवर्तकाचे हेतू न्याय्य, चांगले असतील तर लवकरच ते या समस्येवर मात करतील. ज्याप्रमाणे एखाद्या चुकीमुळे तुम्ही एखाद्या कर्मचाऱ्याला काढून टाकू शकत नाही, त्याप्रमाणेच एखाद्या माघारीमुळे तुम्ही एखाद्या कंपनीला बाद करू शकत नाही,'' असं जीबींनी मला एकदा सांगितलं होतं. एका ऑटोमोबाइल कंपनीनं नवीन मॉडेल आणलं होतं आणि त्याला निकृष्ट प्रतिसाद मिळाला होता. त्यामुळे कंपनीचा स्टॉक चांगलाच कोसळला होता. त्या वेळी त्यांनी ही प्रतिक्रिया व्यक्त केली होती.

''दीप्या, चांगल्या आणि वाईट अशा दोन्ही प्रकारच्या बातम्यांना बाजार अतिशयोक्तिपूर्ण प्रतिसाद देतो. तू मिनिटभरात खरेदी-विक्री करणारा ट्रेडर नसलास तर धूळ थोडी खाली बसू देणं जास्त सुरक्षित असतं,'' मी त्याला सांगितलं.

''क्ष हा प्रवर्तक नियमितपणे त्याच्या कंपनीचे शेअर्स खरेदी करतोय. माझा ब्रोकर असं सांगतोय की, स्टॉकची किंमत कमी झालेली आहे, त्याचं हे निश्चित निदर्शक आहे. मी खरेदी करू का?''

''प्रवर्तक स्वतःच त्याच्या कंपनीचे शेअर्स खरेदी करत असेल तर त्याच्यातून त्याच्या कंपनीच्या भवितव्याविषयीचा त्याचा आत्मविश्वास दिसून येतो. पण त्याने दोन वर्षांचा कालावधी लक्षात घेतला असू शकेल. तुलाही तसाच दृष्टिकोन बाळगायचा आहे का?'' मी त्याला विचारलं.

''जर तो स्टॉकविषयी सगळीकडे बोलत असेल तर त्याचा अर्थ असा आहे की त्याला जितक्या संख्येची खरेदी करायची होती, तितकी सगळी खरेदी त्यानं केली आहे. शिवाय तुला त्याच्या गुंतवणुकीचा आवाका

माहीत नाही. उत्तम मूलतत्त्वं असलेल्या अनेक कंपन्या असतात. बाजाराला त्यांचं खरं मूल्य समजेपर्यंत त्यांचे शेअर्स कदाचित कमी किमतीतच विकले जातात. एकदा का बाजारानं त्यांची दखल घेतली की, त्यांची खरी किंमत अनेक पटींनी वाढत जाते. पण त्यांच्यातून पैसे मिळवण्यासाठी तुला खूप संयम बाळगावा लागतो.'

''एखाद्या प्रतिष्ठित गुंतवणूकदाराकडून किंवा फंड हाउसकडून करण्यात आलेल्या खरेदीसाठी प्रत्यक्षात कंपनीनंच पैसा पुरवल्याच्या काही थोड्या घटनाही मला माहीत आहेत. कागदोपत्री एखादा हुकमी एक्का वाटणारा गुंतवणूकदार ती खरेदी करत असतो, पण त्याला कोणत्या ना कोणत्या मार्गानं कंपनी त्याबद्दल भरपाई देते. कंपनीलाही लाभ होतो, कारण गुंतवणूकदाराच्या खरेदीमुळे त्याचे अनुयायी, मित्र तो स्टॉक खरेदी करतात आणि स्टॉकची किंमत वधारते. हे नेहमीच, अगदी सदा सर्वकाळ घडत राहतं असं मी म्हणत नाही. मात्र काही वेळा का असेना, पण असं नक्कीच घडतं.''

''क्ष स्टॉक हा पुढच्या महिन्यात निफ्टीतून पडणार आहे, याचा काय अर्थ आहे?''

''याचा अर्थ त्या स्टॉकनं बाजाराची सहानुभूती गमावली आहे, दीप्या. दीर्घ काळ वाईट कामगिरी सुरू असेल तर त्या पाठोपाठ सेन्सेक्स किंवा निफ्टीमधून तो स्टॉक काढून टाकला जातो. पण अशा प्रकारच्या वगळणुकीमुळे नेहमीच त्या कंपन्यांसाठीचा मार्ग संपलेला नसतो. प्रमुख निर्देशांकांचे (इंडायसेसचे) भाग असलेलेच स्टॉक खरेदी करणारे फंड व्यवस्थापक अशा स्टॉक्सकडे दुर्लक्ष करतात. त्यांच्या दृष्टीनं त्या उल्का असतात. पण तरीही जर कंपनीनं चांगलं कामकाज केलं, तर त्या स्टॉकला पुन्हा एकदा मागणी येते आणि त्याची किंमत वधारते आणि अगदी तो पुन्हा एकदा निर्देशांकांमध्येही स्थान पटकावू शकतो. संदिग्धतेत अडकून पडलेले दहापैकी मूठभर स्टॉक पुनरागमन करतात. हिरो मोटोकॉर्प, डॉ. रेड्डीज, सन फार्मा आणि एसएआयएल हे अशा प्रकारच्या पुनरागमनाच्या कथा असलेले स्टॉक आहेत.''

''क्ष ही कंपनी संस्थात्मक गुंतवणूकदारांना बाजारभावाच्या दहा टक्के अधिमूल्यावर प्राधान्य वाटप (प्रेफरन्शिअल ॲलॉटमेंट) करू इच्छित आहे. हे चांगलं लक्षण आहे का?''

‘‘नवीन गुंतवणूकदारांना अधिमूल्य भरण्याची इच्छा आहे हे चांगलं लक्षण आहे. पण कंपनी किती वरचेवर इक्विटी भांडवलाची उभारणी करत आहे ते तपासून बघ. समभाग सौम्यीकरण (इक्विटी डायल्युशन – शेअरधारकाच्या कंपनीवरच्या सध्याच्या मालकीच्या प्रमाणात घट होणं) हा इक्विटी उभारणीचाच उपसिद्धान्त किंवा दुसरा अर्थसुद्धा आहे. कंपनी जर वरचेवर इक्विटी भांडवलाची उभारणी करत असेल आणि नवीन गुंतवणूकदारांची अधिमूल्य भरण्याची इच्छा असली तरी त्यामुळे मूल्य गुंतवणूकदार खूश होत नाहीत.’’

उपसंहार

त्या उद्योजकाबरोबरची माझी युती फार काळ टिकली नाही. सुरुवातीला तो कुठलीच ढवळाढवळ करत नसला तरी हळूहळू तो आदेश देऊ लागला. त्याच्या इच्छांना मी नकार दिला तर त्याला ते आवडत नव्हतं. दोन ट्रेडस वाईट झाल्यानंतर आमचे संबंध आणखी बिघडले.

सन २०१४च्या अखेरीला शक्य तितक्या सामोपचारानं आम्ही एकमेकांचा निरोप घेतला. माझी बँकेतील शिल्लक आणखी थोडी वाढली होती, पण शेअर बाजाराविषयी माझा भ्रमनिरास होत चालला होता. जवळच्या मित्रांनी मला उद्यम भांडवलदार (व्हेंचर कॅपिटलिस्ट) म्हणून स्वतःचा पुनर्शोध घ्यायला आणि स्टार्ट-अप्समधील संभाव्य विजेत्यांचा शोध घ्यायला सांगितलं. स्टार्ट-अप्सबरोबरचा माझा आधीचा अनुभव निराशाजनक होता. परंतु आता चित्र मोठ्या प्रमाणात बदललं होतं आणि पुन्हा एकदा प्रयत्न करून पाहायला माझी हरकत नव्हती.

माझ्या मुरबाडमधील फार्ममध्ये मी खूपच रुची घेण्यास सुरुवात केली आणि ज्या वेळी उदयोन्मुख उद्योजकांना मी भेटत नव्हतो त्यावेळी 'ना-नफा' संघटनेबरोबर कामही करू लागलो. वित्त बाजार आणि विशेषतः शेअर बाजार खऱ्या जगापासून खूपच तुटलेले आहेत असं मला अंतःप्रेरणेनंच वाटतं. मी ज्या 'ना-नफा' संघटनेला पाठबळ देत आहे ती अत्याचारांना आणि हिंसाचाराला बळी पडलेल्या महिलांसाठी कौशल्य प्रशिक्षण केंद्र चालवते आणि समुपदेशन करते. पैशाच्या बचतीच्या महत्त्वाविषयी बोलत असताना एका जेमतेम अठरा वर्षांच्या मुलीनं मला सांगितलं की, तिला

आठवड्याला किमान ५० रुपयांची बचत करायची आहे. एखाद्या दिवशी तिला स्वतःच्या मालकीचं घर घेता यावं एवढीच तिची इच्छा होती. हा मला हेलावून टाकणारा अनुभव होता.

एके दिवशी तिकडून जात असताना मी जीबींच्या कार्यालयात गेलो. मी शेअर बाजारात अखेरचं ट्रेडिंग केलं होतं त्याला जवळजवळ नऊ महिन्यांहून जास्त काळ उलटून गेला होता. जीबी आपण उद्विग्न मनःस्थितीत असल्याचं दिसू नये याचे आटोकाट प्रयत्न करत असले तरी मला ते जाणवलंच.

आम्ही काही चांगल्या गोष्टींविषयी एकमेकांशी बोललो आणि जुन्या काळातील आठवणींना उजाळा दिला. मी त्यांना बाजारातील बड्या प्रस्थांविषयी विचारलं. मी जे वाचलं आणि ऐकलं होतं त्यावरून ते अजूनही चांगल्या स्थितीत असल्याचा शेरा मी मारला.

बहुधा मी नकळत त्यांच्या वर्मावर बोट ठेवलं होतं.

जीबींनी त्यावर लगेच प्रतिसाद दिला नाही. ते त्यावर विचार करत असावेत असं दिसतं. त्यानंतर ते म्हणाले : ''कुत्रा बैलगाडीखालून चालला असेल तर तुम्हांला कुत्रा त्याच्या पाठीवरून गाडी ओढत आहे असं वाटतं, अशा अर्थाची एक गुजराती म्हण तू ऐकली असशीलच. पण तो भ्रम असतो. खरं भरपूर आणि कठीण काम बैल करत असतात.''

''मला समजलं नाही,'' मी म्हणालो. अर्थातच ते काय सांगू पाहत होते त्याची मला अंधूक कल्पना आली होती.

''मला असं म्हणायचं आहे की, प्रवर्तक आणि कर्मचारी सगळं कष्टाचं काम करतात. फक्त तुम्हांला गुंतवणुक़ीसाठी एखादी चांगली कंपनी शोधता आली तर त्यामुळे तुम्ही महान होत नाही. तथाकथित दंतकथा बनून गेलेले गुंतवणूकदार किंवा फंड व्यवस्थापक व्यवस्थापनाच्या आणि कर्मचाऱ्यांच्या कष्टामुळे लोणी खातात, हे त्यांना माहीत असलंच पाहिजे. तुम्ही सगळेच जण गुंतवणूकदारांचं इतकं उदात्तीकरण का करता?' जीबींनी तक्रार केली.

''पण हा तर अगदीच टोकाचा विचार झाला गोविंदभाई. या व्यवसायातील काही उत्तम लोकांबरोबर काम केल्यानंतर चांगल्या कंपन्या ओळखणं हेही कष्टाचं काम आहे हे तुम्हांला नक्कीच माहीत आहे. जर

ही गोष्ट फक्त नशिबाशी जोडली गेली असेल तर बाजारात कितीतरी जास्त प्रमाणात श्रीमंत लोक दिसले असते. जे लोक पूर्णपणे नशिबावर अवलंबून राहिले ते जास्त काळ टिकले नाहीत, हे तर तुमच्या स्वतःच्या अनुभवावरूनच तुम्ही म्हणाल.'' मी वाद घातला.

''कदाचित...लाला, दुसरं काहीतरी बोलू या. तुझ्या गुंतवणुकींना आता कसा आकार येत चाललाय?'' त्यांनी विचारलं.

त्यानंतर काही दिवसांनी मी संन्याशाला भेटलो आणि जीबींबरोबर झालेलं संभाषण त्यांना सांगितलं.

संन्यासी हसला.

''कदाचित त्यांच्या एखाद्या बड्या ग्राहकानं त्यांना एखादा टोमणा मारला असेल किंवा चिथावणी दिली असेल किंवा एकूणच त्यांचा आयुष्याविषयी आणि विशेषतः बाजाराविषयी भ्रमनिरास झाला असेल. किंवा त्यांनी अलीकडेच 'फूल्ड बाय रँडमनेस' हे टालेबचं पुस्तक वाचलं असेल. (टालेब या पुस्तकात असा युक्तिवाद करतो की, आर्थिक बाजारात जिंकणं ही गोष्ट संधीची, योगायोगाची असते. त्यात कसलंच कौशल्य नसतं.) पण काळजी करू नकोस. मी त्यांना ओळखतो. ते लवकरच या मनःस्थितीतून बाहेर पडतील. त्यांना आणखी एखाद्या महिन्यानं भेट, मग ते तुला शेअर बाजाराच्या अर्थकारणातील योगदानाविषयी सांगतील,'' संन्यासी म्हणाला.

आम्ही थोडा वेळ इकडच्या तिकडच्या गप्पा मारल्या आणि संन्याशानं त्याच ठिकाणाहून पुन्हा एकदा भेळ मागवली. काही वर्षांपूर्वी आम्ही पहिल्यांदाच भेटलो होतो त्या वेळी आम्ही तिथलीच भेळ खाल्ली होती. ''पुन्हा एकदा काळ मागे गेल्यासारखं वाटतंय,'' मी त्यांना म्हटलं.

''नशिबानं, या भेळवाल्याप्रमाणं आणि त्याच्या भेळीप्रमाणं काही गोष्टी कधीच बदलत नाहीत. त्याने वांद्र्यात आणि खारमध्ये सहा स्टॉल उभारले आहेत. पण या रस्त्यावरचा त्याचा स्टॉल...काय म्हणता येईल...हं... हा स्टॉल म्हणजे त्याचं मुख्यालय आहे,'' संन्याशानं हसत हसत म्हटलं.

मी संन्याशाला त्यांचा व्यवसाय कसा काय चाललाय ते विचारलं.

''या व्यवसायातली मजा निघून गेलेय. ट्रेडर्ससाठी आणि ब्रोकरसाठी तो खूपच अवघड झालाय. पण गुंतणूकदारांसाठी अजून तरी तो वाईट

नाही,'' संन्यासी म्हणाले. ''खूपच नियम आणि कायदे आले आहेत आणि सेबीला जरा कशाचा संशय आला रे आला की, ती झडप घालायलाच तयार असते.''

करचुकवेगिरी करणाऱ्यांना मदत करण्यासाठी उघडण्यात आलेल्या सूचीबद्ध शेल कंपन्यांच्या (या सक्रिय नसतात. फक्त आर्थिक गैरव्यवहारांसाठी त्यांचा वापर केला जातो.) गटावर काही महिन्यांपूर्वीच सेबीनं जोरदार कारवाई केली होती. या कंपन्या कर चुकवेगिरी करू इच्छिणाऱ्या गुंतवणूकदारांना शेअर्स देत आणि काही काळात त्या शेअर्सच्या किंमती कृत्रिमरीत्या वाढवल्या जात. त्यानंतर बाजारात कंपनीची बाजू लढवत असलेल्या लोकांना गुंतवणूकदार ते शेअर्स विकत. या व्यवहारांची फक्त बुक एंट्रीच (या व्यवहारात गुंतवणूकदाराला सर्टिफिकेट दिलं जात नाही.) होत असे. जर गुंतवणूकदारानं दहा रुपये प्रतिशेअर या दरानं शेअरची खरेदी केली आणि एका वर्षानंतर तो शेअर १०० रुपयांना विकला तर तो त्याचं ९० रुपयांचं उत्पन्न हे शेअर बाजारातून मिळालेलं अधिकृत उत्पन्न म्हणून दाखवू शकत होता आणि त्याला त्यावर कर भरावा लागत नव्हता. कंपनी गुंतवणूकदाराला ९० रुपये देत नव्हती तर हा पैसा बोगस व्यवहारांच्या साखळीच्या माध्यमातून पुन्हा उपयोगात आणला जात होता.

काळ्या पैशाचं पांढऱ्या पैशात रूपांतर करण्यासाठी आणि कर चुकवेगिरीसाठी शेअर बाजाराचा उपयोग करणं ही गोष्ट गेल्या काही वर्षांत खूपच कठीण झाली आहे, कारण सरकार आणि नियामक यांनी या संदर्भातील पळवाटा दूर करण्यासाठी एकमेकांशी हातमिळवणी केली आहे. गोपनीय माहितीच्या साहाय्यानं पैसा मिळवणंही आता तितकंसं सोपं राहिलेलं नाही. सन २०१४च्या मार्चमध्ये लार्सन अँड टुब्रो फायनान्सच्या शेअरच्या किमतीत जोरदार घसरण झाली. त्याच्या दुसऱ्याच दिवशी कंपनीनं बाजारभावाच्या तुलनेत घसघशीत सवलत देऊन संस्थात्मक गुंतवणूकदारांना शेअर्स दिले होते. कोणीतरी सवलतीतील शेअरचे दर फोडले होते आणि फंड हाउसनं स्टॉकचं जोरदार शॉर्ट सेलिंग केलं होतं. दोन महिन्यांहून कमी कालावधीत सेबीनं दोषी फंड हाउसला पकडून आपल्यासमोर उपस्थित होण्यास भाग पाडलं.

बाजारातील गैरव्यवहार पूर्णपणे थांबले आहेत असं मी म्हणणार नाही. पूर्वी गैरव्यवहार केल्यानंतर पकडले जाण्याची शक्यता वीस टक्के

आणि त्यातून सुटण्याची शक्यता ८० टक्के होती. आता या बाबत नेमकी ही आकडेवारी उलट आहे.

त्यानंतर काही दिवसांनी एका मित्राच्या लग्नाच्या रिसेप्शनच्या समारंभात मला १९९०च्या दशकातील एक आघाडीचा ऑपरेटर भेटला.

''अल्गोनं तर अगदी उत्तम ट्रेडरचाही नाश केला, लाला,'' आम्ही जेवणाच्या टेबलासमोर बसलो असताना त्याने मला सांगितलं. ''ट्रेडिंग सॉफ्टवेअरची आपण मुळीच बरोबरी करू शकत नाही. आम्ही जे किरकोळ गुंतवणूकदारांच्या आणि डे ट्रेडरच्या बाबतीत करत होतो, तीच गोष्ट आता ही मशिन आपल्या बाबतीत करत आहेत. ती (सॉफ्टवेअर) आपल्या कृतींवर कुरघोडी करतात आणि विक्रीच्या बाबतीत आपल्याला घाबरवून सोडतात. मी स्क्रीनवर किंमत बघतो आणि खरेदी करण्याचा प्रयत्न करतो, पण तोपर्यंत ती आधीच पाच पैशांनी वाढलेली असते. सॉफ्टवेअरनं ती माझ्याकडून हिरावून घेतलेली असते आणि मला जास्त दरानं खरेदी करावी लागते. ज्या वेळी पोझिशनची विक्री करण्याचा प्रयत्न करतो, त्यावेळी तेनीच सॉफ्टवेअर पुन्हा एकदा माझ्यावर मात करतं. मला ज्या किमतीला विक्री करायला आवडलं असतं, त्याहून पाच पैसे कमी दरानं मला विक्री करावी लागते,'' तो हळहळत म्हणाला.

एके काळी बाजारातील ऑपरेटर्सनी एकदा पुरेशा प्रमाणात फ्लोटिंग स्टॉक घेतले की ते त्या स्टॉकवर नियंत्रण मिळवत होते त्या दिवसांची मला आठवण झाली. लहान खेळाडूंच्या भावनांशी ते खेळत राहत आणि किमतींना अशा प्रकारे झुलवत राहत की, दहापैकी आठ वेळा तरी लहान गुंतवणूकदारांच्या तोंडचा घास काढून घेतला जात असे. पण आता मात्र सुसंस्कृत ट्रेडिंग सॉफ्टवेअरचे प्रोग्रॅम ऑपरेटरना त्यांच्या स्वतःच्या औषधाचाच डोस पाजत होते.

''आता माझ्या पोर्टफोलिओतील काही पैसा आणि शेअर्स मी अल्गो ट्रेडिंगमध्ये निष्णात असलेल्या काही एफआयआयकडे देतो. ते मला वार्षिक १२-१४ टक्के दरानं वार्षिक परतावे मिळवून देतात. या नालायक सॉफ्टवेअरसमोर डोकं आपटून घेऊन मुका मार लागल्याबद्दल हळहळत राहण्यापेक्षा तो खूपच शांतता मिळवून देणारा मार्ग आहे,'' तो ऑपरेटर म्हणाला.

आपल्या ताटात काही पदार्थ पुन्हा वाढून घेण्यासाठी तो उठल्यावर मी म्हटलं, ''पण बाजारातील माझे मित्र तर म्हणतात की, तुम्ही अजूनही पूर्वीप्रमाणेच तुमच्या इच्छेनुसार किमतीत चढउतार करू शकता.''

तो थबकला आणि जाण्यापूर्वी उपरोधानं म्हणाला, ''खरंच? ते असं म्हणतात का? मला त्यांना खोटं ठरवायचं नाही. लोकांना जर अगदी आतासुद्धा मी किमतीत चढउतार करू शकतो असं वाटत असेल तर मला प्रवर्तकांकडून व्यवसाय मिळू शकेल.''

गेल्या सात वर्षांत खेळाचे नियम पूर्णपणे बदलले आहेत. १९९०च्या दशकाच्या उत्तरार्धापासून या शतकाच्या सुरुवातीच्या दिवसांपर्यंत बाजार उथळ (शॅलो – तरलतेच्या आणि इतर एकूण सगळ्याच बाबतीत जास्त विश्वासार्ह नसलेला बाजार) होता, त्या वेळी परदेशी ब्रोकिंग हाउसेसचे डीलर आणि मोठ्या फंड हाउसेसचे वित्त व्यवस्थापक हे बाजाराचे राजे होते. बाजारातील ऑपरेटरही असे राजेच होते. या सर्व खेळाडूंना महत्त्वाची माहिती उपलब्ध होती. परंतु बाजार जास्त मोठ्या प्रमाणात वाढल्यानंतर या प्रत्येक खेळाडूच्या प्रभावाचं वर्तुळ जास्तीत जास्त आक्रसत गेलं. तरीही शेअर बाजारातील अन्नसाखळीतील वर्चस्वी उतरंड जवळजवळ तशीच राहिली.

काही पैशांच्या स्प्रेडसाठी काम करणारे जॉबर एका किंवा दोन तासांसाठी त्यांच्या पोझिशन तशाच ठेवणाऱ्या ट्रेडरच्या दयेवर अवलंबून होते. ट्रेडर हे आपल्या पोझिशन दुसऱ्या दिवसापर्यंत तशाच ठेवणाऱ्या मोठ्या ट्रेडरच्या दयेवर अवलंबून होते. आपल्या पोझिशन महिन्याभरासाठी तशाच राखण्याची क्षमता असलेले ट्रेडर त्यांच्या वरच्या पायरीवर होते आणि त्यांना सहजगत्या महत्त्वाची माहिती उपलब्ध होती. पण ऑपरेटर एफआयआयची बरोबरी करू शकत नव्हते आणि आपल्याच स्टॉकमध्ये लुडबूड करणारे प्रवर्तक एफआयआयना दूर सारू शकत होते. मात्र म्हणून या अन्नसाखळीच्या शिखरावर प्रवर्तक आरामात बसून राहू शकत होते असं मात्र नव्हतं. प्रभावशाली सरकारी अधिकाऱ्यांनी आणि मंत्र्यांनी धोरणात बदल केले तर तेसुद्धा असहाय होत होते.

अग्निपथ या अमिताभ बच्चनच्या प्रसिद्ध चित्रपटातील संवादाची मला आठवण झाली होती. तो म्हणतो :

''चिंटी को बिस्तुइया खा जाता है, बिस्तुइया को मेंढक, मेंढक को साँप निगल जाता है, नेवला साँप को मारता है, भेडिया नेवले का खून चूस

लेता है, शेर भेडिये को चबा जाता है, इधर हर तख्तवार अपने से कम को मारकर जीता है।'' (पाल मुंग्यांना खाते, बेडूक पालीला खातो. साप बेडकाला गिळतो, मुंगूस सापाला मारतं, लांडगा मुंगसाचं रक्त पितो, वाघ लांडग्याला चावून खातो. इथे प्रत्येक शक्तिशाली माणूस त्याच्यापेक्षा जास्त दुर्बल असलेल्यांना ठार मारूनच जगतो.)

स्टॉक ब्रोकिंग हा फारसा आकर्षक व्यवसाय नाही आणि अगदी सन २००७-०८च्या प्रचंड तेजीच्या काळातसुद्धा मोठी स्थानिक ब्रोकरेज हाउस त्यांच्या एनबीएफसी, संपत्ती व्यवस्थापन आणि आर्थिक उत्पादन व्यवसाय यांच्याकडून त्यांचा जास्त नफा मिळवण्यासाठी सार्वजनिक क्षेत्रात गेली होती.

एके दिवशी एका व्यवसायविषयक टीव्ही वाहिनीवर दलाल स्ट्रीटवरच्या एका बड्या प्रस्थाची मुलाखत मी पाहत होतो. प्रेक्षकांपैकी एकानं त्याला मल्टी बॅगर स्टॉकचं नाव सांगायला सांगितल्यावर त्या गुंतवणूकदारानं फक्त एकच वाक्य उच्चारलं आणि तेच वाक्य गुंतवणुकीविषयी खूप काही सांगू शकतं. तो म्हणाला, ''फक्त भावी पिढीतील लोकच त्याविषयी सांगू शकतील.''

प्रेक्षकांमधील त्या माणसानं त्याला शिफारस करावीच म्हणून बराच आग्रह धरला, पण त्या गुंतवणूकदारानं त्याच वाक्याची पुनरुक्ती केली. सगळ्यांनाच असं वाटलं की, तो अहंमन्य होता, पण तो फक्त सत्यच सांगत होता. आपण खरेदी करत असलेला स्टॉक कित्येक पटींनी पैसा मिळवून देईल, असं कोणताही मूल्य गुंतवणूकदार छातीठोकपणे सांगूच शकत नाही. काही थोड्या निकषांच्या आधारावर त्याने काढलेल्या निष्कर्षानुसार तो जोखीम पत्करत असतो. पण त्या स्टॉकची किंमत अखेरीस अनेक पटींनी वाढण्यासाठी इतर कित्येक घटक योग्य वेळी योग्य जागी असावे लागतात. अगदी एखाद-दोन गोष्टी जरी चुकीच्या घडल्या तरी स्टॉक कधीही त्याच्या खऱ्या मूल्यापर्यंत पोहोचणार नाही. या उलट, अगदी अपात्र असलेला एखादा स्टॉकसुद्धा थोड्याच काळात खूप मोठ्या प्रमाणात वधारू शकेल आणि त्याच्यातील तेजीचं कंपनीच्या कामगिरीशी कसलंच देणं-घेणं नसेल.

सन २०१४च्या मेमध्ये स्वबळावर बहुमत मिळवून भाजप सत्तेत आल्यानंतर बाजारात आता ऐतिहासिक स्वरूपाची तेजी येईल असा सगळ्यांचा अंदाज होता. परंतु त्यानंतर अठरा महिन्यांनी मिळालेले परतावे फक्त मर्यादित स्वरूपाचेच होते. भारतीय बाजार आपल्या नियंत्रणाच्या बाहेर

असलेल्या कारणांमुळे त्याच्या इतर सहकारी उदयोन्मुख बाजारांप्रमाणेच संघर्ष करत आहे. यावरून शेअर बाजारात पैसा कमावणं किती अवघड आहे ते समजू शकेल.

दीप्या या माझ्या मित्राचा मला अलीकडच्या काळात फोन आलेला नाही. कदाचित बाजारानं त्याच्या भ्रमातून त्याला जागं केलं असेल किंवा कदाचित माझ्या विद्वत्तेच्या मोत्यांनी काम केलं असेल आणि तो आता शेअर बाजारात इतकं चांगलं काम करत असेल की त्याला माझ्या सल्ल्याची यापुढे गरजच नसू शकेल.

वाचकांना पत्र

प्रिय वाचक,

आता माझ्या अभ्यासिकेतील खिडकीसमोरच्या माझ्या डेस्कसमोर बसून मी हे लिहीत असताना बाहेर आकाशात काळे ढग दाटून आले आहेत. शेअर बाजारातील सध्याच्या सर्वसाधारण मनःस्थितीचा विचार करता याहून कुठलंच वातावरण तिच्याशी जास्त विसंगत असणार नाही. शेअर बाजाराला दलाल स्ट्रीट असंच म्हणणं मला जास्त आवडतं, तर दलाल स्ट्रीट गेल्या दशकभराहून अधिक काळापर्यंत दिसून न आलेल्या अत्यानंदाच्या तावडीत सापडली आहे.

शेअर बाजाराचं सहजपणे निरीक्षण करणाऱ्याच्या दृष्टीनं, ही गोष्ट विकृत असेल. लोक सतत मरत आहेत, त्यांच्या नोकऱ्या जात आहेत. कोविड-१९च्या महामारीनं उग्र स्वरूप धारण केल्यामुळे वैद्यकीय बिलं भरण्यासाठी त्यांची बचत संपुष्टात आल्याचं त्यांना बघावं लागत आहे.

या जागतिक मानवी आपत्तीच्या वेळी फक्त मूठभर लोक कल्पनेच्याही पलीकडे श्रीमंत होत चालल्याचं चित्र माझ्या मनात निर्माण होत आहे.

पण फक्त भारतीय बाजारच आनंद साजरा करत आहे, असं नाही. जगभरचे इक्विटी बाजारच आभाळाला भिडले आहेत आणि हा कल निर्माण होण्याची अनेकविध कारणं आहेत.

सध्या व्याजदर विक्रमी स्वरूपात कमी झाले आहेत. सोनं आणि रिअल इस्टेट यांमधून मिळणारे परतावे निश्चित नाहीत. हेही फक्त भारतातच घडत नाही, तर ते जगभर सर्वत्र सुरू आहे. त्यामुळे सगळीकडचेच आर्थिक व्यवस्थापक

जास्तीत जास्त पैसा इतर मालमत्तांच्या वर्गांच्या तुलनेत इक्विटीमध्येच ओतण्यास प्रवृत्त होत आहेत. फक्त फंड व्यवस्थापकच नव्हेत, तर अगदी व्यक्तीसुद्धा बँकांकडून दिल्या जाणाऱ्या मुदत ठेवींवरच्या तुटपुंज्या व्याजामुळे असमाधानी आहेत आणि सगळेच जण शेअर बाजाराकडे वळत आहेत.

कोविडमुळे अनेक कुटुंबं आर्थिकदृष्ट्या उद्ध्वस्त झाली आहेत, परंतु त्याच वेळी अनेक कुटुंबांच्या उत्पन्नात चांगली वाढ झाली आहे. ज्या लोकांना बाजाराची अल्प माहिती होती किंवा काहीच माहिती नव्हती, तेसुद्धा स्टॉकच्या किमती वधारत असल्याचं ऐकून आणि त्याविषयीच्या कथा ऐकून अंधपणे बाजारांकडे धावत सुटले आहेत. त्यांच्या नातेवाइकांनी किंवा मित्रमैत्रिणींनी किलिंग केल्याविषयीच्या कथा या अर्थातच नेहमी फक्त अंशतः खऱ्या असतात.

यामुळे एक नीतिमान चक्र सुरू झालं आहे. स्टॉकच्या किमतीतील वाढीमुळे गुंतवणूकदार आकर्षित होत आहेत आणि ते आकर्षित झाल्यामुळे किमती आणखी वधारत चालल्या आहेत. हे चक्र असंच सुरू आहे.

तंत्रज्ञानविषयक प्रगती आणि गुंतवणूक व्यवस्थापन सेवा पुरवणाऱ्या फिनटेक फर्म्समध्ये झालेली वाढ यांमुळे फक्त शेअर्सच्या खरेदी-विक्रीच्या बाबीच जास्त सोप्या झालेल्या नाहीत, तर माउसच्या थोड्याच क्लिकच्या साहाय्यानं कंपनीची आर्थिक आकडेवारी आणि गुणोत्तरं पाहणंही शक्य होत आहे. यामुळेच 'जागरूक आणि शिक्षित' किरकोळ गुंतवणूकदारांची संख्या वाढत असल्यावर अनेकांचा विश्वास आहे. त्यांच्यापैकी अनेक जण हे विशीतील तरुण आहेत.

याशिवाय ज्यांना आपल्या हृदयावर आणि पोटांवर ताण न आणता शेअर बाजाराच्या कामकाजातील हिस्सा मिळवण्याची इच्छा आहे, ते किरकोळ गुंतवणूकदार त्यांचा पैसा इक्विटी म्युच्युअल फंडात गुंतवत आहेत. त्यांच्यापैकी बहुसंख्य गुंतणूकदार ही गोष्ट सिस्टेमॅटिक इन्व्हेस्टमेंट प्लॅनिंग (एसआयपी - पद्धतशीर गुंतवणूक योजना) च्या माध्यमातून करत आहेत. या योजनेअंतर्गत बाजारातील परिस्थिती कशाही असल्या तरी दर महिन्याला निश्चित रक्कम गुंतवली जाते.

म्हणूनच ज्या वेळी बाजार अगदी निकृष्ट पातळीवर असतो त्या महिन्यांमध्येसुद्धा तुम्हांला म्युच्युअल फंडांमध्ये पैशाचा जोरदार ओघ सुरू असल्याचं दिसतं.

भारतातील किरकोळ गुंतवणूकदारांसाठी झालेली ही नवीन पहाट आहे, असं अनेकांना वाटत आहे. डीमॅट खाती, म्युच्युअल फंड फोलिओ आणि ब्रोकिंग फर्ममध्ये उघडण्यात आलेली नवीन ट्रेडिंग खाती यांच्यामध्ये झालेली प्रचंड वाढ पाहता, पूर्वीच्या तुलनेत जास्त किरकोळ गुंतवणूकदार शेअर बाजारात नशीब आजमावून पाहण्याची धडपड करत असल्याचं दिसतं. सध्या सात कोटींहून जास्त डिमॅट खाती आहेत आणि सुमारे ११ कोटी म्युच्युअल फंड फोलिओ आहेत. त्याशिवाय ब्रोकिंग फर्मकडे २.४ कोटी सक्रिय ट्रेडिंग खाती आहेत. आपल्या लोकसंख्येच्या आकाराचा आणि डुप्लिकेट व निष्क्रिय खात्यांचा विचार करता, ही खाती अद्यापही प्रमाणशीर किंवा कमीच आहेत. अनेक कुटुंबं अनेक डीमॅट खाती उघडतात. त्यामुळे इनिशिअल पब्लिक ऑफरिंगसाठी (आयपीओसाठी) अर्ज केल्यावर जास्त चांगल्या प्रमाणात शेअर्स मिळण्याची शक्यता असते किंवा निव्वळ करदायित्व कमी करण्यासाठीही ते असं करतात. त्याप्रमाणेच अनेक म्युच्युअल फोलिओसुद्धा कर भरणा कमी करण्यास मदत करतात.

अमेरिकेत वैयक्तिक गुंतवणूकदारांच्या टोळीनं एकत्रितपणे उभं राहून, स्टॉकच्या किमती दुसऱ्या दिशेला ढकलल्या, त्यावेळी विशिष्ट स्टॉकचं शॉर्ट सेलिंग केलेल्या काही हेज फंडांना पैसा गमवावा लागला. भारतात अद्याप अशा प्रकारचा प्रवाह दिसत नाही, कारण शेअर कर्जाऊ घेणं आणि त्यांची विक्री करणं या संदर्भात भारतीय बाजार अद्याप तितकासा विकसित झालेला नाही. मात्र तरीसुद्धा किरकोळ गुंतवणूकदार ही आजच्या घडीला भिस्त ठेवण्याजोगी शक्ती आहे.

तरीही 'नवीन पहाट', 'सक्षम किरकोळ गुंतवणूकदार' किंवा 'माहिती असलेला किरकोळ गुंतवणूकदार' अशा सगळ्या गप्पांविषयी माझ्या मनात साशंकता आहे. यापूर्वीही मी अशा अनेक 'पहाट' पाहिल्या आहेत. त्या जवळजवळ अशाच प्रकारे सुरू झाल्या आणि संपुष्टातही आल्या. ज्या वेळी नवीन तेजीतील बाजार घसरणीकडे झुकू लागतो, त्या वेळी वैयक्तिक गुंतवणूकदारांचा वेगळा संच त्यांच्या धारातीर्थी पडलेल्या बांधवांच्या जागा घेतो. नवीन डीमॅट खाती वाढतात. म्युच्युअल फंडांकडे आणि ब्रोकर्सकडे उघडल्या जाणाऱ्या खात्यांमध्ये वाढ होते. हे पावसाळ्यात ठिकठिकाणी उगवणाऱ्या भूछत्रांसारखं असतं. ज्या वेळी तेजीतील टप्प्याप्रमाणे बाजार तसाच वधारत राहतो, त्या वेळी बहुतेक नवोदितांना असं वाटतं की,

त्यांनी गुंतवणुकीच्या कलेत आणि शास्त्रातही प्रभुत्व मिळवलं आहे. कौशल्य आणि नशीब यांमध्ये फरक करणं शक्य न झाल्यामुळे ते आपल्या बोलींचा आकार आणि संख्या वाढवत राहतात आणि ज्या वेळी अचानकच बाजारातील कल बदलतो त्या वेळी सारं काही गमावून बसतात. फक्त थोडेच जण पुढच्या तेजीच्या बाजारापर्यंत तग धरून राहतात.

सन २०२०च्या मार्चमध्ये बाजार साफ कोसळला होता. त्याआधी अनेक वैयक्तिक गुंतवणूकदारांचा संयम सुटत चालला होता. या लोकांनी नोटाबंदीच्या काळात निर्माण झालेल्या भरभराटीत स्टॉक्समध्ये आणि म्युच्युअल फंडांमध्ये उत्साहानं गुंतवणुका केल्या होत्या. पण २०१८ मध्ये कधीतरी अचानकच हा कल संपुष्टात आल्यामुळे त्यांनी मिळवलेला नफाच नव्हे, तर मूळ मुद्दलही नाहीसं झाल्याचं त्यांना पाहावं लागलं. ज्या लोकांनी मिड आणि स्मॉल कॅप कंपन्यांच्या स्टॉक्समध्ये किंवा या स्टॉक्समध्ये गुंतवणूक करणाऱ्या इक्विटी योजनांमध्ये पैसा टाकला होता, त्यांना जबरदस्त फटका बसला.

कोविड-१९च्या उद्रेकानंतर शेअर बाजार कोसळल्यानंतर गुंतवणूकदारांमध्ये घबराट पसरली होती. अनेक म्युच्युअल फंड युनिटधारकांनी घाबरून जाऊन नुकसान सोसून युनिट विकून टाकल्याचं मला माहीत आहे. त्यांच्या योजनांचं एकूण मालमत्ता मूल्य आणखी खाली घसरू शकेल अशी भीती त्यांना वाटत होती.

काहींनी दातओठ खात गुंतवणुका तशाच ठेवल्या आणि ज्यावेळी एनएव्ही मूळ किमतीच्या पातळीपर्यंत पोहोचल्या किंवा त्यांनी थोडासा लाभ दर्शवला त्या वेळी त्यांनी घाईघाईनं माघार घेतली आणि पुन्हा कधीही 'शेअर बाजाराचं' नावही न घेण्याची शपथ घेऊन टाकली. आता बाजार २०२०च्या मार्चच्या तळाच्या तुलनेत दुपटीनं वधारला आहे, त्यामुळे त्यांना किती वाईट वाटत असेल ते मी समजू शकतो.

आज, कंपनीची सगळी आर्थिक माहिती, उघड करण्यात आलेली माहिती आणि विश्लेषणं सहजगत्या उपलब्ध होतात. परंतु अशा तपशिलांची सावधगिरीनं माहिती घेतल्यामुळे आणि ती आपल्या डोक्यात पक्की बसवून घेतल्यामुळे कोणीही सुज्ञ गुंतवणूकदार होत नाही. तेजीतील बाजारात अनेक किरकोळ गुंतवणूकदारांना आपण फक्त जाता जाता आर्थिक वर्षाच्या आकडेवारीवर नजर टाकून सहजपणे विजेत्याला कसं ओळखता आलं

याविषयीच्या बढाया मारायला आवडतात. पण ज्या वेळी तेजीतील बाजार संपुष्टात येतो आणि काही वर्षं स्टॉक तसाच पडून राहतो त्या वेळी असे गुंतवणूकदार काय करतात ते कोणालाही माहीत नसतं. एचयूएल, भारती एअरटेल, टाटा टी यांच्यासारखे काही ब्ल्यू चिप स्टॉक्स अनेक वर्षं तसेच राहिले होते आणि नंतर अचानकच ते वधारले आणि त्यांनी पुढची दोन ते तीन वर्षं उत्तम परतावे दिले. दहा वर्षांपूर्वी ज्या गुंतवणूकदारांनी आयटीसीमध्ये पैसे गुंतवले आणि अद्यापही ते स्टॉक स्वतःकडेच ठेवले आहेत, ते कदाचित त्यापेक्षा बँकेच्या मुदत ठेव योजनेत तेच पैसे ठेवले असते तर जास्त चांगला परतावा मिळाला असता, असा विचार करत असतील. खरं तर या कंपनीची मूलतत्त्वं ही प्रचंड परतावे मिळवून दिलेल्या फारशा माहीत नसलेल्या कित्येक कंपन्यांच्या तुलनेत कितीतरी उच्च दर्जाची आहेत. तरीही आत्यंतिक तेजीच्या बाजारातही कंपनीच्या बाबतीत सारं काही चांगलं असूनही तिचे शेअर्स फारसे वधारलेच नाहीत. त्यांनी निकृष्ट कामगिरी केली. शेअर बाजार हा असा असतो.

अर्थातच उद्या, पुढच्या महिन्यात, पुढच्या वर्षी किंवा तीन वर्षांनंतर पुन्हा भरती येऊ शकतेच. परंतु बाजार कधी कल बदलेल आणि निकृष्ट कामगिरी करणाऱ्या एखाद्या शेअरला जास्त मूल्यनिर्धारण मिळालं पाहिजे, असा निष्कर्ष तो कधी काढेल, ते कंपनीची आर्थिक विवरणपत्रं तुम्हांला सांगू शकत नाहीत.

नाही, मी तुम्हांला घाबरवत नाही आणि शेअर बाजारात गुंतवणूक करण्यापासून परावृत्त करण्याचा प्रयत्नही करत नाही. मला फक्त एवढाच मुद्दा मांडायचा आहे की, तुम्ही काही वर्षं बाजाराला चिकटून राहून निदान दोन तेजीच्या आणि दोन मंदीच्या टप्प्यांचा अनुभव घेतल्याखेरीज तुम्ही कधीही गुंतवणूकदार म्हणून विकसित होऊ शकणार नाही.

यानंतर आयपीओकडे वळू या. फंड व्यवस्थापक आणि बाजाराचे गुरू ज्या वेळी आधीच्या तेजीच्या काळाच्या तुलनेत यावेळी बाजारात येत असलेल्या कंपन्यांचा दर्जा जास्त चांगला आहे अशी शेरेबाजी करत असल्याचं मी ऐकतो, त्या वेळी मला पोट धरून जोरजोरात हसावंसं वाटतं. त्यांच्यापैकी अनेक फंड व्यवस्थापकांनी २००७-०८ च्या तेजीच्या बाजाराच्या वेळीही असंच म्हटलं होतं. ज्या कंपन्या तेजीच्या बाजारात लोकांसमोर जातात आणि मागणी करतात त्यांना प्रचंड मूल्यनिर्धारण मिळतं.

कंपनीचा व्यवसायाचा नमुना, कामकाजाचं वातावरण आणि प्रवर्तकाची विश्वासार्हता यांसारख्या अनेक बारीकसारीक गोष्टींची काळजी गुंतवणूकदार सहसा करत नाहीत, हे यामागचं कारण असतं. शक्य तितक्या अल्पावधीत त्यांना स्टॉकमधून किती पैसा मिळवता येईल या गोष्टीवरच ते लक्ष केंद्रित करतात. फक्त मूठभर कंपन्याच त्यांच्या संयमी गुंतवणूकदारांना कालांतरानं बक्षीस देऊ शकतात. पण बहुसंख्य कंपन्या त्यांना निराशच करतात.

आता शेअर्सच्या किमती कृत्रिमरीत्या चढवून गुंतवणूकदारांना आकर्षित करायचं आणि नंतर वधारलेल्या किमतीत आपल्याकडचे शेअर्स विकून टाकायचे या खेळाचा विचार करू या. नव्वदच्या दशकात आणि अगदी दोन हजारच्या दशकातसुद्धा बाजारातील सर्वसाधारण ऑपरेटरची साचेबंद प्रतिमा कशी होती? मुंबईच्या उपनगरातील किंवा गुजरातमधील अगर राजस्थानमधील एखाद्या प्रसिद्ध शहरातील लक्षात न येणाऱ्या जागी असलेल्या आपल्या कार्यालयातून फोनवरून काम करत गुटखा चघळणारा, लबाड गुजराती किंवा मारवाडी अशी ती होती. बाजारातील खेळाडूंच्या बंदिस्त वर्तुळाखेरीज त्यांना फारसं कोणी ओळखतही नसे. ते पार्श्वभूमीवर काम करत. प्रवर्तकांशी हातमिळवणी करून कृत्रिम आकारमानाची निर्मिती करत. स्टॉकच्या किमती चढवत आणि नंतर कामाला लावलेल्या आणि संशय येणार नाही अशा गुंतवणूकदारांना ते शेअर्स विकून टाकत.

आजचे अनेक लहान ऑपरेटर्स आता चटकन फसणाऱ्या आणि आपल्या मनाप्रमाणे काम करणाऱ्या भोळसर गुंतवणूकदारांची प्रतीक्षा करत पार्श्वभूमीवर चोरटेपणानं फिरत राहत नाहीत. त्याऐवजी ते समाजमाध्यमांच्या व्यासपीठांवर अहंमन्यतेनं बसतात, स्वतःला बाजाराचे गुरू म्हणून प्रस्थापित करतात. आपण विजेत्यांना शोधत असल्याचे अंशतः खरे किंवा साफ खोटे दावे करतात. दंतकथा बनून गेलेल्या गुंतवणूकदारांचा संदर्भ देतात, त्यांची विधानं सांगतात आणि ज्या स्टॉक्समध्ये त्यांनी आधीच पोझिशन घेतलेल्या असतात, त्या स्टॉकविषयी खळबळ निर्माण करतात. इतर काही जण नवोदितांमधून बाजारातील तज्ज्ञांची निर्मिती करण्याचं वचन देऊन ऑनलाइन कार्यशाळा घेतात आणि बाजार नियमितपणानं नवीन उच्चांक प्रस्थापित करत असल्यामुळे त्यांचे अभ्यासक्रम शिकण्यासाठी रांगा लावणाऱ्यांची आणि पुढच्या पिढीतील झुनझुनवाला किंवा बफे होण्याची आशा बाळगणाऱ्यांची कमतरता नसते.

त्यामुळे तुमच्या लक्षात येईल की, इतक्या सगळ्या वर्षांत काहीही बदल झालेला नाही. फक्त पात्रं आणि नेपथ्य तेवढंच बदललं आहे.

माझ्या पुस्तकामुळे शेअरच्या व्यवसायातील काही लोक चांगलेच अस्वस्थ होतील याची मला पूर्ण कल्पना आहे. गोविंदभाई हे त्यांच्यापैकीच एक आहेत आणि त्यांचं असमाधान त्यांनी स्पष्टपणे व्यक्त केलं.

''अरे लाला, आपला व्यवसाय अतिशय स्वच्छ व्यवसाय नाही हे मलाही माहीत आहे, पण शेअर बाजार हा लबाडांनी भरलेला आहे आणि फक्त अंतर्गत गोटातील माहिती असलेल्यांनाच इथे पैसा मिळवण्याची आशा आहे, अशा प्रकारे तू त्याच्याकडे बघायला भाग पाडत आहेस. माझ्या काही मित्रांनी आणि नातेवाइकांनी मला असं सांगितलं की, गुंतवणुकीचा खेळ हा नेहमीच लबाड्यांनी भरलेला असतो, असं त्यांना नेहमीच वाटत होतं, पण तुझं पुस्तक वाचल्यावर तर त्यांना आपल्या मतावरच शिक्कामोर्तब झाल्यासारखं वाटलं,'' आम्ही एका पार्टीत भेटल्यानंतर त्यांनी मला हे सांगितलं.

जर या पुस्तकातून अशा प्रकारचा प्रभाव पडत असेल तर मला माफ करा, कारण असं काहीही करण्याचा माझा हेतू नव्हता. माझी जीवनकथा आणि करिअरविषयी शक्य तितक्या उत्तम प्रकारे सांगणं एवढाच माझा उद्देश होता आणि हे पुस्तकही त्याविषयीचंच आहे. शेअर बाजारातील माझे अनुभव आणि मला तिथे भेटलेले आणि मी नियमितपणे व्यवहार केलेले लोक यांच्याविषयी मी सांगितलं आहे. अन्नसाखळीतील माझ्या स्थानामुळे अनेक लोकांना माहीत नसलेल्या अनेक आक्षेपार्ह गोष्टी मला अगदी जवळून समजल्या.

अगदी न्याय्यपणानं सांगायचं झालं तर शेअर बाजारात भ्रष्टाचारी लोक आणि चोरटे व्यवहार करणारे लोक असले तरी इतर सगळ्या व्यवसायांसारखाच हाही एक व्यवसाय आहे. इतर उद्योगांच्या तुलनेत या व्यवसायातील रेषा जास्त काळपट आहेत असा वाद एखादी व्यक्ती घालू शकेल. एका प्रख्यात ब्रोकरनं मला एकदा असं सांगितलं होतं की, फक्त याच एका उद्योगात कच्चा माल म्हणून पैसा वापरला जातो आणि त्यापासून पैशाचंच उत्पादन घेतलं जातं आणि जर एखादं उपउत्पादन असलंच तर तेही पैसा हेच असतं.

जाहिरात आणि मनोरंजन व्यवसायाप्रमाणे गुंतवणूक हा व्यवसायही वस्तुस्थितीपेक्षा आपापल्या आकलनावरच जास्त प्रमाणात चालतो. तसं

नसेल तर प्रत्यक्ष कॅश फ्लो असलेल्या कंपन्यांकडे गुंतवणूकदार दुर्लक्ष करतात, पण वर्षानुवर्षं फक्त नुकसानच सोसत राहिलेल्या आणि नजीकच्या भविष्यात नफ्यात येण्याची शक्यताही नसलेल्या कंपनीत हास्यास्पदपणे गुंतवणूक करतात याचं स्पष्टीकरण इतर कुठल्या प्रकारे देता येईल?

पण म्हणून शेअर बाजार ही जुगारी लोकांची गुहा आहे आणि तिथे भोळ्या गुंतवणूकदारांना भक्ष्य बनवून त्यांच्यावर नेहमीच झडप घातली जाते असं समजणं चुकीचं आहे. या उद्योगात फक्त भरपूर पैसा असलेले आणि आतल्या गोटातील माहिती असलेले लोकच यशस्वी होतात, हाही एक गैरसमज आहे. कंपन्या मोठ्या गुंतवणूकदारांच्या बाबतीत पक्षपातीपणानं वागतात आणि भरपूर पैसा असलेले लोक मोठ्या बोली लावून मोठ्या प्रमाणात काम करतात आणि प्रचंड नफा कमावतात हे खरं आहे. पण म्हणून तो तथाकथित 'स्मार्ट मनी' प्रत्येक ट्रेडमध्येच जिंकतो का? नक्कीच नाही. बाजार हा सम पातळ्या निर्माण करण्याचं महान काम करतो.

यातली वाईट गोष्ट अशी आहे की : 'आतली माहिती', 'आतलं किंवा अंतर्गत ट्रेडिंग' अगर 'अंदर की खबर' हे शब्द शेअर बाजाराचे समानार्थी शब्द झाले आहेत. काही वेळा पार्टीतील आणि कौटुंबिक कार्यक्रमांमधील परिचित आणि नातेवाइकांनी मला असं विचारलं होतं की, अच्छा...म्हणजे तुला आतल्या गोटातली बरीच माहिती मिळत असेल. हो ना?

''नाही. अनेक लोकांचा असा गैरसमज असतो,'' असं मी त्यांना स्मित करत सांगत असे. ''हे म्हणजे सगळेच डॉक्टर वैद्यकीय कंपन्यांच्या प्रतिनिधींकडून पैसा घेतात आणि नको असलेली औषधं लिहून देतात, अकारणच उपचार लांबवतात आणि रुग्णालयाची बिलं फुगवतात, असं म्हणण्यासारखं आहे. अशा प्रकारचे डॉक्टर आणि रुग्णालयं आहेत हे मला माहीत आहे. पण प्रत्येक डॉक्टर आणि प्रत्येक रुग्णालय असंच असत नाही हे तुम्हांला मान्य असेल असं मला वाटतं,'' असं मी त्यांना पुढे सांगत असे.

त्यानंतर कोणीही मला आतल्या माहितीविषयी विचारलं की, मी त्याला नम्रपणे त्याच्या क्षेत्रातील भ्रष्ट पद्धतींची आठवण करून देत असे आणि त्याच्या व्यवसायाची ही प्रतिमा बरोबर आहे का, असं विचारत असे.

बाजारात कितीही अयोग्य, अन्याय्य कृती असल्या तरी बाजार एक प्रकारे लोकशाहीवादी आहे, कारण एखाद्यानं जर त्या खेळाचे नियम शिकून घेण्याचे कष्ट घेतले तर प्रत्येकाला त्याच्या संपत्तीत वाढ करण्याची

न्याय्य संधी मिळते. मी कदाचित त्याविषयी लिहिलेलं नसलं तरी अनेक वर्षं संयमानं आणि अतिशय दक्षतेनं उत्तम पोर्टफोलिओ तयार करण्यात यशस्वी झालेले काही अत्यल्प नवोदित गुंतवणूकदार मला माहीत आहेत. त्याप्रमाणेच आपल्या वरिष्ठांकडून आणि प्रवर्तकांकडून आलेले दबाव झुगारून स्टॉक जसा असेल तसाच ठेवणारे आणि दाखवणारे काही अत्यल्प विश्लेषक आणि फंड व्यवस्थापकही मला माहीत आहेत.

या पुस्तकात माझी कुठलीही ट्रेडिंगची गुपितं मी उघड केलेली नाहीत, अशी कुरकुर काही वाचकांनी आणि काही मित्रांनीसुद्धा केली. त्याविषयी मी असं सांगेन की, माझी स्वतःची तत्त्वं कालौघात सतत बदलत राहिली. प्रत्येक ट्रेडरचे किंवा गुंतवणूकदाराचे काही विशिष्ट नियम असतात आणि तो किंवा ती त्यांना सतत चिकटून राहतो किंवा राहते. पण असे नियम तुमचा नाश होऊ नये म्हणून तुमचं संरक्षण करण्यासाठी असतात, ते तुम्हांला असामान्य नफा मिळवून देण्यास मदत करत नाही. अर्थातच जर तुम्ही संयमानं तुमच्या पद्धतीनं आणि नशीबानं तग धरून राहण्यात यशस्वी झालात तर तुम्ही कुठल्या तरी स्थानी भरपूर पैसा कमावता आणि तुमचं ईप्सित ध्येय गाठता.

शेअर बाजारातील माझ्या पंचवीस वर्षांच्या करिअरमध्ये मी शिकलेल्या काही गोष्टी पुढे देत आहे.

तुम्हांला जितक्या प्रमाणात जोखीम पत्करण्याची इच्छा असते तितक्या प्रमाणात तुम्हांला चांगले परतावे मिळतात. पण याकडे तुम्ही दुसऱ्या दृष्टिकोनातूनही पाहण्याची गरज असते. तुम्ही जितकी जास्त जोखीम पत्करता, तितका तुमचा जास्त तोटा होण्याचीही शक्यता असते. ते तुम्हांला परवडणारं आहे का, याचा विचार तुम्ही केला पाहिजे. तुम्ही एकदा हा खेळ खेळायचं असं ठरवलं की, रात्रीची झोप उडवण्याची तयारीही ठेवावीच लागते. ते टाळणं अशक्य असतं. पण जितक्या जास्त रात्री जागून काढाव्या लागतील तितकी या खेळातील गंमत कमी होते.

आणखी एक गोष्ट लक्षात ठेवा. मोठ्या जोखमीमुळे दर वेळीच मोठ्या परताव्याची हमी मिळत नाही. तुम्ही जास्त मोठ्या प्रमाणात पैसा गमावूनही बसू शकता. तुम्ही काय करत आहात आणि ते का करत आहात हे समजून घ्या. लहान ट्रेडिंगनं किंवा गुंतवणुकीनं सुरुवात करा आणि तुमची बाजाराविषयीची समज जसजशी वाढत जाईल, तसतसं नंतर हळूहळू ट्रेडिंगचं किंवा गुंतवणुकीचं प्रमाण वाढवत राहा.

तुमची हार उमदेपणानं स्वीकारा. प्रत्येक खेळाडूकडून बाजार वसूल करत असलेली ती प्रशिक्षणाची फी आहे असं समजा. बाजारातील प्रत्येक जणच चुका करतो. अगदी उत्तम गुंतवणूकदारसुद्धा त्यांच्याकडे या क्षेत्रातील कितीही माहिती असली किंवा कितीही मोठे चेक लिहून देण्याची क्षमता असली तरी शंभर टक्के बिनचूक काम करून सतत जिंकण्याचा विक्रम करू शकत नाहीत. काही वेळा नियमातील एखाद्या बदल्याच्या हिसक्यामुळे किंवा नवीन तंत्रज्ञानामुळे एका रात्रीत व्यवसायाचं वातावरण आमूलाग्र बदलून जातं. काही वेळा फक्त अपेक्षेप्रमाणं गोष्टी घडत नाहीत किंवा शेअरधारकांच्या जीवावर प्रवर्तक स्वतः श्रीमंत होण्याचं ठरवतो आणि त्यामुळेही रातोरात गोष्टी बदलतात.

काही संकेत, सूचना वेळेवर लक्षात घेण्यात तुम्ही अपयशी ठरला होतात का, ते स्वतःला विचारा. कोणत्या चुका टाळता आल्या असत्या त्याचा विचार करा आणि त्यांची पुनरावृत्ती न करण्याची स्वतःलाच हमी द्या.

जर एखाद्या स्टॉकमधील गुंतवणूक ही चांगली दीर्घकालीन गुंतवणूक ठरेल याची तुम्हांला खात्री वाटत असेल, तर अगदी त्या स्टॉकची किंमत तुम्ही पहिल्यांदा तो खरेदी करण्याचा विचार करत असल्याच्या वेळच्या किमतीच्या तुलनेत वीस टक्क्यांनी वाढली असली तरी बुजरेपणानं तो खरेदी करण्यापासून लांब राहू नका. तो स्टॉक मुळीच खरेदी न करणं ही गोष्ट, त्या वधारलेल्या किमतीत तुम्ही स्टॉक खरेदी करण्याच्या तुलनेत अतिशय महागात पडू शकते. तुम्हाला हव्या असलेल्या किमतीत तुम्हांला कधीही स्टॉक खरेदी करता येत नाही आणि अगदी तसा तो खरेदी करता आला तर तुम्हांला हव्या तितक्या संख्येत त्याला खरेदी करता येत नाही. ही गोष्ट सर्वसामान्यपणे अशी मांडता येते : तुम्हांला हव्या असलेल्या स्टॉकची किंमत १५० रुपये आहे. तुम्हांला १२० रुपये ही त्याची योग्य किंमत आहे असं वाटतं. परंतु ज्या वेळी त्याची किंमत १२० रुपयांवर येते त्या वेळी आता ही किंमत आणखी घसरेल का असा विचार करणं ही स्वाभाविक गोष्ट असते.

पण ठीक आहे, अगदी सगळ्यात मोठे गुंतवणूकदारही कधीच त्यांना हव्या तितक्या संख्येचे सगळे शेअर्स एकाच वेळी खरेदी करत नाहीत.

आपल्या बालपणी, तरुणपणी किंवा अगदी ते मध्यमवयीन असताना किती स्वस्ताई होती, असं प्रौढ लोक सांगत असल्याचं तुम्ही कधी ऐकलं आहे का?

''मी ५० वर्षांपूर्वी नोकरीला लागलो, त्या वेळी अतिशय चवदार सफरचंद दोन रुपये किलोनं खरेदी करत होतो. आज तुम्हांला ही अगदीच सर्वसामान्य सफरचंदं २०० रुपये किलोनं खरेदी करावी लागतायत.''

ठीक आहे. तसं असेलही. पण त्यामुळे तुम्ही आज सफरचंदं खरेदी करणं किंवा खाणं थांबवता का?

त्याप्रमाणेच स्टॉकच्या 'ॲब्सोल्युट व्हॅल्यू'वर (व्यवसायाचं मूल्यांकन करण्याची पद्धत. त्यानुसार स्टॉकची किंमत निश्चित केली जाते.) लक्ष केंद्रित करू नका. गुंतवणूकदारांना स्टॉकची किंमत वधारण्याऐवजी घसरली तर त्यांच्याकडे आधीपासूनच असलेल्या स्टॉकचीच आणखी खरेदी करण्याची जास्त इच्छा असते. कालौघात कंपनीची कामगिरी चांगली असेल तर स्टॉकच्या किमतीतून तिच्या कामगिरीचं प्रतिबिंब पडतं आणि स्टॉकची किंमत वधारते. तुम्ही पाच वर्षांपूर्वी शंभर रुपयांना खरेदी केलेल्या स्टॉकची किंमत आता पाच वर्षांनंतर कदाचित ५०० रुपये असू शकेल. परंतु याचा अर्थ किंमत पाच पटीनं वाढल्यामुळे तुम्ही ते स्टॉक सध्या खरेदीच करू नयेत असा त्याचा अर्थ नसतो.

सहसा बहुतांश गुंतवणूकदार दहा हजार किमतीचा एक शेअर घेण्याऐवजी दहा रुपये प्रतिशेअर किमतीचे एक हजार शेअर्स घेण्याला प्राधान्य देतात. पण फक्त हे करून पाहा १०,००० रुपयांहून जास्त किंमत असलेल्या स्टॉकची यादी तयार करा आणि गेल्या दहा वर्षांत किंवा अगदी पाच वर्षांत ते किती वधारले आहेत ते पाहा. तुम्हांला आश्चर्य वाटल्याखेरीज राहणार नाही.

याचा अर्थ १०,००० रुपयांहून जास्त किंमत असलेला कुठलाही स्टॉक तुम्ही अंधपणानं खरेदी करा असं मी तुम्हांला सांगत नाही. इथे मी तुम्हांला सांगत असलेला मुद्दा असा आहे की, एखादा स्टॉक जास्त किमतीचा आहे म्हणून त्याच्याकडे दुर्लक्ष करू नका.

कधी ना कधी तुमच्या अंतःप्रेरणेचं ऐका आणि मी ज्याला 'राइट ऑफ' बेट असं म्हणेन तसं करा. त्याचा अर्थ तुम्ही लावत असलेला पैसा सगळाच्या सगळा बुडाला तरी हरकत नाही असा विचार करून त्या स्टॉकमध्ये पैसा ओता. नेहमीच काही दिवसांनी तुम्हांला एखादा घसरलेला स्टॉक अविश्वसनीय वाटावा इतक्या कमी किमतीला मिळून जातो. माझा अनुभव असा आहे की, अशा प्रसंगी कमीतकमी प्रश्न विचारणारे

लोक नेहमीच सर्वाधिक पैसे मिळवून जातात. घसरलेल्या स्टॉकच्या अविश्वसनीयरीत्या कमी वाटणाऱ्या किमती जास्त काळ टिकत नाहीत.

अर्धवट ज्ञान धोकादायक असतं. आज भरपूर समर्पक माहिती सहज उपलब्ध असते. पण एक गोष्ट लक्षात ठेवा, ही माहिती प्रत्येकालाच उपलब्ध असते आणि स्टॉकची किंमत हा घटकही त्यात महत्त्वाचा असतो. चांगल्या कंपन्यांचे स्टॉक्स नेहमीच महागड्या किमतीत उपलब्ध असतात आणि तितक्याशा चांगल्या नसलेल्या कंपन्यांचे स्टॉक्स त्याहून कमी किमतीत उपलब्ध असतात. स्टॉक महाग, स्वस्त किंवा माफक दराचा आहे, हे तपासण्यासाठी सहसा नेहमीच मोठ्या प्रमाणात किंमत-कमाई गुणोत्तराचा (प्राइस टु अर्निंग्ज रेशो) वापर केला जातो. पण हेसुद्धा इतर अनेक घटकांच्या संदर्भात तपासावं लागतं. जर तुम्ही फक्त या एकाच सूत्राचा वापर केला तर बहुतेक वेळा एखादी चांगली संधी तुमच्या हातून निसटण्याची किंवा तुमचा पोर्टफोलिओ कुचकामी ठरण्याचीही शक्यता असते.

शेअर बाजारातील नामवंत गुंतवणूकदार तुम्हांला सांगतील की आरामशीरपणा आणि मोठे परतावे या दोन्ही गोष्टी एकत्रितपणे जात नाहीत. तुम्ही जर स्टॉकमध्ये आरामशीरपणे गुंतवणूक केली असेल तर त्याचा अर्थ तुम्ही त्या स्टॉककडे निश्चितपणे जिंकणारा स्टॉक म्हणून पाहिलेलं असतं. इतर अनेकांनीही याच समजुतीच्या आधारावर त्यात गुंतवणूक केलेली असते. ज्या वेळी खूपच लोक एकाच बाजूनं एखाद्या स्टॉकवर पैसा लावतात त्यावेळी क्वचितच आपल्या अपेक्षेप्रमाणे सारं काही घडतं, असं मला आढळलं आहे. तुमची गुंतवणुकीची कल्पना कितीही चांगली असली तरी त्यात स्वतःविषयी शंका येणं आणि पश्चात्ताप असे टप्पे येतील आणि ही वाईट गोष्ट नसते. ज्या वेळी तुमच्या खंबीरपणाचा कस लागतो, त्याच वेळी तुम्ही खऱ्या अर्थानं चांगले गुंतवणूकदार होता आणि एवढ्या मोठ्या प्रमाणात पैसा मिळवण्यासाठी तुम्हांला काही रात्री झोप न येता जागून काढाव्याच लागतात.

नव्वदीच्या आसपास असलेल्या एका ब्रोकरनं मला एकदा बाजाराचं स्वयंसिद्ध सत्य सांगितलं होतं. 'झाडं वाढून नेहमीच स्वर्गापर्यंत पोहोचत नाहीत आणि मुळं नेहमीच खोल जाऊन पाताळापर्यंत पोहोचत नाहीत.'

अनेकांना ही गोष्ट पटणार नाही, पण माझं तत्त्वज्ञान असं आहे की वरचेवर नफा मिळवणं आणि तो पैसा चांगल्या प्रकारे खर्च करणं यामुळे

काहीही बिघडत नाही. ''मी अमुक इतक्या कंपनीचे शेअर्स खरेदी केले आणि आजच्या तारखेपर्यंत एकही शेअर विकलेला नाही. आता मूळच्या गुंतवणुकीच्या तुलनेत त्यांची किंमत वीस पटींनी वधारली आहे,'' असं अनेक गुंतवणूकदारांनी म्हटल्याचं मी ऐकलं आहे.

मला हे मान्य आहे. पण तुम्ही नाष्ट्यासाठी किंवा जेवणात शेअर्स खाऊ शकत नाही. बरोबर? तुम्हांला पैशानं विकत घेता येणाऱ्या चांगल्या गोष्टींचा तुम्ही उपभोग घेतला नाही तर त्या सगळ्या कागदोपत्री असलेल्या पैशाचा काय उपयोग आहे?

एखादी व्यक्ती विचारेल की, पण ज्या गुंतवणूकदारांकडे जास्त संख्येचे शेअर्स नसतात त्यांचं काय? एखाद्याकडे ब्ल्यू चिप्सचे शंभर शेअर्स असतील तर त्याने त्यांच्यातून अर्थपूर्ण नफा मिळेपर्यंत ते आपल्याकडे तसेच ठेवून देणं हे जास्त चांगलं असतं. चांगला मुद्दा आहे. पण यातली हीच खरी गंमत आहे. आपले प्रौढ लोक आपल्याला नेहमीच असं सांगतात की, घर खरेदी करताना तुम्हांला शक्य असेल तर आणखी थोडा पैसा देण्याची तजवीज करून एकदाच जास्त मोठं घर घ्या.

हीच गोष्ट दर्जेदार स्टॉक खरेदी करण्यालाही लागू होते असं मी म्हणेन. जर तुम्हांला सहज आरामशीरपणे शंभर शेअर्स खरेदी करता येत असतील तर १२० शेअर्स खरेदी करता येतात का ते पाहा. जर तुम्ही एक हजार शेअर्स खरेदी करत असाल तर १२०० शेअर्स खरेदी करा. आपल्याला सगळ्यांनाच पूर्ण अंकांची ओढ असते. जर तुमचा निर्णय योग्य ठरला आणि स्टॉकनं तुमच्या अपेक्षेहून जास्त लवकर भरपूर परतावा दिला तर तुम्ही खरेदी केलेल्या त्या अतिरिक्त वीस किंवा दोनशे शेअर्सवरही तुम्हांला तसाच नफा मिळतो. त्यामुळे तुमच्या हातात पैसा येतो आणि त्याच वेळी त्या स्टॉकच्या संपादनाच्या सर्वांगीण किमतीतही घट होते.

अखेरीस, तेजीच्या बाजारात तुम्हांला तुमच्या अपेक्षेनुसार हवा तितका पैसा मिळवता आला नसला तरी नाउमेद, निराश होऊ नका. भांडवलाचं जतन करून योग्य संधींची संयमपूर्वक वाट पाहत राहणं ही गोष्ट महत्त्वाची असते. आगामी वर्षांत बरंच काही होऊ शकतं याची खात्री बाळगा.

– लालचंद

सप्टेंबर, २०२१.

ऋणपत्रिका

मी पुढील लोकांशी कृतज्ञ आहे :

पृथ्वी हळदिया, भारत शहा, ए. बालसुब्रह्मण्यम, दीना मेहता, धीरेंद्रकुमार जैन, संदीप जैन, शरद शहा, कीर्ती दोशी, आशिषकुमार चौहान, बीएसई लि. रवी नरेन, (दिवंगत) ओम दमाणी, पराग परीख, अलार्कन मॅपट, आर. अमरनाथ, सुरेश के. जाजू, भुपेन सी. दलाल, अरविंद दलाल, केतन व्ही. पारेख, कमलेश गांधी, संजय कुलकर्णी, सुशील केडिया, अभिषेक दालमिया, वेंकट रामस्वामी, जॉयसन थॉमस, सौरभ मुखर्जी, कौशिक शहा, एन. कृष्णन, सचिन जोनेजा, भारत अय्यर, निलेश शहा, रमेश एस. दमाणी, कल्पराज धरमशी, विजय मामगेन, सुनील नायर, मुकुल अगरवाल, भाविन ठक्कर, मोतीलाल ओस्वाल, राशेष शहा आणि (दिवंगत) रमेश माखनलाल दमाणी.

अनुवादक परिचय

शिक्षण - एम.एस्सी. एम.फिल (बॉटनी), एम.जे.सी. (पत्रकारितेतील पदव्युत्तर पदवी), एन.डी. (डॉक्टर ऑफ निसर्गोपचार). दहावीनंतर ओपन नॅशनल मेरीट स्कॉलरशिप. प्रत्येक पदवी आणि पदव्युत्तर परीक्षेत विद्यापीठात प्रथम किंवा द्वितीय येण्याचा समावेश. राज्यस्तरीय कबड्डी खेळाडू. नाट्य, नृत्य, वक्तृत्त्व स्पर्धेत अनेक पारितोषिके.

एम.फिल.चे शिक्षण सुरू असताना दोन वर्षे कोल्हापूरच्या राजाराम महाविद्यालयात सीनियर लेक्चरर. 'दैनिक सकाळ'मध्ये वरिष्ठ उपसंपादकपदी कामकाज. विद्यार्थी बातमीदार असल्यापासून एकूण २२ वर्षे काम. शोधपत्रकारितेच्या अनेक वृत्तमालिका गाजल्या. त्यांच्यासाठी काही मानसन्मान व प्रतिष्ठेची पारितोषिकं. शिवाजी विद्यापीठात चार वर्षे पत्रकारितेच्या मानद प्राध्यापिका. 'स्त्री-पुरुष समानता' विषयावरच्या युरोपमध्ये झालेल्या चर्चासत्रासाठी आंतरराष्ट्रीय पत्रकार संघाकडून निवड.

पत्रकारितेच्या क्षेत्रातून बाहेर पडल्यानंतर गेली दहा वर्षे अनुवादिका म्हणून काम सुरू. या कालावधीत ८८ इंग्रजी आणि ८ हिंदी पुस्तकांसह एकूण ९६ पुस्तकांचा मराठीत अनुवाद. सुमारे ११० पुस्तकांचे संपादन. अनुवाद आणि पत्रकारिता या क्षेत्रांतील कार्याबद्दल केंद्र शासनाच्या युवा व क्रीडा मंत्रालयाचा पुरस्कार, तसेच अनुवादासाठी नाशिकच्या १५० वर्षे जुन्या ग्रंथालयाचा प्रतिष्ठेचा स्वातंत्र्यवीर सावरकर पुरस्कार. दहा स्वतंत्र पुस्तकांचे लेखन. 'पदन्यास' या पुण्याच्या कथक नृत्य संस्थेत तीन वर्षे अध्यापन. काही न्यूज फिचर्ससाठी दैनंदिन घडामोडींवर आधारित लेखन सुरू. आकाशवाणी आणि दूरदर्शनच्या कार्यक्रमांमध्येही सहभाग.